ಪಿ.ಲಂಕೇಶ್

ಹುಟ್ಟು: ೮ ಮಾರ್ಚ್ ೧೯೩೫. ಹುಟ್ಟೂರು: ಕೊನಗವಳ್ಳಿ, ಶಿವಮೊಗ್ಗ ಜಿಲ್ಲೆ. ಇಂಗ್ಲಿಷ್ ಎಂ.ಎ., ಹನ್ನೆರಡು ವರ್ಷ ಬೆಂಗಳೂರು ವಿಶ್ವವಿದ್ಯಾಲಯದಲ್ಲಿ ಇಂಗ್ಲಿಷ್ ಅಧ್ಯಾಪಕ ವೃತ್ತಿ. ಸಿನಿಮಾ ನಿರ್ದೇಶನ. ಜುಲೈ ೧೯೮೦ರಿಂದ ೨೫ ಜನವರಿ ೨೦೦೦ದವರೆಗೆ 'ಲಂಕೇಶ್‌ಪತ್ರಿಕೆ'ಯ ಸಂಪಾದಕತ್ವ. ಪ್ರಕಟಿತ ಕೃತಿಗಳು: ಕಾದಂಬರಿ: ಬಿರುಕು, ಮುಸ್ಸಂಜೆಯ ಕಥಾಪ್ರಸಂಗ, ಅಕ್ಕ. ಕಥಾಸಂಕಲನ: ಕೆರೆಯ ನೀರನು ಕೆರೆಗೆ ಚೆಲ್ಲಿ, ನಾನಲ್ಲ, ಉಮಾಪತಿಯ ಸ್ಕಾಲರ್‌ಶಿಪ್‌ಯಾತ್ರೆ, ಕಲ್ಲು ಕರಗುವ ಸಮಯ, ಉಲ್ಲಂಘನೆ, ಮಂಜು ಕವಿದ ಸಂಜೆ, ಸಮಗ್ರ ಕಥೆಗಳು. ಕಾವ್ಯ: ಬಿಚ್ಚು, ತಲೆಮಾರು, ಚಿತ್ರಸಮೂಹ, ನೀಲು ಕಾವ್ಯ. ನಾಟಕ: ಸಂಕ್ರಾಂತಿ, ತೆರೆಗಳು, ಕ್ರಾಂತಿ ಬಂತು ಕ್ರಾಂತಿ, ಪೋಲೀಸರಿದ್ದಾರೆ ಎಚ್ಚರಿಕೆ, ಸಿದ್ಧತೆ, ಗಿಳಿಯು ಪಂಜರದೊಳಿಲ್ಲ, ನನ್ನ ತಂಗಿಗೊಂದು ಗಂಡು ಕೊಡಿ, ಟಿ.ಪ್ರಸನ್ನನ ಗೃಹಸ್ಥಾಶ್ರಮ, ಬಿರುಕು, ಗುಣಮುಖ. ಅನುವಾದ: ದೊರೆ ಈಡಿಪಸ್ ಮತ್ತು ಅಂತಿಗೊನೆ, ಪಾಪದ ಹೂವುಗಳು. ಸಂಪಾದನೆ: ಅಕ್ಷರ ಹೊಸ ಕಾವ್ಯ. ವಿಮರ್ಶೆ: ಪ್ರಸ್ತುತ, ಕಂಡದ್ದು ಕಂಡ ಹಾಗೆ, ಸಾಹಿತಿ, ಸಾಹಿತ್ಯ, ವಿಮರ್ಶೆ. ಸಂಸ್ಕೃತಿ ಚಿಂತನೆ: ಟೀಕೆ ಟಿಪ್ಪಣಿ, ಈ ನರಕ ಈ ಪುಲಕ, ಮರೆಯುವ ಮುನ್ನ. ಸಿನಿಮಾ ನಿರ್ದೇಶನ: ಪಲ್ಲವಿ, ಅನುರೂಪ, ಖಂಡವಿದೆಕೋ ಮಾಂಸವಿದೆಕೋ, ಎಲ್ಲಿಂದಲೋ ಬಂದವರು. ಆತ್ಮಕಥನ: ಹುಳಿಮಾವಿನ ಮರ. ಪ್ರಶಸ್ತಿ: 'ಪಲ್ಲವಿ' ಸಿನಿಮಾ ನಿರ್ದೇಶನಕ್ಕೆ ಶ್ರೇಷ್ಠ ನಿರ್ದೇಶಕ ರಾಷ್ಟ್ರಪ್ರಶಸ್ತಿ, ಕೇಂದ್ರ ಸಾಹಿತ್ಯ ಅಕಾಡೆಮಿ ಪ್ರಶಸ್ತಿ. ಹಲವು ರಾಜ್ಯ ಪ್ರಶಸ್ತಿಗಳು. ನಿಧನ: ೨೫ ಜನವರಿ ೨೦೦೦.

ಡಿ.ಆರ್. ನಾಗರಾಜ್

ಹುಟ್ಟು: ೨೦ ಫೆಬ್ರವರಿ ೧೯೫೪. ಹುಟ್ಟೂರು: ದೊಡ್ಡಬಳ್ಳಾಪುರ, ಬೆಂಗಳೂರು ಗ್ರಾಮಾಂತರ ಜಿಲ್ಲೆ. ಕನ್ನಡ ಎಂ.ಎ., ಪಿಎಚ್.ಡಿ. ಬೆಂಗಳೂರು ವಿಶ್ವವಿದ್ಯಾಲಯದ ಕನ್ನಡ ಅಧ್ಯಯನ ಕೇಂದ್ರದಲ್ಲಿ ಅಧ್ಯಾಪಕ ವೃತ್ತಿ. ದೇಶ ವಿದೇಶಗಳ ವಿವಿಧ ವಿಶ್ವವಿದ್ಯಾಲಯಗಳ ಸಂದರ್ಶಕ ಪ್ರಾಧ್ಯಾಪಕ ಹಾಗೂ ವಿಸಿಟಿಂಗ್ ಫೆಲೋ. ವಿಮರ್ಶೆ, ಸಂಸ್ಕೃತಿ ಚಿಂತನೆ ಮತ್ತು ಸಾಹಿತ್ಯ ತತ್ವಗಳ ಪ್ರಕಟಿತ ಕೃತಿಗಳು: ಅಮೃತ ಮತ್ತು ಗರುಡ, ಶಕ್ತಿ ಶಾರದೆಯ ಮೇಳ, ಸಾಹಿತ್ಯ ಕಥನ, ಅಲ್ಲಮಪ್ರಭು ಮತ್ತು ಶೈವಪ್ರತಿಭೆ, ಸಂಸ್ಕೃತಿ ಕಥನ, ದ ಫ್ಲೇಮಿಂಗ್ ಫೀಟ್ ಅಂಡ್ ಅದರ್ ಎಸ್ಸೇಸ್. ಅನುವಾದ: ವಸಂತಸ್ಮೃತಿ (ರೂಮಿ ಕಾವ್ಯ). ಸಂಪಾದನೆ: ಅಕ್ಷರ ಚಿಂತನಮಾಲೆ, ಉರ್ದು ಸಾಹಿತ್ಯ, ಇಮೇಜಸ್ ಆಫ್ ಏಷಿಯಾ, ಆಚಾರ್ಯ ನರೇಂದ್ರದೇವ. ಕಥಾಸಂಕಲನ: ಏಕಾಂಗಿ ಮತ್ತು ಇತರ ಕಥೆಗಳು. ಪ್ರಶಸ್ತಿ: ವರ್ಧಮಾನ ಪ್ರಶಸ್ತಿ, ಶಿವರಾಮ ಕಾರಂತ ಪ್ರಶಸ್ತಿ, ಕೇಂದ್ರ ಸಾಹಿತ್ಯ ಅಕಾಡೆಮಿ ಪ್ರಶಸ್ತಿ. ನಿಧನ: ೧೨ ಆಗಸ್ಟ್ ೧೯೯೮.

ಇಂತಿ ನಮಸ್ಕಾರಗಳು

ಪಿ.ಲಂಕೇಶ್ ಮತ್ತು ಡಿ.ಆರ್. ನಾಗರಾಜ್
ಕುರಿತ ಸೃಜನಶೀಲ ಕಥಾನಕ

ನಟರಾಜ್ ಹುಳಿಯಾರ್

ಪಲ್ಲವ ಪ್ರಕಾಶನ
ಚನ್ನಪಟ್ಟಣ

INTI NAMASKAARAGALU

A Narrative on P.Lankesh and D.R.Nagaraj

by

Dr. Nataraj Huliyar
Professor of English
Centre Of Kannada Studies
Bangalore University
Bangalore 560 056

Published by
Pallava Prakashana
Channapattana Post
Via Emmiganur
Bellary 583 113
Cell: 94803 53507
pallavaprakashan@gmail.com

Pages: xii+226, **Price: Rs.180/-**

First Impression: 2014
Second Impression: 2014
Third Impression: 2015

ISBN: 978-93-81920-34-3

ಬೆಲೆ ರೂ. ೧೮೦/-

ಮುಖಪುಟ: ಮುರಳೀಧರ ರಾಥೋಡ್

ಅಕ್ಷರ ಸಂಯೋಜನೆ
ನೀತು ಗ್ರಾಫಿಕ್ಸ್, ಬೆಂಗಳೂರು

ಪುಟವಿನ್ಯಾಸ
ಎಸ್.ಎಸ್.ಗ್ರಾಫಿಕ್ಸ್
ನೃಪತುಂಗನಗರ ೫೮೩ ೨೭೬
ಸಂಚಾರಿ ೯೪೪೮೧ ೬೬೯೦

ಸ್ವಾನ್ ಪ್ರಿಂಟರ್ಸ್
www.svanprinters.com
☎ 080-26742233

ಪರಿವಿಡಿ

ಮೊದಲ ಮಾತು

ಲಂಕೇಶರು ತಮ್ಮ 'ಬಿಚ್ಚು' ಕವನಸಂಕಲನಕ್ಕೆ 'ಇಂತಿ ನಮಸ್ಕಾರಗಳು' ಎಂಬ ಹೆಸರಿಡಬೇಕೆಂದಿದ್ದರು ಎಂದು ಲಂಕೇಶರು ತೀರಿಕೊಂಡ ದಿನ ಕಿ.ರಂ. ನಾಗರಾಜ್ ಹೇಳಿದರು. ಆಗ 'ಲಂಕೇಶ್‌ಪತ್ರಿಕೆ'ಯಲ್ಲಿದ್ದ ನಾವೆಲ್ಲ ಆ ವಾರ ರೂಪಿಸಿದ ಶ್ರದ್ಧಾಂಜಲಿ ಸಂಚಿಕೆಗೆ ಇದನ್ನೇ ತಲೆಬರಹವನ್ನಾಗಿಸಿದೆವು. ಈ ನುಡಿಗಟ್ಟಿನ ಪರಿಚಿತತೆ ಮತ್ತು ಗಾಂಭೀರ್ಯ; ಅದರಲ್ಲಿರುವ ಮುಕ್ತಾಯ, ವಿಷಾದ, ವಿದಾಯ, ಕೃತಜ್ಞತೆಯ ಧ್ವನಿಗಳು ಈ ಪುಸ್ತಕಕ್ಕೆ ಅದೇ ಹೆಸರನ್ನಿಡುವಂತೆ ನನ್ನನ್ನು ಒತ್ತಾಯಿಸಿದವು.

ಈ ಬರವಣಿಗೆ ಕನ್ನಡದ ಶ್ರೇಷ್ಠ ಚಿಂತಕರಲ್ಲೊಬ್ಬರಾದ ಡಿ.ಆರ್. ನಾಗರಾಜ್ ಅವರ ಹಠಾತ್ ನಿರ್ಗಮನದ ನಂತರ, ೯೯ರ ಕೊನೆಗೆ ಶುರುವಾಯಿತು. ನೋಡ ನೋಡುತ್ತಿದ್ದಂತೆಯೇ, ಕನ್ನಡದ ಮತ್ತೊಬ್ಬ ಶ್ರೇಷ್ಠ ಬರಹಗಾರರಾದ ಲಂಕೇಶರೂ ೨೫ ಜನವರಿ ೨೦೦೦ ದಂದು ತೀರಿಕೊಂಡರು. ನನಗೆ ಅರಿವಿಲ್ಲದೆಯೇ ಲಂಕೇಶರೂ ಈ ನಿರೂಪಣೆಯೊಳಗೆ ಸೇರಿಕೊಳ್ಳತೊಡಗಿದರು. ಒಬ್ಬರ ಬಗ್ಗೆ ಬರೆದಾಗ ಮತ್ತೊಬ್ಬರ ವಿಚಾರಗಳು, ನೆನಪುಗಳು, ಅವರ ಪುಸ್ತಕಗಳನ್ನು ಕುರಿತ ವಿಶ್ಲೇಷಣೆಗಳು ಸಹಜವಾಗಿ ಹೆಣೆದುಕೊಳ್ಳತೊಡಗಿದವು. ನನ್ನ ಪ್ರಜ್ಞೆಯಲ್ಲಿ ಈ ಎರಡು ಮಾರ್ಗಗಳು ತಾಕಲಾಡಿದಾಗ, ಬೆರೆತಾಗ ಒಂದು ಮಾರ್ಗ ಇನ್ನೊಂದಕ್ಕೆ ಹರಿಯತೊಡಗಿತು. ಈ ಇಬ್ಬರ ಬಗ್ಗೆ ನನ್ನ ಡೈರಿಗಳಲ್ಲಿ ಮಾಡಿಕೊಂಡ ಟಿಪ್ಪಣಿಗಳು, ಅವರ ಪುಸ್ತಕಗಳ ಬಗ್ಗೆ ಮಾಡಿದ ಉಪನ್ಯಾಸಗಳು, ಅವರ ವ್ಯಕ್ತಿತ್ವಗಳು, ಅವರ ಜೊತೆ ಕಳೆದ ಅದ್ಭುತ ಗಳಿಗೆಗಳು, ಮಿತ್ರರ ಜೊತೆ ಹಂಚಿಕೊಂಡ ಅನುಭವಗಳು, ಯಾವುದೋ

ಚರ್ಚೆಗಳಲ್ಲಿ ಇದ್ದಕ್ಕಿದ್ದಂತೆ ಒದಗುವ ಅವರ ತೀಕ್ಷ್ಣ ಒಳನೋಟಗಳು; ಅವರ ಬಗೆಗಿನ ಪ್ರೀತಿ, ಜಗಳ, ಅಭಿಮಾನ, ಅಸಮಾಧಾನ...ಎಲ್ಲವೂ ಇಲ್ಲಿವೆ. ಆದರೆ ಇದು ಈ ಇಬ್ಬರ ಸಮಗ್ರ ಕೃತಿಗಳ ಅಥವಾ ವ್ಯಕ್ತಿತ್ವಗಳ ಪೂರ್ಣ ಪ್ರಮಾಣದ ವಿಶ್ಲೇಷಣೆ ಅಲ್ಲ; ಬದಲಿಗೆ ಇದೊಂದು ಬಗೆಯ ಸೃಜನಶೀಲ ಸ್ಪಂದನವಾಗಿ ಹಬ್ಬಿಕೊಂಡಂತಿದೆ. ನಾವು ಯಾವುದೇ ಪ್ರಕಾರದಲ್ಲಾಗಲೀ ವ್ಯಕ್ತಿಗಳನ್ನು ಹಾಗೂ ವಸ್ತುಗಳನ್ನು ಕುರಿತು ಬರೆದಾಗ ನಮ್ಮನ್ನೂ ಬರೆದುಕೊಳ್ಳುತ್ತಿರುತ್ತೇವೆ. ಕೇಂದ್ರ ನಿರೂಪಕನೊಬ್ಬನ ಪ್ರಜ್ಞೆಯಲ್ಲಿ ಬೆಳೆದ ಎರಡು ಮುಖ್ಯ ಪಾತ್ರಗಳ ಸುತ್ತ ಹಬ್ಬಿದ ಕಾದಂಬರಿಯಂತೆ ಕೂಡ ಈ ಕಥಾನಕ ಕಾಣುತ್ತದೆ.

ಅದರ ಜೊತೆಜೊತೆಗೇ ನನ್ನ ಪ್ರಜ್ಞೆಯಲ್ಲಿ ನಿರಂತರವಾಗಿ ವಿಕಾಸಗೊಂಡ ಈ ಇಬ್ಬರು ಲೇಖಕರ ತೀವ್ರ ಬೌದ್ಧಿಕತೆಗೆ ಎದುರಾದಾಗ ಹುಟ್ಟಿರುವ ನನ್ನ ಸಾಹಿತ್ಯಕ, ತಾತ್ವಿಕ ನಿಲುವುಗಳು, ಅವರ ಗ್ರಹಿಕೆಗಳ ಜೊತೆಗೆ ನಾನು ನಡೆಸುವ ಮೌನಸಂವಾದ– ಇವೆಲ್ಲ ಸೇರಿ ಬೆಳೆದ ಈ ಕಥಾನಕ ಈ ರೂಪದಲ್ಲಿ ನಿಮ್ಮೆದುರಿಗಿದೆ. ತನ್ನ ವಾರಗೆಯ ಲೇಖಕ ಆಂಡ್ರೆ ಬ್ರೆಟನ್ ತೀರಿಕೊಂಡ ನಂತರ ಕವಿ ಆಕ್ಟೋವಿಯಾ ಪ್ಯಾಜ್‌ಗೆ ಆಗಾಗ್ಗೆ ಹೀಗೆನ್ನಿಸುತ್ತದೆ: 'ನಾನು ಬರೆಯುತ್ತಿರುವಾಗಲೆಲ್ಲ, ನಾನು ಆಂಡ್ರೆ ಬ್ರೆಟನ್ ಜೊತೆ ಮೌನವಾಗಿ ಮಾತುಕತೆಯಲ್ಲಿ ತೊಡಗಿದ್ದೇನೆ ಎಂದುಕೊಂಡೇ ಬರೆಯುತ್ತಿರುತ್ತೇನೆ. ಈ ಮಾತುಕತೆಯಲ್ಲಿ ಉತ್ತರ, ಪ್ರತ್ಯುತ್ತರ, ಭಿನ್ನಮತ, ಗೌರವ ಎಲ್ಲವೂ ಒಟ್ಟಿಗೇ ಸೇರಿವೆ. ಈ ಮಾತನ್ನು ಬರೆಯುವಾಗಲೂ ನಾನು ಈ ಭಾವನೆಯನ್ನೇ ಅನುಭವಿಸುತ್ತಿದ್ದೇನೆ.' ಪ್ಯಾಜ್ ಮಾತು ನನ್ನ ಮನಸ್ಥಿತಿಯನ್ನೂ ಹೇಳುವಂತಿದೆ.

ಈ ಪುಸ್ತಕದ ಕೊನೆಯ ಅಧ್ಯಾಯದ ಕೆಲವು ಭಾಗಗಳನ್ನು ೧೩ ಜೂನ್ ೨೦೦೨ರ ರಾತ್ರಿ ಬರೆದ ದಾಖಲೆ ನನ್ನ ಹಾಳೆಗಳಲ್ಲಿದೆ. ಒಂದು ಅರ್ಥದಲ್ಲಿ ಈ ಪುಸ್ತಕದ ಚೌಕಟ್ಟು ಅವತ್ತೇ ನಿರ್ಧಾರವಾದರೂ ಹಲವು ಅಧ್ಯಾಯಗಳು ನಂತರ ಸೇರಿಕೊಂಡವು. ವೇಗವಾಗಿ ಉರುಳತೊಡಗಿದ ಆನಂತರದ ಹನ್ನೊಂದು ವರ್ಷಗಳಲ್ಲಿ ಈ ಬರವಣಿಗೆಗೆ ಅನೇಕ ಅಂಶಗಳು ಕೂಡಿಕೊಳ್ಳುತ್ತಲೇ ಹೋದವು. ೨೦೦೮ರ ಕೊನೆಯ ವಾರ ಕನ್ನಡ ವಿಶ್ವವಿದ್ಯಾಲಯಕ್ಕಾಗಿ 'ಲೋಹಿಯಾಚಿಂತನೆ'ಯನ್ನು ಸಂಪಾದಿಸಿ, ೨೦೦೯ರ ಜನವರಿ ಒಂದನೆಯ ತಾರೀಕು ಎಂ.ಡಿ. ನಂಜುಂಡಸ್ವಾಮಿಯವರನ್ನು ಕುರಿತ 'ಹಸಿರು ಸೇನಾನಿ' ಪುಸ್ತಕದ ಕೊನೆಯ ಪುಟಗಳನ್ನು ಜೋಡಿಸುತ್ತಿದ್ದೆ. ಆಗ ಮಿತ್ರ ಸಿ.ಜಿ.ಲಕ್ಷ್ಮೀಪತಿ 'ಲಂಕೇಶ್–ಡಿ.ಆರ್. ಕುರಿತ ಪುಸ್ತಕ ಯಾವಾಗ ಬರುತ್ತೆ?' ಎಂದರು. ತಮಾಷೆಗೆ, 'ಮೊದಲು ಸಮಾಜವಾದಿ ಗುರು ಲೋಹಿಯಾ, ನಂತರ ಸೋಷಲಿಸ್ಟ್ ಹೆಡ್ ಆಫ್ ದಿ ಡಿಪಾರ್ಟ್‌ಮೆಂಟ್ ಎಂ.ಡಿ.ಎನ್.,

ಆಮೇಲೆ...' ಎಂದೆ. 'ಗೊತ್ತಾಯ್ತು! ಆಮೇಲೆ ಪ್ರೊಫೆಸರ್, ರೀಡರ್... ಓಕೇ!' ಎಂದು ಲಕ್ಷ್ಮೀಪತಿ ಜೋಕ್ ಪೂರ್ತಿ ಮಾಡಿದರು. ಕಳೆದ ವರ್ಷದ ಕೊನೆಗೆ, ಕೀರಂ ಬರಹಗಳ 'ತೆರೆದ ಪಠ್ಯ'ದ ಸಂಪಾದನೆಯ ಕೆಲಸ ಮುಗಿಸಿ, 'ಹಸಿರು ಸೇನಾನಿ' ಪುಸ್ತಕದ ಹೊಸ ಮುದ್ರಣವೂ ಬಂದ ನಂತರ ಈ ಪುಸ್ತಕ ಬರುತ್ತಿದೆ. ಅಂದರೆ, ಲಕ್ಷ್ಮೀಪತಿ ತಮಾಷೆಯಾಗಿ ಗುರುತಿಸಿದಂತೆ, ಈ ಪುಸ್ತಕಗಳ ಪ್ರಕಟಣೆಗಳಲ್ಲೂ ನಾನು ಯೋಚಿಸದೆಯೇ ಮೂಡಿರುವ ಒಂದು 'ಸಮಾಜವಾದಿ ಪ್ಯಾಟರ್ನ್' ಇರುವಂತಿದೆ! ಸದ್ಯದಲ್ಲೇ ಬರಲಿರುವ 'ಶಾಂತವೇರಿ ಗೋಪಾಲಗೌಡ', 'ಅಂಬೇಡ್ಕರ್ ಚಿಂತನೆ' ಪುಸ್ತಕಗಳೊಂದಿಗೆ ನನ್ನ ಈ ಬಗೆಯ ಪ್ರಕಟಣೆಗಳ ಸರಣಿ ಒಂದು ಅರ್ಥಪೂರ್ಣ ಘಟ್ಟ ಮುಟ್ಟಲಿದೆ ಎಂದು ನಂಬುವೆ.

ಸುಮಾರು ಹದಿನಾಲ್ಕು ವರ್ಷಗಳ ಅವಧಿಯಲ್ಲಿ ಆಗಾಗ್ಗೆ ಬರೆದ ಈ ಪುಸ್ತಕದಲ್ಲಿರುವ ಇಪ್ಪತ್ತೈದು ಅಧ್ಯಾಯಗಳ ಬಂಧ ಕೊನೆಯ ಹಂತದಲ್ಲಿ ತಂತಾನೇ ವಿಕಾಸಗೊಂಡಿತು. ಇಡೀ ಪುಸ್ತಕದ ಭಾಗಗಳನ್ನು ನಾನು ಮತ್ತೆ ಮತ್ತೆ ತಿದ್ದಿದ ಹಾಗೆಲ್ಲ ಪ್ರೀತಿಯಿಂದ ಬರೆದು ಕೊಟ್ಟ ಅನಿತಾಗೆ, ತಪ್ಪುಗಳನ್ನು ಹುಡುಕಿಕೊಟ್ಟು, ಬ್ಲರ್ಬ್ ಬರೆದ ಶೋಯಿಂಕಾಗೆ ನನ್ನ ಕೃತಜ್ಞತೆ. ಈ ಪುಸ್ತಕವನ್ನು ಪ್ರಕಟಿಸುತ್ತಿರುವ ಮಿತ್ರ ಪಲ್ಲವ ವೆಂಕಟೇಶ್; ಡಿ.ಆರ್. ನಾಗರಾಜರ ಫೋಟೋ ಕೊಟ್ಟ ಪ್ರೊ.ಎಂ. ಶ್ರೀಧರಮೂರ್ತಿ; ಈ ಪುಸ್ತಕದ ಬರವಿಗಾಗಿ ಕಾಯುತ್ತಿರುವಂತೆ ಕಂಡ ಮಿತ್ರರಾದ ಎಸ್.ಗಂಗಾಧರಯ್ಯ, ಬಸವರಾಜ ಅರಸು, ಯೋಗಪ್ಪನವರ್, ಕೆ.ಸತ್ಯನಾರಾಯಣ, ಚಂದ್ರಶೇಖರ ಐಜೂರ್, ರಾಜಾರಾಂ, ಎನ್.ಸಿ. ಮಹೇಶ್, ಕೆ.ಪುಟ್ಟಸ್ವಾಮಿ, ಶ್ರೀನಿವಾಸರಾಜು, ತೇಜಶ್ರೀ, ಉಗಮ ಶ್ರೀನಿವಾಸ್, ಬಿ.ಚಂದ್ರೇಗೌಡ, ಟಿ.ವೆಂಕಟೇಶ ಮೂರ್ತಿ, ಎಸ್.ಆರ್. ಕೇಶವ, ಹೊಸೂರು ಮುನಿಶಾಮಪ್ಪ, ಅಗ್ರಹಾರ ಕೃಷ್ಣಮೂರ್ತಿ, ಬಸವರಾಜ ಕಲ್ಗುಡಿ, ಕೆ. ಕಿರಣ್‌ಕುಮಾರ್, ನಚ್ಚಿ, ಕೊಂಡಜ್ಜಿ ಮೋಹನ್, ಜಯಶಂಕರ ಹಲಗೂರ್, ಕೃಷ್ಣ ಮಾಸಡಿ, ವಿಜಯ, ವಸು, ಸಂಜ್ಯೋತಿ, ಬಸವರಾಜ್, ಭಾನುಮತಿ, ಹೇಮಾ, ಸಂದೀಪ್ ನಾಯಕ್, ಕನಕರಾಜು ಆರನಕಟ್ಟೆ, ನಟರಾಜ್ ಹೊನ್ನವಳ್ಳಿ, ವಿಕ್ರಮ್‌ವಿಸಾಜಿ, ಎಂ.ಡಿ.ವಕ್ಕುಂದ; ಪುಸ್ತಕವಿನ್ಯಾಸದಲ್ಲಿ ನೆರವಾದ ಬಸವರಾಜು, ಶಾರದಾ, ರಶ್ಮಿಕೃಪಾಶಂಕರ್, ವಿನ್ಯಾಸವಿಜ್ಞಾನಿ ಸುಜ್ಞಾನಮೂರ್ತಿ; ಸಕಾಲಕ್ಕೆ ಸುಂದರ ಸಲಹೆಗಳನ್ನು ಕೊಟ್ಟ ಸಿ.ವೆಂಕಟೇಶ್, ರಾಮಲಿಂಗಪ್ಪ ಬೇಗೂರ್, ಆಶಾದೇವಿ, ಅದಲಗೆರೆ ನಾಗೇಂದ್ರ, ಎಸ್. ಆರ್. ರಾಮಕೃಷ್ಣ, ಸತೀಶ್, ಕೆ.ಸಿ.ಶಿವಾರೆಡ್ಡಿ, ಎಂ.ಜಿ.ಚಂದ್ರಶೇಖರಯ್ಯ; ಕಲಾವಿದ ಮಿತ್ರ ಮುರಳೀಧರ ರಾಥೋಡ್, ಮುದ್ರಿಸುತ್ತಿರುವ ಇಳಾಮುದ್ರಣದ ಗುರುಮೂರ್ತಿ... ಎಲ್ಲರಿಗೂ ನನ್ನ ವಂದನೆಗಳು.

೧೭ ಜನವರಿ ೨೦೧೪ **ನಟರಾಜ್ ಹುಳಿಯಾರ್**

ಎರಡನೇ ಮುದ್ರಣಕ್ಕೆ ಎರಡು ಮಾತು

ಮೊನ್ನೆ ಮೊನ್ನೆ, ಏಪ್ರಿಲ್ ಐದನೇ ತಾರೀಖು ಸಂಜೆ ಬೆಂಗಳೂರಿನಲ್ಲಿ ಬಿಡುಗಡೆಯಾದ 'ಇಂತಿ ನಮಸ್ಕಾರಗಳು' ಹತ್ತು ದಿನಗಳಲ್ಲಾಗಲೇ ಎರಡನೇ ಮುದ್ರಣ ಕಾಣತೊಡಗಿದೆ. ಈ ವಿಸ್ಮಯಕರ ಬೆಳವಣಿಗೆಗೆ ಪಿ.ಲಂಕೇಶ್ ಹಾಗೂ ಡಿ.ಆರ್.ನಾಗರಾಜರ ವ್ಯಕ್ತಿತ್ವ, ಕೃತಿಗಳು ಹಾಗೂ ಸಾಂಸ್ಕೃತಿಕ ಕೊಡುಗೆಗಳ ಬಗ್ಗೆ ಕನ್ನಡನಾಡಿನಲ್ಲಿ ಇರುವ ಗೌರವ, ಕುತೂಹಲ ಹಾಗೂ ಕೃತಜ್ಞತೆಗಳು ಮುಖ್ಯ ಕಾರಣ ಎಂದುಕೊಂಡಿರುವೆ.

ಈ ಪುಸ್ತಕವನ್ನು ಈಗಾಗಲೇ ಓದಿ ತಮ್ಮ ಆಳದ ಅನಿಸಿಕೆಗಳನ್ನು ಹಂಚಿಕೊಂಡಿರುವ ಎಲ್ಲರಿಗೂ ನನ್ನ ಕೃತಜ್ಞತೆಗಳು. ಈ ಪುಸ್ತಕ ಓದಿದ ನಂತರ ಲಂಕೇಶ್ ಹಾಗೂ ಡಿ.ಆರ್.ಅವರ ಕೃತಿಗಳನ್ನು ಕುರಿತು ವಿಚಾರ ಸಂಕಿರಣ, ಕಮ್ಮಟಗಳನ್ನು ಮಾಡಲು ಹೊಸ ತಲೆಮಾರಿನ ಲೇಖಕ, ಲೇಖಕಿಯರು ಸಿದ್ಧವಾಗಿರುವುದು ಕನ್ನಡ ಸಂಸ್ಕೃತಿಯ ಆರೋಗ್ಯದ ಬಗ್ಗೆ ನನ್ನಲ್ಲಿ ಹೊಸ ನಂಬಿಕೆಯನ್ನು ಮೂಡಿಸಿದೆ.

ಬಹುಬೇಗ ಇದರ ಹೊಸ ಮುದ್ರಣವನ್ನು ಹೊರ ತರುತ್ತಿರುವ ಪಲ್ಲವ ಪ್ರಕಾಶನಕ್ಕೆ, ಮುದ್ರಿಸಿದ ಇಳಾ ಮುದ್ರಣಕ್ಕೆ, ಮುಖಪುಟ ಮಾಡಿಕೊಟ್ಟ ಯು.ಟಿ.ಸುರೇಶ್ ಅವರಿಗೆ, ಪುಸ್ತಕ ವಿತರಣೆಯಲ್ಲಿ ಸಹಕರಿಸಿದ ಹೂವಿನಹಳ್ಳಿ ನರಸಿಂಹ ಮೂರ್ತಿ ಅವರಿಗೆ ನನ್ನ ಕೃತಜ್ಞತೆಗಳು.

೧೪ ಏಪ್ರಿಲ್ ೨೦೧೪
ಅಂಬೇಡ್ಕರ್ ಹುಟ್ಟುಹಬ್ಬ

ನಟರಾಜ್ ಹುಳಿಯಾರ್

ಮೂರನೆಯ ಮುದ್ರಣಕ್ಕೆ ಮುನ್ನ...

'ಇಂತಿ ನಮಸ್ಕಾರಗಳು' ಪುಸ್ತಕದ ಎರಡನೆಯ ಮುದ್ರಣದ ಪ್ರತಿಗಳು ಬಹುಬೇಗ ಮುಗಿದು ಮೂರನೆಯ ಮುದ್ರಣ ಕೊಂಚ ತಡವಾಗಿ ಹೊರಬರುತ್ತಿದೆ. ಈ ಪುಸ್ತಕ ಎಲ್ಲೆಡೆ ತಲುಪಲು ಕಾರಣರಾದ ಓದುಗರು, ಪುಸ್ತಕ ವ್ಯಾಪಾರಿಗಳು, ನವಜಾಲತಾಣಗಳಲ್ಲಿ ಇದರ ಬಗ್ಗೆ ಚರ್ಚಿಸಿದ ಹಾಗೂ ಪುಸ್ತಕದ ಭಾಗಗಳನ್ನು ಹಂಚಿಕೊಂಡ ಗೆಳೆಯ, ಗೆಳತಿಯರು, ಮಿತ್ರ ಪಲ್ಲವ ವೆಂಕಟೇಶ್, ಕಲಾವಿದ ಮುರಳೀಧರ ರಾಥೋಡ್, ಸ್ವ್ಯಾನ್ ಪ್ರಿಂಟರ್ಸ್ ಬಳಗ... ಎಲ್ಲರಿಗೂ ನಾನು ಕೃತಜ್ಞ.

ಡಿಸೆಂಬರ್ ೨೦೧೫

ನಟರಾಜ್ ಹುಳಿಯಾರ್

೧

ಗುರುತ್ವಾಕರ್ಷಣೆ...

ಅವರಿಬ್ಬರೂ ಹೆಚ್ಚಿನ ಸುಳಿವು ಕೊಡದೆ ನಿರ್ಗಮಿಸಿದ್ದರು. ಬಾಲ್ಯದಲ್ಲಿ ಕಂಡ ಒಂದು ಸಾವಿನ ನಂತರ, ಸಾವಿರದ ಒಂಬೈನೂರ ತೊಂಬತ್ತೆಂಟನೆಯ ಇಸವಿಯ ಆಗಸ್ಟ್ ತಿಂಗಳ ಒಂದು ನಡುರಾತ್ರಿಯವರೆಗೂ ಯಾರ ಮೃತ ಮುಖವನ್ನೂ ನಾನು ಹತ್ತಿರದಿಂದ ಕಂಡಿರಲಿಲ್ಲ. ಆ ರಾತ್ರಿ ಡಿ.ಆರ್. ನಾಗರಾಜ್ ಅವರ ಥಣ್ಣನೆಯ ಕೈಮುಟ್ಟಿ ಹುಟ್ಟಿದ ಛಿಲ್ಲೆಂಬ ನಡುಕ ಮತ್ತು ಅದಾದ ಹದಿನೇಳು ತಿಂಗಳ ಬಳಿಕ ಒಂದು ಬೆಳಿಗ್ಗೆ ವಾರೆಗಣ್ಣಲ್ಲಿ ಕೊನೆಯ ಸಲ ಕಂಡ ಲಂಕೇಶರ ಮುಖದ ವಿಚಿತ್ರ ಪ್ರಶಾಂತತೆ ಹುಟ್ಟಿಸಿದ ದಿಗ್ಭ್ರಮೆ ಇವತ್ತಿಗೂ ಹಸಿಯಾಗೇ ಇವೆ.

ನನ್ನ ಹದಿಹರೆಯದ ಕೊನೆಯ ವರ್ಷಗಳ ವಿದ್ಯಾರ್ಥಿ ದೆಸೆಯಲ್ಲೇ ಲಂಕೇಶರು ತಮ್ಮ ಪತ್ರಿಕೆಯ ಮೂಲಕ ನನ್ನ ಗುರುವಾಗಿ ಹೋಗಿದ್ದರು. 'ನಾವು ಕೊಟ್ಟಿದ್ದಕ್ಕಿಂತ ಹೆಚ್ಚಿನ ಸ್ನೇಹ ಕೊಡುವವರು ದಲಿತರು ಮತ್ತು ಮುಸ್ಲಿಮರು' ಎಂಬ ಅವರ ಮಾತು ಇದ್ದಕ್ಕಿದ್ದಂತೆ ಒಂದು ದಿನ ನಾನು ಸಂಬಂಧಗಳನ್ನು ನೋಡುವ ಬಗೆಯನ್ನೇ ಬದಲಿಸಿ ಬಿಟ್ಟಿತು. ಡಿ.ಆರ್. ಅವರ 'ಅಮೃತ ಮತ್ತು ಗರುಡ' ಬಂದಾಗ ಅದರ ಕಥನ, ಜೀವಂತಿಕೆ, ವಿಮರ್ಶಾತೀಕ್ಷ್ಣತೆ ಹಾಗೂ ಗಾಂಭೀರ್ಯಕ್ಕೆ ಬೆರಗು ಹುಟ್ಟಿತ್ತು. ಅದೇ ಕಾಲದಲ್ಲಿ ಎಂ.ಡಿ. ನಂಜುಂಡಸ್ವಾಮಿಯವರು ರೈತರನ್ನು ಮುನ್ನಡೆಸುತ್ತಿದ್ದ ಕ್ರಮದಿಂದಾಗಿ ಅವರ ಬಗೆಗೂ ಸುಪ್ತ ಆರಾಧನೆ ಬೆಳೆಯುತ್ತಿತ್ತು.

...ಇವನ್ನೆಲ್ಲಾ ಈಗ ನೋಡಿದರೆ, ಅದೇ ಆಗ ತನ್ನೊಳಗಿನ ಹಾಗೂ ಸುತ್ತ ಮುತ್ತಲಿನ ವಿದ್ಯಮಾನಗಳ ಬಗ್ಗೆ ಸ್ಪಷ್ಟತೆ ಪಡೆಯಲೆತ್ನಿಸುತ್ತಿದ್ದ ಹಳ್ಳಿಯ ಹುಡುಗ ನೊಬ್ಬ ತನ್ನ ವ್ಯಕ್ತಿತ್ವದ ವಿಭಿನ್ನ ತುಡಿತಗಳಿಗೆ ತಕ್ಕಂತೆ ವಿವಿಧ ಗುರುಗಳನ್ನು ಅರಸು ತ್ತಿದ್ದಂತೆ ಕಾಣುತ್ತದೆ. ಅಷ್ಟು ಹೊತ್ತಿಗಾಗಲೇ ನವ್ಯ ಸಾಹಿತ್ಯ ಹಾಗೂ 'ಲಂಕೇಶ್ ಪತ್ರಿಕೆ' ಕಲಿಸಿದ್ದ ಪಾಠಗಳು ಗುರುವನ್ನು ಅಥವಾ ಯಾವುದೇ ಆದರ್ಶಮೂರ್ತಿ ಯನ್ನು ಸಂದೇಹಿಸುವ ಧೋರಣೆಗಳನ್ನು ಕಲಿಸತೊಡಗಿದ್ದರೂ, ಆ ಹುಡುಗು ಮನಸ್ಸು ಗುರುಗಳ ಹುಡುಕಾಟದಲ್ಲಿ ಹಾಗೂ ಸುಪ್ತವಾದ 'ನಾಯಕ ಆರಾಧನೆ' ಯಲ್ಲಿ ತೊಡಗಿದಂತೆಯೂ ತೋರುತ್ತದೆ.

ಕಲಿಸುವ, ಕಲಿಕೆಯತ್ತ ನಡೆಸುವ, ತಿದ್ದುವ ಹತ್ತಾರು ಜನ ನಮಗರಿವಿಲ್ಲದೆಯೇ ನಮ್ಮ ಬದುಕಿನಲ್ಲಿ ಗುರುವಿನ ಹೊಣೆ ನಿರ್ವಹಿಸುತ್ತಿರುತ್ತಾರೆ. ಗುರುವೊಬ್ಬ ಶಿಷ್ಯನ ಮೇಲೆ ಯಾಂತ್ರಿಕವಾಗಿ ಹೇರಿಕೊಳ್ಳುವ ಫ್ಯೂಡಲ್ ಬಗೆಗಿಂತ ಇದು ಕೊಂಚ ಭಿನ್ನ. ಭಾರತೀಯ ಸಮಾಜದಲ್ಲಿ ಗುರು-ಶಿಷ್ಯ ಸಂಬಂಧದ ಕಲ್ಪನೆ ಅತ್ಯಂತ ವ್ಯಾಪಕವಾದದ್ದು ಹಾಗೂ ಎಷ್ಟೋ ಸಲ ನಿರ್ಣಾಯಕವಾದದ್ದು ಎಂದು ರಿಚರ್ಡ್ ಲ್ಯಾನಾಯ್ ವಾದಿಸುವುದರಲ್ಲಿ ಅರ್ಥವಿದೆ. ಭಾರತೀಯರು ತಮಗೆ ಇಷ್ಟವಾದ ರಾಜಕೀಯ ನಾಯಕರನ್ನು ಅಥವಾ ಧಾರ್ಮಿಕ ಗುರುಗಳನ್ನು ಅನುಸರಿಸಿ, ಆರಾಧಿಸುವುದರಲ್ಲಿ ಕೂಡ ಈ ಗುರು-ಶಿಷ್ಯ ಸಂಬಂಧದ ನೆರಳು ಇರುವುದನ್ನು ರಿಚರ್ಡ್ ಲ್ಯಾನಾಯ್ ಬರೆದ 'ದಿ ಸ್ಪೀಕಿಂಗ್ ಟ್ರೀ' ಪುಸ್ತಕ ತೋರಿಸಿಕೊಡುತ್ತದೆ. ಈ ಹಿನ್ನೆಲೆಯನ್ನು ಮೀರಿ ಕೂಡ ನಮಗೆ ಹಲವು ಗುರುಗಳಿರಬಹುದು. ಅಸ್ಪೃಶ್ಯತೆಯ ಆಚರಣೆ ಹೀನವಾದದ್ದು ಹಾಗೂ ಬರ್ಬರವಾದದ್ದು ಎಂಬುದನ್ನು ಶಿವಕುಮಾರ್ ಎಂಬ ನನ್ನ ಸಂಬಂಧಿ ನನ್ನ ಹದಿಹರೆಯದಲ್ಲಿ ಕಲಿಸಿದ. ಸಂಗೀತದ ಬಗೆಗೆ ನನ್ನಲ್ಲಿ ಆಸಕ್ತಿ ಬೆಳೆಸಿದವರಲ್ಲಿ ನಮ್ಮ ಸ್ಕೂಲಿನ ಸಂಗೀತ ಮೇಷ್ಟ್ರ ಕೃಷ್ಣಪ್ಪನವರಂತೆಯೇ ಮಿತ್ರ ಎಸ್.ಆರ್. ರಾಮಕೃಷ್ಣನೂ ಇದ್ದ. ಮಾತುಮಾತಿನ ನಡುವೆ ಕಿ.ರಂ.ನಾಗರಾಜರು ಹೊಳೆಯಿಸಿರುವ ಕಾವ್ಯದ ಮಿಂಚುಗಳು ಕಾವ್ಯವನ್ನು ಓದುವ ಬಗೆಯನ್ನು ಹೇಳಿಕೊಟ್ಟಿವೆ. ಹಿಂದೊಮ್ಮೆ ಕಾಳೇಗೌಡ ನಾಗವಾರರು ಕಲಿಸಿದ ಜಾತ್ಯತೀತತೆಯ ಪಾಠ ಕೂಡ ಮುಖ್ಯವೆಂದು ನನಗನ್ನಿಸುತ್ತದೆ. ಕೆಲವು ಘಟ್ಟಗಳಲ್ಲಿ ನಾನು ಪ್ರಜ್ಞಾಪೂರ್ವಕವಾಗಿ ಗುರುಗಳೆಂದು ಒಪ್ಪಿಕೊಂಡಿದ್ದ ಲಂಕೇಶ್ ಮತ್ತು ಡಿ.ಆರ್.ನನಗೆ ಕ್ಲಾಸ್‌ರೂಮಿನಲ್ಲಿ ಕಲಿಸಿದವರಲ್ಲ. ಡಿ.ಆರ್. ಬೆಂಗಳೂರು ವಿಶ್ವವಿದ್ಯಾಲಯದ ಕನ್ನಡ ಅಧ್ಯಯನ ಕೇಂದ್ರದಲ್ಲಿ ಮೇಷ್ಟರಾಗಿದ್ದರು. ನಾನು ಈ ಅಧ್ಯಯನ ಕೇಂದ್ರದ ಪಕ್ಕದಲ್ಲೇ ಇರುವ ಇಂಗ್ಲಿಷ್ ಎಂ.ಎ.ಗೆ ಸೇರುವ ಮೊದಲೇ ಇಂಗ್ಲಿಷ್ ಡಿಪಾರ್ಟ್‌ಮೆಂಟಿನಲ್ಲಿ ಮೇಷ್ಟರಾಗಿದ್ದ

ಲಂಕೇಶ್ ಯೂನಿವರ್ಸಿಟಿ ಬಿಟ್ಟು 'ಲಂಕೇಶ್‌ಪತ್ರಿಕೆ' ಶುರುಮಾಡಿದ್ದರು. ಪತ್ರಿಕೆ ಹಾಗೂ ಅವರ ಇನ್ನಿತರ ಬರಹಗಳ ಮೂಲಕ ಲಂಕೇಶ್ ನನ್ನ ಗುರುವಾದರು. ಅವರ ಪತ್ರಿಕೆ ಶುರುವಾಗುವ ಮೊದಲೇ ಹದಿಹರೆಯದಲ್ಲಿ ನನ್ನ ರೂಮಿನ ಗೋಡೆಯ ಮೇಲೆ ಲಂಕೇಶರ ಫೋಟೋ ತೂಗುಬಿಟ್ಟಿದ್ದೆ. ಮುಂದೆ ತಿಪಟೂರಿನಲ್ಲಿ ಬಿ.ಎ. ಓದುವಾಗ ನಟರಾಜಹೊನ್ನವಳ್ಳಿ ನಿರ್ದೇಶಿಸಿದ ಲಂಕೇಶರ 'ಕ್ರಾಂತಿ ಬಂತು ಕ್ರಾಂತಿ' ನಾಟಕದಲ್ಲಿ ಪ್ರೊಫೆಸರ್ ಭಗವಾನ್ ಪಾತ್ರ ಮಾಡುವ ಅವಕಾಶ ಸಿಕ್ಕಿ ಲಂಕೇಶರ ಸಂವೇದನೆಗೆ ಇನ್ನಷ್ಟು ಹತ್ತಿರವಾದೆ. ಆಮೇಲೆ ನಾನು ಆಫ್ರಿಕನ್ ಸಾಹಿತ್ಯ ಹಾಗೂ ಕನ್ನಡ ಸಾಹಿತ್ಯಗಳನ್ನು ಕುರಿತು ಡಾಕ್ಟರೇಟ್ ಮಾಡಲು ಹೊರಟಾಗ ಗೈಡ್ ಆದ ಡಿ.ಆರ್. ಕ್ರಮೇಣ ನನ್ನ ಗುರುವಾದರು.

ವಿಶೇಷವೆಂದರೆ, ೧೯೮೩ರ ಸುಮಾರಿಗೆ ಲಂಕೇಶ್ ಮತ್ತು ಡಿ.ಆರ್. ಇಬ್ಬರನ್ನೂ ಜ್ಞಾನಭಾರತಿಯ ಕನ್ನಡ ಅಧ್ಯಯನ ಕೇಂದ್ರದ ಸುತ್ತಮುತ್ತಲೇ ಮೊದಲ ಬಾರಿಗೆ ಹತ್ತಿರದಿಂದ ಕಂಡ ನೆನಪು ಗಾಢವಾಗಿ ಉಳಿದಿರುವುದು. ಲಂಕೇಶ್ ಕನ್ನಡ ಅಧ್ಯಯನ ಕೇಂದ್ರದ ಎದುರು ತಮ್ಮ ಡಾಲ್ಫಿನ್ ಕಾರಿನ ಬಾಗಿಲು ತೆರೆದು ಇನ್ನೇನು ಒಳಗೆ ಕೂರಲಿಡುವವರಿದ್ದರು. ನಾನು ಅವರ ಸಾಹಿತ್ಯದ ಖಾಯಂ ಓದುಗನೆಂಬ ಸಲಿಗೆಯಲ್ಲಿ ಹತ್ತಿರ ಹೋಗಿ 'ಇಷ್ಟು ಭಾರಿ ದೇಹ– ಈ ಸಣ್ಣ ಕಾರಲ್ಲಿ!' ಎಂದು ನಗಲೆತ್ನಿಸಿದೆ. ಅವರು ಬಿಗಿದ ತುಟಿ ಸಡಿಲ ಮಾಡುತ್ತಾ ಏನೋ ಗೊಣಗುತ್ತಾ ಕಾರು ಹತ್ತಿದರು. ಎಲ್ಲರನ್ನೂ ತಮಾಷೆ ಮಾಡುವ ವ್ಯಕ್ತಿಯೊಬ್ಬ ತನ್ನ ಬಗೆಗಿನ ತಮಾಷೆಯನ್ನು ಸಹಿಸಲಾರ ಎಂಬ ಸಂಗತಿ ಆ ನಂತರ ಹೊಳೆಯಿತು. ಅದೇ ಸರಿಸುಮಾರಿನಲ್ಲಿ ಡಿ.ಆರ್. ಅವರ 'ಅಮೃತ ಮತ್ತು ಗರುಡ' ಬಂದಿತ್ತು. ಅದನ್ನು ಓದಿ ಉಂಟಾದ ಪುಳಕದಿಂದ ಕನ್ನಡ ಅಧ್ಯಯನ ಕೇಂದ್ರದ ಅವರ ಗುಹೆಯಂಥ ರೂಮಿಗೆ ಹೋಗಿ "ಅನಂತಮೂರ್ತಿಯವರ 'ಪ್ರಜ್ಞೆ ಮತ್ತು ಪರಿಸರ' ಬಿಟ್ಟರೆ ಆ ಮಟ್ಟದ ಕೃತಿ ನಿಮ್ಮದೇ" ಎಂದೆ. 'ನೋ ನೋ, ಹಾಗಲ್ಲ' ಎಂದು ಡಿ.ಆರ್. ವಿನಯದಿಂದ ಸುಮ್ಮನಾದರು.

ಇದೆಲ್ಲ ಹೀಗೆ ಶುರುವಾಯಿತು.

ನಾನು ಲಂಕೇಶರ ಆಪ್ತವಲಯಕ್ಕೆ ಹೋಗುವ ಮೊದಲೇ ಎಂಬತ್ತರ ದಶಕದ ಕೊನೆಗೆ ಡಿ.ಆರ್. ಜೊತೆಗಿನ ನನ್ನ ಸಂಶೋಧನೆಯ ಒಡನಾಟ ಶುರುವಾಯಿತು. 'ಲಂಕೇಶ್‌ಪತ್ರಿಕೆ'ಯ ಮೂಲಕ ಮಾನವ ವರ್ತನೆ, ಸಮಾಜ, ರಾಜಕಾರಣವನ್ನು ಗ್ರಹಿಸಲು ಕಲಿಯತೊಡಗಿದ್ದ ನನಗೆ ಡಿ.ಆರ್. ವಸಾಹತುವಿರೋಧಿ ಸಿದ್ಧಾಂತಗಳನ್ನು, ನಿರ್ವಸಾಹತೀಕರಣ ಸಿದ್ಧಾಂತಗಳನ್ನು ಮೊದಲ ಬಾರಿಗೆ ಪರಿಚಯಿಸತೊಡಗಿದ್ದರು. ಗಾಂಧೀಜಿ, ಫ್ರಾಂಟ್ಜ್ ಫ್ಯಾನನ್, ಮನೋನಿ, ಆಶಿಶ್ ನಂದಿ

ಮುಂತಾದ ಚಿಂತಕರ ಬಗ್ಗೆ ಮಾತನಾಡುತ್ತಾ, ವಸಾಹತೀಕರಣ ತೃತೀಯ ಜಗತ್ತಿಗೆ ತಂದ ಚಲನೆ ಹಾಗೂ ಆಘಾತಗಳನ್ನು ವಿವರಿಸುತ್ತಾ, ನಾನು ಆವರೆಗೆ ಕಾಣದ ಬೌದ್ಧಿಕ ಲೋಕವೊಂದನ್ನು ತೆರೆಯತೊಡಗಿದರು. ಆಸೆಯಿಂದ, ಗೊಂದಲದಿಂದ, ಉನ್ನತ ಸಿದ್ಧಾಂತಗಳನ್ನು ಕುರಿತ ಪುಳಕ ಹಾಗೂ ಅವುಗಳ ಎದುರು ಹುಟ್ಟುವ ಅಧೀರತೆಯಿಂದ ಅವನ್ನೆಲ್ಲ ಮುಟ್ಟಲೆತ್ನಿಸಿದೆ. 'ಲಂಕೇಶ್‌ಪತ್ರಿಕೆ'ಯಂತೆಯೇ ಡಿ.ಆರ್. ರೂಪಿಸಿಕೊಡುತ್ತಿದ್ದ ಅಧ್ಯಯನ ವಿಧಾನ ಕೂಡ ನನ್ನೊಳಗೆ ಮೆಲ್ಲಗೆ ಪ್ರವೇಶಿಸ ತೊಡಗಿತು.

ಮೇಲುನೋಟಕ್ಕೆ ಭಿನ್ನವಾಗಿ ಕಾಣುವ, ಬೇರೆ ಬೇರೆ ತಲೆಮಾರುಗಳಿಗೆ ಸೇರಿದ ಡಿ.ಆರ್. ನಾಗರಾಜ್ ಹಾಗೂ ಲಂಕೇಶರನ್ನು ಜೊತೆಗಿಟ್ಟು ನೋಡುವುದು ಸಾಹಿತ್ಯ ವಿಮರ್ಶೆಯ ವಿದ್ಯಾರ್ಥಿಗಳಿಗೆ ಅಸಂಗತವಾಗಿ ಕಾಣಬಹುದು. ಆದರೂ ನಾನು ಅದೃಷ್ಟವಶಾತ್ ಒಡನಾಡಿದ ಕನ್ನಡದ ಎರಡು ದೊಡ್ಡ ಪ್ರತಿಭೆಗಳನ್ನು ಹೊರಳಿ ನೋಡುವ, ನನ್ನಂಥ ಓದುಗನೊಳಗೆ, ಬರಹಗಾರನೊಳಗೆ ಇಪ್ಪತ್ತನೆಯ ಶತಮಾನದ ಇಬ್ಬರು ಶ್ರೇಷ್ಠ ಕನ್ನಡ ಲೇಖಕರು ಅಂತರ್‌ಪಠ್ಯೀಯವಾಗಿ ಬೆರೆತು ಹೋಗಿರುವ ರೀತಿಯನ್ನು ಗ್ರಹಿಸುವ ನಿರೂಪಣೆಯಿದು.

ವ್ಯಕ್ತಿಯೊಬ್ಬನ ನಿರ್ಗಮನದ ನಾಲ್ಕಾರು ವರ್ಷಗಳಲ್ಲೇ ನಾವು ನೋಡುವ ಕಣ್ಣು ಹೇಗೆ ಬದಲಾಗುತ್ತಿರುತ್ತದೆ! ಅವನ ಬಗೆಗಿನ ಪೂರ್ವಗ್ರಹಗಳು, ಅನಗತ್ಯ ಮೆದುತನ, ಇವನು ನಮ್ಮವನೆಂದು ಸುಮ್ಮನೆ ಉಕ್ಕುವ ಪ್ರೀತಿ, ಅತಿ ನಿಕಟತೆ ಯಿಂದ ಒಸರತೊಡಗುವ ಅಸಹನೆ... ಇವೆಲ್ಲ ಕಡಿಮೆಯಾಗಿ ಒಂದು ಬಗೆಯ ನಿರ್ಲಿಪ್ತ ದೃಷ್ಟಿ ನಿರ್ಮಾಣವಾಗತೊಡಗುತ್ತದೆ. ವ್ಯಕ್ತಿಗಳನ್ನು ಕುರಿತು ಬರೆಯಲು ಇದೇ ಸರಿಯಾದ ಮನಸ್ಥಿತಿ ಇರಬಹುದೇನೋ.

ಹಾಗೆಂದುಕೊಂಡು ಹಿಂದಿರುಗಿ ನೋಡಿದರೆ ಕಾಣುವ ಚಿತ್ರಗಳು:

ಲಂಕೇಶ್ ಎಂದರೆ ನಿಷ್ಠುರತೆ, ಸೆಡವು; ತನ್ನ ಔದಾರ್ಯಕ್ಕೂ ಸಣ್ಣತನಕ್ಕೂ ತಾಳೆಯಾಗದ ವ್ಯಕ್ತಿತ್ವ; ತುಂಟತನ; ಯಾವ ಶಕ್ತಿಯೇ ಇರಲಿ, ಎದುರಾಗುವ ಛಲ; ಜಗಳಗಳೇ ಸೃಜನಶೀಲತೆಯ ಜೀವಾಳ ಎಂಬ ನಂಬಿಕೆ; ಎಲ್ಲವನ್ನೂ ಸೀಳಿ ನೋಡುವ ಚೂಪುಗಣ್ಣು; ವಂಚನೆಯನ್ನು ತಕ್ಷಣ ಪತ್ತೆ ಮಾಡಿಬಿಡಬಲ್ಲ ಹದ್ದು ಗಣ್ಣು; ಆದರೆ ಪ್ರಾಮಾಣಿಕತೆಯ ಪತ್ತೆಯಲ್ಲಿ ಕೊಂಚ ಮಬ್ಬುಗಣ್ಣು! ಅನ್ಯರ ನೋವನ್ನು ತನ್ನದಾಗಿಸಿಕೊಂಡು ನವೆಯುವ ಒಳಗು; ಹೊಗಳಿಕೆಯ ಬಗ್ಗೆ ಕಾತರ, ಹೊಗಳುವವರ ಬಗ್ಗೆ ಸಂದೇಹ; 'ಭಟ್ಟಂಗಿಗಳ ಸುಳ್ಳುಗಳಲ್ಲಿ ಲೇಖಕ ಸತ್ಯಕ್ಕಾಗಿ ತಡಕಾಡುವಂತಾಗುತ್ತದೆ' ಎಂಬ ತಿಳಿವಳಿಕೆ; ಗೆಲ್ಲುವ, ಆಳುವ ಬಯಕೆ;

ಆದರೆ ಎಲ್ಲ ದಿಗ್ವಿಜಯದ ನಿರರ್ಥಕತೆಯ ಅರಿವು; ಸಂತನಾಗುವುದನ್ನು ತಪ್ಪಿಸಿಕೊಳ್ಳಲು ಕಿಡಿಗೇಡಿಯಾಗಿ ಉಳಿವ ಬಯಕೆ...

ಅತ್ತ, ಡಿ.ಆರ್. ಎಂದರೆ ಸಾಮಾನ್ಯವಾಗಿ ಸದಾ ಉರಿಯುವ ಬೌದ್ಧಿಕತೆ; 'ಸುಟ್ಟಲ್ಲದೆ ಮುಟ್ಟೆನೆಂಬ' ಹಠ; ಬೌದ್ಧಿಕ ಶಕ್ತಿ ತರಬಲ್ಲ ಅಧಿಕಾರದ ಬಗ್ಗೆ ಅಪಾರ ನಂಬಿಕೆ; ತಾತ್ವೀಕರಣಕ್ಕೆ ಸಿಕ್ಕದಿರುವುದು ಯಾವುದೂ ಇಲ್ಲ ಎಂಬ ಆತ್ಮವಿಶ್ವಾಸ; ಕೆಲವೊಮ್ಮೆ ರಂಗಕ್ಕೆ ತಕ್ಕ ಬುದ್ಧಿಜೀವಿ ಜಿಗಿತ; ಮಗುವಾಗಬೇಕೆಂಬ ತಾತ್ವಿಕ ಬಯಕೆ; ಆದರೆ ಮಗುವಾಗಲಾರೆನೆಂಬ ಖಚಿತ ನಂಬಿಕೆ! ಲಂಕೇಶರಿಗೆ ಎಲ್ಲರನ್ನೂ, ಎಲ್ಲವನ್ನೂ ಕಠೋರವಾದ ನೈತಿಕ ಹಿಡಿಯಲ್ಲಿ ಹಿಡಿಯುವ ಹಠ; ಡಿ.ಆರ್.ಗೆ ಎಲ್ಲವನ್ನೂ ಸಿದ್ಧಾಂತದಲ್ಲಿ ಬಿಗಿಯುವ, ಎಲ್ಲಿಂದ ಎಲ್ಲಿಗೋ ಕೊಂಡಿಯಾಗಿಸುವ ಆಸೆ...

೨

‘ಬಿರುಕು’ ತಂದ ದಿಗ್ಭ್ರಮೆ; ‘ಮುಸ್ಸಂಜೆ’ಯ ವಿಷಾದ

ತಮ್ಮ ತಾರುಣ್ಯದಿಂದ ಮಧ್ಯ ವಯಸ್ಸಿಗೆ ಕಾಲಿಡುವ ತನಕ ಸುಮಾರು ಇಪ್ಪತ್ತೈದು ವರ್ಷಗಳ ಕಾಲ ‘ಉಮಾಪತಿಯ ಸ್ಕಾಲರ್‌ಶಿಪ್ ಯಾತ್ರೆ’ಯ ಉಮಾಪತಿಯಂತೆ ಶಾಣ್ಯಾ ಹುಡುಗನ ಗೊಂದಲ, ಕಾತರಗಳಿಂದ ಹಿಡಿದು ಇಂಗ್ಲಿಷ್ ಮೇಷ್ಟ್ರು, ನವ್ಯಕವಿ, ಕತೆಗಾರ, ನಾಟಕಕಾರ, ಕಾದಂಬರಿಕಾರ, ಚಲನಚಿತ್ರ ನಿರ್ದೇಶಕ...ಹೀಗೆ ಹಂಚಿಹೋಗಿದ್ದ ಲಂಕೇಶ್ ಎಂಬ ಬರಹಗಾರ ೧೯೮೦ರ ಜುಲೈ ೬ರಂದು ತಮ್ಮ ಹೆಸರಿನ ಪತ್ರಿಕೆಯೊಂದನ್ನು ಆರಂಭಿಸಿದರು. ಆತನಕದ ಅವರ ಅನೇಕ ಪ್ರಯೋಗಗಳು, ವೃತ್ತಿಗಳು, ಹವ್ಯಾಸಗಳು ಒಂದೇ ಸಲ ಹರಳುಗಟ್ಟಿದ ಹಾಗೆ ಅವರ ನೆರವಿಗೆ ಬಂದು, ಭಾರತದ ಇತಿಹಾಸದಲ್ಲೇ ಅತ್ಯಂತ ವಿಶಿಷ್ಟವಾದ ಸಮಾಜವಾದಿ ನೋಟವುಳ್ಳ ಪತ್ರಿಕೆಯನ್ನು ರೂಪಿಸಿದ್ದು ಈಗ ಕನ್ನಡ ಸಂಸ್ಕೃತಿಯ ಚರಿತ್ರೆಯ ಭಾಗವಾಗಿ ಹೋಗಿದೆ. ಅವರ ‘ತಲೆಮಾರು’ ಕವನ ಸಂಕಲನದ ಬಿಡುಗಣ್ಣಿನ ಪ್ರಾಮಾಣಿಕ ಗ್ರಹಿಕೆ; ‘ಬಿರುಕು’ ಕಾದಂಬರಿಯ ದಿಗ್ಭ್ರಮೆ, ಸಂದೇಹ; ‘ಮುಸ್ಸಂಜೆಯ ಕಥಾಪ್ರಸಂಗ’ದ ಹಾಸ್ಯ, ವ್ಯಂಗ್ಯ, ಸಹಾನುಭೂತಿ, ವಿಷಾದ, ಆಶಾಭಾವ; ಅವರ ಎಲ್ಲ ನಾಟಕಗಳ ಮೊನಚಾದ ಮುಖಾಮುಖಿಗಳಲ್ಲಿ ಹುಟ್ಟುವ ಬೆಳಕು ಹಾಗೂ ದುರಂತ ಪ್ರಜ್ಞೆ, ಅವರ

ಒಟ್ಟು ಬರಹಗಳಲ್ಲಿ ಕಂಡುಬರುವ ಸುಳ್ಳು-ನಿಜಗಳ ಹುಡುಕಾಟ... ಇವೆಲ್ಲ ಆ ವೇಳೆಗೆ ಅವರನ್ನು 'ಪಲ್ಲವಿ', 'ಅನುರೂಪ'ದಂಥ ಪ್ರಯೋಗಾತ್ಮಕ ಸಿನಿಮಾಗಳೆಡೆಗೂ ಒಯ್ದಿದ್ದವು.

ಮಿತ್ರ ಯೋಗಪ್ಪನವರ್ ಒಮ್ಮೆ ಪಟ್ಟಿ ಮಾಡಿ ಹೇಳಿದಂತೆ, ಲಂಕೇಶರ ನವ್ಯ ಸಂವೇದನೆ ತನ್ನ ಆರಂಭದ ಘಟ್ಟದಲ್ಲಿ ಸೇಡ್, ಬೋದಿಲೇರ್, ಮಲಾರ್ಮ್, ಕಲಾವಿದ ಸಾಲ್ವೆಡಾರ್ ಡಾಲಿ ಥರದವರಿಂದ ಬೇಕಾದ್ದನ್ನು ಪಡೆದಿದೆ. ಲಂಕೇಶರ ಬಹುಕಾಲದ ಮಿತ್ರ ಬಸವರಾಜ ಅರಸು ಅವರ ಪ್ರಕಾರ 'ಬೋದಿಲೇರ್ ಹಾಗೂ ಸಾಫೊಕ್ಲಿಸ್‌ರಿಂದ ಲಂಕೇಶರ ಸಂವೇದನೆ ಬಹಳ ಮುಖ್ಯವಾದದ್ದನ್ನು ಪಡೆದಿದೆ'. 'ಸೇಡ್‌ನ ಅತಾರ್ಕಿಕ ಪ್ರಪಂಚ' ಎಂಬ ಲಂಕೇಶರ 'ಟೀಕೆ ಟಿಪ್ಪಣಿ' ಓದಿ ಸೇಡ್ ಸ್ಪಂದನ ಪಡೆದ ಹತ್ತಾರು ಜನರನ್ನು ನಾನೇ ಬಲ್ಲೆ. ಲಂಕೇಶರ ಹರಯದಲ್ಲಿ ಗ್ರೀಕ್ ದುರಂತ ನಾಟಕಕಾರ ಸಾಫೊಕ್ಲಿಸ್ ಅವರನ್ನು ಗಾಢವಾಗಿ ತಟ್ಟಿ ಜೀವನದ ಕಠೋರ ಸತ್ಯಗಳನ್ನು ನೀತ್ಯತೀತವಾಗಿ ಗ್ರಹಿಸುವ ಕಲೆಯನ್ನು, ಸತ್ಯಶೋಧನೆಯ ತೀವ್ರತೆಯನ್ನು ಕಲಿಸಿದಂತೆ ಕಾಣುತ್ತದೆ.

ಮಾನವನ ಆಳದ ಘರ್ಷಣೆಗಳನ್ನೂ ಸಾಮಾಜಿಕ ನಿರ್ಬಂಧಗಳನ್ನು ಉಲ್ಲಂಘಿಸುವ ಮಾನವನ ಚೇತನವನ್ನೂ ಇಡಿಯಾಗಿ ಗ್ರೀಕ್ ದುರಂತ ನಾಟಕಕಾರರು ಕಂಡ ರೀತಿ ಹಾಗೂ ಈ ನಾಟಕಕಾರರಿಗಿಂತ ಮುನ್ನವೇ ಈ ನಾಟಕಗಳಿಗೆ ಮೂಲವಾದ ಪುರಾಣ ಕತೆಗಳಲ್ಲಿ ಇವೆಲ್ಲವನ್ನೂ ಕಂಡಿದ್ದ ಗ್ರೀಕ್ ಮನಸ್ಸು ವಿಸ್ಮಯಕಾರಿಯಾದುದು. ತಮ್ಮ ಬರವಣಿಗೆಯ ಆರಂಭದಲ್ಲಿ ಸಾಫೊಕ್ಲಿಸ್‌ನ 'ದೊರೆ ಈಡಿಪಸ್' ಮತ್ತು 'ಅಂತಿಗೊನೆ' ನಾಟಕಗಳನ್ನು ಅನುವಾದಿಸಿದ ಲಂಕೇಶರ ಇಡೀ ಕಥಾಜಗತ್ತು ಎಲ್ಲವನ್ನೂ ಉಲ್ಲಂಘಿಸುವ ಮಾನವ ಚೈತನ್ಯವನ್ನು ಹಿಡಿಯಲೆತ್ನಿಸಿದೆ. ಈ ದೃಷ್ಟಿಯಿಂದ, ಲಂಕೇಶರು ಪ್ರಕಟಿಸಿದ ಕೊನೆಯ ಕಥಾಸಂಕಲನ 'ಉಲ್ಲಂಘನೆ'ಯಲ್ಲಿ ಅವರ ಒಟ್ಟು ಪಾತ್ರಗಳ ಮೂಲ ತುಡಿತಗಳು ಬೇರೆ ಬೇರೆ ರೀತಿಗಳಲ್ಲಿ ಕಾಣಿಸಿಕೊಂಡಿವೆ.

ಲಂಕೇಶರ ಆರಂಭದ ಕತೆಗಳು ಹಾಗೂ 'ಬಿರುಕು' ಕಾದಂಬರಿಯಿಂದ ಹಿಡಿದು ಅವರು ಕೊನೆಕೊನೆಗೆ ಬರೆದ ಆತ್ಮಚರಿತ್ರೆ 'ಹುಳಿಮಾವಿನ ಮರ' ದವರೆಗೂ ಆತಂಕ ಹಾಗೂ ದಿಗ್ಭ್ರಮೆಗಳು ಖಾಯಮ್ಮಾಗಿವೆ. ಕನ್ನಡದಲ್ಲಿ ಟಿಪಿಕಲ್ 'ನವ್ಯ' ಕಾದಂಬರಿಗಳೆಂದರೆ ಅನಂತಮೂರ್ತಿಯವರ 'ಸಂಸ್ಕಾರ', ಶಾಂತಿನಾಥ ದೇಸಾಯಿಯವರ 'ಮುಕ್ತಿ', ಲಂಕೇಶರ 'ಬಿರುಕು' ಥರದ ಕಾದಂಬರಿಗಳೇ ಇರಬೇಕು. 'ಬಿರುಕು' ಕಾದಂಬರಿಯಲ್ಲಿ ಹಳ್ಳಿಯಿಂದ ಬಂದ ತರುಣನೊಬ್ಬ

ನಗರವನ್ನು ನೋಡುವ ಬಗೆ, ನಗರದ ಜೊತೆ ಸಂಬಂಧ ಸಾಧಿಸಲು ಅವನು ಹಿಂಜರಿಯುವ ರೀತಿ ಹಾಗೂ ತನ್ನ ವ್ಯಕ್ತಿತ್ವವೂ ಸೇರಿದಂತೆ ಒಟ್ಟಾರೆಯಾಗಿ ನಾಗರಿಕ ವ್ಯಕ್ತಿತ್ವವನ್ನು ಅವನು ಅನುಮಾನಿಸುವ, ಟೀಕಿಸುವ ಬಗೆ ಇವೆಲ್ಲ ಲಂಕೇಶರ ಇಡೀ ಸಾಹಿತ್ಯಕ ಹಾಗೂ ಖಾಸಗಿ ಲೋಕದಲ್ಲಿ ಖಾಯಮ್ಮಾಗಿ ಕಾಣಿಸಿಕೊಳ್ಳುತ್ತಾ ಬಂದಿವೆ. 'ಬಿರುಕು'ವಿನ ಬಸವರಾಜನಿಗೆ ಅಕಡೆಮಿಕ್ ಹಾಗೂ ಸಾಂಸ್ಕೃತಿಕ ಲೋಕದ ವ್ಯಕ್ತಿಗಳಲ್ಲಿ ಕಾಣುವ ನಡೆ-ನುಡಿಗಳ ಬಿರುಕು ಲಂಕೇಶ್ ನಿರಂತರವಾಗಿ ಶೋಧಿಸುತ್ತಾ ಬಂದ ವಸ್ತು. ಅಥವಾ ಇದು ಅವರು ತಮ್ಮನ್ನು ತಾವೇ ಪರೀಕ್ಷಿಸಿಕೊಳ್ಳುತ್ತಾ ಬಂದ ರೀತಿ ಕೂಡ ಆಗಿತ್ತು. ಲಂಕೇಶರೇ ಒಂದೆಡೆ 'ಬಿರುಕು'ವಿನ ವಸ್ತು ನಾಟಕವಾಗಿ, ಸಿನಿಮಾ ಆಗಿ ಅನಂತರ ಹಿನ್ನೆಲೆಗೆ ಸರಿಯಿತೆಂದು ಸೂಚಿಸುತ್ತಾರೆ. ಆದರೆ ಅವರು ತಿಳಿದಂತೆ ಈ ವಸ್ತು ಅಷ್ಟು ಸುಲಭವಾಗಿ ಮಾಯವಾದಂತಿಲ್ಲ. ಬದಲಿಗೆ 'ಬಿರುಕು' ಕಾದಂಬರಿಯ ಎಲ್ಲೂ ನಿಲ್ಲದೆ ಓಡುವ ವ್ಯಕ್ತಿಯ ಪ್ರತಿಮೆ ಲಂಕೇಶರ ಸೃಷ್ಟಿಯ ಖಾಯಂ ಭಾಗವಾದಂತಿದೆ. "...'ಬಿರುಕು' ಎಂಬ ಪರಿಕಲ್ಪನೆಯ ಮೂಲಕವೂ ಲಂಕೇಶರ ಇಡೀ ಸಾಹಿತ್ಯವನ್ನು ಗ್ರಹಿಸಬಹುದು" ಎಂದು ಕಿ.ರಂ. ನಾಗರಾಜ್ ಒಮ್ಮೆ ಕರಾರುವಾಕ್ಕಾಗಿ ಹೇಳಿದ್ದರು.

ಲೇಖಕನೊಬ್ಬನ ಹದಿಹರೆಯದ ನಿಜವಾದ ವ್ಯಗ್ರತೆ ಅವನ ಎಲ್ಲ ಘಟ್ಟಗಳಲ್ಲೂ ಮುಂದುವರಿದು, ಅವನ ಲೌಕಿಕ ನೆಮ್ಮದಿಯ ಕಾಲದಲ್ಲೂ ಇರುವುದನ್ನು ಲಂಕೇಶರ ಒಟ್ಟು ಬರವಣಿಗೆಯಲ್ಲಿ ನೋಡುತ್ತೇವೆ. ಇದು ಕನ್ನಡದ ಬಹುತೇಕ ಲೇಖಕರಲ್ಲಿ ಆದಂತಿಲ್ಲ. ಕಣ್ಮುಚ್ಚುವ ಮುನ್ನವೇ ತೀರಿಕೊಂಡ ಅನೇಕ ಲೇಖಕರ ಸಾಲಿಗೆ ಲಂಕೇಶ್ ಸೇರದಿದ್ದುದಕ್ಕೆ 'ಉಮಾಪತಿಯ ಸ್ಕಾಲರ್‌ಶಿಪ್ ಯಾತ್ರೆ'ಯ ಉಮಾಪತಿಯ ತಲ್ಲಣ, 'ಬಿರುಕು'ವಿನ ಬಸವರಾಜನ ಸಂದೇಹ ಹಾಗೂ ಒಂದೆಡೆ ನಿಲ್ಲಲಾಗದ ತಹತಹ ಇವೆಲ್ಲ ಕೊನೆಯತನಕ ಅವರ ವ್ಯಕ್ತಿತ್ವದಲ್ಲಿದ್ದುದೂ ಒಂದು ಕಾರಣವಿರಬೇಕು.

'ಯಾರನ್ನಾದರೂ ಟೀಕಿಸದಿದ್ದರೆ ಲಂಕೇಶರಿಗೆ ನಿದ್ದೆ ಬರುತ್ತಿರಲಿಲ್ಲ' ಎಂಬ ಕೆಲವರ ಟೀಕೆ ಅವರ ಸೃಜನಶೀಲ ವ್ಯಕ್ತಿತ್ವದ ಚಡಪಡಿಕೆಯ ಅಂಶವನ್ನೂ ಸೂಚಿಸುವಂತಿದೆ. ಮೇಲುನೋಟಕ್ಕೆ ವಿರಾಮಧಾಟಿಯಲ್ಲಿ ಬರೆದಂತೆ ಕಾಣುವ 'ಮುಸ್ಸಂಜೆಯ ಕಥಾಪ್ರಸಂಗ'ದಲ್ಲಿ ಕೂಡ ಈ ಚಡಪಡಿಕೆ ಮಾಯವಾಗಿಲ್ಲ. ಕನ್ನಡದ ಮುಖ್ಯ ಕಾದಂಬರಿಗಳಲ್ಲೊಂದಾದ 'ಮುಸ್ಸಂಜೆಯ ಕಥಾಪ್ರಸಂಗ' ಓದಿನ ಸುಖ ಕೊಡುವ ಕೆಲವೇ ಕನ್ನಡ ಕಾದಂಬರಿಗಳಲ್ಲೊಂದು. ೨೦೦೮ರಲ್ಲಿ 'ಮುಸ್ಸಂಜೆಯ ಕಥಾಪ್ರಸಂಗ'ವನ್ನು ಆಧರಿಸಿದ ಕವಿತಾ ಲಂಕೇಶರ 'ಅವ್ವ' ಸಿನಿಮಾ

ಬಿಡುಗಡೆಯಾದಾಗ ಮತ್ತೆ ಈ ಕಾದಂಬರಿಯನ್ನು ಓದುವ ಆಸೆಯಾಗಿ ಕೈಗೆತ್ತಿಕೊಂಡು ಅಲ್ಲಲ್ಲಿ ಓದತೊಡಗಿದೆ. ನಾನು ಸುಮಾರು ಹದಿನೆಂಟು ವರ್ಷದ ಹುಡುಗನಾಗಿದ್ದಾಗಿನಿಂದ ಇಲ್ಲಿಯವರೆಗೆ ಈ ಕಾದಂಬರಿಯ ಬಗ್ಗೆ ನನ್ನೊಳಗೆ ಅದೇ ಆಕರ್ಷಣೆ ಉಳಿದಿದೆ ಎನ್ನಿಸಿ ವಿಸ್ಮಯವಾಯಿತು. ಹೀಗೆ ನಮ್ಮ ಆತ್ಮೀಯ ಗೆಳೆಯ, ಗೆಳತಿಯರ ಹಾಗೆ ನಮ್ಮೊಳಗೆ ಪುಳಕ, ಕಾತರ, ರೋಮಾಂಚನಗಳನ್ನು ಹುಟ್ಟಿಸುವ ಪುಸ್ತಕಗಳು ಎಲ್ಲೋ ಕೆಲವು ಮಾತ್ರ ಇರುತ್ತವೆಂದು ಕಾಣುತ್ತದೆ. ನನಗನ್ನಿಸಿದಂತೆ ಕನ್ನಡದಲ್ಲಿ 'ಮಲೆಗಳಲ್ಲಿ ಮದುಮಗಳು', 'ಕರ್ವಾಲೋ', 'ಕುಸುಮಬಾಲೆ' ಹಾಗೂ 'ಮುಸ್ಸಂಜೆಯ ಕಥಾಪ್ರಸಂಗ' ಅಪಾರ ಓದಿನ ಸುಖ ಕೊಡುವ ಕಾದಂಬರಿಗಳು. ಈ ಕಾದಂಬರಿಗಳಿಗಿಂತ ವಿಭಿನ್ನವಾಗಿ ಶ್ರೇಷ್ಠತೆಯನ್ನು ಸಾಧಿಸಿರಬಹುದಾದ ಕನ್ನಡ ಕಾದಂಬರಿಗಳಿದ್ದರೂ ಅವು ಓದಿನಲ್ಲಿ ಈ ಬಗೆಯ ಆನಂದ ಉಂಟುಮಾಡುವ ಕಾದಂಬರಿಗಳಲ್ಲ.

ಮತ್ತೆ 'ಮುಸ್ಸಂಜೆ'ಗೇ ಬರುವುದಾದರೆ, ಬದಲಾಗುತ್ತಿರುವ ಗ್ರಾಮವನ್ನು ಚಿತ್ರಿಸಿರುವ ಅನೇಕ ಕನ್ನಡ ಕಾದಂಬರಿಗಳ ನಡುವೆ 'ಮುಸ್ಸಂಜೆ'ಯ ಶಕ್ತಿ ಅದರ ನಿರೂಪಣೆ, ಜೀವಂತ ಪಾತ್ರಗಳು, ಜಾತ್ಯತೀತ ಹಾಗೂ ನೀತ್ಯತೀತ ಗ್ರಹಿಕೆ... ಇವುಗಳಲ್ಲಿದೆ. ಜಯಪ್ರಕಾಶ ನಾರಾಯಣರಿಗೆ ಅರ್ಪಿತವಾಗಿರುವ ಈ ಕಾದಂಬರಿಯ ನಿರೂಪಕ ಮೊದಲ ಅಧ್ಯಾಯದಲ್ಲೇ 'ಅನೇಕ ಜನ ಮನುಷ್ಯರಿರುವ ಈ ಹಳ್ಳಿಯನ್ನು ಕೆಲವೇ ಪಾತ್ರಗಳಿಗೆ ಇಳಿಸುವುದಾಗಲೀ... ನಾಯಕ, ನಾಯಕಿಯ ಹಂಗಿಗೆ ಒಳಗಾಗಿ ಅವನ ಅಥವಾ ಅವಳ ಸುತ್ತ ಮಿಕ್ಕಿದ್ದನ್ನು ಹೆಣೆಯುವುದಾಗಲೀ ಕಂಬಳ್ಳಿಯ ಒಟ್ಟಾರೆ ಗುಣಕ್ಕೆ ಅನ್ಯಾಯ ಮಾಡೀತು ಎಂಬ ನಂಬಿಕೆಯಿಂದ ಹಲವಾರು ಜನ ಮನುಷ್ಯರ ಕ್ರಿಯೆಗಳನ್ನೂ ಕ್ರಿಯಾಶಾಲಿಗಳಲ್ಲದ ಮನುಷ್ಯರ ಅನಿಸಿಕೆಗಳನ್ನೂ ಮುಂದೆ ಕೊಡಲಾಗಿದೆ' ಎನ್ನುತ್ತಾನೆ. ಈ ಮಾತು ಈ ಕಾದಂಬರಿಯ ವೈಶಿಷ್ಟ್ಯವನ್ನೂ, ಬದಲಾದ ಲಂಕೇಶರ ಕಾದಂಬರಿ ತತ್ವವನ್ನೂ ಸೂಚಿಸುತ್ತದೆ. ಹಲವು ಕನ್ನಡ ನವ್ಯ ಕಾದಂಬರಿಗಳಿಗೆ ಅಥವಾ ಅನೇಕ ನಾಯಕ ಕೇಂದ್ರಿತ ಕಾದಂಬರಿಗಳಿಗೆ ಹೀಗೆ 'ಕ್ರಿಯಾಶಾಲಿಗಳಲ್ಲದ' ಮನುಷ್ಯರ ಅನಿಸಿಕೆಗಳನ್ನು ಒಳಗೊಳ್ಳುವ ವ್ಯಾಪ್ತಿ ಇದ್ದಂತಿಲ್ಲ. ಆದ್ದರಿಂದಲೇ ಅವು ಸೀಮಿತ ಗುಣದ ಕಾದಂಬರಿಗಳಾಗಿರುವುದು. ಕನ್ನಡದಲ್ಲಿ ಸ್ತ್ರೀವಾದಿ ದೃಷ್ಟಿಕೋನ ಹೆಚ್ಚು ಚಾಲ್ತಿಗೆ ಬರುವ ಮುನ್ನವೇ 'ಮುಸ್ಸಂಜೆ'ಯಲ್ಲಿ ಆಣೆಬಡ್ಡಿ ರಂಗವ್ವ ಅಥವಾ ಸಾವಂತ್ರಿಯಂಥ ವಿಚಿತ್ರ ಜಿಗುಟುತನ ಹಾಗೂ ಕಸುವನ್ನುಳ್ಳ ಪಾತ್ರಗಳು ಸೃಷ್ಟಿಯಾಗಿವೆ. ಜೊತೆಗೆ, ಈ ಕಾದಂಬರಿಯಲ್ಲಿ ದಟ್ಟವಾಗಿರುವ ಗ್ರಾಮೀಣ ಬದುಕಿನ ಅವಸಾನ ಕುರಿತ ವಿಷಾದವೂ ನನ್ನನ್ನು ಕಾಡುತ್ತಾ ಬಂದಿದೆ.

'ಮುಸ್ಸಂಜೆಯ ಕಥಾಪ್ರಸಂಗ' ಓದುತ್ತಿದ್ದಾಗ ಕುವೆಂಪು, ಮಹಾದೇವರ ಕಾದಂಬರಿಗಳ ಗದ್ಯದ ಹೋಲಿಕೆ ಮನಸ್ಸಿನಲ್ಲಿ ಸುಳಿಯಿತು. ಲಂಕೇಶರಂತೆ ಈ ಇಬ್ಬರು ಲೇಖಕರೂ ಕಾದಂಬರಿಗೆ ತಕ್ಕ ಜೀವಂತ ಗದ್ಯವನ್ನು, ಅಂದರೆ ಜನಜೀವನದ ನಡುವಿನಿಂದ ಚಿಮ್ಮುವ ನುಡಿಗಟ್ಟುಗಳಿಂದ ಸಮೃದ್ಧವಾಗಿರುವ ಗದ್ಯವನ್ನು, ಕಾದಂಬರಿ ಪ್ರಕಾರಕ್ಕೆ ತಕ್ಕಂತೆ ಮಾರ್ಪಡಿಸಿ ಬಳಸುತ್ತಾರೆ. ಆದರೆ ಅದರಲ್ಲಿ ಒಂದು ವ್ಯತ್ಯಾಸವಿದೆ: ಕುವೆಂಪು ಹಾಗೂ ಮಹಾದೇವ ತಾವು ಬಳಸುವ ಗದ್ಯಕ್ಕೆ ಕಲಾತ್ಮಕ ಸ್ಪರ್ಶ ಕೊಡುವ ಕುಸುರಿ ಕೆಲಸವನ್ನು ಹೆಚ್ಚು ಪ್ರಜ್ಞಾ ಪೂರ್ವಕವಾಗಿ ಮಾಡಿರಬಹುದು ಎಂದು ಆ ಗದ್ಯವನ್ನು ಮತ್ತೆ ಓದಿದಾಗ ಅನಿಸುತ್ತಿರುತ್ತದೆ. ಆದರೆ ಲಂಕೇಶ್ ಆ ರೀತಿಯ ಪ್ರಯತ್ನ ಮಾಡದೆ ಶಿವಮೊಗ್ಗ ಸುತ್ತಲಿನ ಆಡುನುಡಿಯನ್ನು, ನುಡಿಗಟ್ಟುಗಳನ್ನು ಸಹಜಸ್ಫೂರ್ತಿಯ ಸ್ಥಿತಿಯಲ್ಲಿ ಕಾದಂಬರಿಯ ಸಂಭಾಷಣೆಯ ಲಯಗಳನ್ನಾಗಿ ಪರಿವರ್ತಿಸುತ್ತಾರೆ ಎನ್ನಿಸುತ್ತದೆ. ಬೇಂದ್ರೆ ಕಾವ್ಯದಲ್ಲಿ ಆಗುವಂತೆ, ಇದು ಕಲೆಯೆಂದು ಗೊತ್ತಾಗದ ಹಾಗೆ ಮಾಡಬಲ್ಲ ಸಹಜತೆ ಲಂಕೇಶರ 'ಮುಸ್ಸಂಜೆ'ಯ ಗದ್ಯದಲ್ಲಿ ಕೂಡ ಅನೇಕ ಕಡೆ ಕಾಣುತ್ತದೆ. ಈ ಕಾದಂಬರಿಯ ಯಶಸ್ಸಿನ ಮೂಲಗಳಲ್ಲಿ ಇದೂ ಒಂದು. 'ಬರಹ ನರ್ತಕಿಯ ನರ್ತನದಂತಿರಬೇಕು; ಒಂದು ನಡೆಯೂ ಅನಗತ್ಯವಿರಬಾರದು' ಎಂದು ಲಂಕೇಶರು ಒಂದು ಸಂಜೆ ಹೇಳಿದ ಮಾತು ಈ ಕಾದಂಬರಿಯನ್ನು ಓದುವಾಗ ಹಲವೆಡೆ ನೆನಪಾಗುತ್ತದೆ.

೩

ರೋಗವೆಂಬ ರೂಪಕ

ಲಂಕೇಶ್ ಸಮಾಜದ ಕಾಯಿಲೆಗಳನ್ನು ತನ್ನೊಳಗೆ ಬಿಟ್ಟುಕೊಂಡು ನವೆದ ಲೇಖಕ ಕೂಡ. ಸೂಸನ್ ಸೊಂಟಾಗ್ ಎಂಬ ವಿಮರ್ಶಕಿ 'ಇಲ್‌ನೆಸ್ ಆ್ಯಸ್ ಮೆಟಫರ್' ಎಂಬ ಪುಸ್ತಕದಲ್ಲಿ ಜಗತ್ತಿನ ಸಾಹಿತ್ಯದಲ್ಲಿ ರೋಗವು ರೂಪಕವಾಗುವುದನ್ನು ಚರ್ಚಿಸುತ್ತಾಳೆ. ಲಂಕೇಶರ ಕೃತಿಗಳಲ್ಲೂ ರೋಗವು ರೂಪಕವಾಗಿದೆ. ಕೆಲ ಲೇಖಕರು ರೋಗಗಳನ್ನು ರೂಪಕಗಳನ್ನಾಗಿ ಮಾಡಿ ಆನಂದದಿಂದ ಇರಬಲ್ಲರು. ಆದರೆ ಸೂಕ್ಷ್ಮವಾದ ವ್ಯಕ್ತಿಗೆ ಅಥವಾ ಲೇಖಕನಿಗೆ ತನ್ನ ಸ್ವಂತ ದುಃಖಕ್ಕೂ ಸಮಾಜದ ದುಃಖಕ್ಕೂ ಇರುವ ಅಂತರ ಕಡಿಮೆಯಾಗುತ್ತಾ ಹೋಗುತ್ತದೆ.

ನೈಜೀರಿಯಾದ ಶ್ರೇಷ್ಠ ಲೇಖಕ ವೋಲೆ ಷೋಯಿಂಕಾನ 'ದಿ ಸ್ಟ್ರಾಂಗ್ ಬ್ರೀಡ್' ನಾಟಕದಲ್ಲಿ ಜವಾಬ್ದಾರಿಯುತ ವ್ಯಕ್ತಿಯೊಬ್ಬ ಸಮಾಜದ ಪಾಪವಾಹಕನಾಗಿ ಕೆಲಸ ಮಾಡಬೇಕಾಗಿ ಬರುವುದನ್ನು ಕುರಿತು ಒಂದು ರೂಪಕವಿದೆ. ಈ ರೂಪಕ ಆಫ್ರಿಕಾದ ಯೊರೂಬಾ ಬುಡಕಟ್ಟಿನ ಆಚರಣೆಯೊಂದನ್ನು ಆಧರಿಸಿದೆ. ಈ ಆಚರಣೆಯ ಪ್ರಕಾರ, ಯೊರೂಬಾ ಬುಡಕಟ್ಟು ತನ್ನ ಪಾಪಗಳನ್ನು ಹೊತ್ತು ಸಾಗಿಸಲು ಪ್ರತಿ ವರ್ಷ ಹೊಸ ವ್ಯಕ್ತಿಯೊಬ್ಬನನ್ನು ಹುಡುಕುತ್ತಿರುತ್ತದೆ. ಆ ಹುಡುಕಾಟದಲ್ಲಿ ಸಿಕ್ಕವನು ಆ ವರ್ಷದ ಬಲಿ. ಈ ಆಚರಣೆಯ ಸಾಂಕೇತಿಕತೆಯನ್ನು ಚರ್ಚಿಸುತ್ತಾ ಷೋಯಿಂಕಾ, 'ಲೇಖಕ ಕೂಡ ಸಮಾಜದ ದುಃಖ ಹಾಗೂ ಪಾಪಗಳನ್ನು ಹೊರಬೇಕಾಗುತ್ತದೆ' ಎನ್ನುತ್ತಾನೆ.

ಲಂಕೇಶ್ ಕನ್ನಡದಲ್ಲಿ ಹಲವು ದಶಕಗಳ ಕಾಲ ಅಂಥ ಕೆಲಸ ಮಾಡಿದ ಲೇಖಕ; ಭೀಕರ ಸತ್ಯಗಳನ್ನು ಕಾಣಿಸುತ್ತಾ ನವೆದ ಲೇಖಕ.

ಲಂಕೇಶರು ಅನುವಾದಿಸಿರುವ 'ದೊರೆ ಈಡಿಪಸ್' ನಾಟಕದಲ್ಲಿ ಈಡಿಪಸ್‌ನ ಎದುರಿಗೆ ಸತ್ಯ ಹೇಳಲು ಒಲ್ಲದ ಕಾಲಜ್ಞಾನಿ ಅಂಥ ಟೈರೀಷಿಯಸ್ ಅದನ್ನು ನುಂಗಿಕೊಳ್ಳಲೆತ್ನಿಸುತ್ತಾನೆ. ಈಡಿಪಸ್ ಮತ್ತೆ ಮತ್ತೆ ಒತ್ತಾಯಿಸಿದಾಗ, ಟೈರೀಷಿಯಸ್ ಹೇಳುತ್ತಾನೆ: 'ನಾನು ಹೇಳುವುದಿಲ್ಲ. ಈಗ ಅದು ನನ್ನ ದುರಂತ; ಹೇಳಿದ ಮೇಲೆ ನಿನ್ನದು.' ಇದು ನಿಜವಾದ ಕಲಾವಿದ ಅಥವಾ ಲೇಖಕನೊಬ್ಬನ ಬಾಯಿಂದ ಹೊರಬಿದ್ದ ಮಾತಿನಂತೆಯೂ ಕೇಳಿಸುತ್ತದೆ. ತನ್ನೊಳಗೇ ಭೀಕರ ಸತ್ಯವನ್ನು ಇಟ್ಟುಕೊಂಡು ಬೇಯುವ ಲೇಖಕನ ದುರಂತ ಅವನು ಅದನ್ನು ಬರಹಕ್ಕಿಳಿಸಿದ ನಂತರ ಓದುಗನೊಳಗೆ ಬೆಳೆಯುತ್ತದೆ. ಹಾಗೆ ಬೆಳೆಯುತ್ತಾ ಅದು ಲೇಖಕ ಹಾಗೂ ಓದುಗರಿಬ್ಬರ ದುರಂತವನ್ನೂ, ಆ ಮೂಲಕ ಸಮಾಜದ ದುರಂತವನ್ನೂ ಧ್ವನಿಸುವ ರೀತಿಯನ್ನು ಟೈರೀಷಿಯಸ್‌ನ ಮಾತು ಸೂಚಿಸುತ್ತದೆ. ಸತ್ಯ ಹೇಳುವಂತೆ ಈಡಿಪಸ್ ಮತ್ತೆ ಒತ್ತಾಯ ಮಾಡಿದಾಗ, ಟೈರೀಷಿಯಸ್ 'ನನ್ನನ್ನಾಗಲೀ ನಿನ್ನನ್ನಾಗಲೀ ಹಿಂಸಿಸಲು ಇಷ್ಟವಿಲ್ಲ' ಎನ್ನುತ್ತಾನೆ. ಸತ್ಯ ಹೇಳುವುದು, ಇನ್ನೊಬ್ಬನನ್ನು ಬೆಚ್ಚಿಸುವ ದುರಂತಸತ್ಯವನ್ನು ಹೇಳುವುದು ಎಂಥ ಯಾತನೆಯ ಕೆಲಸವೆಂಬುದು ಟೈರೀಷಿಯಸ್‌ಗೆ ಗೊತ್ತಿತ್ತು. ಈ ಹಿನ್ನೆಲೆಯಲ್ಲಿ ನೋಡಿದರೆ, ಎಲ್ಲರ ಬಗ್ಗೆ ಕಟುಸತ್ಯ ಹೇಳುತ್ತಾ, ಎಲ್ಲರನ್ನೂ ಟೀಕಿಸುತ್ತಾ ಪುಳಕಗೊಂಡ, ವ್ಯಗ್ರಗೊಂಡ ಹಾಗೂ ದುಃಖಿಯಾದ ಲೇಖಕ ಲಂಕೇಶ್. ಲಂಕೇಶರ 'ನನ್ನ ಸುತ್ತಾ' ಪದ್ಯದಲ್ಲಿ 'ಈ ನರಕ ಈ ಪುಲಕ' ಎಂಬ ಸಾಲು ಬರುತ್ತದೆ. ಈ ಸಾಲನ್ನೇ ಆಧರಿಸಿ ಲಂಕೇಶರ ಇಡೀ ನೋಟವನ್ನು ಅವರ ಕೆಲವು ನಾಟಕಗಳ ಮೂಲಕ ಹಿಡಿಯಲು ನಿರ್ದೇಶಕ ರಘುನಂದನ್ ಪ್ರಯತ್ನಿಸಿದ್ದರು. ಲಂಕೇಶರ ಅರವತ್ತನೆಯ ವಯಸ್ಸಿನ ಹೊತ್ತಿಗೆ 'ಈಡಿಪಸ್' ನಾಟಕದ ಟೈರೀಷಿಯಸ್ ಛಾಯೆ ಲಂಕೇಶರಲ್ಲಿ ಕಾಣುತ್ತಿತ್ತು. ಅವರು ಇನ್ನೂ ಕೆಲ ಕಾಲ ಬದುಕಿದ್ದರೆ ಅವರ ಎರಡೂ ಕಣ್ಣುಗಳು ಹೋಗಿ ಟೈರೀಷಿಯಸ್‌ನಂತೆಯೇ ಆಗಿಬಿಡುವ ದುಃಖಕರ ಸನ್ನಿವೇಶವನ್ನು ನಾವೆಲ್ಲ ನೋಡಬೇಕಾಗುತ್ತಿತ್ತೇನೋ. ಒಮ್ಮೆ ಅವರು ಒಂದು ಕಣ್ಣನ್ನು ಕಳೆದುಕೊಂಡು ತಮ್ಮ ಮತ್ತೊಂದು ಕಣ್ಣಿನ ಬಗ್ಗೆ ಆತಂಕದಲ್ಲಿದ್ದಾಗ ತಮಾಷೆ ಮಾಡಿಕೊಂಡಿದ್ದು ನೆನಪಿದೆ: 'ಬೆಳಗಾಗೆದ್ದು ಪೇಪರ್‌ನಲ್ಲಿ ಈ ಹೆಗಡೆ, ದೇವೇಗೌಡ ಥರದವರ ಫೋಟೋ ನೋಡೋದಕ್ಕಿಂತ ಕಣ್ಣಿಲ್ಲದಿರೋದೇ ವಾಸಿ ಕಣಯ್ಯ!'

ಲಂಕೇಶರ ದೈಹಿಕ ಕಾಯಿಲೆಗಳ ವಿವಿಧ ಘಟ್ಟಗಳನ್ನು ಹತ್ತಿರದಿಂದ ನೋಡಿದ ವರಿಗೆ ಅವರ ಕಾಯಿಲೆಯ ಹಿನ್ನೆಲೆಯಲ್ಲಿ ದೈಹಿಕ ಕಾರಣಗಳ ಜೊತೆಜೊತೆಗೆ ಈ

ಸಮಾಜದ ಕಾಯಿಲೆಗಳ ಒತ್ತಡವೂ ಇತ್ತು ಎಂಬುದು ಗೊತ್ತಿರುತ್ತದೆ. 'ಒಂದು ಸಣ್ಣ ಹಿಂದೂ-ಮುಸ್ಲಿಂ ಜಗಳವಾದ ತಕ್ಷಣ ಲಂಕೇಶರ ಬಿ.ಪಿ. ರೈಸ್ ಆಗಿಬಿಡುತ್ತಿತ್ತು' ಎಂದು ಅಗ್ರಹಾರ ಕೃಷ್ಣಮೂರ್ತಿ ಹೇಳಿದ ಮಾತಿನಲ್ಲಿ ಅರ್ಥವಿದೆ. ನನಗಿನ್ನೂ ಚೆನ್ನಾಗಿ ನೆನಪಿದೆ: ಲಂಕೇಶರಿಗೆ ಅದೇ ಆಗ ಒಂದು ಕಣ್ಣು ಹೋಗಿತ್ತು. ಅವತ್ತು ಸಂಜೆ ಮುಸ್ಲಿಂ ಹುಡುಗಿಯೊಬ್ಬಳು ತನ್ನ ತಾಯಿಯ ಜೊತೆ ಬಂದು ಅವರೊಡನೆ ತನ್ನ ಕಷ್ಟ ಹೇಳಿಕೊಂಡು ಹೋಗಿದ್ದಳು. ಲಂಕೇಶ್ ಅಂದು ಸಂಜೆ ತಮ್ಮ ಕಣ್ಣಿನ ಕಷ್ಟ ಮರೆತು, ರವೀಂದ್ರ ರೇಶ್ಮೆಯವರಿಗೆ ಆ ಮುಸ್ಲಿಂ ಹೆಂಗಸಿನ ಕಷ್ಟಕ್ಕೆ ಪರಿಹಾರ ಹುಡುಕುವಂತೆ ಹೇಳತೊಡಗಿದರು. ನೋಯುತ್ತಿದ್ದ ತಮ್ಮ ಕಣ್ಣನ್ನು ಮುಚ್ಚಿಕೊಂಡು ಮುಸ್ಲಿಮರ ಅಸಹಾಯಕತೆಯ ಬಗ್ಗೆ ಮಾತನಾಡುತ್ತಾ ಹೋದರು.

ಲಂಕೇಶರ ಕಣ್ಣಿನ ಸ್ಥಿತಿ ನೋಡಿ ನಮಗೆಲ್ಲಾ ಕಸಿವಿಸಿಯಾಗುತ್ತಿತ್ತು. ಇರುವ ಒಂದು ಕಣ್ಣೂ ಹೋದರೆ ಲಂಕೇಶರಿಗೆ ಇಷ್ಟವಾದ ಪುಸ್ತಕಗಳನ್ನೆಲ್ಲಾ ನಾನು ಅವರಿಗೆ ಓದಿ ಹೇಳಬೇಕು ಎಂದು ಕೂಡ ಒಂದು ದಿನ ಮುಗ್ಧವಾಗಿ ಅಂದುಕೊಂಡಿದ್ದೆ. ಕ್ರಮೇಣ ಅವರ ಒಂದು ಕಣ್ಣು ಉಳಿಯಿತು. ಆ ಘಟ್ಟ ದಿಂದಾಚೆಗೂ ಲಂಕೇಶರು ಓದುತ್ತಾ, ಬರೆಯುತ್ತಾ ಹೋದರು. ಒಂದೇ ದಿನದಲ್ಲಿ ಒಂದು ಪುಸ್ತಕ ಓದಿ ತೀಕ್ಷ್ಣವಾದ ರಿವ್ಯೂ ಬರೆದುಬಿಡುತ್ತಿದ್ದರು. ಆದರೂ ಲಂಕೇಶರ ಕಣ್ಣು ನೋಡಿದಾಗ ಕೆಲವೊಮ್ಮೆ ಅರ್ಜೆಂಟೀನಾದ ಲೇಖಕ ಬೋರ್ಹೆಸ್ ನೆನಪಾಗುತ್ತಿದ್ದ. ಬೋರ್ಹೆಸ್‌ಗೆ ಐವತ್ತು ವರ್ಷವಾಗುವ ಹೊತ್ತಿಗೆ ಕಣ್ಣು ಹೊರಟು ಹೋದವು. ಆದರೂ ಅವನು ಪುಸ್ತಕಗಳನ್ನು ಕೊಳ್ಳುತ್ತಲೇ ಹೋದ; ತನ್ನ ಮನೆಯನ್ನು ಪುಸ್ತಕಗಳಿಂದ ತುಂಬಿಸತೊಡಗಿದ. 'ಒಂದೇ ಏಟಿಗೆ ಪುಸ್ತಕ ಹಾಗೂ ಕುರುಡುತನಗಳೆರಡನ್ನೂ ಕೊಟ್ಟ ದೇವರ ಅದ್ಭುತ ವ್ಯಂಗ್ಯ' ಕುರಿತು ಪದ್ಯ ಬರೆದ ಬೋರ್ಹೆಸ್, ಕಣ್ಣು ಹೋದ ಮೇಲೂ ತೀವ್ರವಾಗಿ ಬರೆದ. ನಮಗೆಲ್ಲ ಲಂಕೇಶರು ಮಿಲ್ಟನ್ ಅಥವಾ ಬೋರ್ಹೆಸ್ ಥರ ಕಣ್ಣು ಕಳೆದುಕೊಳ್ಳಬಹುದೇನೋ ಎಂಬ ಭಯವಿತ್ತು. ಆದರೆ, ಅಂಥ ಸ್ಥಿತಿಯಲ್ಲೂ ಅವರು ಛಲದಿಂದ ಬರೆಯುತ್ತಿದ್ದುದನ್ನು ಕಂಡಾಗ, ಬರೆಯುವವನಿಗೆ ಹೊರಗಣ್ಣಿಗಿಂತ ಒಳಗಣ್ಣು ಮುಖ್ಯ ಎಂಬ ಸರಳ ಅರಿವು ಇನ್ನಷ್ಟು ಗಾಢವಾಗುತ್ತಾ ಹೋಯಿತು.

'ಗುಣಮುಖ' ಲಂಕೇಶರು ತೀವ್ರ ಅನಾರೋಗ್ಯದಿಂದ ಚೇತರಿಸಿಕೊಳ್ಳುತ್ತಿದ್ದ ಕಾಲದಲ್ಲಿ ಬರೆದ ನಾಟಕ. ರೋಗವನ್ನು ರೂಪಕವಾಗಿಸಿರುವ ಈ ನಾಟಕ ವ್ಯಕ್ತಿಯ ಕಾಯಿಲೆ ಸಮಾಜದ ಕಾಯಿಲೆಯಾಗುವ ಹಾಗೂ ಸಮಾಜದ ಕಾಯಿಲೆ ವ್ಯಕ್ತಿಯ ಕಾಯಿಲೆಯಾಗುವ ಬೆಳವಣಿಗೆಗಳನ್ನು ಶೋಧಿಸುತ್ತದೆ. ಇದು ಲಂಕೇಶರ ನಾಟಕಗಳಲ್ಲೆಲ್ಲಾ ಹೆಚ್ಚು ಮನೋಸಾಮಾಜಿಕ ಆಯಾಮವುಳ್ಳ ಕೃತಿ ಕೂಡ.

ಸಾಮಾನ್ಯ ಸೈನಿಕನಾಗಿದ್ದ ನಾದಿರ್‌ಗೆ ಹಣ, ಅಧಿಕಾರ, ದಿಗ್ವಿಜಯ ಎಲ್ಲವೂ ದಕ್ಕಿದ್ದವು. ಆದರೆ ಅವನ ವ್ಯಕ್ತಿತ್ವದಲ್ಲಿನ ಕ್ರೌರ್ಯ ಹಾಗೂ ತೀವ್ರ ಚಡಪಡಿಕೆ ಅವನನ್ನು ಇಷ್ಟಕ್ಕೇ ಸೀಮಿತಗೊಳ್ಳಲು ಬಿಡಲೊಲ್ಲವು. ಲಂಕೇಶರೇ ತಮ್ಮ ಮುನ್ನುಡಿಯಲ್ಲಿ ಹೇಳುವಂತೆ 'ಯುದ್ಧತಂತ್ರ ಮತ್ತು ಕಾರ್ಯಾಚರಣೆಯಲ್ಲಿ ನಿಷ್ಣಾತನಾಗಿದ್ದ ನಾದಿರ್ ಯುದ್ಧ ತರುತ್ತಿದ್ದ ಸುಖ ಮತ್ತು ಸಂಪತ್ತಿಗಿಂತ ಹೆಚ್ಚಾಗಿ ಯುದ್ಧದ ಕ್ರೌರ್ಯದಿಂದ ರೋಮಾಂಚನಗೊಳ್ಳುತ್ತಿದ್ದ; ಆಡಳಿತ ಮತ್ತು ಪ್ರಜೆಗಳ ನೆಮ್ಮದಿಯ ಬಗ್ಗೆ ಎಂದೂ ಗಮನ ಕೊಡದಷ್ಟು ತಾಳ್ಮೆಗೆಟ್ಟ ನಾದಿರ್ ಮನುಷ್ಯನ ಸೋಗಲಾಡಿತನ, ಸುಳ್ಳು ಮತ್ತು ಮೋಸ ಕಂಡು ಬೆಂಕಿಯಾಗುತ್ತಿದ್ದ. ಎಂದೂ ಒಂದು ಕಡೆ ನಿಲ್ಲದಿದ್ದ ನಾದಿರ್ ಹಿಂದೂಸ್ತಾನದ ಸಂಪತ್ತು ಮತ್ತು ಅರಾಜಕತೆ ಕಂಡು ಕ್ಷಣ ಇಲ್ಲಿ ಇದ್ದುಬಿಡಲು ಯೋಚಿಸಿದ. ಪರ್ಶಿಯಾಕ್ಕೆ ಹಿಂದಿರುಗುವ ಆಶೆ ಮತ್ತು ಇಲ್ಲಿ ತಂಗುವ ಚಪಲ, ತನ್ನ ವೀರ್ಯವತ್ತಾದ ಪಡೆ ಮತ್ತು ಇಲ್ಲಿಯ ನಿರ್ವೀರ್ಯ ಕುತಂತ್ರ ಕಂಡು ತನ್ನ ಖಡ್ಗದ ಮೂಲಕ ಅಸ್ತಿತ್ವ ಕಂಡುಕೊಳ್ಳುತ್ತ ದೈಹಿಕವಾಗಿ, ಮಾನಸಿಕವಾಗಿ ಅಸ್ವಸ್ಥನಾದ.'

ಇಂಥ ಅಸ್ವಸ್ಥ ಸ್ಥಿತಿಯಲ್ಲಿ ನಾದಿರ್‌ನನ್ನು ಎದುರಾಗುವ ಹಕೀಮ ಅಲಾವಿ ಖಾನ್ ನಾದಿರ್‌ನನ್ನು ರೋಗದಿಂದ ಮುಕ್ತನನ್ನಾಗಿಸಲೆತ್ನಿಸುತ್ತಾನೆ. ಚಕ್ರವರ್ತಿ ನಾದಿರ್ ತನ್ನ ದಿಗ್ವಿಜಯದಿಂದ ದಕ್ಕಿದ ಸರ್ವಾಧಿಕಾರದ ಫಲವಾಗಿ ಅಹಮ್ಮಿನ ಉತ್ತುಂಗದ ಪ್ರಾತಿನಿಧಿಕ ರೂಪದಂತಿದ್ದರೆ, ಹಕೀಮ ಅಲಾವಿಖಾನ್ ತನ್ನ ಕಾಯಕದಲ್ಲಿ ತೀವ್ರವಾಗಿ ತೊಡಗಿಸಿಕೊಳ್ಳುವ ಸ್ಥಿತಿಯ ಮೂಲಕವೇ ಅಹಮ್ಮಿನಿಂದ ಮುಕ್ತನಾದವನು. ಹೀಗಾಗಿ ನಾದಿರ್ ಹಾಗೂ ಅಲಾವಿಖಾನರ ಮುಖಾಮುಖಿ ಅಹಂಕಾರ ಹಾಗೂ ನಿರಹಂಕಾರಗಳ ಮುಖಾಮುಖಿಯೂ ಹೌದು. ಆದರೆ ಮನುಷ್ಯನ ಮೂಲಭೂತ ಪ್ರವೃತ್ತಿಗಳು ಅಷ್ಟು ಸುಲಭವಾಗಿ ಬದಲಾಗಲಾರವು ಎಂಬುದನ್ನು ಆಗಾಗ್ಗೆ ತಮ್ಮ ಬರವಣಿಗೆಯಲ್ಲಿ ಕಾಣಿಸುತ್ತಲೇ ಬಂದ ಲಂಕೇಶರ ಈ ನಾಟಕ ಕೊನೆಗೂ ನಾದಿರ್ ಗುಣಮುಖನಾಗುವ ದಿಕ್ಕಿನಲ್ಲಿರಬಹುದು ಎಂದು ಮಾತ್ರ ಸೂಚಿಸುತ್ತದೆ. ಇದು ಮಾನವನ ನಡವಳಿಕೆಗಳ ಅನಿರೀಕ್ಷಿತತೆಯ ಬಗ್ಗೆ ಲಂಕೇಶರು ಸದಾ ತೋರುತ್ತಾ ಬಂದಿರುವ ಎಚ್ಚರದ ನೋಟದ ಮುಂದುವರಿಕೆಯೂ ಹೌದು.

ನಾಟಕದ ಆರಂಭದಲ್ಲಿ ಕಾಯಿಲೆಯಿಂದ ನರಳುತ್ತಿರುವ ಚಕ್ರವರ್ತಿ ನಾದಿರ್ ಶಾನ ಎದುರು ಅವನ ದಂಡನಾಯಕ ರಜ್ವಿ ಪರ್ಶಿಯಾದ ಸೈನಿಕರ ವಿಚಾರಣೆ ಆರಂಭಿಸಿದ್ದಾನೆ. ಪರ್ಶಿಯಾದ ಸೈನಿಕರು ತಾವು ಬಂದ ಉದ್ದೇಶ ಮರೆತು ಅಡ್ಡದಾರಿ ಹಿಡಿದಿದ್ದಾರೆಂಬುದು ರಜ್ವಿಯ ಮುಖ್ಯ ಆಪಾದನೆ: 'ಪರ್ಶಿಯಾ ದೇಶದ

ಆದರ್ಶಸೈನ್ಯ, ಕಟ್ಟುನಿಟ್ಟು ತರಬೇತಿಯ ದಿಟ್ಟ ಸೈನ್ಯ ಹಿಂದೂಸ್ತಾನದ ಬಜಾರುಗಳಲ್ಲಿ, ವೇಶ್ಯಾವಾಟಿಕೆಗಳಲ್ಲಿ, ಜೂಜುಕಟ್ಟೆಗಳಲ್ಲಿ ನಾಶವಾಗುತ್ತಿದೆ. ಕೇವಲ ಮೂರು ತಿಂಗಳಲ್ಲಿ ನಿಮಗೆಲ್ಲ ನಿಮ್ಮ ದೇಶದ ಮನೆ, ಭೂಮಿ, ಹೂವು, ಹಕ್ಕಿಗಳೆಲ್ಲ ಮರೆತು ಹೋಗುತ್ತಿರುವಂತಿದೆ.' ಈ ವಿಚಾರಣೆಯನ್ನು ಗಮನಿಸುತ್ತಿರುವ ನಾದಿರ್‌ಶಾ, ತನಗೆ ಹಿಂದೂಸ್ತಾನದಲ್ಲಿ ಎಲ್ಲವೂ ವಿಚಿತ್ರವಾಗಿ ಕಾಣುವುದನ್ನು ನೆನಪಿಸಿಕೊಳ್ಳುತ್ತಾನೆ: 'ಹಿಂದೂಸ್ತಾನಕ್ಕೆ ಬಂದ ಮೇಲೆ ಚಿಕ್ಕ ಪ್ರಶ್ನೆಗಳೂ ಇಲ್ಲಿಯ ಪರ್ವತಗಳಂತೆ, ನದಿಗಳಂತೆ, ಕಡೆಗೆ ಮಂಜಿನಂತೆ ಆಗಿ ಇದು ಪ್ರಶ್ನೆಯೇ ಅಲ್ಲ ಅನ್ನಿಸಿಬಿಡುತ್ತದೆ. ಸುಳ್ಳು ನಿಜದಂತೆ, ನಿಜ ಸುಳ್ಳಿನಂತೆ ಆಗುತ್ತದೆ.'

ಹಿಂದೂಸ್ತಾನಿ ಹುಡುಗರ ಭಟ್ಟಂಗಿತನದಿಂದಾಗಿ ವೀರಾಧಿವೀರನಂತೆ ಆಡುತ್ತಿರುವ ಅಡಿಗೆ ಹುಡುಗ ಸುಲೇಮಾನ್ ತನ್ವೀರ್‌ನ ಹೊಸ ವರಸೆಯ ಬಗ್ಗೆ ಕೇಳುತ್ತಾ ನಾದಿರ್‌ಗೆ ಹಿಂದೂಸ್ತಾನದಲ್ಲಿನ ಭಟ್ಟಂಗಿತನದ ವಿಚಿತ್ರ ಸ್ವರೂಪ ಸೂಚಿಸುವ ಪ್ರಸಂಗವೊಂದು ನೆನಪಾಗುತ್ತದೆ: 'ಮೊನ್ನೆ ನಮಗೆ ಬೆಕ್ಕು ನೋಡಬೇಕೆಂಬ ಆಶೆಯಾಯಿತು. ನಾವು ಬೆಕ್ಕು ಕಳಿಸಲು ಹೇಳಿ ಕಳುಹಿಸಿದೆವು. ರಾಜ ಕಳಿಸಿದ್ದನ್ನು ನೋಡಿ ನಮಗೆ ಆಶ್ಚರ್ಯವಾಯಿತು. ಬೆಕ್ಕಿನ ಬದಲು ಹುಡುಗಿ ಕಳಿಸಿದ್ದ. ನಾವು ಅದರಿಂದ ಅವಮಾನಿತರಾಗಲಿಲ್ಲ. ಏಕೆಂದರೆ ನಾದಿರ್‌ಶಾನಂಥ ಮಹಾನ್ ಚಕ್ರವರ್ತಿ ಕೇವಲ ಬೆಕ್ಕಿಗಾಗಿ ಹೇಳಿಕಳಿಸಲಾರರು ಎಂಬುದು ಅವನ ಕಲ್ಪನೆ. ಈ ದೇಶದಲ್ಲಿ ಬೆಕ್ಕು ಬೇಕೆಂದರೆ ಹುಡುಗಿ ಕಳಿಸುತ್ತಾರೆ. ತೈಲ ಬೇಕೆಂದರೆ ಬೆಲೆ ಬಾಳುವ ಮದ್ಯ ಕಳಿಸುತ್ತಾರೆ. ಅಷ್ಟೇ ಅಲ್ಲ, ಸಾವಿರ ಸುಳ್ಳು ಹೇಳಿ ಒಂದು ಮದುವೆ ಮಾಡುತ್ತಾರೆ. ನೂರಾರು ಜಾರುವ ಮಾತುಗಳಿಂದ ತಮ್ಮ ದೊರೆಯ ವಿರುದ್ಧವೇ ಮಸಲತ್ತು ನಡೆಸುತ್ತಾರೆ... ಅವರನ್ನು ಹೇಗೆ ಅರ್ಥ ಮಾಡಿಕೊಳ್ಳುವುದೋ ತಿಳಿಯುತ್ತಿಲ್ಲ.'

ಇದು ಸಲೀಸಾಗಿ ಸುಳ್ಳು ಹೇಳುವ, ಗೋಸುಂಬೆತನವನ್ನು ಬದುಕಿನ ಸಹಜ ಕ್ರಮವೆಂಬಂತೆ ಕಾಣುವ ಜನರನ್ನು ಕಂಡು ನಾದಿರ್‌ಶಾಗೆ ಹುಟ್ಟುವ ದಿಗ್ಭ್ರಮೆ. ನಾದಿರ್‌ಶಾನ ಕಾಯಿಲೆಯ ಹಿನ್ನೆಲೆಯಲ್ಲಿ ಅವನ ದೈಹಿಕ ಅನಾರೋಗ್ಯ, ಮಹತ್ವಾಕಾಂಕ್ಷೆಯಿಂದ ಹುಟ್ಟಿದ ಒತ್ತಡಗಳ ಜೊತೆಜೊತೆಗೇ ಅವನು ನಿಭಾಯಿಸಬೇಕಾಗಿ ಬಂದ ಜನರ ಸುಳ್ಳು, ಕೃತ್ರಿಮತೆ, ಭಟ್ಟಂಗಿತನ ಹಾಗೂ ಗೋಸುಂಬೆತನ ಕೂಡ ಸೇರಿವೆ. ಈ ಹಿನ್ನೆಲೆಯಲ್ಲಿ ಇಂಡಿಯಾದ ಭಟ್ಟಂಗಿತನದ ಸ್ವರೂಪವನ್ನೂ ತಾತ್ವಿಕವಾಗಿ ಚರ್ಚಿಸಬಹುದು: ಯಾಜಮಾನ್ಯ ತನ್ನ ಭಟ್ಟಂಗಿಗಳನ್ನು ತಾನೇ ಸೃಷ್ಟಿಸಿಕೊಳ್ಳುತ್ತಿರುತ್ತದೆ. ರಾಜರುಗಳು ತಮ್ಮ ದೌರ್ಬಲ್ಯಗಳನ್ನು ಮುಚ್ಚಿಕೊಳ್ಳಲು, ತಮ್ಮನ್ನು ಜನಪ್ರಿಯಗೊಳಿಸಿಕೊಳ್ಳಲು ಹಾಗೂ ಆತ್ಮವಿಶ್ವಾಸದ ಕೊರತೆಯನ್ನು

ತುಂಬಿಕೊಳ್ಳಲು ಕೂಡ ಭಟ್ಟಂಗಿಗಳನ್ನು ಸೃಷ್ಟಿಸಿಕೊಳ್ಳುತ್ತಾರೆ. ಜೊತೆಗೆ ಕೀಳರಿಮೆಯಿಂದಾಗಿ ಕೂಡ ಭಟ್ಟಂಗಿಗಳನ್ನು ನೇಮಿಸಿಕೊಳ್ಳುತ್ತಿರುತ್ತಾರೆ. ಈ ಭಟ್ಟಂಗಿಗಳು ರಾಜನ ಪ್ರತ್ಯೇಕ ಸಂಸ್ಥೆಯಾಗಿಯೂ ಕಾರ್ಯ ನಿರ್ವಹಿಸುತ್ತಿರುತ್ತಾರೆ. ಆತ್ಮವಿಶ್ವಾಸದ ಕೊರತೆಯಿಂದಾಗಿ ಆಳುವವರು ಮತ್ತು ಆಳುಗಳಿಬ್ಬರಿಗೂ ಈ ಭಟ್ಟಂಗಿತನ ಅನಿವಾರ್ಯವಾಗುತ್ತದೆ. ಪ್ರಭುತ್ವಕ್ಕೆ ಹೊಗಳಿಕೆ ಬೇಕಾದ್ದರಿಂದ, ಅದರ ಅಧೀನದಲ್ಲಿರುವವರಿಗೂ ಭಟ್ಟಂಗಿತನ ತಮ್ಮ ಜೀವನ ನಿರ್ವಹಣೆಯ ಸಲೀಸು ಮಾರ್ಗವಾಗಿಬಿಡುತ್ತದೆ.

ಹಿಂದೂಸ್ತಾನದ ವಿವಿಧ ಭಾಗಗಳನ್ನು ವಶಪಡಿಸಿಕೊಳ್ಳುವ ನಾದಿರ್‌ಗೆ ದಿಗ್ಭ್ರಮೆ ತರುವ, ಅವನನ್ನು ಕಂಗೆಡಿಸುವ, ಸುಲಭ ತರ್ಕಕ್ಕೆ ಸಿಕ್ಕದ ಜನಗಳು ಹಾಗೂ ಶಕ್ತಿಗಳು ಎದುರಾಗುತ್ತವೆ. ಇಲ್ಲಿ 'ನೀವು ಹಿಂದೂಸ್ತಾನಕ್ಕೆ ಬಂದು ಧರ್ಮರಕ್ಷಣೆ ಮಾಡಬೇಕು, ಇದಕ್ಕೆ ನಮ್ಮಿಬ್ಬರ ಬೆಂಬಲವಿದೆ' ಎಂದು ನಾದಿರ್‌ಶಾಗೆ ಕಾಗದ ಬರೆದ ಸಾದತ್‌ಖಾನ್ ಮತ್ತು ನಿಜಾಮುಲ್ ಮುಲ್ಕ್‌ಗಳಿದ್ದಾರೆ. ರಾಜ್ಯ ಹತ್ತಿ ಉರಿಯುತ್ತಿದ್ದಾಗ ಯಾವ ತಳಮಳವೂ ಇಲ್ಲದೆ ನಾದಿರ್‌ನನ್ನು ಹೊಗಳಿ ಬರೆದ ಕವನವನ್ನು ಓದುತ್ತಾ ನಾದಿರ್‌ಗೆ ಜಿಗುಪ್ಸೆ ಹುಟ್ಟಿಸುವ ದೊರೆ ನಜೀರುದ್ದೀನ್ ಥರದವರಿದ್ದಾರೆ. ಹೊಗಳಿಕೆಯ ಕೆಟ್ಟ ಕಾವ್ಯ ಕೇಳಿ ಇನ್ನಷ್ಟು ಕೆರಳುವ ನಾದಿರ್‌ಶಾ ತನ್ನ ಕಾಯಿಲೆಗೆ ಚಿಕಿತ್ಸೆ ಮಾಡಲು ಹಕೀಮನೊಬ್ಬನನ್ನು ಕರೆತರಲು ಹೇಳಿದರೆ ಅದು ಸಾಧ್ಯವಾಗದಂತೆ ಮಾಡುವ ಭಯಾನಕ ಅಧಿಕಾರಶಾಹಿ ವ್ಯವಸ್ಥೆ ಇದೆ. ರಜ್ವಿ ಹೇಳುತ್ತಾನೆ: 'ನಮ್ಮ ಕೋರಿಕೆಯನ್ನು ಬರೆದುಕೊಂಡ ಮನುಷ್ಯ ಮೇಲಿನ ಗುಮಾಸ್ತನಿಗೆ ಬರೆದು ತಿಳಿಸಬೇಕಂತೆ, ಆತ ಅವನ ಮೇಲಿನವನಿಗೆ ಬರೆಯಬೇಕಂತೆ. ದಿಲ್ಲಿಯ ಆಡಳಿತಾಧಿಕಾರಿಗೆ ಅದು ತಲುಪಿ ಆಮೇಲೆ ಕೆಳಗಿನ ಅಧಿಕಾರಿಗೆ ಹೋಗಿ ವೈದ್ಯಕೀಯ ಇಲಾಖೆ ತಲುಪಬೇಕಂತೆ, ಆಮೇಲೆ ದೊರೆಗೆ. ಒಟ್ಟಿನಲ್ಲಿ ಏನೂ ಆಗಲಿಲ್ಲ.' ಈ ಎಲ್ಲದರ ಹಿನ್ನೆಲೆಯಲ್ಲಿ ನಾದಿರ್‌ಶಾ ಸ್ಫೋಟಗೊಳ್ಳತೊಡಗುತ್ತಾನೆ. ದೊರೆ ನಜೀರುದ್ದೀನ್ 'ಕೊಹಿನೂರ್ ವಜ್ರ ಮತ್ತು ಮಯೂರ ಸಿಂಹಾಸನಗಳು ಕಾಣೆಯಾಗಿವೆ' ಎಂದು ಹೇಳಿದ ಮೇಲೆ ಅವನ ಕೋಪ ಇನ್ನಷ್ಟು ಹೆಚ್ಚುತ್ತದೆ. ನಜೀರುದ್ದೀನ್‌ನ ಅಸಂಬದ್ಧ ಮಾತುಗಳನ್ನು ಕೇಳಿ ಹಾಗೂ ಅವನ ಅತಿವಿನಯವನ್ನು ಕಂಡು ನಾದಿರ್ ಇನ್ನಷ್ಟು ವ್ಯಗ್ರವಾಗುತ್ತಾನೆ. 'ನನಗೀಗ ಕಾಯಿಲೆ, ತಲೆ ಸಿಡಿದು ಹೋಗ್ತಿದೆ, ನಿನ್ನ ಸುಳ್ಳುಗಳನ್ನು ಕೇಳಿದಷ್ಟೂ ನನ್ನ ಆರೋಗ್ಯ ಕೆಟ್ಟು ಹೋಗ್ತಿದೆ' ಎಂದು ಅಬ್ಬರಿಸುವ ನಾದಿರ್, 'ನನಗೀಗ ಒಬ್ಬ ಒಳ್ಳೆ ಹಕೀಮ ಬೇಕು, ಅಲ್ಲದೆ ನಿನ್ನಲ್ಲಿರುವ ಮಯೂರ ಸಿಂಹಾಸನ, ಕೊಹಿನೂರ್ ವಜ್ರ ಬೇಕು' ಎಂದು ನಜೀರುದ್ದೀನ್‌ಗೆ ಎಚ್ಚರಿಕೆ ಕೊಟ್ಟು ಕಳುಹಿಸುತ್ತಾನೆ. ಈ ಮಾತಿನಲ್ಲಿ

ಅವನ ಸದ್ಯದ ಆಯ್ಕೆಗಳು ಸ್ಪಷ್ಟವಾಗಿವೆ: ಅವನ ದೇಹಕ್ಕೆ ಹಕೀಮ ಬೇಕು. ಅದರ ಜೊತೆಗೆ ಅವನೊಳಗಿನ ಚಕ್ರವರ್ತಿಯ ಅಹಮ್ಮನ್ನು ತಣಿಸಬಲ್ಲ ಸಿಂಹಾಸನ ಹಾಗೂ ವಜ್ರಗಳೂ ಬೇಕು. ಇದು ಮೊದಲ ದೃಶ್ಯದ ಕೊನೆಯಲ್ಲಿ ನಾವು ಕಾಣುವ ನಾದಿರ್‌ಶಾನ ಮನಸ್ಥಿತಿ.

ಇತ್ತ ಮೊಗಲ್ ರಾಜಕಾರಣದ ಸಂಚು, ಪ್ರತಿ ಸಂಚುಗಳು ದಿನನಿತ್ಯ ಹೊಸ ರೂಪ ಪಡೆಯುತ್ತವೆ. ತನ್ನ ಉಳಿವಿಗಾಗಿ ಯಾರನ್ನಾದರೂ ಭ್ರಷ್ಟಗೊಳಿಸಬಲ್ಲ ಮುಲ್ಕ್‌ನ ತಂತ್ರಗಳಲ್ಲಿ ಅನ್ಯದೇಶದ ರಾಜನನ್ನು ಮಣಿಸುವ ಜಾಣತನವೂ ಇದೆ; ತನ್ನ ಹಿತ ಕಾಯ್ದುಕೊಳ್ಳುವ ಸ್ವಾರ್ಥವೂ ಇದೆ. ಮಯೂರ ಸಿಂಹಾಸನ ಮತ್ತು ಕೊಹಿನೂರ್ ವಜ್ರ ಕಾಣೆಯಾಗಿವೆ ಎಂದು ಮುಲ್ಕ್ ದೊರೆ ನಜೀರುದ್ದೀನನನ್ನು ನಂಬಿಸಲೆತ್ನಿಸುತ್ತಾನೆ; ಜೊತೆಗೆ, ನಾದಿರ್‌ಶಾನನ್ನು ಮುಗಿಸಲು ಸರ್ಕಾರಿ ವೈದ್ಯನನ್ನು ನಿಯೋಜಿಸಬೇಕೆಂದು ನಜೀರುದ್ದೀನನನ್ನು ಪ್ರಚೋದಿಸಲೂ ಯತ್ನಿಸುತ್ತಾನೆ. ಆದರೆ ಮುಂದಿನ ಕೆಲವೇ ಕ್ಷಣಗಳಲ್ಲಿ ಚಕ್ರವರ್ತಿ ನಾದಿರ್‌ಶಾ ಸ್ವತಃ ತಾನೇ ಮುಲ್ಕ್‌ನ ಮನೆಗೆ ಬಂದಾಗ ಸಲೀಸಾಗಿ ಪಕ್ಷ ಬದಲಿಸುವ ಮುಲ್ಕ್, ಮಯೂರ ಸಿಂಹಾಸನ ಮತ್ತು ಕೊಹಿನೂರ್ ವಜ್ರ ಕಾಣೆಯಾಗಿರುವುದು ಸುಳ್ಳು; ತಾನು ನಾದಿರ್‌ಶಾನ ಹಿತವನ್ನೇ ಬಯಸುವ ವ್ಯಕ್ತಿ ಎಂದು ನಾದಿರ್‌ನನ್ನು ಖುಷಿಪಡಿಸಿ ನಂಬಿಸಲು ಯತ್ನಿಸುತ್ತಾನೆ. ಮುಲ್ಕ್‌ನ ಎರಡು ನಾಲಿಗೆ, ಕಪಟ ಮತ್ತು ತಟವಟಗಳಿಂದ ನಾದಿರ್‌ನ ಪ್ರಕ್ಷುಬ್ಧತೆ ಹೆಚ್ಚತೊಡಗುತ್ತದೆ. ವ್ಯಗ್ರನಾದ ನಾದಿರ್ ಮುಲ್ಕ್‌ನನ್ನು ಇರಿದು ಕೊಲ್ಲುತ್ತಾನೆ.

ಸ್ವಂತದ ಚಡಪಡಿಕೆಗಳು, ಮುಂದಿನ ಹೆಜ್ಜೆ ಏನೆಂಬುದರ ಬಗ್ಗೆ ಅಸ್ಪಷ್ಟತೆ, ದೇಹ ಹಾಗೂ ಮನಸ್ಸುಗಳನ್ನು ಆವರಿಸುವ ಕಾಯಿಲೆ, ದಿನನಿತ್ಯ ತಾನು ಎದುರಾಗುವ ದ್ರೋಹದ ವರಸೆಗಳು, ತನ್ನೊಳಗೆ ಉಕ್ಕುತ್ತಿರುವ ಕ್ರೌರ್ಯ, ಇತರರ ವಂಚನೆ, ಸಮಯಸಾಧಕತನ ಎಲ್ಲವೂ ಸೇರಿ ನಾದಿರ್‌ಶಾನ ಕಾಯಿಲೆ ಉಲ್ಬಣಿಸತೊಡಗುತ್ತದೆ. ಈ ಘಟ್ಟದಲ್ಲಿ ಅವನ ಕಾಯಿಲೆ ಗುಣಪಡಿಸಲು ಬರುವವನು ದಿಲ್ಲಿಯ ಬಡ ಹಕೀಮ ಅಲಾವಿಖಾನ್. ತನ್ನ ವೃತ್ತಿಧರ್ಮದಲ್ಲಿ ಪೂರ್ಣ ಮುಳುಗಿಹೋಗಿರುವ ಅಲಾವಿಗೆ ನಾದಿರ್ ಒಬ್ಬ ದೊರೆ ಎಂಬುದು ಕೂಡ ಗೊತ್ತಿಲ್ಲ ಅಥವಾ ಆ ವಿವರ ಅವನಿಗೆ ಅಷ್ಟು ಮುಖ್ಯವಲ್ಲ. ತಾನು ವೈದ್ಯ ಹಾಗೂ ತನ್ನೆದುರಿಗಿರುವವನು ಕಾಯಿಲೆಯಿಂದ ಬಳಲುತ್ತಿರುವವನು ಎಂಬುದಷ್ಟೇ ಅವನಿಗೆ ಮುಖ್ಯ. ಆದ್ದರಿಂದಲೇ 'ನನ್ನ ನಿಮ್ಮ ಈ ಕ್ಷಣದ ಸಂಬಂಧವನ್ನು ಸ್ಪಷ್ಟಪಡಿಸಿಕೊಳ್ಳೋಣ. ನೀವೀಗ ರೋಗಿ, ನಾನು ವೈದ್ಯ. ಅಲ್ಲವೇ?' ಎನ್ನುತ್ತಾನೆ ಅಲಾವಿಖಾನ್.

ಹಕೀಮ ಅಲಾವಿಖಾನ್ ನಲವತ್ತು ವರ್ಷ ಕಾಲ ದಿಲ್ಲಿಯ ಜನರಿಗೆ ಔಷಧಿ ನೀಡಿದವನು. ಎಲ್ಲರಿಗೆ ಬೇಕಾದವನು. ಕೆಲ ಕಾಲ ಅವನನ್ನು ಮೊಗಲ್ ದೊರೆಗಳಿಗೆ ಔಷಧ ಕೊಡಲು ಕೋರಲಾಯಿತು. ಆದರೆ ಅರಮನೆಯ ವಿಷವರ್ತುಲ ಅಲಾವಿ ಯಂಥ ಮುಗ್ಧನಿಗೆ ಉಸಿರುಕಟ್ಟಿಸತೊಡಗಿತು. 'ಆಮೇಲೆ ನಾನು ಅರಮನೆಯ ರಾಜಕೀಯದಲ್ಲಿ ಸಿಕ್ಕಿಹಾಕಿಕೊಂಡಿರುವುದು ಗೊತ್ತಾಯಿತು. ರಾಜಕಾರಣಿಗಳ ಸೂಚನೆ ಮೇರೆಗೆ ಔಷಧಿ ಕೊಡಲು ಕೇಳಿಕೊಳ್ಳಲಾಯಿತು. ನಾನು ದಿಗ್ಭ್ರಮೆಗೊಂಡೆ. ಅಂಥ ಔಷಧಿ ನನ್ನಲ್ಲಿರಲಿಲ್ಲ. ದಿಲ್ಲಿಯ ಸರ್ಕಾರ ನನ್ನ ಮೇಲೆ ಪಿತೂರಿ ಶುರು ಮಾಡಿತು. ತಡ ಮಾಡಿದರೆ ನನಗೆ ಸೈತಾನನ ಗೆಳೆತನ ಕಟ್ಟಿಟ್ಟದ್ದು ಅನ್ನಿಸಿತು. ಆಗ ಅರಮನೆ ಬಿಟ್ಟು ದೂರದೂರಿಗೆ ಹೋಗಿ ಬಡವರಿಗೆ ಔಷಧಿ ಕೊಡತೊಡಗಿದೆ' ಎಂದು ಅಲಾವಿಖಾನ್ ನೆನಪಿಸಿಕೊಳ್ಳುತ್ತಾನೆ.

ಅಲಾವಿಖಾನ್‌ನ ಸಹಜ ನಡವಳಿಕೆ ಹಾಗೂ ಆತ್ಮವಿಶ್ವಾಸ ನಾದಿರ್‌ಶಾ ಥರದವನಿಗೆ ಹಿಡಿಸುವುದು ಅಷ್ಟು ಸುಲಭವಿರಲಿಲ್ಲ. ದ್ರೋಹವನ್ನು ಕ್ಷಣಾರ್ಧದಲ್ಲಿ ಪತ್ತೆ ಹಚ್ಚಬಲ್ಲ ನಾದಿರ್‌ಗೆ ಅಲಾವಿಯ ಮುಗ್ಧತೆ ಕೊಂಚ ಅಪರಿಚಿತ. 'ದೇಶದ ಕಷ್ಟ ಮನುಷ್ಯನಿಗೆ ಕಾಯಿಲೆ ತರಬಹುದು' ಎಂಬ ಅಲಾವಿಯ ಸಂಕೀರ್ಣ ಗ್ರಹಿಕೆ ಕೂಡ ನಾದಿರ್‌ಗೆ ತಕ್ಷಣ ಅರ್ಥವಾಗುವುದಿಲ್ಲ. ಹಕೀಮ ಅಲಾವಿಯ ಚಿಕಿತ್ಸೆಯ ಆರಂಭ ಒಂದು ದೃಷ್ಟಿಯಿಂದ ಅತ್ಯಂತ ಸರಳ. ಅದು ವಿನಯದ ಮೊದಲ ಪಾಠವೂ ಹೌದು. ಆದರೆ ಇಷ್ಟು ಮಾಡಲು ನಾದಿರ್‌ನ 'ಅಹಂ' ಬಿಡುತ್ತಿಲ್ಲ. 'ನಾನು ನಾದಿರ್‌ಶಾ, ಕಾಯಿಲೆಯಿಂದ ನರಳುತ್ತಿರುವೆ, ನನ್ನನ್ನು ಪರೀಕ್ಷಿಸಿ ಔಷಧಿ ಕೊಡಿ' ಎಂದು ನಾದಿರ್ ಕೇಳಲಾರ. ಆಗ ಅವರಿಬ್ಬರ ನಡುವೆ ನಡೆಯುವ ಮಾತುಕತೆಯಲ್ಲಿ ದೇಹ ಹಾಗೂ ಮನಸ್ಸುಗಳನ್ನು ಕುರಿತ ಎರಡು ವಿಭಿನ್ನ ದೃಷ್ಟಿಕೋನಗಳ ಅರ್ಥಪೂರ್ಣ ಮುಖಾಮುಖಿ ಕಾಣತೊಡಗುತ್ತದೆ.

ಅಲಾವಿ ಹೇಳುವ ಸತ್ಯ ನಾದಿರ್‌ನೊಳಗೆ ಮೆಲ್ಲಗೆ ಇಳಿಯುವಂತೆ ಕಾಣುತ್ತದೆ. ಆದರೆ ನಾದಿರ್ ತನಗರಿವಿಲ್ಲದೆಯೇ ತಾನೇ ಸೃಷ್ಟಿಸಿಕೊಂಡಿರುವ ಸೆರೆಮನೆಗೆ ಎಷ್ಟೊಂದು ಗೋಡೆಗಳಿವೆಯೆಂದರೆ ಅವನ್ನು ದಾಟಿ ಈ ಸತ್ಯ ನಾದಿರ್‌ನನ್ನು ತಲಪುವುದು ಸುಲಭವಲ್ಲ. ಹಿಂದೂಸ್ತಾನದ ರಾಜಮನೆತನಗಳ ವಾತಾವರಣದಲ್ಲಿ ಕೇವಲ ದ್ರೋಹದ, ಭಟ್ಟಂಗಿತನದ, ಹೇಡಿತನದ ಭಾಷೆಯನ್ನೇ ಕಂಡ ನಾದಿರ್‌ಗೆ ಅಲಾವಿಖಾನ್ ವಿಚಿತ್ರವಾಗಿ ಕಂಡದ್ದು ಅಚ್ಚರಿಯಲ್ಲ: 'ಹಿಂದೂಸ್ತಾನದಲ್ಲಿ ಕಂಡ ಇನ್ನೊಂದು ವಿಚಿತ್ರ ನೀನು. ಇಲ್ಲಿ ಜನ ಆಡಿದ ಮಾತಿಗೆ ನೂರು ಅರ್ಥಗಳು, ನೂರು ಸುಳ್ಳುಗಳು' ಎನ್ನುತ್ತಾನೆ ನಾದಿರ್. ಆದರೆ ಅಷ್ಟು ಹೊತ್ತಿಗೆ ಕೊಂಚ ಬಾಗಿದಂತೆ ಕಾಣುವ ನಾದಿರ್ ಮತ್ತೆ ಸೆಟೆಯುತ್ತಾನೆ. ಚಕ್ರವರ್ತಿಯೊಬ್ಬ ಅಷ್ಟು ಸಲೀಸಾಗಿ ವಿನಯದ ಪಾಠ ಕಲಿಯಲಾರ. ಎಲ್ಲ ಸರ್ವಾಧಿಕಾರಿಗಳೂ ರೋಗದ

ಮೂಲ ಅರಿಯದೆ ವೈದ್ಯನನ್ನೇ ಕೊಲ್ಲಹೊರಡುವಂತೆ ನಾದಿರ್ ಕೂಡ ಅಲಾವಿಯನ್ನು 'ತೊಲಗು' ಎನ್ನುತ್ತಾನೆ. ಆದರೆ ಅಲಾವಿಯ ಮುಗ್ಧತೆ ತನಗರಿವಿಲ್ಲದಂತೆಯೇ ನಾದಿರ್‌ನನ್ನು ಆವರಿಸಿಕೊಳ್ಳುತ್ತದೆ.

ನಾದಿರ್ ಅಲಾವಿಯನ್ನು ಶಿಕ್ಷಿಸಲು ತವಕಿಸುವವನಂತೆ ಕಂಡರೂ ಅಲಾವಿಯ ಪ್ರಾಮಾಣಿಕತೆ ಹಾಗೂ ನೇರ ನುಡಿ, ನಡೆಗಳು ಅವನನ್ನು ತಟ್ಟಿರುವಂತೆ ಕಾಣುತ್ತದೆ. ಈ ಘಟ್ಟದಲ್ಲಿ ಅಲಾವಿಯ ಭೇಟಿಗಾಗಿ ಅವನು ಕಾತರಿಸುತ್ತಿರುವಂತೆ ಹಾಗೂ ಅವನೊಳಗೆ ಎಲ್ಲೋ ಹುದುಗಿದಂತಿರುವ ಮುಗ್ಧತೆ ಅಲಾವಿಯ ಮಾಂತ್ರಿಕ ಸ್ಪರ್ಶಕ್ಕಾಗಿ ಕಾದು ನಿಂತಿರುವಂತೆ ತೋರುತ್ತದೆ.

ಹಕೀಮ ಅಲಾವಿಖಾನ್ ಹಾಗೂ ಚಕ್ರವರ್ತಿ ನಾದಿರ್‌ಶಾರ ಎರಡನೆಯ ಭೇಟಿ ಕನ್ನಡ ನಾಟಕಲೋಕ ಕಂಡ ಅದ್ಭುತ ಮುಖಾಮುಖಿಗಳಲ್ಲೊಂದು. ಓದುಗರಿಗೆ 'ಈಡಿಪಸ್' ನಾಟಕದ ಕಾಲಜ್ಞಾನಿ ಟೈರೀಷಿಯಸ್‌ನ ಛಾಯೆ ಅಲಾವಿಯಲ್ಲಿ ಕಂಡರೆ ಆಶ್ಚರ್ಯವಲ್ಲ. ದೊರೆಯ ಅಹಂಕಾರದ ಪೊರೆ ಕಳಚುವ ತನಕ ಅವನು ಗುಣಮುಖವಾಗುವುದು ಸಾಧ್ಯವಿಲ್ಲ ಎಂದು ಬಲ್ಲ ಅಲಾವಿ, 'ನನ್ನ ಹೆಸರು ನಾದಿರ್‌ಶಾ. ನನಗೆ ಭೀಕರ ಕಾಯಿಲೆಯಾಗಿದೆ. ದಯವಿಟ್ಟು ಗುಣಪಡಿಸಿ' ಎಂದು ಹೇಳುವಂತೆ ಮತ್ತೆ ನಾದಿರ್‌ನನ್ನು ಒತ್ತಾಯಿಸುತ್ತಾನೆ. ಇದೊಂದು ಸಾಂಕೇತಿಕ ನಿವೇದನೆ ಹಾಗೂ ಚಕ್ರವರ್ತಿಗೆ ವಿನಯದ ಮೊದಲನೆಯ ಪಾಠ. ನಾದಿರ್ ಅಷ್ಟು ಹೊತ್ತಿಗೆ ಕೊಂಚ ಮೆದುವಾದಂತೆ ಕಂಡರೂ ಬಗ್ಗುವುದಿಲ್ಲ. ಆದರೆ ಈಗ ಪರಿಸ್ಥಿತಿ ಸ್ವಲ್ಪ ಬದಲಾಗಿದೆ. ಕಾರಣ, ಇಲ್ಲಿ ಅವನು ಕೂಗಿದ ತಕ್ಷಣ ಬರುವ ಬೆಂಬಲಿಗರಿಲ್ಲ. ಅವನ ಒರೆಯಲ್ಲಿ ಖಡ್ಗವೂ ಇಲ್ಲ. ನಾದಿರ್ ತನಗರಿವಿಲ್ಲದೆಯೇ ಚಿಕಿತ್ಸೆಗೆ ಸಿದ್ಧನಾಗುತ್ತಿರುವಂತೆ ತೋರುತ್ತದೆ. ಆದರೆ ಅದನ್ನು ಬಾಯಿಬಿಟ್ಟು ಒಪ್ಪಿಕೊಳ್ಳಲಾರ. ಅವನ ಸ್ಥಿತಿ ಕಂಡ ಅಲಾವಿಖಾನ್‌ಗೆ ಮರುಕ ಹುಟ್ಟುತ್ತದೆ.

ಈ ಘಟ್ಟದ ನಂತರ, ನಾದಿರ್ ಕೊನೆಗೂ 'ತನಗೆ ಕಾಯಿಲೆಯಾಗಿದೆ' ಎಂಬುದನ್ನು ಒಪ್ಪಿಕೊಳ್ಳುವ ವಿನಯ ತೋರುತ್ತಾನೆ. ಚಕ್ರವರ್ತಿಯ ಗರ್ವ ತೊರೆದು, 'ನನ್ನ ಪೂರ್ಣ ಹೆಸರು ನಾದಿರ್ ಶಾ ತಹಮನ್ ಕ್ವಾಲಿಖಾನ್' ಎಂದು ನಿವೇದಿಸಿಕೊಳ್ಳುತ್ತಾನೆ. 'ಎಲ್ಲರೂ ನನ್ನನ್ನು ಮೆಚ್ಚಿಸುವುದಕ್ಕಾಗಿ ಪ್ರಿಯವಾದದ್ದು ಹೇಳುತ್ತಿದ್ದರೆ ನೀನು ಕಠೋರವಾಗಿ ಮಾತನಾಡಿದೆ... ನಿನ್ನ ಮಾತು ಕೇಳುವಾಗ ನಾನು ಬೆಚ್ಚುತ್ತಿದ್ದರೂ ನನ್ನ ಆತ್ಮ ಖುಷಿಗೊಂಡಿತ್ತು' ಎಂದು ಅಲಾವಿಖಾನನನ್ನು ಕುರಿತ ತನ್ನ ಹೊಸ ಅರಿವನ್ನು ಹೇಳಿಕೊಳ್ಳುತ್ತಾನೆ. ಹೊಸ ನುಡಿಗಟ್ಟಿನಲ್ಲಿ ಮಾತಾಡುವಂತೆ ಕಾಣುವ ನಾದಿರ್ ತನ್ನ ನರಕದಿಂದ ಬಿಡುಗಡೆಗೊಳ್ಳುವ ಹಾದಿಯಲ್ಲಿರುವಂತೆ ತೋರುತ್ತದೆ. ನಾದಿರ್ ಕೊಂಚ ಮೆದುವಾಗಿದ್ದಾಗಲೇ

ಬಡಿಯಬೇಕೆಂದುಕೊಂಡ ಅಲಾವಿಖಾನ್, ನಾದಿರ್‌ಗೆ ಅವನ ಕ್ರೌರ್ಯದ ವಿವಿಧ ಮುಖಗಳನ್ನು ಎಳೆ ಎಳೆಯಾಗಿ ಬಿಚ್ಚಿ ತೋರಿಸುತ್ತಾನೆ. 'ಎಷ್ಟು ಮದರಸಾಗಳು, ಎಷ್ಟು ಬೃಹತ್ ಗ್ರಂಥಗಳು, ಎಷ್ಟು ಜನ ಸಂತರು ಬಂದರೂ ಮನುಷ್ಯ ಏಕೆ ಹೀಗೆ ಭೀಕರ ವ್ಯಸನಗಳಲ್ಲಿ, ಅಜ್ಞಾನದಲ್ಲಿ ಸಿಕ್ಕಿ ಹಾಕಿಕೊಂಡಿದ್ದಾನೆ' ಎಂದು ಅಲಾವಿಖಾನ್ ವ್ಯಥೆ ಪಡುತ್ತಾನೆ. 'ಚಕ್ರವರ್ತಿಯ ಕರ್ತವ್ಯವೆಂದರೆ ಶತ್ರುಗಳನ್ನು ಸದೆ ಬಡಿಯುವುದು, ದಿಟ್ಟವಾಗಿ ಅಧಿಕಾರ ಭೋಗಿಸುವುದು' ಎಂದು ತಿಳಿದ ನಾದಿರ್‌ಗೆ, 'ಅದು ಒಂದು ಮುಖ. ಇನ್ನೊಂದು ಮುಖ– ಕಣ್ಣು, ಕಿವಿ, ಮೂಗು ಎಲ್ಲವನ್ನೂ ಕಳೆದುಕೊಳ್ಳುವುದು' ಎಂಬುದನ್ನು ಅಲಾವಿ ಮನವರಿಕೆ ಮಾಡಿ ಕೊಡುತ್ತಾನೆ. ನಾದಿರ್‌ನ ಕಾಯಿಲೆಗೆ ಅವನು ಇತರರ ನೋವನ್ನು ಕೇಳಿಸಿ ಕೊಳ್ಳಲಾಗದ ಸ್ಥಿತಿ ತಲುಪಿರುವುದೂ ಒಂದು ಕಾರಣವೆಂದು ಬಲ್ಲ ಅಲಾವಿ 'ಕಿವುಡ! ನಿನ್ನ ಕಿವಿಯಿಂದ ಈ ನಿನ್ನ ಕಾಯಿಲೆ ಶುರುವಾಗಿದೆ!' ಎಂದು ತಿಳಿ ಹೇಳುತ್ತಾನೆ. ನಾದಿರ್, 'ಹಕೀಮ, ನಿನಗೆ ಯುದ್ಧ, ರಾಜ್ಯಭಾರ, ಜನ ಒಂದೂ ಗೊತ್ತಿಲ್ಲ!' ಎಂದು ಗೊಣಗಿದರೆ, ಅಲಾವಿ, 'ನನಗೆ ಗೊತ್ತಿಲ್ಲ, ಆದರೆ ಇದರಿಂದೆಲ್ಲ ಕಾಯಿಲೆ ಹಿಡಿದು ಬರುವವರು ಮಾತ್ರ ನನಗೆ ಗೊತ್ತು. ರೋಗಿಗಳು ಸೃಷ್ಟಿಯಾಗುವುದನ್ನು ಬಲ್ಲೆ' ಎನ್ನುತ್ತಾನೆ.

ಇಲ್ಲಿಂದಾಚೆಗೆ ನಾಟಕ ಇನ್ನೊಂದು ಮುಖ್ಯ ಸ್ತರಕ್ಕೇರುತ್ತದೆ. ಇದು ಒಂದು ಬಗೆಯಲ್ಲಿ ನಾದಿರ್ ಹಾಗೂ ಅಲಾವಿ ಇಬ್ಬರಿಗೂ ಆತ್ಮನಿರೀಕ್ಷಣೆಯ ಘಟ್ಟ. ಇಬ್ಬರಿಗೂ ಗತಕಾಲದ ಒಂದು ಕನಸು ನೆನಪಾಗುತ್ತದೆ. ಆ ಕನಸನ್ನು ಇಬ್ಬರೂ ಗ್ರಹಿಸಿರುವ ಕ್ರಮದಲ್ಲಿ ಆಕ್ರಮಣವನ್ನು ನೋಡುವ ಎರಡು ವಿಭಿನ್ನ ದೃಷ್ಟಿಕೋನ ಗಳಿವೆ. ಮೂವತ್ತೈದು ವರ್ಷದ ಕೆಳಗೆ ನಾದಿರ್‌ಶಾನ ಕನಸಿನಲ್ಲಿ ಕವಿ, ಶೇಖ್ ಸಾದಿ 'ಹಿಂದೂಸ್ತಾನಕ್ಕೆ ಹೋಗು–ಅದು ನಿನ್ನದಾಗುತ್ತದೆ' ಎಂದು ಹೇಳಿದಂತಾಗು ತ್ತದೆ. ಆದರೆ ಅದೇ ದಿನ ಹಕೀಮ ಅಲಾವಿಖಾನ್‌ಗೆ ಬಿದ್ದ ಕನಸು ಇದು: 'ವಾಯವ್ಯ ದಿಕ್ಕಿನಿಂದ ಹದ್ದಿನ ಪಡೆಯೊಂದು ಹಿಂದೂಸ್ತಾನದ ಕಡೆಗೆ ಭಯಂಕರ ಸದ್ದು ಮಾಡುತ್ತಾ ಹಾರಿ ಬರುತ್ತಿರುವುದನ್ನು ಕಂಡೆ. ಲಕ್ಷಾಂತರ ರಣಹದ್ದುಗಳು ರಣಹದ್ದೊಂದರ ನೇತೃತ್ವದಲ್ಲಿ ಹಾರಿ ಬರುತ್ತಿವೆ...ಅವಕ್ಕೆ ಜನಜೀವನ, ಸಂಸ್ಕೃತಿ, ಅಭಿರುಚಿ– ಯಾವುದೂ ಗೊತ್ತಿಲ್ಲ. ಹಾರಿ ಬಂದ ಹದ್ದುಗಳು ಸಿಕ್ಕಿದ್ದನ್ನು ಕೊಲ್ಲತೊಡಗುತ್ತವೆ... ಈ ಕೊಂದು ತಿನ್ನುವ ಅವಸರದ ಕೃತ್ಯದಲ್ಲಿ ಕಣ್ಣು, ಕಿವಿ, ಮೂಗು– ಎಲ್ಲವನ್ನೂ ಕಳೆದುಕೊಳ್ಳುತ್ತವೆ.'

ಈ ಕನಸನ್ನು ನೆನೆಸಿಕೊಂಡ ಅಲಾವಿ ಕೇಳುತ್ತಾನೆ: 'ಅಲ್ಲಾಹು ನಿನ್ನ ಕನಸಿನಲ್ಲಿ ಬಂದು ರಣಹದ್ದಾಗು ಎಂದು ಹೇಗೆ ಹೇಳಲು ಸಾಧ್ಯ?'

ಹೀಗೆ ನಾದಿರ್‌ನ ಆಕ್ರಮಣದ ಹಂಬಲವನ್ನೇ ದೈವೀ ಹಾಗೂ ಮಾನವೀಯ ನೆಲೆಗಳ ಮೂಲಕ ಪ್ರಶ್ನಿಸುತ್ತಾ ಅವನ ಕಣ್ಣು ತೆರೆಸುವ, ಅರಿವಿನೆಡೆಗೆ ಕರೆದೊಯ್ಯುವ ಮಾರ್ಗದಲ್ಲಿ ಅಲಾವಿ ಕಟುವಾದ ಸತ್ಯವೊಂದನ್ನು ಹೇಳುತ್ತಾನೆ: 'ನಿನ್ನ ಪಂಚೇಂದ್ರಿಯಗಳು ಕುಸಿದುಹೋಗಿವೆ. ಯಾವುದೂ ನಿನ್ನ ಆತ್ಮಕ್ಕೆ ತಟ್ಟುತ್ತಿಲ್ಲ, ಚೇತನವನ್ನು ಸ್ಪರ್ಶಿಸುತ್ತಿಲ್ಲ.' ಆದ್ದರಿಂದ ನಾದಿರ್ ಮತ್ತೆ ಮಗುವಾಗಿ ಮರುಹುಟ್ಟು ಪಡೆಯುವ ಮೂಲಕ ಮಾತ್ರ ಗುಣಮುಖನಾಗಬಲ್ಲ ಎಂದು ನಂಬುವ ಅಲಾವಿಖಾನ್, 'ಮಗುವಾಗು, ಶಾರದೆಯ ಮಗುವಾಗು, ನೀನು ನಿನ್ನೆ ಕರೆದುಕೊಂಡ ಇಬ್ಬರು ಹೆಣ್ಣುಗಳ ಮಗುವಾಗು, ನಿನ್ನ ತಾಯಿಯ ಯೋನಿಯಿಂದ ಹುಟ್ಟಿ ಕಣ್ಣು ತೆರೆದ ಮಗುವಾಗು' ಎಂದು ತಿಳಿ ಹೇಳುತ್ತಾ, ಕಾಮ ಕೂಡ ಅಧಿಕಾರವನ್ನು ಭೋಗಿಸುವ ರೀತಿಯೇ ಎಂದು ತಿಳಿದಿದ್ದ ನಾದಿರ್‌ನ ಕಣ್ಣು ತೆರೆಸಲೆತ್ನಿಸುತ್ತಾನೆ.

ನಾಟಕದ ಕೊನೆಯಲ್ಲಿ ಅಲಾವಿಯ ಸ್ಪರ್ಶದಿಂದ ಹೊಸ ವ್ಯಕ್ತಿತ್ವ ಪಡೆದಂತಿರುವ ನಾದಿರ್ ಅಲಾವಿಯ ಮಾತುಗಳನ್ನು ಕಿವಿಗೊಟ್ಟು ಕೇಳಿಸಿಕೊಳ್ಳುವ, ಅವನ ಕಾಯಿಲೆ ಸಂಪೂರ್ಣವಾಗಿ ವಾಸಿಯಾಗದಿದ್ದರೂ 'ಗುಣಮುಖ'ನಾಗುವ ಸೂಚನೆ ಕಾಣಿಸುತ್ತದೆ. ನಾಟಕದ ಕೊನೆಯಲ್ಲಿ ನಾದಿರ್‌ನಲ್ಲಿ ಆಗುವ ಬದಲಾವಣೆಯ ಇನ್ನೊಂದು ಮುಖದಲ್ಲಿರುವ ಸೂಕ್ಷ್ಮ ಅಂಶವೊಂದನ್ನೂ ಗಮನಿಸಬೇಕು: ನಾದಿರ್ ಮೃದುವಾಗುವ ಘಟ್ಟ ಅವನ ಛಲ ಬತ್ತುತ್ತಿರುವಂತೆ ಕಾಣುವ ಘಟ್ಟವೂ ಹೌದು. ಅಂದರೆ, ಇದು ಅವನ ರಾಜ್ಯ ವಿಸ್ತರಣೆಯ ಹಂಬಲವೂ ಇಂಗ ತೊಡಗುವ ಘಟ್ಟ. ಜಿದ್ದು, ಹಟಗಳು ಒಂದು ದೃಷ್ಟಿಯಿಂದ ಮನುಷ್ಯನನ್ನು ದುರ್ಬಲಗೊಳಿಸುವ ಅಂಶಗಳಂತೆ ಕಂಡರೂ ಅವಿಲ್ಲದ ಮನುಷ್ಯ ಗೆಲ್ಲುವ ಹಂಬಲವನ್ನು ಕಳೆದುಕೊಳ್ಳುತ್ತಾನೆ. ಮನುಷ್ಯನನ್ನು ಒಳಗೊಳಗೇ ಸುಡಬಲ್ಲ ಜಿದ್ದು, ಹಟಗಳೇ ಅವನ ಸಾಧನೆಯ ಸಾಧನಗಳಾಗುವುದನ್ನು ಕೂಡ ನಾದಿರ್‌ಶಾ ಆವರೆಗೆ ಸಾಧಿಸಿದ್ದ ದಿಗ್ವಿಜಯ ಸೂಚಿಸುತ್ತದೆ. ಆದರೆ ಆ ಸಾಧನೆ ರೋಗದ ಬೀಜವಾಗುವುದು ಅದರ ಇನ್ನೊಂದು ಮುಖ. ಆ ರೋಗದ ಮೂಲವನ್ನು ಹುಡುಕುವುದೇ ಅಲಾವಿಖಾನನ ಚಿಕಿತ್ಸೆಯ ಯಶಸ್ಸಿನ ಗುಟ್ಟು.

ಭಾರತದ ಚರಿತ್ರೆಯ ಘಟ್ಟವೊಂದರಲ್ಲಿ ಕಾಣಿಸಿಕೊಳ್ಳುವ ನಾದಿರ್‌ಶಾ 'ಗುಣ ಮುಖ'ದ ಕೇಂದ್ರ ಪಾತ್ರವಾದರೂ, ಈ ನಾಟಕ ಅಧಿಕಾರ ಸೃಷ್ಟಿಸುವ ಸೆರೆಮನೆ ಹಾಗೂ ಕಾಯಿಲೆಗಳ ಸಾರ್ವಕಾಲಿಕ ರೂಪಕವಾಗಿದೆ. ಪ್ರಾಯಶಃ ಎಲ್ಲ ಸರ್ವಾಧಿಕಾರಿಗಳು ರೂಪುಗೊಳ್ಳುವುದೂ ಹೀಗೆಯೇ ಎಂದು ಕಾಣುತ್ತದೆ. ಕ್ರೌರ್ಯದಿಂದ ಕ್ರೌರ್ಯಕ್ಕೆ ನಡೆಯುವ, ಒಮ್ಮೆ ರಕ್ತದ ಭಾಷೆಗೆ ಹೊಂದಿಕೊಂಡ ಮೇಲೆ ಆ ಭಾಷೆ ಬಿಟ್ಟರೆ

ಉಳಿದ ಭಾಷೆಗಳೇ ಅನಗತ್ಯವೆಂದು ನಂಬಿದ ಹಾಗೂ ಆ ಕಾರಣದಿಂದಾಗಿಯೇ ಎಲ್ಲ ಸೂಕ್ಷ್ಮತೆಗಳನ್ನೂ ಕಳೆದುಕೊಂಡು ಒಳಗೊಳಗೇ ಕುಸಿಯುವ ಅಧಿಕಾರಸ್ಥರ ಪ್ರಾತಿನಿಧಿಕ ರೂಪ ನಾದಿರ್‌ಶಾ.

ಅಧಿಕಾರ ಸೃಷ್ಟಿಸುವ ಸೆರೆಮನೆಗಳೊಳಗೆ ಇನ್ನೂ ಉಳಿದಿರಬಹುದಾದ ಮಗುವನ್ನು ಹೊರ ತೆಗೆಯುವ ಸಾಹಸ ಮಾಡುವ ಅಲಾವಿಖಾನ್‌ನನ್ನು ಕೊನೆಗೆ ನಾದಿರ್‌ಶಾ 'ನೀವು ವೈದ್ಯಲೋಕದ ಚಕ್ರವರ್ತಿ' ಎಂದು ಮನಸಾರೆ ಘೋಷಿಸುವುದು ಆಕಸ್ಮಿಕವಲ್ಲ. ತಾನು ಮಾಡಿದ ಕೆಲಸಕ್ಕೆ ಸಂಭಾವನೆ ಕೂಡ ಬೇಡದ ಹಕೀಮ ತನ್ನ ಕಾಯಕದ ಮೂಲಕವೇ ಎಲ್ಲರಿಗೆ ಆದರ್ಶವಾಗಬಲ್ಲವನು. ಅಧಿಕಾರಶಾಹಿ ವ್ಯವಸ್ಥೆ ತನ್ನನ್ನು ಭ್ರಷ್ಟಗೊಳಿಸಲು ಪ್ರಯತ್ನಿಸಿದಾಗ ಅಂಥ ವಾತಾವರಣದಿಂದಲೇ ದೂರ ಹೋಗಿ ಬಡಜನರಿಗೆ ಔಷಧಿ ಕೊಡುತ್ತಾ ಬದುಕನ್ನು ಅರ್ಥಪೂರ್ಣವಾಗಿಸಿಕೊಂಡವನು. ಹೀಗೆ ಕ್ರಿಯೆಯಲ್ಲಿ ಸಂಪೂರ್ಣವಾಗಿ ಮುಳುಗುವ ಮೂಲಕವೇ ನಿರ್ಭಯತೆ ಪಡೆದವನು ಹಾಗೂ ನೇರ ನಡೆ, ನುಡಿ ತರಬಲ್ಲ ಸ್ವಾತಂತ್ರ್ಯವನ್ನು ಗಳಿಸಿಕೊಂಡವನು.

ನಾದಿರ್ ಚರಿತ್ರೆಯನ್ನು ಸೃಷ್ಟಿಸಹೊರಟವನು. ಚರಿತ್ರೆಯ ಚಲನೆಯನ್ನು ಪ್ರತಿನಿಧಿಸುವವನು. ಅಲಾವಿಖಾನ್ ಈ ಚಾರಿತ್ರಿಕ ಶಕ್ತಿಯನ್ನು ನಿರಾಯುಧನಾಗಿ ಎದುರಾಗಹೊರಟವನು. ಲಂಕೇಶರು ತಮ್ಮ ಪತ್ರಕರ್ತ ಘಟ್ಟದಲ್ಲಿ ಗಾಂಧೀವಾದಿ ತಾತ್ವಿಕತೆಯನ್ನು ಹೊಸ ರೀತಿಯಲ್ಲಿ ಸ್ವೀಕರಿಸಿದ್ದರ ಪ್ರಭಾವವೂ 'ಗುಣಮುಖ' ನಾಟಕದ ಅಲಾವಿಯಲ್ಲಿ ಕಾಣುತ್ತದೆ. ಗಾಂಧಿ ಆಧುನಿಕ ಲೇಖಕರಲ್ಲಿ ಮರುಹುಟ್ಟು ಪಡೆಯುವ ಕ್ರಮವನ್ನು ಕೂಡ ಈ ನಾಟಕ ಪ್ರತಿನಿಧಿಸುತ್ತದೆ.

ಅಲಾವಿಖಾನ್‌ನ ವೈದ್ಯಕೀಯದಲ್ಲಿ ದೇಹ, ಸಂವೇದನೆ, ಮನಸ್ಸು, ವಿವೇಚನೆ– ಇವೆಲ್ಲದರ ತಪಾಸಣೆಯಿದೆ. ವ್ಯಕ್ತಿ ಬದುಕುತ್ತಿರುವ ಸಂದರ್ಭಕ್ಕೂ ಅವನ ಕಾಯಿಲೆಗೂ ಇರುವ ಸಂಬಂಧವನ್ನು ಇಡಿಯಾಗಿ ನೋಡುವ ಕ್ರಮವಿದೆ. ಜೊತೆಗೆ, ಅವನ ವೈದ್ಯಕೀಯದಲ್ಲಿ ವ್ಯಕ್ತಿಯ ನಿಷ್ಠುರ ವಿಶ್ಲೇಷಣೆಗೂ ಪ್ರಮುಖ ಸ್ಥಾನವಿದೆ. ಹೀಗಾಗಿ ಅಲಾವಿಖಾನ್ ಕೇವಲ ಯಾಂತ್ರಿಕವಾಗಿ ಮದ್ದು ನೀಡುವ ವೈದ್ಯನಲ್ಲ. ಬದಲಿಗೆ ಅವನು ನಿಜವಾದ ಅರ್ಥದಲ್ಲಿ ಗುರು, ಸಖ ಹಾಗೂ ಹಕೀಮ. ಎಲ್ಲ ಸರ್ವಾಧಿಕಾರಿಗಳಂತೆ ತಾನು ಕಟ್ಟಿಕೊಂಡ ಹುತ್ತದಲ್ಲಿ ಬಂಧಿಯಾಗಿ ಏಕಾಂಗಿಯಾಗಿದ್ದ ಚಕ್ರವರ್ತಿ ನಾದಿರ್‌ಶಾಗೆ ನೇರ ಮಾತಿನ ಅಲಾವಿಖಾನ್ ಸಖನಾಗಿ ಕಾಣತೊಡಗುತ್ತಾನೆ. ಅವನ ಮಾತುಗಳು ನಾದಿರ್‌ನ ಅಂತಃಸತ್ವವನ್ನು ತಲುಪತೊಡಗುತ್ತವೆ. ಇದು ಸತ್ಯಕ್ಕಿರುವ ವಿಶಿಷ್ಟ ಶಕ್ತಿಯ ಪ್ರತೀಕ ಕೂಡ. ನಾಟಕದ ಕೊನೆಯ ಹೊತ್ತಿಗೆ ನಾದಿರ್‌ಶಾನಲ್ಲಿ ನಾವು ಕಾಣುವ ಪರಿವರ್ತನೆ ಸ್ವಲ್ಪ ಅವಸರದಲ್ಲಿ ಜರುಗುವ

ನಾಟಕೀಯ ಪರಿವರ್ತನೆಯಂತೆ ಕಾಣುತ್ತದೆ, ನಿಜ. ಆದರೆ ನಾದಿರ್ ಈ ಘಟ್ಟ ತಲಪುವ ಮುನ್ನ ಹಾದು ಬರುವ ಬಗೆಬಗೆಯ ಮುಖಾಮುಖಿಗಳ ಮೂಲಕ ಮನುಷ್ಯವರ್ತನೆಯ ವಿವಿಧ ಸ್ತರಗಳು, ಮನುಷ್ಯನ ವಿಚಿತ್ರ ಪ್ರವೃತ್ತಿಗಳು ಹಾಗೂ ಆ ಪ್ರವೃತ್ತಿಗಳನ್ನು ನಿರ್ದೇಶಿಸುವ ಸಾಮಾಜಿಕ, ಸಾಂಸ್ಕೃತಿಕ ಹಾಗೂ ಖಾಸಗಿ ಎಳೆಗಳು, ಮನುಷ್ಯನ ವೈಚಾರಿಕ ಹಾಗೂ ಅವೈಚಾರಿಕ ಸ್ತರಗಳ ಸಂಘರ್ಷ... ಇವೆಲ್ಲದರ ದರ್ಶನವನ್ನು ನಾಟಕ ಮಾಡಿಸುತ್ತದೆ. 'ಗುಣಮುಖ'ದ ಓದಿನ ನಂತರ ಸಮಾಜ, ಅಧಿಕಾರ ಹಾಗೂ ಇವೆರಡರ ಜೊತೆಗೆ ಮನುಷ್ಯನ ಸಂಬಂಧ ಕುರಿತ ನಮ್ಮ ಗ್ರಹಿಕೆಯ ನೆಲೆಗಳು ವಿಸ್ತಾರಗೊಳ್ಳುತ್ತವೆ. ಈ ಅಂಶಗಳ ಜೊತೆಗೆ ಈ ನಾಟಕ ಬರೆವ ಕಾಲಕ್ಕೆ ಲಂಕೇಶರ ಭಾಷೆಗೆ ದಕ್ಕಿದ ಹೊಸ ತೀವ್ರತೆ, ಮೊನಚು ಹಾಗೂ ಕಾವ್ಯ ಗುಣಗಳು ಕೂಡ 'ಗುಣಮುಖ'ವನ್ನು ಕನ್ನಡದ ಮುಖ್ಯ ನಾಟಕಗಳ ಸಾಲಿನಲ್ಲಿರಿಸಬಲ್ಲವು.

* * *

ಪ್ರಕಾಶ್ ಬೆಳವಾಡಿ ನಿರ್ದೇಶಿಸಿದ 'ಗುಣಮುಖ'ದ ಮೊದಲ ಪ್ರದರ್ಶನ ನೋಡಿದಾಗ ಆದ ಅನುಭವ ಹಲವು ಕಾರಣಗಳಿಗಾಗಿ ವಿಶಿಷ್ಟವಾಗಿತ್ತು. ಕಾಯಿಲೆಯಾದ ನಾದಿರ್‌ಶಾನ ಪಾತ್ರದಲ್ಲಿ ನಟ ಲೋಕನಾಥ್ ಸಾದತ್‌ಖಾನ್, ಮುಲ್ಕ್ ಮುಂತಾದವರ ದ್ರೋಹದ ಬಗ್ಗೆ ಒಂದೊಂದು ಮಾತಾಡಿದಾಗಲೂ ನನಗೆ ಅದರಲ್ಲಿ ಲಂಕೇಶರ ಪತ್ರಿಕೆಯ ಆಫೀಸಿನ ಆ ಕಾಲದ ಬಿಕ್ಕಟ್ಟುಗಳ ಮುಖಗಳೇ ಕಾಣಿಸಿದಂತಾಗಿ ಕಚಗುಳಿಯಿಟ್ಟಂತಾಗುತ್ತಿತ್ತು! ನಾದಿರ್‌ಶಾ ಮುಲ್ಕ್‌ನನ್ನು 'ಬಾ ಹತ್ತಿರ ಬಾ' ಎಂದು ಕರೆದು ಕೊಲ್ಲುವಾಗಲಂತೂ ನನಗೆ ನಗುವೇ ಬಂದಿತ್ತು. ಕಾರಣ, ಅದೇ ಸುಮಾರಿನಲ್ಲಿ ಲಂಕೇಶ್ ಕೆಲವರನ್ನು ತಮ್ಮ ಪತ್ರಿಕೆಯಿಂದ ತೆಗೆದುಹಾಕಿದ್ದರು. ತಾನು ಅವರೆಲ್ಲರ ದ್ರೋಹ ಪತ್ತೆ ಹಚ್ಚಿ ಶಿಕ್ಷಿಸುತ್ತಿದ್ದೇನೆ ಎಂದು ಅವರು ನಾದಿರ್ ಮೂಲಕ ಹೇಳುತ್ತಿದ್ದಾರೆ ಎನಿಸುವಷ್ಟು ಆ ಭಾಗ ಆತ್ಮ ಚರಿತ್ರಾತ್ಮಕವಾಗಿ ಕಾಣುತ್ತಿತ್ತು! ಹೀಗೆ ಸಾಹಿತ್ಯಕೃತಿಗಳನ್ನು ಆತ್ಮಚರಿತ್ರಾತ್ಮಕವಾಗಿ ಓದುವುದು ತಪ್ಪು. ಆದರೆ ಆ ಕಾಲದಲ್ಲಿ ನಾಟಕ ನೋಡುವಾಗ ನನ್ನ ಮನಸ್ಸಿನಲ್ಲಿ ಉಂಟಾದ ಆ ಕ್ಷಣದ ವಿಚಿತ್ರ 'ಕನೆಕ್ಷನ್'ಗಳನ್ನು ಮಾತ್ರ ಇಲ್ಲಿ ಹೇಳುತ್ತಿದ್ದೇನೆ. ಹೊಗಳಿಕೆಯ ಬಗ್ಗೆ ನಾದಿರನ ಕಠೋರ ಪ್ರತಿಕ್ರಿಯೆ ನೋಡಿದಾಗ ಲಂಕೇಶರು ಹೊಗಳಿಕೆಯ ಬಗ್ಗೆ ತಳೆಯುತ್ತಿದ್ದ ನಿಲುವು ನೆನಪಾಗುತ್ತದೆ. ಎಲ್ಲರಂತೆ ಲಂಕೇಶರಿಗೂ ಮೆಚ್ಚುಗೆಯ ಕಾತುರ ಇತ್ತು. ಆದರೆ ಎರಡು ಸಾಲು ಹೊಗಳಿದ ತಕ್ಷಣ ಅದನ್ನು 'ಮ್ಯೂಸಿಕ್' ಎಂದು ಗೇಲಿ ಮಾಡಿ ಆ ಹೊಗಳಿಕೆಯನ್ನು ತೆಳುವಾಗಿಸಲು ಯತ್ನಿಸುತ್ತಿದ್ದರು. ಹೊಗಳದಿದ್ದರೆ ಅಭದ್ರತೆ, ಹೊಗಳಿದರೆ ಅನುಮಾನ... ಈ

ಎರಡೂ ಪ್ರವೃತ್ತಿಗಳು ನಮ್ಮಲ್ಲಿರುತ್ತವೆ. ಆದರೆ ನಾವು ಸೂಕ್ಷ್ಮವಾಗಿದ್ದರೆ, ಇನ್ನೊಬ್ಬ ನಮ್ಮನ್ನು ಹೊಗಳಲಾರಂಭಿಸಿದ ತಕ್ಷಣ ನಮ್ಮ ದೌರ್ಬಲ್ಯಗಳೇ ಹೆಚ್ಚು ಗೋಚರಿಸ ತೊಡಗುತ್ತವೆ. ಜೊತೆಗೆ, ಅನಗತ್ಯವಾಗಿ ಹೊಗಳುವವನು ಆಳದಲ್ಲಿ ಚಾಲಾಕಿಯಾಗಿರು ತ್ತಾನೆಂದೂ ನನಗನ್ನಿಸಿದೆ.

ಈ ಹಿಂದೆ ಚರ್ಚಿಸಿದ ರಾಜರಂತೆ ಅಭದ್ರ ಮನಸ್ಥಿತಿಯಲ್ಲಿರುವ ಒಬ್ಬ ಯಜಮಾನನೇ ಭಟ್ಟಂಗಿಗಳನ್ನು ಸೃಷ್ಟಿಸಿಕೊಳ್ಳಬಹುದು. ಮನುಷ್ಯನ ಕೀಳರಿಮೆ ಯಿಂದ, ಲಾಭದಾಸೆಯಿಂದ ಅಥವಾ ಇನ್ನೊಬ್ಬನನ್ನು ಸಂತೋಷವಾಗಿಡಲು ಬಯಸುವ ಸರಳವಾದ ಒಳ್ಳೆಯತನದಿಂದಲೂ ಹೊಗಳಿಕೆ ಹುಟ್ಟಿರಬಹುದು. ಕೆಲ ಬಗೆಯ ಓದುಗರು ಲೇಖಕನೊಬ್ಬನನ್ನು ಗ್ರಹಿಸಲು ಶ್ರಮಪಡುವುದರ ಬದಲಿಗೆ ಅವನನ್ನು ಸುಮ್ಮನೆ ಹೊಗಳುವ ಸುಲಭ ಮಾರ್ಗ ಹಿಡಿಯುವುದನ್ನು ಕಂಡು ನಾಟಕಕಾರ ಬರ್ಟೋಲ್ಟ್ ಬ್ರೆಕ್ಟ್ ಉರಿದು ಬೀಳುತ್ತಿದ್ದನಂತೆ. ಈ ಥರದ ದೇಶಾವರಿ ಹೊಗಳಿಕೆಯ ಬಗ್ಗೆ ಲಂಕೇಶರ ಒಂದು ಸಂಜೆಯ ಪ್ರತಿಕ್ರಿಯೆ ಕೂಡ ನನ್ನ ಡೈರಿಯಲ್ಲಿದೆ: ಅವತ್ತು ನಿರ್ದೇಶಕನೊಬ್ಬ ಲಂಕೇಶರ ಆ ವಾರದ 'ಟೀಕೆ ಟಿಪ್ಪಣಿ'ಯ ಹಾಗೂ 'ಈ ಸಂಚಿಕೆ'ಯ ಸಾಲುಗಳನ್ನೂ, 'ಕಣ್ಣಾಮುಚ್ಚಾಲೆ' ಎಂಬ ತುಂಟ ಪ್ರಶ್ನೋತ್ತರಗಳ ಅಂಕಣದ ಉತ್ತರಗಳನ್ನೂ ಉರು ಹೊಡೆದವನಂತೆ ಒಪ್ಪಿಸತೊಡಗಿದ. ಅದೆಲ್ಲ ಆತ ಮೊದಲೇ ಸಿದ್ಧಪಡಿಸಿಕೊಂಡ ಚಿತ್ರಕತೆಯಂತೆ ಕಾಣಿಸತೊಡಗಿತ್ತು... ಆತ ಹೋದ ನಂತರ ಲಂಕೇಶರು ಸುಮ್ಮನೆ ಹೇಳಿದ ಮಾತು: 'ನಾಯಿಗಳು ಎಷ್ಟು ಲವ್ಲಿ ಎಂದರೆ, ಅವಕ್ಕೆ ಅಫೆಕ್ಷನೇಟ್ ಆಗಿ ಇರೋದು ಮಾತ್ರ ಗೊತ್ತಿರುತ್ತದೆ. ಭಟ್ಟಂಗಿತನ ಗೊತ್ತಿರಲ್ಲ'.

ಭಟ್ಟಂಗಿತನದ ಸೈಕಾಲಜಿಯನ್ನು ಚೆನ್ನಾಗಿ ಬಲ್ಲ ಲಂಕೇಶ್ 'ಗುಣಮುಖ' ನಾಟಕದಲ್ಲಿ ಭಾರತದಲ್ಲಿ ಕಾಣಬರುವ ಭಟ್ಟಂಗಿತನದ ಸೂಕ್ಷ್ಮ ರೂಪಗಳನ್ನು ಅರಿಯಲೆತ್ನಿಸಿದರು. ಎಲ್ಲ ಸಾಹಿತ್ಯಕೃತಿಗಳಲ್ಲಿ ಅದನ್ನು ಬರೆದವರ ಆತ್ಮಚರಿತ್ರೆಯ ಅಂಶ ಇದ್ದಿರಬಹುದಾದಂತೆ, 'ಗುಣಮುಖ' ಹಾಗೂ 'ಸಹಪಾಠಿ' ಥರದ ಕೃತಿಗಳಲ್ಲೂ ಈ ಅಂಶಗಳು ಇರಬಹುದು. ಅದೇನೇ ಇರಲಿ, 'ಗುಣಮುಖ' ಓದುತ್ತಾ ಓದುತ್ತಾ ಈ ನಾಟಕ ಭಾರತದ ಬಗ್ಗೆ ಕಂಡುಕೊಳ್ಳುವ ಸಂಕೀರ್ಣ ಸತ್ಯ ನನ್ನನ್ನು ಆವರಿಸತೊಡಗಿತು. ನಾದಿರ್‌ಶಾ ಮನುಷ್ಯ ಪ್ರಕೃತಿಯನ್ನು ನೋಡಿ ನೋಡಿ, ತಾನು ಸುಳ್ಳುಗಳನ್ನು ಸುಲಭವಾಗಿ ಪತ್ತೆ ಹಚ್ಚಿಬಿಡಬಲ್ಲ ಎಂಬ ಅತಿ ವಿಶ್ವಾಸದ ಹಂತ ತಲುಪಿರುವವನು. ಅವನು ಸುಳ್ಳುಗಾರನನ್ನು ಪತ್ತೆ ಹಚ್ಚಬಲ್ಲ; ಅಧಿಕಾರವಿರುವುದರಿಂದ ಅವರನ್ನು ಮುಗಿಸಬಲ್ಲ. ಇವೆರಡೂ ಲಂಕೇಶರಲ್ಲಿ ಆಗಾಗ್ಗೆ ಕಾಣಿಸಿಕೊಳ್ಳುತ್ತಿದ್ದ ಗುಣಗಳೇ. ಅಪಾರ ನೈತಿಕ ರೋಷದಿಂದ ಲಂಕೇಶರು

ಈ ಎರಡೂ ಕೆಲಸ ಮಾಡಿದಾಗ ಈ ಸಮಾಜಕ್ಕೆ ಒಳ್ಳೆಯದಾಗಿದೆ. ಹಾಗಾಗದೆ ಕೇವಲ ಆಟಕ್ಕಾಗಿ, ಜಿದ್ದಿಗಾಗಿ, ಹುಚ್ಚಿಗಾಗಿ ಹೀಗೆ ಮಾಡಿದಾಗ ಸುತ್ತಲಿನ ನರಕ ಹೆಚ್ಚಿದೆ. ಗೊತ್ತಿದ್ದೋ ಗೊತ್ತಿಲ್ಲದೆಯೋ ಸುಳ್ಳು, ಅರೆಸುಳ್ಳು ಬರೆಯುವ, ಮಾತನಾಡುವ ಎಲ್ಲರೂ ತಮ್ಮೊಳಗೇ ನರಕ ಸೃಷ್ಟಿಸಿಕೊಳ್ಳುತ್ತಲೇ ಸುತ್ತಲಿನ ನರಕವನ್ನು ಆಳವಾಗಿಸುತ್ತಾ ಹೋಗುತ್ತಾರೆ. ನಾದಿರ್‌ಶಾಗೆ ಕೂಡ ಈ ನರಕದ ಅರಿವಾಗುತ್ತಾ ಹೋಗುತ್ತದೆ. ಅವನು ಹಕೀಮನನ್ನು ಹುಡುಕುವುದು ಈ ಘಟ್ಟದಲ್ಲಿ. ಹಕೀಮ–ನಾದಿರ್ ಮುಖಾಮುಖಿಯಲ್ಲಿ ಲಂಕೇಶರು ನಾನು ಬಹುವಾಗಿ ಇಷ್ಟಪಡುವ ಒಂದು ಪ್ರಾರ್ಥನೆಯ ಸನ್ನಿವೇಶವನ್ನು ಸೃಷ್ಟಿಸಿದ್ದಾರೆ:

> ದೇವರೆ, ದೇವರೇ,
> ಮನುಷ್ಯನನ್ನು ಏಕಿಷ್ಟು ಕ್ಲಿಷ್ಟ ವಸ್ತುವಾಗಿ ಸೃಷ್ಟಿಸಿದೆ?
> ಅವನ ಸೆರೆಮನೆಗಳೇ ಅವನಿಗೆ ಗೊತ್ತಿಲ್ಲ.
> ಕಗ್ಗತ್ತಲಿನ ಕಾರಾಗೃಹದಿಂದ ಇನ್ನೂ ಕಗ್ಗತ್ತಲನ್ನುಳ್ಳ ಜಗತ್ತಿಗೆ ಇವನನ್ನು ತಳ್ಳಿದೆ.
> ಇಲ್ಲಿ ನೆನಪಿನ ಕಾರಾಗೃಹ. ನೋವಿನ ಕಾರಾಗೃಹ.
> ಅಹಂಕಾರದ ಕಾರಾಗೃಹ; ದೇಹವೆಂಬ ಪಂಚೇಂದ್ರಿಯಗಳ,
> ಕೋಟ್ಯಂತರ ನರಗಳ, ಅಸಂಖ್ಯಾತ ನೆನಪುಗಳ ಕಾರಾಗೃಹ.
> ತಪ್ಪಿಸಿಕೊಳ್ಳಲು ದಾರಿಗಳೇ ಇಲ್ಲದ ಈ ಶರೀರ ಕಾರಾಗೃಹದಲ್ಲಿ
> ನಾಶವಾಗುತ್ತಿದ್ದರೂ ಎಲ್ಲರನ್ನೂ ಆಳುವ, ಹತ್ತಿಕ್ಕುವ ಕೊಲ್ಲುವ ಧಿಮಾಕು.
> ದೇವರೆ, ದೇವರೇ,
> ಮನುಷ್ಯನೆಂಬ ಈ ಅಪ್ರಾಮಾಣಿಕ, ಅಸಹಾಯಕ ಜಂತುವಿನ ಮೇಲೆ
> ನಿನಗೆ ಕರುಣೆಯೇ ಇಲ್ಲವೇ ?

ಕನ್ನಡ ನಾಟಕದ ಶ್ರೇಷ್ಠ ಸಾಲುಗಳಲ್ಲಿ ಈ ಸ್ವಗತವೂ ಇರುತ್ತದೆಂದು ನನ್ನ ನಂಬಿಕೆ.

೪

ಮನುಷ್ಯ ಮೂಲತಃ ಈವಿಲ್?

'ಮನುಷ್ಯ ಮೂಲತಃ ಈವಿಲ್' ಎಂದು ಲಂಕೇಶ್ ಒಂದು ಸಂಜೆ ಮತ್ತೊಮ್ಮೆ ಅಂದರು. ಈ ಮಾತು ಆ ಗಳಿಗೆಯ ಖಾಸಗಿ ಅನುಭವದ ಕಹಿಯಿಂದ ಬಂದಿದ್ದರೆ ಇದಕ್ಕೆ ಹೆಚ್ಚಿನ ವ್ಯಾಪ್ತಿ ಇರುತ್ತಿರಲಿಲ್ಲ. ಆದರೆ ಈ ಮಾತನ್ನು ಲಂಕೇಶ್ ಆಗಾಗ್ಗೆ ಆಡುತ್ತಾ ಬಂದಿದ್ದರು. ಈ ಬಗ್ಗೆ ಬರೆಯುತ್ತಾ ಬಂದಿದ್ದರು. ತಮ್ಮ ಸುಮಾರು ನಲವತ್ತು ವರ್ಷಗಳ ಬರವಣಿಗೆಯಲ್ಲಿ ಈವಿಲ್‌ನ, ಅಂದರೆ ಕೇಡಿನ, ಸ್ವರೂಪವನ್ನು ಶೋಧಿಸುತ್ತಾ ಬಂದಿದ್ದರು. ಆದ್ದರಿಂದ ಇದು ಅವರ ದರ್ಶನದ ಅಂತಿಮ ಹೇಳಿಕೆ ಕೂಡ ಇರಬಹುದು. ಇಷ್ಟು ನಿರಂತರವಾಗಿ ಒಂದು ವಸ್ತುವನ್ನು ಬೆನ್ನು ಹತ್ತಿದ ಮುಖ್ಯ ಕನ್ನಡ ಲೇಖಕ ಪ್ರಾಯಶಃ ಲಂಕೇಶ್ ಒಬ್ಬರೇ. ಅವರು ತಮ್ಮ ಪತ್ರಿಕೆಯ ಮೂಲಕ ಮಾಡಿದ್ದು ಕೂಡ ಈವಿಲ್‌ನ ವಿವಿಧ ಸಮಕಾಲೀನ ರೂಪಗಳ ಜೊತೆಗಿನ ಮುಖಾಮುಖಿಯೇ ಆಗಿತ್ತು.

ಈ ಶೋಧನೆಯನ್ನು ಲಂಕೇಶ್ ತಮ್ಮ ಬರವಣಿಗೆಯ ಮೊದಲ ಹಂತದ ನವ್ಯ ಘಟ್ಟದಲ್ಲೇ ಆರಂಭಿಸಿದರು. ಕಾಮದಲ್ಲಿ ಮನುಷ್ಯನೊಬ್ಬ ತೀವ್ರವಾಗಿ ವ್ಯಕ್ತವಾಗುವ ಹಾಗೆ ತನ್ನ ಕೇಡಿನಲ್ಲೂ ಅಷ್ಟೇ ತೀವ್ರವಾಗಿ ವ್ಯಕ್ತವಾಗುತ್ತಾನೆ. ಮುಂದಿನ ಗಳಿಗೆಯಲ್ಲಿ ಏನು ಮಾಡುತ್ತಾನೆ ಎಂದು

ಊಹಿಸಲಾಗದ ಮನುಷ್ಯ ಯಾವಾಗಲೂ ನೈತಿಕ ಕೇಂದ್ರದಿಂದ ಪ್ರೇರಣೆ ಪಡೆದೇ ವರ್ತಿಸುತ್ತಾನೆ ಎಂದು ಹೇಳುವುದು ಕಷ್ಟ. ಆದ್ದರಿಂದಲೇ ಮಾನವವರ್ತನೆಯಲ್ಲಿರುವ ಮುಖ್ಯ ಚಾಲಕಶಕ್ತಿಗಳಲ್ಲೊಂದಾದ ಹಾಗೂ ಮನುಷ್ಯ ಸ್ವಭಾವವನ್ನು ಅರಿಯಲು ಬಹುಮುಖ್ಯ ಭಿತ್ತಿಯಾದ ಈವಿಲ್ ಲಂಕೇಶರ ವಸ್ತು, ಭಿತ್ತಿ, ಹುಡುಕಾಟ, ಒರೆಗಲ್ಲು ಎಲ್ಲವೂ ಆದಂತಿದೆ. ಲಂಕೇಶರು ಅನುವಾದಿಸಿರುವ ಫ್ರೆಂಚ್ ಕವಿ ಬೋದಿಲೇರನ 'ಪಾಪದ ಹೂಗಳು' ಕವನ ಸಂಕಲನದಲ್ಲಿ ಸೇಟನ್ನನನ್ನು ಉದ್ದೇಶಿಸಿ ಮಾಡಲಾದ ಬೋದಿಲೇರ್‌ನ 'ಪ್ರಾರ್ಥನೆ' ಪದ್ಯದ ಈ ಇಂಗಿತ ಲಂಕೇಶರು ಕೇಡಿನ ಸ್ವರೂಪ ಕುರಿತು ನಡೆಸಿದ ಹುಡುಕಾಟವನ್ನು ಪ್ರಭಾವಿಸಿದ್ದರೆ ಆಶ್ಚರ್ಯವಲ್ಲ:

> ನಿನ್ನ ಹುಬ್ಬುಗಳು ದೇವಸ್ಥಾನಗಳಂತೆ ತನ್ನ ಹರೆಗಳನ್ನು
> ಚಾಚುವಾಗ ನಾನು ಮತ್ತು ನನ್ನ ಆತ್ಮ ನಿನ್ನ ಮಗ್ಗುಲಲ್ಲಿ
> ಜ್ಞಾನವೃಕ್ಷದ ಹತ್ತಿರ ಇರುವಂತೆ ಕರುಣಿಸು.

ನಾವೆಲ್ಲ ಬಲ್ಲ ಹಾಗೆ ನಾವು ಓದುವ ಕತೆ, ಕಾದಂಬರಿಗಳಲ್ಲಿ ಸಾಮಾನ್ಯವಾಗಿ ಒಳ್ಳೆಯ ಪಾತ್ರಗಳು ಹಾಗೂ ಕೆಟ್ಟ ಪಾತ್ರಗಳು ಎಂಬ ಎರಡು ಮಾದರಿಗಳಿರುತ್ತವೆ. ಓದುವಾಗ ನಮಗರಿವಿಲ್ಲದೆಯೇ 'ಒಳ್ಳೆಯ' ಎನ್ನಲಾದ ಪಾತ್ರದ ಜೊತೆಗೆ ನಾವು ಗುರುತಿಸಿಕೊಳ್ಳುತ್ತೇವೆ. ನಾವು ಸಾಮಾನ್ಯವಾಗಿ ಒಳಿತಿನ ಪರ ಇರುವುದೂ ಇದಕ್ಕೆ ಕಾರಣವಿರಬಹುದು. ಹೀಗಾಗಿ ಕೇಡನ್ನು ಪ್ರತಿನಿಧಿಸುವ ಪಾತ್ರಗಳನ್ನು ದ್ವೇಷಿಸುತ್ತಿರುತ್ತೇವೆ. ಇದಕ್ಕೆ ಕಾರಣ, ಕೇಡಿನ ಬಗೆಗೆ ನಮಗಿರುವ ಭಯ; ಅದು ನಮ್ಮ ಮೇಲೆ ಎರಗಬಹುದು ಎಂಬ ಭೀತಿ. ಅಥವಾ ನಮ್ಮೊಳಗಿರುವ ಒಳಿತಿನ ಪ್ರಜ್ಞೆ ಕೂಡ ಕೇಡನ್ನು ದ್ವೇಷಿಸುವಂತೆ ಹಾಗೂ ಒಳಿತನ್ನು, ಅಂದರೆ ನಾಯಕನನ್ನು, ಮೆಚ್ಚುವಂತೆ ನಮ್ಮನ್ನು ಪ್ರೇರೇಪಿಸುತ್ತಿರಬಹುದು. ಮನೋವಿಜ್ಞಾನಿ ಫ್ರಾಯ್ಡ್‌ನ ವಾದದ ಪ್ರಕಾರ, 'ಹೀರೋ' ಲೇಖಕನ 'ಇಗೋ'ದ ಪ್ರತಿನಿಧಿ; ಅಥವಾ ಅವನ 'ಇಗೋ'ದ ಅಥವಾ ಅಹಮ್ಮಿನ ವಿಸ್ತರಣೆ. ಆದ್ದರಿಂದ ಲೇಖಕ ತನ್ನ ಸುಪ್ತ ಸ್ತರದಲ್ಲಿರುವ ಗೆಲ್ಲುವ, ಪ್ರೇಮಿಸುವ, ಖ್ಯಾತಿ ಪಡೆವ ಬಯಕೆಗಳನ್ನು ಈ ಹೀರೋನ ಮೂಲಕ ಈಡೇರಿಸಿಕೊಳ್ಳುತ್ತಾ ಇರುತ್ತಾನೆ.

ಈ ಮನೋವೈಜ್ಞಾನಿಕ ವಾದವನ್ನು ಸಂಪೂರ್ಣವಾಗಿ ಒಪ್ಪುವುದು ಕಷ್ಟ. ಕಾರಣ, 'ಕಾವ್ಯವೆನ್ನುವುದು ವ್ಯಕ್ತಿತ್ವದಿಂದ ತಪ್ಪಿಸಿಕೊಳ್ಳುವುದು' ಎಂಬ ಎಲಿಯೆಟ್‌ನ ಅರ್ಥಪೂರ್ಣ ಗ್ರಹಿಕೆಯೂ ನಮ್ಮೆದುರಿಗಿದೆ. ಕವಿಗಳಂತೆ ಕತೆಗಾರರೂ ಹೀಗೆ ತಮ್ಮ ವ್ಯಕ್ತಿತ್ವದಿಂದ ತಪ್ಪಿಸಿಕೊಳ್ಳಲು ಪ್ರಯತ್ನಿಸುತ್ತಿರಬಹುದು. ಆದ್ದರಿಂದ ಫ್ರಾಯ್ಡ್‌ನ ಗ್ರಹಿಕೆಯಲ್ಲಿ ಅರ್ಧಸತ್ಯ ಮಾತ್ರ ಇರುವಂತೆ ಕಾಣುತ್ತದೆ. ಸ್ವತಃ ಫ್ರಾಯ್ಡ್ ತನ್ನ ಈ

ಮಾತು ಅನ್ವಯವಾಗದ ಕೃತಿಗಳೂ ಇವೆ ಎಂದು ಹೇಳಿದ. ಆದರೂ ಬಹಳಷ್ಟು ಲೇಖಕರು ನಾಯಕನೊಳಗಿನ ಕೇಡಿನ ಗುಣಗಳನ್ನು ಏಕೆ ತೀವ್ರವಾಗಿ ಪರೀಕ್ಷಿಸದೇ ಬಿಡುತ್ತಾರೆ ಅಥವಾ ಆ ಬಗ್ಗೆ ತೇಲಿಸಿ ಬರೆಯುತ್ತಾರೆ ಎಂಬುದನ್ನು ಫ್ರಾಯ್ಡ್‌ನ ವಿವರಣೆಯನ್ನು ಇನ್ನಷ್ಟು ವಿಸ್ತರಿಸುವುದರ ಮೂಲಕವೂ ಗ್ರಹಿಸಬಹುದು. ಉದಾಹರಣೆಗೆ, ಲೇಖಕನೊಬ್ಬ ನಾಯಕಪಾತ್ರದೊಂದಿಗೆ ಅತಿಯಾಗಿ ಗುರುತಿಸಿಕೊಳ್ಳುವುದರಲ್ಲಿ ಹಾಗೂ ನಾಯಕನನ್ನು ವೈಭವೀಕರಿಸುವುದರಲ್ಲಿ ಲೇಖಕನ 'ಇಗೋ'ಗೆ ನಾಯಕ ಪಾತ್ರದೊಂದಿಗೆ ಸುಪ್ತ ಸಂಬಂಧವಿರುವುದೂ ಕಾರಣವಿರಬಹುದು. ಆದ್ದರಿಂದಲೋ ಏನೋ ಅನೇಕ ಲೇಖಕ, ಲೇಖಕಿಯರು ಮನುಷ್ಯನೊಳಗಿನ ಕೇಡು ಜಾಗೃತವಾಗುವುದಕ್ಕೆ ಕಾರಣಗಳನ್ನು ಹುಡುಕಿದರೂ ಕೇಂದ್ರಪಾತ್ರದ ಕೇಡನ್ನು ಕುರಿತಂತೆ ಒಂದು ಬಗೆಯ ಮೌನವನ್ನೇ ತಳೆಯುತ್ತಾರೆ. ಕುವೆಂಪು ಅವರಂಥ ದೊಡ್ಡ ಲೇಖಕರಿಂದ ಹಿಡಿದು ಅನೇಕರು ನಾಯಕ ಪಾತ್ರಗಳ ಕೇಡಿನ ಗುಣವನ್ನು ವಿಮರ್ಶಿಸಲು ಹಿಂಜರಿಯುತ್ತಾರೆ.

ಆದರೆ ನವ್ಯಸಾಹಿತ್ಯದಲ್ಲಿ 'ಹೀರೋ'ನನ್ನು ತೀವ್ರ ವಿಮರ್ಶೆಗೆ ಒಳಪಡಿಸುವ ಕ್ರಮ ಹೆಚ್ಚು ಕಾಣಿಸತೊಡಗಿತು. ಅಲ್ಲಿ ಕೂಡ ಹೀರೋನ ಸೂಕ್ಷ್ಮ ವೈಭವೀಕರಣ ಇಲ್ಲದಿಲ್ಲ. ಚಿತ್ತಾಲರ 'ಶಿಕಾರಿ' ಕಾದಂಬರಿಯಲ್ಲಿ ಕೇಂದ್ರ ಪಾತ್ರದ ಸುಪ್ತ ಆರಾಧನೆ ಇರುವಂತೆ ಅನಂತಮೂರ್ತಿಯವರ 'ಸಂಸ್ಕಾರ', 'ಭಾರತೀಪುರ'ಗಳಲ್ಲೂ ಆ ಆರಾಧನೆ ಇದೆ. ನವ್ಯರಲ್ಲಿ ಕೇಂದ್ರ ಪಾತ್ರದ ತೀವ್ರ ಪರೀಕ್ಷೆ ಪ್ರಖರವಾಗಿ ಕಂಡದ್ದು ಅಡಿಗರ ನವ್ಯಕಾವ್ಯದಲ್ಲಿ; ಸ್ವಲ್ಪ ಮಟ್ಟಿಗೆ ಶಾಂತಿನಾಥ ದೇಸಾಯಿಯವರಲ್ಲಿ ಹಾಗೂ ಬಹುಮಟ್ಟಿಗೆ ಲಂಕೇಶರಲ್ಲಿ. ಲಂಕೇಶರ 'ಸಂಕ್ರಾಂತಿ' ನಾಟಕದಲ್ಲಿ ಬಸವಣ್ಣನಂಥ ಸುಧಾರಕ ಕೂಡ ಪರೀಕ್ಷೆಗೊಳಗಾಗುತ್ತಾನೆ. ಮಿತ್ರ ರಾಜಪ್ಪ ದಳವಾಯಿ ಒಮ್ಮೆ ಹೇಳಿದಂತೆ, 'ಲಂಕೇಶರು 'ಸಂಕ್ರಾಂತಿ'ಯಲ್ಲಿ ಆರಂಭಿಸಿದ ಈ ಪರೀಕ್ಷೆ ಮುಂದೆ ವಚನಯುಗವನ್ನು ತೀವ್ರವಾಗಿ ಪರೀಕ್ಷೆ ಮಾಡುವ ಹೊಸ ನೆಲೆಗಳನ್ನು ತೋರಿಸಿತು'. ಈ ಸಂದೇಹದ ಮಾದರಿಯನ್ನು ಗಿರೀಶ್ ಕಾರ್ನಾಡರು ಮುಂದೆ 'ತಲೆದಂಡ'ದಲ್ಲಿ ಮುಂದುವರಿಸಿದರು. ಕನ್ನಡ ರಂಗಭೂಮಿಯಲ್ಲಿ ಮೊದಲು ಬೇಂದ್ರೆಯವರ 'ತಲೆದಂಡ' ನಾಟಕದಲ್ಲಿ ರೂಪಕವಾಗಿ ಬಳಕೆಯಾದ ತಲೆದಂಡದ ಪರಿಕಲ್ಪನೆ 'ಸಂಕ್ರಾಂತಿ'ಯಲ್ಲಿ ಮತ್ತೆ ಕಾಣಿಸಿಕೊಳ್ಳುತ್ತದೆ. ಮುಂದೆ ಕಂಬಾರರು ತಮ್ಮ ನಾಟಕದಲ್ಲಿ 'ಸಂಕ್ರಾಂತಿ'ಗಿಂತ ಭಿನ್ನ ಧ್ವನಿಯನ್ನು ಹೊರಡಿಸಲು ಅದನ್ನು 'ಶಿವರಾತ್ರಿ' ಎಂದು ಕರೆದರೂ ಶಿವರಾತ್ರಿಯ ರೂಪಕ 'ಸಂಕ್ರಾಂತಿ'ಗೆ ಅಂತರ್ ಪಠ್ಯೀಯವಾಗಿಯೇ ಇದೆ.

ಲಂಕೇಶರ ಲಿರಿಕಲ್ ತೀವ್ರತೆ ಹಾಗೂ ಸಂದೇಹವಾದಿ ತೀಕ್ಷ್ಣತೆ ದಟ್ಟವಾಗಿದ್ದ ಕಾಲದಲ್ಲಿ ಬರೆದ 'ಸಂಕ್ರಾಂತಿ' ಮುಂದೆ ದಲಿತ, ಬಂಡಾಯ, ಪ್ರಗತಿಪರ ಸಾಹಿತ್ಯದಲ್ಲಿ ವ್ಯಾಪಕವಾಗಿ ಕಂಡ ಪ್ರಭುತ್ವ ಕುರಿತ ಅನೇಕ ಪ್ರಶ್ನೆಗಳನ್ನು ಎಪ್ಪತ್ತರ ದಶಕದ ಆರಂಭದಲ್ಲೇ ಧ್ವನಿಪೂರ್ಣವಾಗಿ ಮಂಡಿಸಿದೆ. ವೈದಿಕ ಧರ್ಮ, ಜೈನಧರ್ಮ, ಶರಣ ಧರ್ಮ ಎಲ್ಲವೂ ಇಲ್ಲಿ ಪರೀಕ್ಷೆಗೆ ಒಳಗಾಗುತ್ತವೆ. ಇಲ್ಲಿನ ಬಿಜ್ಜಳ–ಬಸವಣ್ಣರ ಮುಖಾಮುಖಿ ತಾತ್ವಿಕ, ಸಾಮಾಜಿಕ ಹಾಗೂ ವ್ಯಕ್ತಿಗತ ಮುಖಾಮುಖಿಗಳನ್ನು ಒಟ್ಟಿಗೇ ಗ್ರಹಿಸಬಲ್ಲ ಬಹು ಸೂಕ್ಷ್ಮ ಮಾದರಿಯೊಂದನ್ನು ರೂಪಿಸಿದೆ. ಬಸವಣ್ಣ ಬಿಜ್ಜಳನ ಅಧಿಕಾರದ ಶಿಥಿಲತೆ ಹಾಗೂ ಭ್ರಮೆಗಳನ್ನು ಟೀಕಿಸುತ್ತಾನೆ; ಬಿಜ್ಜಳ 'ನೀನು ಬ್ರಾಹ್ಮಣ, ಒಂದು ಕಾಲದಲ್ಲಿ ಸಂಸ್ಕೃತ ಭಾಷೆಯನ್ನು ಬಳಸಿಕೊಂಡು ಕೆಳಜಾತಿಯವರನ್ನು ಶೋಷಿಸುತ್ತಿದ್ದೆ. ಈಗ ಕನ್ನಡ ಭಾಷೆಯನ್ನು ಬಳಸಿ ಅದೇ ಕೆಲಸ ಮಾಡುತ್ತಿದ್ದೀಯ' ಎಂದು ಬಸವಣ್ಣನನ್ನು ಛೇಡಿಸುತ್ತಾನೆ. ಲಂಕೇಶರ ಬಹುತೇಕ ಕೃತಿಗಳಲ್ಲಿ ಕೇಂದ್ರ ಪಾತ್ರಗಳು, ಅದರಲ್ಲೂ ಗಂಡು ಪಾತ್ರಗಳು, ನಿರೂಪಣಾ ದೃಷ್ಟಿಕೋನದ ಸಮರ್ಥನೆಗೆ ಹಾಗೂ ರಕ್ಷಣೆಗೆ ಒಳಗಾಗುತ್ತಾ ಇರುವುದಿಲ್ಲ. ಬದಲಿಗೆ ತೀವ್ರ ಪರೀಕ್ಷೆಗೆ ಒಳಗಾಗುತ್ತಾ ಇರುತ್ತವೆ. ಇದಕ್ಕೆ ಬಹಳ ಮುಖ್ಯ ಕಾರಣ, ಅವರು ಕೇಡಿನ ಎಲ್ಲ ಮೂಲಗಳನ್ನೂ ಪರೀಕ್ಷಿಸುತ್ತಿರುವುದು ಹಾಗೂ ಕೇಡು ಎನ್ನುವುದು ಒಂದು ಥರದ ಮನುಷ್ಯರಲ್ಲಿ ಮಾತ್ರ ಇರುತ್ತದೆ ಎಂಬ ಸರಳ ನೀತಿವಾದಿ ನಿಲುವನ್ನು ಒಪ್ಪದಿರುವುದು. ಈ ಸರಳ ನೀತಿವಾದಿ ಪಕ್ಷಪಾತ ಕೇವಲ ಧಾರ್ಮಿಕ ಸಾಹಿತ್ಯದಲ್ಲಿ ಮಾತ್ರ ಇಲ್ಲ; ಅದು ಆಧುನಿಕ ಕತೆಗಳಲ್ಲೂ ಹೇರಳವಾಗಿದೆ. ಈ ಬಗೆಯ ಸರಳ ನಿಲುವನ್ನು ಮೀರಲೆತ್ನಿಸಿದ ಲಂಕೇಶ್ ನಾವು ಸಲೀಸಾಗಿ ಬಳಸುವ ಶಬ್ದಗಳಲ್ಲಿ ಅಡಗಿರುವ ವಂಚನೆಗಳ ಬಗೆಗೂ ಎಚ್ಚರವಾಗಿದ್ದರು. 'ಸಂಕ್ರಾಂತಿ'ಯ ಬಿಜ್ಜಳ ಹೇಳುತ್ತಾನೆ: 'ಪ್ರೇಮ, ಕಾಮ, ಅತ್ಯಾಚಾರ, ವ್ಯಕ್ತಿಪ್ರೇಮ, ಜಾತಿಪ್ರೇಮ, ನಿಷ್ಕಾಮ ಪ್ರೇಮ– ಯಾವುದನ್ನು ಮಾಡಲು ಹೋಗಿ ಯಾವುದನ್ನು ಮಾಡುತ್ತೇವೋ ದೇವರೇ ಬಲ್ಲ...'

ಕವನವೊಂದನ್ನು ಸಾಲುಗಳ ಮಧ್ಯೆ ('ಬಿಟ್ವೀನ್ ದಿ ಲೈನ್ಸ್') ಓದಬೇಕೆಂದು ರೂಪನಿಷ್ಠ ವಿಮರ್ಶಕರು ಹೇಳುವ ಹಾಗೆ, ಲಂಕೇಶರಂಥ ಲೇಖಕರು ಮನುಷ್ಯರನ್ನು ಕೂಡ ಹಾಗೇ ಗ್ರಹಿಸಬೇಕೆಂದು ನಮಗೆ ನೆನಪಿಸುತ್ತಿರುತ್ತಾರೆ. ಆದ್ದರಿಂದಲೇ ಎಲ್ಲೆಡೆ ಇರುವ ಕೇಡು ನಾಯಕಪಾತ್ರಗಳಲ್ಲೂ ಇರುತ್ತದೆ ಎಂಬುದನ್ನು ಕಾಣಲು, ಕಾಣಿಸಲು ಈ ಬಗೆಯ ಲೇಖಕರು ಹಿಂಜರಿಯುವುದಿಲ್ಲ. ಅಡಿಗರ 'ಶ್ರೀರಾಮನವಮಿಯ ದಿವಸ' ಪದ್ಯದಲ್ಲಿ ಕೇಡಿನ ಬಗ್ಗೆ ಒಂದು ಆಳವಾದ

ಒಳನೋಟವಿದೆ: 'ಕತ್ತಲಿಗೆ ಹತ್ತೆ ತಲೆ? ನೂರಾರೆ? ಅದು ಅಸಂಖ್ಯ; ಕತ್ತರಿಸಿದರೆ ಬೆಳೆವ, ಬೆಳೆದು ಕತ್ತಿಗೆ ಬರುವ ಅನಾದಿ; ಕೋದಂಡದಂಡವೂ ಹೀಗೆ ದಂಡ.' ಅಡಿಗರ ಈ ವರ್ಣನೆ ವಾಲ್ಮೀಕಿ ರೂಪಿಸಿದ ಕೇಡಿನ ಸಂಕೇತವನ್ನು ಇನ್ನಷ್ಟು ಸೂಕ್ಷ್ಮವಾಗಿ ವಿಸ್ತರಿಸುತ್ತದೆ; ಲಂಕೇಶರ ಬರವಣಿಗೆ ಈ ಅಸಂಖ್ಯ ತಲೆಗಳ ವ್ಯಾಪಕ ಹುಡುಕಾಟ ನಡೆಸುತ್ತದೆ.

ಮನುಷ್ಯನ ಕೇಡಿನ ಪ್ರವೃತ್ತಿ ಕತ್ತಿಯ ಮೊನೆಯಲ್ಲಿ ವ್ಯಕ್ತವಾದರೆ ಅದನ್ನು ಗುರುತಿಸುವುದು ಸುಲಭ. ಆದರೆ ಅದು ನಾವು ಸಾಮಾನ್ಯವಾಗಿ ಸಂದೇಹಿಸದಂಥ ಮಾನವವರ್ತನೆಗಳ ಹಿಂದೆಯೂ ಇದ್ದರೆ? ನಾವು ಸಲ್ಲಿಸುವ 'ಕೃತಜ್ಞತೆ'ಯ ಹಿಂದೆಯೂ ಮೋಸವಿದ್ದರೆ? ಲಂಕೇಶರ 'ಕೃತಜ್ಞತೆ' ಕತೆಯಲ್ಲಿ ಒಬ್ಬಳು ಹೆಂಗಸು ಒಂದು ಪುಸ್ತಕದ ಅಂಗಡಿ ನಡೆಸುತ್ತಾಳೆ. ಒಂದು ದಿನ ಅವಳು ಒಂದು ಸೆಕ್ಸ್ ಪುಸ್ತಕ ಓದುತ್ತಿರುವುದು ಅಲ್ಲಿ ಕೆಲಸ ಮಾಡುವ ಹುಡುಗನ ಕಣ್ಣಿಗೆ ಬೀಳುತ್ತದೆ. ಅದು ಸೆಕ್ಸ್ ಪುಸ್ತಕವೋ ಅಥವಾ ಬೇರೊಂದು ಪುಸ್ತಕವೋ ಅನ್ನುವುದನ್ನು ನಿರೂಪಕ ಬೇಕೆಂತಲೇ ಅಸ್ಪಷ್ಟವಾಗಿಟ್ಟಿದ್ದಾನೆ. ಇದು ಆ ಹುಡುಗನ ಮನಸ್ಸಿನೊಳಗೆ ನಡೆವ ನಾಟಕ ಅರಿಯಲು ಸಹಾಯಕ. ಈತ ತನ್ನ ಒಡತಿಯ ಬಗೆಗೆ ಲೈಂಗಿಕ ಕನಸು ಕಾಣಲು ಈ ಅಂಶ ಒಂದು ನಿಮಿತ್ತವಾಗುತ್ತದೆ. ಅವಳು ತನಗೆ ದಕ್ಕಬಲ್ಲಳು ಅನಿಸತೊಡಗುತ್ತದೆ. ಆದರೂ ಅವನು ಅವಳನ್ನು 'ಅಕ್ಕ' ಅನ್ನುತ್ತಾನೆ. ಆದರೆ ಅವನ ನೀಚತನವನ್ನು ಲಂಕೇಶರ ಕತೆ ಸೂಚಿಸುವುದು ಇಂಥ ಸಾಧಾರಣ ಗೋಸುಂಬೆತನದ ಮೂಲಕ ಅಲ್ಲ; ಬದಲಿಗೆ ಅವನ 'ತಪ್ಪೊಪ್ಪಿಗೆ'ಯ ಪತ್ರದ ಮೂಲಕ. 'ನೀವು ಸೆಕ್ಸ್ ಪುಸ್ತಕ ಓದುತ್ತಿದ್ರಿ ಅಂತ ತಪ್ಪು ತಿಳಿದೆ ಅಕ್ಕಾ, ನೀವು ನಿಜವಾಗಿಯೂ ಓದ್ತಿದ್ದದ್ದು ಶೇಕ್‌ಸ್ಪಿಯರ್ ಪುಸ್ತಕ ಅಕ್ಕಾ, ನಾನೊಬ್ಬ ಪಾಪಿ...' ಇತ್ಯಾದಿಯಾಗಿ ನಿವೇದನಾಪತ್ರ ಬರೆದುಕೊಡುವ ಅವನು ಪಶ್ಚಾತ್ತಾಪದ ಕಣ್ಣೀರಿನ ಮೂಲಕವೂ ಅವಳನ್ನು ಪಡೆಯಲೆತ್ನಿಸುತ್ತಾನೆ...

'ಮನುಷ್ಯ ಬಾಯಿ ಬಿಟ್ಟೊಡನೆ ಒಂದು ಸುಳ್ಳಾಡಿರ್ತಾನೆ' ಎನ್ನುತ್ತಾನೆ, 'ಕಲ್ಲು ಕರಗುವ ಸಮಯ' ಕತೆಯ ಸ್ವಾಮೀಜಿ. ಈ ಗ್ರಹಿಕೆ ಲಂಕೇಶರ ಅನೇಕ ಕತೆಗಳಲ್ಲಿ ದಾಖಲಾಗಿರುವ ಮಾನವವರ್ತನೆಗಳಲ್ಲಿ ಸದಾ ಕಾಣುತ್ತದೆ. 'ಗುಣಮುಖ'ದ ನಾದಿರ್‌ಶಾಗೆ ಖಾಯಿಲೆ ಬರುವುದು ಭಾರತದ ಭಟ್ಟಂಗಿಗಳ ಸುಳ್ಳು ಹೊಗಳಿಕೆ ಮತ್ತು ಇಲ್ಲಿ ಎದುರಾಗುವ ಸುಳ್ಳುಗಳಿಂದ. 'ಬಿರುಕು'ವಿನ ಬಸವರಾಜ ಪದೇ ಪದೇ ನಗರದಿಂದ ಓಡಿಹೋಗಲು ಯತ್ನಿಸುವುದು ಯೂನಿವರ್ಸಿಟಿಗಳ ಅಕಡೆಮಿಕ್ ಜಗತ್ತಿನಲ್ಲಿ ತುಂಬಿರುವ ಸುಳ್ಳುಗಳಿಂದಾಗಿ; ಹಾಗೆಯೇ, ತನ್ನೊಳಗೆ ಹಾಗೂ ತನ್ನ ಸುತ್ತಮುತ್ತಲಿನವರಲ್ಲಿ ಒಸರುವ ಅಥವಾ ಲೀಲಾಜಾಲವಾಗಿ ಒದಗಿಬರುವ

ಸುಳ್ಳುಗಳಿಂದಲೂ ಅವನು ಓಡಿಹೋಗಲೆತ್ನಿಸುತ್ತಾನೆ. ಮನುಷ್ಯರ ಸುಳ್ಳುಗಳು ಅವರ ದೈನ್ಯತೆಯ ಅಭಿವ್ಯಕ್ತಿಯಲ್ಲೂ ವ್ಯಕ್ತವಾಗುತ್ತವೆ. 'ಉರಿದ ಊರಿನವರು' ಎಂಬ ಕತೆಯಲ್ಲಿ ಚೆಲುವಮ್ಮ ಎನ್ನುವ ಹೆಂಗಸು ಊರನ್ನು ಹತೋಟಿಯಲ್ಲಿಟ್ಟುಕೊಳ್ಳಲು 'ತನ್ನ ಮೇಲೆ ಅತ್ಯಾಚಾರ ಮಾಡಲಾಗಿದೆ' ಎಂದು ಸುಳ್ಳು ಕಂಪ್ಲೇಂಟ್ ಕೊಡುತ್ತಾಳೆ. ಹೀಗೆ ಏಕಕಾಲಕ್ಕೆ ವ್ಯಕ್ತಿಗತ ಹಾಗೂ ಸಾಮಾಜಿಕ ಕೇಡುಗಳೆರಡನ್ನೂ ಲಂಕೇಶ್ ರೂಪಕಗಳನ್ನಾಗಿಸಿದ್ದಾರೆ.

ವ್ಯಕ್ತಿಯ ಕ್ರೌರ್ಯ ಸಾಮಾಜಿಕ ಕ್ರೌರ್ಯವಾಗುವ ರೀತಿಯನ್ನು ಹಾಗೂ ಸ್ಥಗಿತವಾದ ಸಾಮಾಜಿಕ ಮೌಲ್ಯಗಳಿಂದ ಹುಟ್ಟುವ ಕ್ರೌರ್ಯ ವ್ಯಕ್ತಿಯ ಕ್ರೌರ್ಯ ವಾಗುವ ರೀತಿಯನ್ನೂ ಲಂಕೇಶ್ ಗುರುತಿಸುತ್ತಾರೆ. ಅವರು 'ಸಹಪಾಠಿ' ಮತ್ತು 'ಮುಟ್ಟಿಸಿಕೊಂಡವನು' ಕತೆಗಳಲ್ಲಿ ಅಸ್ಪೃಶ್ಯತೆಯ ವಸ್ತುವನ್ನು ನೋಡಿರುವ ಕ್ರಮ ಕನ್ನಡ ಸಣ್ಣಕತೆಯ ಚರಿತ್ರೆಯಲ್ಲೇ ಅತ್ಯಂತ ಹೊಸ ಬಗೆಯದು. 'ಸಹಪಾಠಿ'ಯ ಕತೆಗಾರ–ನಿರೂಪಕ ಭಗವಾನನ ಗೆಳೆಯ ಬಸವೇಗೌಡ ಒಬ್ಬ ಜಮೀನ್ದಾರ; ಜಮೀನ್ದಾರಿ ಮನಸ್ಸಿನ ವ್ಯಕ್ತಿ. ಮಲೆನಾಡಿನ ಹಳ್ಳಿಯೊಂದರಲ್ಲಿದ್ದುಕೊಂಡು ಪ್ರಗತಿಪರ, ಬಂಡಾಯ ಪುಸ್ತಕಗಳನ್ನು ಓದುವ ಬಸವೇಗೌಡನಿಗೆ ಭಯಂಕರ ಕಾಯಿಲೆ ಯಾಗಿದೆ. ಅವನನ್ನು ಯಾರೋ ಒದ್ದಂತೆ ಪದೇ ಪದೇ ಕನಸು ಬೀಳುತ್ತದೆ. ಬಸವೇಗೌಡನ ಖಾಯಿಲೆಗೆ ಪರಿಹಾರ ಹುಡುಕುವ ಭಗವಾನ್, ಬಸವೇಗೌಡ ಅಸ್ಪೃಶ್ಯ ಜೋನಿಯ ಕಾಲು ಮುಟ್ಟಿ ತನ್ನ ಹಾಗೂ ತನ್ನ ಸಮಾಜದ ಪಾಪದಿಂದ ಮುಕ್ತನಾಗಬೇಕೆಂದು ಸೂಚಿಸುತ್ತಾನೆ. ಬಸವೇಗೌಡ ಹಾಗೆ ಮಾಡಿ ತನ್ನ ಕೇಡಿ ನಿಂದ ಹಾಗೂ ಖಾಯಿಲೆಯಿಂದ ಮುಕ್ತನಾಗಲೆತ್ನಿಸುತ್ತಾನೆ. ಆದರೆ ಮಾರನೆಯ ದಿನವೇ ಹೋಗಿ ಆ ಅಸ್ಪೃಶ್ಯನ ಪತ್ನಿಯ ಮೇಲೆ ಅತ್ಯಾಚಾರ ಮಾಡುತ್ತಾನೆ. 'ಈವಿಲ್'ನ ಪರಿಕಲ್ಪನೆಯ ಹಿನ್ನೆಲೆಯಲ್ಲಿ 'ಸಹಪಾಠಿ' ಕತೆಯನ್ನು ಚರ್ಚಿಸುವಾಗ ಜಾತಿಪದ್ಧತಿ, ಅಸ್ಪೃಶ್ಯತೆಗಳನ್ನು ಹಲ್ಲುಕಚ್ಚಿ ಪ್ರತಿಪಾದಿಸುವ ಜನರಿರುವ ವ್ಯವಸ್ಥೆ ಯನ್ನು ಭಾರತದ ಕಂದಾಚಾರಿ ಮನಸ್ಸಿನಲ್ಲಿರುವ ಈವಿಲ್ ಮಾತ್ರ ಹುಟ್ಟು ಹಾಕಲು ಸಾಧ್ಯ ಎನ್ನಿಸತೊಡಗುತ್ತದೆ. ಹಾಗೆಯೇ ಸಾಮಾಜಿಕ ಕೇಡು ವ್ಯಕ್ತಿಯ ಕೇಡನ್ನು ಹೆಚ್ಚಿಸುತ್ತದೆಯೋ ಅಥವಾ ವ್ಯಕ್ತಿಯ ಕೇಡು ಸಾಮಾಜಿಕ ಕೇಡನ್ನು ಹೆಚ್ಚಿಸುತ್ತದೆಯೋ ಎಂಬ ಪ್ರಶ್ನೆ ಕೂಡ ಈ ಬಗೆಯ ಕತೆಗಳನ್ನು ಓದುವಾಗ ಹುಟ್ಟುತ್ತದೆ.

'ಈವಿಲ್‌ಗೆ ಇನ್ನೊಂದು ಈವಿಲ್ ಅನ್ನು ಕೇವಲ ಸೋಲಿಸಿದ ಮಾತ್ರಕ್ಕೇ ಆನಂದವಿಲ್ಲ. ಬದಲಿಗೆ, ಮುಗ್ಧವಾದದ್ದನ್ನು ಹೊಸಕಿ ಹಾಕಿದಾಗಲೇ ಅದಕ್ಕೆ ತೃಪ್ತಿ' ಎಂದು ಮಿತ್ರ ಬಸವರಾಜ ಅರಸು ಒಮ್ಮೆ ಹೇಳಿದ್ದರು. ಅಸ್ಪೃಶ್ಯತೆಯನ್ನು

ಆಚರಿಸುವವರೊಳಗೆ ಬೆಳೆಯುವ ಈವಿಲ್ ಎಂಥ ಭಯಾನಕವಾದದ್ದೆಂದರೆ ಪ್ರಗತಿಪರನಾದ ಬಸವೇಗೌಡ ಅದರ ಭಾರ ತಡೆಯಲಾರದೆ ಅದರಿಂದ ಮುಕ್ತನಾಗಲು ಪ್ರಯತ್ನಿಸಿದರೂ ಅದು ಆಗುತ್ತಿಲ್ಲ. ಭಾರತದ ಅಂತಃಸತ್ವವನ್ನು ನಾಶ ಮಾಡಿರುವ ಅಸ್ಪೃಶ್ಯತೆ ಎಂಬ ಕೇಡು ಬಸವೇಗೌಡನ ಒಳಗನ್ನೂ ನಾಶ ಮಾಡಿದೆ. ಕೊನೆಗೆ ಪಾಪಪ್ರಜ್ಞೆ ಹಾಗೂ ತನ್ನ ಅಹಮ್ಮಿಗೆ ಬಿದ್ದ ಪೆಟ್ಟು ಈ ಎರಡರ ಭಾರದಲ್ಲಿ ಬಸವೇಗೌಡ ಸಾಯುತ್ತಾನೆ. 'ಮುಟ್ಟಿಸಿಕೊಂಡವನು' ಕತೆಯಲ್ಲಿ ಡಾಕ್ಟರ್ ತಿಮ್ಮಪ್ಪ ಕಣ್ಣಿನ ಡಾಕ್ಟರು. ಡಾಕ್ಟರು ಅಸ್ಪೃಶ್ಯ ಜಾತಿಗೆ ಸೇರಿದವರು ಎಂಬ ಕಾರಣಕ್ಕೆ ಲಿಂಗಾಯತರ ಬಸಲಿಂಗ ಆ ಡಾಕ್ಟರಿಂದ ಕಣ್ಣಿನ ಆಪರೇಷನ್ ಮಾಡಿಸಿಕೊಂಡ ತಕ್ಷಣ ಸ್ನಾನ ಮಾಡುತ್ತಾನೆ. ಕಣ್ಣು ಕಳೆದುಕೊಳ್ಳುತ್ತಾನೆ. ಇನ್ನೊಬ್ಬನನ್ನು ಮುಟ್ಟಲು ಹೇಸುವ ಕೇಡಿನಿಂದಾಗಿ ಸವರ್ಣೀಯ ಸಮಾಜ ತನ್ನ ಕಣ್ಣು ಕಳೆದುಕೊಳ್ಳುವುದನ್ನು ಹಾಗೂ ತನ್ನೊಳಗಿನ ಪಾಪಪ್ರಜ್ಞೆಯ ಭಾರದಿಂದ ಕುಸಿಯುವುದನ್ನು ಈ ಎರಡೂ ಕತೆಗಳು ಹೇಳುತ್ತವೆ. ಬಸವೇಗೌಡ ಮತ್ತು ಬಸಲಿಂಗರ ದುರಂತವೆಂದರೆ ಅವರು ಆ ಅಸ್ಪೃಶ್ಯತೆಯ ಕೇಡನ್ನು ಎದುರಿಸಲಾರದೆ ಹೋದದ್ದು ಹಾಗೂ ಮೀರಲಾರದೆ ಹೋದದ್ದು. ಬಸಲಿಂಗ ಬಸವಣ್ಣ ರೂಪಿಸಿದ ಧರ್ಮಕ್ಕೆ ಸೇರಿದವನಾದರೂ ಬಸವಣ್ಣನ ಅರಿವಿನ ತುಣುಕನ್ನು ಕೂಡ ಪಡೆಯದೇ ಹೋದವನು. ಅತ್ತ ಬಸವೇಗೌಡ ಪ್ರಗತಿಪರ ಪುಸ್ತಕಗಳಿಂದ ಪಡೆದ ತಿಳಿವಳಿಕೆಯಿಂದ ಹುಟ್ಟಿದ ಪಾಪಪ್ರಜ್ಞೆಯನ್ನು ತನ್ನ ಅಂತರಂಗದ ಆಳಕ್ಕೆ ತೆಗೆದುಕೊಳ್ಳಲಾರದೇ ಹೋದವನು. ಅಂದರೆ ನಮ್ಮ ಓದು, ತರಬೇತಿಗಳು ನಮ್ಮ ಆಳದ ಕೇಡನ್ನು ಆಗಾಗ ಸ್ಪರ್ಶಿಸಿದರೂ ಅದನ್ನು ಸಂಪೂರ್ಣವಾಗಿ ಕದಲಿಸದೆ ಸೋತುಬಿಡುತ್ತವೆಯೇ? ಹಾಗಾದರೆ ಯಾವ ಮನುಷ್ಯನೂ ಮೂಲಭೂತವಾಗಿ ಬದಲಾಗಲಾರನೆ? ಈ ಪ್ರಶ್ನೆಯನ್ನು ಒಮ್ಮೆ ದೇವನೂರ ಮಹಾದೇವರ ಬಳಿ ಚರ್ಚಿಸಿದಾಗ ಅವರು ಹೇಳಿದ ಮಾತು: 'ಒಂದು ಮೊಮೆಂಟ್ (ಗಳಿಗೆ) ಅನ್ನುವುದು ಇರುತ್ತೆ. ಒಂದು ಮೊಮೆಂಟ್ ಇದ್ದ ಹಾಗೆ ಇನ್ನೊಂದು ಇರಲ್ಲ.' ಆದ್ದರಿಂದ ಮನುಷ್ಯ ಮೂಲ ಭೂತವಾಗಿ ಬದಲಾಗಬಲ್ಲ ಎಂಬ ಆಶಾವಾದ ಅವರ ಮಾತಿನಲ್ಲಿದ್ದಂತಿತ್ತು.

ಅದೇನೇ ಇದ್ದರೂ, ಲಂಕೇಶರಂಥ ಲೇಖಕರು ಈ ಥರದ ಸಂಕೀರ್ಣ ಅಂಶ ಗಳನ್ನು ಹೊರಗೆ ಮಾತ್ರ ನೋಡಿ ಕಲಿಯದೆ ಒಳಗೂ ನೋಡಿ ಕಲಿಯುತ್ತಿರುತ್ತಾರೆ. 'ದೇಶಭಕ್ತ ಸೂಳೇಮಗನ ಗದ್ಯಗೀತೆ'ಯಲ್ಲಿ 'ಸೂಳೇಮಗನೇ, ನಿನ್ನನ್ನು ಕರೆದರೆ ನನ್ನನ್ನೇ ಕರೆದಂತಾಗುತ್ತದೆ' ಎಂಬ ಸಾಲಿನಲ್ಲಿರುವ ಸ್ವವಿಮರ್ಶೆಯ ಪ್ರಜ್ಞೆಯಿಂದ ಅನ್ಯವನ್ನು ನೋಡಲು ಕಲಿತು, ನಮ್ಮಂಥವರಿಗೂ ಕಲಿಸಿದವರು ಲಂಕೇಶ್.

'ಇನ್ನೊಬ್ಬ ವ್ಯಕ್ತಿಯ ಆಳಕ್ಕೆ ಹೋಗುವುದು ನಮ್ಮ ಆಳಕ್ಕೆ ಹೋಗುವ ಮೂಲಕ ಮಾತ್ರ ಸಾಧ್ಯ. ಪತ್ತೇದಾರಿಯ ಮನುಷ್ಯನಲ್ಲಿ ಅಥವಾ ಕಳ್ಳನ ಬಗ್ಗೆ ತೀರ್ಮಾನ ಕೊಡುವ ನ್ಯಾಯಾಧೀಶನಲ್ಲಿ ಪಾತಕದ ಬೀಜಗಳು ಇದ್ದರೆ ಮಾತ್ರ ಸತ್ಯ ಅರಿಯಲು ಸಾಧ್ಯ' ಎಂಬ 'ಸುಭದ್ರ' ಕತೆಯ ಒಳನೋಟ; 'ಒಂದೊಂದು ತ್ಯಾಗದ ಗಳಿಗೆಯೂ ಭೋಗದ ಗಳಿಗೆಗಾಗಿ ಕಾತರಿಸುತ್ತದೆ' ಎಂಬ ಅವರ ಆತ್ಮಚರಿತ್ರೆಯ ಖಾಸಗಿ ಗ್ರಹಿಕೆ–ಈ ಎರಡೂ ಮಾತುಗಳಲ್ಲಿ ಸ್ವವಿಮರ್ಶೆಯ ಮೂಲಕವೇ ಈ ಬಗೆಯ ಸತ್ಯ ಹುಟ್ಟಿದಂತಿದೆ. ಕೆಲವು ಸಲ ಪ್ರಾಮಾಣಿಕವಾಗಿ ಹಾಗೂ ಬಹಳಷ್ಟು ಸಲ ತೋರಿಕೆಗೆ ಮನುಷ್ಯ ಚಿವುಟಿಹಾಕಬಯಸುವ ಕೇಡು ಅವನ ಜೀವದ್ರವ್ಯ ಕೂಡ ಎಂಬುದನ್ನು ಲಂಕೇಶ್ ಕಂಡುಕೊಂಡರು. 'ಒಂದು ಬಾಗಿಲು' ಕತೆಯಲ್ಲಿ ಒಬ್ಬ ಅಸಹಾಯಕ ಮುದುಕಿಗೆ ಬಾಗಿಲು ಮಾಡಿಸಿಕೊಡಲು ಹೋಗುವ ನಿರೂಪಕ ಎಲ್ಲರಿಂದ ಗೇಲಿಗೊಳಗಾಗುತ್ತಾನೆ. ಆ ಬಾಗಿಲನ್ನು ಕದ್ದೊಯ್ಯುವ ಜನರನ್ನು ಕಂಡು ದಿಗ್ಭ್ರಾಂತನಾಗುತ್ತಾನೆ; 'ಅಸೂಯೆ, ನೋವು, ಕಳ್ಳತನಗಳು ಕೂಡ ಜನಕ್ಕೆ ಆನಂದ ತರಬಹುದಲ್ಲ ಎನಿಸಿ ವಿಸ್ಮಯವಾಗುತ್ತದೆ.'

'ತೋಟದವನು' ಕತೆಯಲ್ಲಿ ಮುದುಕನೊಬ್ಬ ಬದುಕುವುದು ಇನ್ನೊಬ್ಬ ಮುದುಕ ನನ್ನು ಸೋಲಿಸಲು. ಆ ಮುದುಕ ಊರು ಬಿಟ್ಟಾಗ ಇನ್ನೊಬ್ಬ ಇನ್ನು ಜಗಳವೇ ಇಲ್ಲವಲ್ಲ ಎನ್ನಿಸಿ ಖಾಲಿತನದಿಂದ ಸಾಯುತ್ತಾನೆ. ಈ ಕತೆಯಲ್ಲಿ ಬರುವ ಒಂದು ಸಾಲು: 'ಮನುಷ್ಯ ಎಷ್ಟು ವಿಚಿತ್ರ... ಅವನಿಗೆ ಸಂಪತ್ತು, ವಿದ್ಯೆ, ಕಲೆ ಎಲ್ಲವೂ ಬೇಕು. ಆದರೆ ಆತ ಯಾವುದೋ ಅಸಹ್ಯ ಜಿದ್ದಿನಿಂದ ಬದುಕುತ್ತಾನೆ. ಅದಿಲ್ಲದಿದ್ದರೆ ಅವನು ಬದುಕೋದಕ್ಕೆ ಕಾರಣವೇ ಸಿಗಲ್ಲ.'

ಲಂಕೇಶರು ಇಪ್ಪತ್ತನೆಯ ಶತಮಾನದ ಕನ್ನಡ ಸಂಸ್ಕೃತಿಯಲ್ಲಿ ರೂಪುಗೊಂಡ ಅತ್ಯಂತ ನಿಷ್ಠುರ ತತ್ವಜ್ಞಾನಿಯೂ ಹೌದು ಎಂದು ಸೂಚಿಸುವ ಇಂಥ ನೂರಾರು ಗ್ರಹಿಕೆಗಳು ಅವರ ಬರವಣಿಗೆಯುದ್ದಕ್ಕೂ ಕಾಣುತ್ತವೆ.

* * *

ಮನುಷ್ಯನಿಗೆ ಇನ್ನೊಬ್ಬರನ್ನು ಹಿಂಸಿಸುವುದರಲ್ಲಿ, ವಂಚಿಸುವುದರಲ್ಲಿ ಆನಂದ ವಿದೆ. ಈ ಆನಂದವನ್ನು ಅವನು ಸುಲಭವಾಗಿ ಬಿಟ್ಟುಕೊಡಲಾರನೆಂದು ಕಾಣು ತ್ತದೆ. ಲಂಕೇಶ್ ಒಮ್ಮೆ ನೆನಪಿಸಿಕೊಂಡ ಘಟನೆ ಇದು: ಅವರ ಪರಿಚಿತನೊಬ್ಬ ತನ್ನ ಗೆಳತಿಯನ್ನು ಮದುವೆಯಾದ. ಮುಂದೆ ಆ ಗಂಡ ಹೆಂಡಿರ ನಡುವೆ ಮನಸ್ತಾಪ ವಾಯಿತು. ಅವಳನ್ನು ಹಿಂಸಿಸಲು ಅವನು ಕಂಡುಕೊಂಡ ಸ್ವಹಿಂಸೆ ಎಷ್ಟು ಭಯಾನಕವಾಗಿತ್ತೆಂದರೆ ಆತ ಅವಳನ್ನು ಬಯ್ಯಲಿಲ್ಲ, ಹೊಡೆಯಲಿಲ್ಲ. ಬದಲಿಗೆ, ನಡುರಾತ್ರಿ ಎದ್ದು ತನ್ನ ಮೈಯ ಭಾಗಗಳನ್ನು ಕೊಯ್ದುಕೊಂಡು ರಕ್ತ ಸುರಿಸುತ್ತಾ,

ಅವಳನ್ನು ನೋಯಿಸತೊಡಗಿದ. ಇದನ್ನೆಲ್ಲಾ ನೆನಪಿಸಿಕೊಳ್ಳುತ್ತಾ ಲಂಕೇಶ್ ಹೇಳಿದರು: 'ನೋಡು, ರೈಟರ್ ಆದವನಿಗೆ ಇವೆಲ್ಲ ಮುಖಗಳು ಗೊತ್ತಿರಬೇಕು.'

ಮಾರ್ಗರೇಟ್ ಆ್ಯಟ್‌ವುಡ್ ಎಂಬ ಕೆನಡಾದ ಲೇಖಕಿ ಒಂದೆಡೆ ಬರೆಯುತ್ತಾಳೆ: 'ವಿಷ ತಯಾರಿಸುವುದು ಕೇಕ್ ತಯಾರಿಸುವುದರಷ್ಟೇ ಆನಂದದ ಕೆಲಸ. ಜನಕ್ಕೆ ವಿಷ ತಯಾರಿಸುವುದು ಅಂದರೆ ಇಷ್ಟ. ಇದು ನಮಗೆ ಅರ್ಥವಾಗದಿದ್ದರೆ ಬೇರೆ ಯಾವುದೂ ಅರ್ಥವಾಗುವುದಿಲ್ಲ.' ಅಂದರೆ, ಕೇವಲ ಖುಷಿಗಾಗಿ ಮನುಷ್ಯ ಕೇಡಾಗಬಲ್ಲ; ಹಾಗೆಯೇ ಯಾವ ಕಾರಣವೂ ಇಲ್ಲದೆ ಅವನು ಕೇಡಾಗಬಲ್ಲ ಎಂಬುದು ಲಂಕೇಶರ ಬರಹಗಳನ್ನು ಓದುವಾಗ ಮತ್ತೆ ಮತ್ತೆ ನಮಗೆ ಮನದಟ್ಟಾಗುತ್ತಿರುತ್ತದೆ. ಲಂಕೇಶರ ಪರಿಚಯದ ವ್ಯಕ್ತಿಯೊಬ್ಬ ಫ್ಯಾಕ್ಟರಿಯೊಂದರಲ್ಲಿ ಕೆಲಸ ಮಾಡುತ್ತಿದ್ದ. ಆತ ಒಳ್ಳೆಯ ಮನುಷ್ಯನೆಂದು ತಿಳಿದಿದ್ದ ಲಂಕೇಶರಿಗೆ ಆತ ಭ್ರಷ್ಟತೆಯ ಕಾರಣದಿಂದ ಕೆಲಸ ಬಿಡಬೇಕಾಯಿತು ಎಂದು ಯಾರೋ ಹೇಳಿದಾಗ ಆಶ್ಚರ್ಯವಾಯಿತು. ಆ ಬಗ್ಗೆ ಯೋಚಿಸುತ್ತಾ ಒಮ್ಮೆ ಹೇಳಿದರು: 'ನೋಡು, ಮನುಷ್ಯ ಮೆಷೀನ್ ಥರ ಪ್ರಾಮಾಣಿಕವಾಗಿ ಇರೋಕೆ ಸಾಧ್ಯವಿಲ್ಲ. ಏನೋ ಒಂದು ತಪ್ಪು ಮಾಡೇ ಮಾಡ್ತಾನೆ.' ಈ ಮಾತನ್ನು ಇಲ್ಲಿ ಬರೆಯುವಾಗ ಅವರು ಹಿಂದೊಮ್ಮೆ ಗಾಂಧಿಯ ಬಗ್ಗೆ ಹೇಳಿದ್ದು ನೆನಪಾಯಿತು: 'ಗಾಂಧಿಗೆ ತನ್ನ ಆಶ್ರಮದ ಜನ ತನ್ನಂತೇ ಆಗುತ್ತಾರೆ ಎಂಬ ಬಗ್ಗೆ ಎಂಥ ಭ್ರಮೆಗಳಿದ್ದವು ನೋಡು!'

ಈವಿಲ್‌ಗೆ ಇರುವ ವಿಚಿತ್ರ ಚಾಲಕಶಕ್ತಿ ಹಾಗೂ ಅದರ ಆಕರ್ಷಣೆ ಎಷ್ಟು ಆಳವಾದದ್ದು ಎಂಬುದನ್ನು ಅರಿಯದ ಲೇಖಕ ಭೋಳೆಯಾಗಿಬಿಡಬಲ್ಲ. ಕೇಡು ಅದೆಷ್ಟು ಆಕರ್ಷಕವಾಗಿರಬಲ್ಲದೆಂದರೆ, ಬರೆಯುತ್ತಾ ಬರೆಯುತ್ತಾ ಲೇಖಕನೇ ಅದರ ಸ್ವರೂಪಕ್ಕೆ ಬೆರಗಾಗಿ ಅದರ ಮೋಹಕ್ಕೆ ಒಳಗಾಗಬಲ್ಲ. ಸೈತಾನನನ್ನು ಚಿತ್ರಿಸಿದ ಕವಿ ಮಿಲ್ಟನ್‌ಗೆ ಅಥವಾ ರಾವಣನನ್ನು ಸೃಷ್ಟಿಸಿದ ವಾಲ್ಮೀಕಿಗೆ ಹೀಗಾಗಿರಬಹುದು. ಈ ಕೇಡು ಓದುಗನಿಗೂ ಆಕರ್ಷಕವಾಗಿ ಕಾಣುವುದು ಕಲೆಯ ಕಾರಣದಿಂದ ಎಂಬುದು ನಿಜ. ಆದರೂ ಕೇಡಿನ ಬಗ್ಗೆ ನಮಗಿರುವ ಸುಪ್ತ ಆರಾಧನೆಯನ್ನೂ ಇದು ಸೂಚಿಸುತ್ತದೆ. ಜೊತೆಗೆ, ಕೇಡು ದಕ್ಷತೆಯ ಪ್ರತಿರೂಪ ದಂತಿದ್ದಾಗ ಅದರ ಬಗ್ಗೆ ವಿರೋಧ ತಳೆಯುವುದು ಹಾಗೂ ಅದನ್ನು ಎದುರಿಸುವುದು ಇನ್ನಷ್ಟು ಕಷ್ಟ. ಲಂಕೇಶರ 'ಮಾರಲಾಗದ ನೆಲ' ಕತೆಯ ರುದ್ರಮೂರ್ತಿ ಊರನ್ನು ಹತೋಟಿಯಲ್ಲಿಟ್ಟುಕೊಳ್ಳುವುದೇ ಊರಿಗೆ ರಸ್ತೆ ಹಾಗೂ ಕರೆಂಟು ತರುವ ಮೂಲಕ. ಆತ ನಟಿಯರನ್ನು ಕರೆಸಿ ನಾಟಕ ಆಡಿಸಬಲ್ಲ. ಚಾಲಾಕಿನಿಂದ ಮಾತಾಡಬಲ್ಲ. ಹಗಲು ರಾತ್ರಿ ಎಲ್ಲೆಡೆ ಸುತ್ತಬಲ್ಲ. 'ಸೈತಾನ ನಿದ್ರಿಸುವುದಿಲ್ಲ' ಎಂಬ ಸತ್ಯವನ್ನು ಮಿಲ್ಟನ್ 'ಪ್ಯಾರಡೈಸ್ ಲಾಸ್ಟ್' ಮಹಾಕಾವ್ಯದಲ್ಲಿ ಕಂಡುಕೊಂಡ. ಈ

ಸತ್ಯವನ್ನು ಲಂಕೇಶರು ಚಿತ್ರಿಸಿದ ಕೇಡಿನ ವ್ಯಕ್ತಿತ್ವಗಳು ಹಾಗೂ ಕೇಡಿನ ಮುಖಗಳು ಧ್ವನಿಸುತ್ತವೆ. ಈ ಅಂಶ ಕೇವಲ ಲಂಕೇಶರ ಕಥಾಲೋಕದಲ್ಲಷ್ಟೇ ಅಲ್ಲದೆ ಅವರ ಪತ್ರಿಕೆಯಲ್ಲೂ ವ್ಯಕ್ತವಾಗುತ್ತಿತ್ತು. ಹಗಲೂರಾತ್ರಿ ರಾಜಕೀಯವನ್ನೇ ಯೋಚಿಸಿ ತಮಗಾಗದವರನ್ನು ನಿರ್ನಾಮ ಮಾಡುತ್ತಿದ್ದ ದೇವೇಗೌಡರ ವ್ಯಕ್ತಿತ್ವ ಕುರಿತು 'ಲಂಕೇಶ್‌ಪತ್ರಿಕೆ'ಯಲ್ಲಿ ಪ್ರಕಟವಾದ ಒಂದು ಮುಖಪುಟ ಲೇಖನಕ್ಕೆ ಲಂಕೇಶರು ಕೊಟ್ಟ ಶೀರ್ಷಿಕೆ: 'ರಾಕ್ಷಸ ನಿದ್ರಿಸುವುದಿಲ್ಲ'.

ಹೀಗೆ ಗೆಲ್ಲಲು ಹಗಲೂರಾತ್ರಿ 'ಕ್ರಿಯಾಶೀಲ'ವಾಗಿರುವ ರಾಜಕಾರಣಿಗಳ ಬಗ್ಗೆ ಜನರಿಗಿರುವ ಆಕರ್ಷಣೆಯ ಬಗ್ಗೆ ಒಮ್ಮೆ ಮಾತಾಡುತ್ತಾ ಆಗ ಗಂಗಾವತಿಯ ಶಾಸಕರಾಗಿದ್ದ ಬಸವರಾಜಪಾಟೀಲ ಅನ್ವರಿಯವರ ಬಗ್ಗೆ ಲಂಕೇಶ್ ಹೇಳಿದರು: "ಅವನು ಈವಿಲ್ ಅನ್ನೋದು ಎಲ್ಲರಿಗೂ ಗೊತ್ತು. ಆದರೆ ಅವನು ವರ್ಣರಂಜಿತ ವಾಗಿ ಸುಳ್ಳು ಹೇಳಿ ಜನರಿಗೆ ಮೋಸ ಮಾಡುವುದರಲ್ಲಿ ನಿಸ್ಸೀಮ. ಒಮ್ಮೆ ನಮ್ಮ ಪತ್ರಿಕೆಯಲ್ಲಿ ರವೀಂದ್ರ ರೇಶ್ಮೆ ಈ ಅನ್ವರಿಯ ವಿರುದ್ಧ ಬರೆದರು. ಆಗ ಅನ್ವರಿ ತನ್ನ ಭಾಷಣದಲ್ಲಿ 'ಆ ರೇಶ್ಮೆ ಈ ಕ್ಷೇತ್ರದಲ್ಲಿ ಎಂ.ಎಲ್.ಎ. ಟಿಕೆಟ್‌ಗೆ ಟ್ರೈ ಮಾಡ್ದ, ಸಿಗಲಿಲ್ಲ. ಅದಕ್ಕೇ ಹೀಗೆ ಬರೀತಾನೆ; ಆ ಲಂಕೇಶ್ ನೋಡ್ರಿ, ನನ್ನ ಬಗ್ಗೆ ಏನೂ ಬರ್ದಿಲ್ಲ' ಎಂದು ಸುಳ್ಳು ಹೇಳಿ, ಜನರನ್ನೆಲ್ಲ ನಗಿಸಿದ. ಹೀಗೆ ಅವನು ಗೆದ್ದು ಮಿಂಚ್ತಾ ಇರುವಾಗ ಇನ್ನೊಬ್ಬ ಒಳ್ಳೆಯ ರಾಜಕಾರಣಿ 'ಜನರಿಗೆ ಒಳ್ಳೆಯದಾಗ ಬೇಕು...' ಎಂದೆಲ್ಲ ಭಾಷಣ ಕೊಡ್ತಾ ಇದ್ದರೆ ಜನರೆಲ್ಲಾ ಜಾಗ ಖಾಲಿ ಮಾಡಿರ್ತಾರೆ. ನಾವು ಈ ಜಯಲಲಿತ, ಅಧ್ವಾನಿಗಳನ್ನೆಲ್ಲ ಡಿಸ್ಟ್ರಕ್ಟಿವ್ ಫೆಲೋಸ್, ಈವಿಲ್‌ಗಳು ಅನ್ತಾ ಇರ್ತೀವಿ. ಆದ್ರೆ ಅವರ ಈವಿಲ್‌ಗೆ ಇರೋ ಚಾರ್ಮ್ ನೋಡಿ ಜನ ಆರಿಸ್ತಾನೇ ಇರ್ತಾರೆ... ಇದು ವಿಚಿತ್ರ."

ಈವಿಲ್‌ನ ಒಂದು ಹಂತದ ಗೆಲುವಿಗೆ ಮುಖ್ಯ ಕಾರಣವೆಂದರೆ, ಈವಿಲ್‌ಗೆ ಇರುವ ವಿಚಿತ್ರವಾದ ಏಕೋದ್ದೇಶ. ಈವಿಲ್ ಏಕಮನಸ್ಸಿನಿಂದ ಕೆಲಸ ಮಾಡು ತ್ತಿರುತ್ತದೆ. ಅದಕ್ಕೆ ವಿನಾಶ ಮಾಡುವುದು ಹಾಗೂ ಗೆಲ್ಲುವುದು ಬಿಟ್ಟರೆ ಬೇರೆ ಕೆಲಸವೇ ಇಲ್ಲ. ಆದರೆ ಒಳಿತು ಹಾಗಲ್ಲ. ನಮ್ಮ ದಿನನಿತ್ಯದ ಅನುಭವದಲ್ಲೇ ಇದು ಸ್ಪಷ್ಟವಾಗಿ ಗೊತ್ತಾಗುತ್ತದೆ. ಕೇಡು ಹೆಚ್ಚಿಗೆ ಇರುವ ಜನ ಏನಾದರೂ ಮಾಡಿ ಸುಳ್ಳು, ಮೋಸ ಎಲ್ಲ ಬೆರೆಸಿ ತಮ್ಮ ಕೆಲಸ ಸಾಧಿಸಿಕೊಳ್ಳಲು ಯತ್ನಿಸುತ್ತಾರೆ; ಆದರೆ ಒಳ್ಳೆಯತನ ಹೆಚ್ಚಿಗೆ ಇರುವ ಸಂಕೋಚ ಸ್ವಭಾವದವರು ಹಿಂದೆ ಸರಿದು ಬಿಡುತ್ತಾರೆ. ಕೇಡಿನ ಗೆಲುವಿಗೆ ಇದು ಕೂಡ ಕಾರಣ. 'ಉತ್ತಮರಿಗೆ ಯಾವ ನಂಬಿಕೆಯೂ ಇಲ್ಲ; ನೀಚರು ಮಾತ್ರ ತೀವ್ರ ಉತ್ಸಾಹದಲ್ಲಿದ್ದಾರೆ' ಎಂದು ಕವಿ ಯೇಟ್ಸ್ ತನ್ನ 'ಸೆಕೆಂಡ್ ಕಮಿಂಗ್' ಪದ್ಯದಲ್ಲಿ ತೋಡಿಕೊಂಡ ವಿಷಾದದಲ್ಲಿ ಈ ಸೂಚನೆಯೂ ಇದೆ.

ಲಂಕೇಶರಲ್ಲಿ ಕೇಡಿನ ಪರೀಕ್ಷೆ ಎಷ್ಟು ನಿಷ್ಠುರವಾಗಿರುತ್ತಿತ್ತೆಂದರೆ, ತಮ್ಮ ಗದ್ಯ ಬರಹಗಳಲ್ಲಿ ಕೊಂಚ ಸ್ಪಷ್ಟವಾಗಿಯೇ ಪ್ರತಿಪಾದಿಸಿರುವ 'ಪ್ರಗತಿಪರ' ಅಂಶಗಳನ್ನು ಕೂಡ ತಮ್ಮ ಕತೆಗಳಲ್ಲಿ, ನೀಲು ಪದ್ಯಗಳಲ್ಲಿ ಸಂದೇಹದಿಂದಲೇ ನೋಡಲೆತ್ನಿಸಿದರು. ಅವರ 'ಕಣ್ಮರೆ' ಕತೆಯಲ್ಲಿ ಒಂದು ಪ್ರತಿಭಟನಾ ಸಭೆಯಲ್ಲಿ ಸಾವಿತ್ರಿಗೆ ಅನ್ನಿಸುತ್ತದೆ: 'ಬಹಳ ಸೋಶಿಯಲ್ ಆಗಿದ್ದ ಜನ. ಆದರೆ ಸಾವಿತ್ರಿಗೆ ಈ ಭಾವೋದ್ವೇಗ ಮತ್ತು ಸ್ನೇಹಪರತೆಯ ಆಳದಲ್ಲಿ ಒಂದು ಬಗೆಯ ಹತಾಶೆ ಮತ್ತು ಸೇಡು ಇದ್ದಂತಿತ್ತು.' 'ಸಂಕ್ರಾಂತಿ'ಯಲ್ಲಿ ಬಸವಣ್ಣ ಕೆಳಜಾತಿಯ ಜನರ ಜೀವಂತಿಕೆಯನ್ನು ಇಲ್ಲವಾಗಿಸುತ್ತಿರಬಹುದು ಎಂಬ ಅನುಮಾನ ಉಜ್ಜ ಹಾಗೂ ಉಷಾ ಇಬ್ಬರಿಗೂ ಇದೆ. ಹಾಗೆಯೇ ಕಣ್ಣಿಗೆ ಪಟ್ಟಿ ಕಟ್ಟಿಕೊಂಡವನಂತೆ ಒಂದೇ ಉದ್ದೇಶಕ್ಕೆ ಬದ್ಧವಾದ ವ್ಯಕ್ತಿಯೊಬ್ಬ ಮನುಷ್ಯರ ಚೈತನ್ಯಕ್ಕೆ ಏನಾಗುತ್ತಿದೆ ಎಂಬುದನ್ನು ಗಮನಿಸದೆ ಕೇಡಾಗಿಬಿಡಬಹುದು ಎಂಬ ಸತ್ಯ 'ನನ್ನ ತಂಗಿಗೊಂದು ಗಂಡು ಕೊಡಿ' ನಾಟಕದಲ್ಲಿದೆ. ಈ ನಾಟಕದ ಜಗನ್ನಾಥ ಒಬ್ಬ ವಿಚಾರವಾದಿ. ಅವನ ತಂದೆ ಮಂತ್ರಿ. ಜಗನ್ನಾಥ ತನ್ನ ತಂಗಿಯಲ್ಲಿ ವೈಚಾರಿಕ ಪ್ರಜ್ಞೆ ಮೂಡಿಸುತ್ತಾ ಅವಳು ಹೊಸವ್ಯಕ್ತಿತ್ವವೊಂದನ್ನು ರೂಪಿಸಿಕೊಳ್ಳುವಂತೆ ಮಾಡಲೆತ್ನಿಸುತ್ತಾನೆ. ಆದರೆ ಅವನ ತಂಗಿ ಅವನ ವೈಚಾರಿಕ ನೋಟದ ಹಿಂದಿನ ಕ್ರೌರ್ಯವನ್ನು ಕಂಡುಕೊಳ್ಳುತ್ತಾ ಒಂದು ದಿನ ಸ್ಫೋಟಗೊಳ್ಳುತ್ತಾಳೆ: 'ಅಪ್ಪನಿಗಿಂತ ಕ್ರೂರಿ ನೀನು... ಅಪ್ಪ ನನ್ನನ್ನು ತನ್ನ ಅಧಿಕಾರಕ್ಕೆ ಬಲಿಕೊಟ್ಟ, ನೀನು ನನ್ನನ್ನು ಆತನ ಮೇಲಿನ ದ್ವೇಷಕ್ಕೆ ಬಲಿ ಕೊಡ್ತಿದ್ದೀಯ.'

ಇಂಥ ಸೂಕ್ಷ್ಮ ಸತ್ಯಗಳನ್ನು ಲಂಕೇಶರು ಸದಾ ಕಾಣಲೆತ್ನಿಸಿದ್ದರಿಂದಲೇ ತಾವು ಸೃಷ್ಟಿಸಿದ ಎಲ್ಲ ಪಾತ್ರಗಳನ್ನೂ ನಿಷ್ಠುರವಾಗಿ ನೋಡಬಲ್ಲವರಾಗಿದ್ದರು. ಅವರ 'ಅನುರೂಪ' ಸಿನಿಮಾದ ನಾಯಕ ವ್ಯವಸ್ಥೆಯನ್ನು ವಿರೋಧಿಸುವ ಒಬ್ಬ ಮೇಷ್ಟ್ರು. ಆದರೆ ಆತ ಪ್ರಿನ್ಸಿಪಾಲ್ ಆದ ತಕ್ಷಣ ತಾನು ಹಿಂದೆ ಯಾವುದನ್ನು ವಿರೋಧಿಸುತ್ತಿದ್ದನೋ ಅದನ್ನೇ ತಾನೂ ಮಾಡುತ್ತಾ ಹೋಗುತ್ತಾನೆ. ಈ ಬಗೆಯ ವಿರೋಧಾಭಾಸದ ಒಂದು ಚಿತ್ರ 'ಸಹಪಾಠಿ' ಕಥೆಯಲ್ಲೂ ಬರುತ್ತದೆ. ಆ ಕತೆ ನಡೆವ ಊರಿನ ಪಕ್ಕದ ಕಾಡಿನಲ್ಲಿ ಕಳ್ಳತನ ಶುರುವಾಗುವುದು ಪರಿಸರವಾದಿಗಳು ತಮ್ಮ ಚಟುವಟಿಕೆ ಶುರುಮಾಡಿದಾಗ. ಕೇಡಿನ ಜೊತೆ ಹೋರಾಡುವ ಶಕ್ತಿಗಳು ಕೇಡಿನಲ್ಲಿ ಲೀನವಾಗಿಬಿಡುವ ವಿಚಿತ್ರವನ್ನು ಲಂಕೇಶ್ ಅನೇಕ ಕಡೆ ಸೂಚಿಸುತ್ತಾರೆ. ನೀಷೆಯ ಒಂದು ಗ್ರಹಿಕೆ ಹೀಗಿದೆ: 'ಅಮಾನುಷರೊಂದಿಗೆ ಹೋರಾಡುವ ವ್ಯಕ್ತಿ ಕೊನೆಗೆ ತಾನೇ ಅಮಾನುಷವಾಗದಂತೆ ನೋಡಿಕೊಳ್ಳಬೇಕು. ಆಳದ ನರಕಕೂಪವನ್ನು ನಾವು ಕಣ್ಣಿಟ್ಟು ನೋಡಿದರೆ, ಆ ಕೂಪ ನಮ್ಮೊಳಗನ್ನೂ ತೀಕ್ಷ್ಣವಾಗಿ ಕಣ್ಣಿಟ್ಟು

ನೋಡುತ್ತದೆ'. ಸಾಮಾಜಿಕ ಭ್ರಷ್ಟತೆಯ ವಿರುದ್ಧ ಹೋರಾಡುತ್ತಾ ಹಾಗೂ ಕೇಡಿನ ಬಗ್ಗೆ ಬರೆಯುತ್ತಾ ಲಂಕೇಶರ ವ್ಯಕ್ತಿತ್ವದಲ್ಲೇ ಕ್ರೌರ್ಯ ಚಿಮ್ಮಿದ್ದನ್ನು ಕಂಡವರಿಗೆ ನೀಷೆ ಹೇಳಿದ್ದು ಎಷ್ಟೊಂದು ಅರ್ಥಪೂರ್ಣವಾಗಿದೆ ಎಂಬುದು ಗೊತ್ತಿರುತ್ತದೆ. ನೀಷೆಯ ಮಾತು ನಮ್ಮೆಲ್ಲರೊಳಗೂ ಇರುವ ಕ್ರೌರ್ಯಕ್ಕೂ ಅನ್ವಯಿಸುತ್ತದೆ. ಆದರೆ ಎಲ್ಲ ಬಗೆಯ ವ್ಯಕ್ತಿಗಳು, ಸಂದರ್ಭಗಳು, ಸಾಧ್ಯತೆಗಳು ಹಾಗೂ ಸಂಕಥನಗಳನ್ನು ಸಂದೇಹದಿಂದ ಪರೀಕ್ಷಿಸಿದ ಲಂಕೇಶ್ ತಮ್ಮನ್ನು ತಾವು ಅಂಥದ್ದೇ ಮಾನದಂಡಗಳಿಂದ ಪರೀಕ್ಷಿಸಿಕೊಳ್ಳುವಲ್ಲಿ ಹಿಂಜರಿಯಲಿಲ್ಲ. ಆ ಪರೀಕ್ಷೆ ಅವರ ಪತ್ರಿಕೆಯ ವೇದಿಕೆಯಲ್ಲಿ ಹೆಚ್ಚಿಗೆ ನಡೆಯದಿರಬಹುದು. ಆದರೆ ಅವರ ಒಟ್ಟು ಬರವಣಿಗೆಯಲ್ಲಿ ಆ ಸ್ವಪರೀಕ್ಷೆ ನಿರಂತರವಾಗಿ ಕಾಣುತ್ತದೆ. ಅವರ ಆತ್ಮಚರಿತ್ರೆಯಲ್ಲಿ ಅದು ಅನೇಕ ಕಡೆ ಸ್ಪಷ್ಟವಾಗಿ ಕಾಣುತ್ತದೆ.

ತಮ್ಮ ಕೊನೆಯ ದಿನಗಳಲ್ಲಿ ಬರೆದ 'ಹುಳಿಮಾವಿನ ಮರ'ದ ಹೊತ್ತಿಗೆ ಲಂಕೇಶರು ಸಂದೇಹ ಮತ್ತು ನಂಬಿಕೆ... ಈ ಎರಡರ ನಡುವೆ ಹೊಯ್ದಾಡುತ್ತಿದ್ದರು. 'ಮನುಷ್ಯರನ್ನು ಪೂರ್ತಿ ನಂಬುವವನು ಹತಾಶೆಯಿಂದ ಪರಿತಪಿಸಬೇಕಾಗುತ್ತದೆ' ಎನ್ನುವ ಅವರು, ಮನುಷ್ಯನ ಸಹಜಗುಣದ ಬಗ್ಗೆ 'ಹುಳಿಮಾವಿನ ಮರ'ದ ಕೊನೆಯ ಭಾಗದಲ್ಲಿ ಬರೆಯುತ್ತಾರೆ: 'ಪ್ರೇಮದಂತೆಯೇ ವಿಶ್ವಾಸ ಕೂಡ; ಅದು ಬತ್ತಿ ಹೋಗುತ್ತದೆ. ಇಲ್ಲವಾಗುತ್ತದೆ; ಅನೇಕಾನೇಕ ಆಕಾಂಕ್ಷೆ, ತೆವಲುಗಳೊಂದಿಗೆ ಕೆಲಸ ಮಾಡುವ ಮನುಷ್ಯ ಶತ್ರುವಾಗುತ್ತಾನೆ, ದ್ರೋಹಿಯಾಗುತ್ತಾನೆ. ಕೊಲೆ ಮಾಡಲೂ ಹೇಸದವನಾಗುತ್ತಾನೆ. ಇವೆಲ್ಲ ನನ್ನ ಬದುಕಿನ ವಿವಿಧ ಹಂತಗಳಲ್ಲಿ ಕಂಡುಕೊಂಡಿದ್ದು. ಇದು ಸ್ವಾಭಾವಿಕ ಅನ್ನುವುದನ್ನು ಅರಿತರೆ ಮಾತ್ರ ಸಿನಿಕನಾಗುವುದು ತಪ್ಪುತ್ತದೆ.' ಮಾನವನ ಕೇಡನ್ನು ಕಂಡು ದಿಗ್ಭ್ರಮೆಗೊಳ್ಳುವ, ಅದನ್ನು ಎದುರಿಸುವ ದಾರಿಯಿಲ್ಲದೆ ಕುಸಿಯುವವರೆಲ್ಲ ಗ್ರಹಿಸಬೇಕಾದ ಬಹು ಮುಖ್ಯವಾದ ಅಂಶ ಇದು. 'ನೀಲು' ಪದ್ಯವೊಂದರ ಚುರುಕು ಚಿಂತನೆ ಇದನ್ನೇ ಇನ್ನಷ್ಟು ನೇರವಾಗಿ ಹೇಳಿದಂತಿದೆ:

ಸಂತರನ್ನು ಕಂಡೊಡನೆ
ಸಂದೇಹ ಪಟ್ಟವರು
ಪಶ್ಚಾತ್ತಾಪ ಪಡುವ
ಕಷ್ಟದಿಂದ ಮುಕ್ತರು.

ಈವಿಲ್‌ನಿಂದ ಮುಕ್ತವಾಗುವುದಕ್ಕೆ ಅಥವಾ ಕೇಡನ್ನು ಮೀರುವುದಕ್ಕೆ ಸಾಮಾನ್ಯವಾಗಿ ಅನೇಕ ಲೇಖಕರು ಹುಡುಕುವ ಆಶಾವಾದಿ, ನೀತಿವಾದಿ ಅಥವಾ ಆಧ್ಯಾತ್ಮಿಕ ಮಾರ್ಗದಲ್ಲಿ ಲಂಕೇಶರಿಗೆ ನಂಬಿಕೆ ಇರಲಿಲ್ಲ. ಬದಲಿಗೆ, ಮನುಷ್ಯ ತನ್ನ ತೀವ್ರ ತಾದಾತ್ಮ್ಯದ ಗಳಿಗೆಯಲ್ಲಿ ಅಥವಾ 'ವೃಕ್ಷದ ವೃತ್ತಿ' ಕತೆಯ ಪಾರ್ವತಜ್ಜಿಯಂತೆ

ಪರಿಸರದ ಜೊತೆಗೆ ಒಂದಾಗಿ ಕಂಡುಕೊಳ್ಳುವ ಸಾರ್ಥಕ್ಯದಲ್ಲಿ ತನ್ನ ಈವಿಲ್ ಗುಣವನ್ನು ಮೀರಬಹುದು ಎಂದು ಲಂಕೇಶರಿಗನ್ನಿಸಿತ್ತು. ಈ ಕಾರಣದಿಂದಾಗಿಯೇ ಅವರ ಸಾಹಿತ್ಯ ಕೃತಿಗಳಲ್ಲಿ ಕೇಂದ್ರ ಪಾತ್ರಗಳು 'ಹೀರೋ'ಗಳಂತೆ ಆಡುವುದಿಲ್ಲ; ಈ ಹೀರೋಗಳು ಮಾತ್ರವೇ ಸಮಾಜಕ್ಕೆ ಹೊಸ ದಿಕ್ಕು ತೋರಿಸುತ್ತಾರೆಂಬ ರಮ್ಯ ನಂಬಿಕೆ ಲಂಕೇಶರ ಕೃತಿಗಳಲ್ಲಿ ಕಡಿಮೆ. ಅಸಾಧಾರಣ ಗುರಿಗಳು ಹಾಗೂ ಆದರ್ಶ ಕ್ರಿಯೆಗಳಿಗಿಂತ, ಸಾಧಾರಣವಾದ, ಆದರೆ ತನ್ನ ಹೃದಯಕ್ಕೆ ಹತ್ತಿರವಾದ ಕ್ರಿಯೆಯಲ್ಲಿ ಅಥವಾ ಶ್ರಮದಲ್ಲಿ ಮುಳುಗಿದ ಹೆಣ್ಣು ಅಥವಾ ಗಂಡು ಸಾಧಿಸುವ ಉದಾತ್ತತೆಯ ಬಗ್ಗೆ ಲಂಕೇಶರಿಗೆ ಹೆಚ್ಚು ಭರವಸೆಯಿದ್ದಂತಿತ್ತು. ಶಿಲ್ಪಿಗಳ ಬಗ್ಗೆ ಅವರು ತಮ್ಮ 'ಟೀಕೆ ಟಿಪ್ಪಣಿ'ಯಲ್ಲಿ ಬರೆಯುತ್ತಾರೆ: 'ಅರ್ಧ ಶತಮಾನ ಕಾಲ ಒಂದೊಂದು ದೇವಸ್ಥಾನ ನಿರ್ಮಿಸಿದ ಶಿಲ್ಪಿಗಳು ನೀಚರಾಗಿರುವುದಕ್ಕೆ ವೇಳೆಯೇ ಇರುತ್ತಿರಲಿಲ್ಲ.' ಈ ಶಿಲ್ಪಿಗಳಂತೆಯೇ, 'ಗುಣಮುಖ'ದ ಹಕೀಮ, ಮರಗಳ ಜೊತೆ ಬದುಕುವ 'ವೃಕ್ಷದ ವೃತ್ತಿ'ಯ ಪಾರ್ವತಜ್ಜಿ, 'ಮುಟ್ಟಿಸಿಕೊಂಡವನು' ಕತೆಯ ಡಾಕ್ಟರ್ ತಿಮ್ಮಪ್ಪ ತಂತಮ್ಮ ವೃತ್ತಿಯಲ್ಲಿ ಮುಳುಗುವ ಮೂಲಕವೇ ಕೇಡನ್ನು ಮೀರಲೆತ್ನಿಸಿದವರು ಅಥವಾ ಕೇಡಾಗಲು ಸಮಯವೇ ಇಲ್ಲದವರು. ಹಾಗೆಯೇ ಬದುಕಿನ ಹೊಡೆತಕ್ಕೆ ಸಿಕ್ಕು ಸರಿಯಾಗಿ ಬದುಕಲು ಕಲಿಯುವ, ಕೆಲವೊಮ್ಮೆಯಾದರೂ ನೀತಿ, ಅನೀತಿಗಳ ಗೆರೆ ದಾಟಿ ನೋಡುವ, ತಮ್ಮ ಆಳದಲ್ಲಿ ಬದುಕಿನ ಕೆಲವು ದಿಕ್ಕುಗಳ ಬಗೆಗಾದರೂ ಖಚಿತವಾಗಿರುವ ಪಾತ್ರಗಳ ಬಗೆಗೂ ಲಂಕೇಶರಿಗೆ ಆಕರ್ಷಣೆಯಿತ್ತು. 'ಕಲ್ಲು ಕರಗುವ ಸಮಯ'ದ ತಿಪ್ಪಣ್ಣ–ಶಾಮಲ, 'ಮುಸ್ಸಂಜೆಯ ಕಥಾಪ್ರಸಂಗ'ದಲ್ಲಿ ಜಾತಿ ಮೀರುವ ಮಂಜ–ಸಾವಂತ್ರಿ ಮುಂತಾದ ಸಾಮಾನ್ಯರೇ ಲಂಕೇಶರ ಸಾಹಿತ್ಯಲೋಕದಲ್ಲಿ ಬಿಡುಗಡೆಯ ಅರ್ಥಪೂರ್ಣ ಮಾರ್ಗಗಳನ್ನು ತೆರೆಯಬಲ್ಲವರು. ಮೇಲೆ ಹೇಳಿದ ಬಹುತೇಕ ಪಾತ್ರಗಳು ಕೆಳಜಾತಿ ಹಾಗೂ ಕೆಳವರ್ಗಗಳಿಂದ ಬಂದಿರುವುದು ತಮ್ಮ ಪತ್ರಿಕೆಯ ಘಟ್ಟದಲ್ಲಿ ಹಾಗೂ ಅದಕ್ಕಿಂತ ಸ್ವಲ್ಪ ಮೊದಲು ಲಂಕೇಶರು ಗಳಿಸಿಕೊಂಡ ಹೊಸ ಸಮಾಜವಾದಿ ನೋಟದ ಫಲ ಕೂಡ. ಹಾಗೆಯೇ ಸಮಕಾಲೀನ ರಾಜಕಾರಣದಲ್ಲಿ ಕೂಡ ಅವರು 'ದಿಗ್ಗಜ'ರ ಬಗ್ಗೆ ಹೆಚ್ಚಿನ ನಿರೀಕ್ಷೆಯಿಟ್ಟುಕೊಳ್ಳದೆ ನಜೀರ್‌ಸಾಬ್, ಸಿ. ನಾರಾಯಣಸ್ವಾಮಿ, ಶಾಣಪ್ಪ, ಶಿವಮೊಗ್ಗದ ಪೂರ್ಾನಾಯ್ಕ, ಮೋಟಮ್ಮ ಥರದವರ ಬಗ್ಗೆ ಹೆಚ್ಚು ಭರವಸೆಯಿಟ್ಟುಕೊಂಡಿದ್ದರು.

ಆದರೆ ಹೀರೋಗಳ ಬಗ್ಗೆ ಅನುಮಾನವಿಟ್ಟುಕೊಂಡಿದ್ದ ಲಂಕೇಶರಿಗೆ ತಮ್ಮ ನಾಯಕತ್ವದ ಬಗ್ಗೆ ಗುಪ್ತ ಅಭಿಮಾನವಿದ್ದದ್ದು ಸುಳ್ಳಲ್ಲ!

* * *

ಮನುಷ್ಯ ಸೃಷ್ಟಿಸುವ ಸಾಮಾಜಿಕ ಹಾಗೂ ರಾಜಕೀಯ ಕೇಡನ್ನು ಎದುರಿಸುವ ಹಾಗೂ ಹತೋಟಿಗೆ ತರುವ ಮಾರ್ಗಗಳ ಬಗ್ಗೆ ಲಂಕೇಶ್ ಗಂಭೀರವಾಗಿ ಯೋಚಿಸಲು ಶುರು ಮಾಡಿದ್ದು 'ಲಂಕೇಶ್‌ಪತ್ರಿಕೆ'ಯನ್ನು ಯುದ್ಧದಂತೆ ನಡೆಸಿದ ಮೊದಲ ಹತ್ತು ವರ್ಷಗಳಲ್ಲಿ. ಆ ಹತ್ತು ವರ್ಷಗಳ ನಂತರದ ಘಟ್ಟದಲ್ಲಿ ಬರೆದ ಗದ್ಯ, ನಾಟಕ ಹಾಗೂ ಕತೆಗಳಲ್ಲೂ ಇದು ಸುಪ್ತವಾಗಿದೆ. ಪ್ರಾಯಶಃ ಜನರ ಜೊತೆಗಿನ ಸಂವಾದದಿಂದ ಹಾಗೂ ಗಾಂಧಿಯನ್ನು ಹೊಸ ರೀತಿಯಲ್ಲಿ ಪ್ರಸ್ತುತಗೊಳಿಸುವ ಪ್ರಯತ್ನದಿಂದ ಹುಟ್ಟಿದ ಹೊಸ ಬಗೆಯ ಸಮಾಜವಾದಿ ಪ್ರಜ್ಞೆ ಇದು. ತಮ್ಮ ಪತ್ರಿಕೆಯ ಘಟ್ಟದಲ್ಲಿ ಗಾಂಧೀಜಿಯವರ ಬರವಣಿಗೆಯಿಂದ ಕೆಲವು ಅಂಶಗಳನ್ನು ರೂಢಿಸಿಕೊಂಡ ಲಂಕೇಶರಿಗೆ ಗಾಂಧೀಮಾರ್ಗದ ಬಗೆಗೆ ಆರಾಧನೆ ಹಾಗೂ ಅನುಮಾನಗಳೆರಡೂ ಇದ್ದವು. ಆದರೂ ಆ ಮಾರ್ಗದ ಮೂಲಕ ಸಾಮಾಜಿಕ ಕೇಡುಗಳನ್ನು ಎದುರಿಸುವ ಸಾಧ್ಯತೆಯ ಬಗ್ಗೆ ಕೊಂಚ ವಿಶ್ವಾಸವೂ ಈ ಘಟ್ಟದಲ್ಲಿ ಮೂಡಿದಂತಿದೆ. 'ಮುಟ್ಟಿಸಿಕೊಂಡವನು' ಕತೆಯ ಡಾಕ್ಟರ್ ತಿಮ್ಮಪ್ಪ ಲಿಂಗಾಯತ ಜಾತಿಯ ಬಸಲಿಂಗ ಎಂಬ ರೋಗಿಯ 'ಜಾತಿಖಾಯಿಲೆ' ಕುರಿತು ಖಿನ್ನರಾದರೂ ಕಹಿಯಾಗುವುದಿಲ್ಲ. ಬದಲಿಗೆ, ಮರುಕದಿಂದ ಅವನ ಇನ್ನೊಂದು ಕಣ್ಣನ್ನು ಸರಿ ಮಾಡುತ್ತಾರೆ. 'ಗುಣಮುಖ'ದಲ್ಲಿ ನಾದಿರ್‌ಶಾನನ್ನು ಗುಣಪಡಿಸುವವನು ಗಾಂಧಿಯ ರೀತಿಯ ಅಂತಃಸತ್ವ ಪಡೆದ ಹಕೀಮ. ಲಂಕೇಶರ ಕೃತಿಗಳಲ್ಲಿ ಕೊಂಚ 'ಹೀರೋಯಿಕ್' ಆಗಿ ಕಾಣುವ ಹಕೀಮ, ಚಕ್ರವರ್ತಿಗೆ ಹೇಳುತ್ತಾನೆ: 'ಮೂರ್ಖ, ಕಣ್ಣು ಮುಚ್ಚಿ ಯೋಚಿಸು. ಅದೊಂದೇ ಕಣ್ಣು ಪಡೆಯುವ ಮಾರ್ಗ.'

ಆದರೂ ಮನುಷ್ಯ ತನ್ನ ಕೇಡಿನಿಂದ ಸಂಪೂರ್ಣ ಬಿಡುಗಡೆ ಪಡೆಯುವ ಬಗ್ಗೆ ಲಂಕೇಶರಿಗೆ ನಂಬಿಕೆ ಇರಲಿಲ್ಲ. ಆದ್ದರಿಂದಲೇ ನಾದಿರ್‌ಶಾ 'ಗುಣಮುಖ'ನಾದ ಸೂಚನೆಯಿದೆಯೇ ಹೊರತು 'ಗುಣವಾದ' ಎಂಬ ಖಚಿತ ಹೇಳಿಕೆಯಿಲ್ಲ. 'ಸಹಪಾಠಿ'ಯ ಬಸವೇಗೌಡ ತನ್ನ ಕ್ರೌರ್ಯದಿಂದ ಬಿಡುಗಡೆಗೊಳ್ಳಲು ಪ್ರಾಯಶ್ಚಿತ್ತ ಮಾಡಿದರೂ ಅವನ ಕ್ರೌರ್ಯ ಹಿಂಗಿದಂತಿಲ್ಲ. ಹೀಗೆ ಲಂಕೇಶರಲ್ಲಿ ಈವಿಲ್‌ನ ವಸ್ತು ಮನುಷ್ಯ, ಮನುಷ್ಯ ನಿರ್ಮಿಸಿದ ಸಮಾಜ, ನಾಗರಿಕತೆ ಇವೆಲ್ಲವನ್ನೂ ಒಳಗೊಳ್ಳುತ್ತದೆ. ಅವರ ಪುಟ್ಟ ಪದ್ಯವೊಂದು ಇದನ್ನು ಅಡಕವಾಗಿ ಹೇಳುತ್ತದೆ:

ಮರ, ಕುರ್ಚಿ

ಮರ ಬಿರುಗಾಳಿಗೆ ಅಲ್ಲಾಡಿದ್ದ ಕಂಡ
ಬಡಗಿ
ಕತ್ತರಿಸಿ ಕುರ್ಚಿ ಮಾಡಿದ
ಸಾಹಿತಿಗಳು, ಪೊಲೀಸರು, ನ್ಯಾಯಾಧೀಶರಿಗಾಗಿ;
ಸೋಮಾರಿಗಳು, ಸಂಸಾರಿಗಳಿಗಾಗಿ.

ಕುರ್ಚಿ ಮುರಿದು ಮಣ್ಣು ಸೇರಿ
ಹೊಸ ಮರ ಬೆಳೆಯಲು ನೆರವಾದದ್ದು
ಸಹಸ್ರಾರು ವರ್ಷಗಳ ಬಳಿಕ.

ಈ ನಡುವೆ ಕುರ್ಚಿಯನ್ನು
ಬಳಸಿದವರು
ಚಿಂತಿಸಿದ್ದು ಮತ್ತು ಮಾಡಿದ್ದು
ಮನುಕುಲದ ದುಗುಡವ
ಹೆಚ್ಚಿಸಿತೆಂಬುದು
ನನ್ನ ನಮ್ರ ಊಹೆ.

ಇದರ ಜೊತೆಗೇ, ಈವಿಲ್‌ನ ವಸ್ತುವನ್ನು ಇನ್ನೊಂದು ಬಗೆಯಲ್ಲಿ ನೋಡಿದ ಒಂದು 'ನೀಲು' ಪದ್ಯ:

ತಿನ್ನಲು ಕೊಲ್ಲುವ ವ್ಯಾಘ್ರಗಳು
ಸೇಡಿಗೆ ಎಗರುತ್ತವೆ,
ಸಿಟ್ಟಿನಿಂದ ಸ್ಫೋಟಿಸುತ್ತವೆ.
ಆದರೆ
ನಗುನಗುತ್ತಲೇ ವಂಚಿಸಲು
ಹಿಂಜರಿಯುತ್ತವೆ.

ಮನೋವಿಜ್ಞಾನಿ ರೊಲೋ ಮೇ ಎರಡು ಬಗೆಯ ಮುಗ್ಧತೆಗಳನ್ನು ಗುರುತಿಸುತ್ತಾನೆ. ಒಂದು, ಭೋಳೆ ಮುಗ್ಧತೆ; ಇನ್ನೊಂದು, ಪ್ರಾಮಾಣಿಕ ಮುಗ್ಧತೆ. ಅವನ ಪ್ರಕಾರ, 'ಯಾವುದು ಕೇಡಿನ ಸ್ವರೂಪ ಹಾಗೂ ಶಕ್ತಿಯನ್ನು ಅರಿತಿರುವುದಿಲ್ಲವೋ ಅದು ಭೋಳೆ ಮುಗ್ಧತೆ; ಕೇಡನ್ನು ಅರಿತು ತನ್ನ ಮುಗ್ಧತೆಯನ್ನು ಉಳಿಸಿಕೊಳ್ಳುವುದೇ ಪ್ರಾಮಾಣಿಕ ಮುಗ್ಧತೆ.' ತಮ್ಮ ಭಾಷಣವೊಂದರಲ್ಲಿ 'ಗಾಂಧಿಗೆ ಕೇಡಿನ ಸ್ವರೂಪ ಸರಿಯಾಗಿ ಗೊತ್ತಿರಲಿಲ್ಲ' ಎಂದು ಹೇಳಿದ ಲಂಕೇಶರು ತಮ್ಮ ಬರಹಗಳಲ್ಲಿ, ಚಿಂತನೆಯಲ್ಲಿ ಮಾಡಿರುವ ಕೇಡಿನ ಶೋಧ ರೋಲೋ ಮೇ ಹೇಳುವಂಥ ಪ್ರಾಮಾಣಿಕ ಮುಗ್ಧತೆಯ ಹುಡುಕಾಟದ ಒಂದು ಭಾಗವೂ ಆಗಿತ್ತು.

೫

ಲಂಕೇಶ್‌ಪತ್ರಿಕೆ : ಕೇಡಿನ ಮುಖಾಮುಖಿ

ತಾವು ಬರೆದ ಬಹುತೇಕ ಕೃತಿಗಳಲ್ಲಿ ಕೇಡಿನ ಸ್ವರೂಪವನ್ನು ಶೋಧಿಸುವ ಲಂಕೇಶ್ ಭ್ರಷ್ಟರನ್ನು (ಎಷ್ಟೋ ಸಲ ಸಜ್ಜನರನ್ನೂ!) ಅನುಮಾನಿಸುವ, ಛೇಡಿಸುವ, ಟೀಕಿಸುವ ಪತ್ರಿಕೆ ಮಾಡಿದ್ದು ಸಹಜವಾಗಿತ್ತು. ನವ್ಯದ ಕಿರುಸಂಸ್ಕೃತಿಯಲ್ಲಿ ಪಳಗಿದ ವ್ಯಕ್ತಿತ್ವವೊಂದು ಹೆಚ್ಚು ಜನರನ್ನು ತಲುಪಲು ಹೊಸ ನುಡಿಗಟ್ಟನ್ನು ಹುಡುಕುತ್ತಿತ್ತು. ಎಪ್ಪತ್ತರ ದಶಕದಲ್ಲಿ ಪುಸ್ತಕಗಳ ಲೋಕದಿಂದ ಹೊರಗೆ ಬಂದು ನಾಟಕ ಆಡಿಸಿದಾಗ ಅಥವಾ ಸಿನಿಮಾ ಮಾಡಿದಾಗ ಲಂಕೇಶ್ ಹೀಗೆ ಹೆಚ್ಚು ಜನರನ್ನು ತಲುಪಲೆತ್ನಿಸಿದ್ದರು. ಇದಾದ ನಂತರ ನವ್ಯನೋಟ, ಲೋಹಿಯಾವಾದ, ಗಾಂಧೀವಾದ, ಜಾತ್ಯತೀತ ನಿಲುವು, ವ್ಯವಸ್ಥೆಯನ್ನು ವಿರೋಧಿಸುವ ತಾತ್ವಿಕತೆ ಎಲ್ಲವೂ ಸೇರಿದಂತಿದ್ದ 'ಲಂಕೇಶ್‌ಪತ್ರಿಕೆ' ತನ್ನ ಜವಾಬ್ದಾರಿಯ ಕಾಲದಲ್ಲಿ ಅದ್ಭುತ ಪರಿಣಾಮ ಸಾಧಿಸಿದ್ದಕ್ಕೆ ಈ ಪತ್ರಿಕೆಯಿಂದ ಎಚ್ಚರಗೊಂಡು ಯೋಚಿಸುವುದನ್ನು, ಬರೆಯುವುದನ್ನು ಕಲಿತ ಎರಡು ತಲೆಮಾರುಗಳು ಸಾಕ್ಷಿಯಾಗಿವೆ.

ಗುಂಡೂರಾವ್, ರಾಮಕೃಷ್ಣ ಹೆಗಡೆ, ದೇವೇಗೌಡರ ಕಾಲದ ರಾಜಕಾರಣದಲ್ಲಿ ವ್ಯವಸ್ಥೆಯ ವಿರೋಧಿ ದನಿಗೆ ತಾತ್ವಿಕ ತಳಹದಿಯಂತಿದ್ದ 'ಪತ್ರಿಕೆ' ಈ ದನಿಯನ್ನು ಕರ್ನಾಟಕದುದ್ದಕ್ಕೂ ಹಬ್ಬಿಸಲೆತ್ನಿಸಿತು. ಅದರ ಜೊತೆಗೇ ಮನುಷ್ಯರ ಸಣ್ಣಪುಟ್ಟ ಕಷ್ಟಸುಖಗಳಲ್ಲೂ ಭಾಗಿಯಾಗಲೆತ್ನಿಸಿತು.

ಪ್ರಾಯಶಃ ಮನುಷ್ಯ ದೊಡ್ಡ ಗುರಿ, ದೊಡ್ಡ ಆದರ್ಶಗಳಲ್ಲಿ ಮೇಲೇರಲೆತ್ನಿಸುತ್ತಿದ್ದರೂ ಅವನ ಜೀವಿತದ ಬಹುತೇಕ ಭಾಗ ಸಣ್ಣಪುಟ್ಟ ಆಶೆ-ನಿರಾಶೆಗಳಲ್ಲಿ ಕಳೆದುಹೋಗುತ್ತಿರುತ್ತದೆ. ಮಾನವ ಜೀವಿತದ ಈ ಮುಖಗಳಿಗೂ ಲಂಕೇಶ್ ತಮ್ಮ ಪತ್ರಿಕೆಯ ಮೂಲಕ ಗಂಭೀರವಾಗಿ ಮಿಡಿಯಲೆತ್ನಿಸಿದರು. ಒಂದು ಸಂಜೆ ಮಹಾಬಲಮೂರ್ತಿ ಕೊಡ್ಲೆಕೆರೆ ತಮ್ಮ ವಯಸ್ಸಾದ ಮಾವನ ಒಂಟಿತನದ ಬಗ್ಗೆ ಪ್ರಸ್ತಾಪಿಸಿದರು. ಆ ಕುರಿತು ಯೋಚಿಸಿದ ಲಂಕೇಶ್ ಅಂಥ ಇಳಿವಯಸ್ಸಿನ ವ್ಯಕ್ತಿಯೊಬ್ಬನಿಗೆ ಅಗತ್ಯವಾದ ಸಂಜೆಯ ಇಸ್ಪೀಟು, ಒಂದು ಡ್ರಿಂಕ್ ಇತ್ಯಾದಿಗಳ ಬಗ್ಗೆ ಆ ವಾರದ 'ಟೀಕೆ ಟಿಪ್ಪಣಿ' ಬರೆದರು. ಆನಂತರ ಈ 'ಟೀಕೆ ಟಿಪ್ಪಣಿ' ನನ್ನ ಮಿತ್ರರೊಬ್ಬರ ತಂದೆಗೆ ಅನ್ವಯವಾದ ರೀತಿ ಕುತೂಹಲಕರವಾಗಿದೆ. ಈ ಮಿತ್ರರು ತನ್ನ ತಂದೆಯನ್ನು ಮಲೆನಾಡಿನ ದೊಡ್ಡಮನೆಯೊಂದರಲ್ಲಿ ಒಂಟಿಯಾಗಿ ಬದುಕಲು ಬಿಟ್ಟು ತಾನು ಬೆಂಗಳೂರಿನಲ್ಲಿ ಆರಾಮವಾಗಿ ಬದುಕುತ್ತಿರುವ ಬಗ್ಗೆ ಸಣ್ಣ ಪಾಪಪ್ರಜ್ಞೆ ಅನುಭವಿಸುತ್ತಿದ್ದರು. ಲಂಕೇಶರ 'ಟೀಕೆ ಟಿಪ್ಪಣಿ' ಓದಿದ ಮೇಲೆ ಅವರಿಗೆ ಒಂದು ಮಾರ್ಗ ಕಂಡಿತು. ಆ ವಾರ ಊರಿಗೆ ಹೋಗಿ ತನ್ನ ಒಂಟಿ ತಂದೆಯ ಹಳೆಯ ಸಖಿಯನ್ನು ಮನೆಗೆ ಬರುವಂತೆ ಮಾಡಿದರು. ತಂದೆ ತಮ್ಮ ಒಂಟಿತನ ನೀಗಲು ಸಂಜೆ ಕ್ಲಬ್ಬಿಗೆ ಹೋಗಲು, ವಯಸ್ಸಿಗೆ ತಕ್ಕಷ್ಟು ಮದ್ಯ ಸೇವಿಸಲು ವ್ಯವಸ್ಥೆ ಮಾಡಿ ಬಂದರು. ಇದೆಲ್ಲ ಅನೇಕರು ತಾವೇ ಕಂಡುಕೊಂಡಿರ ಬಹುದಾದ ಮಾರ್ಗ. ಆದರೆ ಇವನ್ನೆಲ್ಲಾ ನೈತಿಕ ಪ್ರಶ್ನೆಗಳನ್ನಾಗಿಸಿಕೊಂಡು ನರಳುತ್ತಾ, ಅಳುಕುತ್ತಾ ಬದುಕು ನೂಕುವ ಹಲವರಿಗೆ ಲಂಕೇಶರ ಈ ಬರಹ ಸ್ಥೈರ್ಯ ಕೊಟ್ಟಿರಬಹುದು. ಲಂಕೇಶರನ್ನು ಅನೇಕರು 'ಮೇಷ್ಟ್ರು' ಎನ್ನುತ್ತಿದ್ದುದು ಸುಮ್ಮನೆ ಅಲ್ಲ. ಅವರು ಅನೇಕ ಸಲ ನಿಜವಾದ ಮೇಷ್ಟರಂತೆಯೇ ತಿಳಿ ಹೇಳುತ್ತಿದ್ದರು, ಬರೆಯುತ್ತಿದ್ದರು ಹಾಗೂ ವರ್ತಿಸುತ್ತಿದ್ದರು.

ಲಂಕೇಶರು ಹಾಗೆ ಮೇಷ್ಟರಾಗಿದ್ದರಿಂದಲೇ ಅವರ ನೈತಿಕ ನಿಲುವುಗಳು ಅವರಿಂದ ಟೀಕಿಸಿಕೊಂಡವರಲ್ಲೂ-ಅವರು ಸೂಕ್ಷ್ಮವಾಗಿದ್ದಲ್ಲಿ-ಕೃತಜ್ಞತೆ ಹುಟ್ಟಿಸಿರ ಬಹುದು. ರಾಮಕೃಷ್ಣ ಹೆಗಡೆ, ದೇವೇಗೌಡ, ಪಟೇಲ್, ಪ್ರಕಾಶ್ ಮುಂತಾದ ವರನ್ನು ಅವರು ಕಟುವಾಗಿ ಟೀಕಿಸಿದರೂ ಲಂಕೇಶರ ಟೀಕೆಯಿಂದ ಈ ರಾಜಕಾರಣಿಗಳು ಒಂದು ಬಗೆಯ ಶಿಕ್ಷಣವನ್ನೂ ಪಡೆಯುತ್ತಿದ್ದರು. ಲಂಕೇಶರ ನಂತರ ಅನೇಕ ಟ್ಯಾಬ್ಲಾಯ್ಡ್‌ಗಳು ಎಷ್ಟು ಚೀರಾಡಿದರೂ ಒಬ್ಬ ರಾಜಕಾರಣಿ ಯನ್ನೂ ಹಾದಿಗೆ ತರಲಾಗಲಿಲ್ಲ ಅಥವಾ ತಿದ್ದಲಾಗಲಿಲ್ಲ. ಅದರಲ್ಲೂ, ಲಾಭ ನಷ್ಟದ ಲೆಕ್ಕಾಚಾರ ಹಾಕಿಯೇ ಪರ-ವಿರೋಧ ಬರೆಯುವ ಪತ್ರಕರ್ತರ ವಿಕೃತ ಬರವಣಿಗೆ ಕಂಡು ಅನೇಕರು ತಾತ್ಸಾರದಿಂದ ಸುಮ್ಮನಾಗಿರಬಹುದೇ ಹೊರತು

ಜನರ ಒಳಗು ಈ ಬಗೆಯ ಅನೈತಿಕ ಬರವಣಿಗೆಯಿಂದ ಒಂದಿಂಚೂ ಕದಲಿರಲಾರದು. ಭ್ರಷ್ಟಾಚಾರದ ಬಗ್ಗೆ ಅತಿರಂಜಿತವಾದ ಉತ್ಪ್ರೇಕ್ಷಿತ ಬರಹಗಳನ್ನು ಪ್ರಕಟಿಸುವವರ ಸಂಖ್ಯೆ ಹೆಚ್ಚಾದ ಹಾಗೆಲ್ಲ, ಸತ್ಯಶೋಧನೆ ಮಾಡಿ ವರದಿ ಮಾಡುವ ಪ್ರಾಮಾಣಿಕರ ದನಿ ಉಡುಗುತ್ತಾ ಹೋಗುತ್ತದೆ. ಭ್ರಷ್ಟರಿಗೆ ಈ ಸ್ಥಿತಿ ಆರಾಮದಾಯಕವಾಗತೊಡಗುತ್ತದೆ.

ವ್ಯವಸ್ಥೆಯ ವಿರೋಧ ಲೌಕಿಕ ಲಾಭವನ್ನೂ ತರಬಲ್ಲದು ಎಂಬುದು ಲಂಕೇಶರಿಗೆ ಹೊಳೆದಂತಿತ್ತು. ಅರಿವಿದ್ದೋ, ಅರಿವಿಲ್ಲದೆಯೋ ಕೆಲವೊಮ್ಮೆ ಉತ್ಪ್ರೇಕ್ಷಿತ ವರದಿಗಳು ಅವರ ಪತ್ರಿಕೆಯಲ್ಲೂ ಕಾಣಿಸಿಕೊಂಡಿದ್ದಿದೆ. ಪತ್ರಕರ್ತ ವೃತ್ತಿಯೂ ಭಾರತದ ಇತರೆಲ್ಲ ಅಂಗಗಳಂತೆ ಕೊಳೆತು ಹೋಗುತ್ತಿರುವುದನ್ನೂ ಅವರು ಗಮನಿಸಿದರು. ಆದರೂ 'ಲಂಕೇಶ್‌ಪತ್ರಿಕೆ'ಯ ಮೊದಲ ಸಂಚಿಕೆಯಿಂದ, ಲಂಕೇಶರು ತೀರಿಕೊಳ್ಳುವ ತನಕದ ಬಹುತೇಕ ಎಲ್ಲ ಸಂಚಿಕೆಗಳನ್ನೂ ಓದಿರುವ ನನ್ನಂಥ ಲಕ್ಷಾಂತರ ಮಂದಿ ಈ ಪತ್ರಿಕೆಯ ಉದಾರವಾದಿ, ಸಮಾಜವಾದಿ ನೋಟದಿಂದ ಸ್ಫೂರ್ತಿ, ಪ್ರೇರಣೆ ಪಡೆದಿದ್ದಾರೆ. 'ಲಂಕೇಶ್‌ಪತ್ರಿಕೆ'ಯ ಹದಿನೇಳನೆಯ ಹುಟ್ಟುಹಬ್ಬದ ಸಂಚಿಕೆಗೆ ನಾನು ಬರೆದ 'ದಣಿಗಳ ಸುತ್ತ ನಿರಂತರ ಪಹರೆ' ಎಂಬ ಬರಹ 'ಪತ್ರಿಕೆ'ಯ ಈ ಚೈತನ್ಯವನ್ನು ಗ್ರಹಿಸಲೆತ್ನಿಸುತ್ತದೆ:

ದಣಿಗಳ ಸುತ್ತ ನಿರಂತರ ಪಹರೆ

ಮೈಸೂರಿನ 'ಸಮಕಾಲೀನ ಸಾಹಿತ್ಯ ವೇದಿಕೆ'ಯ 'ಲಂಕೇಶ್–೬೦' ಸೆಮಿನಾರಿನಲ್ಲಿ ಮಾತಾಡುತ್ತಾ ವಿಷಾದದ ದನಿಯಲ್ಲಿ ರಾಜಕಾರಣಿ ಎ.ಕೆ. ಸುಬ್ಬಯ್ಯ ಹೇಳಿದ ಮಾತೊಂದು ನಮ್ಮನ್ನೆಲ್ಲಾ ಕಂಗೆಡಿಸುವಂತಿದೆ: 'ನನ್ನ ಇಷ್ಟು ವರ್ಷದ ರಾಜಕೀಯ ಜೀವನದುದ್ದಕ್ಕೂ ಭ್ರಷ್ಟಾಚಾರದ ವಿರುದ್ಧ ಹೋರಾಡುತ್ತಲೇ ಬಂದಿದ್ದೇನೆ. ಆದರೆ ಇವತ್ತು ಅತ್ಯಂತ ದುಃಖದಿಂದ ಹೇಳಬೇಕಾದ ಮಾತು ಇದು: ನಾನು ಹೋರಾಟ ಆರಂಭಿಸಿದ ದಿನಗಳಿಗೆ ಹೋಲಿಸಿದರೆ ಭ್ರಷ್ಟಾಚಾರ ಇಂದು ನೂರು ಪಟ್ಟು ಹೆಚ್ಚಿದೆ. ಇಂಥ ಸಾರ್ವಜನಿಕ ಬದುಕಿನಿಂದ ನಿವೃತ್ತಿ ಹೊಂದದೇ ನನಗೆ ಬೇರೆ ಮಾರ್ಗವೇ ಇಲ್ಲ.'

ಸುಬ್ಬಯ್ಯನವರ ಈ ಮಾತಿನಲ್ಲಿ ವೃತ್ತಿ ರಾಜಕಾರಣಿಯೊಬ್ಬನ ಸಾರ್ವಜನಿಕ ಭಾಷಣದ ಛಾಯೆ ಇರಬಹುದು. ಆದರೆ ಆ ಮಾತಿನಲ್ಲಿರುವ ನಿಷ್ಠುರ ಸತ್ಯವನ್ನು ಅರಿತ 'ಲಂಕೇಶ್‌ಪತ್ರಿಕೆ'ಯ ಸಂಪಾದಕರು ಆ ಸಂಜೆ ಹೇಳಿದ್ದರು: 'ಕಳೆದ ಒಂದೂವರೆ ದಶಕದಲ್ಲಿ 'ಪತ್ರಿಕೆ'ಯ ಹೋರಾಟದ ಜೊತೆಜೊತೆಗೇ ನಮ್ಮ ಸಮಾಜದ ಸ್ಥಿತಿ ಇನ್ನಷ್ಟು ಭೀಕರವಾಗುತ್ತಾ ಹೋಗಿದೆ.'

ಆದರೆ ಸುಬ್ಬಯ್ಯನವರಂತೆ ಸಂಪಾದಕರು ನಿವೃತ್ತಿಯ ಮಾತಾಡಿರಲಿಲ್ಲ. 'ಪತ್ರಿಕೆ'ಯ ಇಡೀ ಶಕ್ತಿಯಿರುವುದೇ ಸುತ್ತ ಕವಿದ ದಟ್ಟ ನಿರಾಶೆಯ ನಡುವೆಯೂ ಅದು ಅವಿಶ್ರಾಂತವಾಗಿ ನಡೆಸುತ್ತಿರುವ ಕದನಗಳಲ್ಲಿ. ಗುಂಡೂರಾಯರ ಡೌಲು ಕಂಡು ಗರಬಡಿದ ಕನ್ನಡಿಗರ ಜೊತೆಗೂಡಿ 'ಪತ್ರಿಕೆ' ರಾಯರನ್ನು ಮನೆಗೆ ಕಳಿಸಲು ಶ್ರಮಿಸಿ ಯಶಸ್ವಿಯಾಗಿ ಸಂಭ್ರಮಪಟ್ಟಿತು. ಆದರೆ ಆ ಸಂಭ್ರಮವೆಲ್ಲ ಎರಡೇ ವರ್ಷಗಳಲ್ಲಿ ಚದುರಿಹೋಗುವಂತೆ ಹೆಗಡೆಯವರ ನಯವಂಚನೆಯ ಪರ್ವ ಬಂತು. ಆ ಬಳಿಕ ಸ್ವಲ್ಪ ಮಾನವಂತರಂತೆ ಕಂಡ ವೀರೇಂದ್ರ ಪಾಟೀಲರನ್ನು ಹಿಂದೆ ತಳ್ಳಿ ಬಂದ ಹಿಂದುಳಿದ ನಾಯಕ ಬಂಗಾರಪ್ಪನವರನ್ನು ಕಂಡು ಕನ್ನಡ ಜನತೆಯಂತೆ 'ಪತ್ರಿಕೆ'ಯೂ ದಿಗ್ಭ್ರಮೆಗೊಂಡಿತು; ಮತ್ತಷ್ಟು ಉಗ್ರವಾಯಿತು. ಆದರೆ ಇವರೆಲ್ಲರ ದುಷ್ಟತನವೂ ಜುಜುಬಿಯೆಂಬಂತೆ ಕಾಣಿಸತೊಡಗಿದ್ದು ದೇವೇಗೌಡರು ಹಾಗೂ ಅವರ ಮಕ್ಕಳನ್ನು ಜನತಾದಳ ಸರ್ಕಾರ ಕರ್ನಾಟಕದ ಮೇಲೆ ಛೂ ಬಿಟ್ಟಾಗ. ಜೆ.ಪಿ. ಶಿಷ್ಯರಾದ ಈ ಬೊಮ್ಮಾಯಿ, ದೇವೇಗೌಡ, ಪಟೇಲರೆಂಬ ದಣಿಗಳು ಜನರನ್ನು ಕಾಯಲು ಎಂಥೆಂಥ ಯೋಧರನ್ನು ಕೊಡಬಲ್ಲರು ಎಂದು ಕುತೂಹಲದಿಂದ ಕಾಯುತ್ತಿದ್ದ ಜನ ಈ ದಣಿಗಳ ಬುಟ್ಟಿಯಿಂದ ಅವರ ಸುಪುತ್ರರು ಹೊರ ಜಿಗಿದದ್ದು ಕಂಡು ದಿಗ್ಭ್ರಮೆಗೊಂಡರು.

ಬ್ರೆಕ್ಟ್‌ನ 'ಗೆಲಿಲಿಯೊ' ನಾಟಕದ ಕೊನೆಯಲ್ಲಿ ವಿಜ್ಞಾನಿ ಗೆಲಿಲಿಯೊ ವಿಷಾದದಿಂದ ಹೇಳುವ ಮಾತೊಂದಿದೆ: 'ಗ್ರಹ, ನಕ್ಷತ್ರಗಳ ಚಲನವಲನಗಳು ಈಗ ಸ್ಪಷ್ಟವಾಗಿ ಗೊತ್ತಾಗಿವೆ. ಆದರೆ ಜನಸಾಮಾನ್ಯರಿಗೆ ಅವರ ದಣಿಗಳ ಚಲನವಲನಗಳು ಮಾತ್ರ ಇನ್ನೂ ರಹಸ್ಯವಾಗೇ ಉಳಿದಿವೆ.' ತಮ್ಮ ದಣಿಗಳನ್ನು ಕುರಿತ ಜನಸಾಮಾನ್ಯರ ಈ ದಿಗ್ಭ್ರಮೆ 'ಪತ್ರಿಕೆ'ಯನ್ನೂ ಆಗಾಗ ಮುತ್ತಿದ್ದರೆ ಅಚ್ಚರಿಯಲ್ಲ. ಆದರೆ ಕಳೆದ ಹದಿನಾರು ವರ್ಷಗಳಲ್ಲಿ ಕನ್ನಡಿಗರ ರಾಜಕೀಯ ಪ್ರಜ್ಞೆ ವಿಶಿಷ್ಟವಾಗಿ ಬೆಳೆಯಲು ತನ್ನ ಪಾಲನ್ನೂ ಸಲ್ಲಿಸಿರುವ 'ಪತ್ರಿಕೆ'ಗೆ ಆ ದಿಗ್ಭ್ರಮೆ ಮೀರುವ ಛಲ ಸದಾ ಬೆಂಗಾವಲಿಗಿದೆ. ಹೀಗಾಗಿಯೇ ಗುಂಡೂರಾಯರಿಂದ ಹಿಡಿದು ಮೈಸೂರಿನ ತರಲೆ ಡಿ.ಸಿ.ಯೊಬ್ಬನ ತನಕ ಈ ನಾಡಿನ ದಣಿಗಳ ಚಲನವಲನಗಳ ನಿರಂತರ ಬೇಹುಗಾರನಾಗಿ ಅದು ಮುಂದುವರಿದಿರುವುದು.

೨

ಕಳೆದ ಲೋಕಸಭಾ ಚುನಾವಣೆಯ ಸಮೀಕ್ಷೆಗೆಂದು ಹೋಗಿದ್ದ 'ಪತ್ರಿಕೆ'ಯ ತಂಡಕ್ಕೆ ಮೈಸೂರಿನಲ್ಲಿ ಸಿಕ್ಕ ಪೂರ್ಣಚಂದ್ರ ತೇಜಸ್ವಿ ಒಂದು ಮಾತು ಹೇಳಿದ್ದರು: 'ಎಷ್ಟೊಂದು ವಾರಪತ್ರಿಕೆಗಳು ಬರ್‍ತಾ ಇವೆ ನೋಡ್ರೀ. ಅವರೆಲ್ಲ 'ಪತ್ರಿಕೆ'ಯ ಭಾಷೇನೇ ಬಳಸಿ ನಿಮ್ಮನ್ನು ಇರ್‍ರೆಲವೆಂಟ್ ಮಾಡೋಕೆ ಪ್ರಯತ್ನಿಸ್ತಾ ಇದಾರೆ. ನೀವೀಗ ನಿಮ್ಮ ಭಾಷೇನೇ ಬದಲಿಸಿ ಕೊಳ್ಳಬೇಕಾಗಿದೆ.'

ಅದು ನಿಜ. ಹಾಗೆ ನೋಡಿದರೆ 'ಪತ್ರಿಕೆ'ಯ ಭಾಷೆ ಕಳೆದ ಐದಾರು ವರ್ಷಗಳಲ್ಲಿ ಗಮನಾರ್ಹವಾಗಿ ಬದಲಾಗುತ್ತಾ ಬಂದಿದೆ. ತೇಜಸ್ವಿ ಯವರು ಹೇಳಿದ ಹಲವು ಪತ್ರಿಕೆಗಳು 'ಪತ್ರಿಕೆ'ಯ ಶೀರ್ಷಿಕೆಗಳಿಂದ ಹಿಡಿದು ಬರಹದ ಶೈಲಿಯವರೆಗೂ ತಮ್ಮ ಅನುಕರಣ ಪ್ರತಿಭೆಯನ್ನು ಮೆರೆದು ಬಟಾಬಯಲಾಗಿವೆ. ವಿಚಿತ್ರವೆಂದರೆ 'ಪತ್ರಿಕೆ'ಯ ಕೋಪ ವನ್ನೂ ಅವು ಅನುಕರಿಸಲೆತ್ನಿಸಿವೆ! 'ಪತ್ರಿಕೆ'ಗೆ ಪ್ರತಿದಿನ ಬರುವ ನಿರುದ್ಯೋಗಿಗಳ, ಹತಭಾಗ್ಯರ ಪತ್ರಗಳನ್ನು ಒಮ್ಮೆ ನೋಡಿದರೆ ಸಾಕು, 'ಪತ್ರಿಕೆ' ಸತತವಾಗಿ ಸಿಟ್ಟಿನ ದನಿಯಲ್ಲಿ ಯಾಕೆ ಮಾತಾಡುತ್ತಲೇ ಬಂದಿದೆ ಎಂಬುದು ಗೊತ್ತಾಗುತ್ತದೆ. ಸ್ವಾರ್ಥವಿಲ್ಲದ ಹಾಗೂ ಆಳವಾದ ದುಃಖದ ಹಿನ್ನೆಲೆಯಲ್ಲಿ ಹುಟ್ಟುವ ನೈತಿಕ ಕೋಪಕ್ಕೆ ಮಾತ್ರ ಇನ್ನೊಬ್ಬನನ್ನು ಆಳವಾಗಿ ಕಲಕಬಲ್ಲ ಶಕ್ತಿ ಇರುತ್ತದೆ. ಲೋಹಿಯಾ ದನಿಯೇರಿಸಿ ಕೂಗಿದಾಗ, ಅಥವಾ ಶಾಂತವೇರಿ ಗೋಪಾಲಗೌಡರು ಕೋಪದಿಂದ ಸದನದಲ್ಲಿ ಮೈಕ್ ಕಿತ್ತೆಸೆದಾಗ, ಅವರ ಕೋಪದ ಹಿಂದಿದ್ದ ಕಾಳಜಿ ಜನರನ್ನು ಮುಟ್ಟುತ್ತಿತ್ತು. ಅವರ ಆಕ್ರೋಶದ ಬಿಸಿ ತಟ್ಟುತ್ತಿತ್ತು. ಆದರೆ ಹೆಗಡೆ, ಅಧ್ವಾನಿ, ದೇವೇಗೌಡ ಅಥವಾ ಲಾಲೂಪ್ರಸಾದ್ ಯಾದವ್ ರೀತಿಯ ರಾಜಕಾರಣಿಗಳು ಕೋಪದಿಂದ ಚೀರಿದರೆ ಜನರಿಗೆ ನಗು ಬರುತ್ತದೆ. ಈ ಎರಡು ಬಗೆಯ ಸಿಟ್ಟುಗಳ ವ್ಯತ್ಯಾಸವನ್ನು ಗಮನಿಸುವ ರೀತಿಯಲ್ಲೇ ಪತ್ರಿಕೆಗಳ ನೈತಿಕ ಸಿಟ್ಟನ್ನೂ ಓದುಗರು ಗಮನಿಸಬಲ್ಲ ರೆಂಬುದು ನನ್ನ ನಂಬಿಕೆ.

ಈ ಬಗೆಯ ನೈತಿಕತೆಯ ಹಿನ್ನೆಲೆಯಲ್ಲೇ 'ಪತ್ರಿಕೆ'ಯ ಕೆಲಸವೆಂದರೆ ಕೇವಲ ಒಬ್ಬ ಧೋಬಿಯ ಕೆಲಸವಲ್ಲ, ಅದು ಶುದ್ಧವಾಗಿರುವವರನ್ನು ಕುರಿತು ಬರೆಯುವ ಕೆಲಸವನ್ನೂ ಮಾಡುತ್ತಿರಬೇಕು ಎಂದು ಒಮ್ಮೆ ಸಂಪಾದಕರು ತಮ್ಮ ವರದಿಗಾರರಿಗೆ ಹೇಳಿದ್ದನ್ನು ಗಮನಿಸಬೇಕು.

ಆದ್ದರಿಂದಲೇ ದೊಡ್ಡದೊಡ್ಡ ಪತ್ರಿಕೆಗಳೆಂಬ ಕೈಗಾರಿಕೆಗಳ ಕಣ್ಣಿಗೆ ಅಷ್ಟು ಮಹತ್ವದವರಾಗಿ ಕಾಣದ, ಆದರೆ ನಿಜಕ್ಕೂ ನಾಯಕನ ಗುಣಗಳಿರುವ ಎಚ್.ಕೆ. ಪಾಟೀಲ್ ಅಥವಾ ಶಾಣಪ್ಪನವರಂಥವರು 'ಪತ್ರಿಕೆ'ಯ ಕಣ್ಣಿಗೆ ಮಾತ್ರ ಬೀಳುತ್ತಾರೆ. ಚಿಲಿಯ ನಾಯಕ ಅಯಂಡೆ ಎಂಥ ಪರಿಪೂರ್ಣ ನಾಯಕನಾಗಿದ್ದನೆಂದರೆ ಅವನಿಗೆ ತನ್ನ ದೇಶದ ಎಲ್ಲ ಭಾಗಗಳು, ಜನರ ಪದ್ಧತಿಗಳು ಹಾಗೂ ದುಃಖ ದುಮ್ಮಾನಗಳ ಪರಿಚಯವಿತ್ತು. ಪರಿ ಪೂರ್ಣ ಪತ್ರಿಕೆಯೊಂದರ ಕೆಲಸ ಕೂಡ ಅದೇ. ರಾಷ್ಟ್ರಮಟ್ಟದ ರಾಜಕಾರಣದ ಸೂಕ್ಷ್ಮರೂಪದ ಪ್ರತಿಮೆಗಳನ್ನು ಅದು ಪುಟ್ಟ ಹಳ್ಳಿಯ ರಾಜಕಾರಣದಲ್ಲೂ ಕಾಣುತ್ತಿರಬೇಕಾಗುತ್ತದೆ.

ಆ ದೃಷ್ಟಿಯಿಂದಲೇ ಮೊನ್ನೆ ಇಡೀ ಇಂಡಿಯಾದ ಪತ್ರಿಕೆಗಳು ಮಣ್ಣಿನ ಮಗನೊಬ್ಬ ಪ್ರಧಾನಿಯಾದದ್ದನ್ನು ಪವಾಡವೆಂಬಂತೆ ಬಣ್ಣಿಸುತ್ತಿದ್ದಾಗ, ಸದರಿ ಮಣ್ಣಿನ ಮಗ ಹಾಸನದಲ್ಲಿ ಮಾಡಿದ್ದೇನು ಎಂಬುದಕ್ಕೆ 'ಪತ್ರಿಕೆ' ಕನ್ನಡಿ ಹಿಡಿಯಬೇಕಾಗಿ ಬಂದದ್ದು. ಹಾಗೆ ಕನ್ನಡಿ ಹಿಡಿಯುವ ಮೂಲಕವೇ ಅವರ ರಾಜಕೀಯ ಶೈಲಿಯಿಂದಾಗಿ ಕರ್ನಾಟಕಕ್ಕೆ ಬಂದಿರುವ ಭಾಗ್ಯವೇನು ಹಾಗೂ ಮುಂದೆ ಭಾರತಕ್ಕೆ ಬರಲಿರುವ ಭಾಗ್ಯವೇನು ಎಂಬುದನ್ನು ತೋರಿಸಬೇಕಾಗಿ ಬಂದದ್ದು. ಈ ಸತ್ಯನಿಷ್ಠುರತೆಯೇ 'ಪತ್ರಿಕೆ'ಯ ನಿರಂತರ 'ಹುಚ್ಚು' ಹಾಗೂ 'ವ್ಯಸನ'ವಾಗಿ ಪತ್ರಿಕೆಯನ್ನು ಈತನಕ ಪೊರೆದಿದೆ.

ಆದರೆ, 'ಪತ್ರಿಕೆ'ಯ ಈ ನಿಷ್ಠುರತೆಯನ್ನು ಅರಿಯದವರು ಕೇವಲ 'ಛೆ! ಛೆ!' ಅಂಕಣದಲ್ಲಿ ತಮ್ಮನ್ನು ಅಣಕಿಸಲಾಯಿತೆಂಬ ಕಾರಣಕ್ಕೆ ವಿಷ ಕಾರುವ ಮೂರ್ಖರಾಗುತ್ತಾರೆ. ಕುತೂಹಲಕರ ಸಂಗತಿಯೆಂದರೆ, 'ಪತ್ರಿಕೆ'ಯ ಉಗ್ರ ರಾಜಕೀಯ ಟೀಕೆಗಳನ್ನು ಮೆಚ್ಚುವ ಕೆಲವು ಲೇಖಕರು 'ಪತ್ರಿಕೆ' ಕೆಲವೊಮ್ಮೆ ಪ್ರಕಟಿಸುವ ಪುಸ್ತಕ ಪರಿಚಯದಲ್ಲಿ ವಿಮರ್ಶೆ ಹಾಗೂ ಟೀಕೆಯ ಅಂಶವಿದ್ದರೆ ಗೊಣಗತೊಡಗುತ್ತಾರೆ. 'ಪುಸ್ತಕ ವೊಂದನ್ನು ಇಷ್ಟೊಂದು ಟೀಕಿಸುವುದು ಸರಿಯೆ?' ಎಂದು ತಮ್ಮ 'ಸಾತ್ವಿಕ' ಮನೋಭಾವವನ್ನು ವ್ಯಕ್ತಪಡಿಸಲೆತ್ನಿಸುತ್ತಾರೆ! ಆದರೆ, ರಾಜಕಾರಣಿಗಳ ದೌರ್ಬಲ್ಯಗಳನ್ನು 'ಪತ್ರಿಕೆ' ಎತ್ತಿ ತೋರಿಸುವ ಬಗೆಗೂ ಒಂದು ಪುಸ್ತಕದ ದೋಷಗಳನ್ನು ಪಟ್ಟಿ ಮಾಡಿ ಹೇಳುವ ಬಗೆಗೂ ಅಂಥ ಮೂಲಭೂತ ವ್ಯತ್ಯಾಸವಿರಲಾರದೆಂಬುದನ್ನು ಅವರು ಮರೆಯುತ್ತಾರೆ.

ಇದರ ಅರ್ಥ 'ಪತ್ರಿಕೆ'ಯ ರಿವ್ಯೂಗಳಾಗಲೀ ಇನ್ನಿತರ ಬರಹ ಗಳಾಗಲೀ ಪರಿಪೂರ್ಣವೆಂದೇನಲ್ಲ. ಅಲ್ಲೂ ಮಾನದಂಡಗಳ ಬಳಕೆಯಲ್ಲಿ

ತಪ್ಪುಗಳಾಗುತ್ತಿರುತ್ತವೆ. ಅದೇ ರೀತಿ 'ಪತ್ರಿಕೆ'ಯ ಉಳಿದ ಭಾಗಗಳಲ್ಲೂ ದೋಷಗಳು ನುಸುಳುತ್ತಲೇ ಇರುತ್ತವೆ. ಜೊತೆಗೆ ವರದಿಗಳನ್ನು ಅಚ್ಚಿಸುವ ವೇಳೆಯಲ್ಲಿ ಪ್ರಾಮುಖ್ಯತೆಯ ತಾರತಮ್ಯ ಜ್ಞಾನ ಕೆಲವೊಮ್ಮೆ ನಾಪತ್ತೆಯಾಗುತ್ತಿರುತ್ತದೆ. ಇದ್ದಕ್ಕಿದ್ದಂತೆ 'ಖದೀಮರು ಇಡೀ ಕಾರ್ಖಾನೆಯನ್ನೇ ಅವನತಿಯ ಅಂಚಿಗೆ ತಂದಿರುವ ರೋಚಕ ವೃತ್ತಾಂತವಿದು' ಎಂದು ಲೇಖನದ 'ಇಂಟ್ರೊ' ಘೋಷಿಸುತ್ತದೆ. 'ಅವನತಿ' ಕುರಿತ ವರದಿಯ ಸಂದರ್ಭದಲ್ಲಿ 'ರೋಚಕ' ಎಂಬ ಪದದ ಅಸಂಬದ್ಧತೆ ಗಮನಿಸಿ! 'ಪತ್ರಿಕೆ'ಯ ಕಛೇರಿಗೆ ಹಿರಿಯ ರಾಜಕಾರಣಿಯೊಬ್ಬರು 'ಭಯಭಕ್ತಿಯಿಂದ ಅಳುಕುತ್ತಾ ಬಂದರು' ಎಂದು ಬರೆವ ವರದಿಗಾರರು ಅನಗತ್ಯ ಅಹಮ್ಮನ್ನು ಮೆರೆಯುತ್ತಾರೆ. 'ಪತ್ರಿಕೆ'ಯ ಎಳೆಯರಿಗೆಲ್ಲ ನೀಡಲಾದ ಈ ಸ್ವಾತಂತ್ರ್ಯದ ಜೊತೆಗೇ, ಸ್ವಾತಂತ್ರ್ಯಕ್ಕೆ 'ಜವಾಬ್ದಾರಿ' ಎಂಬ ಅರ್ಥವೂ ಇದೆ ಎಂಬ ಎಚ್ಚರವೂ ಅವರನ್ನು ಕಾಯಬೇಕು.

೩

ಕೊನೆಯದಾಗಿ, ಈ ಲೇಖನ ಬರೆಯುವ ಸಮಯಕ್ಕೆ ಸಿಕ್ಕ ಇಬ್ಬರು ತರುಣರು 'ಪತ್ರಿಕೆ' ಕನ್ನಡನಾಡಿಗೆ ನೀಡಿದ ಹೊಸ ಜನಾಂಗದ ಪ್ರತೀಕಗಳಂತೆ ಕಂಡದ್ದು ಚಾರಿತ್ರಿಕ ಸಂಗತಿಯೆಂದು ನನಗನ್ನಿಸಿದೆ. ಬರೀ ಕಳ್ಳರೇ ತುಂಬಿದ್ದ ಕಮಿಟಿಯೊಂದು ನಡೆಸುತ್ತಿದ್ದ ಸಂದರ್ಶನವೊಂದರಲ್ಲಿ ನವೀದ್ ಎಂಬ ಮುಸ್ಲಿಂ ತರುಣ 'ಪತ್ರಿಕೆ'ಯನ್ನು ತೀವ್ರವಾಗಿ ಸಮರ್ಥಿಸಿಕೊಂಡಿದ್ದ. ಈ ಸಮರ್ಥನೆಯ ಹಿನ್ನೆಲೆಗೆ 'ಪತ್ರಿಕೆ' ಈ ತನಕ ಮುಸ್ಲಿಂ ಸಮುದಾಯವನ್ನು ಕಾಣುತ್ತಾ ಬಂದಿರುವುದನ್ನು ಕುರಿತ ಕೃತಜ್ಞತೆ ಮಾತ್ರ ಇತ್ತು ಎಂದರೆ ತಪ್ಪಾಗುತ್ತದೆ. ಆತ 'ಪತ್ರಿಕೆ'ಯ ಸತ್ಯನಿಷ್ಠುರತೆಯಿಂದ ಕಳೆದೊಂದು ದಶಕದಲ್ಲಿ ರೂಪುಗೊಂಡಿರುವ ಅಸಂಖ್ಯಾತ ಕುಪಿತ ಯುವಕರ ಪ್ರತಿನಿಧಿ ಕೂಡ. ಹಾಗೆಯೇ ಮೊನ್ನೆ 'ಪತ್ರಿಕೆ'ಯ ಕಛೇರಿಗೆ ಬಂದಿದ್ದ ಪುಟ್ಟ ಊರಿನ ಪಂಚಾಯಿತಿಯ ಸದಸ್ಯನೊಬ್ಬ ತಮ್ಮ ತಾಲ್ಲೂಕು ಪಂಚಾಯಿತಿಗೆ ಮುಸ್ಲಿಮನೊಬ್ಬ ಅಧ್ಯಕ್ಷನಾಗಬೇಕೆಂದು ಪಟ್ಟು ಹಿಡಿದವನಂತೆ ಹೇಳುತ್ತಿದ್ದ. ಆ ಮಾತಿನ ಹಿನ್ನೆಲೆಯಲ್ಲಿ 'ಪತ್ರಿಕೆ' ಈವರೆಗೆ ರೂಪಿಸಲೆತ್ನಿಸಿರುವ ಸೆಕ್ಯುಲರ್ ಧೋರಣೆಯೂ ಇತ್ತು.

ಈ ಇಬ್ಬರೂ ಪತ್ರಿಕೆಯ ಜೊತೆಜೊತೆಗೇ ಬೆಳೆದ ಸೂಕ್ಷ್ಮಮತಿಗಳ, ಛಲವಂತರ ಪ್ರತಿನಿಧಿಗಳಂತೆ ಕಾಣುವುದು ಇಂದು ಹೊಸ ಭರವಸೆಯಂತೆ

ಕಾಣತೊಡಗುತ್ತದೆ. ಕಳೆದ ಚುನಾವಣೆಯ ಸಮೀಕ್ಷೆಯ ಸಂದರ್ಭದಲ್ಲಿ ನಾವು ಹಾದು ಹೋದ ಊರೊಂದರಲ್ಲಿ ಬಾರ್ ನಡೆಸುವ ಯುವಕನೊಬ್ಬ ಮುಗ್ಧವಾಗಿ ಹೇಳಿದ ಮಾತಿದು: 'ಇಲ್ಲಿ ಒಳ್ಳೆಯದೇನಾದರೂ ಆದರೆ ಅದು ನಿಮ್ಮ ಪತ್ರಿಕೆಯಿಂದಲೇ ಆಗಬೇಕು ಅಂತ ನಾವು ಅಂದುಕೊಂಡಿದೀವಿ ಸಾರ್.'

ಹದಿನೇಳು ತುಂಬಿದ ಪತ್ರಿಕೆಯೊಂದಕ್ಕೆ ಜವಾಬ್ದಾರಿಯ ಪಾಠವನ್ನು ಕಲಿಸಬಲ್ಲ ಹಾಗೂ ಪ್ರಚಂಡ ಆತ್ಮವಿಶ್ವಾಸ ತುಂಬಬಲ್ಲ ಇಂಥ ಓದುಗರ ಬೆಂಬಲಕ್ಕಿಂತ ಹೆಚ್ಚಿಗೆ ಇನ್ನೇನು ತಾನೇ ಬೇಕು?

(೧೦ ಜುಲೈ ೧೯೯೬, ಲಂಕೇಶ್‌ಪತ್ರಿಕೆ, ೧೭ನೇ ಹುಟ್ಟುಹಬ್ಬದ ಸಂಚಿಕೆ)

* * *

೧೯೮೦ರ ಜುಲೈ ತಿಂಗಳಿನಿಂದ ೨೦೦೦ನೆಯ ಇಸವಿಯ ೨೪ನೇ ಜನವರಿಯವರೆಗೆ ಸುಮಾರು ಇಪ್ಪತ್ತು ವರ್ಷಗಳ ಕಾಲ ಸಂಪಾದಿಸಿದ ತಮ್ಮ ಪತ್ರಿಕೆಯ ಮೂಲಕ ಕರ್ನಾಟಕದ ಚರಿತ್ರೆಯಲ್ಲಿ ನಿರಂತರವಾಗಿ ಮತೀಯ ಮೂಲಭೂತವಾದಿಗಳ ವಿರುದ್ಧ ದನಿಯೆತ್ತಿ ಜಾತ್ಯತೀತತೆಯ ಪಾಠ ಹೇಳಿ ಕೊಟ್ಟವರು ಲಂಕೇಶ್. ಜಾತೀಯತೆ, ಭ್ರಷ್ಟತೆ, ಹಿಪೋಕ್ರೆಸಿ ಹಾಗೂ ನಮ್ಮ ಸುತ್ತ ಸೃಷ್ಟಿಯಾಗುವ ನರಕಗಳ ಬಗ್ಗೆ ಅನೇಕ ಬಗೆಯ ಎಚ್ಚರ ಮೂಡಿಸಿದ ಲಂಕೇಶರ ಬಗ್ಗೆ ಕನ್ನಡನಾಡಿನ ಮುಸ್ಲಿಂ, ದಲಿತ, ಪ್ರಗತಿಪರ ವರ್ಗಗಳಲ್ಲಿ, ತಬ್ಬಲಿ ಜಾತಿಗಳ ಸೂಕ್ಷ್ಮಜ್ಞರಲ್ಲಿ ಇವತ್ತಿಗೂ ಅಪಾರ ಕೃತಜ್ಞತೆಯಿರುವುದು ಅಚ್ಚರಿಯ ವಿಷಯವಲ್ಲ. ಕನ್ನಡದಲ್ಲಿ ಜನಪ್ರಿಯ ಪತ್ರಿಕೆಗಳನ್ನು ನಡೆಸಿದವರ ಪೈಕಿ ಲಂಕೇಶರಷ್ಟು ಭಿನ್ನ ಮತೀಯ ನಿಲುವು ತಳೆದವರು ಇಲ್ಲವೇ ಇಲ್ಲ.

ಪತ್ರಿಕೆಯ ಹೆಸರೇ ಸೂಚಿಸಿವಂತೆ, ಲಂಕೇಶರ ಪತ್ರಿಕೆ ಅವರ ವ್ಯಕ್ತಿತ್ವದ ವಿಸ್ತರಣೆ ಕೂಡ. ನವ್ಯದ ಕಿರುಸಂಸ್ಕೃತಿಯಿಂದ ವಿಸ್ತರಿಸಿಕೊಳ್ಳುವ ಭಾಗವಾಗಿ ಪ್ರತಿಮಾ ನಾಟಕರಂಗ, ಕಲಾತ್ಮಕ ಸಿನಿಮಾ ಎಲ್ಲ ಮಾಡಿದ ಲಂಕೇಶ್ ಬರೆದ 'ಅವ್ವ-೧' ಮತ್ತು 'ಅವ್ವ-೨' ಪದ್ಯಗಳಲ್ಲಿರುವ ವ್ಯತ್ಯಾಸ ಕೂಡ ಅವರ ವ್ಯಕ್ತಿತ್ವದ ಈ ವಿಸ್ತರಣೆಯನ್ನು ಅರಿಯಲು ತಕ್ಕಮಟ್ಟಿಗೆ ಸಹಾಯ ಮಾಡುತ್ತದೆ. 'ಅವ್ವ-೧' ಪದ್ಯವನ್ನು ಅಡಿಗರ 'ಭೂಮಿಗೀತ'ಕ್ಕೆ ಉತ್ತರವಾಗಿ ಕೂಡ ಕಿ.ರಂ. ನಾಗರಾಜ್ ಓದುತ್ತಿದ್ದರು. 'ಅವ್ವ-೨' ಪದ್ಯದಲ್ಲಿ ನಿರೂಪಕನ ವ್ಯಕ್ತಿತ್ವದೊಳಕ್ಕೆ ಪ್ರವೇಶ ಪಡೆದಿರುವ ಅಪ್ಪನ ಸ್ಫೂರ್ತಿ ಮತ್ತು ಅವ್ವನ ಪ್ರೇರಣೆ ಲಂಕೇಶರ ವ್ಯಕ್ತಿತ್ವ ಪತ್ರಿಕೆಯ ಘಟ್ಟದಲ್ಲಿ ಪಡೆದ ಹೊಸ ಸಾಮಾಜಿಕ ಆಯಾಮವನ್ನು ಸೂಚಿಸುವಂತಿದೆ:

ದೂರದ ಜಿಲ್ಲೆಯ ಹಸಿದ ಜೀವಕ್ಕೆ ನಾನು
ತುತ್ತು ನೀಡಿದ್ದು ಅವ್ವನಂತಲ್ಲ; ನನ್ನ ಅಪ್ಪನಂತೆ.
ಆತ ಕೊಡುವುದರಲ್ಲಿ ಸುಖ ಕಾಣುತ್ತಿದ್ದ ಮನುಷ್ಯ...

ನನ್ನ ಮನೆಯಂತೆಯೇ ನಾನು ಬಲ್ಲ ನಾಲ್ಕು ಹಿತ್ತಿಲಲ್ಲಿ
ನಾಲ್ಕು ಬಾಳೆ ಗಿಡಗಳು ಬೆಳೆಯಲು ಕಾರಣನಾದೆ;
ಆಗ ಈಕೆ ನೆನಪಾದಳು...

ಈ ಪದ್ಯವನ್ನು 'ಶೂದ್ರ' ಪತ್ರಿಕೆಯ ಸಮಾರಂಭವೊಂದರಲ್ಲಿ ಲಂಕೇಶರು ಓದಿದಾಗ, ಅಷ್ಟೇನೂ ಒಳ್ಳೆಯ ಪದ್ಯ ಅನ್ನಿಸಿರಲಿಲ್ಲ; ಆದರೆ ಮುಂದೆ ಲಂಕೇಶರು ಪತ್ರಿಕೆಯ ಮೂಲಕ ಕನ್ನಡನಾಡಿಗೆ ನೆರವಾದ ಬಗೆ ಕುರಿತು ಯೋಚಿಸುತ್ತಿದ್ದಾಗ, ಈ ಪದ್ಯದ ಸೂಚನೆಗಳು ಅರ್ಥಪೂರ್ಣ ಅನ್ನಿಸಿದವು. ಸುಬ್ಬು ಹೊಲೆಯಾರ್ ಥರದ ಅನೇಕರು ಲಂಕೇಶರಲ್ಲಿ ಅವ್ವನನ್ನೂ ಕಾಣತೊಡಗಿದರು. ನಮ್ಮ ದೊಡ್ಡ ಲೇಖಕರಲ್ಲಿ ಹೀಗೆ ಸಾವಿರಾರು ಜನರಿಗೆ ನೇರವಾಗಿ ಸಾಂತ್ವನ ಕೊಟ್ಟ ಹಾಗೂ ಬೇರೆ ಬೇರೆ ಘಟ್ಟಗಳಲ್ಲಿ ನೆರವಾದ ಅಥವಾ ನೆರವಾಗುವ ಸ್ಥಿತಿಯಲ್ಲಿದ್ದ ಲೇಖಕರು ತುಂಬ ಕಡಿಮೆಯಿರಬೇಕು. ಲೇಖಕ ಬಿ.ಚಂದ್ರೇಗೌಡರ ಮೂಲಕ ತಮ್ಮ ಊರಿನ ಕೆಲವು ದಲಿತರು ಮತ್ತು ಬಡ ಸಂಬಂಧಿಕರಿಗೆ ಪ್ರತಿ ತಿಂಗಳೂ ಲಂಕೇಶ್ ಹಣ ಕಳಿಸುತ್ತಿದ್ದರು. ಕರ್ನಾಟಕದ ಬೇರೆ ಭಾಗಗಳಲ್ಲೂ ಇಂಥ ಹಲವರು ಅವರ ಪಟ್ಟಿಯಲ್ಲಿದ್ದರು.

'ಲಂಕೇಶ್‌ಪತ್ರಿಕೆ'ಯನ್ನು 'ಬೈಯ್ಯುವ' ಪತ್ರಿಕೆ ಎನ್ನುತ್ತಿದ್ದ ಸಿನಿಕರು, 'ಬೈದವನು ಬದುಕಲು ಹೇಳುತ್ತಾನೆ' ಎಂಬ ಗಾದೆಯನ್ನು ಮರೆತಂತಿದ್ದರು. ಲಂಕೇಶರಲ್ಲಿ ಬೈಯುವುದು, ರೇಗುವುದು ಜನರನ್ನು ತಿದ್ದುವ ಮಾರ್ಗವೂ ಆಗಿತ್ತು. ಲೋಹಿಯಾರಂತೆಯೇ 'ಭಾರತದಲ್ಲಿ ಒಂದು ಅತಿಗೆ ಹೋಗಿ ಹೇಳದಿದ್ದರೆ ಏನೂ ತಲುಪುವುದಿಲ್ಲ' ಎಂಬುದನ್ನು 'ಲಂಕೇಶ್‌ಪತ್ರಿಕೆ'ಯೂ ತಿಳಿದಿತ್ತು. ನಮಗೆ ಮುಜುಗರವಾದಾಗ ಈ ಟೀಕೆಗಳು ಅತಿಯಾದಂತೆಯೂ ಕಾಣಬಹುದು. ಆದರೆ, ಕೆಟ್ಟ ಸರ್ಕಾರಗಳು ಉರುಳಲು ಹಾಗೂ ಸಭ್ಯರು ಚುನಾವಣೆಯಲ್ಲಿ ಆರಿಸಿ ಬರಲು 'ಲಂಕೇಶ್‌ಪತ್ರಿಕೆ', ಅದರ ತಂಡ ಮತ್ತು ಓದುಗ ವರ್ಗಗಳು ಕೂಡ ನೆರವಾಗಿವೆ ಎಂಬುದನ್ನು ಮರೆಯಬಾರದು. ಲಂಕೇಶರು ಎದುರು ಹಾಕಿಕೊಂಡ ಕೋಮುವಾದಿಗಳು, ಲಿಕ್ಕರ್‌ಲಾಬಿಗಳು, ಭೂ ಮಾಫಿಯಾಗಳು, ಬಾಬಾಗಳು, ಮಠಗಳು, ಭ್ರಷ್ಟ ರಾಜಕಾರಣಿಗಳು, ಲಂಚಕೋರ ಅಧಿಕಾರಿಗಳು, ಸರ್ಕಾರಗಳು... ಇವನ್ನೆಲ್ಲ ಕಡೆಗಣಿಸಿ, ತಮಗೆ ಯಾವುದೋ ಪುಸ್ತಕವಿಮರ್ಶೆಯಲ್ಲಿ 'ಅನ್ಯಾಯ' ವಾಗಿದೆಯೆಂದು ಇವತ್ತಿಗೂ ಗೊಣಗುವ ಲೇಖಕರ ಹೀನ ಪ್ರತಿಕ್ರಿಯೆಗಳನ್ನು

ಕಂಡು ಅಸಹ್ಯವಾಗುತ್ತದೆ. ಭ್ರಷ್ಟ ರಾಜಕಾರಣಿಗಳಿಗೆ, ಅಧಿಕಾರಿಗಳಿಗೆ ಈ ಪತ್ರಿಕೆಯನ್ನು 'ಹಳದಿ ಪತ್ರಿಕೆ' ಎಂದು ಕರೆದು ತಮ್ಮ ಬಂಧುಮಿತ್ರರ ಎದುರು ತಮ್ಮ 'ಸಂಪನ್ನತೆ'ಯನ್ನು ತೋರಿಸಿಕೊಂಡು ಹುಸಿ ಸಮಾಧಾನ ಪಡುವುದು ಸುಲಭವಿತ್ತು. ಈ ಪತ್ರಿಕೆಯಲ್ಲಿ ಎಕ್ಸ್‌ಪೋಸ್ ಆದ ರಾಜಕಾರಣಿಗಳು ಕೆಲವು ಅಗ್ಗದ ಪತ್ರಿಕೆಗಳಿಗೆ ದುಡ್ಡು ಕೊಟ್ಟು ತಾವು ಶ್ರೇಷ್ಠರೆಂದು ಬರೆಸಿಕೊಳ್ಳುವ ಪರಿಪಾಠವೂ ಶುರುವಾಯಿತು. ಲಂಕೇಶ್ ಬಯ್ದಂತೆ ತಾವೂ ಬಯ್ಯಬಹುದೆಂದು ಹೊರಟ ಪತ್ರಕರ್ತರು ಎಲ್ಲೆಡೆ ಭಂಡ ಪತ್ರಿಕೋದ್ಯಮವನ್ನು ಸೃಷ್ಟಿಸತೊಡಗಿದರು. ಆದರೆ ಈ ಎಲ್ಲದರ ನಡುವೆ ತಮ್ಮ ಆಳದಲ್ಲಿ ದಕ್ಕಿದ ಸತ್ಯಗಳನ್ನು ಹೇಳಲು ಲಂಕೇಶ್ ಹಾಗೂ ಅವರ ಅನೇಕ ವರದಿಗಾರರು ಆಗಾಗ್ಗೆಯಾದರೂ ಪ್ರಯತ್ನಿಸಿದರು.

ಲಂಕೇಶರ ಕಾಲದಲ್ಲಿ 'ನಾನ್‌ಕಾಂಗ್ರೆಸಿಸಂ'(ಕಾಂಗ್ರೆಸ್ಸೇತರವಾದ) ಹೊಸ ರೂಪ ಪಡೆಯಿತು. ಲೋಹಿಯಾ ಕಾಲದಲ್ಲಿ ಹಾಗೂ ಅವರ ನಂತರ ಜಯಪ್ರಕಾಶ ನಾರಾಯಣರ ಕಾಲದಲ್ಲಿ ಜನಸಂಘವನ್ನೂ ಒಳಗೊಂಡ 'ನಾನ್‌ಕಾಂಗ್ರೆಸಿಸಂ' ಮುಂದೆ ಬಿಜೆಪಿಯಂಥ ಕೋಮುವಾದಿ ಪಕ್ಷದ ಹುಟ್ಟಿಗೆ ಕೂಡ ಕಾರಣವಾದ ಅಪಾಯವನ್ನು ಚರಿತ್ರೆಯಲ್ಲಿ ನೋಡಿದ್ದೇವೆ. ಈ ಹಿನ್ನೆಲೆಯಲ್ಲಿ ಲಂಕೇಶರು ಕರ್ನಾಟಕದಲ್ಲಿ ಕಾಂಗ್ರೆಸ್ ಹಾಗೂ ಬಿಜೆಪಿ ಎರಡನ್ನೂ ವಿರೋಧಿಸಿದ ರೀತಿಯನ್ನು ಸರಿಯಾಗಿ ಅರಿಯಬೇಕು. ಎಂಥ ಶಕ್ತಿಯನ್ನಾದರೂ ಎದುರಾಗಬಹುದೆಂಬ ನಿರ್ಭಯತೆಯನ್ನು ಲಂಕೇಶರು ಸಾವಿರಾರು ಜನರಿಗೆ ಕಲಿಸಿದರು. ಮುಸ್ಲಿಮರ ಬಗೆಗಿನ ಪೂರ್ವಗ್ರಹಗಳನ್ನು ಇಲ್ಲವಾಗಿಸಲು ಸದಾ ಪ್ರಯತ್ನಿಸಿದರು. 'ಲಂಕೇಶ್‌ಪತ್ರಿಕೆ'ಯ ಆರಂಭದಲ್ಲಿ ಶೇಖ್ ಅಬ್ದುಲ್ಲಾ, ಬಾಬರ್, ಟಿಪ್ಪೂ, ಹೈದರ್ ಬಗ್ಗೆ ಬರೆದ 'ಟೀಕೆ ಟಿಪ್ಪಣಿ'ಗಳ ಮೂಲಕ ಇತಿಹಾಸವನ್ನು ಓದಬೇಕಾದ ರೀತಿಯನ್ನು ಇತಿಹಾಸದ ಅಧ್ಯಾಪಕರಿಗೂ ಜನಸಾಮಾನ್ಯರಿಗೂ ಕಲಿಸಿದರು. 'ಲಂಕೇಶ್‌ಪತ್ರಿಕೆ'ಯ ಮೂಲಕ ಸೆಕ್ಯುಲರ್ ಆಲೋಚನೆಗೆ, ಶೂದ್ರ, ದಲಿತ ಚಿಂತನೆಗೆ, ಶೂದ್ರ ಭಾಷೆಗೆ ಹೊಸ ನ್ಯಾಯಬದ್ಧತೆ ಬಂತು. ಬ್ರಾಹ್ಮಣೀಯ ಚಿಂತನೆ, ಭಾಷೆಗಳೆರಡನ್ನೂ ಅವರು ಪ್ರಜ್ಞಾಪೂರ್ವಕವಾಗಿಯೇ ವಿರೋಧಿಸಿದರು, ತಿರಸ್ಕರಿಸಿದರು. ಹಾಗೆಯೇ, ತಮ್ಮ ಒಂದು ಕಾಲದ ಗೆಳೆಯರು ರಾಜಕಾರಣಕ್ಕೆ ಬಂದಾಗ ಲಂಕೇಶರು ತಮ್ಮ ವಿಮರ್ಶಾನಿಲುವನ್ನು ಇನ್ನಷ್ಟು ತೀಕ್ಷ್ಣವಾಗಿಸಿದರು. ಜೆ.ಎಚ್. ಪಟೇಲರಿಗೆ 'ಸಾಹಿತ್ಯ ಜ್ಞಾನವಿದೆ' ಎಂದು ಪಟೇಲರ ಸಾಹಿತಿ ಮಿತ್ರರು ಹೊಗಳುತ್ತಿದ್ದಾಗ, 'ಕಿಸೆಗಳ್ಳನೊಬ್ಬನ ಕಾವ್ಯಜ್ಞಾನದಿಂದ ಕಾವ್ಯಕ್ಕೆ ಮತ್ತು ಜನಜೀವನಕ್ಕೆ ಅಪಚಾರವಾದೀತಲ್ಲದೆ ಮತ್ತೇನಿಲ್ಲ' ಎಂದು ಬರೆದರು. ಈ ಮಾತು ಜೀವರಾಜ್ ಆಳ್ವ ಅಥವಾ ರಾಮಕೃಷ್ಣ ಹೆಗಡೆಯಂಥವರ 'ಸಾಹಿತ್ಯ ಜ್ಞಾನ'ಕ್ಕೂ ಅನ್ವಯವಾಗುವಂತಿತ್ತು.

ಪತ್ರಿಕೆಯಿಂದ ಲಂಕೇಶರಿಗೆ ಖ್ಯಾತಿ, ಹಣ ಬಂದಂತೆ ಅನೇಕ ತೊಂದರೆಗಳೂ ಬರುತ್ತಿದ್ದವು. ಭ್ರಷ್ಟರಿಂದ ಮಾನನಷ್ಟ ಮೊಕದ್ದಮೆಗಳ ಗೋಜಲುಗಳೂ ಸೃಷ್ಟಿಯಾಗುತ್ತಿದ್ದವು. ಸಮಾಜದ ಕೆಲಸ ಮಾಡಿದ ಶ್ರೇಷ್ಠ ಲೇಖಕ ಹಾಗೂ ಅವರ ಪ್ರಾಮಾಣಿಕ ವರದಿಗಾರರು ಅನೇಕ ಸಲ ಕೋರ್ಟುಗಳಲ್ಲಿ ನಿಲ್ಲಬೇಕಾದದ್ದನ್ನು ನೋಡಿ ನನ್ನಂಥವರಿಗೆ ಕಸಿವಿಸಿಯಾಗುತ್ತಿತ್ತು. ಇದನ್ನೆಲ್ಲ ಸಮಾಜಕ್ಕಾಗಿ ಮಾಡುತ್ತಿದ್ದೇನೆಂಬ ಸಮಾಧಾನದಲ್ಲಿ ಈ ಎಲ್ಲ ಕಿರಿಕಿರಿಗಳನ್ನು ಅವರು ಸಹಿಸುತ್ತಿದ್ದರು. ಒಂದೆಡೆ 'ನಾವು ನೋಡ್ಕೊಂತೀವಿ, ನೀವು ಬರೀರಿ' ಎಂದು ಲಂಕೇಶರಲ್ಲಿ ಧೈರ್ಯ ತುಂಬುವ ಸಿ.ಎಚ್. ಹನುಮಂತರಾಯರಂಥ ಲಾಯರುಗಳಿದ್ದರು. ಅತ್ತ ಇಬ್ರಾಹಿಂ ಥರದವರು ತಮ್ಮ ಭ್ರಷ್ಟತೆಯನ್ನು ಬಯಲಿಗೆಳೆದ ಪತ್ರಿಕೆಯ ರಿಜಿಸ್ಟ್ರೇಷನ್ ರದ್ದು ಮಾಡಿಸಲು ಸಂಚು ರೂಪಿಸುತ್ತಿದ್ದರು. ಒಂದು ಸಂಜೆ ಈ ಬಗ್ಗೆ ಆತಂಕದಲ್ಲಿದ್ದ ನಮಗೆ ಲಂಕೇಶ್ ಹೇಳಿದರು: "ಕ್ಯಾನ್ಸಲ್ ಮಾಡಿಸಲಿ. 'ಲಂಕೇಶ್‌ವಾಣಿ' ಅಂತ ರಿಜಿಸ್ಟರ್ ಮಾಡಿಸಿಬಿಡ್ತೀನಿ... ಪ್ರಜಾಪ್ರಭುತ್ವದಲ್ಲಿ ನೂರು ಮಾರ್ಗ ಇರುತ್ತೆ. ಒಬ್ಬ ಸಂಪಾದಕ 'ಫಿಲ್ಮ್‌ಇಂಡಿಯಾ' ಪತ್ರಿಕೆ ತರ್‍ತಾ ಇದ್ದ. ಏನೋ ಸಮಸ್ಯೆಯಾಗಿ ಅದನ್ನು ನಿಲ್ಲಿಸಬೇಕಾಯಿತು. ತಕ್ಷಣ 'ಮದರ್‌ಇಂಡಿಯಾ' ಅಂತ ಅದನ್ನೇ ಪ್ರಕಟಿಸಿದ. ಎದುರಾಳಿ ಕನ್ನಿಂಗ್ ಆಗಿದ್ರೆ ನಾವು ಅವನಿಗಿಂತ ಕನ್ನಿಂಗ್ ಆಗಿರಬೇಕಾಗುತ್ತೆ". ಈ ಮಾತು ಕೇಳಿ ನಮಗೆಲ್ಲ ಅಸಾಧ್ಯ ಆತ್ಮವಿಶ್ವಾಸ ಉಕ್ಕತೊಡಗಿತು. ವ್ಯಕ್ತಿಯ ಅಂತರಂಗದಲ್ಲಿರುವ ವ್ಯವಸ್ಥೆಯನ್ನು ವಿರೋಧಿಸುವ ಶಕ್ತಿಯನ್ನು ಗಾಂಧೀಜಿಯ ಮೂಲಕವೂ ತಮ್ಮ ನವ್ಯ ಬರವಣಿಗೆಯ ಮೂಲಕವೂ ಲಂಕೇಶ್ ಪಡೆದಿದ್ದರು. ಜೊತೆಗೆ, ಪ್ರಕೃತಿಗೆ ಹತ್ತಿರವಾಗಿ ಬದುಕುತ್ತಾ, ಕಪ್ಪು ಜನರನ್ನು ಶೋಷಿಸುವ ಸರ್ಕಾರಕ್ಕೆ ತೆರಿಗೆ ಕೊಡಲು ನಿರಾಕರಿಸಿದ ಥೋರೋನಲ್ಲೂ ಅವರು ಗಾಂಧೀಚೈತನ್ಯವನ್ನು ಗುರುತಿಸಿದರು. ತನ್ನ ಜನರಿಗಾಗಿ ಹತ್ತಾರು ವರ್ಷ ಸೆರೆವಾಸ ಅನುಭವಿಸಿದ ನೆಲ್ಸನ್ ಮಂಡೇಲ, ಆಂಗ್‌ಸಾನ್ ಸೂಕಿ ಥರದವರಲ್ಲಿ ಕೂಡ ಗಾಂಧಿಯ ಮುಂದುವರಿಕೆಯನ್ನು ಕಂಡರು. 'ನಿಜವಾದ ಗಾಂಧೀವಾದಿ ಎಂದರೆ ಎಚ್.ಎಸ್. ದೊರೆಸ್ವಾಮಿ ಥರದ ಜಡ ಗಾಂಧೀವಾದಿಗಳಲ್ಲ; ಬದಲಿಗೆ ಗಾಂಧಿಯ ಜೊತೆ ಅರ್ಥಪೂರ್ಣ ಜಗಳ ಆಡುವಂಥವರು' ಎನ್ನುತ್ತಿದ್ದ ಲಂಕೇಶ್, ಆ ಜಗಳಗಂಟರ ಸಾಲಿನಲ್ಲಿ ತಮ್ಮನ್ನೂ ಇರಿಸಿಕೊಂಡಿದ್ದರು.

ಲಂಕೇಶರ ವಿಶ್ಲೇಷಣೆ ಇತರೆಲ್ಲ ಪತ್ರಿಕೆಗಳ ಬರಹಗಾರರ ನೋಟಕ್ಕಿಂತ ಹೆಚ್ಚು ಜೀವಂತವಾಗಿತ್ತು; ಭಿನ್ನವಾಗಿತ್ತು. ಅವರ ರಾಜಕೀಯ ವಿಶ್ಲೇಷಣೆ ಪಡೆದುಕೊಂಡ ಹೊಸ ಆಯಾಮ ಅವರು ಪತ್ರಿಕೆಯ ಮೂಲಕ ಸೋನಿಯಾಗಾಂಧಿಯವರನ್ನು ಸಮರ್ಥಿಸಿದ ಕಾಲದಲ್ಲಿ ಸ್ಪಷ್ಟವಾಗಿ ಕಾಣುತ್ತದೆ. ಬಳ್ಳಾರಿಯಲ್ಲಿ ಸೋನಿಯಾಗಾಂಧಿ ಲೋಕಸಭಾ ಚುನಾವಣೆಗೆ ನಿಂತ ಸಂದರ್ಭದಲ್ಲಿ ಬಿಜೆಪಿಯವರು ಸೋನಿಯಾ

ಅವರ ವಿದೇಶಿ ಮೂಲದ ಬಗ್ಗೆ ಗುಲ್ಲೆಬ್ಬಿಸಿದ್ದರು. ಲಂಕೇಶರು ಆಗ ಸಮಾಜವಾದಿ ನೋಟದ ಮೂಲಕ ಸೋನಿಯಾ ಬಗ್ಗೆ ಬರೆಯತೊಡಗಿದರು. ಬಸವರಾಜ ಅರಸು ಹೇಳುವಂತೆ 'ಇಡೀ ಇಂಡಿಯಾದಲ್ಲಿ ಸೋನಿಯಾಗಾಂಧಿಯವರ ಸಾಧ್ಯತೆ ಹಾಗೂ ಶಕ್ತಿಯನ್ನು ಸರಿಯಾಗಿ ಗುರುತಿಸಿದ ಮೊದಲ ಪತ್ರಕರ್ತರೆಂದರೆ ಲಂಕೇಶರೇ.' 'ಸೋನಿಯಾ ಎಂಬ ನಮ್ಮ ಹೆಣ್ಣು ಮಗಳು; ವಾಜಪೇಯಿ ಎಂಬ ವಿದೇಶಿ' ಎಂಬ ಶೀರ್ಷಿಕೆಯ ಅವರ ಬರಹ ಇಲ್ಲಿ ನೆನಪಾಗುತ್ತದೆ. ಭಾರತದ ರಾಜಕೀಯದ ತಲುಬುಗಳು ಹಾಗೂ ಭ್ರಷ್ಟತೆ ಇನ್ನೂ ಸೋಕಿರದ ಸೋನಿಯಾ ಉತ್ತಮ ನಾಯಕಿಯಾಗಬಲ್ಲರು ಎಂಬರ್ಥದ ಮಾತುಗಳನ್ನು ಲಂಕೇಶ್ ಬರೆದರು. ಲಂಕೇಶ್ ಈ ಬರಹ ಬರೆದ ಕಾಲದಲ್ಲಿ, ಇನ್ನೂ ಕಾಂಗ್ರೆಸ್ಸಿನವರೇ ಸೋನಿಯಾಗಾಂಧಿಯವರನ್ನು ಸಮರ್ಥಿಸಿಕೊಳ್ಳಲು ಪರದಾಡುತ್ತಿದ್ದರು! ಬಳ್ಳಾರಿ ಲೋಕಸಭಾ ಚುನಾವಣೆಯಲ್ಲಿ ಕಾಂಗ್ರೆಸ್ ಪಕ್ಷದವರು 'ಲಂಕೇಶ್‌ಪತ್ರಿಕೆ'ಯ ಆ ವಾರದ ಮುಖಪುಟವನ್ನೇ ದೊಡ್ಡದಾಗಿ ಮುದ್ರಿಸಿ ಪೋಸ್ಟರ್ ರೀತಿ ಬಳಸಿಕೊಂಡಿದ್ದರು.

ಒಂದು ಕಾಲಕ್ಕೆ ಕಾಂಗ್ರೆಸ್‌ವಿರೋಧಿಯಾಗಿದ್ದ ಲಂಕೇಶರ ಸೋಷಲಿಸ್ಟ್ ದೃಷ್ಟಿಕೋನ ಮರುಹುಟ್ಟು ಪಡೆದ ರೀತಿ ಆಗ ನಮಗೆಲ್ಲ ಇನ್ನಷ್ಟು ಚೆನ್ನಾಗಿ ಅರ್ಥವಾಗತೊಡಗಿತು. ಸೋನಿಯಾಗಾಂಧಿಯವರ ದೂರದೃಷ್ಟಿ, ವಸ್ತುನಿಷ್ಠತೆ, ಜಾತ್ಯತೀತತೆ ಹಾಗೂ ಅವರು ಒಡೆದ ಹಡಗಿನಂತಿದ್ದ ಕಾಂಗ್ರೆಸ್ಸನ್ನು ಒಂದು ಗೂಡಿಸಿದ್ದು ಅವರ ಮುಖ್ಯ ಸಾಧನೆ ಎಂದು ಮುಂದೆ ಅನಿಸತೊಡಗಿತು. ತಮ್ಮ ಮನೆಯಲ್ಲಿ ಒಬ್ಬರ ಹಿಂದೊಬ್ಬರು ಹಿಂಸೆಗೆ ಬಲಿಯಾಗಿ ಏಕಾಂಗಿಯಾಗಿದ್ದ ಸೋನಿಯಾ ಕ್ರಮೇಣ ರೂಢಿಸಿಕೊಂಡ ರಾಜಕೀಯ ಬದ್ಧತೆ ಎಂಥದೆಂದು ನಮಗೆಲ್ಲ ಅರ್ಥವಾಗತೊಡಗಿತು. ಆಗಿನ್ನೂ ರಾಜೀವ್‌ಗಾಂಧಿಯ ಕಾಲದ ಬೋಫೋರ್ಸ್ ಫಿರಂಗಿಗಳ ಅರವತ್ತನಾಲ್ಕು ಕೋಟಿ ರೂಪಾಯಿ ಹಗರಣದ ಗುಮ್ಮನನ್ನು ಕಾಂಗ್ರೆಸ್ಸಿನ ಪಿ.ವಿ. ನರಸಿಂಹರಾವ್ ಹಾಗೂ ವಿರೋಧಪಕ್ಷಗಳ ನಾಯಕರು ಸೋನಿಯಾ ವಿರುದ್ಧ ಬಳಸಿ ಅವರು ಸಕ್ರಿಯ ರಾಜಕೀಯಕ್ಕೆ ಬರದಂತೆ ತಡೆಯಲೆತ್ನಿಸುತ್ತಿದ್ದರು.

ಲಂಕೇಶರು ಸೋನಿಯಾಗಾಂಧಿ ಕುರಿತು ಬರೆದ ಕಾಲದಲ್ಲಿನ್ನೂ ನನ್ನಂಥವ ರೊಳಗೆ ಸೋನಿಯಾ ಕುರಿತು ಸ್ಪಷ್ಟತೆಯಿರಲಿಲ್ಲ. ಆಕೆಗೆ ಭಾರತವೇ ಗೊತ್ತಿಲ್ಲ, ಹಿಂದಿ ಬರುವುದಿಲ್ಲ... ಎಂದು ಗೊಣಗುತ್ತಿದ್ದ ಇಂಗ್ಲಿಷ್ ಪತ್ರಿಕೆಗಳ ಅಭಿಪ್ರಾಯ ಗಳನ್ನು ನಾನೂ ಒಪ್ಪಿಕೊಂಡಿದ್ದೆ. ಆದರೆ ಸರಿಸುಮಾರು ಅದೇ ಕಾಲದಲ್ಲಿ ಭಾರತದ ಕ್ರಿಕೆಟ್ ಟೀಮಿಗೆ ವಿದೇಶಿ ಕೋಚ್‌ಗಳು ಬರತೊಡಗಿದ್ದರು. ಭಾರತದ

ಕೋಚ್‌ಗಳ 'ಭಾರತೀಯ' ಪೂರ್ವಗ್ರಹಗಳು ನಮಗೆಲ್ಲ ಪರಿಚಿತ: ಆಟಗಾರನೊಬ್ಬ ನನ್ನೆದುರು ಕಾಲಮೇಲೆ ಕಾಲು ಹಾಕಿಕೊಂಡು ಕೂತಿದ್ದಾನೆ ಎಂದು ಮುನಿಸಿಕೊಳ್ಳುವ ಸಣ್ಣತನ; ಆಟಗಾರನೊಬ್ಬ ಕೋಚಿನ ಎದುರು ಡೊಗ್ಗು ಸಲಾಮು ಹೊಡೆದು ವಿನಯ ತೋರಿದರೆ, ಆ ವಿನಯವನ್ನೇ ಪ್ರತಿಭೆಯೆಂದು ತಿಳಿಯುವುದು; ವಸ್ತುನಿಷ್ಠವಾಗಿ ಆಟಗಾರರ ಆಟ ನೋಡಿ ಅವರ ಮಟ್ಟ ನಿರ್ಧರಿಸದೆ, ಜಾತಿ, ವಶೀಲಿ, ಪ್ರಭಾವ, ಸ್ಟಾರ್‌ಗಿರಿಗಳ ಮೇಲೆ ಅವರ ಅರ್ಹತೆಯನ್ನು ನಿರ್ಧರಿಸುವುದು...ಇವೆಲ್ಲ ಭಾರತದಲ್ಲಿ ಯಾವುದೇ ಕ್ರೀಡಾತಂಡದ 'ದೇಶಿ' ತರಬೇತುದಾರರನ್ನು, ಆಯ್ಕೆಗಾರರನ್ನು ನಿಯಂತ್ರಿಸುತ್ತಿರಬಲ್ಲವು. ಇಲ್ಲಿ ಸ್ಟಾರ್ ಆಗಿಬಿಟ್ಟರೆ ಅವನ ದೌರ್ಬಲ್ಯಗಳನ್ನು ಕುರಿತು ಕೋಚ್ ಮಾತಾಡುವಂತೆಯೇ ಇಲ್ಲ. ಭಾರತದ ಕ್ರಿಕೆಟ್ ಟೀಮಿನ ಈ ಥರದ ಸಮಸ್ಯೆಗಳು ಒಂಚೂರು ತಹಬಂದಿಗೆ ಬಂದದ್ದು ನ್ಯೂಜಿಲೆಂಡಿನ ಜಾನ್‌ರೈಟ್ ಕೋಚ್ ಆಗಿ ಆಟಗಾರರ ಜೊತೆ ವಸ್ತುನಿಷ್ಠವಾಗಿ ವರ್ತಿಸಲಾರಂಭಿಸಿದ ಮೇಲೆ. ಸೋನಿಯಾ ಗಾಂಧಿ ಕೂಡ ಹೀಗೆ ಕಾಂಗ್ರೆಸ್ಸನ್ನು ಕೊಂಚ ಪುನರುಜ್ಜೀವನಗೊಳಿಸುವ ಸಾಧ್ಯತೆ ಆಗ ಕಂಡು ಬಂದಿತ್ತು. ರಾಜಕೀಯಕ್ಕೆ ಹೊಸಬರಾಗಿದ್ದ ಸೋನಿಯಾ ಅವರ ಸಾಧ್ಯತೆಯ ಬಗ್ಗೆ ಲಂಕೇಶರು ಹೇಳಿದ್ದು ನಮಗೆ ಇಡೀ ಸೋನಿಯಾ ಪ್ರಶ್ನೆಯನ್ನು ಬೇರೊಂದು ದಿಕ್ಕಿನಿಂದ ನೋಡುವಂತೆ ಮಾಡಿತ್ತು.

ಹೀಗೆ ಸೋನಿಯಾ ಬಗ್ಗೆ ಬರೆಯುತ್ತಾ ಬರೆಯುತ್ತಾ ಲಂಕೇಶರು ಸೋನಿಯಾ ಮೋಹಕ್ಕೆ ಒಳಗಾದದ್ದು ಕೂಡ ಕುತೂಹಲಕರವಾಗಿದೆ! ಒಂದು ಸಂಜೆ ಲಂಕೇಶರು ಸೋನಿಯಾ ಫೋಟೋ ಆಲ್ಬಂ ನೋಡುತ್ತಾ ಪುಳಕಿತರಾಗಿ ಕೂತಿದ್ದ ಗಳಿಗೆ ನೆನಪಾಗುತ್ತದೆ. ಅವತ್ತು ಅವರು ಸೋನಿಯಾಗಾಂಧಿಯವರ ಕಾಟನ್ ಸೀರೆಗಳ ಆಯ್ಕೆಯನ್ನು ಖುಷಿಯಾಗಿ ಹೊಗಳುತ್ತಿದ್ದರು. ಎಂಟು ಗಂಟೆಯ ನ್ಯೂಸ್‌ನಲ್ಲಿ ಸೋನಿಯಾ ಬಂದರೆ 'ಆಹಾ! ಏನ್ ಚೆನ್ನಾಗಿ ಕಾಣ್ತಾಳೆ...' ಎಂದು, 'ಮುಸ್ಸಂಜೆಯ ಕಥಾಪ್ರಸಂಗ'ದಲ್ಲಿ ಬಳಸಿರುವ ಅವರ ಪ್ರೀತಿಯ ಬೈಗುಳಗಳನ್ನೂ ಸೇರಿಸಿ ಆನಂದಿಸುತ್ತಿದ್ದರು. ಲಂಕೇಶರ ಆರೋಗ್ಯ ಆಗ ಅಷ್ಟು ಚೆನ್ನಾಗಿರಲಿಲ್ಲ. ಕಣ್ಣು ನೋವಿನಿಂದ ಹಿಡಿದು ಅನೇಕ ಸಮಸ್ಯೆಗಳಿದ್ದವು. ಆಗ ಬರವಣಿಗೆಯಿಂದಲೂ ಚೈತನ್ಯ ಪಡೆಯುತ್ತಿದ್ದ ಲಂಕೇಶ್ ಸೋನಿಯಾರ ಚಿತ್ರಗಳನ್ನು ನೋಡುತ್ತಾ ನೋಡುತ್ತಾ ಪಡೆದ ಆ ಗಳಿಗೆಯ ಉತ್ಸಾಹವೂ ಮುಖ್ಯವೆನ್ನಿಸುತ್ತದೆ. ಹಾಗೆ ನೋಡಿದರೆ, ಸೋನಿಯಾ ಗಾಂಧಿಯವರಂಥ ಅತ್ಯಂತ ಪ್ರಭಾವಶಾಲಿ ರಾಜಕಾರಣಿಯನ್ನು ಮೆಚ್ಚಿ ಲಂಕೇಶರಿಗೆ ಲಾಭವೇನೂ ಆಗಬೇಕಾಗಿರಲಿಲ್ಲ. ಇದು ಎಲ್ಲರಿಗೂ ಗೊತ್ತು...

ಲಂಕೇಶ್‌ಪತ್ರಿಕೆ : ಕೇಡಿನ ಮುಖಾಮುಖಿ / ೫೩

ಲಂಕೇಶರ ಈ 'ಸೋನಿಯಾ ಮೇನಿಯಾ'ದ ಕಾಲದಲ್ಲಿ ಕತೆಗಾರ್ತಿಯೊಬ್ಬರು ಲಂಕೇಶರನ್ನು 'ಏನ್ ಸಾರ್! ಸೋನಿಯಾನ ಭಾರೀ ಹೊಗಳ್ತಾ ಇದೀರ!' ಎಂದು ಕಿಚಾಯಿಸಿದರು. ಆಗ ಲಂಕೇಶ್ 'ಹೂಂ ಕಣೇ!' ಎಂದು ಕದ್ದು ಪ್ರೀತಿಸಿ ಸಿಕ್ಕಿಬಿದ್ದ ಹುಡುಗನಂತೆ ಚಣ ನಾಚಿಕೊಂಡರಂತೆ! ಸೋನಿಯಾ ಕುರಿತ ಲಂಕೇಶರ ಆ ಕಾಲದ 'ಸೋಷಲಿಸ್ಟ್' ಹೊಗಳಿಕೆಗಳಲ್ಲಿ ಮೊಂಡು ಮೂಗಿನ ಸ್ತ್ರೀಯರ ಬಗೆಗೆ ಅವರಿಗಿದ್ದ ಗುಪ್ತ ಆಕರ್ಷಣೆಯೂ ಬೆರೆತಂತಿತ್ತು! ಅದನ್ನು ಲಂಕೇಶರು ಸೋನಿಯಾ ಕುರಿತು ಮಾತಾಡಿದಾಗ ಬಳಸುತ್ತಿದ್ದ ವರ್ಣನೆಗಳಲ್ಲೂ ಕಾಣಬಹುದಿತ್ತು. ದೇಹದ ಚೈತನ್ಯ ಉಡುಗಿದಂತೆ ಕಾಣುತ್ತಿದ್ದ ಲೇಖಕನೊಬ್ಬ ಎಲ್ಲೆಲ್ಲಿಂದ ಚೈತನ್ಯ ಪಡೆಯುತ್ತಿರುತ್ತಾನೆ ಎಂದು ಬೆರಗಾಗುತ್ತದೆ. ಹಿಂದೊಮ್ಮೆ "ಆ ಮನೇಕಾ ಗಾಂಧಿಯ 'ಸಂಜಯ್ ಮಂಚ್' ಪಾರ್ಟಿಗೆ ಸೇರಬೇಕಲ್ಲ!" ಎಂದು ಕಿಚಾಯಿಸುತ್ತಾ ಮೊಂಡು ಮೂಗಿನ ಮನೇಕಾಗಾಂಧಿಯಿಂದಲೂ ಲಂಕೇಶ್ ಸ್ಫೂರ್ತಿ ಪಡೆಯುತ್ತಿದ್ದರಂತೆ! ಹಾಗೆಯೇ ಟೆನ್ನಿಸ್ ಆಟಗಾರ್ತಿ ಸ್ಟೆಫಿ ಗ್ರಾಫ್ ಬಗೆಗಿನ ತೀವ್ರ ಮೋಹದ ಕಾಲವೂ ಇತ್ತು. ಈ ಬಗೆಯ ಮೋಹಕ ಫ್ಯಾಂಟಸಿಗಳ ಜೊತೆಜೊತೆಗೆ, ವಾಸ್ತವದಲ್ಲಿಯೂ ಸ್ತ್ರೀಚೈತನ್ಯ ಲಂಕೇಶರ ಪೋಷಕ ದ್ರವ್ಯವಾಗಿತ್ತು. ಮದ್ಯ ಹಾಗೂ ಮಾನಿನಿಯರಿಂದ ಸ್ಫೂರ್ತಿ ಪಡೆಯುವ ಲಂಕೇಶರ ವ್ಯಕ್ತಿತ್ವದ ಈ ಮುಖ ಡಿ.ಆರ್. ನಾಗರಾಜರಿಗೂ ಆದರ್ಶ ಮಾದರಿಯಾದ ಮೇಲೆ ನಮ್ಮಂಥ ಹುಲುಮಾನವರಿಗೂ ಅದು ಉತ್ತಮ ಮಾದರಿಯೆನಿಸಿದ್ದರೆ ಅಚ್ಚರಿಯಲ್ಲ!

೬

ಲೇಖಕನ ಹ್ಯಾಟಿನಿಂದ ಹೊರಬೀಳುವ ಆಟಗಳು

ದಿನನಿತ್ಯ ಅಪಾರ ಓದುಗವರ್ಗವನ್ನು ತಲುಪಬೇಕಾದ ದೊಡ್ಡ ಲೇಖಕನ ಸವಾಲುಗಳು ನಾವು ಊಹಿಸಿದ್ದಕ್ಕಿಂತ ವಿಚಿತ್ರವಾಗಿರಬಲ್ಲವು. ಲೇಖಕನೊಬ್ಬ ಯಾವ ಶ್ರೋತೃವೃಂದಕ್ಕೆ ತನ್ನ ಆಟವನ್ನು ಪ್ರದರ್ಶಿಸುತ್ತಿದ್ದಾನೆ? ಬರವಣಿಗೆಯಲ್ಲಿ ಯಾವುದು ಅತ್ಯಂತ ಮುಖ್ಯ? ಹೊಸ ಸಿದ್ಧಾಂತದ ಭ್ರಮೆ ಹುಟ್ಟಿಸುವಂತೆ ತನ್ನ ವಾದವನ್ನು ಕಟ್ಟುವುದೋ ಅಥವಾ ತಾನು ಆಳದಲ್ಲಿ ಕಂಡುಕೊಂಡ ಸತ್ಯಕ್ಕೆ ಬದ್ಧನಾಗಿರುವುದೋ? ಈ ಥರದ ಪ್ರಶ್ನೆಗಳನ್ನು ಪ್ರತಿಯೊಬ್ಬ ಗಂಭೀರ ಲೇಖಕನೂ ಎದುರಾಗುತ್ತಿರುತ್ತಾನೆ. ಈ ಹಿನ್ನೆಲೆಯಲ್ಲಿ ನೋಡಿದರೆ, ಲಂಕೇಶರ ಮುಖ್ಯ ಬರವಣಿಗೆಗಳಲ್ಲಿ, ಮುಖ್ಯವಾಗಿ 'ಟೀಕೆ ಟಿಪ್ಪಣಿ'ಯ ಮುಕ್ಕಾಲು ಭಾಗ ಬರಹಗಳಲ್ಲಿ, 'ಮರೆಯುವ ಮುನ್ನ,' ಕತೆ, ಪದ್ಯ, ಕಾದಂಬರಿ, ನಾಟಕಗಳಲ್ಲಿ ಹುಸಿತನ ಹಾಗೂ ಪ್ರದರ್ಶಕ ಗುಣ ಕಡಿಮೆ. ಅಲ್ಲಿ ಅವರ ಒಳಗಿಗೂ ಬರವಣಿಗೆಗೂ ಆಳವಾದ ಸಂಬಂಧ ಏರ್ಪಟ್ಟಿದೆ. ಆದರೆ ಲಂಕೇಶರು ತಮ್ಮ ಪತ್ರಿಕೆಯಲ್ಲಿ ಬರೆದ 'ಈ ಸಂಚಿಕೆ'ಯ ಕೆಲ ಭಾಗಗಳಲ್ಲಿ ತೋರಿಕೆಯ ಅಂಶ ಇರುತ್ತಿತ್ತು. ಪ್ರತಿಯೊಬ್ಬ ಗಂಭೀರ ಲೇಖಕನೂ ನೈತಿಕತೆಯನ್ನು ತನ್ನದೇ ಆದ ರೀತಿಯಲ್ಲಿ ವಿವರಿಸಿಕೊಂಡಿರುತ್ತಾನೆ. ಆ ನೈತಿಕಮೂಸೆಯಲ್ಲಿ

ತಯಾರಾದ ಬರಹಗಳು ಮಾತ್ರ ಸಾಧ್ಯವಾದಷ್ಟೂ ಸುಳ್ಳುಗಳಿಂದ ಮುಕ್ತವಾಗ ಲೆತ್ನಿಸುತ್ತಿರುತ್ತವೆ. ಲೇಖಕನೊಬ್ಬ ಈ ಆಳದ ನೈತಿಕತೆಗೆ ತನ್ನ ಬದ್ಧತೆಯನ್ನು ಬಹಿರಂಗವಾಗಿ ಘೋಷಿಸಬೇಕೆಂದೇನೂ ಇಲ್ಲ. ಆದರೆ ಆಳದಲ್ಲಿ ಈ ನೈತಿಕತೆಗೆ ಅವನು ಬದ್ಧನಾಗಿರದಿದ್ದರೆ ಹುಸಿತನ, ಗಿಲೀಟು, ಕೃತಕತೆ ಅವನ ಬರವಣಿಗೆಯಲ್ಲಿ, ನಿಲುವುಗಳಲ್ಲಿ, ಧೋರಣೆಗಳಲ್ಲಿ ಒಸರುತ್ತಲೇ ಇರುತ್ತವೆ. ಹಲವು ಬಗೆಯ ಬರವಣಿಗೆ ಹಾಗೂ ಹಲವು ಬಗೆಯ ಭಾಷಣಗಳನ್ನು ಮಾಡಬೇಕಾದ ಲೇಖಕನೊಬ್ಬ ತಾನು ರೂಪಿಸಿಕೊಂಡ ಆಳದ ನೈತಿಕತೆಗೆ ಸದಾ ಬದ್ಧನಾಗಿರುವುದು ಕಷ್ಟವಿರಬಹುದು. ಆದರೆ ನೈತಿಕತೆಯ ಬಗೆಗೆ ಎಚ್ಚರವಿದ್ದರೆ ಅವನು ತಾನು ಕಂಡ ಸತ್ಯಕ್ಕೆ ಹತ್ತಿರವಿರುತ್ತಾನೆ. ಲಂಕೇಶರಲ್ಲಿ ದುಡುಕು ಹೆಚ್ಚು, ನಿಜ; ಆದರೆ ಹುಸಿತನ ಕಡಿಮೆ. ಆದರೆ ಲಂಕೇಶರನ್ನು ಅನುಕರಿಸುವ ಅನೇಕರು ಅವರ ತಾತ್ವಿಕ ಆಳವಿಲ್ಲದೆ, ನೈತಿಕ ರೋಷವನ್ನು ಆರೋಪಿಸಿಕೊಂಡು ಬರೆಯುವುದರಿಂದಲೇ ಅಂಥವರು ಹುಸಿಯಾಗಿ ಕಾಣುತ್ತಾರೆ ಹಾಗೂ ಅವರ ಬರಹಗಳು ತೆಳುವಾಗಿ ಕಾಣತೊಡಗುತ್ತವೆ.

ಲಂಕೇಶರು ಬಿಡುಬೀಸಾಗಿ ಬರೆಯುತ್ತಿದ್ದ 'ಈ ಸಂಚಿಕೆ' ಅಂಕಣದಲ್ಲಿ ಕೆಲವೊಮ್ಮೆ ಖಾಸಗಿ ಸತ್ಯಗಳಿಗೆ ಹತ್ತಿರವಾಗಿರುತ್ತಿದ್ದರು; ಕೆಲವು ಸಲ ಸ್ತ್ರೀಯರಿಗೆ ಸಂಬಂಧಿಸಿದ ತಮ್ಮ ಅನುಭವಗಳ ಬಗ್ಗೆ ಪ್ರದರ್ಶಕವಾಗಿ ಬರೆಯುತ್ತಿದ್ದರು. ಆದರೆ, ಲೇಖಕನೊಬ್ಬನ ಕತೆಯಲ್ಲಿ ಲೈಂಗಿಕ ಪ್ರಸಂಗಗಳು ಬರುವುದನ್ನು ಕುರಿತು ಚರ್ಚಿಸುತ್ತಾ ಅವರು ಒಮ್ಮೆ ಆಡಿದ ಒಂದು ಮಾತು ತಮ್ಮ ಈ ಪ್ರದರ್ಶಕ ಗುಣವನ್ನೂ ವಿಮರ್ಶಿಸಿಕೊಳ್ಳುವಂತಿತ್ತು. ಅವತ್ತು ನಾವು ಚರ್ಚಿಸುತ್ತಿದ್ದ ಲೇಖಕ ತನ್ನ ಹೊಸ ಕತೆಯಲ್ಲಿ ತನ್ನ ಲೈಂಗಿಕ 'ಗೆಲುವು'ಗಳ ಬಗ್ಗೆ– ಅಂದರೆ, ಕತೆಯ ನಾಯಕನಾದ 'ನಾನು' ಎಂಬುವವನು ಎಲ್ಲ ಹುಡುಗಿಯರನ್ನೂ ಗೆಲ್ಲುತ್ತಿದ್ದ ಪ್ರಸಂಗಗಳ ಬಗ್ಗೆ– ತೀರಾ ಹಸಿಹಸಿಯಾಗಿ ಬರೆದಿದ್ದ. ಅದನ್ನು ಗಮನಿಸುತ್ತಾ ಲಂಕೇಶ್ ಹೇಳಿದರು: 'ಓದುಗನಲ್ಲಿ ಅಸೂಯೆ ಹುಟ್ಟಿಸಲು ಹೀಗೆಲ್ಲ ಬರೆಯುವುದು ತಪ್ಪು.' ಈ ಮಾತು ಎಷ್ಟೋ ವರ್ಷಗಳಿಂದ ನನ್ನಲ್ಲಿ ಉಳಿದಿದೆ. ಆದರೆ ಲಂಕೇಶರೇ ಒಮ್ಮೊಮ್ಮೆ ತಮ್ಮ ಪತ್ರಿಕೆಯಲ್ಲಿ ಹಾಗೆ ಬರೆಯುತ್ತಿದ್ದುದನ್ನು ಕಂಡು ನಾನೊಮ್ಮೆ ಗೊಣಗಿದಾಗ, 'ನಮ್ಮ ರೀಡರ್ಸ್ ಅವೆಲ್ಲ ಲೈಕ್ ಮಾಡ್ತಾರೆ, ಮೇಷ್ಟ್ರು ಏನು ಮಾಡ್ತಾರೆ ಎಂದು ಅವರಿಗೆ ಕುತೂಹಲ ಇರುತ್ತೆ' ಎಂದು ಮುಖ ಅತ್ತ ತಿರುಗಿಸಿದರು. ಒಂದು ಪ್ರಗತಿಪರ ಜನಪ್ರಿಯ ಪತ್ರಿಕೆಯ ಒತ್ತಡಗಳು ಕೂಡ ಈ ರೀತಿಯ ಬರವಣಿಗೆಯನ್ನು ರೂಪಿಸುತ್ತವೆಂಬುದು ನಿಜ. ತಮ್ಮ ಒಂದು ದಿನವನ್ನೇ ಆಧರಿಸಿ ಬರೆದ 'ಸುಮ್ಮನೇ ಜೀವಿಸಿದ ಒಂದು ದಿನ' ಎಂಬ ಸುಂದರ

ಲೇಖನವೊಂದು ಅವರ 'ಟೀಕೆ ಟಿಪ್ಪಣಿ'ಯ ಮೊದಲ ಸಂಪುಟದಲ್ಲಿದೆ. ಲಂಕೇಶ್ ಏನು ಮಾಡುತ್ತಾರೆ ಎಂಬ ಬಗ್ಗೆ ಅವರ ಒಂದು ವರ್ಗದ ಓದುಗರಲ್ಲಿ ಕುತೂಹಲ ಇದ್ದುದು ನಿಜ. ನಾನು, ನಿರ್ದೇಶಕ ನಟರಾಜ್ ಹೊನ್ನವಳ್ಳಿ ತಿಪಟೂರಿನಲ್ಲಿ ಕಾಲೇಜು ವಿದ್ಯಾರ್ಥಿಗಳಾಗಿದ್ದಾಗ ಅವರ ಖಾಸಗಿ ಟಿಪ್ಪಣಿಗಳನ್ನು ಆನಂದದಿಂದ ಅನುಭವಿಸುತ್ತಿದ್ದೆವು. ಆಗೊಮ್ಮೆ ಲಂಕೇಶರು 'ನಾನು ಈಚೆಗೆ ರಾತ್ರಿ ಊಟ ಮಾಡುವುದಿಲ್ಲ; ಇಡ್ಲಿ, ಬಿಯರ್ ತೆಗೆದುಕೊಳ್ಳುತ್ತೇನೆ' ಎಂದು ಬರೆದು ಕೊಂಡಿದ್ದರು. ಆಗ ನಮ್ಮ ಮೇಷ್ಟರಾಗಿದ್ದ ಕೆ.ಎಸ್. ಕರುಣಾಕರನ್ ಥರದವರು ಈ ರೀತಿಯ ಖಾಸಗಿ ವಿವರಗಳನ್ನು ಓದಿ ಮೂಗು ಮುರಿಯುತ್ತಿದ್ದರು; ನಮ್ಮಂಥ ಹುಡುಗರು ಮಾತ್ರ ಬಿಯರ್ ಹೇಗಿರುತ್ತದೆಂಬುದು ಗೊತ್ತಿಲ್ಲದಿದ್ದರೂ ಇದನ್ನೇ ಕಂಠಪಾಠ ಮಾಡಿದವರಂತೆ, 'ನಾವೀಗ ರಾತ್ರಿ ಇಡ್ಲಿ, ಬಿಯರ್ ಅಷ್ಟೆ!' ಎಂದು ತಮಾಷೆಯಾಗಿ ಹೇಳುತ್ತಿದ್ದೆವು.

ಲಂಕೇಶರಿಗೆ ತಮ್ಮ ಬಗೆಗಿದ್ದ 'ಹೀರೋವರ್ಷಿಪ್' ಬಗ್ಗೆ ಅರಿವಿತ್ತು. ಆದ್ದರಿಂದ ಅವರು ಕೆಲವೊಮ್ಮೆ ಗ್ಯಾಲರಿಯ ಪ್ರೇಕ್ಷಕರಿಗೆ ತಮ್ಮ ಹ್ಯಾಟಿನಿಂದ ಆಟಗಳನ್ನು ತೆಗೆದು ಎಸೆಯುತ್ತಿದ್ದರು. ಆದರೆ ದೊಡ್ಡ ಲೇಖಕರಾದ ಅವರಿಗೆ ಹಾಗೆ ಆಡುವುದರ ಬಾಲಿಶತನ ಹಾಗೂ ನಿರರ್ಥಕತೆ ಬಹುಬೇಗ ಹೊಳೆದುಬಿಡುತ್ತಿತ್ತು. ಆದರೂ ತಮ್ಮ ಅಮೂಲ್ಯ ಸೃಜನಶೀಲ ಗಳಿಗೆಗಳ ಒಂದು ಸಣ್ಣ ಭಾಗವನ್ನಾದರೂ ಹೀಗೆ ತಮ್ಮ ಬಗ್ಗೆ ಬರೆಯುವುದರಲ್ಲಿ ಅವರು ಕಳೆದುಕೊಂಡಿರಬಹುದೇನೋ; ಅಥವಾ ಅವರ ಒಳಗು ಇದರ ಇನ್ನೊಂದು ಮಗ್ಗುಲನ್ನು ತೀವ್ರ ಪರೀಕ್ಷೆಗೆ ಒಳಪಡಿಸುವುದರಲ್ಲಿ ನಿರತವಾಗಿತ್ತೆಂದು ಕಾಣುತ್ತದೆ. ಅದೇನೇ ಇದ್ದರೂ ಲೇಖಕ, ಲೇಖಕಿಯರು, ಪತ್ರಕರ್ತರು ಪದೇಪದೇ ತಮ್ಮ ಬಗ್ಗೆಯೇ ಬರೆದುಕೊಳ್ಳುವುದು ಅಶ್ಲೀಲವಾಗಿರುತ್ತದೆ. ಹೀಗಿದ್ದರೂ ಲಂಕೇಶರಲ್ಲಿ ಶ್ರೇಷ್ಠ ನವ್ಯ ಲೇಖಕನ ಸ್ವವಿಮರ್ಶೆಯೂ ಇದ್ದುದರಿಂದ ಇದು ಹಾಗೂ ಹೀಗೂ ನಡೆದುಕೊಂಡು ಹೋಯಿತು.

ಆದರೆ, ಲಂಕೇಶರು 'ನಾನು' ಎಂಬುದನ್ನು ಎಗ್ಗಿಲ್ಲದೆ ತಮ್ಮ ಪತ್ರಿಕೆಯಲ್ಲಿ ಬಳಸಲಾರಂಭಿಸಿದ ಮೇಲೆ ಕಡಿಮೆ ದರ್ಜೆಯ ಬರಹಗಾರರಲ್ಲಿ ಹಾಗೂ ಸ್ವಪ್ರದರ್ಶನದ ಪತ್ರಕರ್ತರಲ್ಲಿ ಇದು ಸಲೀಸು ಬರವಣಿಗೆಗೆ ರಹದಾರಿಯಾಗಿ ವಿಕೃತಿಗೆ ತಿರುಗಿತು. ಸ್ವತಃ ಲಂಕೇಶರ ದುರ್ಬಲ ಗದ್ಯ ಬರವಣಿಗೆಗಳಲ್ಲೇ ಆ ಅಪಾಯ ಸ್ಪಷ್ಟವಾಗತೊಡಗಿತ್ತು. ಶ್ರೇಷ್ಠ ಬರಹಗಾರರು ತಮ್ಮ ಬರವಣಿಗೆಯ ಎಲ್ಲೆಡೆ ತಾವೇ ಇದ್ದರೂ, 'ನಾನು' ಎಂಬುದನ್ನು ಅದ್ಭುತವಾಗಿ ಹಿನ್ನೆಲೆಯಲ್ಲಿ ಇರಿಸುತ್ತಾರೆ. ನಿಜವಾದ ಲೇಖಕ ಅಥವಾ ಲೇಖಕಿ ಹಾಗೆ ತನ್ನ ಬರವಣಿಗೆಯಲ್ಲಿ

ಇದ್ದೂ ಇಲ್ಲದಂತಿರಬೇಕು. ಲೇಖಕ ತನ್ನ ಬರವಣಿಗೆಯ ಹಿಂದೆ ಇಲ್ಲವೇ ಇಲ್ಲ ಎಂಬಂತಾದರೆ ಬರವಣಿಗೆ ಜಡವಾಗುತ್ತದೆ; ಅವನು ಅತಿಯಾಗಿ ಇದ್ದರೆ ಅಸಹ್ಯವಾಗುತ್ತದೆ. ಶೇಕ್ಸ್‌ಪಿಯರ್ ಥರದವರು ಸ್ವತಃ ತಮ್ಮ ಕೃತಿಗಳಲ್ಲಿ ಎಲ್ಲೆಡೆ ಇದ್ದರೂ ತಮ್ಮನ್ನು ಎಷ್ಟೊಂದು ಸಹಜವಾಗಿ ಹಾಗೂ ವಿನಯದಿಂದ ಹಿಂದೆ ಇಡುತ್ತಾರೆ ಎಂಬುದು ಅವಸರದ ಆತ್ಮರತ ಬರಹಗಾರರಿಗೆ ಹೊಳೆಯುವುದಿಲ್ಲ. ಅಡಿಗರ ಕಾವ್ಯದಲ್ಲಿ, ಎಲಿಯಟ್ ಕಾವ್ಯದಲ್ಲಿ, ಕಾಫ್ಕಾನ ಕಥಾಜಗತ್ತಿನಲ್ಲಿ 'ನಾನು' ಎಂಬುದು ಹೇಗೆ ಸ್ವಂತದ ಲಾಭದ ಹಂಗಿಲ್ಲದೆ ತೀವ್ರ ಪರೀಕ್ಷೆಗೊಳಗಾಗುತ್ತದೆ ಎಂಬುದನ್ನು 'ಸ್ವಪ್ರೇಮಿ' ಲೇಖಕ, ಲೇಖಕಿಯರು ಗಮನಿಸಿರುವುದಿಲ್ಲ. ತಮ್ಮ ಪತ್ರಿಕೆಯ ಬರಹಗಳಲ್ಲಿ ಕೆಲವೆಡೆ ಲಂಕೇಶ್ ಕೂಡ ಇದನ್ನು ಗಮನಿಸಿದಂತಿರಲಿಲ್ಲ. ಆದರೆ ಸ್ವಂತದ ವೈಭವೀಕರಣದ ಮಾದರಿ ಇತರರಲ್ಲಿ ತೀರಾ ಅಗ್ಗವಾಗಿ ಕಾಣಿಸಿ ಕೊಳ್ಳತೊಡಗಿದಾಗ ಲಂಕೇಶರು ತಮ್ಮನ್ನು ತಾವು ಬದಲಿಸಿಕೊಳ್ಳಲೇಬೇಕಾಯಿತು. ಡಬ್ಲ್ಯೂ. ಬಿ. ಯೇಟ್ಸ್ ಬರೆದ 'ಸಾಂಗ್ ಆಫ್ ದ ಕೋಟ್' ಎಂಬ ಪದ್ಯವನ್ನು ನನ್ನ ವಿದ್ಯಾರ್ಥಿಮಿತ್ರ ಜಿ.ಎಲ್. ವಿಜಯೇಂದ್ರಕುಮಾರ್ ಅನುವಾದಿಸಿದ್ದಾರೆ. ಈ ಪದ್ಯದಲ್ಲಿ ಕವಿಯೊಬ್ಬ ಹೇಳುತ್ತಾನೆ:

> ಹಳೆಯ ಪುರಾಣಗಳನ್ನು
> ಅಡಿಯಿಂದ ಮುಡಿವರೆಗೆ ಹೆಣೆದು
> ನನ್ನ ಹಾಡನ್ನು ಒಂದು ನಿಲುವಂಗಿ ಮಾಡಿದೆ.
> ಆದರೆ ಮೂರ್ಖರು ಅದನ್ನು ಹಿಡಿದುಕೊಂಡರು
> ತಾವೇ ಅದನ್ನು ನೇಯ್ದಂತೆ
> ಲೋಕಕ್ಕೆ ತೋರಿಸುತ್ತಾ ತೊಟ್ಟು ಓಡಾಡಿದರು.
> ಓ ಹಾಡೇ, ಅದನ್ನವರು ತೆಗೆದುಕೊಳ್ಳಲಿ ಬಿಡು.
> ಬೆತ್ತಲೆ ನಡೆಯುವುದರಲ್ಲೇ ಹೆಚ್ಚು ಚಂದವಿದೆ.

ಲಂಕೇಶರಿಗೂ ಹೀಗಾಯಿತು. ಆದ್ದರಿಂದ ಅವರು ಕೆಲ ವರ್ಷ ಬಳಸಿದ 'ನಾನು'ವನ್ನು ಕಳಚಿ ಹಾಕಿ ಬೇರೆಯದೇ ರೀತಿಯಲ್ಲಿ 'ನಾನು' ಎಂಬುದನ್ನು ಹುಡುಕಿಕೊಳ್ಳಬೇಕಾಯಿತು. ಯಾಕೆಂದರೆ, ನಂತರದ ಅನೇಕ ಅಂಕಣಕಾರರು 'ಆ ಹುಡುಗಿ ಫೋನ್ ಮಾಡಿ ನನ್ನನ್ನು ಹೊಗಳಿದಳು'...ಇವೇ ಮುಂತಾದ ಲಂಕೇಶರ ಶೈಲಿಯನ್ನು ಬೇಕಾಬಿಟ್ಟಿ ಬಳಸತೊಡಗಿದರು. 'ನಾನಲ್ಲ' ಎಂಬ ನವ್ಯ ಕತೆಗಳ ಸಂಕಲನ ಪ್ರಕಟಿಸಿದ ಲಂಕೇಶರ ಪತ್ರಿಕಾ ಬರಹಗಳಲ್ಲೂ 'ನಾನು' ಎಂಬುದರ ಬಳಕೆ ಕೆಲವೆಡೆ ಕಿರಿಕಿರಿ ಹುಟ್ಟಿಸುತ್ತಿತ್ತು. ಆದರೆ ಅವರಿಗೆ ಬ್ರೈನ್‌ಸ್ಟ್ರೋಕ್ ಆದ ನಂತರ ಸಾವಿನ ಜೊತೆಗಿನ ಸೆಣಸಾಟದ ಕಾಲದ ಬರವಣಿಗೆಯಲ್ಲಿ ಈ 'ನಾನು'ವಿಗೆ ಆತ್ಮರತಿಯ ಸೋಂಕು ಕಡಿಮೆಯಾಗಿ, ಅವರು ಬರೆದ ಗದ್ಯಕ್ಕೂ

ಅವರ ಕತೆಗಳ ಆತ್ಮಪರೀಕ್ಷೆಯ ಗುಣ ಹಾಗೂ ಸ್ವಂತದ ಹುಡುಕಾಟದ ಸೂಕ್ಷ್ಮತೆ ಮತ್ತೆ ಬರತೊಡಗಿತು. ಆದರೆ ಲಂಕೇಶರಿಗೆ ಸಮಾಜಕ್ಕೆ ದಾರಿ ತೋರಿಸುವ ಬುದ್ಧಿಜೀವಿ ನಾಯಕನ ಕರ್ತವ್ಯವೂ ಇದ್ದುದರಿಂದ ತಮ್ಮ ಪತ್ರಿಕೆಯ ಸಾರ್ವಜನಿಕ ವೇದಿಕೆಯಲ್ಲಿ ಆತ್ಮಪರೀಕ್ಷೆಯ ಅತಿಗೆ ಹೋಗುವುದು ಸಾಧ್ಯವೂ ಇರಲಿಲ್ಲ.

ಬರೆಯುವ ಕೆಲಸವೇ ಒಂದು ದೃಷ್ಟಿಯಿಂದ ಅಹಮ್ಮಿನ ವಿಸ್ತರಣೆಯಿರಬಹುದು. ಆದರೆ ಈ ಅಹಮ್ಮಿನೊಳಗಿನ 'ಸ್ವ' ಅಥವಾ 'ಸೆಲ್ಫ್'ನ ಕಠೋರ ಪರೀಕ್ಷೆಯಾಗದೆ ಉತ್ತಮ ಬರವಣಿಗೆ ಹುಟ್ಟಲಾರದು. ಈ ಎಚ್ಚರವಿಲ್ಲದೆ ಸ್ವಂತದ್ದನ್ನು ಪದೇ ಪದೇ ಹೇಳಿಕೊಳ್ಳುವ ಸಾಧಾರಣ ಬರವಣಿಗೆ ಆತ್ಮವೈಭವದಲ್ಲಿ ತೊಡಗುತ್ತದೆ. ಟ್ಯಾಬ್ಲಾಯ್ಡ್ ಪತ್ರಿಕೋದ್ಯಮದಲ್ಲಿ ಲಂಕೇಶರಂಥ ಶ್ರೇಷ್ಠ ಬರಹಗಾರ ಕೂಡ ಕೆಲವೊಮ್ಮೆ ಈ ಹಳ್ಳಕ್ಕೆ ಬಿದ್ದರು. ಆದರೆ ಅವರ ಪತ್ರಿಕೋದ್ಯಮದ ಘಟ್ಟದಲ್ಲೇ ಬಂದ 'ಕಲ್ಲು ಕರಗುವ ಸಮಯ,' 'ಗುಣಮುಖ'ದಂಥ ಬರವಣಿಗೆಗಳು ಅವರ ಈ ಪತ್ರಕರ್ತೀಯ ದೌರ್ಬಲ್ಯವನ್ನು ಅದ್ಭುತವಾಗಿ ಮೀರಲೆತ್ನಿಸಿದವು. ಕನ್ನಡದ ಶ್ರೇಷ್ಠ ಕಥಾ ಸಂಕಲನಗಳ ಸಾಲಿನಲ್ಲಿರಬಲ್ಲ 'ಕಲ್ಲು ಕರಗುವ ಸಮಯ'ದ ಕತೆಗಳಲ್ಲಿ ಲಂಕೇಶರು ಪತ್ರಿಕೋದ್ಯಮದಿಂದ ಕಲಿತ ಭಾಷೆಯ ಮೊನಚನ್ನು, ಓದುಗರನ್ನು ತಲುಪುವ ತುರ್ತನ್ನು ಹಾಗೂ ಸದ್ಯತನದ ಕಾಣ್ಕೆಯನ್ನು ಕಲೆಯಾಗಿ ಮಾರ್ಪಡಿಸಿದರು. ನಾನು ಬಲ್ಲಂತೆ ಕನ್ನಡದಲ್ಲಿ ಪತ್ರಿಕೋದ್ಯಮ ಬರವಣಿಗೆಯನ್ನು ಮಾಡಿದ ಇನ್ನಾರಿಗೂ ಈ ಜಿಗಿತ ಸಾಧ್ಯವಾಗಿಲ್ಲ. ಅದು ಲಂಕೇಶರಿಗೆ ಸಾಧ್ಯವಾದದ್ದು ಅವರು ಬಳಸಿದ ಎಲ್ಲ ಸಾಹಿತ್ಯ ಪ್ರಕಾರಗಳಿಗೂ ಒಗ್ಗುವಂತೆ ಒದಗಿ ಬಂದ ಹೈಟೆನ್ಷನ್ ವೈರ್‌ನಂಥ ನೈತಿಕ ಗದ್ಯದ ಅರ್ಥಪೂರ್ಣ ಬಳಕೆಯಿಂದ.

೭

ಗದ್ಯ ಬರವಣಿಗೆ: ಪಾರದರ್ಶಕತೆ ಮತ್ತು ನೈತಿಕತೆ

ಒಂದು ಮಧ್ಯಾಹ್ನ ಮಿತ್ರರ ಜೊತೆಗಿನ ಮಾತುಕತೆಯಲ್ಲಿ ಯಾರೋ ಲಂಕೇಶರ ಗದ್ಯವನ್ನು ಅಮೀರ್‌ಖಾನ್ ಸಂಗೀತಕ್ಕೆ ಹೋಲಿಸಿದಂತೆ ಕೇಳಿಸಿತು; ಅಥವಾ ನಾನೇ ಹಾಗೆ ಕೇಳಿಸಿಕೊಂಡಿರಬಹುದು. ಭಾರತದ ಶ್ರೇಷ್ಠ ಹಿಂದೂಸ್ತಾನಿ ಗಾಯಕರಾದ ಅಮೀರ್‌ಖಾನರ ಸಂಗೀತವನ್ನು ಪ್ರಾಯಶಃ ಲಂಕೇಶ್ ಕೇಳಿರಲಿಕ್ಕಿಲ್ಲ. ನಾನು ಅವರ ಕ್ಯಾಸೆಟ್ಟುಗಳನ್ನು ಕೊಟ್ಟಾಗಲೂ ಕೇಳಿಸಿಕೊಳ್ಳಲಿಲ್ಲ. ಆದರೆ ಅಮೀರ್‌ಖಾನರ ಸಂಗೀತದ ರುದ್ರತೆಯನ್ನು ಲಂಕೇಶರ ಗದ್ಯದಲ್ಲಿ ನಾನಂತೂ ಕಂಡಿರುವೆ. ಜೇಮ್ಸ್ ಜಾಯ್ಸ್‌ನ 'ಯೂಲಿಸಿಸ್' ಕಾದಂಬರಿಯ ಗದ್ಯವನ್ನು 'ಇದು ಯಾವ ಗಳಿಗೆಯಲ್ಲೂ ನಿದ್ರಿಸದ ಭಾಷೆ' ಎಂದು ವರ್ಣಿಸಲಾಗಿದೆ. ಈ ವರ್ಣನೆ ಲಂಕೇಶರ ಗದ್ಯಕ್ಕೂ ಅನ್ವಯಿಸುತ್ತದೆ. ಎಲ್ಲಿ ಮುಟ್ಟಿದರೂ ಜೀವ ಮಿಸುಕಾಡುವ ಗದ್ಯ ಬರೆದ ಕನ್ನಡದ ಏಕಮಾತ್ರ ಲೇಖಕ ಲಂಕೇಶ್ ಎಂಬುದು ಇವತ್ತಿಗೂ ನನ್ನ ಆಳದ ಅನಿಸಿಕೆ. ೧೯೬೦ನೆಯ ಇಸವಿಯಲ್ಲಿ ಗೋಪಾಲಕೃಷ್ಣ ಅಡಿಗರು ಲಂಕೇಶರ 'ನಾನಲ್ಲ' ಕಥಾಸಂಕಲನಕ್ಕೆ ಬರೆದ ಮುನ್ನುಡಿಯಲ್ಲಿ 'ಕಾವ್ಯದ ಯಾವ ವಿಶಿಷ್ಟ ಬಹಿರಂಗ ಲಕ್ಷಣಗಳನ್ನೂ ಬಳಸದೆ ಶುದ್ಧವೂ ಸರಳವೂ ಸಂಕ್ಷಿಪ್ತವೂ ಆದ ಗದ್ಯದ

ಮೂಲಕ ಕಾವ್ಯಾನುಭವವನ್ನು ನಮಗೆ ತಂದುಕೊಡುವ ಇವರ ಗದ್ಯಶೈಲಿ ಅದ್ಭುತವಾದದ್ದು; ಅನನ್ಯಸಾಧಾರಣವಾದದ್ದು' ಎಂದಿದ್ದರು. ಈ ಶಕ್ತಿ ಲಂಕೇಶರು ೨೦೦೦ನೆಯ ಇಸವಿ ಜನವರಿ ೨೪ನೆಯ ತಾರೀಖು ತಮ್ಮ ಕೊನೆಯ ಸಂಜೆ ಬರೆದ ಗದ್ಯದಲ್ಲೂ ಉಳಿದಿತ್ತು.

ಲಂಕೇಶರ ಗದ್ಯ ಬರಹಗಳನ್ನು ನೋಡಿದರೆ, ಅವರು ಕನ್ನಡ ಭಾಷೆಯನ್ನು ಕೇಳಿಸಿಕೊಳ್ಳುತ್ತಿದ್ದ ಕ್ರಮದಿಂದಾಗಿಯೂ ಅವರ ಗದ್ಯ ಸಮೃದ್ಧವಾಗಿತ್ತು ಎಂಬುದು ಗೊತ್ತಾಗುತ್ತದೆ. ಸಂಗೀತ ಕೇಳುವಾಗಲೂ ಅವರು ಅಮೂರ್ತವೆನ್ನಿಸುವ ಶಾಸ್ತ್ರೀಯ ಸಂಗೀತವನ್ನು ಇಷ್ಟಪಟ್ಟವರಲ್ಲ; ಬದಲಿಗೆ ಜಾನಪದ ಹಾಡುಗಳ ಪದಗಳ ಬನಿಗೆ ಮಾರು ಹೋಗುತ್ತಿದ್ದರು. ಒಮ್ಮೆ ಪ್ರೊಫೆಸರೊಬ್ಬರು ಜಾನಪದ ಕಾವ್ಯಗಳು ಶ್ರೇಷ್ಠ ಎಂದು ವಾದಿಸಿದ ತಕ್ಷಣ, ಲಂಕೇಶ್, "ಜಾನಪದ ಗ್ರೇಟ್ ಆಗಲು ಸಾಧ್ಯವೇ ಇಲ್ಲ, ಎಲ್ಲೋ 'ಕುಲಾವಿ' ಮುಂತಾದ ಒಳ್ಳೆಯ ಪದಗಳನ್ನು ಲೇಖಕನೊಬ್ಬ ಅಲ್ಲಿಂದ ಸ್ವೀಕರಿಸಬಹುದು ಅಷ್ಟೆ" ಎಂದುಬಿಟ್ಟರು. ಸಂಪೂರ್ಣ ಆಧುನಿಕ ಮನಸ್ಥಿತಿಯ ಅವರಿಗೆ ಜಾನಪದ ಲೋಕದಲ್ಲಿ ತೀರಾ ಆಕರ್ಷಕವಾಗಿ ಕಂಡದ್ದು 'ಎಲ್ಲೋ ಜೋಗಪ್ಪ ನಿನ್ನರಮನೆ'ಯಂಥ ಬಿಡಿ ಬಿಡಿ ಹಾಡುಗಳಷ್ಟೆ. ಹೀಗಾಗಿ ಜಾನಪದ ಸಾಹಿತ್ಯದಲ್ಲಿ ಕಾಣುವ ಜನತೆಯ ನುಡಿಗಟ್ಟು, ಪದದ ಬಳುಕು ಮಾತ್ರ ಲೇಖಕ ಲಂಕೇಶರಿಗೆ ಮುಖ್ಯವಾಗಿತ್ತು. ಈ ಥರದ ಆಯ್ದ ಸ್ವೀಕಾರವಿದ್ದುದರಿಂದಲೇ ಲಂಕೇಶರಲ್ಲಿ ಕ್ಲೀಷೆ ಕಡಿಮೆಯಿತ್ತು ಹಾಗೂ ಬ್ರಾಹ್ಮಣೀಯ ಗದ್ಯದ ಹಾಗೂ ಸಂಸ್ಕೃತಮಯ ಗದ್ಯದ ಕಿರಿಕಿರಿ ಅಷ್ಟಾಗಿ ಇರಲಿಲ್ಲ. ಅಪ್ಪಟ ಕನ್ನಡ ಪದಕ್ಕಾಗಿ ತಡಕಾಡುತ್ತಿದ್ದ ಅವರು ವಿಮರ್ಶೆಯ ಸಿದ್ಧ ಪರಿಕಲ್ಪನೆಗಳನ್ನು ಬಳಸಲು ಅಷ್ಟು ಇಷ್ಟಪಡುತ್ತಿರಲಿಲ್ಲ. ಸಾಮಾನ್ಯವಾಗಿ ಸಾಹಿತ್ಯ ವಲಯದ ಬಹುತೇಕರು ಚರ್ಚಿಸುವ, ಆಯಾ ಕಾಲದ ಟ್ರೆಂಡ್ ಎನ್ನುವಂತಿದ್ದ ಜಾಗತೀಕರಣ, ವಸಾಹತೀಕರಣ ಮುಂತಾದ ಚರ್ಚೆಗಳಲ್ಲಿ ಅವರು ಪ್ರವೇಶಿಸಿರಲಿಲ್ಲ. ಅವರಿಗೆ 'ಪ್ರಕ್ರಿಯೆ,' 'ಪ್ರಾಂಜಲ,' 'ಸ್ವೋಪಜ್ಞತೆ' ಥರದ ಪದಗಳನ್ನು ಕಂಡರಾಗುತ್ತಿರಲಿಲ್ಲ. ಕೆ.ವಿ.ಸುಬ್ಬಣ್ಣ ಈ ಥರದ ಶಬ್ದಗಳನ್ನು ಬಳಸಿ ಕುವೆಂಪು ಕುರಿತು ಬರೆದ ಪುಸ್ತಕದ ವಿಮರ್ಶೆಗೆ "...'ಪ್ರಾಂಜಲ ಪ್ರಕ್ರಿಯೆ'ಯ ಸೋಗಲಾಡಿತನ" ಎಂದು ಲಂಕೇಶರು ಶೀರ್ಷಿಕೆ ಕೊಟ್ಟಿದ್ದರು. 'ಪ್ರತಿಕ್ರಿಯಿಸು' ಎಂಬ ಶಬ್ದದಲ್ಲಿರುವ ಎರಡು 'ರ'ವತ್ತುಗಳನ್ನು ಕೇಳಿಸಿಕೊಂಡಾಗಲೂ ಅವರಿಗೆ ಕಿರಿಕಿರಿಯೆನ್ನಿಸುತ್ತಿತ್ತು. ಅಕಸ್ಮಾತ್ 'ಆನುಷಂಗಿಕ' ಥರದ ಪದಗಳನ್ನು ಬಳಸಬೇಕಾಗಿ ಬಂದಾಗ ಅಪಾರ ಮುಜುಗರದಿಂದಲೇ ಅವನ್ನು ಬಳಸುತ್ತಿದ್ದರು. 'ಬೇರೊಬ್ಬರ ಪದವನ್ನು ಬಳಸುವುದೆಂದರೆ ಅವರ ಎಂಜಲು ಅಗಿದಂತೆ ಅನಿಸುತ್ತದೆ' ಎನ್ನುತ್ತಿದ್ದ ಅವರು ಗದ್ಯ

ಬರವಣಿಗೆ ಕುರಿತು ಒಂದು ರಾತ್ರಿ ಹೇಳಿದ ಮಾತು: 'ಪ್ರೋಸ್ ಯಾಕೆ ಚಾಲೆಂಜಿಂಗ್ ಎಂದರೆ ಅಲ್ಲಿ ಸುಳ್ಳು, ಸತ್ಯ, ಪೋಸಿಂಗ್ ಎಲ್ಲವೂ ಸುಲಭವಾಗಿ ಗೊತ್ತಾಗುತ್ತಿರುತ್ತದೆ. ಪದ್ಯದಲ್ಲಾದರೆ ಅದು ಸುಲಭವಾಗಿ ಹೊಳೆಯದೇ ಹೋಗಬಹುದು. ಆದ್ದರಿಂದ ಪ್ರೋಸ್ ಬರೆಯುವುದು ರಿಯಲೀ ಚಾಲೆಂಜಿಂಗ್.'

ಇದರ ಅರ್ಥ ಲಂಕೇಶರ ಗದ್ಯದಲ್ಲಿ ಕೊರತೆಗಳಿರಲಿಲ್ಲ ಎಂದಲ್ಲ. 'ನಾವು ಯಾವ ವರ್ಗದ ಭಾಗವಾಗಿರುತ್ತೇವೋ ಆ ವರ್ಗದ ತಾತ್ವಿಕತೆ ನಮ್ಮನ್ನು ನಿರ್ದೇಶಿಸುತ್ತಿರುತ್ತದೆ' ಎಂಬ ಎಡಪಂಥೀಯ ಗ್ರಹಿಕೆ ಅನೇಕ ಸಲ ನಿಜ. ಈ ಮಾತಿನ ಹಿನ್ನೆಲೆಯಲ್ಲಿ ನೋಡಿದರೆ, ತಮ್ಮ ಜೀವನದ ಒಂದು ಘಟ್ಟದಲ್ಲಿ ಲಂಕೇಶರು ಸೇರಿದ 'ಪತ್ರಕರ್ತ ವರ್ಗ' ಅವರ ಗದ್ಯದ ತಾತ್ವಿಕತೆಯನ್ನು ಆಗಾಗ್ಗೆ ನಿಯಂತ್ರಿಸಿದ್ದು ಕಾಣುತ್ತದೆ. ಜೊತೆಗೆ, ನಾವು ಬಳಸುವ ಪ್ರಕಾರಗಳು ಹಾಗೂ ವೇದಿಕೆಗಳು ನಮ್ಮ ಬರವಣಿಗೆಯ ಸ್ವರೂಪವನ್ನು ಸ್ವಲ್ಪ ಮಟ್ಟಿಗಾದರೂ ನಿಯಂತ್ರಿಸುತ್ತಿರುತ್ತವೆ ಎಂಬುದು ಸುಳ್ಳಲ್ಲ.

ಪತ್ರಿಕೋದ್ಯಮ ಎನ್ನುವುದು 'ಬೌದ್ಧಿಕ ಸಾವು' ಎಂದು ಜೋಸೆಫ್ ಕಾನ್ರಾಡ್ ಹೇಳಿದ್ದು ಒಂದರ್ಥದಲ್ಲಿ ನಿಜ. ಆದರೆ ಇಂಡಿಯಾದಂಥ ದೇಶದಲ್ಲಿ ಈ ಬೌದ್ಧಿಕ ನಿಲುವನ್ನು ಅತಿಗೆ ಕೊಂಡೊಯ್ಯಬಾರದು. ಇಲ್ಲಿ ಗಾಂಧಿ, ಅಂಬೇಡ್ಕರ್‌ರಂಥ ದೊಡ್ಡ ಚಿಂತಕರು ಪತ್ರಿಕೋದ್ಯಮವನ್ನು ಬಳಸದಿದ್ದರೆ ಸಮಾಜದಲ್ಲಿ ಅವರು ತರಬಯಸಿದ ಬದಲಾವಣೆಯನ್ನು ತರಲಾಗುತ್ತಿರಲಿಲ್ಲ; ನಿರ್ವಹಿಸಬೇಕಾದ ಜವಾಬ್ದಾರಿಯನ್ನು ನಿರ್ವಹಿಸಲಾಗುತ್ತಿರಲಿಲ್ಲ. ಸಮಾಜ ಕುರಿತ ತಮ್ಮ ಆಳದ ಕಾಳಜಿಗಳಿಗೆ ಪತ್ರಿಕೋದ್ಯಮ ಕೂಡ ಮುಖ್ಯ ಮಾಧ್ಯಮ ಎಂದು ತಿಳಿದ ನವ್ಯಲೇಖಕ ಲಂಕೇಶ್ ಪತ್ರಿಕೋದ್ಯಮದಲ್ಲಿ ತಮ್ಮ ಕೆಲಸ ಮಾಡಿ, ಸೃಜನಶೀಲ ಲೇಖಕನಾಗಿ ನಾಶವಾಗದೆ ಉಳಿದುಕೊಂಡರು. ಬದಲಾಗಬೇಕಾದ ಬಡ ಸಮಾಜಗಳಲ್ಲಿ ಜಡ ಅಕಡೆಮಿಕ್ ಬರವಣಿಗೆ ಸಮಾಜದ ಜೊತೆಗೆ ಸಂಬಂಧ ಸಾಧಿಸಲಾರದೆ ಬೌದ್ಧಿಕ ಸಾವಿನ ಫಲದಂತಿರುತ್ತದೆ. ಆದ್ದರಿಂದಲೇ ಸಮಾಜದೊಡನೆ ಸಂವಾದ ನಡೆಸಬೇಕಾದ ಲೇಖಕ, ಲೇಖಕಿಯರು ವಿವಿಧ ರೀತಿಯ ಜೀವಂತ ಬರವಣಿಗೆಗಳನ್ನು ಮಾಡುತ್ತಿರಬೇಕಾಗುತ್ತದೆ.

'ಸಾಕ್ಷಿ', 'ರುಜುವಾತು' ಥರದ ಕಿರುಪತ್ರಿಕೆಗಳನ್ನು ನಡೆಸಿದ ಗೋಪಾಲಕೃಷ್ಣ ಅಡಿಗ, ಅನಂತಮೂರ್ತಿ ಥರದವರಿಗೆ 'ಲಂಕೇಶ್‌ಪತ್ರಿಕೆ' ಹುಟ್ಟಿ ಬೆಳೆದಿದ್ದರ ಸಾಮಾಜಿಕ ಮಹತ್ವ ಗೊತ್ತಾಗಲಿಲ್ಲ. ಅಡಿಗ, ಅನಂತಮೂರ್ತಿ ಇಬ್ಬರೂ ಸಾಹಿತ್ಯ ಪತ್ರಿಕೆಗಳನ್ನು ಚೆನ್ನಾಗಿಯೇ ನಡೆಸಿ ನಿಲ್ಲಿಸಿದವರು. ಅದರ ಜೊತೆಗೇ, ತಾವು

ಅತ್ಯಗತ್ಯವಾಗಿ ತಲುಪಲೇಬೇಕಾದ ಅಸಂಖ್ಯಾತ ಜನ ಇರುವಾಗ ಕಿರು ಬುದ್ಧಿಜೀವಿ ಸಂಸ್ಕೃತಿಯ ಬೌದ್ಧಿಕ ಲೋಲುಪತೆ ಸಲ್ಲದು ಎಂಬುದನ್ನು ಈ ಇಬ್ಬರೂ ಆಗಾಗ್ಗೆಯಾದರೂ ಅರಿತರು. ಅಡಿಗರು 'ಪ್ರಜಾಪ್ರಭುತ್ವ' ಎಂಬ ಟ್ಯಾಬ್ಲಾಯ್ಡ್ ಪತ್ರಿಕೆಗೆ ಹಲವು ವಾರ ಅಂಕಣ ಬರೆದರು; ದಿನನಿತ್ಯದ ವಿದ್ಯಮಾನಗಳಿಗೆ ಗಂಭೀರವಾಗಿ ಮುಖಾಮುಖಿಯಾದರು. ಲಂಕೇಶರು ತೀರಿ ಕೊಂಡ ಮೇಲೆ ಅನಂತಮೂರ್ತಿಯವರು 'ಉದಯವಾಣಿ' ಪತ್ರಿಕೆಯ 'ರುಜು ವಾತು' ಅಂಕಣದಲ್ಲಿ ದಿಟ್ಟ ರಾಜಕೀಯ ವಿಶ್ಲೇಷಣೆಗಳನ್ನು ಬರೆದರು. ಅದನ್ನು ಓದಿದಾಗಲೆಲ್ಲ ಅನಂತಮೂರ್ತಿಯವರು ಲಂಕೇಶರ ಕೆಲಸವನ್ನು ಮುಂದು ವರಿಸಿದಂತೆ ಕಾಣುತ್ತಿತ್ತು. ಅದರಲ್ಲೂ ದೇವೇಗೌಡ, ಎಂ.ಪಿ. ಪ್ರಕಾಶರ ಢೋಂಗಿ ತನಗಳನ್ನು ಅನಂತಮೂರ್ತಿಯವರು ಟೀಕಿಸಿದ ರೀತಿ ಲಂಕೇಶರ ವಿಶ್ಲೇಷಣೆಯ ಮಾದರಿಯ ಸಾತ್ವಿಕ ರೂಪದಂತಿತ್ತು.

ಬರವಣಿಗೆಯಲ್ಲಿ ಈ ಬಗೆಯ ಶಿಫ್ಟ್‌ಗಳನ್ನು ಮಾಡಿಕೊಳ್ಳುವ ಅಗತ್ಯ ಕಿರು ಸಂಸ್ಕೃತಿಯ ಲೋಲುಪತೆಯಲ್ಲಿ ನೆಮ್ಮದಿಯಾಗಿರುವ ಅನೇಕ ಬುದ್ಧಿಜೀವಿಗಳಿಗೆ ಹೊಳೆಯುವುದು ಕಡಿಮೆ. ತಮ್ಮ ಪೆಡಸು ಶೈಲಿಯನ್ನು ಬದಲಿಸಿಕೊಳ್ಳಬೇಕಾದ ಅನಿವಾರ್ಯತೆ ಅವರ ಅರಿವಿಗೇ ಬಂದಿರುವುದಿಲ್ಲ ಅಥವಾ ಆ ಬಗೆಯ ಜಿಗಿತ ಅವರಿಗೆ ಸಾಧ್ಯವಾಗದೆ ಹೋಗಿರಬಹುದು. ಆದರೆ ಅದೇ ವೇಳೆಗೆ, ಪತ್ರಿಕೋದ್ಯಮದ ಬಿಡುಬೀಸಿನ ಶೈಲಿಯನ್ನೋ ಅಥವಾ ವಾಚಾಳಿ ಉಪನ್ಯಾಸಕರ ತೆಳು ಭಾಷಣದ ಶೈಲಿಯನ್ನೋ ಅಂತಿಮವೆಂದು ಭ್ರಮಿಸಿ, ಎಲ್ಲ ಅಕಡೆಮಿಕ್ ವಿಶ್ಲೇಷಣೆಯನ್ನೂ ಹೀಗಳೆವ ತೆಳು ಚಿಂತಕರ ಪಡೆಯೂ ಒಂದೆಡೆ ಇರುತ್ತದೆ. ಅದು ಆಳವಾದ ವಿಶ್ಲೇಷಣೆಯ ನೈತಿಕ ಜವಾಬ್ದಾರಿ ಹಾಗೂ ಸಾಮರ್ಥ್ಯ ಗಳೆರಡನ್ನೂ ಕಳೆದುಕೊಂಡಿರುತ್ತದೆ. ಪತ್ರಿಕೋದ್ಯಮವಷ್ಟೇ ಅಲ್ಲ, ಎಲ್ಲ ಬಗೆಯ ವಾಚಾಳಿ ಉಪನ್ಯಾಸಗಳ ಆತುರ, ಬರವಣಿಗೆಯ ಯಾಂತ್ರಿಕತೆ ಹಾಗೂ ಆ ಕ್ಷಣದ ತೃಪ್ತಿಯಿಂದ ಹುಟ್ಟುವ ಅಪಾಯಗಳ ಬಗೆಗೂ ನಾವು ಎಚ್ಚರವಾಗಿರಬೇಕಾಗುತ್ತದೆ.

ಈ ಹಿನ್ನೆಲೆಯಲ್ಲಿ ಲಂಕೇಶರ ತೀಕ್ಷ್ಣ ವಿಮರ್ಶಾಮಾರ್ಗದ ಸಾಧ್ಯತೆ ಹಾಗೂ ಅವರ ಪತ್ರಿಕೋದ್ಯಮದ ಶಕ್ತಿ, ದೌರ್ಬಲ್ಯಗಳೆಲ್ಲವನ್ನೂ ಇಡಿಯಾಗಿ ನೋಡ ಬೇಕೆನ್ನಿಸುತ್ತದೆ. ಲಂಕೇಶರ ಪತ್ರಿಕೋದ್ಯಮದ ಬರವಣಿಗೆಯಲ್ಲಿ ಇಣುಕುವ ಅಹಂಕಾರದ ಪ್ರದರ್ಶನ, ಬೀಸು ಹೇಳಿಕೆಗಳು ಅವರ ನವ್ಯಲೇಖಕನ ವ್ಯಕ್ತಿತ್ವದಿಂದ ಬರದೆ, ಪತ್ರಕರ್ತೀಯ ಸಾರ್ವಜನಿಕ ವ್ಯಕ್ತಿತ್ವದಿಂದ ಬಂದವು. ಲಂಕೇಶರನ್ನು ಅನುಕರಿಸುವವರು ಲಂಕೇಶರಲ್ಲಿ ಒಮ್ಮೊಮ್ಮೆ ಕಾಣಿಸಿಕೊಂಡ ಉಡಾಫೆಯನ್ನು ಅತಿರೇಕಕ್ಕೆ ಒಯ್ದರು. ಏನು ಬರೆದರೂ ನಡೆಯುತ್ತದೆ ಎಂಬ ಯಾವುದೇ ಬರಹಗಾರನ

ಅಹಂಕಾರ ಸಮಾಜಕ್ಕೆ ಅಪಾಯಕಾರಿಯಾಗಿರುತ್ತದೆ. ಈ ಮಾತು ಕೇವಲ ಪತ್ರಿಕೋದ್ಯಮಕ್ಕಷ್ಟೇ ಅನ್ವಯಿಸುವುದಿಲ್ಲ; ತನ್ನ ಸಹೋದ್ಯೋಗಿಯೊಬ್ಬರ ಕುಟುಂಬಕ್ಕೆ ಮಾನಸಿಕ ಕಿರುಕುಳ ಕೊಡಲೆಂದೇ ಕತೆ ಬರೆದು, ಜನಪ್ರಿಯ ಪತ್ರಿಕೆಯಲ್ಲಿ ಪ್ರಕಟಿಸುವ 'ಶಿವಮ್ಮ'ನಂಥ ಲೇಖಕಿಯ ಥರದವರಿಗೂ ಅನ್ವಯಿಸುತ್ತದೆ. ಸುಳ್ಳು ಬರೆವವನು ಒಳಗೊಳಗೇ ನಾಶವಾಗುತ್ತಾನೆಂಬುದು ಎಲ್ಲ ಲೇಖಕ, ಲೇಖಕಿಯರಿಗೂ ಗೊತ್ತಿರುತ್ತದೆ. ಆದರೆ 'ಇದೊಂದು ಸಲ ಇರಲಿ' ಎಂದು ಸುಳ್ಳು ಬರವಣಿಗೆಯ ಹಾದಿಯಲ್ಲಿ ಮತ್ತೆ ಮತ್ತೆ ಮುಂದುವರಿಯುವವರು ತಿರುಗಿ ಹಿಂದೆ ಬರುವುದು ಕಷ್ಟ. ಸುಳ್ಳಿನ ಲಾಭ ಕಂಡ ಮೇಲಂತೂ ಅದರ ವಾಂಛಲ್ಯ ಮೀರುವುದು ಇನ್ನೂ ಕಷ್ಟ. ಲಂಕೇಶ್ ಈ ಎಲ್ಲ ಅಪಾಯಗಳನ್ನೂ ಮೀರಿದರು ಎಂದು ಹೇಳಲಾರೆ. ಆದರೆ ಲಂಕೇಶರ ಸಾಮಾಜಿಕ ಜವಾಬ್ದಾರಿ, ಸ್ವಪರೀಕ್ಷೆ, ಜನರನ್ನು ತಿದ್ದುವ, ತಲುಪುವ ಕಾತರಗಳು ಅವರನ್ನು ಅನೇಕ ಸಲ ಈ ಅಪಾಯದಿಂದ ಪಾರು ಮಾಡಿದವು ಎಂಬುದು ನಿಜ. ಜೊತೆಗೆ, ಅವರು ಪತ್ರಿಕೆಯಲ್ಲಿ ಬರೆದ ಬರಹಗಳ ನಿಲುವನ್ನು ಕೆಣಕಬಲ್ಲ 'ನೀಲು' ಪದ್ಯಗಳನ್ನು ಒಮ್ಮೊಮ್ಮೆ ಸಹಸಂಪಾದಕ ಬಸವರಾಜು ಆ ಬರಹದ ಆಸುಪಾಸಿನಲ್ಲೇ ಹಾಕುತ್ತಿದ್ದುದರಿಂದ ಲಂಕೇಶರ ನಿಲುವುಗಳ ವಿಮರ್ಶೆಯೂ ಅಲ್ಲೇ ನಡೆಯುತ್ತಿತ್ತು! 'ಪತ್ರಿಕೆ'ಯಲ್ಲಿ ಪ್ರಕಟವಾಗುತ್ತಿದ್ದ ಕೆಲಬಗೆಯ ಡಿಸ್ಕೋರ್ಸುಗಳ ವಿಮರ್ಶೆ ಲಂಕೇಶರ ಕತೆ, ಪದ್ಯಗಳಲ್ಲಿ ನಡೆಯುತ್ತಿತ್ತು... ಆದರೂ, ತೇಜಸ್ವಿಯವರು ಮೈಸೂರಿನಲ್ಲಿ ಲೇಖಕರೊಬ್ಬರೊಡನೆ ಮಾತಾಡುತ್ತಾ, 'ಏನ್ರೀ, ಈ ಪತ್ರಿಕೇಲಿ ಭಿನ್ನಮತದ ಅಭಿಪ್ರಾಯ ಬರೆಯೋಕೇ ಸ್ಪೇಸೇ ಇಲ್ಲವಲ್ರೀ' ಎಂದು ತಮಾಷೆ ಮಾಡಿದ್ದರಲ್ಲಿ ಕೂಡ ಸತ್ಯವಿತ್ತು!

೮

ವಿಮರ್ಶೆ ನುಡಿಸುವ ಕಠೋರ ಸತ್ಯಗಳು

ಇಂಜಿನಿಯರಿಂಗ್ ಅಥವಾ ಕಂಪ್ಯೂಟರ್ ಸೈನ್ಸ್ ಎನ್ನುವುದು ಒಂದು ವಿಶಿಷ್ಟ ಜ್ಞಾನವಾಗಿರುವ ಹಾಗೆಯೇ ವಿಮರ್ಶೆ ಕೂಡ ಒಂದು ವಿಶೇಷ ಜ್ಞಾನ. ಗಡಿಯಾರ ಬಿಚ್ಚಿ ರಿಪೇರಿ ಮಾಡಿ ಜೋಡಿಸುವವನು ಗಡಿಯಾರದ ವಿಮರ್ಶಕ. ಆ ಕೆಲಸವನ್ನು ವಿಶೇಷ ಜ್ಞಾನವಿಲ್ಲದವನೊಬ್ಬ ಮಾಡಲಾರ. ಹಾಗೆಯೇ ಸಾಹಿತ್ಯ ಕೃತಿಯೊಂದರ ಬಿಡಿ ಭಾಗಗಳನ್ನು ವಿಶ್ಲೇಷಿಸುವ ಕೆಲಸ ಕೂಡ ಒಂದು ವಿಶೇಷ ಜ್ಞಾನವನ್ನು ಅವಲಂಬಿಸಿದ ಚಟುವಟಿಕೆ. ಈ ವಿಶೇಷ ಜ್ಞಾನ ಸಾಹಿತ್ಯದಲ್ಲಿ ಪದವಿ ಪಡೆದವರಿಗೆಲ್ಲ ಇರುತ್ತದೆಯೆಂದು ನಿರೀಕ್ಷಿಸುವುದು ಕೂಡ ತಪ್ಪು. ಈ ನಿಷ್ಠುರ ಸತ್ಯವನ್ನು ವಿನಯದ ಮುಸುಕು ಹೊದಿಸಿ ಮುಚ್ಚಿಡುವ ಅಗತ್ಯವಿಲ್ಲ. ಆಟೋಮೊಬೈಲ್ ಇಂಜಿನಿಯರಿಂಗ್ ಪದವಿಯನ್ನೇ ಪಡೆಯದ ಸಹಸ್ರಾರು ಜನ, ಅದರಲ್ಲೂ ಮುಸ್ಲಿಮರು, ಮೋಟಾರು ವಾಹನಗಳ ಒಳಗನ್ನು ಅದ್ಭುತವಾಗಿ ಕರಗತ ಮಾಡಿಕೊಂಡಂತೆ, ಸಾಹಿತ್ಯದಲ್ಲಿ ಪದವಿ ಪಡೆಯದವರೂ ಅದನ್ನು ಕ್ರಮಬದ್ಧವಾಗಿ ಅಧ್ಯಯನ ಮಾಡದವರೂ ಸಾಹಿತ್ಯ ವಿಮರ್ಶೆ ಅಥವಾ ಸಂಸ್ಕೃತಿ ವಿಮರ್ಶೆಯ ಶಿಸ್ತನ್ನು ರೂಪಿಸಿಕೊಳ್ಳಬಹುದೆಂಬ ಸತ್ಯ ಸಾಹಿತ್ಯದ ಗಂಭೀರ ಆಸಕ್ತರಿಗೆಲ್ಲ ಗೊತ್ತಿರುತ್ತದೆ. ಆದರೆ ಲಂಕೇಶ್ ಬರೆದಿರುವ ಸಾಹಿತ್ಯ ವಿಮರ್ಶೆಯ

ಬಗೆಗೆ ಬಂದಿರುವ ಬಹುತೇಕ ಕಾಮನ್‌ಸೆನ್ಸ್ ಪ್ರಶ್ನೆಗಳಲ್ಲಾಗಲೀ ಅಥವಾ ಅವರಿಂದ ಟೀಕಿಸಿಕೊಂಡ ಅನೇಕರು ಅವರು ಸತ್ತ ಮೇಲೆ ಬಾಯಿಗೆ ಬಂದಂತೆ ಬರೆದದ್ದರಲ್ಲಾಗಲೀ ಅವರನ್ನು ಪುನರ್ವಿಮರ್ಶೆಗೊಳಪಡಿಸುವ ಬೌದ್ಧಿಕ ಸಿದ್ಧತೆ ಇರಲಿಲ್ಲ. ಟೀವಿ ಸೀರಿಯಲ್‌ಗಳ ಬಗ್ಗೆ ಮಧ್ಯಮವರ್ಗದ ಮಹನೀಯರು ಮತ್ತು ಮಹಿಳೆಯರು ಆರಾಮಾಗಿ 'ವಿಮರ್ಶೆ' ಮಾಡುವ ರೀತಿಯಲ್ಲಿ ಲಂಕೇಶರಂಥ ಲೇಖಕರ ಕಟುವಿಮರ್ಶೆಗೆ ಪ್ರತಿಕ್ರಿಯೆ ನೀಡುವುದರಿಂದ ಯಾವ ಅರ್ಥಪೂರ್ಣ ವಿಮರ್ಶೆಯೂ ಹುಟ್ಟುವುದಿಲ್ಲ.

ಲಂಕೇಶರ ವಿಮರ್ಶಾಪದ್ಧತಿಯಲ್ಲಿ ಇಪ್ಪತ್ತನೇ ಶತಮಾನದ ಲೀವಿಸಿಯನ್ ಮಾರ್ಗವಿರುವಂತೆಯೇ, ಹದಿನೆಂಟನೇ ಶತಮಾನದ ಸ್ಯಾಮುಯೆಲ್ ಜಾನ್ಸನ್ ರೂಪಿಸಿದ ವಿಮರ್ಶೆಯ ಒಂದು ಎಳೆಯೂ ಇದೆ. ಇವತ್ತಿಗೂ ಪಶ್ಚಿಮದ ಹಲವು ವಿಮರ್ಶಕರು 'ಶ್ರೇಷ್ಠ ಇಂಗ್ಲಿಷ್ ವಿಮರ್ಶಕ' ಎಂದು ಕರೆಯುವ ಸ್ಯಾಮುಯೆಲ್ ಜಾನ್ಸನ್, ಲೇಖಕರ ಜೀವನಚರಿತ್ರೆಯ ಅಂಶಗಳನ್ನು ಅವರ ಕೃತಿಗಳ ಓದಿಗೆ ಬಳಸಿದವನು. ಆದರೆ, ವಿದ್ವಾಂಸನಾದ ಜಾನ್ಸನ್‌ಮಾರ್ಗ ಬಳಸಲು ವಿಶಿಷ್ಟ ನೈತಿಕ ನೋಟ ಬೇಕು. ಇಲ್ಲವಾದರೆ ಜೀವಂತವಾಗಿ, ರೋಚಕವಾಗಿಯಷ್ಟೇ ಬರೆಯುವ ಚಾಳಿ ಶುರುವಾಗಿ ವಿಮರ್ಶಾಬರವಣಿಗೆ ಅನೈತಿಕವಾಗಿಬಿಡುತ್ತದೆ. ಲಂಕೇಶ್ ಕೂಡ ಕೆಲವು ಸಲ ಆ ತಪ್ಪು ಮಾಡಿದ್ದಾರೆ. ಆದರೆ, ಅವರು ವ್ಯಕ್ತಿಗಳಲ್ಲಿ ಹೇಗೋ ಹಾಗೆ ಪುಸ್ತಕಗಳಲ್ಲೂ ಭಾಷೆ ಸುಳ್ಳಾಗುವ, ನಿಜವಾಗುವ ರೀತಿಯನ್ನು ತೀಕ್ಷ್ಣವಾಗಿ ಗಮನಿಸುತ್ತಿದ್ದರು ಎಂಬುದನ್ನು ಮರೆಯಬಾರದು. ಅವರು ಅನಂತಮೂರ್ತಿ ಯವರ 'ಭವ' ಕಾದಂಬರಿಯ ಶೈಲಿಯನ್ನು ವಿಮರ್ಶಿಸುತ್ತಾ, 'ನರ್ತಕಿಯೊಬ್ಬಳು ಆಕಳಿಸುತ್ತಾ ನಡೆದಂತಿದೆ' ಎಂದು ಬರೆದಾಗ; ಅಥವಾ 'ಮಾಸ್ತಿ ಕತೆಗಳು ಸವತೇಕಾಯಿ ಥರ; ಬುಟ್ಟಿಯಲ್ಲಾದರೂ ಇಡಬಹುದು, ತಟ್ಟೆಯಲ್ಲಾದರೂ ಇಡಬಹುದು' ಎಂದು ಎಪ್ಪತ್ತರ ದಶಕದಲ್ಲೇ ಬರೆದಾಗ ಅವು ಕೃತಿಯ ಸಮಗ್ರ ವಿಮರ್ಶೆಯಂತೆಯೇ ಕಾಣುತ್ತಿದ್ದವು.

ಲಂಕೇಶರು ನವ್ಯ ವಿಮರ್ಶಾಮಾರ್ಗದ ತರಬೇತಿ ಪಡೆದವರಾದರೂ ಅವರ ಸಾಹಿತ್ಯವಿಮರ್ಶೆಯಲ್ಲಿ ನವ್ಯ ವಿಮರ್ಶೆಯ ತಾಂತ್ರಿಕ ಶಬ್ದಗಳ ಅಬ್ಬರ ಕಡಿಮೆ ಇತ್ತು. ಅವರು ೧೯೭೦ರಲ್ಲಿ 'ಅಕ್ಷರ ಹೊಸ ಕಾವ್ಯ' ಎಂಬ ನವ್ಯ ಕವನಗಳ ಪ್ರಾತಿನಿಧಿಕ ಸಂಕಲನಕ್ಕೆ ಬರೆದ ಮುನ್ನುಡಿಯಲ್ಲೇ ಇದು ಸ್ಪಷ್ಟವಾಗಿದೆ. ಈ ಮುನ್ನುಡಿ ಇವತ್ತಿಗೂ ಕನ್ನಡ ವಿಮರ್ಶೆಯ ಮುಖ್ಯ ಪಠ್ಯಗಳಲ್ಲೊಂದು. ಕನ್ನಡ ದಲ್ಲಿ ನವ್ಯಕಾವ್ಯ, ಬಂಡಾಯಕಾವ್ಯ, ದಲಿತಕಾವ್ಯ, ಶತಮಾನದ ಕಾವ್ಯ ಮುಂತಾಗಿ ಅನೇಕ ಬಗೆಯ ಕಾವ್ಯಸಂಗ್ರಹಗಳು ಬಂದರೂ ಅವು ಯಾವುವೂ ಲಂಕೇಶರ

'ಅಕ್ಷರ ಹೊಸ ಕಾವ್ಯ'ದ ಪ್ರಾತಿನಿಧಿಕ ಸ್ವರೂಪವನ್ನು ಪಡೆಯಲಾಗಲಿಲ್ಲ. ಲಂಕೇಶರ ವಿಮರ್ಶಾದಕ್ಷತೆ, ಆಯ್ಕೆಯ ಅಭಿರುಚಿ ಹಾಗೂ ನವ್ಯಕಾವ್ಯವನ್ನು ಅವರು ವಿವರಿಸಿರುವ ರೀತಿಯಿಂದಾಗಿ 'ಅಕ್ಷರ ಹೊಸ ಕಾವ್ಯ'ಕ್ಕೆ ಈ ಯಶಸ್ಸು ಸಾಧ್ಯವಾಗಿರಬಹುದು. ಆ ಸಂಕಲನದಲ್ಲಿ ಕಾವ್ಯ ಗುಣವಿಲ್ಲದ ಪದ್ಯ ಯಾವುದೂ ಇಲ್ಲ. ಆದರೆ ಅವರೇ 'ಅಕ್ಷರ ಹೊಸ ಕಾವ್ಯ'ವನ್ನು ತೊಂಬತ್ತರ ದಶಕದಲ್ಲಿ ಮರುಮುದ್ರಿಸಿದಾಗ ಕಾವ್ಯದ ಅಂಶ ಕಡಿಮೆಯಿರುವ ಕೆಲ ಹೊಸ ಕವನಗಳನ್ನೂ ಸೇರಿಸಿದರು. ಆ ಬಗ್ಗೆ ಆರಂಭದಲ್ಲಿ ಅವರಿಗೆ ಒರಟು ವಿಶ್ವಾಸವಿದ್ದರೂ, ಕೊನೆಕೊನೆಗೆ ಅಲ್ಲಿನ ಕೆಲವು ಹೊಸ ಆಯ್ಕೆಗಳನ್ನು 'ಕಿತ್ತು ಹಾಕಬೇಕು ಕಣ್ರಯ್ಯಾ' ಎಂದು ಅವರೇ ಗೊಣಗಿದ್ದರು.

ಲಂಕೇಶರ ವಿಮರ್ಶಾಕ್ರಮದ ಬಗ್ಗೆ ಎಷ್ಟೇ ಪ್ರಶ್ನೆಗಳಿರಬಹುದಾದರೂ ಅಷ್ಟೊಂದು ವಿಮರ್ಶಾ ಒಳನೋಟಗಳನ್ನು ಕೊಟ್ಟ ಕನ್ನಡ ವಿಮರ್ಶಕರು ಯಾರೂ ಇಲ್ಲವೆಂದೇ ನನ್ನ ನಂಬಿಕೆ. ನುರಿತ ಅಕ್ಕಸಾಲಿಗನೊಬ್ಬ ಒಂದೇ ಏಟಿಗೆ ಇದು ಚಿನ್ನ, ಇದು ಕಬ್ಬಿಣ ಎಂದು ಬೇರ್ಪಡಿಸುವಷ್ಟು ಚುರುಕಾಗಿ ಅವರ ನೈತಿಕ ಕಣ್ಣು ಕೆಲಸ ಮಾಡುತ್ತಿತ್ತು. ಆ ಕಣ್ಣು ಮಂದವಾಗಲಿಲ್ಲ ಎಂದು ಹೇಳಲಾರೆ. ಆದರೆ ಆ ಕಣ್ಣು ಕನ್ನಡದ ಉಳಿದ ವಿಮರ್ಶಕರಿಗಿಂತ ಹೆಚ್ಚು ತೀಕ್ಷ್ಣವಾಗಿ ಸಾಹಿತ್ಯಕೃತಿಗಳ ದೋಷಗಳನ್ನು ಕಂಡಿದೆ ಹಾಗೂ ರಾಜಿಯಿಲ್ಲದೆ ಅದನ್ನು ಓದುಗರಿಗೆ ಕಾಣಿಸಿದೆ. ಶ್ರೇಷ್ಠವಾದದ್ದನ್ನು ಗುರುತಿಸುವಲ್ಲಿ ಆ ಕಣ್ಣು ಕೊಂಚ ಜಿಪುಣತನ ತೋರಿರುವುದು ನಿಜ. ಆ ನಡುವೆಯೂ ಅನೇಕ ಹೊಸ ಲೇಖಕ, ಲೇಖಕಿಯರನ್ನು ಅದು ಗುರುತಿಸಿದೆ; ಒಮ್ಮೆ ಅಪಾರವಾಗಿ ಮೆಚ್ಚಿದ್ದ ಲೇಖಕರನ್ನು ಮತ್ತೆ ಪರಿಶೀಲಿಸಿದೆ. ಹಿಂದೊಮ್ಮೆ ತಾವು 'ಒಂದು ಜನಾಂಗದ ಕಣ್ಣು ತೆರೆಸಿದ ಕವಿ' ಎಂದು ಕೃತಜ್ಞತೆ ಸಲ್ಲಿಸಿದ ಅಡಿಗರನ್ನು ತಮ್ಮ ಕೊನೆಯ ವರ್ಷಗಳಲ್ಲಿ ಮರುಮೌಲ್ಯಮಾಪನ ಮಾಡಿ ಬರೆದ 'ಅಡಿಗರ ಪಥ' ಎಂಬ ಬರಹದಲ್ಲಿ ಲಂಕೇಶರು ಎತ್ತಿದ ಪ್ರಶ್ನೆಗಳು ಬಹಳ ಮುಖ್ಯವಾದವು. ಹಾಗೆಯೇ ತೊಂಭತ್ತರ ದಶಕದ ಜಾಗೃತ ಸಾಹಿತ್ಯ ಸಮ್ಮೇಳನದಲ್ಲಿ ಬೆಂಗಳೂರಿನ ಸಂಸ ರಂಗಮಂದಿರದಲ್ಲಿ ವೀಲ್‌ಚೇರಿನಲ್ಲಿ ಕೂತು ಅಡಿಗರು 'ಸಾಹಿತ್ಯದಲ್ಲಿ ಶ್ರೇಷ್ಠತೆ ಎನ್ನುವುದು ನನಗೆ ಜೀವನ್ಮರಣದ ಪ್ರಶ್ನೆ' ಎಂದಾಗ ಲಂಕೇಶರು ಅಲುಗಾಡಿ ಹೋಗಿ, ಅಡಿಗರ ವಿಮರ್ಶಾಪ್ರಜ್ಞೆಯ ಮಹತ್ವವನ್ನು ಕಂಡುಕೊಂಡದ್ದೂ ಇದೆ. ತಾವು ಆಗಾಗ್ಗೆ ಟೀಕಿಸಿದ ಅನಂತಮೂರ್ತಿಯವರನ್ನು 'ಲಂಕೇಶ್‌ಪತ್ರಿಕೆ'ಯ ವರ್ಷದ ವ್ಯಕ್ತಿಯಾಗಿ ಆರಿಸಿದ್ದೂ ಇದೆ.

ಸಾಹಿತ್ಯ ವಿಮರ್ಶೆಯಲ್ಲಿ ಪುನರ್‌ಮೌಲ್ಯಮಾಪನ ಅಥವಾ 'ರಿವ್ಯಾಲ್ಯುಯೇಶನ್' ಎಂಬ ಪರಿಕಲ್ಪನೆಗೆ ಮರುಜೀವ ಕೊಟ್ಟ ಇಂಗ್ಲಿಷ್ ವಿಮರ್ಶಕ ಎಫ್.ಆರ್.

ಲೀವಿಸ್‌ನ ವಿಮರ್ಶಾಮಾರ್ಗದಿಂದಲೂ ಲಂಕೇಶ್ ಕಲಿತಿದ್ದರು. ಗೋಪಾಲಕೃಷ್ಣ ಅಡಿಗ, ಶಾಂತಿನಾಥ ದೇಸಾಯಿ, ಅನಂತಮೂರ್ತಿಯವರು ಕೂಡ ಲಂಕೇಶರಂತೆ ಲೀವಿಸರ ನೈತಿಕ ವಿಶ್ಲೇಷಣೆಯನ್ನು ಒಪ್ಪಿದವರೇ. ಲೀವಿಸ್ ಜನ್ಮಶತಾಬ್ದಿಯ ಸಮಯದಲ್ಲಿ ಲೀವಿಸ್ ಕುರಿತ ನನ್ನ ಟಿಪ್ಪಣಿ ತಮ್ಮ ಪತ್ರಿಕೆಯಲ್ಲಿ ಪ್ರಕಟವಾದಾಗ, 'ನೀನು ಲೀವಿಸ್ ಬಗ್ಗೆ ಬರೆದ ನೋಟ್ ಓದಿಯೇ ನಾನು ನಿನ್ನನ್ನು ಸೀರಿಯಸ್ ಆಗಿ ತೆಗೆದುಕೊಂಡದ್ದು' ಎಂದ ಲಂಕೇಶ್, 'ಲೀವಿಸ್ ನಮಗೆಲ್ಲ ಗುರು' ಎಂದು ಕೂಡ ಹೇಳಿದ್ದರು. ಲೀವಿಸ್‌ಮಾರ್ಗದಲ್ಲಿ ಕೃತಿಯ ರಾಜಕೀಯ, ನೈತಿಕ ಧೋರಣೆಗಳೂ ಪರೀಕ್ಷೆಗೆ ಒಳಗಾಗುತ್ತವೆ. ಕೃತಿಯ ದೋಷಗಳನ್ನು, ಭಾಷೆಯ ಬಳಕೆಯಲ್ಲಿರುವ ಬಗೆಬಗೆಯ ಅನೈತಿಕತೆಗಳನ್ನು ಗುರುತಿಸುವ ಲೀವಿಸ್‌ನ ನಿಷ್ಠುರ ನೋಟಗಳಿಂದಲೂ ಲಂಕೇಶ್ ತಮ್ಮ ಪಾಠಗಳನ್ನು ಕಲಿತಿದ್ದಾರೆ. ಆದ್ದರಿಂದಲೇ, ಅವರು ಎಲ್ಲ ಬರಹಗಾರರ ಕೃತಿಗಳ ಸಂದರ್ಭದಲ್ಲೂ ಬಳಸಿದ ಖಚಿತ ವಿಮರ್ಶಾ ಮಾನದಂಡಗಳನ್ನು ತೇಜಸ್ವಿಯವರ 'ಅಣ್ಣನ ನೆನಪು' ಪುಸ್ತಕದ ಬಗೆಗೂ ಬಳಸಿದರು.

'ಅಣ್ಣನ ನೆನಪು' ಪುಸ್ತಕಕ್ಕಿಂತ ಮೊದಲು ಪ್ರಕಟವಾದ ತೇಜಸ್ವಿಯವರ 'ಜುಗಾರಿಕ್ರಾಸ್' ಕುರಿತಂತೆ ಲಂಕೇಶರ ವಿಮರ್ಶಾಪ್ರತಿಕ್ರಿಯೆಯನ್ನು ಇಲ್ಲಿ ಚರ್ಚಿಸ ಬೇಕು. 'ಜುಗಾರಿಕ್ರಾಸ್' ಪ್ರಕಟವಾದಾಗ ನಾನು ಉತ್ಸಾಹದಿಂದ 'ಲಂಕೇಶ್ ಪತ್ರಿಕೆ'ಯಲ್ಲಿ ಆ ಕಾದಂಬರಿಯ ವಿಮರ್ಶೆ ಬರೆದೆ. ಲಂಕೇಶರು ತಮ್ಮ ಪತ್ರಿಕೆಗೆ ಬರೆಯುತ್ತಿದ್ದ ಲೇಖಕ, ಲೇಖಕಿಯರನ್ನು ಒಪ್ಪಿಬಿಟ್ಟರೆ, ಅವರು ಬರೆದಿದ್ದನ್ನು ಸಾಮಾನ್ಯವಾಗಿ ಪ್ರಕಟಣೆಗೆ ಮೊದಲು ಓದುತ್ತಿರಲಿಲ್ಲ. ನನ್ನ ಈ ವಿಮರ್ಶೆ ಪ್ರಕಟವಾದ ನಂತರ ಅದರಲ್ಲಿರುವ ಮೆಚ್ಚುಗೆ ಉತ್ಪ್ರೇಕ್ಷಿತ ಎಂದು ಅವರಿಗೆ ಅನಿಸಿರಬೇಕು. ಮುಂದಿನ ಸಂಚಿಕೆಯೊಂದರಲ್ಲಿ 'ಜುಗಾರಿಕ್ರಾಸ್ ಮತ್ತು ರಾಕ್ಷಸ ಪ್ರಪಂಚ' ಎಂಬ ತಲೆಬರಹದಡಿ ಅವರು ಈ ಕಾದಂಬರಿಯನ್ನು ಚರ್ಚಿಸಿದರು. ನನ್ನ ಮಟ್ಟಿಗಂತೂ ಲಂಕೇಶರ ಆ ವಿಮರ್ಶಾಮರುಪ್ರವೇಶ ಇವತ್ತಿಗೂ ಮುಖ್ಯ ವೆನ್ನಿಸುತ್ತದೆ. 'ಜುಗಾರಿಕ್ರಾಸ್' ಕಾದಂಬರಿಯ ಆರಂಭದಲ್ಲಿ ಬಿದಿರು ಬುಟ್ಟಿ ಮಾಡುವವರ ಕಸುಬು ಪಾಲಿಥಿನ್ ಚೀಲಗಳ ಆಗಮನದಿಂದ ನಿರ್ನಾಮ ವಾಗುವ ಭಾಗವಿದೆ. ನಾನು ಈ ಕಾದಂಬರಿಯನ್ನು ಓದುವಾಗ ಇದೆಲ್ಲ ಈಗಾಗಲೇ ಪರಿಚಿತವಿರುವ ಸಮಾಜಶಾಸ್ತ್ರೀಯ ಗ್ರಹಿಕೆ ಎನ್ನಿಸಿತ್ತಾದರೂ ಆ ಅಭಿಪ್ರಾಯವನ್ನು ದಾಖಲಿಸದೆ ಮುಂದೆ ಸಾಗಿದ್ದೆ. ಆದರೆ ಲಂಕೇಶ್ ಈ ಭಾಗ ಕುರಿತು 'ಇದು ತುಕ್ಕು ಹಿಡಿದ ಸರಕಿನಂತಿದೆ' ಎಂದು ಬರೆದರು. ಅದನ್ನು ಓದಿದ ನನಗೆ ವಿಮರ್ಶೆಯ ಕೆಲಸವನ್ನು ನಾನು ಚಣ ಕಾಲ ಕಡೆಗಣಿಸಿದ್ದನ್ನು ಕುರಿತು

ಪಿಚ್ಚೆನ್ನಿಸಿತು. ಕೃತಿಯ ದೋಷವನ್ನು ಕಂಡರೂ ಕಾಣದಂತೆ ಮುಂದೆ ಸಾಗುವುದು ವಿಮರ್ಶಕ ಮಾಡುವ ತಪ್ಪುಗಳಲ್ಲೊಂದು ಎಂಬುದನ್ನು ಲಂಕೇಶರ ಈ ಪ್ರತಿಕ್ರಿಯೆ ನನಗೆ ಮತ್ತೆ ನೆನಪಿಸಿತು. ಸಂಪಾದಕರಾಗಿ ತಾವೇ ಧಾರಾವಾಹಿಯಾಗಿ ಪ್ರಕಟಿಸಿದ ಕಾದಂಬರಿಯನ್ನು ಕುರಿತ ಲಂಕೇಶರ ಈ ವಿಮರ್ಶೆ, ಕೃತಿಯ ಓದಿನ ವಿವಿಧ ಸಾಧ್ಯತೆಗಳನ್ನು ಅರಿಯದೆ, ಸಾಹಿತ್ಯಲೋಕದ ಗಾಳಿಸುದ್ದಿಗಳನ್ನಷ್ಟೆ ಜಗಿಯುವ ಸಾಹಿತ್ಯಪರಾವಲಂಬಿಗಳಲ್ಲಿ ಅನಗತ್ಯವಾದ ಅಸಾಹಿತ್ಯಕ ಕುತೂಹಲ ಹುಟ್ಟಿಸಿರ ಬಹುದು. ಇದೇ ಬಗೆಯ ಪ್ರತಿಕ್ರಿಯೆಗಳು 'ಲಂಕೇಶ್‌ಪತ್ರಿಕೆ'ಯಲ್ಲೇ ಪ್ರಕಟವಾದ 'ಅಣ್ಣನ ನೆನಪು' ಕೃತಿಯ ಬಗೆಗೂ ಅಡ್ಡಾಡಿದಂತಿವೆ.

'ಅಣ್ಣನ ನೆನಪು' ಕುರಿತ ಲಂಕೇಶರ ವಿಮರ್ಶೆಯನ್ನು ಅಕಸ್ಮಾತ್ತಾಗಿ ಪ್ರೂಫ್ ಹಂತದಲ್ಲೇ ಓದಿದ್ದ ನಾನು 'ಕುವೆಂಪು ಒಬ್ಬ ಒಳ್ಳೆಯ ತಂದೆ ಇರಬಹುದು; ಹೀಗಾಗಿ ತೇಜಸ್ವಿಯವರಿಗೆ ಅವರ ಬಗ್ಗೆ ಆರಾಧನೆಯ ಭಾವವೇ ಹೆಚ್ಚಿಗೆ ಇರಬಹುದು. ಮುಕ್ತ ಮನಸ್ಸಿನ ಗೆಳೆಯನಂತಿರುವ ತಂದೆಯ ಜೊತೆಗೆ ಒಬ್ಬ ಮಗನಿಗೆ ಹೆಚ್ಚಿನ ಜಗಳಗಳು ಇಲ್ಲದೆಯೂ ಇರಬಹುದು. ಆದ್ದರಿಂದ ಈ ಕೃತಿಯಲ್ಲಿ ತಂದೆಯ ಬಗೆಗಿನ ಅತಿಯಾದ ಮೆಚ್ಚುಗೆ ವ್ಯಕ್ತವಾಗಿರಬಹುದು' ಎಂದೆ. 'ಈಗ ಹೇಳಿದರೆ ನನಗೆ ಕನ್‌ಫ್ಯೂಸ್ ಆಗುತ್ತೆ. ಪ್ರಕಟ ಆದ ಮೇಲೆ ಮಾತಾಡೋಣ' ಎಂದು ಲಂಕೇಶ್ ಸುಮ್ಮನಾದರು. ಈ ಪುಸ್ತಕದಲ್ಲಿ 'ಸಾರ್ವಜನಿಕ ಹುಸಿ ಗ್ರಹಿಕೆ ಕಾಣುತ್ತದೆ' ಎಂದು ಲಂಕೇಶ್ ಆಕ್ಷೇಪಿಸಿದರು. 'ಕುವೆಂಪು ಅವರಂಥ ಅಸಾಧಾರಣ ವ್ಯಕ್ತಿಯ ಪುತ್ರನಾಗಿದ್ದು ತೇಜಸ್ವಿ ಅನುಭವಿಸುವ ತೊಳಲಾಟ ಕೂಡ ಇಲ್ಲಿ ಪ್ರಾಮಾಣಿಕವಾಗಿ ಬಂದಿಲ್ಲ... ಕುವೆಂಪು ಅವರ ಇಗೋಟಿಸ್ಟಿಕಲ್ ಶೈಲಿಯ, ಗ್ರಹಿಕೆಯ ಕ್ರಮವನ್ನು ಕಂಡಾಗ ಕೂಡ ತೇಜಸ್ವಿ ಆಕ್ಷೇಪಿಸಿ ಚರ್ಚಿಸುತ್ತಿರಲಿಲ್ಲ' ಎಂದು ಲಂಕೇಶ್ ವಿಮರ್ಶಿಸಿದರು.

ಕುವೆಂಪು ಅವರ ಸಾಂಸ್ಕೃತಿಕ ಮಹತ್ವವನ್ನು ಕುರಿತು ಆಗಾಗ್ಗೆ ಬರೆಯುತ್ತಿದ್ದ ಲಂಕೇಶ್ ಕುವೆಂಪು ಅವರ ಶೈಲಿ, ಗ್ರಹಿಕೆಗಳ ಬಗ್ಗೆ ಪ್ರಶ್ನೆಯೆತ್ತಿದ್ದು ಕೂಡ ಸಹಜವಾಗಿತ್ತು. ಹಾಗೆಯೇ, ವಿ.ಸೀ. ಬರೆದ ಕುವೆಂಪು ವ್ಯಕ್ತಿಚಿತ್ರದಲ್ಲಿ ಅಸಂಬದ್ಧತೆ ಕಂಡಾಗ ಅದನ್ನು ಟೀಕಿಸಿದವರೂ ಲಂಕೇಶರೇ ಎಂಬುದನ್ನು ಮರೆಯಬಾರದು: "...'ಕುವೆಂಪು ಹದಿನಾರಾಣೆ ಉತ್ತಮ ಹೆಗ್ಗಡೆಗಳ ಕುಲದಲ್ಲಿ ಹುಟ್ಟಿದವರು' ಎಂದು ಘೋಷಿಸುವ ವಿ.ಸೀ. ಹನ್ನೆರಡಾಣೆಯ ಶೂದ್ರರನ್ನೂ ನೋಡಿದಂತಿದೆ. ಈ ಜಾತೀಯತೆಯ ಭೂತ ಹಿಡಿದವರು ಮಾತ್ರ ಒಬ್ಬ ಪ್ರತಿಭಾವಂತನ ರಕ್ತ ನೆಕ್ಕಿ ಪರೀಕ್ಷಿಸಲು ಹೇಸದವರಾಗಿರುತ್ತಾರೆ; ಕುಲ ನೋಡಿ ತಮ್ಮ ವಿಮರ್ಶೆಯ ಮಾನದಂಡ ಹೊಂದಿಸಿಕೊಳ್ಳುತ್ತಾರೆ" ಎಂದು ಲಂಕೇಶ್ ವಿ.ಸೀ. ಬರೆದ ವ್ಯಕ್ತಿ

ಚಿತ್ರಗಳನ್ನು ವಿಮರ್ಶಿಸುತ್ತಾ ಬರೆದರು. ಹೀಗೆ ಲಂಕೇಶರ ವಿಮರ್ಶೆ ಆತನಕ ಎಲ್ಲರ ಬಗೆಗೂ ಎತ್ತಿರಬಹುದಾದ ಹಲಬಗೆಯ ತೀಕ್ಷ್ಣ ಪ್ರಶ್ನೆಗಳನ್ನು 'ಅಣ್ಣನ ನೆನಪು' ಕುರಿತ ವಿಮರ್ಶೆಯಲ್ಲಿ ತೇಜಸ್ವಿ, ಕುವೆಂಪು ಅವರ ಬಗೆಗೂ ಎತ್ತಿದೆ. 'ಅಣ್ಣನ ನೆನಪು' 'ಲಂಕೇಶ್‌ಪತ್ರಿಕೆ'ಯಲ್ಲಿ ಪ್ರಕಟವಾಗುತ್ತಿದ್ದಾಗಲೇ ಲಂಕೇಶರು ಅದೇ ಪತ್ರಿಕೆಯಲ್ಲಿ 'ನನ್ನ ಒಂದು ನೆನಪು' ಎಂಬ ಕತೆ ಬರೆದದ್ದು ಕೂಡ ಕುತೂಹಲಕರವಾಗಿದೆ. ಆನಂತರ ಈ ಕತೆಯನ್ನು 'ನನ್ನ ಅಣ್ಣನ ನೆನಪು' ಎಂದು ಅವರು ತಮ್ಮ 'ಉಲ್ಲಂಘನೆ' ಕಥಾಸಂಕಲನದಲ್ಲಿ ಪ್ರಕಟಿಸಿದರು. ಮಹಿಳೆಯೊಬ್ಬಳು ತನ್ನ ತಂದೆಯ ಬಗ್ಗೆ ಬರೆಯುವ ತುಂಡು ತುಂಡು ನೆನಪುಗಳ ಮಂಡನೆಯನ್ನೇ ಕಥನತಂತ್ರವಾಗಿಸಿರುವ ಈ ಕತೆ ತೇಜಸ್ವಿಯವರ 'ಅಣ್ಣನ ನೆನಪು' ಧಾರಾವಾಹಿಗೆ ಕಚಗುಳಿ ಇಡಲೆತ್ನಿಸಿದೆ! ಕತೆಯ ಮೊದಲ ಪ್ಯಾರಾದಲ್ಲಿ ಬರುವ "...'ಪತ್ರಿಕೆ'ಯಲ್ಲಿ ಬರುತ್ತಿರುವ 'ಅಣ್ಣನ ನೆನಪು' ಎಂಬ ತೇಜಸ್ವಿಯವರ ಲೇಖನಗಳನ್ನು ಓದಿದಾಗ ನನಗೆ ತಕ್ಷಣ ಹೊಳೆದದ್ದನ್ನು ಮಾತ್ರ ಹೇಳುತ್ತೇನೆ" ಎಂಬ ನಿವೇದನೆಯಲ್ಲೇ ಈ ಅಂತರ್‌ಪಠ್ಯೀಯತೆ ಸ್ಪಷ್ಟವಾಗಿ ಸ್ಥಾಪಿತವಾಗಿದೆ. ಈ ಕತೆ ತೇಜಸ್ವಿಯವರ 'ಅಣ್ಣನ ನೆನಪು' ಧಾರಾವಾಹಿಯಲ್ಲಿ ಕಾಣುವ ನೆನಪುಗಳ ಸರಳ ಸಾರ್ವಜನಿಕ ಮಂಡನೆಯ ಕ್ರಮವನ್ನು ಬಹು ಸೂಕ್ಷ್ಮವಾಗಿ ಟೀಕಿಸುತ್ತದೆ. ಒಂದು ದೃಷ್ಟಿಯಿಂದ ಈ ಕತೆ ಮುಂದೆ ಲಂಕೇಶರು ಬರೆದ 'ಅಣ್ಣನ ನೆನಪು' ಪುಸ್ತಕದ ವಿಮರ್ಶೆಯ ಕಥಾರೂಪದಂತೆಯೂ ಇದೆ. ಈ ಕತೆಯಲ್ಲಿ ತಂದೆಯ ಬಗ್ಗೆ ಮಗಳು ದಾಖಲಿಸುವ ಸಣ್ಣ ಪುಟ್ಟ ವಿವರಗಳು ತಂದೆಯ ವಿಚಿತ್ರ ಖಾಸಗಿ ಮುಖಗಳನ್ನು ದಾಖಲಿಸುತ್ತವೆ. ಈ ಕತೆಯ ನಿರೂಪಕಿ ಯಾವುದೇ ಸಾರ್ವಜನಿಕ ಪ್ರಕಟಣೆಯ ಹಂಗಿಲ್ಲದೆ ತಾನು ಕಂಡದ್ದನ್ನು ಹೇಳುವ ಕಥನ ತಂತ್ರ ಕೂಡ ತೇಜಸ್ವಿಯವರ 'ಅಣ್ಣನ ನೆನಪು' ಬರವಣಿಗೆಯನ್ನು ಛೇಡಿಸುವಂತಿದೆ.

ಅಕಸ್ಮಾತ್ ತೇಜಸ್ವಿ ಈ ಕತೆಯನ್ನು ಓದಿದ್ದರೆ ಲಂಕೇಶರ ಕಿಲಾಡಿತನವನ್ನು ಕಂಡು ನಕ್ಕಿರಬಹುದು ಅಥವಾ ರೇಗಿಕೊಂಡಿರಬಹುದು! ಆದರೆ ಲಂಕೇಶರು ಹಿಂದೊಮ್ಮೆ ರೈತಸಂಘವನ್ನು ಟೀಕಿಸಿದಾಗ ಲಂಕೇಶರನ್ನು ಖಚಿತ ತಾತ್ವಿಕ ಮಾನದಂಡಗಳಿಂದ ಮುಖಾಮುಖಿಯಾಗಿದ್ದ ತೇಜಸ್ವಿ, 'ಅಣ್ಣನ ನೆನಪು' ಪುಸ್ತಕ ಕುರಿತ ಲಂಕೇಶರ ವಿಮರ್ಶೆಯನ್ನು ವಿಮರ್ಶೆಯ ಪರಿಭಾಷೆಯಲ್ಲಿ ಎದುರಿಸದೆ ಕಹಿಯಾದರೆಂದು ಕಾಣುತ್ತದೆ. ತೇಜಸ್ವಿಯವರ ಬರವಣಿಗೆಯನ್ನು, ಅವರ 'ಕರ್ವಾಲೋ'ವನ್ನು ಮೆಚ್ಚಿದ್ದ ಲಂಕೇಶ್, ತೇಜಸ್ವಿಯವರು ಕುವೆಂಪು ಅವರ 'ರಾಮಾಯಣ ದರ್ಶನಂ' ಹಸ್ತಪ್ರತಿಯನ್ನು ಮುದ್ರಣಕ್ಕೆ ಅಣಿ ಮಾಡಿದ ಸಂದರ್ಭದಲ್ಲಿ ಕೆಲವು ನೈತಿಕ ಪ್ರಶ್ನೆಗಳನ್ನು ಎತ್ತಿದರು. ಆ ಪ್ರಶ್ನೆಗಳನ್ನು ಅಗ್ರಹಾರ

ಕೃಷ್ಣಮೂರ್ತಿ ಹಾಗೂ ಕಿ.ರಂ.ನಾಗರಾಜ್ ಲಂಕೇಶರಿಗಿಂತ ಮೊದಲೇ ಎತ್ತಿದ್ದರು. ತೇಜಸ್ವಿಯವರ ಲಘು ಅನುಕರಣೆಯ ಶೈಲಿಯನ್ನು ಒಮ್ಮೆ ಇಷ್ಟಪಟ್ಟಿದ್ದ ಲಂಕೇಶ್ ಮತ್ತೊಮ್ಮೆ 'ತೇಜಸ್ವಿ ಸಡಿಲವಾಗಿ, ಆದರೆ ಪಾಪ್ಯುಲರ್ ಆಗಿ ಬರೀತಾರೆ' ಎಂದು ಕೂಡ ಹೇಳಿದ್ದರು. 'ತೇಜಸ್ವಿಯಲ್ಲಿ ಹಾಸ್ಯ ಇಲ್ಲದ ಕಡೆಯೂ ಹಾಸ್ಯಮಯವಾಗಿ ಬರೆಯಲು ಪ್ರಯತ್ನಿಸೋದು ಕಾಣುತ್ತೆ. ಬರೆಯುವಾಗ ಉತ್ಸಾಹದಿಂದ ಬರೆಯಬೇಕೇ ಹೊರತು ಹಾಸ್ಯದಿಂದ ಬರೆಯಬೇಕು ಎಂದು ಹೊರಡಬಾರದು' ಎಂದು ಇನ್ನೊಂದು ಸಂದರ್ಭದಲ್ಲಿ ಹೇಳಿದ್ದರು. ಇವೆಲ್ಲವನ್ನೂ ವಿಮರ್ಶಕ ನೊಬ್ಬನಲ್ಲಿ ನಿರಂತರವಾಗಿ ಬೆಳೆಯುವ ಒಳನೋಟಗಳೆಂದು ತಿಳಿಯದೆ, 'ತೇಜಸ್ವಿಯವರ ಬಗ್ಗೆ ಲಂಕೇಶ್ ಆಗ ಹಾಗೆ ಬರೆದರು, ಈಗ ಹೀಗೆ ಬರೆದಿದ್ದಾರೆ' ಎಂದು ಗಾಳಿಸುದ್ದಿಯಂತೆ ಚರ್ಚಿಸಿದರೆ ಪ್ರಯೋಜನವಿಲ್ಲ.

ಸಾಮಾಜಿಕ ಗಣ್ಯತೆಯ ಆಮಿಷದಿಂದಾಗಿ ಕಣ್ಣು ಮಬ್ಬಾದ, ಅಥವಾ ಮೊಂಡಾದ ವಿಮರ್ಶೆಯ ಉಪಕರಣಗಳನ್ನು ಕೀ ಕೊಟ್ಟ ಯಂತ್ರಗಳಂತೆ ಸುಮ್ಮನೆ ಬಳಸುವ, ತಾಂತ್ರಿಕ ಪರಿಭಾಷೆಯ ಯಾಂತ್ರಿಕ ಹರಟೆಯಲ್ಲಿ ಮುಳುಗಿದ ನಿರ್ಜೀವ ವಿಮರ್ಶಕರೇ ಹೆಚ್ಚಾಗಿ ಕಾಣುವ ಕನ್ನಡಸಂಸ್ಕೃತಿಗೆ ವಿಮರ್ಶೆಯ ನಿಜವಾದ ಕಾರ್ಯ ಏನೆಂಬುದರ ಕೆಲವು ಮಾದರಿಗಳನ್ನು ಲಂಕೇಶ್ ತೋರಿಸಿದರು. ನಿಷ್ಠುರವಾಗಿ ವಿಮರ್ಶಿಸುವುದು ಹಾಗೂ ಸತ್ಯ ಹೇಳಬಲ್ಲ ನಾಲಗೆಯನ್ನು ಉಳಿಸಿಕೊಳ್ಳುವುದು ಬಹುದೊಡ್ಡ ಸಾಮಾಜಿಕ ಜವಾಬ್ದಾರಿಯ ಕೆಲಸ ಎಂಬು ದನ್ನು ಲಂಕೇಶರ ವಿಮರ್ಶೆ ಮತ್ತೆ ಮತ್ತೆ ನೆನಪಿಸುತ್ತಿರುತ್ತದೆ. ಲಂಕೇಶರ ಸಾಹಿತ್ಯ ವಿಮರ್ಶೆಗೆ ಓದುಗರು ಸ್ಪಂದಿಸಿರುವುದು ಹಾಗೂ ಅವರೊಡನೆ ಜಗಳವಾಡಿರು ವುದು ಕೂಡ ಆ ವಿಮರ್ಶೆ 'ಅರ್ಥವಾಗುವ' ಭಾಷೆಯಲ್ಲಿರುವುದರಿಂದ ಎಂಬು ದನ್ನು ಮರೆಯಬಾರದು.

ಭಾಷೆಯ ಬಳಕೆ, ನೈತಿಕತೆ, ಸಾಹಿತ್ಯದಲ್ಲಿ ಜೀವಂತಿಕೆ, ಕ್ಲೀಷೆ, ಜಡತೆ ಮುಂತಾದ ಎಲ್ಲ ವಲಯಗಳ ಬಗ್ಗೆ ತಾವು ರೂಪಿಸಿಕೊಂಡ ವಿಮರ್ಶಾ ಮಾನದಂಡಗಳ ಮೂಲಕ ಕೃತಿಗಳನ್ನು ನೋಡುತ್ತಿದ್ದ ಲಂಕೇಶರಿಗೆ ಸಾಹಿತ್ಯಸಂಸ್ಥೆಗಳ ವಿಮರ್ಶಾ ತೀರ್ಮಾನಗಳ ಬಗ್ಗೆ ಅಷ್ಟೇನೂ ನಂಬಿಕೆಯಿರಲಿಲ್ಲ. ಅಭಿರುಚಿ, ವಿಮರ್ಶಾಪ್ರಜ್ಞೆ ಗಳಿಲ್ಲದ ಜನರ ಪ್ರಜಾಪ್ರಭುತ್ವ ಮಾದರಿಯ ಸಾಹಿತ್ಯಕ ಆಯ್ಕೆಗಳ ಬಗ್ಗೆ ಅವರಿಗೆ ಸಹಜ ತಾತ್ಸಾರವಿತ್ತು. "ಈ ಅಕಾಡೆಮಿ ಥರದ ಸಂಸ್ಥೆಗಳಲ್ಲಿ ಮೂರನೆಯ ದರ್ಜೆಯ ನಾಟಕಕಾರನೊಬ್ಬನಿಗೆ, 'ನಿನ್ನ ನಾಟಕ ಚೆನ್ನಾಗಿಲ್ಲ' ಎಂದು ಹೇಳಿದರೆ, 'ನಿನ್ನ ನಾಟಕ ಚೆನ್ನಾಗಿದೆಯಾ?' ಎಂದು ಕೇಳುತ್ತಾನೆ. ಇಂಥ ಕಡೆ ಅಭಿರುಚಿ, ಆಯ್ಕೆಗಳು ಶ್ರೇಷ್ಠ ಮಟ್ಟದ್ದಾಗುವುದು ಕಷ್ಟ" ಎಂದು ಅವರು ಬಹು ಹಿಂದೆ

ಸಾಹಿತ್ಯ ಅಕಾಡೆಮಿಯ ಸದಸ್ಯರಾಗಿದ್ದಾಗ ನಡೆದ ಘಟನೆಯನ್ನು ನೆನಪಿಸಿಕೊಂಡು ಹೇಳುತ್ತಿದ್ದರು.

ಅಕಡೆಮಿಕ್ ಕ್ಲೀಷೆಗಳ ಬಗ್ಗೆ, ಜಡ ಪಂಡಿತರ ಬಗ್ಗೆ ಲಂಕೇಶ್ ಕಟುವಾಗಿ ಬರೆಯುತ್ತಿದ್ದರು. ಆದರೆ ನಿಜವಾದ ಪಾಂಡಿತ್ಯ ಯಾವುದೇ ಅಧ್ಯಯನಕ್ಕೆ ಅನಿವಾರ್ಯ ಎಂಬುದನ್ನು ಅವರು ಮರೆಯಬಾರದಿತ್ತು! 'ಕಷ್ಟಪಟ್ಟು ಬರೆಯುವವನು ಎಲ್ಲರಿಗೂ ಕಷ್ಟ ಕೊಡುತ್ತಾನೆ' ಎನ್ನುತ್ತಿದ್ದ ಲಂಕೇಶ್ ಹೊಸ ಪರಿಕಲ್ಪನೆಗಳನ್ನು ಕಷ್ಟಪಟ್ಟು ಅರಗಿಸಿಕೊಂಡವರಲ್ಲ. ರಹಮತ್ ತರೀಕೆರೆಯವರು ಆಫ್ರಿಕಾದ ಲೇಖಕ ಗೂಗಿ ವಾ ಥಿಯಾಂಗೋನ ವಿಚಾರಗಳನ್ನು ಅಡಕವಾಗಿ ಸಂಗ್ರಹಿಸಿ 'ವಸಾಹತು ಪ್ರಜ್ಞೆ ಮತ್ತು ವಿಮೋಚನೆ' ಎಂಬ ಪುಸ್ತಕ ಹೊರ ತಂದಾಗ, ಲಂಕೇಶ್ ಅದರ ರಿವ್ಯೂ ಬರೆದರು. ಅದನ್ನು ಓದಿದಾಗ ಲಂಕೇಶ್ ವಸಾಹತೀಕರಣಕ್ಕೆ ಸರಿಯಾಗಿ ಸ್ಪಂದಿಸಿದ್ದಾರೆ ಎನ್ನಿಸಲಿಲ್ಲ. ಆ ವಾರ ಡಿ.ಆರ್. ಕೂಡ 'ಲಂಕೇಶ್‌ಗೆ ಈ ಥರದ ಕಾನ್ಸೆಪ್ಟುಗಳೇ ಅರ್ಥವಾಗಲ್ಲ' ಎಂದಿದ್ದರು. ಅನೇಕರು ಯಾವ ಪರಿಶ್ರಮವನ್ನೂ ಪಡದೆ 'ಇದು ನಮಗೆ ಅರ್ಥವಾಗುವುದಿಲ್ಲ; ಇದು ಬುದ್ಧಿಜೀವಿಗಳಿಗೆ ಸಂಬಂಧಿಸಿದ್ದು' ಎಂದು ಆಡುವ ಹಗುರವಾದ ಮಾತುಗಳನ್ನು ಲಂಕೇಶರೂ ಕೆಲವೊಮ್ಮೆ ಆಡುತ್ತಿದ್ದರು. 'ವಿಮರ್ಶೆಯ ಪ್ರಕಾರವನ್ನು ದಿನನಿತ್ಯ ಬಳಸುವವರಿಗೆ ಹಾಗೆ ಹೇಳುವ ಲಕ್ಷುರಿ ಇರುವುದಿಲ್ಲ' ಎಂಬ ರೋಲಾ ಬಾರ್ಥ್ ಮಾತಿನ ಹಿನ್ನೆಲೆಯಲ್ಲಿ ನೋಡಿದಾಗ ಲಂಕೇಶರ ಈ ಧೋರಣೆ ಕೆಲವೊಮ್ಮೆ ತಪ್ಪಾಗಿರುತ್ತಿತ್ತು ಎನ್ನಿಸುತ್ತದೆ.

೯

ಲಂಕೇಶರ ಜೊತೆಗಿನ ಸಂಜೆಗಳು

ಲಂಕೇಶರ ಜೊತೆಗಿನ ಸಂಜೆಯ ಮಾತುಕತೆಗಳು ಬಹುತೇಕವಾಗಿ ಲವಲವಿಕೆಯಿಂದಿರುತ್ತಿದ್ದವು. ನಮ್ಮೊಳಗನ್ನು ಬೆಳಗುವಂತಿರುತ್ತಿದ್ದವು. ಡಿ.ಆರ್. ಜೊತೆಗಿನ ಚರ್ಚೆಗಳು ಅದ್ಭುತವಾದ ಬೌದ್ಧಿಕ ಎತ್ತರಕ್ಕೆ ಕೊಂಡೊಯ್ಯುವಂತಿರುತ್ತಿದ್ದವು. ಉತ್ತಮ ಮದ್ಯಪಾನದ ಗಳಿಗೆಗಳಲ್ಲಂತೂ ಈ ಇಬ್ಬರೂ ಅತ್ಯಂತ ಬ್ರೈಟ್ ಆದ ಕ್ಷಣಗಳನ್ನು ಸೃಷ್ಟಿಸುತ್ತಿದ್ದರು. ಅವೆಲ್ಲ ನನ್ನ ಬದುಕಿನ ಅತ್ಯಂತ ಅರ್ಥಪೂರ್ಣ ಗಳಿಗೆಗಳು ಎಂಬ ಅನಿಸಿಕೆ ಈಗ ಇನ್ನಷ್ಟು ಗಾಢವಾಗತೊಡಗುತ್ತದೆ. ಅವು ನನ್ನೊಳಗೆ ಮತ್ತೆ ಮತ್ತೆ ಸುಳಿಯುವ, ತಂಗುವ, ಬೆಳೆಯುವ, ಜೀವಂತ ಗಳಿಗೆಗಳು ಎಂಬ ಭಾವ ವಿಚಿತ್ರ ನೆಮ್ಮದಿ ಕೊಡುತ್ತದೆ. ಆದರೆ ಅವು ಮತ್ತೆ ಬಾರದ ಗಳಿಗೆಗಳು ಎಂಬ ವಾಸ್ತವ ಕುಟುಕಿದಾಗ, ಅಸಾಧ್ಯವಾದ ಸೆನ್ಸ್ ಆಫ್ ಲಾಸ್ ಮುತ್ತತೊಡಗುತ್ತದೆ. ವಿವಿಧ ಜ್ಞಾನಮಾರ್ಗಗಳ ಅಧ್ಯಯನಗಳ ಫಲವೆಲ್ಲ ಖಚಿತ ಮೆಥೆಡ್‌ಗಳ ಚೌಕಟ್ಟಿನಲ್ಲಿ ಹೊಸ ಆಕಾರ ಹಾಗೂ ಮಿಂಚುಗಳಲ್ಲಿ ಹೊರಬರುತ್ತಿರುವಂತೆ ಕಾಣುತ್ತಿದ್ದ ಡಿ.ಆರ್. ಮಾತುಗಳು; ಮಾನವನ ಕಠೋರ ಸತ್ಯಗಳ ಲೋಕದಲ್ಲಿ ತಾನು ಕಂಡದ್ದನ್ನು ಕಂಡ ಹಾಗೆ ಚಿಮ್ಮಿಸುತ್ತಿರುವಂತೆ ಕಾಣುತ್ತಿದ್ದ ಲಂಕೇಶರ ಶಬ್ದಗಳು, ತುಂಡು ತುಂಡು ವಾಕ್ಯಗಳು... ಈ ಎರಡೂ ಮಾದರಿಗಳೂ ನನಗೆ ಸ್ಫೂರ್ತಿಯ ಸೆಲೆಗಳಾಗಿಯೇ ಉಳಿದಿವೆ.

ತಮ್ಮ ಆಫೀಸಿನ ಸಂಜೆಯ ದರ್ಬಾರುಗಳಲ್ಲಿ ತಾವು ಇಷ್ಟಪಡುವ ವ್ಯಕ್ತಿಗಳಿದ್ದಾಗ ಸಾಮಾನ್ಯವಾಗಿ ಲಂಕೇಶರೇ ಹೆಚ್ಚು ಮಾತಾಡುತ್ತಿದ್ದರು. ಜೊತೆಗೆ, ಹಾಗೆ ಮಾತಾಡುವುದನ್ನು ಆನಂದಿಸುತ್ತಿದ್ದರು. ಆದರೂ 'ಐ ಆ್ಯಮ್ ಎ ಗ್ರೇಟ್ ಲಿಸನರ್' ಎಂದು ಹೇಳುವುದನ್ನು ಮಾತ್ರ ಬಿಟ್ಟಿರಲಿಲ್ಲ! ಕೇಳಿಸಿಕೊಳ್ಳಬೇಕಾದ್ದನ್ನು ಮಾತ್ರ ಹೇಗೋ ಕೇಳಿಸಿಕೊಂಡಿರುತ್ತಿದ್ದರು. ಕೆಲವೊಮ್ಮೆ ಈ ಮಾತುಗಳ ನಡುವೆ ಸುಳಿಯುವ ಅವರ ತೀಕ್ಷ್ಣ ನೋಟಗಳು ವಿಮರ್ಶಾವ್ಯಾಖ್ಯಾನದಂತಿರುತ್ತಿದ್ದವು. ಚಂದ್ರನಾಥ್ ಲಂಕೇಶರು ಇಷ್ಟಪಡುತ್ತಿದ್ದ ಒಬ್ಬ ಕಲಾವಿದ. ಚಂದ್ರನಾಥ್ 'ಸುಧಾ' ವಾರಪತ್ರಿಕೆಯಲ್ಲಿ ಬರೆದ ಕ್ಯಾರಿಕೇಚರ್‌ಗಳನ್ನು ಮೆಚ್ಚಿ ಮಾತಾಡುತ್ತಾ ಲಂಕೇಶ್ 'ಚಂದ್ರನಾಥ್ ನಮ್ಮ ಬೆಸ್ಟ್ ಇಲ್ಲಸ್ಟ್ರೇಟರ್' ಎನ್ನುತ್ತಿದ್ದರು. ಇದ್ದಕ್ಕಿದ್ದಂತೆ ಒಂದು ದಿನ 'ಚಂದ್ರನಾಥರ ಯಾವುದೇ ಚಿತ್ರ ನೋಡು, ರಕ್ತಸ್ರಾವದಂತಿರುತ್ತದೆ' ಎಂದರು. ಅದು ಎಂಥ ತೀಕ್ಷ್ಣ ಗ್ರಹಿಕೆಯಾಗಿತ್ತೆಂದರೆ, ಚಂದ್ರನಾಥರ ಅನೇಕ ಹಳೆಯ ಬುಕ್ ಕವರ್‌ಗಳು, 'ಸುಧಾ' ಪತ್ರಿಕೆಗೆ ಅವರು ಬರೆದ ಚಿತ್ರಗಳನ್ನು ನೋಡಿದಾಗಲೆಲ್ಲ ಅದು ನಿಜವೆನ್ನಿಸತೊಡಗಿತು!

ಒಂದು ಸಂಜೆ ಬಸವನಗುಡಿಯ ಬ್ಯೂಗಲ್‌ರಾಕ್ ಪಾರ್ಕಿನಲ್ಲಿ ಅವರೊಡನೆ ವಾಕ್ ಮಾಡುತ್ತಿದ್ದಾಗ 'ಟಿ.ಎನ್. ಸೀತಾರಾಂ ಹೇಗನಿಸುತ್ತೆ ರೈಟರ್ ಆಗಿ?' ಎಂದರು. ನಾನು 'ಮಿಡ್‌ವೇ' ಎಂದೆ. ಆಗಿನ್ನೂ ಟಿ.ಎನ್. ಸೀತಾರಾಂ ಟಿ.ವಿ. ಸೀರಿಯಲ್‌ಗಳಿಗೆ ಬರೆಯುತ್ತಿರಲಿಲ್ಲ. 'ಬದುಕು ಮನ್ನಿಸು ಪ್ರಭುವೆ,' 'ಆಸ್ಫೋಟ,' 'ನಮ್ಮೊಳಗೊಬ್ಬ ನಾಜೂಕಯ್ಯ' ಮುಂತಾದ ಗಮನಾರ್ಹ ನಾಟಕಗಳನ್ನು ಬರೆದಿದ್ದರು. ನನ್ನ ಉತ್ತರವನ್ನು ಅಷ್ಟು ಗಮನಿಸದೆ, ತಮಗೆ ತಾವೇ ಮಾತಾಡಿಕೊಳ್ಳುವವರಂತೆ ಲಂಕೇಶ್ ಹೇಳಿದರು: 'ನೋಡು, ಆ ಸೀತಾರಾಂ ಮೂರೋ ನಾಲ್ಕೋ ನಾಟಕ ಬರೆದಿದ್ದಾನೆ. ಆದರೆ ರೈಟರ್‌ಗೆ ಒಂದು ವ್ಯಕ್ತಿತ್ವ ಅನ್ನೋದು ಇರದಿದ್ದರೆ ಬರೆದದ್ದು ನಿಲ್ಲುವುದೇ ಇಲ್ಲ. ನಾಜೂಕಯ್ಯ, ಆಮೇಲೆ ಜಾರ್ಜ್ ಮೇಲೆ ಬರೆದಿದ್ದಾನಲ್ಲ ('ಆಸ್ಫೋಟ' ಎಂದು ನೆನಪಿಸಿದೆ) ಆ ನಾಟಕ ಇಷ್ಟೆಲ್ಲಾ ಇದ್ದರೂ ಗಟ್ಟಿಯಾದದ್ದು ಕಾಣುತ್ತಿಲ್ಲ.' ಲಂಕೇಶರ ಇಂಥ ವ್ಯಾಪಕ ನೋಟಗಳು ಕೇವಲ ಒಬ್ಬ ಲೇಖಕನನ್ನು ಕುರಿತವಲ್ಲ; ಬದಲಿಗೆ ನನ್ನಂಥ ನೂರಾರು ಲೇಖಕರನ್ನು ಅವು ಎಚ್ಚರಿಸುತ್ತಿರಬಲ್ಲವು. ಇವೆಲ್ಲ ನನ್ನ ಅನೇಕ ಟಿಪ್ಪಣಿಗಳಲ್ಲಿ, ತಲೆಯಲ್ಲಿ ಉಳಿದಿವೆ. ತಮ್ಮ ಅನೇಕ ಒಳನೋಟಗಳನ್ನು ಅವರು ತಮ್ಮ ವಿವಿಧ ಅಂಕಣಗಳಲ್ಲಿ ಬರೆದುಬಿಡುತ್ತಿದ್ದುದರಿಂದ ಹಾಗೂ ಅವೆಲ್ಲಾ ಈಗ ಪ್ರಕಟವಾಗಿರುವುದರಿಂದ ಇಲ್ಲಿ ಬಹುತೇಕ ನಾನು ಅವರ ಜೊತೆ ಕಳೆದ ಗಳಿಗೆಗಳಲ್ಲಿ ಕಂಡ ಮಿಂಚುಗಳನ್ನಷ್ಟೇ ಕೊಟ್ಟಿರುವೆ. ಎಸ್.ಎಲ್. ಭೈರಪ್ಪನವರನ್ನು ಕುರಿತು ಮಾತನಾಡುತ್ತಾ

'ಆತ ಮುಟ್ಟಾಗಿ ಮೂರು ದಿನ ಹೊರಗೆ ಕೂರುವ ಹೆಂಗಸರಿಗೆ ತಕ್ಕ ಹಾಗೆ ಬರೆಯುತ್ತಾನೆ!' ಎಂಬ ಲಂಕೇಶರ ತಮಾಷೆ ಭೈರಪ್ಪನವರ ಒಟ್ಟು ಬರವಣಿಗೆಯ ಸಮರ್ಪಕ ವಿವರಣೆಯಂತೆ ಕಾಣುತ್ತಿತ್ತು. ಅವರು ವೈಯನ್ಕೆಯವರ ಬಗ್ಗೆ ಬರೆದ 'ವೈಯನ್ಕೆ/ ಇದು ಚಿಗುರಲಾರದ/ ಒನಕೆ' ಎಂಬ ಲಿಮರಿಕ್ ಕೂಡ ಒಬ್ಬ ಬರಹಗಾರನ ಜೀವನದ ಸಮಗ್ರ ವಿಮರ್ಶೆಯಂತಿದೆ. ಹಾ.ಮಾ.ನಾಯಕರ ಬಗ್ಗೆ ಬರೆದ 'ನಾಯಕ ನಾಯಕ ನಾಯಕ/ಜನ ಫಕಫಕ/ ನಗಲು ಸಹಾಯಕ' ಎಂಬ ಲಿಮರಿಕ್ ಕೂಡ ಒಂದು ವ್ಯಕ್ತಿಚಿತ್ರದಂತಿದೆ. ಲಂಕೇಶರ ಈ ಲಿಮರಿಕ್‌ಗಳನ್ನು ನಮಗೆಲ್ಲ ಹೇಳಿ ಆನಂದಿಸುತ್ತಿದ್ದ ಕಿ.ರಂ.ನಾಗರಾಜ್ "ಇವು ಲಂಕೇಶ್ ಬರೆದ 'ಕವಿಯ ಕಿರೀಟಾಪಹರಣ' ಎಂಬ ವ್ಯಂಗ್ಯಕಾವ್ಯದ (ಪ್ಯಾರಡಿ) ಭಾಗಗಳು; ಆದರೆ ಅವರು ಇದನ್ನು ಎಲ್ಲೋ ಕಳೆದು ಹಾಕಿದರು" ಎಂದು ಹೇಳುತ್ತಿದ್ದರು.

ಈ ನಡುವೆ ಯಾವುದೋ ಹರಟೆಯ ನಡುವೆ, ಯಾವುದೋ ಒಬ್ಬ ವ್ಯಕ್ತಿ ಮಾಧ್ವನೋ, ಸ್ಮಾರ್ತನೋ ಎಂಬ ಸಣ್ಣ ಕುತೂಹಲಕ್ಕೊಳಗಾದೆ. ನನಗೆ ಅದೇ ಆಗ ಬ್ರಾಹ್ಮಣರಲ್ಲಿ ಮಾಧ್ವ, ಸ್ಮಾರ್ತ ಎಂಬ ಉಪಪಂಗಡಗಳ ಬಗ್ಗೆ ತಿಳಿವಳಿಕೆ ಬರತೊಡಗಿತ್ತು. ನನ್ನ ಗೊಂದಲ ಕಂಡು ನಕ್ಕ ಲಂಕೇಶ್ 'ಅದನ್ನು ತಿಳಿಯೋದು ಬಹಳ ಸಿಂಪಲ್ ಕಣಯ್ಯ. ಮಾಧ್ವರಿಗೆ ಉಬ್ಬು ಹಲ್ಲಿರುತ್ತೆ' ಎಂದರು. ಈ 'ಸಂಶೋಧನಾ ವಿಧಾನ' ನನ್ನ ತಲೆಯಲ್ಲಿ ಹೇಗೆ ಬೇರೂರಿತೆಂದರೆ, ಉಬ್ಬು ಹಲ್ಲಿರುವ ಕೆಲವು ಬ್ರಾಹ್ಮಣರ ಉಪಜಾತಿಗಳನ್ನು ಪತ್ತೆ ಹಚ್ಚಿ ಲಂಕೇಶರ ಗ್ರಹಿಕೆಯನ್ನು ಪಕ್ಕಾ ಮಾಡಿಕೊಳ್ಳಲೆತ್ನಿಸಿದೆ! ಕೆಲವು ಬರಹಗಾರರ ಸಂದರ್ಭದಲ್ಲಂತೂ ಲಂಕೇಶರ ಈ ವಿಚಿತ್ರ 'ಸಂಶೋಧನೆ' ನಿಜವಾಗಿತ್ತು!

ವ್ಯಕ್ತಿಗಳು, ಘಟನೆಗಳ ಬಗ್ಗೆ ಅವರ ಖಡಕ್ ಗ್ರಹಿಕೆಗಳು ಅಚ್ಚರಿ ಹುಟ್ಟಿಸುತ್ತಿದ್ದವು. ಒಮ್ಮೆ ಅವರ ಪತ್ರಿಕೆಯಲ್ಲಿದ್ದ ವರದಿಗಾರರೊಬ್ಬರು ಪತ್ರಿಕೆ ಮಾಡಲು ಹೊರಟರು. ಲಂಕೇಶರು, 'ಅವನು ಪರವಾಯಿಲ್ಲ, ಚೆನ್ನಾಗಿ ಬರೀತಾನೆ. ಆದರೆ ಅವನು ಬೇರೆಯವರ ಲೀಡರ್‌ಶಿಪ್‌ನಲ್ಲಿ ಮಾತ್ರ ಕೆಲಸ ಮಾಡಬಲ್ಲ' ಎಂದರು. ಅದು ನಿಜವಾಯಿತು. ಮತ್ತೊಬ್ಬ ವರದಿಗಾರ 'ಪತ್ರಿಕೆ ಬಿಟ್ಟು ಹೋಗುತ್ತೇನೆ' ಎಂದು ಯಾರದೋ ಕೈಲಿ ಹೇಳಿಸಿದ. ಆಗ ಲಂಕೇಶ್ 'ಬಿಟ್ಟು ಎಲ್ಲಿ ಹೋಗ್ತಾನಂತೆ? ಅವನಿಗೆ ಎಲ್ಲೂ ಜಾಗ ಇದ್ದಂತಿಲ್ಲ' ಎಂದರು. ಆ ವರದಿಗಾರ ಎಲ್ಲೂ ಹೋಗಲೇ ಇಲ್ಲ.

ಹೀಗೇ ಒಮ್ಮೆ ಬರವಣಿಗೆ ಹಾಗೂ ಪ್ರಾಮಾಣಿಕತೆಯ ಬಗೆ ಮಾತಾಡುತ್ತಾ, 'ನೀನು ಸೆನ್ಸಿಟೀವ್ ಆಗಿದ್ರೆ ಹಾನೆಸ್ಟಿ, ಡಿಸಾನೆಸ್ಟಿ ಇವೆಲ್ಲ ಬೇಗ ಗೊತ್ತಾಗಿಬಿಡುತ್ತೆ. ಹಾನೆಸ್ಟಿ ಅಂದರೆ... ಉದಾಹರಣೆಗೆ, ಡೇನಿಯಲ್ ಡಿಫೋ ಸಮುದ್ರವನ್ನೇ

ನೋಡಿರಲಿಲ್ಲ, ಆದರೂ ಅದನ್ನು ಕುರಿತು ಬರೆದ. ಆ ರೀತಿಯದರಲ್ಲಿ ಹಾನೆಸ್ಟಿಯ ಪ್ರಶ್ನೆ ಬರಲ್ಲ' ಎಂದರು. ಹೀಗೆನ್ನುತ್ತಿರುವಾಗ ವಿಮರ್ಶೆಯಲ್ಲಿ ಹಾನೆಸ್ಟಿಯ ಪ್ರಶ್ನೆ ಬಂತು. "ಕುವೆಂಪು ಬಗ್ಗೆ ಬರೆಯೋರು ನೆನಪಿನಲ್ಲಿ ಇಟ್ಟುಕೊಳ್ಳಬೇಕಾದ ವಿಚಾರ ಇದು: ಕುವೆಂಪುವಿನದು ಗದ್ಯ ಪ್ರಜ್ಞೆ. 'ರಾಮಾಯಣದರ್ಶನಂ' ಮುಂತಾದದ್ದೆಲ್ಲ ಅವರು ಗ್ರೇಟ್ ರೈಟರ್ ಅನ್ನಿಸಿಕೊಳ್ಳಬೇಕೆಂಬ ದುರಾಸೆಯಿಂದ ಬರೆದಿದ್ದು. ಇದರ ಬಗೆಗೆಲ್ಲ ನೀನು ಬರೀಬೇಕು. ಐ ಕಾಂಟ್ ರೈಟ್, ಅದನ್ನೆಲ್ಲ ಬರೆಯುವ ಎನರ್ಜಿ ಇಲ್ಲ. ಐ ಕೆನ್ ಓನ್ಲೀ ರೆಕಾರ್ಡ್ ಮೈ ಇನ್‌ಸೈಟ್ಸ್" ಎಂದರು. ಆಮೇಲೆ, ಕುವೆಂಪು ಅವರ ಮೇಲೆ ಕೆ.ವಿ.ಸುಬ್ಬಣ್ಣ ಬರೆದ ಪುಸ್ತಕ ಯಾಕೆ ಡಿಸಾನೆಸ್ಟ್ ಆಗಿದೆ ಎಂದು ಪದಗಳನ್ನು ಮಾರ್ಕ್ ಮಾಡಿ ತೋರಿಸಿದರು. ಆ ರಾತ್ರಿ ಇವೆಲ್ಲ ಮುಗಿದಾದ ಮೇಲೆ 'ದೀಸ್ ಆರ್ ದಿ ಲಾಸ್ಟ್ ವರ್ಡ್ಸ್ ಆಫ್ ಲಂಕೇಶ್' ಎಂದರು. ನಾನು 'ಫಾರ್ ದಿ ಡೇ!' ಎಂದೆ. 'ಹೂ ನೋಸ್' ಎಂದರು, ಫಿಲಸಾಫಿಕಲ್ ಆಗಿ. ಈ ಮಾತುಗಳನ್ನೆಲ್ಲ ೧೫.೧೨.೧೯೯೮ರ ರಾತ್ರಿ ೧೨.೧೫ಕ್ಕೆ ಬರೆದುಕೊಂಡಿದ್ದೆನೆಂದು ಡೈರಿ ಸೂಚಿಸುತ್ತಿದೆ.

ಹಿಂದೊಮ್ಮೆ ಲಂಕೇಶರು ತಮ್ಮ ಪತ್ರಿಕೆಗೆ ವಿಮರ್ಶೆ ಬರೆಯಲು ಸೂಚಿಸುತ್ತಾ, ನನಗೆ ಬರೆದ ಪತ್ರದಲ್ಲಿ 'ಕುರ್ತಕೋಟಿ ಹಾಗೂ ಅನಂತಮೂರ್ತಿಯವರನ್ನು ಬಿಟ್ಟರೆ ಇಲ್ಲಿ ಹೊಸದೇನನ್ನಾದರೂ ಹೇಳುವ ವಿಮರ್ಶಕರೇ ಬಂದಂತಿಲ್ಲ' ಎಂದಿದ್ದರು. ಮುಂದೊಮ್ಮೆ ಯಾವುದೋ ಸಂದರ್ಭದಲ್ಲಿ ಈ ಮಾತನ್ನು ನೆನೆಸಿಕೊಂಡು 'ಕುವೆಂಪು ಅವರು ಪ್ರಾಚೀನ ಸಾಹಿತ್ಯದ ಬಗ್ಗೆ ಬರೆದಿರೋದು ಕುರ್ತಕೋಟಿಯವರು 'ಸಾಹಿತ್ಯ ಸಂಗಾತಿ'ಯಲ್ಲಿ ಬರೆದಿರೋದಕ್ಕಿಂತ ಚೆನ್ನಾಗಿದೆ' ಅಂದೆ. ಲಂಕೇಶ್ ಅವತ್ತು ಕುರ್ತಕೋಟಿಯವರ ಬಗೆಗಿನ ನನ್ನ ಹೇಳಿಕೆಯ ಬಗೆಗೆ ಏನೂ ಹೇಳದೆ, 'ಆದರೆ ಕುವೆಂಪು ಅದನ್ನೆಲ್ಲ ಒಂಥರಾ ಭಾಷೇಲಿ ಬರೆದಿದಾರೆ. ಅವರಿಗೆ ಎಲಿಯಟ್‌ಗೂ ಅಬರ್‌ಕ್ರಾಂಬಿಗೂ ವ್ಯತ್ಯಾಸವೇ ಗೊತ್ತಾಗಲ್ಲ. ಇಬ್ಬರನ್ನೂ ಒಂದೇ ಸೀರಿಯಸ್‌ನೆಸ್‌ನಿಂದ ಕೋಟ್ ಮಾಡ್ತಾರೆ!' ಎಂದರು.

ಒಮ್ಮೆ ತಾವು ಬರೆಯಲಿರುವ ಕತೆಯ ಬಗ್ಗೆ ಮಾತಾಡುತ್ತಾ, 'ಕತೆಗಾರನ ಸಮಸ್ಯೆ ಏನೂಂದ್ರೆ ಯಾರೂ ಹೇಳದಿದ್ದನ್ನು ಕತೆಯಲ್ಲಿ ಹೇಳಬೇಕು; ಜೊತೆಗೆ ಅದು ಕತೆಯಲ್ಲಿ ತಾರ್ಕಿಕವಾಗಿ ಬೆಳೆಯಬೇಕು ಎಂಬ ತವಕ... ಮಾರ್ಕ್ವೆಜ್‌ನ ಕತೆಗಾರಿಕೆಯ ಅದ್ಭುತ ಗುಣ ಇದು: ಕತೆ ಹೇಗೆ ಬೆಳೆಯುತ್ತದೆ ಅನ್ನೋದನ್ನು ಊಹಿಸೋಕೇ ಆಗಲ್ಲ. ಕಳ್ಳತನ, ಮೋಸ, ಹಲ್ಕಾಗುಣ ಎಲ್ಲ ಇದ್ದರೂ ಎಲ್ಲೂ ಅಶ್ಲೀಲವಾಗದ ಕಾದಂಬರಿಕಾರ ಅವನು.' ಈ ಮಾತುಕತೆ ಅವತ್ತು ಶುರುವಾದದ್ದು

'ಮಾರ್ಕ್ವೆಜ್‌ನ 'ಒನ್ ಹಂಡ್ರಡ್ ಯಿಯರ್ಸ್ ಆಫ್ ಸಾಲಿಟ್ಯೂಡ್' ಹಾಗೂ 'ಲವ್ ಇನ್ ದ ಟೈಮ್ ಆಫ್ ಕಾಲರಾ' ಕಾದಂಬರಿಗಳಲ್ಲಿ 'ನಿನಗೆ ಯಾವುದು ಇಷ್ಟ?' ಎಂಬ ಪ್ರಶ್ನೆಯಿಂದ. ಒಂದೇ ಕಾದಂಬರಿ ಓದಿದ್ದ ನಾನು 'ಲವ್ ಇನ್ ದ ಟೈಮ್ ಆಫ್ ಕಾಲರಾ' ಎನ್ನುತ್ತಾ, ಹಡಗಿನಲ್ಲಿ ಈ ಕತೆಯ ನಾಯಕ-ನಾಯಕಿ ತಮ್ಮ ಎಪ್ಪತ್ತನೆಯ ವಯಸ್ಸಿನಲ್ಲಿ ಸಂಭೋಗಕ್ಕೆ ರೆಡಿಯಾಗುವ ಭಾಗವನ್ನು ನೆನಪಿಸಿದೆ. ಆದರೆ ಲಂಕೇಶರ ಆಯ್ಕೆ 'ಒನ್ ಹಂಡ್ರಡ್ ಯಿಯರ್ಸ್ ಆಫ್ ಸಾಲಿಟ್ಯೂಡ್' ಆಗಿತ್ತು. ಅದು ತೊಂಬತ್ತನಾಲ್ಕನೆಯ ಇಸವಿ. ಲಂಕೇಶರ ಕಣ್ಣು ತೊಂದರೆ ಕೊಡುತ್ತಿತ್ತು. 'ಓದಿದರೆ, ಬರೆದರೆ ಸ್ಟ್ರೈನಾಗುತ್ತೆ' ಎನ್ನುತ್ತಿದ್ದರು. 'ಒಂದೆರಡು ದಿನ ಓದೋದನ್ನು ಬಿಟ್ಟುಬಿಡಿ' ಅಂದರೆ, 'ಕಲಿತದ್ದು ಬಿಡೇ ಕಳ್ಳಬಡಕೀ ಅಂದ್ರೆ ಬಿಟ್ಟೇನು ಕಲ್ಲು ಬಡಕೊಳ್ಳಲಾ ಅಂದಳಂತೆ!' ಎನ್ನುತ್ತಾ, ಓದುವುದನ್ನು ಹೇಗೆ ಬಿಡೋದು ಎಂದು ನಗತೊಡಗಿದರು.

ಈ ಬಗೆಯ ಮಾತುಗಳ ನಡುವೆ ತೇಲಿ ಬರುತ್ತಿದ್ದ ಅವರ ಹಲಬಗೆಯ ಚುರುಕಾದ ಓದುಗಳಿಂದಲೂ ನಾನು ಕಲಿತಿದ್ದೇನೆ. ವಿ.ಎಸ್.ನೈಪಾಲ್‌ನನ್ನು ಮೆಚ್ಚುತ್ತಿದ್ದ ನನಗೆ ಲಂಕೇಶರು, 'ಆ ನೈಪಾಲ್ ಹೋಟೆಲಿನ ವೇಟರನ್ನು ಕೇಳಿ ಅವನು ಹೇಳಿದ್ದನ್ನೇ ಟ್ರಾವೆಲೋಗ್‌ನಲ್ಲಿ ಬರೀತಾನೆ' ಎಂದಾಗ, ನೈಪಾಲ್ ಬರವಣಿಗೆಯನ್ನು ಬೇರೆ ಥರ ನೋಡಬೇಕೆನ್ನಿಸಿತು. ನೈಪಾಲ್ ತೊಂಬತ್ತರ ದಶಕದಲ್ಲಿ ಬರೆದ 'ಇಂಡಿಯಾ: ಎ ಮಿಲಿಯನ್ ಮ್ಯೂಟಿನೀಸ್ ನೌ' ಪುಸ್ತಕದ ಬಗೆಗಂತೂ ಲಂಕೇಶರ ಮಾತು ಕರಾರುವಾಕ್ಕಾಗಿತ್ತು. ಒಮ್ಮೆ ಭಾರತೀಯ ಲೇಖಕರ ಸೃಜನಶೀಲತೆ ಬಹು ಬೇಗ ಬತ್ತುವುದಕ್ಕೆ ಕಾರಣ ಹುಡುಕುತ್ತಿದ್ದೆ. 'ನಮ್ಮ ಲೇಖಕರು ಸೇವಿಸುವ ಆಹಾರದಲ್ಲಿರುವ ನ್ಯೂಟ್ರಿಷನ್‌ನ ಕೊರತೆ ಕೂಡ ಅದಕ್ಕೆ ಕಾರಣ' ಎಂದು ಲಂಕೇಶ್ ಗೊಣಗಿದರು. ಲಂಕೇಶರ ಸೃಜನಶೀಲತೆ ಅವರು ಉಂಡ ಊಟ, ಮದ್ಯ, ಓದು, ತೀವ್ರ ಚಿಂತನೆ, ಆಳವಾದ ಸ್ವಪರೀಕ್ಷೆ, ಕಾಮ, ಜಗಳ, ವ್ಯವಸ್ಥೆಯ ವಿರೋಧ, ರೇಸ್ ಮುಂತಾದ ಬಗೆಬಗೆಯ ಮೂಲ ಗಳಿಂದಲೂ ಮರುಹುಟ್ಟು ಪಡೆದಿರಬಹುದು. 'ಬರೀ ಓದು, ಬರಹ ಮಾಡಿ ಕೊಂಡಿದ್ದರೆ ಗೆದ್ದಲಿಡಿಯುತ್ತೆ... ಅದಕ್ಕೇ ಇವೆಲ್ಲಾ!' ಎಂದು ತಾವು ಹೋಗುತ್ತಿದ್ದ ರೇಸಿನ ಬಗ್ಗೆ ಲಂಕೇಶ್ ಹೇಳುತ್ತಿದ್ದರು. ಈ ನಡುವೆ ತಮ್ಮ ಬೆಳಗಿನ ವಾಕಿಂಗ್ ಬಗ್ಗೆ ಅವರಿಗಿದ್ದ ಅಪಾರ ವಿಶ್ವಾಸವೂ ನೆನಪಾಗುತ್ತದೆ. ಒಮ್ಮೆ ಈ ವಾಕಿಂಗಿನ ಮಾತು ಬಂದಾಗ, 'ಕವಿ ಕುಮಾರವ್ಯಾಸ ಬೆಳಗಿನ ಹೊತ್ತು ವಾಕಿಂಗ್ ಮಾಡ ಬಾರದು ಎಂದು ಹೇಳಿದಾನಲ್ಲ!' ಎಂದು ತಮಾಷೆ ಮಾಡಿದೆ. 'ಎಲ್ಲಯ್ಯ?' ಎಂದರು, ಲಂಕೇಶ್. ಅವರ ಶೆಲ್ಫಿನಲ್ಲಿದ್ದ ಕುಮಾರವ್ಯಾಸಭಾರತ ತೆಗೆದು,

‘ಉದ್ಯೋಗಪರ್ವ’ದ ಮೂರನೆಯ ಸಂಧಿಯಲ್ಲಿ ಬರುವ ವಿದುರ ನೀತಿಯ ಎರಡು ಷಟ್ಪದಿಗಳಲ್ಲಿ ಬಗೆಬಗೆಯ ‘ಹಿತ ನುಡಿ’ಗಳ ಜೊತೆಗೆ ‘ಕಳಿದ ತರಣಿಯ ಕಿರಣದಲಿ’ ಆಯುಷ್ಯ ಹೆಚ್ಚುತ್ತದೆ; ‘ಎಳೆಯ ರವಿ ರಶ್ಮಿಯಲಿ’ ಆಯುಷ್ಯವಿಳಿದು ಹೋಗುತ್ತದೆ ಎಂಬ ‘ಹಿತ ನುಡಿ’ಗಳೂ ಇರುವುದನ್ನು ಓದಿ ತೋರಿಸಿದೆ!

ಕಳಿದ ತರಣಿಯ ಕಿರಣದಲಿ ನಿ
ರ್ಮಲಿನ ಜಲದಲಿ ದುಗ್ಧ ಪಾನಂ
ಗಳಲಿ ವರ ಯುವತಿಯರ ಸಂಭೋಗಾಂತರಂಗದಲಿ
ತಳಿತ ಹೋಮದ ಹೊಗೆಗಳಲಿ ದಿನ
ಬಲದೊಳಾಯುಷ್ಯಾಭಿವೃದ್ಧಿಯ
ಬೆಳವಿಗೆಗಳಹವರಸ ಚಿತ್ತೈಸೆಂದನಾ ವಿದುರ

ಎಳೆಯ ರವಿ ರಶ್ಮಿಯಲಿ ಪ್ರೇತಾಂ
ಗಳದ ಧೂಮಜ್ವಾಲೆಯಲಿ ಗಾ
ವಿಲ ವಯೋವೃದ್ಧೆಯರ ಸಂಭೋಗಾಂತರಂಗಳಲಿ
ಕೊಳಚೆ ನೀರಿನ ಬಳಕೆಯಲಿ ಕ
ತ್ತಲೆಯ ದಧ್ಯೋದನದಲಾಯುಷ
ವಿಳಿದು ಹೋಗದೆ ದಿನ ದಿನದೊಳವನೀಶ ಕೇಳೆಂದ

ಇದನ್ನು ಕೇಳಿಸಿಕೊಂಡ ಲಂಕೇಶ್, ‘ಅಲ್ಲಯ್ಯ, ಬೆಳಗ್ಗೆ ಬೇಗ ಏಳಲಾರದ ರಾಜರನ್ನು ಖುಷಿಪಡಿಸೋಕೆ ಆ ಸೋಮಾರಿ ರಾಜರು ಸಾಯಂಕಾಲ ವಾಕಿಂಗ್ ಮಾಡಬಹುದು ಅಂತ ಆ ಭಟ್ಟಂಗಿ ಕುಮಾರವ್ಯಾಸ ಬರೆದಿರೋದನ್ನ ನೀನು ಸೀರಿಯಸ್ಸಾಗಿ ತಗೊಂಡಿದೀಯಲ್ಲ!’ ಎಂದು ನಕ್ಕರು.

ಲೇಖಕನೊಬ್ಬ ತಾನು ಬಳಸುವ ಪ್ರಕಾರಗಳ ನಿರ್ದಿಷ್ಟತೆಯನ್ನು ಸದಾ ಒಡೆಯುತ್ತಿರಬೇಕೆಂಬ ಚಡಪಡಿಕೆ ಕೂಡ ಅವರೊಳಗೆ ಜಾಗೃತವಾಗಿರುತ್ತಿತ್ತು. ನಾನು ಬರೆದ ಕತೆಯೊಂದನ್ನು ಚರ್ಚಿಸುತ್ತಾ, ತಮಗೆ ತಾವೇ ಹೇಳಿಕೊಂಡಂತೆ ಅವರು ಹೇಳಿದ ಮಾತು: ‘ಯಾವುದನ್ನೂ ಸಾಧ್ಯವಾದಷ್ಟೂ ಓವರ್‌ಸ್ಟೇಟ್ ಮಾಡ ಬಾರದು; ಅಂಡರ್‌ಸ್ಟೇಟ್ ಮಾಡಬಾರದು. ಅನಗತ್ಯವಾಗಿ ಐರಾನಿಕಲ್ ಆಗಿರ ಬಾರದು. ನಾನಿದನ್ನು ನಿನಗೇಂತ ಹೇಳ್ತಾ ಇಲ್ಲ. ನನಗೇ ನಾನು ಹೇಳಿ ಕೊಳ್ತಿದೀನಿ’. ಮತ್ತೊಂದು ಸಂಜೆ, ‘ಸೂಕ್ಷ್ಮವಾಗಿ ಹಾಗೂ ಎಲೋಕ್ವೆಂಟ್ ಆಗಿ ಬರೆಯೋದು ಎಷ್ಟು ಕಷ್ಟ! ಎರಡೂ ಇರುವಂತೆ ಬರೆಯುವ ಶಕ್ತಿ ಇದ್ದಕ್ಕಿದ್ದಂತೆ ನಿಂತೇ ಹೋಗಿಬಿಡಬಹುದು... ಬೇರೆಯವರಿಗೆ ಕೇಳಿಸುವಂತೆ ಬರೆಯಬಾರದು. ನಾನೂ ‘ಬಿರುಕು’ ಮುಂತಾದ ಕಡೆ ಅಂಥ ತಪ್ಪು ಮಾಡಿದೀನಿ. ಐರನಿ ಇವೆಲ್ಲ

ಎದ್ದು ಕಾಣೋ ಥರ ಲೌಡ್ ಆಗಿ ಬರೆಯಬಾರದು. ನೀನು ಕತೆ ಬರೆಯು ವಾಗಲೂ ಇದನ್ನು ಗಮನಿಸುತ್ತಿರಬೇಕು. ನಿನಗೆ ನೀನೇ ಹೇಳಿಕೊಂಡಂತೆ ಬರೆ' ಎಂದರು; ಚಣ ಬಿಟ್ಟು, 'ನಿನಗೆ ಇದೆಲ್ಲ ಗೊತ್ತಿರುತ್ತೆ ಅಂತ ನನಗೆ ಗೊತ್ತು' ಎಂದು ಸುಮ್ಮನಾದರು. ಮುಂದೊಮ್ಮೆ ತೊಂಬತ್ತಾರನೆಯ ಇಸವಿಯಲ್ಲಿ 'ಪತ್ರಿಕೆ'ಯ ದೀಪಾವಳಿ ಸಂಚಿಕೆಗಾಗಿ 'ಮನುಷ್ಯನೆಂಬ ಮಾಯಾದರ್ಪಣ' ಕತೆ ಬರೆದ ಮೇಲೆ ಹೇಳಿದರು: 'ಇದುವರೆಗೂ ಮಾಡಿದ್ದೆಲ್ಲ ಹುಡುಗಾಟ. ಇನ್ನು ನಿಜವಾದ ಬರವಣಿಗೆ ಶುರು ಮಾಡಬೇಕು.' ಇನ್ನೊಮ್ಮೆ ಅವರು 'ಕತೇ ಬರೀವಾಗ ಒಂಚೂರು ಸೆಕ್ಸ್ ಎಲಿಮೆಂಟ್ ಇದ್ರೆ ಚೆನ್ನಾಗಿರುತ್ತೆ' ಎಂದಾಗ 'ದಟ್ಸ್ ರೈಟ್' ಎಂದೆ, ಆನಂದದಿಂದ! ಕಾರಣ, ನನ್ನ ಕತೆಗಳಲ್ಲೂ ಆ ಎಲಿಮೆಂಟ್ ಇತ್ತು!

ಈ ಬಗೆಯ ದಾಖಲೆಗಳನ್ನು ನನ್ನ ಡೈರಿಯಿಂದ ಆರಿಸಿ ಇಲ್ಲಿ ಕೊಡುತ್ತಿರು ವಾಗ, ದೊಡ್ಡ ಲೇಖಕನೊಬ್ಬ ಗಂಭೀರ ಸಾಹಿತ್ಯ ವಿಮರ್ಶಕನೂ, ಮತ್ತೆ ಮತ್ತೆ ತನ್ನ ಕಲೆಯನ್ನು ಪರೀಕ್ಷಿಸಿಕೊಳ್ಳುವ ವಿದ್ಯಾರ್ಥಿಯೂ ಆಗಿರುತ್ತಾನೆ ಮತ್ತು ಆಗಿರಲೇಬೇಕು ಎಂಬ ನನ್ನ ನಂಬಿಕೆ ಬಲವಾಗತೊಡಗುತ್ತದೆ.

ಅದೇ ಸುಮಾರಿಗೆ ಲಂಕೇಶರನ್ನು ಕುರಿತ ನನ್ನ ಸ್ಕ್ರಿಪ್ಟ್ ಆಧರಿಸಿ ಮಿಂಟಿ ತೇಜ್‌ಪಾಲ್ ದೂರದರ್ಶನದ ಇಂಗ್ಲಿಷ್ ಚಾನಲ್‌ಗೆ ಲಂಕೇಶರ ಬರಹಗಳನ್ನು ಕುರಿತು ಒಂದು ಸಂದರ್ಶನ ಮಾಡಿದ್ದರು. ಆ ರಾತ್ರಿ ಅದೇ ಗುಂಗಿನಲ್ಲಿದ್ದ ಲಂಕೇಶ್, 'ವಿ ಮಸ್ಟ್ ಬ್ರೇಕ್ ಆಲ್ ದ ಮೌಲ್ಡ್ಸ್– ಕತೆ, ಕವನ... ಎಲ್ಲ ಮೌಲ್ಡ್‌ಗಳನ್ನ ಬ್ರೇಕ್ ಮಾಡಿ, ವಿ ಮಸ್ಟ್ ಕಮ್ ಔಟ್ ಆಫ್ ದಿ ಎಗ್‌ಶೆಲ್, ಎಲ್ಲಾ ಮೆಸ್ಸಿ ಆದರೂ ಪರವಾಗಿಲ್ಲ' ಎಂದರು. ಗಳಿಗೆ ಬಿಟ್ಟು, 'ಈ ಡಾಕ್ಟರ್ ಹುಳಿಯಾರ್ ಎಲ್ಲಾ ಸುಮ್ನೆ ಕೇಳಿಸಿಕೊಳ್ತಿದಾನೆ. ಮಹಾ ಸೀರಿಯಸ್ ಫೆಲೋ! ಅವನ ತಲೇಲಿ ಎಲ್ಲ ರೆಕಾರ್ಡ್ ಆಗ್ತಾ ಇದೆ... ಎಲ್ಲ ನಿನ್ನ ಮೆಮೊಯ್‌ರ್ಸ್‌ಗೆ ಹೋಗ್ತಾ ಇದೆ ಅಂತ ಕಾಣುತ್ತೆ' ಎಂದು ನನ್ನ ಗುಟ್ಟು ಬಲ್ಲವರಂತೆ ನಕ್ಕರು. ಆಗಿನ್ನೂ ಈ ಪುಸ್ತಕದ ಕಲ್ಪನೆ ಇರದಿದ್ದರೂ ಆಗಾಗ್ಗೆ ಈ ಭೇಟಿಗಳನ್ನು ಡೈರಿಗಳಲ್ಲಿ ದಾಖಲಿಸುತ್ತಿದ್ದ ನಾನು ಸಿಕ್ಕಿಬಿದ್ದವನಂತೆ 'ಛೇ! ಛೇ!' ಎಂದೆ. ಈ ನಡುವೆ, ಎಂದಿನ ಹಾಗೆ ಯಾವುದೋ ಹುಡುಗಿಯ ವಿಚಾರ ಬಂತು. 'ಡಾಕ್ಟರ್ ಹುಳಿಯಾರ್, ಕತೆಗಾರನಿಗೆ ಎಲ್ಲ ಕಡೆಗಳಿಂದಲೂ ವಿಷಯಗಳು ನಿರಾಯಾಸವಾಗಿ ಹರಿದು ಬರ್ತಾ ಇರಬೇಕು... ನೀನು ಕತೆ, ಕಾದಂಬರಿ ಎಲ್ಲ ಬರೀಬೇಕು...' ಎಂದರು. ಈ ಮಾತುಕತೆಯ ಕಾಲಕ್ಕೆ ನನಗೆ ಡಾಕ್ಟರೇಟ್ ಬಂದು ಕೆಲವು ತಿಂಗಳಾಗಿದ್ದವು. ಅವರು 'ಡಾಕ್ಟರ್ ಹುಳಿಯಾರ್' ಎನ್ನುವಾಗ ಪ್ರೀತಿಯೂ ಅಣಕವೂ ಇರುತ್ತಿತ್ತು. ನನಗೆ ಡಾಕ್ಟರೇಟ್ ಬಂದ ದಿನ, ಶೂದ್ರ ಶ್ರೀನಿವಾಸ್‌ಗೆ 'ಶೂದ್ರಾ, ಈ ಡಿ.ಆರ್., ನಟರಾಜ... ಎಲ್ಲಾ

ಸೂಳೇಮಕ್ಕಳಿಗೂ ಡಾಕ್ಟರೇಟ್ ಬರ್‍ತಾ ಇದೆ. ನಾನೂ ನೀನೂ ಒಂದೊಂದು ಯುನಾನಿ ಡಾಕ್ಟರ್ ಡಿಗ್ರೀನಾದರೂ ತಗೋಬೇಕು' ಎಂದು ಲಂಕೇಶ್ ನಕ್ಕಿದ್ದರು.

ಅವರ ಬಗೆಬಗೆಯ ಪ್ರತಿಕ್ರಿಯೆಗಳನ್ನು ಏಳೆಂಟು ವರ್ಷ ಹತ್ತಿರದಿಂದ ಗಮನಿಸಿದ ನನಗೆ ಕಂಡ ಒಂದು ಮುಖ್ಯ ಅಂಶ ಇದು: ಅದು ಹೇಗೋ ಏನೋ, ಲಂಕೇಶ್ ತಾವು ಹೇಳುವ, ಬರೆಯುವ ಮಾತುಗಳಿಗೆ ಸಂಬಂಧಿಸಿದಂತೆ ಒಂದು ವಿಚಿತ್ರ ಸ್ವಾತಂತ್ರ್ಯವನ್ನು ಗಳಿಸಿಕೊಂಡಿದ್ದರು. ಕಟಕಿ, ಕೋಪ, ಮಮತೆ, ಸಣ್ಣತನ, ದೊಡ್ಡತನ, ತೀವ್ರ ಭಾವ, ತೀಕ್ಷ್ಣ ಒಳನೋಟ... ಹೀಗೆ ಯಾವುದೇ ಅಂಶವಿರಲಿ, ಸಾಮಾನ್ಯವಾಗಿ ಅದು ಅವರ ಒಳಗಿನ ಯಾವುದೋ ಒಂದು ಮುಖ್ಯ ತಂತುವಿಗೆ ಸಂಬಂಧಿಸಿದಂತೆ ಇರುತ್ತಿತ್ತು. ಸಾಧ್ಯವಾದಷ್ಟೂ ಔಪಚಾರಿಕವಾದ ಏನನ್ನೂ ಮಾಡದಿರುವ ಸ್ವಾತಂತ್ರ್ಯ ಹೇಗೋ ಅವರಿಗೆ ಸಿಕ್ಕಿಬಿಟ್ಟಿತ್ತು. ದಿನನಿತ್ಯ ಏನಾದರೂ ಮಾತಾಡಲೇಬೇಕಾದ ಅಧ್ಯಾಪಕನ ಕೆಲಸವನ್ನು ಅವರು ಬಹು ಬೇಗ ಬಿಟ್ಟರು. ಅನಗತ್ಯ ಭಾಷಣ, ಒಲ್ಲದ ಬರವಣಿಗೆ, ಒಗ್ಗದ ಕೆಲಸ, ಫಾರ್ಮಲ್ ಆದ ಪ್ರತಿಕ್ರಿಯೆಗಳು, ಮೀಟಿಂಗುಗಳು, ಪ್ರತಿದಿನದ ಯಾಂತ್ರಿಕ ಪದಚೆಲ್ಲಾಟ, ಸಂಸಾರದ ನೀರಸ ದೈನಿಕತೆ... ಇವೆಲ್ಲದರಲ್ಲಿರುವ ಅನಿವಾರ್ಯ ಅಪ್ರಾಮಾಣಿಕತೆಯಿಂದ ಅವರು ಹೆಚ್ಚೂಕಡಿಮೆ ತಪ್ಪಿಸಿಕೊಂಡಿದ್ದರು. ನಾನು ನೋಡಿ ಬಲ್ಲ ಇಂಡಿಯಾದ ಬೇರೆ ಯಾವುದೇ ಬರಹಗಾರರರಿಗೆ ಹೋಲಿಸಿದರೂ ತಮ್ಮ ಮಾತು, ಬರಹಗಳಲ್ಲಿ ಅತ್ಯಂತ ಕಡಿಮೆ 'ಒಣ ಶಬ್ದ'ಗಳನ್ನು ಅಥವಾ ಔಪಚಾರಿಕ ಭಂಗಿಗಳನ್ನು ಲಂಕೇಶ್ ಬಳಸಿದ್ದಾರೆ ಎನ್ನಿಸುತ್ತದೆ. ಇದು ಅವರು ಗಳಿಸಿಕೊಂಡ ವಿಶಿಷ್ಟ ಸ್ವಾತಂತ್ರ್ಯದಿಂದಲೂ ಸಾಧ್ಯವಾಗಿರಬಹುದು. ಅವರೊಮ್ಮೆ ಬರೆದ 'ನನ್ನ ವೇಳೆಗೆ ನಾನೇ ಒಡೆಯ' ಎಂಬರ್ಥದ ಮಾತನ್ನು ಓದಿದ ದಿನ 'ಛೇ! ಈ ಲಕ್ಷುರಿ ನನಗಿಲ್ಲವಲ್ಲ' ಎಂಬ ವಿಷಾದಭಾವ ನನ್ನೊಳಗೆ ಹುಟ್ಟಿತು; ಅದು ಹಲವು ದಿನ ನನ್ನಲ್ಲಿ ಸುಳಿದು ಹೋಗುತ್ತಲೂ ಇತ್ತು. ಇದನ್ನು ಲಂಕೇಶರೆದುರು ಒಂದೆರಡು ಸಲ ಅಂದಾಗ, 'ಇದೇನು! ಈ ಸಾಲು ನಿನ್ನ ಪಟ್ಟಾಗಿ ಹಿಡಿದುಬಿಟ್ಟಿದೆಯಲ್ಲ!' ಎಂದು ಚಕಿತರಾಗಿದ್ದರು.

೧೦

ಲಂಕೇಶರ ಸಿನಿಮಾ ನಟನೆ, ನಾಯಕತ್ವ...

ಲಂಕೇಶರಂಥ ಸಂಕೋಚದ ವ್ಯಕ್ತಿ ಸಿನಿಮಾದಲ್ಲಿ ನಟನಾಗಿ ಕಾಣಿಸಿಕೊಳ್ಳಲೆತ್ನಿಸಿದ್ದು ಅವರ ಒಳಕಾಮನೆಗಳ ಕುತೂಹಲಕರ ಮುಖವೊಂದನ್ನು ಹೇಳುವಂತಿದೆ. ತಮ್ಮ ನಲವತ್ತನೆಯ ವಯಸ್ಸಿನಲ್ಲಿ ನಿರ್ದೇಶಿಸಿದ 'ಪಲ್ಲವಿ' ಸಿನಿಮಾದಲ್ಲಿ ಲಂಕೇಶ್ ಒಬ್ಬ ಶ್ರೀಮಂತ ಅಥವಾ 'ಬೂರ್ಜ್ವಾ' ಎನ್ನಬಹುದಾದ ವ್ಯಕ್ತಿಯ ಪಾತ್ರದಲ್ಲಿ ನಟಿಸಿದರು. ಅವರ ನಟನೆಯ ಈ ಸಂಕ್ಷಿಪ್ತ ಘಟ್ಟದಲ್ಲೂ ಒಂದು ವಿಶೇಷವಿದೆ. ಅದೇನೆಂದರೆ, 'ಪಲ್ಲವಿ'ಯಲ್ಲಿ ಕೂಡ ಅವರು 'ನಟಿಸಿ'ದಂತಿಲ್ಲ. ಕತ್ತು ತಗ್ಗಿಸಿಕೊಂಡು ಎತ್ತಲೋ ನೋಡುತ್ತಾ, ಎದುರಿಗಿದ್ದವನ ಕಣ್ಣಿಗೆ ಕಣ್ಣು ಕೊಡದೆ ಮಾತಾಡುವುದು, ಪೂರ್ಣ ವಾಕ್ಯದಲ್ಲಿ ಮಾತಾಡಿದರೂ ಕೃತಕವಾಗಿಬಿಡಬಹುದೇನೋ ಎಂಬ ಅಳುಕಿನಿಂದ ಅರೆ ವಾಕ್ಯಗಳಲ್ಲಿ ಹೇಳಿಬಿಡುವುದು, ತಾನು ಹೇಳುತ್ತಿರುವುದು ಸತ್ಯವೋ ಅಲ್ಲವೋ ಎಂಬ ಖಾತ್ರಿಯಿರದಿದ್ದಾಗ ತಮಗೆ ತಾವೇ ಗೊಣಗಿಕೊಳ್ಳುವುದು... ಇವೇ ಮುಂತಾದ ಅವರ ವ್ಯಕ್ತಿತ್ವದ ಅಂಶಗಳು ಆ ಪಾತ್ರ ದಲ್ಲಿದ್ದವು. ಅಂದರೆ 'ತಾನು ಹೇಗಿದ್ದೇನೋ ಹಾಗೇ' ('ಜಸ್ಟ್ ಲೈಕ್ ಹಿಮ್') ಇದ್ದ ರೀತಿಯ ಪಾತ್ರ ಅದು. ಪಟ್ಟಾಭಿರಾಮರೆಡ್ಡಿಯವರು ನಿರ್ದೇಶಿಸಿದ 'ಸಂಸ್ಕಾರ' ಸಿನಿಮಾದಲ್ಲಿ ಲಂಕೇಶರು ಮಾಡಿರುವ ನಾರಣಪ್ಪನ ಪಾತ್ರ ನೋಡಿದರೂ ಇದು ಗೊತ್ತಾಗುತ್ತದೆ. ತೊಂಬತ್ತರ ದಶಕದ ಮಧ್ಯಭಾಗದಲ್ಲಿ ಲಂಕೇಶರು ಕಾಯಿಲೆಯಿಂದ

ಚೇತರಿಸಿಕೊಂಡ ಒಂದು ದಿನ ಪೇಜಾವರ ವಿಶ್ವೇಶತೀರ್ಥರು ಲಂಕೇಶರ ಆಫೀಸಿಗೆ ಬಂದು ಹಣ್ಣು ಕೊಟ್ಟು ಹೋದರು. ನಾನು "...'ಸಂಸ್ಕಾರ'ದ ಪ್ರಾಣೇಶಾಚಾರ್ಯರು ನಾರಣಪ್ಪನ ಮನೆಗೇ ಬಂದಂತಾಯಿತಲ್ಲ!" ಎಂದು ತಮಾಷೆ ಮಾಡಿದೆ. 'ಸಂಸ್ಕಾರ' ಸಿನಿಮಾದಲ್ಲಿ ಹೆಚ್ಚಿನ ನಾಟಕೀಯತೆಯಿಲ್ಲದೆ, ಪ್ರಾಣೇಶಾಚಾರ್ಯರನ್ನು ಕಿಚಾಯಿಸುವ, ಗೇಲಿ ಮಾಡುವ ಬಂಡುಕೋರ ಪಾತ್ರದಲ್ಲಿ ಲಂಕೇಶ್ ತೀರಾ ಸಹಜವಾಗೇ ಇದ್ದರು. ಲಂಕೇಶ್ ತಮ್ಮನ್ನು ತಾವು 'ವರ್ಸ್ಟ್ ಆ್ಯಕ್ಟರ್ ಇನ್ ದಿ ವರ್ಲ್ಡ್' ಎಂದು ಗೇಲಿ ಮಾಡಿಕೊಳ್ಳುತ್ತಿದ್ದರು! ಆದರೆ ಸಿನಿಮಾ ಒಡನಾಟದಿಂದಾಗಿ ನಟ, ನಟಿಯರ ಕಾತರ, ಪ್ರಚಾರದ ತವಕಗಳ ಲೋಕವನ್ನು ಒಳಗಿನಿಂದ ಕಂಡರು. ಈ ಬಗ್ಗೆ 'ಟೀಕೆ ಟಿಪ್ಪಣಿ'ಯಲ್ಲಿ ಹಾಗೂ 'ಹುಳಿಮಾವಿನ ಮರ'ದಲ್ಲಿ ಅವರು ಆಳವಾಗಿ ಬರೆದಿದ್ದಾರೆ. ಸಿನಿಮಾದ ಮೂರ್ತ ಪ್ರತಿಮೆಗಳ ಭಾಷೆಯ ಸಹವಾಸದಿಂದ ಕೂಡ ಅವರ ಬರವಣಿಗೆಗೆ ಹೆಚ್ಚು ಸ್ಪಷ್ಟತೆ ಬಂದಿರಬಹುದು.

ಶ್ರೇಷ್ಠ ನಿರ್ದೇಶನಕ್ಕಾಗಿ ರಾಷ್ಟ್ರೀಯ ಪ್ರಶಸ್ತಿ ಪಡೆದ ಮೊದಲ ಕನ್ನಡ ನಿರ್ದೇಶಕರಾದ ಲಂಕೇಶರಿಗೆ ಸಿನಿಮಾ ಒಗ್ಗಿದರೂ ಮೂಲತಃ ನವ್ಯ ಮನೋಭಾವದ ಒಳಮುಖೀ ವ್ಯಕ್ತಿಯಾದ ಅವರಿಗೆ ನಟಿಸುವುದು ಒಗ್ಗಲಿಲ್ಲವೆಂಬುದು ನಿಜ. ತಮ್ಮ ವ್ಯಕ್ತಿತ್ವದಿಂದ ತೀರಾ ಹೊರಗಿರುವ ಪದಗಳನ್ನು ಕೇವಲ ನಾಲಿಗೆಯ ಮೇಲೆ ತಿರುಗಿಸಿ ಆಡುವುದನ್ನು ಅವರು ಅಷ್ಟು ಇಷ್ಟಪಡುತ್ತಿರಲಿಲ್ಲ. ಅವರು ಕಾಲೇಜು, ಯೂನಿವರ್ಸಿಟಿಗಳ ಅಧ್ಯಾಪಕರಾಗಿ ಲೋಕದ ಕಣ್ಣಿನಲ್ಲಿ–ಅಂದರೆ, ನಿರರ್ಗಳವಾಗಿ ಮಾತಾಡುವುದನ್ನೇ ಉತ್ತಮ ಅಧ್ಯಾಪನ ಎಂದು ತಿಳಿದವರ ಕಣ್ಣಿನಲ್ಲಿ–ಅಷ್ಟು ಯಶಸ್ವಿಯಾದಂತಿಲ್ಲ. ಇದಕ್ಕೆ ಕಾರಣ, ಒಂದು ಗಂಟೆ ಮಾತಾಡಬೇಕಾದ ಮೇಷ್ಟರೊಬ್ಬ ತನ್ನ ವ್ಯಕ್ತಿತ್ವವನ್ನು ಮುಟ್ಟದ ಎಷ್ಟೋ ಮಾತುಗಳನ್ನು, ವಾಕ್ಯಗಳನ್ನು, ಅಭಿಪ್ರಾಯಗಳನ್ನು ಬಳಸಬೇಕಾಗುತ್ತದೆ. ಅದೆಲ್ಲ ಅವನಿಗೆ ಇಷ್ಟವಿಲ್ಲದಿದ್ದಾಗಲೂ ಕರ್ತವ್ಯವೆಂಬಂತೆ ಮಾತಾಡಬೇಕಾಗುತ್ತದೆ. ಕೆಲವೊಮ್ಮೆ ತನಗೆ ಇಲ್ಲದ ಕಾಳಜಿಗಳನ್ನೂ ಭಾವನೆಗಳನ್ನೂ ಮೈಮೇಲೆ ಹಾಕಿಕೊಂಡು ನಟಿಸಬೇಕಾಗುತ್ತದೆ. ಅದರಲ್ಲೂ ಸಾಹಿತ್ಯದ ಅಧ್ಯಾಪಕ, ಅಧ್ಯಾಪಕಿಯರಿಗೆ ಈ ಕಷ್ಟ ಹೆಚ್ಚು. 'ನನ್ನ ಅತ್ಯುತ್ತಮ ವರ್ಷಗಳು ಅಧ್ಯಾಪಕ ವೃತ್ತಿಯಲ್ಲಿ ಕಳೆದುಹೋದವು' ಎಂದೊಮ್ಮೆ ಲಂಕೇಶ್ ಹೇಳಿದ್ದರು. ನಾಲಗೆಯೊಂದೇ ಚುರುಕಾಗಿ ಉಳಿದ ಪಂಚೇಂದ್ರಿಯಗಳು ಉಡುಗಿ ಹೋದಂತಾದ್ದರಿಂದ ಅಧ್ಯಾಪಕನ ಕೆಲಸಕ್ಕೆ ರಾಜೀನಾಮೆ ಕೊಟ್ಟೆ ಎಂಬರ್ಥದ ಮಾತುಗಳನ್ನೂ ಅವರು ಬರೆದಿದ್ದರು. ಕ್ಲೀಷೆಗಳನ್ನು ಬಳಸುವುದು ಅವರಲ್ಲಿ ಜಿಗುಪ್ಸೆ ಹುಟ್ಟಿಸುತ್ತಿದ್ದರಿಂದ, ಕ್ಲಾಸ್‌ರೂಂ ಮೇಷ್ಟರಾಗಲು ಅಥವಾ ಸಾರ್ವಜನಿಕ

ಭಾಷಣ ಮಾಡಲು ಅವರು ಹಿಂಜರಿಯುತ್ತಿದ್ದರೆನಿಸುತ್ತದೆ. ಹಿಂದೊಮ್ಮೆ ದೂರ ದರ್ಶನದ ಮಿತ್ರ ರಘು ಐಡಿಹಳ್ಳಿ ಹೇಳಿದ ಒಂದು ಘಟನೆ ಅವರ ವ್ಯಕ್ತಿತ್ವದ ಈ ತಲ್ಲಣವನ್ನು ಚೆನ್ನಾಗಿ ಬಿಂಬಿಸುತ್ತದೆ:

ಒಮ್ಮೆ ಲಂಕೇಶ್ ದೂರದರ್ಶನದ ಭಾಷಣವೊಂದರ ರೆಕಾರ್ಡಿಂಗಿಗೆಂದು ಹೋದರು. ಅದಿನ್ನೂ ಟೆಲಿವಿಷನ್ ಹೊಸದಾಗಿ ರೂಢಿಯಾಗುತ್ತಿದ್ದ ಕಾಲ. ಲೈಟುಗಳ ಎದುರು ಲಂಕೇಶರಿಗೆ ಮಾತೇ ಹೊರಡಲಿಲ್ಲ. ಬೆವೆತು ಹೋದರು. ಆಗ ರೆಕಾರ್ಡಿಂಗ್ ಸಿಬ್ಬಂದಿ ಕ್ಯಾಮರಾ ಚಾಲೂ ಮಾಡಿ, 'ನೀವು ಏನು ಮಾತಾಡ್ತೀರೋ ಮಾತಾಡಿ' ಎಂದು ಅವರನ್ನು ಅವರ ಪಾಡಿಗೆ ಬಿಟ್ಟು ಹೋದರು. ಸಾರ್ವಜನಿಕವಾಗಿ ಮಾತಾಡುವ ಬಗೆಗಿನ ಈ ಹಿಂಜರಿಕೆ ಅವರಲ್ಲಿ ಬಹು ಕಾಲದಿಂದ ಇತ್ತೆಂದು ಅವರ ಮಿತ್ರರು ಹೇಳುತ್ತಾರೆ.

ಆದರೆ ಕಾಲ ಕೂಡ ಕೆಲವು ಜವಾಬ್ದಾರಿಗಳನ್ನು ಲೇಖಕ, ಲೇಖಕಿಯರ ಮೇಲೆ ಹೊರಿಸುತ್ತಾ ಹೋಗುತ್ತದೆ. ಲಂಕೇಶರು 'ವ್ಯವಸ್ಥೆಯ ಜೊತೆ ರಾಜಿ ಯಾಗದ', 'ಯಾರಿಗೂ ಹೆದರದ', 'ಭ್ರಷ್ಟಾಚಾರದ ಮೇಲೆ ಯುದ್ಧ ಸಾರಿದ' ವ್ಯಕ್ತಿ ಎಂಬ ಇಮೇಜನ್ನು ಸಮಾಜ ಸೃಷ್ಟಿಸುತ್ತಾ ಹೋದಂತೆ ಅದನ್ನು ಅವರು ಸ್ವೀಕರಿ ಸುತ್ತಲೂ ಹೋಗಬೇಕಾದ ಅನಿವಾರ್ಯತೆ ಇತ್ತು. ಲಂಕೇಶ್ ತಾವು ಹೇಳುತ್ತಿದ್ದ ಹೊಸ ರಾಜಕಾರಣವನ್ನು ಪ್ರಯೋಗ ಮಾಡಿ ನೋಡುವ ಗುರಿಯಿಂದ ಅಥವಾ ತಮ್ಮ ನಾಯಕತ್ವವನ್ನು ವಿಸ್ತರಿಸಿಕೊಳ್ಳಲು ರಾಮದಾಸ್, ಕೇಶವಮೂರ್ತಿ ಮತ್ತು ಅನೇಕರ ಜೊತೆ ಸೇರಿ 'ಕರ್ನಾಟಕ ಪ್ರಗತಿರಂಗ' ಎಂಬ ರಾಜಕೀಯ ಪಕ್ಷವನ್ನೂ ಹುಟ್ಟು ಹಾಕಿದರು. ಕರ್ನಾಟಕದ ಹಲವು ಊರುಗಳಲ್ಲಿ ಈ ಹೊಸ ರಾಜಕೀಯ ವನ್ನು ವಿವರಿಸಿದರು. ಭಾಷಣ ಮಾಡಲು ಹಿಂಜರಿಯುತ್ತಿದ್ದ ಲಂಕೇಶ್, ಜನ ಸಾಮಾನ್ಯರನ್ನು ಉದ್ದೇಶಿಸಿ ಮಾತಾಡುತ್ತಾ, ಪ್ರಾಮಾಣಿಕ ಸಾರ್ವಜನಿಕ ಭಾಷಣದ ನುಡಿಗಟ್ಟಿಗೆ ಹತ್ತಿರ ಬರಲೆತ್ನಿಸಿದರು. ಆ ಕಾಲದಲ್ಲಿ ಅವರ ಜೊತೆಯಲ್ಲಿದ್ದ ಮಿತ್ರ ಬಸವರಾಜ ಅರಸು ಹೇಳುವಂತೆ 'ಆಗ ಕೂಡ ಲಂಕೇಶ್ ಒಂದು ಊರಿನಲ್ಲಿ ಮಾತಾಡಿದ್ದನ್ನು ಇನ್ನೊಂದು ಊರಿನಲ್ಲಿ ಮಾತಾಡುತ್ತಿರಲಿಲ್ಲ'. ಆದರೂ ಹೀಗೆ ನಿರಂತರವಾಗಿ ಸಾರ್ವಜನಿಕವಾಗಿರುವುದು ಲಂಕೇಶರಿಗೆ ಒಗ್ಗಲಿಲ್ಲ. ಹೀಗಾಗಿ 'ಪ್ರಗತಿರಂಗ' ಲೇಖಕನೊಬ್ಬ ಕೆಲ ಕಾಲ ನಡೆಸಿದ ಪ್ರಯೋಗದ ಮಟ್ಟದಲ್ಲಷ್ಟೇ ಉಳಿಯಿತು. ಪಕ್ಷದ ಪ್ರಣಾಳಿಕೆಯೂ ಸಿದ್ಧವಾಗಿತ್ತು. ಆದರೆ ಲಂಕೇಶ್ ಮುಂದಿನ ಹೆಜ್ಜೆಯಿಡಲು ಹಿಂಜರಿದರು. ಲೇಖಕನೊಬ್ಬನಿಗೆ ತನ್ನ ಅಥೆಂಟಿಕ್ ಹಾಗೂ ಸೂಕ್ಷ್ಮ ವ್ಯಕ್ತಿತ್ವ, ಭಾಷೆಯ ಪ್ರಾಮಾಣಿಕತೆಯನ್ನು ಉಳಿಸಿಕೊಳ್ಳುವ ಪ್ರಶ್ನೆ ಕೂಡ ಮುಖ್ಯವಾಗಿರಬಹುದು. ರಾಜಕೀಯಕ್ಕೆ ಬೇಕಾದ, ತನ್ನಿಂದ ಹೊರಗಿರುವ

ಭಾಷೆಗೆ ಆತ ಸಲೀಸಾಗಿ ಒಗ್ಗಿಕೊಳ್ಳಲಾರ. ಲಂಕೇಶರು ಎದುರಿಸಿದ ಈ ಸೂಕ್ಷ್ಮ ಸಮಸ್ಯೆ 'ಸರ್ವೋದಯ ಕರ್ನಾಟಕ' ಪಕ್ಷದ ಅಧ್ಯಕ್ಷರಾದ ದೇವನೂರ ಮಹಾದೇವ ಅವರಿಗೂ ಎದುರಾಗಿರಬಹುದು.

'ಪ್ರಗತಿರಂಗ'ದ ಈ ಪ್ರಯೋಗದಲ್ಲಿ ಹಲವಾರು ತರುಣ, ತರುಣಿಯರ ಪ್ರಜ್ಞೆ ಮೊನಚಾಗಿದ್ದರಿಂದ ಅದೆಲ್ಲ ಸಮಾಜಕ್ಕೆ ನೆರವಾಗಿರುವುದು ನಿಜ. ಅದರ ಜೊತೆಗೇ ಕತೆಗಾರ ಲಂಕೇಶರ ಮರುಹುಟ್ಟು 'ಪ್ರಗತಿರಂಗ'ದ ಓಡಾಟದಿಂದ ಕೂಡ ಸಾಧ್ಯವಾಯಿತು. ಆದರೆ 'ಪ್ರಗತಿರಂಗ'ದಂಥ ರಾಜಕೀಯ ಸಂಘಟನೆಯನ್ನು ಮುಂದುವರಿಸಲು ಬೇಕಾದ ಆಳದ ಬದ್ಧತೆ, ಜಿಗುಟುತನ ಲಂಕೇಶರಲ್ಲಿರಲಿಲ್ಲ. ಸೃಜನಶೀಲ ಲೇಖಕರು ಇಂಥ ವೇದಿಕೆಗಳನ್ನು ಬಹುಕಾಲ ಮುಂದುವರಿಸಿಕೊಂಡು ಹೋಗಲು ಆಗದಿರುವುದಕ್ಕೆ ವ್ಯಕ್ತಿಗತ ಕಾರಣಗಳೂ ಇರಬಹುದು. ಸ್ವಪರೀಕ್ಷೆ, ಸಂಕೋಚ, ಒಂದನ್ನು ಬಿಟ್ಟು ಇನ್ನೊಂದನ್ನು ಪ್ರಯೋಗ ಮಾಡುವ ಕಾತರ ಹಾಗೂ ಸಾಮಾಜಿಕ ವೇದಿಕೆಗಳ ಬಗ್ಗೆ ಇಂಥ ಲೇಖಕರ ಆಳದಲ್ಲಿರಬಹುದಾದ ಅಸಡ್ಡೆ ಕೂಡ ಇದಕ್ಕೆ ಕಾರಣ ಇರಬಹುದು.

ಈ ಹಿನ್ನೆಲೆಯಲ್ಲಿ, ಪ್ರೊ.ಎಂ.ಡಿ.ನಂಜುಂಡಸ್ವಾಮಿಯವರನ್ನೂ ಲಂಕೇಶರನ್ನೂ ಹೋಲಿಸಿ ನೋಡಿದರೆ ಈ ಅಂಶ ಇನ್ನಷ್ಟು ಸ್ಪಷ್ಟವಾಗಿ ಗೊತ್ತಾಗುತ್ತದೆ. ಸಾಮಾಜಿಕ, ಆರ್ಥಿಕ ಸಂಗತಿಗಳ ಬಗ್ಗೆ ಅಪಾರ ಸ್ಪಷ್ಟತೆ ಹಾಗೂ ಆಳವಾದ ಪಾಂಡಿತ್ಯವಿದ್ದ ಎಂ.ಡಿ.ಎನ್. ರೈತಸಂಘಟನೆಗಾಗಿ ಜೀವಮಾನವಿಡೀ ತಮ್ಮನ್ನು ತಾವು ಒಪ್ಪಿಸಿಕೊಂಡಿದ್ದರು. ಆ ಬದ್ಧತೆ ಲಂಕೇಶರಲ್ಲಿರಲಿಲ್ಲ. ಕೆಲ ವರ್ಷ ರೈತ ಚಳವಳಿಯನ್ನು ಬೆಂಬಲಿಸಿದ ಲಂಕೇಶರು ಆನಂತರ ರೈತಸಂಘದ ಬಗ್ಗೆ ಎತ್ತಿದ ಪ್ರಶ್ನೆಗಳಲ್ಲಿ ಕೆಲವು ಅರ್ಥಪೂರ್ಣವಾಗಿದ್ದವೆಂಬುದು ನಿಜ. ಆದರೆ ಲಂಕೇಶರು ಬರಬರುತ್ತಾ ನಂಜುಂಡಸ್ವಾಮಿಯವರನ್ನು ಗೇಲಿ ಮಾಡತೊಡಗಿದ ರೀತಿ ಸಮಾನ ವ್ಯಕ್ತಿತ್ವದ ಸಮಕಾಲೀನರ ನಡುವಣ ಅಸೂಯೆ, ಅಸಹನೆಗಳಿಂದಲೂ ಹುಟ್ಟಿದಂತಿತ್ತು. ತೊಂಬತ್ತರ ದಶಕದಲ್ಲಿ ಮುಖ್ಯಮಂತ್ರಿಯಾಗಿದ್ದ ದೇವೇಗೌಡರು ಒಮ್ಮೆ ಠೇಂಕಾರದಿಂದ 'ನಂಜುಂಡಸ್ವಾಮಿಯವರನ್ನು ಟಾಡಾ ಕಾಯ್ದೆಯಡಿ ಬಂಧಿಸುತ್ತೇನೆ' ಎಂದು ಚೀರಿದ್ದರು. ಒಂದು ಸಂಜೆ ಲಂಕೇಶರು ದೇವೇಗೌಡರ ಈ ಮಾತನ್ನು ಜಗಿಯುತ್ತಾ ಆನಂದಿಸುತ್ತಿದ್ದರು. ನಂಜುಂಡಸ್ವಾಮಿಯವರ ಬಗ್ಗೆ ಅಪಾರ ಗೌರವವಿದ್ದ ನಾನು 'ಈ ಕಾಯ್ದೆಯನ್ನು ದುಷ್ಟನೊಬ್ಬ ನಿಮಗೂ ನನಗೂ ಎಲ್ಲರಿಗೂ ಅನ್ವಯಿಸಬಹುದು' ಎಂದು ವ್ಯಗ್ರವಾಗಿ ಹೇಳಿದಾಗ ಲಂಕೇಶರು ಒಮ್ಮೆ ತೀಕ್ಷ್ಣವಾಗಿ ನನ್ನತ್ತ ದಿಟ್ಟಿಸಿ ಸುಮ್ಮನಾದರು.

೧೧

ಸೋನೆಮಳೆಯ ಸಂಜೆ ಬಂದ ಆತ್ಮಕಥನ

ನಾವು ಏನು ಬರೆಯಹೊರಟರೂ ಅದರಲ್ಲಿ ಸುಳ್ಳು ಬೆರೆತಿರಬಹುದೇನೋ ಎಂಬ ಸಂದೇಹವನ್ನು ಸದಾ ಉಳಿಸಿಕೊಂಡಿದ್ದರಿಂದಲೇ ಲಂಕೇಶರು ದೊಡ್ಡ ಲೇಖಕ ರಾದುದು. ಅವರು ಆತ್ಮಚರಿತ್ರೆ ಬರೆಯಲಾರಂಭಿಸಿದಾಗ ಅದಕ್ಕೆ 'ಅರಿವು' ಎಂದು ಹೆಸರಿಡಬೇಕೆಂದುಕೊಂಡಿದ್ದರು. ಆಮೇಲೆ ಶಿಶುವಿನಹಾಳ ಶರೀಫರ ಸಾಲನ್ನು ಬಳಸಿ 'ನನ್ನೊಳಗ ನಾ ತಿಳಕೊಂಡೆ' ಎಂದು ಹೆಸರಿಟ್ಟರೆ ಹೇಗಿರುತ್ತೆ ಎಂದುಕೊಂಡರು. ಈ ಎರಡೂ ಶೀರ್ಷಿಕೆಗಳಲ್ಲಿದ್ದ ಪಾಂಪಸ್‌ನೆಸ್ ಹಾಗೂ ಅರೆಸತ್ಯ ಹೊಳೆದದ್ದರಿಂದಲೋ ಏನೋ 'ಆಲೆಮನೆ' ಎಂಬ ರೂಪಕಾತ್ಮಕ ಹೆಸರಿಡ ಬೇಕೆಂದುಕೊಂಡರು. ಕೊನೆಗೆ ಅದನ್ನು 'ಹುಳಿಮಾವಿನ ಮರ' ಎಂದು ಕರೆದರು. ಅದು ಹಿಂದೊಮ್ಮೆ ಅವರ ಪದ್ಯವೊಂದಕ್ಕೆ ಕೊಟ್ಟ ಶೀರ್ಷಿಕೆಯಾಗಿತ್ತು. ೧೯೭೭ರ ಆಗಸ್ಟ್ ತಿಂಗಳ ಗೌರಿ ಹಬ್ಬದ ರಾತ್ರಿ 'ಹುಳಿಮಾವಿನ ಮರ'ದ ಪ್ರೂಫಿನ ಹಾಳೆಗಳನ್ನು ಮೊದಲು ಕಂಡ ಪುಳಕವನ್ನು ನನ್ನ ಡೈರಿಯ ಹಾಳೆಗಳಿಂದ ಕೊಡುತ್ತೇನೆ:

'ವರ್ಡ್ಸ್‌ವರ್ತ್‌ನ ಬಾಲ್ಯಕಾಲವನ್ನು ಕುರಿತ ಆತ್ಮ ಚರಿತ್ರಾತ್ಮಕ ಕಾವ್ಯ 'ದಿ ಪ್ರೆಲ್ಯೂಡ್' ಓದಿ ಸಂಭ್ರಮ ಗೊಳ್ಳುತ್ತಿದ್ದಾಗ ಹೊರಗೆ ಕಾರು ನಿಂತ ಸದ್ದಾಯಿತು. ಡಿ.ಆರ್. ಬಂದಿರಬಹುದೆಂದುಕೊಂಡು ಕಾತುರದಿಂದ ಎದ್ದು

ಬಾಗಿಲ ಬಳಿ ಬಂದೆ. ಸೋನೆ ಮಳೆ. ಬಾಗಿಲು ತೆರೆದರೆ ಲಂಕೇಶರ ಡ್ರೈವರ್ ರೇವಣ್ಣ ನಿಂತಿದ್ದರು. ಕೈಯಲ್ಲೊಂದು ಪ್ಯಾಕೆಟ್ಟಿತ್ತು. ತೆಗೆದು ನೋಡಿದರೆ, 'ಹುಳಿಮಾವಿನ ಮರ: ಒಂದು ಆತ್ಮಕಥನ'ದ ಮೊದಲ ಪ್ರೂಫಿನ ಬಿಳಿ ಬೈಂಡಿನ ಮೇಲೆ 'ಡಿಯರ್ ನಟರಾಜ್, ಲೆಟ್ ಅನಿತಾ ರೀಡ್ ದಿಸ್ ಫಸ್ಟ್' ಎಂಬ ಲಂಕೇಶರ ಸಂದೇಶವಿತ್ತು. ಅಮೂಲ್ಯವಾದದ್ದೇನೋ ಸಿಕ್ಕಿದ ತಕ್ಷಣ ಬಾಚಿಕೊಳ್ಳುವವನ ಹಾಗೆ ಮೊದಲ ಪುಟದ ಮೇಲೆ ಕಣ್ಣಾಡಿಸಿ ಆತುರಾತುರವಾಗಿ ಕೊನೆಯ ಪುಟದತ್ತ ಬಂದು ಕೊನೆಯ ಪ್ಯಾರಾ ಓದಿ 'ಮೈ ಗಾಡ್, ಎಂಥ ಬರವಣಿಗೆ!' ಎಂದುಕೊಂಡೆ. ಪೂರ್ತಿ ಓದುವ ಮುನ್ನವೇ ಪುಸ್ತಕದ ಬಗೆಗೆ ಅಪಾರ ಉತ್ಸಾಹ ನನ್ನೊಳಗೆ ಉಕ್ಕುತ್ತಿದ್ದಂತಿತ್ತು. ತುಂತುರು ಹನಿ ಬೀಳುತ್ತಿದ್ದ ರಾತ್ರಿ ಎಂಟೂಮುಕ್ಕಾಲು ಗಂಟೆಗೆ ನನ್ನನ್ನು ತಟ್ಟಿದ ಆ ಆತ್ಮಚರಿತ್ರೆಯ ಈ ಕೊನೆಯ ಸಾಲುಗಳು:

> 'ಸಾವು ಇನ್ನು ಮೇಲೆ ನನಗೆ ಕೇವಲ ಕತೆಯಾಗದೆ, ಬದುಕುವ ಅಂತ್ಯ ಎಂಬ ಸತ್ಯ ಮಾತ್ರವಾಗದೆ, ನನ್ನ ಉಳಿದ ದಿನಗಳಲ್ಲಿ, ಬರೆದ ಸಾಲುಗಳಲ್ಲಿ ನೆಲೆಸಿ ಎಚ್ಚರಿಸುವ ಛಾಯೆ ಅನ್ನಿಸತೊಡಗಿತು... ಉಳಿದಿರುವ ಕಾಲ ಎಷ್ಟೋ ಗೊತ್ತಿಲ್ಲ. ಒಂದು ಕಣ್ಣು ಮುಚ್ಚಿ ಹೋಗಿರುವಾಗ ಹೊರಗೆ ತುಂತುರು ಹನಿ ಬೀಳುತ್ತಿರುವ ಈ ಆಗಸ್ಟ್ ತಿಂಗಳ ಕೊನೆಯಲ್ಲಿ ಯಾವ ಪಂಕ್ತಿಯೊಂದಿಗೆ ಇದನ್ನು ಮುಗಿಸಲಿ ಎಂದು ನೋಡುತ್ತಿದ್ದೇನೆ. ಆ ಪರಿಣಾಮಕಾರಿ ಮಾತುಗಳೂ ಅನಗತ್ಯ. ಇಷ್ಟಕ್ಕೇ ಸುಮ್ಮನಾಗುತ್ತಿದ್ದೇನೆ.'

ಈ ಪ್ರತಿ ನನ್ನ ಕೈಸೇರುವ ಎರಡು ವಾರಗಳ ಮೊದಲು, ಲಂಕೇಶ್ ಈ ಆತ್ಮಕಥನ ಬರೆದು ಮುಗಿಸಿ ಕೂತಿದ್ದ ಆ ಸಂಜೆಯ ಚಿತ್ರ ನೆನಪಿದೆ. ಅವತ್ತು ನಾನು ಲಂಕೇಶರ ಛೇಂಬರಿನ ಬಾಗಿಲು ದೂಡಿಕೊಂಡು ಒಳಗೆ ಕಾಲಿಕ್ಕಿದಾಗ, ಅವರು ಒಂದು ಬಗೆಯ ನಿರ್ಲಿಪ್ತತೆ, ನಿರ್ಲಕ್ಷ್ಯ ಎಲ್ಲವೂ ಬೆರೆತಂತಿದ್ದ ಮುಖ ಹೊತ್ತು, ತಮ್ಮ ಆತ್ಮಕಥನದ ಪ್ರೂಫಿನ ಪುಟಗಳಲ್ಲಿ ಅಲ್ಲೊಂದು ಇಲ್ಲೊಂದು ಸಾಲು ಹೊಡೆದು ಹಾಕುತ್ತಿದ್ದರು. ಅವತ್ತು 'ಲಂಕೇಶ್‌ಪತ್ರಿಕೆ'ಯ ಇತಿಹಾಸದಲ್ಲಿ ಒಂದು ಸವಾಲು ಎದುರಾಗಿತ್ತು. ಶಾಸಕಿಯರನ್ನು ಕುರಿತು ಟಿ.ಕೆ. ತ್ಯಾಗರಾಜ್ 'ಲಂಕೇಶ್‌ಪತ್ರಿಕೆ'ಯಲ್ಲಿ ಬರೆದ ವರದಿಯೊಂದನ್ನು ನೆಪ ಮಾಡಿಕೊಂಡು ಶಾಸನಸಭೆಯಲ್ಲಿ ಮುಖ್ಯಮಂತ್ರಿ ಪಟೇಲರಾದಿಯಾಗಿ ಅನೇಕ ಶಾಸಕರು 'ಲಂಕೇಶ್‌ಪತ್ರಿಕೆ'ಯ ವಿರುದ್ಧ ಬಾಯಿಗೆ ಬಂದಂತೆ ಚೀರಾಡಿದ್ದರು. ಲಂಕೇಶರ ಮಹತ್ವದ ಪುಸ್ತಕವೊಂದರ ಬರವಣಿಗೆ ಮುಗಿದ ದಿನವೇ ಅವರ ಜೀವನದ

ಮತ್ತೊಂದು ಅಧ್ಯಾಯ ಶುರುವಾದಂತೆ ನನಗನ್ನಿಸಿತು. ಕೆಲವೊಮ್ಮೆ ಇದ್ದಕ್ಕಿದ್ದಂತೆ ಸಿಡಿಯುತ್ತಿದ್ದ ಲಂಕೇಶ್ ಒಮ್ಮೊಮ್ಮೆ ಹೆಚ್ಚು ಮಾತಾಡದೆ ತುಟಿ ಬಿಗಿಹಿಡಿದು ಕಾದು ನೋಡುತ್ತಿದ್ದರೆಂಬುದನ್ನು ಹಲವು ಸಲ ಕಂಡಿದ್ದೆ. ಅವತ್ತೂ ಅಷ್ಟೆ. 'ಅನ್ನಲಿ, ಅನ್ನಲಿ' ಎಂದಷ್ಟೇ ಹೇಳಿ ಸುಮ್ಮನಾದರು. ಕಂಠಮಟ್ಟ ತಿಂದು ಸತ್ಯವೇ ಹೊರಡದ ಸ್ಥಿತಿ ತಲುಪಿದ್ದ ಶಾಸಕ, ಶಾಸಕಿಯರು ಜನರ ಕಷ್ಟಸುಖಗಳಲ್ಲಿ ಭಾಗಿಯಾಗಿದ್ದ ಪತ್ರಿಕೆಯೊಂದನ್ನು ಮುಟ್ಟುಗೋಲು ಹಾಕಿಕೊಳ್ಳಬೇಕೆಂದು ಚೀರಾಡತೊಡಗಿದ್ದರು. ಈ ಬಗ್ಗೆ ತ್ಯಾಗರಾಜ್ ವಿವರವಾಗಿ ಹೇಳಿದ ನಂತರ ಗಾಢ ವಿಷಾದ, ತೀವ್ರ ಛಲ, ಮೆಲ್ಲಗೆ ಗರಿಗಟ್ಟಿಕೊಳ್ಳತೊಡಗಿದ್ದ ಸಿಟ್ಟು ಎಲ್ಲವೂ ಆ ಸಂಜೆ ಪತ್ರಿಕೆಯ ಕಚೇರಿಯಲ್ಲಿ ತುಂಬಿದ್ದವು. ಇದಾದ ಎರಡೇ ವಾರಗಳಲ್ಲಿ 'ಹುಳಿಮಾವಿನ ಮರ'ದ ಮೊದಲ ಪ್ರೂಫ್ ನಮ್ಮ ಮನೆಗೆ ಬಂದಿತ್ತು.

ನನ್ನ ತಲೆಮಾರಿನವರು ಅಷ್ಟಾಗಿ ಕಂಡರಿಯದ ಲಂಕೇಶರ ಖಾಸಗಿಲೋಕ ಅವರ ಕತೆಗಳಷ್ಟೇ ತೀವ್ರವಾದ ಹಾಗೂ ಸಾಕಷ್ಟು ನೈತಿಕವಾದ ಗದ್ಯದಲ್ಲಿ ಈ ಪುಸ್ತಕದ ತುಂಬ ಹಬ್ಬಿಕೊಂಡಿತ್ತು. ಈ ಪುಸ್ತಕದ ವಿವರಗಳು ಸೂಚಿಸುವಂತೆ ಅವರ ಖಾಸಗಿ ಬದುಕು ವಿಚಿತ್ರ ಉದ್ವಿಗ್ನತೆಯಿಂದ ಕೂಡಿತ್ತು. ಅಥವಾ ಅವರು ಉದ್ವಿಗ್ನತೆಯನ್ನು ಹಾಗೇ ಕಾಯ್ದುಕೊಳ್ಳಲೆತ್ನಿಸಿದ್ದರು ಎನ್ನಿಸುತ್ತದೆ. ಅವರೇ 'ಹುಳಿಮಾವಿನ ಮರ'ದಲ್ಲಿ ಬರೆದುಕೊಂಡಿರುವಂತೆ ಅವರ ಬಾಲ್ಯ, ತಾರುಣ್ಯ ಹಾಗೂ ಕೌಟುಂಬಿಕ ಬದುಕು ಅಸಾಧ್ಯ ಟೆನ್ಷನ್‌ಗಳಿಂದ ತುಂಬಿದ್ದವು. ಲಂಕೇಶ್ ತಮ್ಮ ನಲವತ್ತು ವರ್ಷಗಳ 'ಬಡತನ'ದ ಮೇಲೆ ಸೇಡು ತೀರಿಸಿಕೊಳ್ಳುವವರಂತೆ ಆನಂತರದ ಬದುಕನ್ನು ಇಡಿಯಾಗಿ ಅನುಭವಿಸಿದರೆಂದು ಅವರನ್ನು ಹತ್ತಿರದಿಂದ ಬಲ್ಲವರು ಹೇಳುತ್ತಾರೆ. ಆ ಅನುಭವದ ಕಷ್ಟಗಳು ಕೂಡ ಈ ಆತ್ಮಚರಿತ್ರೆಯಲ್ಲಿವೆ. 'ಹುಳಿಮಾವಿನ ಮರ' ಕನ್ನಡದ ಶ್ರೇಷ್ಠ ಆತ್ಮಚರಿತ್ರೆಗಳಲ್ಲಿ ಒಂದು ಎಂಬುದು ಅದನ್ನು ಓದಿದವರಿಗೆಲ್ಲ ಅರಿವಾಗಿರುತ್ತದೆ.

೧೨

ರೂಪಕ ಪ್ರತಿಕ್ರಿಯೆ

ಲಂಕೇಶ್ ಹಾಗೂ ಡಿ.ಆರ್. ಎಂಬ ಎರಡು ತೀವ್ರ ವ್ಯಕ್ತಿತ್ವಗಳ ಬಗ್ಗೆ ನನ್ನ ಆಳದ ಕೆಲವು ಗುಪ್ತ ಪ್ರತಿಕ್ರಿಯೆಗಳನ್ನು ಆ ಕಾಲದ ನನ್ನ ಕೆಲವು ಪದ್ಯಗಳು ಒಳಗೊಂಡಂತಿವೆ! ಬರವಣಿಗೆಯ ಹಲವು ಪ್ರಕಾರ ಗಳ ಜೊತೆ ಸೆಣಸಬಯಸುವ ಆಧುನಿಕ ಲೇಖಕರು ಸಾಮಾನ್ಯವಾಗಿ ಹೆಚ್ಚು ಜನರಿಗೆ ತಲುಪದ ಗಂಭೀರ ಕಾವ್ಯಪ್ರಕಾರವನ್ನು ಯಾಕೆ ಆಶ್ರಯಿಸುತ್ತಾರೆ ಎಂಬುದು ಕುತೂಹಲಕರ. ಉಳಿದ ಯಾವ ಪ್ರಕಾರಗಳಲ್ಲೂ ಹೇಳಲು ಅಸಾಧ್ಯವಾದ ಅಂಶಗಳನ್ನು ಪದ್ಯದ ರೂಪಕ ಗಳ, ಪ್ರತಿಮೆಗಳ ಅಡಗುದಾಣಗಳಲ್ಲಿ ಹೇಳಲು ಲೇಖಕ, ಲೇಖಕಿಯರು ಪ್ರಯತ್ನಿಸುತ್ತಿರುತ್ತಾರೆ, ನಿಜ. ಆದರೂ ಯಾವುದೇ ಪದ್ಯ ಹುಟ್ಟಿದ ಸಂದರ್ಭಕ್ಕೂ ಆ ಪದ್ಯ ಸೂಚಿಸುವ ಅರ್ಥಗಳಿಗೂ ಖಾಯಂ ಸಂಬಂಧ ಕಲ್ಪಿಸಬಾರದು ಎಂಬ ವಾದವನ್ನು ಒಪ್ಪಿದವನು ನಾನು. ಅದೇನೇ ಇದ್ದರೂ, ಸ್ನೇಹ, ಕಿಚಾಯಿಸುವಿಕೆ, ಮದ್ಯಪಾನ, ಬೌದ್ಧಿಕತೆ, ಅನುಯಾಯಿತನ, ಆರಾಧನೆ, ಸಹಾಯ, ಅನುಮಾನ, ಪ್ರೀತಿ, ಸಿಟ್ಟು, ತಾತ್ಸಾರ, ಬಂಡಾಯ ಎಲ್ಲವೂ ಬೆರೆತುಹೋದ ಈ ಮೂವರ ನಡುವಣ ಸಂಬಂಧಗಳ ಬಗೆಗಿನ ಸಂಕೀರ್ಣ ಪ್ರತಿಕ್ರಿಯೆಗಳನ್ನು ಈ ಪದ್ಯಗಳು ಮಂಡಿಸುವಂತೆ ಕಾಣುತ್ತವೆ.

೧೯೯೯ರಲ್ಲಿ ಪ್ರಕಟವಾದ ನನ್ನ 'ರೂಪಕಗಳ ಸಾವು' ಎಂಬ ಕವನ ಸಂಕಲನವನ್ನು ಈಗ ನೋಡಿದರೆ, ಅಲ್ಲಿ ಲಂಕೇಶರ ನೀಲು ಕುರಿತ ಒಂದು ಪದ್ಯ, ಡಿ.ಆರ್. ತೀರಿಕೊಂಡಾಗ ಬರೆದ 'ಉರಿದುಬಿದ್ದ ಗುರುವಿಗೆ' ಎಂಬ ಪದ್ಯ, ಲಂಕೇಶರ ಸುತ್ತಮುತ್ತ ಬರೆದ 'ಶರಣಾಗತಿಯಾಚೆಗೆ', 'ಬಿನ್ನವತ್ತಳೆ', 'ಗುಡಿ ಕಟ್ಟುವ ಕೆಲಸ' ಮುಂತಾದ ಪದ್ಯಗಳು ಕಂಡವು. 'ಎಮರ್ಜೆನ್ಸಿಯಲ್ಲಿ ಹುಟ್ಟಿದವನ ಗದ್ಯಗೀತೆ' ಪದ್ಯದಲ್ಲಿ ಡಿ.ಆರ್. ಹಾಗೂ ಲಂಕೇಶ್ ಈ ಇಬ್ಬರ ಬಗೆಗೂ ರೆಫರೆನ್ಸುಗಳಿವೆ. ಈ ಪದ್ಯಗಳು 'ಇಂತಿ ನಮಸ್ಕಾರಗಳು' ಎಂಬ ಈ ಸೃಜನಶೀಲ ಸ್ಪಂದನ ಈ ತನಕ ಮುಟ್ಟಲೆತ್ನಿಸಿರುವ ಸ್ತರಗಳಿಗಿಂತ ಕೊಂಚ ಬೇರೆಯೇ ಸ್ತರಗಳನ್ನು ಮುಟ್ಟಲೆತ್ನಿಸಿವೆಯೆಂಬ ಊಹೆ ನನ್ನದು. ಈ ಉದ್ದೇಶದಿಂದ ಆಗಿನ ನನ್ನ ಕೆಲವು ಪದ್ಯಗಳನ್ನು ಈ ಅಧ್ಯಾಯದಲ್ಲಿ ಹಾಗೂ ಡಿ.ಆರ್. ಕುರಿತ ಮುಂದಿನ ಅಧ್ಯಾಯವೊಂದರಲ್ಲಿ ಕೊಟ್ಟಿರುವೆ:

ಶರಣಾಗತಿಯಾಚೆಗೆ

ಕಡೆಗೂ ಸವಾಲೆಸೆದು ನೀ ಕೊಟ್ಟ
ವಿಷದ ಬಟ್ಟಲನ್ನೆತ್ತಿ ಒಂದೇಟಿಗೆ ಗಂಟಲಿಗೆ ಬಗ್ಗಿಸಿದೆ;
ಒಳಗೂ ಇಳಿಯದೆ ಹೊರಗೂ ಚೆಲ್ಲದೆ
ವಿಷ ಗಂಟಲಲ್ಲೆ ನಿಂತು ಕೊರಳೆಲ್ಲ ನೀಲಿಗಟ್ಟಿತು.
ನೀನೋ ಅಷ್ಟಕ್ಕೆ ನನ್ನ ಬಿಡದೆ ಕೊರಳಪಟ್ಟಿ ಹಿಡಿದು ಕಡಲಿಗೆ ದಬ್ಬಿದೆ;
ಕಡಲಲ್ಲಿ ಬಿದ್ದೆದ್ದು ಮೈಯೆಲ್ಲ ಉಪ್ಪಾಗಿ
ಚರ್ಮದ ಮೇಲೊಂದು ಖಾಯಂ ಪೊರೆಯೆದ್ದಿತು.

ಇನ್ನು ಶಿರವನೊಪ್ಪಿಸು ಎಂದೆ ನೀನು;
ಇಗೋ ಎಂದು ಶಿರ ಹರಿದು
ತಂದೆ, ತಗೋ ಎಂದೆ ನಾನು.

ನೀನೋ ಆ ತಲೆಯ ಚಿಪ್ಪೊಡೆದು
ತಡಕಾಡಿ ಅಲ್ಲಿ ಮುತ್ತೊಂದೂ ಕಾಣದೆ
ನನ್ನ ತೊಗಲು ಸುಲಿಯಲು ಬಂದೆ;
ನೀ ನನ್ನ ಮಾದಾರ ಚೆನ್ನ ಎಂದು ಅರಚುತ್ತ
ಸುಲಿದ ತೊಗಲಿನ ಮೆಟ್ಟು ಮೆಟ್ಟಿ ನಿಂದೆ.

ಉಘೇ ಎಂದು ಕೈಯೆತ್ತು ಎಂದೆ;
ಎತ್ತಿದ ಕೈ ಛಕ್ಕನೆ ಕೊಚ್ಚಿ
ಕುತ್ತಿಗೆಯ ಮೇಲೆರಗಿತ್ತು ನಿನ್ನ ಕೊಡಲಿಯ ಬಾಯಿ.

ಮರಳಲ್ಲಿ ಹೊರಳಾಡೊ ನನ್ನ ರುಂಡದೊಳಗಿಂದ
ಎಲ್ಲ ನಿನಗಿತ್ತೆನೆಂದು ಘೀಳಿಡುವ ಕೊರಳು;
ಅತ್ತಿತ್ತ ಹೊರಳೋ ನನ್ನ ನಾಲಿಗೆ ಮಾತ್ರ
ನಡುನಡುವೆ ನಿನ್ನ ಸ್ತುತಿಸುವ ಹಾಗೆ ನರಳುತ್ತಿತ್ತು.

ಆ ಸ್ತುತಿಯ ದನಿ ಕುರಿತು
ನಿನಗೆ ಸಂಶಯ ಚಿಗಿತು
ನನ್ನ ಎದೆ ಬಗೆದು ನೋಡಿದರೆ
ಅಲ್ಲಿ ನಿನ್ನ ಪ್ರತಿಮೆಯ ಗುರುತೇ ಇರದ
ಖಾಲಿ ಗರ್ಭಗುಡಿ ರಾಚಿ ಬುಡ ಕಡಿದು ಬಿದ್ದೆ ನೀನು.

ಕೊನೆಗೊಮ್ಮೆ ಮೇಲೆದ್ದು ಕೈಮುಗಿದು,
ಎಲ್ಲಿ? ನಿನ್ನ ನಾಲಿಗೆ ಮೇಲೆ ಸದಾ ಕುಣಿವ
ನನ್ನ ಸ್ತುತಿಗೀತೆಯೆಲ್ಲಿ?
ಆ ಗೀತೆಯ ಸ್ವರಗಳೆಲ್ಲಿ?
ಎಂದೆಲ್ಲ ನೀ ಅಂಗಲಾಚುತ್ತ ನನ್ನ ರಕ್ತನಾಳಗಳಲ್ಲಿ ತಡಕಿದೆ.

ಎಲ್ಲ ಕೊಡುತ್ತೇನೆಂದು ಭಾಷೆ ಕೊಟ್ಟವನು
ಕಡೆಗೇನೂ ಕೊಡದೆ ಹೋಗಿ
ಸದ್ದಿಲ್ಲದೆ ಪೊರೆ ಬಿಟ್ಟು
ತಂತಾನೆ ಹೊಸ ಮಾಂಸ, ಹೊಸ ತೊಗಲು
ಹೊಸ ಉಗುರು ಪಡೆದೇಬಿಟ್ಟನೆ
ಎಂದು ದಿಗಿಲಾಗಿ ನಿಂತ ನೆಲ ಸರಿದಂತಾಗಿ
ನೀನು ಮುಖ ಕಪ್ಪಿಟ್ಟು ನಿಂತೆ.

ಇತ್ತ: ಶತಮಾನಗಳ ಗುಲಾಮಗಿರಿಯ ಬಳಿಕ
ಪಡೆದೇನೆ ಹೊಸ ಖಂಡ
ತೊಟ್ಟೇನೆ ಹೊಸ ತೊಗಲು
ಚಿಗಿತಾವೆ ಹೊಸ ಉಗುರು
ಎಂಬ ಕಳವಳದಲ್ಲಿ
ಮುಖವಾಗಲೀ ಮುಖವಾಡವಾಗಲೀ

ಊರಲು ಪಾದವಾಗಲೀ
ಇರದೆ ಗಾಳಿಯಲ್ಲಿ ತೂಗುವ ನಾನು...

(೧೯೯೬-೯೭)

* * *

ಬಿನ್ನವತ್ತಳೆ

ಮುಟ್ಟಲು ಬಂದರೆ
ಛಟ್ಟನೆ ಸಿಡಿದು ಹರಳಾಗುವಿರಿ
ಸಿಡಿದದ್ದು ಹರಳೆಂದು ಹೆಕ್ಕಲು ಹೋದರೆ
ರೆಕ್ಕೆಯೊಡೆದು ಹಾರುವಿರಿ
ಹಾರುಗುದುರೆ ಬೆನ್ನೇರಿ ಬಂದರೆ
ದೂರದೂರಲ್ಲಿ ಮೋಡವಾಗುವಿರಿ
ಛಲಬಿಡದೆ ಮಾಡ ತಲುಪಿ
ಮೋಡದಲ್ಲಿರುವಿರೆಂದು ತಡಕಿದರೆ
ಧುತ್ತನೆ ಮಳೆಯಾಗಿ ಇಳೆಗಿಳಿಯುವಿರಿ
ಸಸಿಯಾಗಿ ಹೊರ ಚಿಗಿವ
ಕಾಲಕ್ಕೆಂದು ಕಣ್ಬಿಟ್ಟು ನಿಂತರೆ
ಕಣ್ಕಟ್ಟು ಮಾಡಿ
ಯಾವ ಮಾಯದಲ್ಲೋ ನಿಗುರಿ
ಬಾನು ಮುಟ್ಟುವಿರಿ...

ಬೆಕ್ಕಿಗೆ ಒಂಬತ್ತು ಜೀವವಿದ್ದರೆ
ತಮಗೆ ತೊಂಬತ್ತು ಜೀವವೆನ್ನುವರು;
ಹಾಗೆ ಯಾವ ಕೈಗೂ ದಕ್ಕದ ಹಾಗೆ
ಹಾರುವುದನ್ನು ಜಾರುವುದನ್ನು
ಕಲೆಯಾಗಿಸಿದ ತಮ್ಮ ತಲೆಗೆ
ತಲೆದೂಗಿದೆ ಧಣಿ;
ಈ ಕಸುಬಲ್ಲಿ ತಮ್ಮ ಕಸುವೂ ಕಲೆಯೂ
ಆವಿಯಾಗಿದ್ದು ಕಾಣದ ಹಾಗೆ
ತಮ್ಮ ಮೂರನೆಯ ಕಣ್ಣಿಗೂ ಮೊರೆ ಹಬ್ಬಿದ್ದು ಕಂಡು
ಕೊರಗಿ ಕಣ್ಣು ಮುಚ್ಚಿದೆ ಧಣಿ.

ಮಾರನೆಯ ದಿನ
ಕಣ್ಣುಬಿಟ್ಟಾಗ ತಾವೊಂದು ಮರವಾಗಿ
ನಿಂತಿದ್ದಿರಿ;
ಮರದ ಆಕಾರಕ್ಕೆ ಅವಾಕ್ಕಾಗಿ
ಮರದ ತೋಳುಗಳಲ್ಲಿ ಮರಿಹಕ್ಕಿಗಳ
ನಿರುಮ್ಮಳತೆಗೆ ನಿಬ್ಬೆರಗಾಗಿ
ಕೊನೆಗೆ ಬಿನ್ನಹಕೆ ಬಾಯ್ತೆರೆದೆ ಧಣಿ:

ಅಲ್ಲಿ ತಮ್ಮದೇ ಸ್ವರವಿತ್ತು.

(೧೯೯೮-೯೯)

* * *

ಗುಡಿ ಕಟ್ಟುವ ಕೆಲಸ

'...Sin grows with doing good.'

-T.S. Eliot, *Murder in the Cathedral*

ಗುಡಿಕಟ್ಟುವೆನೆಂದು
ಇಡೀ ಹಗಲು
ಇಡೀ ರಾತ್ರಿ
ನೀನು ದಣಿವರಿಯದೆ ಅಗೆದು ತೆಗೆದ
ರಾಶಿ ರಾಶಿ ಮಣ್ಣೇಕೆ
ದಿನದಿನಕ್ಕೆ
ದುರ್ಗಂಧ ಚೆಲ್ಲಿತಣ್ಣ?

ಕೈಯಾರೆ ನೀ ನೆಟ್ಟ ಬೀಜಗಳು
ಸಸಿಯಾಗಿ ಗಿಡವಾಗಿ
ಹೂಬಿಟ್ಟು ಸೂಸಿದ ಸುಗಂಧ
ಗಾಳಿ ಸೇರಿದ ಗಳಿಗೆ
ಆ ಗಾಳಿ ಯಾಕಣ್ಣ ವಿಷವಾಯಿತು?

ವಿಷವು ನಿನ್ನೊಳಗಿತ್ತೊ
ಎಸೆದ ಬೀಜದೊಳಗಿತ್ತೊ
ನೇಗಿಲ ಕುಳದೊಳಗಿತ್ತೊ

ಮಣ್ಣ ಮೈಯೊಳಗಿತ್ತೊ
ನೀರು ಗೊಬ್ಬರದೊಳಗಿತ್ತೊ
ಸುಳಿದ ಗಾಳಿಯೊಳಗಿತ್ತೊ
ಈ ನೆಲದ ಮಾಯೆಯೊಳಿತ್ತೊ
ಎಲ್ಲ ಯಾಕಣ್ಣ, ಯಾಕಣ್ಣ ಒಗಟಾಯಿತು?

ನಿನ್ನ ಮೈದಾಸ ಸ್ಪರ್ಶಕ್ಕೆ
ಸಿಕ್ಕಿದ್ದು ಸುಟ್ಟು ಕರಕಾಗಿ
ಉಳಿದದ್ದು ಕೆಸರ ತೊರೆಯಾಗಿ ಹರಿವಾಗ
ಅಲ್ಲಿ ಕಮಲಗಳು ಏಳುವುವೆಂದು
ನಾವಿನ್ನೂ ಕಾಯಲಹುದೆ?

(೧೯೯೯)

* * *

ಎಮರ್ಜೆನ್ಸಿಯಲ್ಲಿ ಹುಟ್ಟಿದವನ ಗದ್ಯಗೀತೆ ಪದ್ಯದ ಒಂದು ಭಾಗ:

ಎಂದೂ ಇಲ್ಲದ ಗುರುವು
ಇಂದು ಧರೆಗಿಳಿದು ಬಂದರು
ಗುರುಗಳು ಬಂದರು
ಲಘುಗಳು ಬಂದರು
ಗುರುಗಳ ಮೇಲೆ
ಗುರುಗಳು ಬಂದರು
ತಲೆ ತಟ್ಟಿದರು
ತಲೆ ಸವರಿದರು
ಎಲ್ಲ ಬಂದರು
ಎಲ್ಲ ಹೋದರು
ಮೇಲೇರಿ ಕೂತವರು
ಝುರ್‍ರಂತ ಜಾರಿದರು
ರಂಗದಲ್ಲಿದ್ದವರು ನೇಪಥ್ಯ ಸೇರಿದರು;
ಗೋಡೆಯ ಚಿತ್ರಗಳೆಲ್ಲ
ಗೋರಿ ಸೇರುವ ಹೊತ್ತು.

(೧೯೯೮-೯೯)

...ಈ ಪದ್ಯಗಳನ್ನು ಈಗ ನೋಡುತ್ತಿದ್ದರೆ ಇವು ಲಂಕೇಶ್, ಡಿ.ಆರ್. ಅಥವಾ ಯಾರಿಗಾದರೂ ಅನ್ವಯವಾಗುವಂತೆ ಕಾಣುತ್ತವೆ. ಈ ಖಾಸಗಿ ಸ್ಪಂದನಗಳ ಆಚೆಗೂ ಈ ಪದ್ಯಗಳಿಗೆ ಸ್ವತಂತ್ರ ಅಸ್ತಿತ್ವವೂ ಅರ್ಥವೂ ಇರುತ್ತದೆ ಎಂಬುದು ಕಾವ್ಯದ ಓದುಗರಿಗೆ ಗೊತ್ತಿರುತ್ತದೆ. 'ಶರಣಾಗತಿಯಾಚೆಗೆ' ಪದ್ಯವನ್ನು 'ಲಂಕೇಶ್‌ಪತ್ರಿಕೆ'ಯಲ್ಲೇ ಪ್ರಕಟಿಸಿದಾಗ 'ಪದ್ಯ ಚೆನ್ನಾಗಿದೆ' ಎಂದ ಲಂಕೇಶ್, ಆ ಪದ್ಯದ ಮರ್ಮ ಬಲ್ಲವರಂತೆ ಸಣ್ಣ ಕಣ್ಣಿನಲ್ಲಿ ನನ್ನನ್ನು ನೋಡಿ ಸುಮ್ಮನಾಗಿದ್ದರು! ನನ್ನ 'ರೂಪಕಗಳ ಸಾವು' ಸಂಕಲನ ಅವರ ಕೈಸೇರಿದ ಒಂದೆರಡು ವಾರದಲ್ಲೇ ಅವರು ತೀರಿಕೊಂಡರು. ಈ ಶೀರ್ಷಿಕೆ ನೋಡಿ 'ರೂಪಕಗಳಿಗೆ ಸಾವೆಲ್ಲಿರುತ್ತೆ?' ಎಂದು ಆಕ್ಷೇಪವೆತ್ತಿದ ಅವರಿಗೆ, 'ನನ್ನ ಪದ್ಯದಲ್ಲೇ ಆ ಪ್ರಶ್ನೆಗೆ ಉತ್ತರವಿದೆ. ಓದಿ ನೋಡಿ' ಎಂದೆ. 'ಓಹ್! ತಮ್ಮದು ಪುಸ್ತಕದ ಒಳಗೆ, ಹೊರಗೆ ಬೇರೆ ಬೇರೆ ಅರ್ಥ ಇರುತ್ತೋ?' ಎಂದು ವ್ಯಂಗ್ಯವಾಡುತ್ತಲೇ ಆ ಪುಸ್ತಕವನ್ನು ಟೇಬಲ್ಲಿನ ಮೇಲಿಟ್ಟರು. ಈ ಪುಸ್ತಕದಲ್ಲಿರುವ, ಮೇಲೆ ಕೊಟ್ಟಿರುವ ಪದ್ಯಗಳಿಗೆ ಪ್ರತಿಕ್ರಿಯೆ ನೀಡುವಷ್ಟು ಕಾಲ ಅವರಿಗೆ ಉಳಿದಿರಲಿಲ್ಲ. ನನ್ನ 'ಕೋಟೆಮನೆಯ ಪಾಠಗಳು' ಕತೆಯನ್ನು ತಮ್ಮ ಪತ್ರಿಕೆಯಲ್ಲೇ ಪ್ರಕಟಿಸಿದಾಗಲೂ ಅಲ್ಲಿ ತಮ್ಮ ಸುತ್ತ ಕೆಲವು ರೆಫರೆನ್ಸುಗಳಿವೆ ಎಂಬುದು ಲಂಕೇಶರಿಗೆ ಗೊತ್ತಿದ್ದಂತಿತ್ತು. ಯಾಕೆಂದರೆ, ಈ ಕತೆಯಲ್ಲಿ ಬೇರೆ ಬೇರೆ ವೇಷಗಳಲ್ಲಿ ಮೈದಾಳಿರುವ ರೂಪಕಗಳಿಗೆ ಮೂಲ ಪ್ರೇರಣೆಯಾಗಿದ್ದ ಘಟನೆಗಳನ್ನು ಹಾಗೂ ಸಂಚುಗಳನ್ನು ನಾವಿಬ್ಬರೂ ಆಗಾಗ್ಗೆ ಚರ್ಚಿಸಿದ್ದೆವು. ಇದಕ್ಕೂ ಮೊದಲು ೧೯೮೮ರಲ್ಲಿ 'ಗದ್ದೆ ಬದುವಿನ ಗುಂಟ ಕಾರ್ಲ್‌ಮಾರ್ಕ್ಸ್ ಎಂಬೋನು' ಎಂಬ ನನ್ನ ಪದ್ಯ 'ಶೂದ್ರ' ಪತ್ರಿಕೆಯಲ್ಲಿ ಪ್ರಕಟವಾದಾಗ 'ಇದು ಲಂಕೇಶ್ ಮೇಲೆ ಬರೆದ ಪದ್ಯ! ನಮಗೆ ಎಲ್ಲಾ ಗೊತ್ತಾಗುತ್ತೆ!' ಎಂದು ಮಿತ್ರನೊಬ್ಬ ಕಾರಣವಿಲ್ಲದೆ ಬೀಗಿದ್ದು ನೆನಪಾಗಿ ಅವರವರ ಭಾವಕ್ಕೆ ತಕ್ಕಂತೆ ಪದ್ಯಗಳು ಬೆಳೆಯುವ ವಿಚಿತ್ರಕ್ಕೆ ವಿಸ್ಮಯವಾಗುತ್ತದೆ! ಇಂಥದೊಂದು ಪ್ರತಿಕ್ರಿಯೆ ಡಿ.ಆರ್. ಅವರಿಂದಲೂ ಬಂದದ್ದು ಕುತೂಹಲಕರವಾಗಿತ್ತು. ೧೯೮೯ರಲ್ಲಿ 'ಶೂದ್ರ'ದಲ್ಲಿ 'ಕಾಣೆಯಾದ ಮೇಷ್ಟ್ರಿಗೆ' ಎಂಬ ನನ್ನ ಪದ್ಯವೊಂದು ಪ್ರಕಟವಾಗಿತ್ತು. ಅದೇ ಆಗ ಡಿ.ಆರ್. ಮಾರ್ಗದರ್ಶನದಲ್ಲಿ ನನ್ನ ಪಿಎಚ್.ಡಿ. ಅಧ್ಯಯನ ಶುರುವಾಗಿತ್ತು. ಆ ಪದ್ಯ ಓದಿದ ಡಿ.ಆರ್., 'ಐ ಹೋಪ್ ದ ಪೊಯೆಮ್ ಈಸ್ ನಾಟ್ ಎಬೌಟ್ ಮಿ!' ಎಂದು ನಕ್ಕದ್ದು ನೆನಪಾಗುತ್ತಿದೆ... ಆದರೆ ಆಗಿನ್ನೂ ಡಿ.ಆರ್. ನನ್ನೊಳಗೆ ಹಾಗೆ ಮೇಷ್ಟರಾಗಿ ಬೆಳೆಯುವ ಬಗೆಗೆ ಖಾತ್ರಿಯಿರಲಿಲ್ಲ. ಆ ಕತೆ ಮುಂದಿನ ಅಧ್ಯಾಯಗಳಲ್ಲಿ...

೧೩

ಅಮೃತಕ್ಕೆ ಹಾರಿದ ಗರುಡ

ಲೇಖಕನೊಬ್ಬ ಒಂದೇ ಒಂದು ಸಣ್ಣ ಹೊಸ ಒಳನೋಟ ಕೊಟ್ಟರೂ ಸಾಕು, ನಮ್ಮೊಳಗೆ ಖಾಯಂ ಆಗಿ ಉಳಿದುಬಿಡುತ್ತಾನೆ. ನನಗೆ ನೆನಪಿರುವಂತೆ ಡಿ.ಆರ್. ನಾಗರಾಜ್ ಅವರ ಬಗ್ಗೆ ನನಗೆ ಮೊದಲು ಮೆಚ್ಚುಗೆ ಮೂಡಿದ್ದು 'ಒಡಲಾಳ' ನಾಟಕದ ಬಗ್ಗೆ ಅವರು ಮಾಡಿದ ಕಾಮೆಂಟಿನಿಂದ. ಎಲ್ಲರ ಹಾಗೆ ನಾನೂ ಸಿ.ಜಿ.ಕೆ. ನಿರ್ದೇಶಿಸಿದ ದೇವನೂರ ಮಹಾದೇವರ ಕತೆಯನ್ನು ಆಧರಿಸಿದ 'ಒಡಲಾಳ' ನಾಟಕ ನೋಡಿ ತಲೆದೂಗುತ್ತಾ ಹೊರಬಂದಿದ್ದೆ. ಇವತ್ತಿಗೂ ಅದು ಭಾರತದ ರಂಗಭೂಮಿಯ ಶ್ರೇಷ್ಠ ನಾಟಕಗಳಲ್ಲಿ ಒಂದು ಎಂದು ನನ್ನ ನಂಬಿಕೆ. ಒಮ್ಮೆ ಡಿ.ಆರ್. ಜೊತೆಗಿನ ಯಾವುದೋ ಮಾತುಕತೆಯ ನಡುವೆ 'ಒಡಲಾಳ' ನಾಟಕ ಸುಳಿಯಿತು. ಆ ನಾಟಕದ ಮೊದಲ ದೃಶ್ಯದಲ್ಲಿ ಚೆನ್ನಾಗಿ ಡ್ರೆಸ್ ಮಾಡಿಕೊಂಡ ನಗರದ ವ್ಯಕ್ತಿಯೊಬ್ಬ ಹಳ್ಳಿಗೆ ಬರುತ್ತಾನೆ. ಅವನು ಇನ್ಸ್‌ಪೆಕ್ಟರ್ ಎಂದು ತಿಳಿಯದ ಪೋಲೀಸ್ ಪೇದೆ 'ಹಲ್ಕಾ ನನ್ಮಗನೆ' ಎಂದು ಬಯ್ಯುತ್ತಾ ಇನ್ಸ್‌ಪೆಕ್ಟರ್ ಮೇಲೆ ಎರಗುತ್ತಾನೆ. ಕೊನೆಗೆ ಆ ನಗರದವನು 'ನಾನೇ ಹೊಸದಾಗಿ ಬಂದಿರೋ ಇನ್ಸ್‌ಪೆಕ್ಟರ್' ಎಂದು ಪೇದೆಯ ಕಾಲಿನತ್ತ ಸೂಟ್‌ಕೇಸ್ ಎಸೆಯುತ್ತಾನೆ. ನಾಟಕ ಕೊಂಚ ತಮಾಷೆಯಾಗಿ ಶುರುವಾಗಲು ನಿರ್ದೇಶಕ

ರೂಪಿಸಿಕೊಂಡಿರುವ ದೃಶ್ಯ ಇದು. ಇದಕ್ಕೆ ಪ್ರತಿಕ್ರಿಯಿಸುತ್ತಾ ಡಿ.ಆರ್. ಹೇಳಿದರು: 'ಯಾವ ಯಾವ ವರ್ಗಗಳು ಯಾವ ಯಾವ ವರ್ಗಗಳ ಬಗೆಗೆ ಹೇಗೆ ವರ್ತಿಸುತ್ತವೆ ಎಂಬ ಕಲ್ಪನೆ ನಿರ್ದೇಶಕನಿಗೆ ಇಲ್ಲದಿದ್ದರೆ ಈ ಥರದ ತಪ್ಪು ಆಗುತ್ತದೆ. ಸಿಟಿಯಿಂದ ಬಂದ ಜರ್ಬಾದ ವ್ಯಕ್ತಿಯೊಬ್ಬನನ್ನು ಹಳ್ಳಿಯ ಪೋಲೀಸ್ ಪೇದೆ ಅಷ್ಟು ಸಲೀಸಾಗಿ 'ಹಲ್ಕಾ ನನ್ಮಗನೆ' ಎಂದು ಬೈಯುತ್ತಾ ಅವನ ಮೇಲೆ ಎರಗಲು ಸಾಮಾನ್ಯವಾಗಿ ಹಿಂಜರಿಯುತ್ತಾನೆ. ಇದು ನಿರ್ದೇಶಕನಿಗೆ ಗೊತ್ತಿರಬೇಕಾಗುತ್ತದೆ.'

ಆಗ ಇಂಗ್ಲಿಷ್ ಎಂ.ಎ. ವಿದ್ಯಾರ್ಥಿಯಾಗಿದ್ದ ನನಗೆ ಸಾಹಿತ್ಯ ಕೃತಿಯೊಂದರಲ್ಲಿ ಈ ಬಗೆಯಲ್ಲಿ ವರ್ಗ ಗುಣ ಗುರುತಿಸುವ ರೀತಿ ಅತ್ಯಂತ ಹೊಸದಾಗಿ ಕಂಡಿತ್ತು. ಈ ಥರದ ಮಾರ್ಕ್ಸ್‌ವಾದಿ ಹಿನ್ನೆಲೆಯಲ್ಲಿ ಸಾಹಿತ್ಯಕೃತಿಗಳನ್ನು ಡಿ.ಆರ್. ಚುರುಕಾಗಿ ಓದುತ್ತಿದ್ದ ಕ್ರಮವೇ ನನಗೆ ಅವರ ಬಗೆಗಿನ ಆರಂಭದ ಸೆಳೆತಕ್ಕೆ ಕಾರಣವಾಗಿತ್ತು.

ದೊಡ್ಡಬಳ್ಳಾಪುರದ ಸ್ಕೂಲ್‌ಮೇಷ್ಟರೊಬ್ಬರ ಮಗ ಡಿ.ಆರ್. ನಾಗರಾಜ್ ಬಾಲ್ಯದಲ್ಲಿ ಕೆಲವು ವರ್ಷ ತಮ್ಮ ಕುಲಕಸುಬಾದ ನೇಯ್ಗೆಯ ಹತಾರಗಳನ್ನು ಹಿಡಿದಿದ್ದರು; ಕ್ರಮೇಣ ಜಾತಿವ್ಯವಸ್ಥೆಯ ವಿರುದ್ಧ, ದೇವರ ವಿರುದ್ಧ ಬಂಡೆದ್ದು ತನ್ನ ಭೂತಕಾಲದಿಂದ ದೂರ ಸರಿಯಲೆತ್ನಿಸಿದರು. ಆ ಬಂಡುಕೋರತನದ ಕಾಲದಲ್ಲಿ ಅವರಿಗೆ ಸಿಕ್ಕಿದ ಮಾರ್ಕ್ಸ್‌ವಾದ ಅವರು ಸಮಾಜವನ್ನು, ಸಾಹಿತ್ಯವನ್ನು ನೋಡಲು ಹೊಸನೋಟವನ್ನು ಒದಗಿಸಿತು. ಬರಬರುತ್ತಾ ಸಮಾಜವಿಜ್ಞಾನಗಳು, ನಿರ್ವಸಾಹತೀಕರಣ ಸಿದ್ಧಾಂತಗಳು, ನವ ಇತಿಹಾಸವಾದ, ಸಬಾಲ್ಟರ್ನ್ ಸ್ಟಡೀಸ್ ಇವೆಲ್ಲ ಅವರ ಬರವಣಿಗೆಯಲ್ಲಿ ಬೆರೆತು, ಹೊಸ ರೀತಿಯ ಕಥನವೊಂದು ರೂಪುಗೊಂಡಿತು. ಕ್ರಮೇಣ ರೂಪಕಪ್ರಧಾನವಾದ ಈ ವಿಶ್ಲೇಷಣೆಯನ್ನು ಅವರು 'ಸಾಹಿತ್ಯ ಕಥನ' ಎಂದು ಕರೆದರು. ಇನ್ನಿತರ ಶಿಸ್ತುಗಳ ಜೊತೆಜೊತೆಗೇ ಸಾಹಿತ್ಯದ ಕೇಂದ್ರದಿಂದಲೇ ಜಗತ್ತನ್ನು ನೋಡುವ ವಿಶಾಲ ನೋಟಕ್ರಮವನ್ನು ರೂಪಿಸಿದರು.

ಈ ಪಯಣದಲ್ಲಿ ಎಲ್ಲೆಲ್ಲೋ ಅಲೆದು ಕೊನೆಗೆ ಡಿ.ಆರ್. ಒಬ್ಬ ದೊಡ್ಡ ಸೃಜನಶೀಲ ಲೇಖಕನ ಥರ ವಾಪಸ್ ತಮ್ಮ ಆರಂಭದ ಬಿಂದುವಿಗೇ ಬಂದರು. ಹಿಂದುಳಿದ ನೇಕಾರ ಮನೆತನದಲ್ಲಿ ಹುಟ್ಟಿದ ತನ್ನ ಸ್ಮೃತಿಗೆ, ತನ್ನ ಕುಲಕಸುಬಿಗೆ ಏನಾಯಿತು ಎನ್ನುವ ಹುಡುಕಾಟದಲ್ಲಿಯೂ ತೊಡಗಿದರು. ಆದ್ದರಿಂದಲೇ ಇಡೀ ಡಿ.ಆರ್. ಪ್ರಯಾಣ 'ದೊಡ್ಡಬಳ್ಳಾಪುರದಿಂದ ದೊಡ್ಡಬಳ್ಳಾಪುರಕ್ಕೆ' ನಡೆದ ಸಾಂಸ್ಕೃತಿಕ ಪ್ರಯಾಣದಂತೆ ಕಾಣುತ್ತದೆ. ಅದುವರೆಗಿನ ಪ್ರಯಾಣದಲ್ಲಿ ಅವರು ಕಂಡ ಪಾತ್ರಗಳು, ರೂಪಿಸಿದ ಹಾಗೂ ಕಲಿತ ಪರಿಕಲ್ಪನೆಗಳು, ಪ್ರತಿಮೆಗಳು, ತತ್ವಗಳು ಇವೆಲ್ಲವೂ ಈ ನೆಲದ ಶೂದ್ರರ ಚಿಂತನೆ, ಜ್ಞಾನಕ್ರಮ ಹಾಗೂ ಕಸುಬುಗಳಿಗೆ

ಏನಾಯಿತು ಎಂಬುದನ್ನು ವಿಶಾಲ ತಾತ್ವಿಕ ಚೌಕಟ್ಟಿನಲ್ಲಿಟ್ಟು ನೋಡಲು ಅವರಿಗೆ ನೆರವಾಗುವ ಹಂತ ತಲುಪಿದ್ದವು.

* * *

ತಮ್ಮ ಇಪ್ಪತ್ತೆರಡನೆಯ ವಯಸ್ಸಿಗಾಗಲೇ ಗ್ರೀಕ್ ಸಾಹಿತ್ಯವನ್ನು ಪರಿಚಯಿಸುವ 'ಪಾಶ್ಚಾತ್ಯ ಸಾಹಿತ್ಯ ಮಾರ್ಗದರ್ಶಿ' ಪುಸ್ತಕ ಬರೆದಿದ್ದ ಡಿ.ಆರ್. ಎಂಬತ್ತರ ದಶಕದ ಆರಂಭದ ಹೊತ್ತಿಗಾಗಲೇ ಮಹತ್ವದ ವಿಮರ್ಶಕರಾಗಿ ವಿಕಾಸಗೊಳ್ಳ ತೊಡಗಿದ್ದರು. ಬಂಡಾಯ ಸಾಹಿತ್ಯ ಸಂಘಟನೆಗಾಗಿ 'ಖಡ್ಗವಾಗಲಿ ಕಾವ್ಯ; ಜನರ ನೋವಿಗೆ ಮಿಡಿವ ಪ್ರಾಣಮಿತ್ರ' ಎಂಬ ಧ್ಯೇಯವಾಕ್ಯವನ್ನೂ ರೂಪಿಸಿದ್ದರು. ಆ ಕಾಲದಲ್ಲಿ 'ಡೆಕ್ಕನ್ ಹೆರಾಲ್ಡ್' ಪತ್ರಿಕೆಯ ಸಂಪಾದಕರಾಗಿದ್ದ ಕೆ.ಎನ್. ಹರಿ ಕುಮಾರ್ ಅವರ ಮಾರ್ಕ್ಸ್‌ವಾದಿ ಗ್ರಹಿಕೆ ಹಾಗೂ ಅವರ ಖಾಸಗಿ ಗ್ರಂಥ ಭಂಡಾರದ ಪುಸ್ತಕಗಳಿಂದ ಪಡೆದ ಜ್ಞಾನವನ್ನು ಡಿ.ಆರ್. ಆಗಾಗ್ಗೆ ನೆನಪಿಸಿಕೊಳ್ಳು ತ್ತಿದ್ದರು. ಹರಿಕುಮಾರ್ ಜೊತೆಗಿನ ಸಂಬಂಧ ಕೂಡ ಡಿ.ಆರ್. ಅವರ ಆರಂಭದ ಬೌದ್ಧಿಕ ಬೆಳವಣಿಗೆಯಲ್ಲಿ ಮುಖ್ಯ ಪಾತ್ರ ವಹಿಸಿದಂತಿದೆ. ಆಗ 'ಡೆಕ್ಕನ್ ಹೆರಾಲ್ಡ್' ಪತ್ರಿಕೆಗಾಗಿ ದಲಿತ ಹಾಗೂ ಬಂಡಾಯ ಬರಹಗಾರರನ್ನು ಕುರಿತು ಇಂಗ್ಲಿಷಿನಲ್ಲಿ ಸರಣಿ ಲೇಖನ ಬರೆದ ಡಿ.ಆರ್. ನಂತರ ಈ ಎರಡೂ ಮಾರ್ಗಗಳ ಬಹುತೇಕ ಬರಹಗಾರರ ಬಗ್ಗೆ ಉತ್ಸಾಹ ಕಳೆದುಕೊಂಡರು. ಅಧ್ಯಯನದ ಪರಿಶ್ರಮ, ಆಳದ ತೀಕ್ಷ್ಣ ಪ್ರತಿಕ್ರಿಯೆ ಹಾಗೂ ನಿಷ್ಠುರ ನೋಟಕ್ರಮಗಳ ಮೂಲಕ ಮಾತ್ರ ವಿಮರ್ಶೆ ಒಟ್ಟಾರೆಯಾಗಿ ಒಂದು ಸಂಸ್ಕೃತಿಯನ್ನು ಪೊರೆಯುತ್ತದೆ ಎಂದು ಬಲ್ಲ ಅವರು ಆರಂಭದಲ್ಲಿಯೇ 'ಸಾಹಿತ್ಯ ವಿಮರ್ಶೆ ಅಂತಿಮವಾಗಿ ಲೋಕವಿಮರ್ಶೆ' ಎಂಬ ನಿಲುವಿನಿಂದ ಹೊರಟರು. ಎಂಬತ್ತರ ದಶಕದ ಆರಂಭದಲ್ಲಿ ಕನ್ನಡ ವಿಮರ್ಶೆ ದಲಿತಕಾವ್ಯವನ್ನು ಪ್ರೋತ್ಸಾಹಿಸುವ ಧಾಟಿಯಲ್ಲಿ ಮಾತಾಡುತ್ತಾ, ಅದನ್ನು ವಿಮರ್ಶಿಸುವ ಕ್ರಮದ ಬಗ್ಗೆ ಅಸ್ಪಷ್ಟವಾಗಿತ್ತು. ಆಗ 'ಅಮೃತ ಮತ್ತು ಗರುಡ'ದಲ್ಲಿ 'ದಲಿತ ಕಾವ್ಯದಲ್ಲಿ ದಲಿತ ಲೋಕವೇ ಕಾಣೆಯಾಗಿದೆ' ಎಂಬುದನ್ನು ಡಿ.ಆರ್. ಗುರುತಿಸಿದರು. ಆನಂತರದ ದಿನಗಳಲ್ಲಿ ದಲಿತ ಕಾವ್ಯವು ದಲಿತ ಸಂಸ್ಕೃತಿಗಳ, ದಲಿತ ಪುರಾಣಗಳ, ಗ್ರಾಮದೇವತೆಗಳ ಲೋಕವನ್ನು ಹುಡುಕಿಕೊಂಡು ಹೆಚ್ಚು ಸಾಂದ್ರವಾಗಲು ಡಿ.ಆರ್. ಅವರ ಈ ಮಹತ್ವದ ಒಳನೋಟ ಕೂಡ ನೆರವಾಗಿರ ಬಹುದು.

ಅಂದಿನ ಬಂಡಾಯ ಕಾವ್ಯ ಆಶಯಗಳ ಅಬ್ಬರದಿಂದ ತೆಳುವಾಗುತ್ತಿದ್ದಾಗ, 'ಹೊಸದಾಗಿ ಬರೆಯುತ್ತಿರುವ ಕವಿಗಳ ಬಂಡಾಯಪ್ರಜ್ಞೆ ಹಾಗೂ ಎಚ್.ಎಸ್. ವೆಂಕಟೇಶಮೂರ್ತಿಯವರ ಭಾಷಾಪ್ರಜ್ಞೆ ಒಟ್ಟಾದರೆ ಈ ತಲೆಮಾರಿನ ಅತ್ಯುತ್ತಮ

ಕಾವ್ಯ ಹುಟ್ಟಲು ಸಾಧ್ಯವಾದೀತು' ಎಂದು ಡಿ.ಆರ್. ಬರೆದರು. ಒಂದೆಡೆ ಅಡಿಗರ ಕಾವ್ಯದ ಪ್ರಜಾಪ್ರಭುತ್ವವಿರೋಧಿ ನಿಲುವುಗಳ ಬಗ್ಗೆ ಡಿ.ಆರ್. ಆತುರದ ತೀರ್ಮಾನಕ್ಕೆ ಬಂದರೂ ಅಡಿಗರ ಕಾವ್ಯದ ಶ್ರೇಷ್ಠತೆ, ಸಂಕೀರ್ಣತೆ ಹಾಗೂ ಭಿನ್ನಮತೀಯ ದನಿಗಳನ್ನು ಗುರುತಿಸುತ್ತಲೂ ಇದ್ದರು. ಈ ಸೂಕ್ಷ್ಮತೆ ಹಾಗೂ ಮರು ಮೌಲ್ಯ ಮಾಪನ ಕನ್ನಡದ ಅನೇಕ ವಿಮರ್ಶಕರಲ್ಲಿ ಕಾಣುವುದಿಲ್ಲ. ಎಚ್.ಎಸ್. ಶಿವಪ್ರಕಾಶರ 'ಸಮಗಾರ ಭೀಮವ್ವ' ಕವಿತೆಯ ಹೊಸತನ ಹಾಗೂ ಮಹತ್ವ ನನಗೆ ಹಾಗೂ ನನ್ನ ಅನೇಕ ಮಿತ್ರರಿಗೆ ಗೊತ್ತಾದದ್ದೇ ಡಿ.ಆರ್. ಮಾಡಿದ ಪ್ರಾಯೋಗಿಕ ವಿಮರ್ಶೆ ಹಾಗೂ ಆ ವಿಮರ್ಶೆ ಬಳಸಿದ ಕಥನದ ಭಾಷೆಯಿಂದ. ಆ ಪದ್ಯದಲ್ಲಿರುವ ವಸಾಹತುಶಾಹಿ ಅನುಭವವನ್ನು ನಿಕಟ ಓದಿನ ಮೂಲಕ ತೋರಿಸಿಕೊಟ್ಟ ಡಿ.ಆರ್. ಅಲ್ಲಿರುವ 'ವಿಕ್ಟೋರಿಯಾ ರಾಣಿ ಕಮರಿಸಿದ ಸೂರ್ಯರನು' ಥರದ ವಸಾಹತುಶಾಹಿಯನ್ನು ಸೂಚಿಸುವ ರೂಪಕಗಳನ್ನು ಓದುವ ರೀತಿಯನ್ನು ತೋರಿಸಿಕೊಟ್ಟರು. ಆ ಕಾಲಕ್ಕೆ ಅನಂತಮೂರ್ತಿಯವರು ವಸಾಹತುವಾದದ ಬಗೆಗೆ ಆರಂಭಿಸಿದ್ದ ಗಂಭೀರ ಚರ್ಚೆಯನ್ನು ಬಿಟ್ಟರೆ, ಒಟ್ಟಾರೆಯಾಗಿ ವಸಾಹತು ವಾದವನ್ನು ಗ್ರಹಿಸುವ ವಿವಿಧ ನೆಲೆಗಳನ್ನು ಹಾಗೂ ಖಚಿತ ಪರಿಕಲ್ಪನೆಗಳನ್ನು ಕನ್ನಡದಲ್ಲಿ ರೂಪಿಸಿದವರು ಡಿ.ಆರ್.

ಕನ್ನಡದಲ್ಲಿ ಎಡಪಂಥೀಯ ಹಾಗೂ ಪ್ರಗತಿಪರ ಸಾಹಿತ್ಯವಿಮರ್ಶೆ ಹಾಗೂ ಸಂಸ್ಕೃತಿವಿಮರ್ಶೆ ಬರೆಯುವ ಅನೇಕರಿಗೆ ಅಧ್ಯಯನಮಾದರಿಗಳನ್ನು ನೀಡಿರುವ ಹಾಗೂ ಇವತ್ತಿಗೂ ನೀಡುತ್ತಿರುವ 'ಅಮೃತ ಮತ್ತು ಗರುಡ' ಕನ್ನಡದ ಮುಖ್ಯ ವಿಮರ್ಶಾಪುಸ್ತಕವಾಗಿ ಉಳಿದಿದೆ. ಇಲ್ಲಿ ಬಳಸಿದ ಮಾರ್ಕ್ಸ್‌ವಾದಿ ಮತ್ತು ಚಾರಿತ್ರಿಕ ವಿಮರ್ಶಾವಿಧಾನ ಕನ್ನಡದಲ್ಲಿ ಹೆಚ್ಚು ಚಾಲ್ತಿಗೆ ಬಂದ ಮೇಲೆ ಕನ್ನಡದ 'ರಿಟೈಲ್' ಸಂಶೋಧಕರು ಹಾಗೂ ಜಡ ಸಮಾಜಶಾಸ್ತ್ರೀಯ ವಿಮರ್ಶಕರು 'ಕಾಕ್‌ಶೂರ್' ಮಾರ್ಕ್ಸಿಸ್ಟ್ ಪರಿಭಾಷೆಯನ್ನು ತೀರಾ ಬಿಡುಬೀಸಾಗಿ ಬಳಸಲಾರಂಭಿಸಿದರು. ಹೀಗೆ ಅತಿ ಸರಳೀಕರಣಗೊಂಡ ಎಡಪಂಥೀಯ ವಿಮರ್ಶೆಯ ರೀತಿಯಿಂದ ಮುಜುಗರಗೊಂಡ ಡಿ.ಆರ್. ಆನಂತರ ಅಲ್ಲಿಂದ ಹಿಂದೆ ಸರಿದರು. 'ಅಮೃತ ಮತ್ತು ಗರುಡ'ದ ಸರಳ ಮಾರ್ಕ್ಸ್‌ವಾದಿ ಓದಿನ ಮಿತಿಗಳು ಆ ಪುಸ್ತಕ ಪ್ರಕಟಿಸುವ ಕಾಲಕ್ಕೇ ಅವರಿಗೆ ಹೊಳೆದಿದ್ದವು. ಚೋಮ ಕುಡುಕ; ಆದ್ದರಿಂದ ಅವನಿಗೆ ಭೂಮಿ ಸಿಗಲಿಲ್ಲ ಎಂಬ ಧ್ವನಿ 'ಚೋಮನದುಡಿ'ಯಲ್ಲಿದೆ ಎಂದು ಅನುಮಾನಪಟ್ಟಾಗ ಡಿ.ಆರ್.ಗೆ ಇಪ್ಪತ್ತೊಂದು ವರ್ಷ; ಆದರೆ ಕಲಾಸೃಷ್ಟಿ ಅನೇಕ ಸಲ ಕಲಾವಿದನ ತಾತ್ವಿಕತೆಯನ್ನು ಮೀರಿ ಸಂಭವಿಸುತ್ತಿರುತ್ತದೆ ಎಂಬ ಸತ್ಯ ಅದೇ ಪುಸ್ತಕದಲ್ಲಿರುವ ಕುವೆಂಪು ಕೃತಿಗಳ ವರ್ಣ-ವರ್ಗ ಸಂಘರ್ಷದ ವಿಶ್ಲೇಷಣೆಯಲ್ಲಿ ಹೊಳೆದಾಗ ಅವರಿಗೆ

ಇಪ್ಪತ್ತೈದು ವರ್ಷ. ಅವರು 'ಅಮೃತ ಮತ್ತು ಗರುಡ'ದಲ್ಲೇ ಗುರುತಿಸಿದ್ದ ಪ್ರತಿಸಂಸ್ಕೃತಿಗಳ ಕಲ್ಪನೆಯನ್ನು ಆನಂತರ ಫ್ಯುಕೋ ಮೊದಲಾದವರ ಅಧ್ಯಯನದ ಮೂಲಕ ಸೂಕ್ಷ್ಮವಾಗಿಸಿದರು; ಮಾರ್ಕ್ಸ್‌ವಾದಿ ಓದಿನ ಕ್ರಮವನ್ನು ಇನ್ನಷ್ಟು ವಿಸ್ತರಿಸಿಕೊಂಡರು. ಮುಂದೆ ಅವರ 'ಶಕ್ತಿ ಶಾರದೆಯ ಮೇಳ' ಪುಸ್ತಕದಲ್ಲಿ ಪ್ರಕಟವಾದ ವಿಶ್ಲೇಷಣೆಗಳು ರೂಪುಗೊಳ್ಳುತ್ತಿದ್ದ ೧೯೭೭ ರಿಂದ ೧೯೮೧ರವರೆಗಿನ ಅವಧಿಯಲ್ಲಿ ದಲಿತ ಹಾಗೂ ಬಂಡಾಯ ಕಾವ್ಯ ರೂಪುಗೊಳ್ಳುತ್ತಿತ್ತು. ಆದರೆ ಡಿ.ಆರ್. ಸಂಕೀರ್ಣ ಆಕೃತಿಗಳುಳ್ಳ ನವೋದಯ ಹಾಗೂ ನವ್ಯ ಮಾರ್ಗಗಳ ಉತ್ತಮ ಕವನಗಳನ್ನು ಆಧರಿಸಿ ತಮ್ಮ ಸಂಶೋಧನೆಯನ್ನು ಮಾಡಿದ್ದು ಕೂಡ ಅವರ ಅಂದಿನ ಸಾಹಿತ್ಯಕ ಆಯ್ಕೆಗಳ ಬಗೆಗೆ ಮುಖ್ಯ ಸೂಚನೆಯೊಂದನ್ನು ನೀಡುತ್ತದೆ. ಈ ಘಟ್ಟದಲ್ಲಿ ಚರಿತ್ರೆ–ಸಾಹಿತ್ಯ–ಸಿದ್ಧಾಂತಗಳ ನಡುವಣ ಸಂಬಂಧವನ್ನು ಶೋಧಿಸುತ್ತಿದ್ದಾಗಲೂ ರೂಪಕಗಳು ಹೊರಡಿಸುವ ಸಂಕೀರ್ಣ ಸತ್ಯಗಳನ್ನು ಹುಡುಕುವ ಕಡೆಗೆ ಅವರ ಗಮನವಿತ್ತು.

* * *

ಡಿ.ಆರ್. ಕನ್ನಡ ಕಾವ್ಯ ಕುರಿತು ಬರೆದ ಪಿಎಚ್.ಡಿ. ಥೀಸಿಸ್ ೧೯೮೭ರ ಸುಮಾರಿನಲ್ಲಿ ಇಳಾ ಮುದ್ರಣಾಲಯದಲ್ಲಿ ಪ್ರಿಂಟ್ ಆಗುತ್ತಿತ್ತು. ಆತನಕ ನಾನು ಆ ಥೀಸಿಸ್ ನೋಡಿರಲಿಲ್ಲ. ಆನಂತರ 'ಶಕ್ತಿ ಶಾರದೆಯ ಮೇಳ' ಎಂಬ ಹೆಸರಿನ ಈ ಥೀಸಿಸ್ ಓದುತ್ತಾ ಓದುತ್ತಾ ಡಿ.ಆರ್. ಕನ್ನಡದ ದೊಡ್ಡ ಚಿಂತಕರು ಎಂಬುದು ನನಗೆ ಮನವರಿಕೆಯಾಗತೊಡಗಿತು. ಡಿ.ಆರ್. ಗದ್ಯ 'ವಚನಕಾರರ ಗದ್ಯದಂತಿದೆ' ಎಂದು ಒಮ್ಮೆ ಜಿ.ಎಸ್. ಶಿವರುದ್ರಪ್ಪನವರು ಹೇಳಿದ್ದರೆಂದು ಡಿ.ಆರ್. ಹೆಮ್ಮೆಯಿಂದ ನೆನೆಸಿಕೊಂಡಿದ್ದರು. ಡಿ.ಆರ್. ವಿಮರ್ಶೆಯ ಶಕ್ತಿ ಅವರ ಭಾಷೆಯ ತೀವ್ರತೆ, ವಿಮರ್ಶಾಮಾರ್ಗಗಳ ಖಚಿತ ತಿಳಿವಳಿಕೆ ಮತ್ತು ಸಂಕೀರ್ಣ ತಾತ್ವಿಕತೆಗಳ ಮಿಶ್ರಣದಲ್ಲಿರುವಂತೆ ನನಗೆ ಕಂಡಿತ್ತು. 'ಶಕ್ತಿ ಶಾರದೆಯ ಮೇಳ'ದಲ್ಲಿ ಕನ್ನಡ ಕಾವ್ಯ ನಿರ್ವಹಿಸಿರುವ ಭೂಮಿ, ಕಾಲ, ಕಾಮ, ಸಮಾಜ –ಈ ನಾಲ್ಕು ವಸ್ತುಗಳ ಮೂಲಕ ಅಧಿಕಾರ, ಪ್ರಭುತ್ವ, ಮಾನವವರ್ತನೆಯ ಕ್ರಮಗಳು, ಸಂಸ್ಕೃತಿಗಳ ಮುಖಾಮುಖಿ... ಮುಂತಾದ ಹಲವು ವಲಯಗಳನ್ನು ಡಿ.ಆರ್. ವ್ಯಾಪಕವಾಗಿ ಗ್ರಹಿಸಲೆತ್ನಿಸಿದರು. ಕಾವ್ಯದ ಕಡುಮೋಹಿಯಾದ ವಿಮರ್ಶಕನೊಬ್ಬ ವಿವಿಧ ಜ್ಞಾನಶಿಸ್ತುಗಳ ಮೂಲಕ ಮಾಡಿದ ಈ ಅಂತರ್‌ಶಿಸ್ತೀಯ ಅಧ್ಯಯನ ಕ್ರಮ ಮುಂದೆ ದೊಡ್ಡ ಮಟ್ಟದಲ್ಲಿ ಕನ್ನಡ ಅಧ್ಯಯನ ವಲಯವನ್ನೂ ಕನ್ನಡ ವಿಮರ್ಶೆಯನ್ನೂ ಪ್ರವೇಶಿಸಿತು.

ಎಪ್ಪತ್ತರ ದಶಕದ ಕರ್ನಾಟಕದಲ್ಲಿ ನಡೆದ ಚಳವಳಿಗಳು, ರಾಜಕೀಯ ಹಾಗೂ ಸಾಂಸ್ಕೃತಿಕ ಬದಲಾವಣೆಗಳ ಹಿನ್ನೆಲೆಯಲ್ಲಿ ಸಾಹಿತ್ಯಸಂಶೋಧನೆಯನ್ನು ಹೊಸ ರೀತಿಯಲ್ಲಿ ವಿವರಿಸಿಕೊಳ್ಳಬೇಕಾದ ತುರ್ತು ಡಿ.ಆರ್. ಅವರಿಗೆ ಎದುರಾದಂತಿದೆ. ಕನ್ನಡದಲ್ಲಿ ಮೊದಲ ಬಾರಿಗೆ ಕಾವ್ಯದ ಅಧ್ಯಯನವನ್ನು ನಾಗರಿಕತೆಯ ವಿವಿಧ ಸಂಘರ್ಷಗಳ ಹೊರ ಸ್ತರ ಹಾಗೂ ಸಮಷ್ಟಿಯ ಅಪ್ರಜ್ಞೆಯ ಸ್ತರ–ಇವೆರಡರ ವ್ಯಾಪಕ ಅಧ್ಯಯನವನ್ನಾಗಿ ಡಿ.ಆರ್. ಪರಿವರ್ತಿಸಿದರು. ಫ್ರಾಯ್ಡ್ ಹಾಗೂ ಯೂಂಗ್ ಮಾದರಿಯ ಮನೋವಿಜ್ಞಾನ, ತತ್ವಶಾಸ್ತ್ರ, ನಿರ್ವಸಾಹತೀಕರಣ ಸಿದ್ಧಾಂತಗಳು, ಮಾನವಶಾಸ್ತ್ರ, ಮಾರ್ಕ್ಸ್‌ವಾದ ಹಾಗೂ ಪ್ರಾಯೋಗಿಕ ವಿಮರ್ಶೆ ಕಲಿಸಿದ ಕವಿತೆಯ ಓದು... ಇವೆಲ್ಲ ಸೇರಿ ಇಲ್ಲಿನ ಅಂತರ್‌ಶಿಸ್ತೀಯ ಅಧ್ಯಯನ ರೂಪುಗೊಂಡಿದೆ. ಅದರಲ್ಲೂ ಅವರು ಕಾಮದಂಥ 'ಅವಾಚ್ಯ' ವಸ್ತುವಿನ ಮೂಲಕ ಹಲವು ಅರ್ಥವಿನ್ಯಾಸಗಳನ್ನು ಹೊರಡಿಸುವ ರೀತಿ ಅನನ್ಯವಾಗಿದೆ. ('ಎಲೆ ಕಾಮ, ವಾಕ್ಯದಲಿ ಅವಾಚ್ಯ ನೀನು' ಎಂದು ಶುರುವಾಗುವ ಎ.ಕೆ. ರಾಮಾನುಜನ್ ಅವರ 'ಕಾಮ' ಪದ್ಯ ಸೂಚಿಸುವ ಹಲವು ಅರ್ಥಗಳು ಇಲ್ಲಿ ನೆನಪಾಗುತ್ತವೆ.) ಕಾಮದ ವಿವಿಧ ಮುಖಗಳನ್ನು ಬಿಂಬಿಸುವ ಪ್ರತಿಮೆಗಳ ವಿಸ್ತೃತ ಅಧ್ಯಯನವನ್ನು ಹಾಗೂ ಕಾವ್ಯದಲ್ಲಿ ಸಂದಿಗ್ಧವಾದ, ಒಗಟಾದ, ಅಸ್ಪಷ್ಟವಾದ ಭಾಗಗಳನ್ನೇ ವಿಶೇಷವಾಗಿ ಗಮನಿಸುವ ಕ್ರಮವನ್ನು ಡಿ.ಆರ್. ಕನ್ನಡ ವಿಮರ್ಶೆಯಲ್ಲಿ ಆಳವಾಗಿ ಬೇರೂರಿಸಿದರು. ಕಾಮ ಹಾಗೂ ಅಧಿಕಾರ ಕೇಂದ್ರಗಳ ನಡುವಣ ಸಂಬಂಧದ ಚರ್ಚೆ ಕೂಡ 'ಶಕ್ತಿ ಶಾರದೆಯ ಮೇಳ'ದ ಮೂಲಕ ಕನ್ನಡ ವಿಮರ್ಶೆಯಲ್ಲಿ ಸ್ಪಷ್ಟವಾಗಿ ಸ್ಥಾಪನೆಗೊಂಡಿತು. ಈ ಥೀಸಿಸ್‌ನ ಮೌಲ್ಯ ಮಾಪನ ವರದಿಯಲ್ಲಿ ಅನಂತಮೂರ್ತಿಯವರು ಗುರುತಿಸುವಂತೆ, 'ಜನಪದ ಧರ್ಮಗಳ ಜೊತೆ ಸಂಬಂಧ ಕಳೆದುಕೊಂಡು ವಿಶ್ವಾತ್ಮಕ ಮೌಲ್ಯಗಳನ್ನು ಮಾತ್ರ ನೆಚ್ಚಿದ್ದರಿಂದ ಆಧುನಿಕ ಕನ್ನಡ ಕಾವ್ಯ ಏನನ್ನು ಕಳೆದುಕೊಂಡಿತು' ಎಂಬ ಬಗ್ಗೆ ಕೂಡ ಡಿ.ಆರ್. ಹೊಸ ವಾಗ್ವಾದ ಆರಂಭಿಸಿದರು. ಹಾಗೆಯೇ 'ವಿಜ್ಞಾನ ಸೂರ್ಯ' ಎಂಬ ರೂಪಕವನ್ನು ಸೃಷ್ಟಿಸಿದ ಕನ್ನಡ ನವೋದಯದಲ್ಲಿ ವಿಜ್ಞಾನ ಮತ್ತು ಧರ್ಮಗಳ ನಡುವಣ ಕಾವ್ಯಾತ್ಮಕ ಸಮನ್ವಯ;ಕುವೆಂಪು ಥರದ ಕವಿಗಳಲ್ಲಿ ಆಧ್ಯಾತ್ಮದ ಪರಿಭಾಷೆ ವೈಜ್ಞಾನಿಕ ರೂಪಕಗಳ ಮೂಲಕ ವ್ಯಕ್ತವಾದ ರೀತಿ... ಇವೆಲ್ಲವನ್ನೂ ಡಿ.ಆರ್. ಚರ್ಚಿಸುವ ರೀತಿಯಿಂದಾಗಿ ಕನ್ನಡ ನವೋದಯ ಕಾವ್ಯದ ಹೊಸ ಓದು ಆರಂಭವಾಯಿತು. ಅದೇ ವೇಳೆಗೆ ಅವರೇ ಹೇಳುವಂತೆ, 'ಕಾವ್ಯಾಕೃತಿ–ಚರಿತ್ರೆ–ಐಡಿಯಾಲಜಿಗಳ ಸರಳ ಸಂಬಂಧ ಕಲ್ಪಿಸುವ ಅಧ್ಯಯನ ಕ್ರಮದಿಂದ ತಪ್ಪಿಸಿಕೊಳ್ಳುವ' ಕ್ರಮದ ಹುಡುಕಾಟವೂ ನಡೆದಿತ್ತು.

ಆ ಕಾಲದಲ್ಲಿ ಹಾಗೂ ಆನಂತರ ಡಿ.ಆರ್. ಬಳಸಿದ ತಾತ್ವಿಕ ಹಾಗೂ ತಾಂತ್ರಿಕ ಪರಿಭಾಷೆ ಭಾರತ ಹಾಗೂ ಭಾರತೀಯೇತರ ತಾತ್ವಿಕ ಲೋಕಗಳನ್ನು ಗ್ರಹಿಸುವ, ಸಂಧಿಸುವ ನಿಟ್ಟಿನಲ್ಲಿ ಅನಿವಾರ್ಯವಾಗಿದ್ದ ಪರಿಭಾಷೆಯಾಗಿತ್ತು. ಆದರೆ ಆಗ ಅದು ಕನ್ನಡ ಸಾಹಿತ್ಯವಲಯದ ಅನೇಕರಿಗೆ ಕೊಂಚ 'ಅಪರಿಚಿತ'ವಾಗಿದ್ದ ಪರಿಭಾಷೆಯಾಗಿತ್ತು. ಇತರರು ಬಳಸಿದ ಪರಿಭಾಷೆಗಳನ್ನು ಸಾಧ್ಯವಾದಷ್ಟೂ ಬದಿಗಿಟ್ಟು ಮುಂದೆ ಸಾಗಬೇಕೆಂಬ ಸೃಜನಶೀಲ ಹಠ ಡಿ.ಆರ್. ಅವರಿಗಿತ್ತು. ಇತರರು ಬಳಸದ ಹಾಗೂ ತನ್ನದೇ ಆದ ಪರಿಕಲ್ಪನೆಗಳನ್ನು ಬಳಸಬೇಕೆಂಬ ಚಿಂತಕನ ಕಾತರಕ್ಕೂ, ಯಾರೂ ಬಳಸದ ರೂಪಕ, ಪ್ರತಿಮೆಗಳನ್ನೇ ಸೃಷ್ಟಿಸ ಬೇಕೆಂಬ ಕವಿ ಅಥವಾ ಕತೆಗಾರನ ಹಟಕ್ಕೂ ಸಾಮ್ಯವಿದೆ. ಆದ್ದರಿಂದ ಡಿ.ಆರ್. ಬರೆದ ವಿಮರ್ಶೆಯುದ್ದಕ್ಕೂ ಕಾಣುವ ಈ ಪರಿಭಾಷೆಯ ಪಯಣ ಅವರ ಮಹತ್ವಾಕಾಂಕ್ಷೆಯನ್ನು ಕೂಡ ಸೂಚಿಸುತ್ತದೆ.

ಎಂಬತ್ತರ ದಶಕದ ಕೊನೆಯ ಹೊತ್ತಿಗೆ ಭಾರತದ ಸಾಮಾಜಿಕ ವಿದ್ಯಮಾನ ಗಳ ಅಧ್ಯಯನಕ್ಕೆ ಅಂಬೇಡ್ಕರ್‌ವಾದವೂ ಸೇರಿದಂತೆ ಬೇರೆ ಬೇರೆ ಚಿಂತನಾ ಕ್ರಮಗಳನ್ನು ಡಿ.ಆರ್. ಬೆಸೆಯತೊಡಗಿದರು. ತಮ್ಮ 'ದ ಫ್ಲೇಮಿಂಗ್ ಫೀಟ್' ಪುಸ್ತಕದಲ್ಲಿ 'ಚರಿತ್ರೆಯ ಸಂಶೋಧನೆಯ ಮೂಲಕ ಭಾರತದ ದಲಿತರಿಗೆ ಸಮೃದ್ಧ ಭೂತಕಾಲವನ್ನು ನಿರ್ಮಿಸುವ ಮೂಲಕ ಅಂಬೇಡ್ಕರ್ ಬೌದ್ಧ ನೆನಪನ್ನು ಪುನರ್‌ನಿರ್ಮಿಸಿದರು' ಎಂಬುದನ್ನು ಗುರುತಿಸಿದ ಅವರು ದಲಿತರಿಗೆ ಬೌದ್ಧ ಧರ್ಮದ ಈ ಹೊಸ ನೆನಪು ಹಿಂದೂ ಧಾರ್ಮಿಕವ್ಯವಸ್ಥೆಯನ್ನು ಎದುರಿಸುವ ಮಾರ್ಗವೂ ಆಗಿದ್ದನ್ನು ಕಂಡುಕೊಂಡರು. ಅಂಬೇಡ್ಕರ್ ಅವರು 'ಬೌದ್ಧ ಧರ್ಮಕ್ಕೆ ಮತಾಂತರಗೊಂಡದ್ದು ಈ ನೆನಪನ್ನು ಜೀವಂತ ವಾಸ್ತವವನ್ನಾಗಿ ಮಾಡುವ ಕ್ರಿಯೆ' ಎಂದು ಡಿ.ಆರ್. ಬರೆದರು. ಅಂಬೇಡ್ಕರ್‌ಗಿಂತ ಭಿನ್ನವಾಗಿ ಭಾರತದ ಆದಿದ್ರಾವಿಡ ಚಳವಳಿಗಳು ಆರಂಭಿಸಿದ 'ಆದಿ ಧರ್ಮ' ಕೆಳ ಜಾತಿಗಳಿಗೆ ವೈಭವಯುತ ಭೂತಕಾಲವನ್ನು ನಿರ್ಮಿಸಿದ ಪ್ರಯತ್ನದಲ್ಲಿ ಅನೇಕ ವಿರೋಧಾಭಾಸ ಗಳು ತುಂಬಿದ್ದವು ಎಂಬುದನ್ನೂ 'ದ ಫ್ಲೇಮಿಂಗ್ ಫೀಟ್' ಪುಸ್ತಕದಲ್ಲೇ ಗುರುತಿಸಿದರು.

೧೪

ಸಾಹಿತ್ಯ ಕಥನದ ಪಯಣ

ನಾನು ನೋಡನೋಡುತ್ತಿರುವಂತೆಯೇ ಎಂಬತ್ತರ ದಶಕ ದಿಂದಾಚೆಗೆ ಡಿ.ಆರ್. ಬರವಣಿಗೆ ಅತಿ ವೇಗವಾಗಿ ಬಹು ಬಗೆಯ ಚಿಂತನಾವಲಯಗಳನ್ನು ರೂಪಿಸಿಕೊಳ್ಳುತ್ತಾ ಹೋಯಿತು. ಆ ಹೊತ್ತಿಗಾಗಲೇ 'ಅಮೃತ ಮತ್ತು ಗರುಡ'ದ ಸದ್ಯತನ, ಜೀವಂತ ಗದ್ಯ ಹಾಗೂ ನಿಷ್ಠುರತೆ 'ಶಕ್ತಿ ಶಾರದೆಯ ಮೇಳ'ದ ತಾತ್ವೀಕರಣದ ಜೊತೆ ಬೆರೆತು ಇನ್ನಷ್ಟು ಆಳವಾಗಿತ್ತು. 'ಸಾಹಿತ್ಯ ಕಥನ' ಅಂದು ಜಾಗತಿಕ ರಂಗದಲ್ಲಿ ಮೂಡುತ್ತಿದ್ದ ಆಧುನಿಕೋತ್ತರ ಚಿಂತನೆಯ ಮಾದರಿಗಳನ್ನು ಕನ್ನಡದಲ್ಲಿ ಸಮರ್ಥವಾಗಿ ಅರಗಿಸಿಕೊಂಡು ಹೊಸ ಹಾದಿಯನ್ನು ತೆರೆಯಿತು. ಈ ನಡುವೆ ಬರೆದ 'ಸಮಕಾಲೀನ ಕರ್ನಾಟಕ' 'ಗಿರಣಿಯ ವಿಸ್ತಾರ ನೋಡಯ್ಯಾ' 'ನಾಗರಿಕ ಸಮಾಜದ ಹಿಂಸೆಯಿಂದ ಪ್ರಭುತ್ವದ ಹಿಂಸೆಯ ಕಡೆಗೆ' ಥರದ ಬರಹಗಳಲ್ಲಿ ಅಭಿವೃದ್ಧಿ ಪಥಗಳ ವಿಮರ್ಶೆ ಹಾಗೂ ಆಧುನಿಕತೆಯ ಹಿಂಸೆ ಕುರಿತ ಗಂಭೀರ ತಾತ್ವಿಕ ಚಿಂತನೆಗಳನ್ನು ಡಿ.ಆರ್. ಆರಂಭಿಸಿದ್ದರು. ಅವರು ಅವನ್ನು 'ಸಾಹಿತ್ಯ ಕಥನ'ದಲ್ಲಿ ಸೇರಿಸಲಿಲ್ಲ ಎಂಬುದಕ್ಕೆ ಈ ಘಟ್ಟದಲ್ಲಿ ಅವರಲ್ಲಿ ಆಗಿದ್ದ ಮೆಥಡಾಲಜಿಯ ಪಲ್ಲಟವೂ ಕಾರಣವಾಗಿರಬೇಕು. ಈ ಬರಹಗಳು ಡಿ.ಆರ್. ತೀರಿಕೊಂಡ ನಂತರ ಅಗ್ರಹಾರ ಕೃಷ್ಣಮೂರ್ತಿ ಸಂಪಾದಿಸಿದ 'ಸಂಸ್ಕೃತಿ ಕಥನ' ಪುಸ್ತಕದಲ್ಲಿ ಸೇರಿವೆ. ಈ ಥರದ 'ಸಮಾಜಶಾಸ್ತ್ರೀಯ' ಎನ್ನಬಹುದಾದ ಬರಹಗಳ ನಂತರ ಡಿ.ಆರ್. ತಮ್ಮ

ಹಾದಿಯನ್ನು ಕೊಂಚ ಬದಲಿಸಿಕೊಂಡು ಸಾಹಿತ್ಯ 'ಕಥನ'ದ ಹಾದಿಯನ್ನು ಹಿಡಿದಂತಿದೆ. ಅಂದರೆ, ತಾವು ಆಳವಾಗಿ ಹಾಗೂ ವಿಶಿಷ್ಟವಾಗಿ ಗ್ರಹಿಸುತ್ತಿದ್ದ ಸಾಹಿತ್ಯ ಹಾಗೂ ಸಾಹಿತ್ಯ ವಿಮರ್ಶೆಗೆ ಆಧುನಿಕೋತ್ತರ ಸಾಂಸ್ಕೃತಿಕ ಅಧ್ಯಯನದ ಹತಾರಗಳನ್ನು ಬೆರೆಸಿ ತಮ್ಮ ಸ್ವತಂತ್ರ ಮಾರ್ಗವನ್ನು ರೂಪಿಸಿಕೊಳ್ಳುವ ಪ್ರಯತ್ನ ಇದು. ಈ ತುಡಿತ ಆಶಿಶ್ ನಂದಿ, ರಜನಿ ಕೊಠಾರಿ, ಶಿವ ವಿಶ್ವನಾಥನ್ ಥರದ ತಮ್ಮ ಕಾಲದ ಮುಖ್ಯ ಸಂಸ್ಕೃತಿಚಿಂತಕರ ಮೆಥಡಾಲಜಿಯಿಂದ ಭಿನ್ನವಾಗುವ ಅಗತ್ಯದಿಂದಲೂ ಅವರಲ್ಲಿ ಹುಟ್ಟಿರಬಹುದು. ಈ ಬಗೆಯ ಬೌದ್ಧಿಕ ಸವಾಲು ಪ್ರಾಯಶಃ ದೆಹಲಿಯ 'ಸೆಂಟರ್ ಫಾರ್ ದಿ ಡೆವಲಪಿಂಗ್ ಸೊಸೈಟೀಸ್'ನಲ್ಲಿ ಈ ಬಗೆಯ ಚಿಂತಕರ ಜೊತೆಗಿನ ಒಡನಾಟದಲ್ಲೂ ಡಿ.ಆರ್.ಗೆ ಎದುರಾಗಿರಬಹುದು... ಇದು ಸಮಾಜವಿಜ್ಞಾನಗಳ 'ಸ್ಪಷ್ಟ'ವೆನ್ನಲಾದ ಮೆಥಡಾಲಜಿಯ ಹೊರೆಯಿಂದ ಸ್ವತಂತ್ರವಾಗುವ ತಹತಹವೂ ಆಗಿರಬಹುದು.

ಅದೇನೇ ಇದ್ದರೂ, ಅಪಾರ ಪರಿಶ್ರಮದಿಂದ ಹೊಸ ಹೊಸ ಚಿಂತನೆಗಳನ್ನು ದಕ್ಕಿಸಿಕೊಳ್ಳುತ್ತಿದ್ದ ಡಿ.ಆರ್. ಅವರಿಗೆ ತಮ್ಮ ಸಾಂಸ್ಕೃತಿಕ ಹುಡುಕಾಟಗಳಿಗೆ, ವಿದ್ಯಮಾನಗಳ ಅರಿವಿಗೆ ಸಾಹಿತ್ಯ ವಿಮರ್ಶೆ, ಸಂಸ್ಕೃತಿವಿಮರ್ಶೆಯ ಪರಿಕರಗಳ ಜೊತೆಗೆ ದೇಶಿ ಹಾಗೂ ಶೂದ್ರ ನೋಟಕ್ರಮಗಳನ್ನು ಬಳಸಬೇಕೆಂಬ ಅರಿವು 'ಸಾಹಿತ್ಯ ಕಥನ'ದಲ್ಲಿರುವ ಬರಹಗಳ ಹೊತ್ತಿಗೆ ಗಾಢವಾಗಿ ಬೆಳೆಯತೊಡಗಿತು. ಇಲ್ಲಿನ ಅನೇಕ ಬರಹಗಳಲ್ಲಿ ಬಗೆಬಗೆಯ ಸಾಂಸ್ಕೃತಿಕ ಅಧಿಕಾರಗಳ ಮೂಲಗಳ ಹುಡುಕಾಟಗಳಿವೆ. ಅದರ ಜೊತೆಗೇ, ಒಂದು ಸಂಸ್ಕೃತಿಯೊಳಗೇ ಈ ಯಜಮಾನಿಕೆಗಳನ್ನು ಪರಿಶೀಲಿಸುವ, ಪ್ರಶ್ನಿಸುವ ಭಿನ್ನಮತೀಯ ದನಿಗಳು ಹಾಗೂ 'ವಿದ್ರೋಹಿದನಿಗಳು'-ಒಂದು ಸಂಸ್ಕೃತಿಯೊಳಗಿನಿಂದಲೇ ಹುಟ್ಟುವ, ದಮನಕಾರಿ ವ್ಯವಸ್ಥೆಯನ್ನು ಬುಡಮೇಲು ಮಾಡುವ ದನಿಗಳು-ಹುಟ್ಟುತ್ತವೆಂಬುದನ್ನು ಅವರು ಗುರುತಿಸಿದರು. ಈ ದೇಶೀ ಭಿನ್ನಮತೀಯ ದನಿಗಳು ಕೆಲಸ ಮಾಡುವ ರೀತಿಯನ್ನು 'ದಾವ್ ದ ಜಿಂಗ್', 'ದಾರು ಪ್ರತಿಮಾ ನ ಪೂಜಿವೇ', 'ಶೇಖ್ ಫರೀದ್' ಕೃತಿಗಳ ಹಿನ್ನುಡಿಗಳಲ್ಲಿ ಡಿ.ಆರ್. ಚರ್ಚಿಸುತ್ತಾರೆ. ಈ ಚರ್ಚೆಯನ್ನು ಗಮನಿಸುವಾಗ, ಸಂಸ್ಕೃತಿಯೊಂದು ತನ್ನ ಅಧಿಕಾರವನ್ನು ಕಾಯ್ದಿಟ್ಟುಕೊಳ್ಳಲು ಈ ಬಗೆಯ 'ವಿದ್ರೋಹಿ ದನಿ'ಗಳನ್ನು ತಕ್ಕಮಟ್ಟಿಗೆ ಪೋಷಿಸುತ್ತಲೂ ಇರುತ್ತದೆ ಎಂದ ಸ್ಟೀಫನ್ ಗ್ರೀನ್‌ಬ್ಲಾಟ್‌ನ ಎಚ್ಚರಿಕೆಯ ಮಾತು ಕೂಡ ನೆನಪಾಗುತ್ತದೆ. ಈ ಎಚ್ಚರಿಕೆಯನ್ನು ಕೆಲವು ನವಇತಿಹಾಸವಾದಿಗಳು 'ನಿರಾಶಾವಾದಿ ನಿಲುವು' ಎಂದೂ ಟೀಕಿಸುತ್ತಾರೆ. ಈ ಎರಡೂ ನಿಲುವುಗಳಲ್ಲೂ ಸತ್ಯ ಇದೆ. ಡಿ.ಆರ್. ದೇಶೀ ಸಂಸ್ಕೃತಿಯಲ್ಲಿರುವ ಈ ಬಗೆಯ ಆಂತರಿಕ ವಿದ್ರೋಹಿ ದನಿಗಳನ್ನು ಮರುಜೀವಗೊಳಿಸಬಹುದೆಂಬ ನಂಬಿಕೆಯನ್ನು ಪೋಷಿಸುವ ಚಿಂತನೆಯನ್ನು ಬೆಳೆಸಲೆತ್ನಿಸಿದರು.

ಈ ಹಿನ್ನೆಲೆಯಲ್ಲಿ, ಹಿಂದೂ ವೈದಿಕ ಧಾರೆಯ ಆಳುವ ಕಥನಗಳನ್ನು ಅಥವಾ ಅವರೇ ಹೇಳುವಂತೆ 'ವಿರಾಟ್‌ಕಥನಗಳನ್ನು' ಎದುರಿಸಲು ಅವೈದಿಕ ನೋಟಕ್ರಮಗಳನ್ನು ಡಿ.ಆರ್. ಕೇಂದ್ರರಂಗಕ್ಕೆ ತರಲೆತ್ನಿಸಿದರು. ಅವೈದಿಕ ನೋಟಕ್ರಮಗಳ ಬಗೆಗೆ ಹಿಂದೂ ವೈದಿಕ ಧಾರೆಯ ಧೋರಣೆಯನ್ನು ಚರ್ಚಿಸುತ್ತಾ 'ಈಚಿನ ಶತಮಾನಗಳಲ್ಲಿ ವೈದಿಕ ವಿದ್ವಾಂಸರಲ್ಲಿ ಭಾರತೀಯ ಅವೈದಿಕ ಚಿಂತನಾಕ್ರಮಗಳ ಬಗೆಗೆ ಇರುವ ಅಜ್ಞಾನ ಅಥವಾ ಉಪೇಕ್ಷೆ'ಯನ್ನೂ ಗುರುತಿಸಿದರು. ಆದ್ದರಿಂದಲೇ ತಮ್ಮ ನಿರ್ವಸಾಹತೀಕರಣ ಚಿಂತನೆಯ ಘಟ್ಟದ ಭೂತಮುಖಿ ಪಯಣದಲ್ಲಿ ಅವರು ಮುಖ್ಯವಾಗಿ ಅಲ್ಲಮ, ನಾಗಾರ್ಜುನ, ಮಹಿಮಾಪಂಥದ ಆದಿವಾಸಿಗಳನ್ನು ಹುಡುಕುತ್ತಿದ್ದರು. ಪುರಿಯ ಜಗನ್ನಾಥ ತಮ್ಮ ಇಷ್ಟದೇವತೆಯನ್ನು ನಾಶ ಮಾಡುತ್ತಾನೆ ಎಂಬ ಆತಂಕದಿಂದ ಒರಿಸ್ಸಾದ ಬುಡಕಟ್ಟಿನ ಜನ ಪುರಿಯ ಜಗನ್ನಾಥನ ರಥಚಕ್ರಕ್ಕೆ ಬೆಂಕಿ ಇಟ್ಟ ಘಟನೆಯಲ್ಲಿದ್ದ ಬಂಡಾಯವನ್ನು ಡಿ.ಆರ್. ಕೇಂದ್ರರಂಗಕ್ಕೆ ತಂದರು. ಆ ಮೂಲಕ ಸಾಂಪ್ರದಾಯಿಕ ಪಠ್ಯಗಳಲ್ಲಿ ಹುದುಗಿರುವ ಪ್ರತಿಭಟನೆಯ ದನಿಗಳನ್ನು ಹೆಕ್ಕಿ ತೆಗೆಯುವ ಪ್ರಾತಿನಿಧಿಕ ಮಾದರಿಯನ್ನು ಡಿ.ಆರ್. ಮುನ್ನೆಲೆಗೆ ತರಲೆತ್ನಿಸಿದರು. ಇದು ವೈದಿಕ ಹಿಂದೂ ಧರ್ಮ ಸೃಷ್ಟಿಸಿಕೊಂಡಿರುವ ಯಜಮಾನಿಕೆಯನ್ನು ಒಡೆಯುವ ಪ್ರಯತ್ನವೂ ಆಗಿತ್ತು. ಇದರ ಜೊತೆಜೊತೆಗೇ, ಒಂದು ಸಂಸ್ಕೃತಿ ಮರೆತಿರುವ ಆರೋಗ್ಯಕರ ದನಿಗಳನ್ನು ಮರುಜೀವಗೊಳಿಸುತ್ತಾ, ದಾವ್ ದ ಜಿಂಗ್, ದಾರಾ ಶಿಖೊ, ಶೇಖ್ ಫರೀದ್ ಮೊದಲಾದವರ ಚಿಂತನೆಗಳನ್ನು ಡಿ.ಆರ್. ಮತ್ತೆ ಚರ್ಚೆಗೆ ತಂದರು. ಆ ನಂತರ 'ಅಲ್ಲಮಪ್ರಭು ಮತ್ತು ಶೈವಪ್ರತಿಭೆ' ಪುಸ್ತಕ ಬರೆಯಲು ಅವರು ಮಾಡುತ್ತಿದ್ದ ಸಂಶೋಧನೆಯಲ್ಲಿ ಸಂಸ್ಕೃತ ಕಾವ್ಯಮೀಮಾಂಸೆಯ ಎದುರು ಕನ್ನಡಕ್ಕೇ ವಿಶಿಷ್ಟವಾದ ಕಾವ್ಯಮೀಮಾಂಸೆಯ ಪ್ರತಿಪಾದನೆಯ ಜೊತೆಗೆ, ವಿಶಾಲವಾದ ದೇಶೀ ತಾತ್ವಿಕತೆಯ ನಿರ್ಮಾಣದ ಗುರಿ ಕೂಡ ಇತ್ತು.

ಈ ಎಲ್ಲ ಚಿಂತನೆಗಳಿಗೆ ಪೂರಕವಾಗಿ ವಸಾಹತೀಕರಣದ ಹಲವು ಮಾದರಿಗಳನ್ನು ತಮ್ಮ ವಿಮರ್ಶೆಯ ಆರಂಭದ ಕಾಲದಿಂದಲೂ ಚರ್ಚಿಸಿದ ಡಿ.ಆರ್. ವಸಾಹತುಘಟ್ಟದಲ್ಲಿ ಒಟ್ಟು ಸಾಹಿತ್ಯಕ್ಕೆ, ಸಾಹಿತ್ಯ ವಿಮರ್ಶೆಗೆ, ಸಾಹಿತ್ಯ ಪ್ರಕಾರಗಳಿಗೆ ಏನೇನಾಯಿತು ಎಂಬುದನ್ನು ಕೂಡ ಪರಿಶೀಲಿಸಲೆತ್ನಿಸುತ್ತಾರೆ. ಅದರ ಜೊತೆಗೆ, ವಸಾಹತೀಕರಣ ಸಂದರ್ಭದಲ್ಲಿ ಆರಂಭಗೊಂಡ ದೇಶೀ ಪರಿಣತಿಯ ನಾಶವನ್ನೂ ಚರ್ಚಿಸುತ್ತಾರೆ. ಎಂಬತ್ತರ ದಶಕದಲ್ಲಿ ಬಂದ ತೇಜಸ್ವಿಯವರ 'ಕರ್ವಾಲೋ' ಕಾದಂಬರಿ ಕೂಡ ದೇಶೀ ಪರಿಣತಿಯ ಕಣ್ಮರೆ ಹಾಗೂ ಆಧುನಿಕ ವಿಜ್ಞಾನಿಯೊಬ್ಬ ದೇಶೀ ಪರಿಣತಿಯನ್ನು ಮತ್ತೆ ಶೋಧಿಸಲೆತ್ನಿಸುವ ಆದರ್ಶವನ್ನು ಬಿಂಬಿಸುವ

ರೂಪಕವೊಂದನ್ನು ಮಂಡಿಸುತ್ತದೆ. ಡಿ.ಆರ್. 'ಸಾಹಿತ್ಯ ಕಥನ'ದಲ್ಲಿ ಇದಕ್ಕಿಂತ ಕೊಂಚ ವ್ಯಾಪಕವಾಗಿ, ಎಲ್ಲ ಬಗೆಯ ದೇಶೀ ಪರಿಣತಿಯ ವಿನಾಶ ಕುರಿತು ಬರೆಯುತ್ತಾರೆ: 'ಸಾಂಸ್ಕೃತಿಕ ವಿನಾಶ ಎಂದರೆ ಒಂದು ವಿಶೇಷ ಪರಿಣತಿಯು ಕಣ್ಮರೆಯಾಗಲು, ಕರಗಿ ಹೋಗಲು ಅವಕಾಶ ಕೊಡುವುದು. ಈ ವಿಶೇಷ ಪರಿಣತಿಯ ಮಾತು ಎಲ್ಲ ರಂಗಗಳಿಗೂ ಸಲ್ಲುತ್ತದೆ. ಒಬ್ಬ ಬಿದಿರು ಕೆಲಸದಾತ, ಒಬ್ಬ ಬೆಳ್ಳಿ ಬಂಗಾರ ಕೆಲಸದಾತ, ಒಬ್ಬ ಬಡಗಿ, ಒಬ್ಬ ಚಿತ್ರಕಾರ, ಒಬ್ಬ ನೃತ್ಯಗಾರ, ಒಬ್ಬ ಗಮಕಿ, ಒಬ್ಬ ನೇಕಾರ, ಒಬ್ಬ ಬಣ್ಣಗಾರ ಮರೆಯಾಗುವುದು ಎಷ್ಟು ವಿಷಾದದ ಸಂಗತಿಯೋ, ಹಾಗೆಯೇ ಒಬ್ಬ ಸಂಪ್ರದಾಯಸ್ಥ ಪಂಡಿತನ ಪರಿಣತಿ ನಿರುಪಯುಕ್ತವಾಗುವುದು ಕೂಡ.' ಈ ದಿಕ್ಕಿನಲ್ಲಿ ಚಿಂತಿಸುತ್ತಿದ್ದ ಡಿ.ಆರ್. ತಮ್ಮ ಕೊನೆಯ ವರ್ಷಗಳಲ್ಲಿ ದೆಹಲಿಯಲ್ಲಿದ್ದಾಗ, ಕಳೆದು ಹೋಗುತ್ತಿರುವ ದೇಶೀ ಕಸುಬುಗಳಿಗೆ ನ್ಯಾಯ ಒದಗಿಸಿಕೊಡುವ ಚಿಂತಕರ ವೇದಿಕೆಯೊಂದನ್ನು ಆರಂಭಿಸಬೇಕೆಂದುಕೊಂಡಿದ್ದರು. ಅವರು ಕೊನೆಯ ದಿನಗಳಲ್ಲಿ ಅಮೆರಿಕದ ವಿಶ್ವವಿದ್ಯಾಲಯವೊಂದರ ವಿದ್ಯಾರ್ಥಿಗಳಿಗೆ ಕೊಟ್ಟ ಒಂದು ಕೋರ್ಸ್‌ನ ವಸ್ತು 'ಕ್ಯಾಸ್ಟ್ ಇನ್ ಕನ್ನಡ ನೆರೇಟಿವ್ಸ್'. ಅಂದರೆ, ಈ ಘಟ್ಟದಲ್ಲಿ ಅವರು ತಮ್ಮ ಆರಂಭದ ಕಾಳಜಿಗಳನ್ನು ಹೊಸ ರೀತಿಯಲ್ಲಿ ವಿವರಿಸಿಕೊಳ್ಳಲೆತ್ನಿಸುತ್ತಿದ್ದರು. ಅವು ಹೆಚ್ಚು ಸೂಕ್ಷ್ಮ ಹಾಗೂ ಹೆಚ್ಚು ಥಿಯರಿಟಿಕಲ್ ಆಗತೊಡಗಿದ್ದವು. ಆಧುನಿಕತೆ ದಲಿತರಿಗೆ, ಶೂದ್ರ ಜಾತಿಗಳಿಗೆ ಬಿಡುಗಡೆಯ ಮಾರ್ಗವಾಗುವುದೆಂದು ತಿಳಿದಿದ್ದ ಕಾಲದಲ್ಲಿ ಮತ್ತೆ ಮೇಲುಜಾತಿಯ ಹಿಡಿತಗಳು ಆರಂಭವಾದದ್ದನ್ನು ಡಿ.ಆರ್. ಕಂಡುಕೊಂಡರು. ವಿಜ್ಞಾನ, ತಂತ್ರಜ್ಞಾನಗಳು ಸಾಂಸ್ಥಿಕವಾಗಿಬಿಟ್ಟು, ಬಂಡವಾಳ ಶಾಹಿಯ ಭಾಗವಾದ ತಕ್ಷಣ ಮೇಲುಜಾತಿಗಳು ಅದರ ಮುಂಚೂಣಿಯಲ್ಲಿರು ವುದನ್ನು ಜಾಗತೀಕರಣ ಕುರಿತ ಚರ್ಚೆಗೆ ಮೊದಲೇ ಗುರುತಿಸಿದರು.

'ಸಾಹಿತ್ಯ ಕಥನ'ದ ಹೊತ್ತಿಗೆ ಡಿ.ಆರ್. ಚಿಂತನೆ ಸಮಗ್ರ ಸಂಸ್ಕೃತಿ ಚಿಂತನೆ ಯಾಗುವ ದಿಕ್ಕಿನಲ್ಲಿತ್ತು. ಯಮುನಾ ನದಿಯನ್ನು ಕೇಂದ್ರವಾಗಿಟ್ಟುಕೊಂಡು ಅವರು ಬರೆದ 'ನದಿಯ ನೆನಪಿನ ಹಂಗು' ಕನ್ನಡದಲ್ಲಿ ಪ್ರಕಟವಾಗಿರುವ ಅಪರೂಪದ ಸಂಸ್ಕೃತಿ ಚಿಂತನೆ. ನದಿಗಳ ನಾಶದಿಂದ ಹಿಡಿದು ಹಲ ಬಗೆಯ ದೇಶೀ ಪರಿಣತಿಗಳ ಕಣ್ಮರೆಯವರೆಗೆ; ಸಾಮಾಜಿಕ ಚಳವಳಿಗಳಿಂದ ಸಾಹಿತ್ಯ ಚಳವಳಿಗಳವರೆಗೆ; ಬುಟ್ಟಿ ಹೆಣೆಯುವವನಿಂದ ಹಿಡಿದು ನಗರದಲ್ಲಿ ಪರದೇಶಿಯಾದ ನೂರು ಕುರಿಗಳ ಮುದುಕಿಯವರೆಗೆ; ಮತೀಯವಾದಿ ರಾಷ್ಟ್ರೀಯತೆ ಸೃಷ್ಟಿಸುವ ಪರಕೀಯತೆ ಹಾಗೂ ಕನ್ನಡ ರಾಷ್ಟ್ರೀಯತೆ ಸೃಷ್ಟಿಸುವ ಅನ್ಯದ್ವೇಷದವರೆಗೆ; ವಸಾಹತುಶಾಹಿ ಅಧಿಕಾರದಿಂದ ಹಿಡಿದು ಜಾತೀಯ ಅಧಿಕಾರಕೇಂದ್ರಗಳವರೆಗೆ ಅವರು ಚಿಂತಿಸುತ್ತಿದ್ದರು. ಹಾಗೆಯೇ

ಇಪ್ಪತ್ತನೆಯ ಶತಮಾನದ ಎರಡನೆಯ ಭಾಗದಲ್ಲಿ ಭಾರತವನ್ನು ಆಳುತ್ತಿರುವ 'ವಿರಾಟ್ ಕಥನ'ಗಳನ್ನೂ ಗುರುತಿಸಿದರು. ಅವುಗಳೆಂದರೆ: ೧. ರಾಷ್ಟ್ರೀಯ ಪ್ರಭುತ್ವ (ನೇಷನ್‌ಸ್ಟೇಟ್). ೨. ಪ್ರಗತಿ ಮತ್ತು ಅಭಿವೃದ್ಧಿ. ೩. ವಿಜ್ಞಾನ ಹಾಗೂ ತಂತ್ರಜ್ಞಾನ. ೪. ಭಾರತೀಯ ಉಪಖಂಡದ ಅತಿ ದೊಡ್ಡ ಹಿಂಸಾಮೂಲವಾದ ರಾಷ್ಟ್ರೀಯತೆ. –ಈ ಎಲ್ಲ ಕಥನಗಳ ತೀವ್ರ ವಿಮರ್ಶೆ ಅವರ ಆನಂತರದ ಬರಹಗಳಲ್ಲಿ ಗಾಢವಾಗಿ ಕಾಣುತ್ತದೆ.

ಆಧುನಿಕ ಭಾರತದಲ್ಲಿ ರೂಪುಗೊಳ್ಳುತ್ತಿದ್ದ ಬಗೆಬಗೆಯ ಹಿಂಸೆಗಳನ್ನು ಗ್ರಹಿಸಲು ಸಾಹಿತ್ಯವಿಮರ್ಶೆಯ ಹಾಗೂ ಸಮಾಜವಿಜ್ಞಾನಗಳ ಪರಿಚಿತ ಪರಿಭಾಷೆಯ ಮಿತಿಯನ್ನು ಅರಿತ ಡಿ.ಆರ್. ಅವನ್ನು ಗ್ರಹಿಸಲು ಇನ್ನಿತರ ನೆಲೆಗಳನ್ನು ಹುಡುಕ ತೊಡಗಿದರು. ಈ ಹುಡುಕಾಟ ಪ್ರಾಚೀನ ಗರುಡಪದ್ಧತಿಯನ್ನು ಅವರು ವಿವರಿಸಿ ಕೊಂಡ ರೀತಿಯಲ್ಲಿ ಸ್ಪಷ್ಟವಾಗಿದೆ. ಪ್ರಾಚೀನ ಭಾರತದಲ್ಲಿ ರಾಜರ ರಕ್ಷಣೆಗೆಂದು ಮೀಸಲಾಗಿದ್ದ ಗರುಡರು ರಾಜರು ಸತ್ತ ನಂತರ ಆತ್ಮಹತ್ಯೆ ಮಾಡಿಕೊಳ್ಳ ಬೇಕಾಗಿತ್ತು ಅಥವಾ ಅವರು ಬಲವಂತ ಮರಣಕ್ಕೆ ಗುರಿಯಾಗುತ್ತಿದ್ದರು. 'ಸಾಹಿತ್ಯ ಕಥನ'ದಲ್ಲಿ ಈ 'ಗರುಡ ಮನಸ್ಥಿತಿ'ಯನ್ನು ಆಧುನಿಕ ಸಂದರ್ಭದಲ್ಲಿ ತಾತ್ವೀಕರಿಸುತ್ತಾ ಅವರು ಬರೆಯುವ ಮಾತುಗಳಿವು: 'ಈ ಗರುಡಪದ್ಧತಿ ಈಗ ಜಗತ್ತಿನಾದ್ಯಂತ ಹಬ್ಬುತ್ತಿದೆ. ಎಲ್ಲ ಬಗೆಯ ಸಮಷ್ಟಿವ್ಯಕ್ತಿತ್ವಗಳ ನಿರ್ಮಾಣಕ್ಕಾಗಿ ಹತ್ಯೆಗೆ, ಆತ್ಮಹತ್ಯೆಗೆ ಈ ಜನ ಸಿದ್ಧರಿದ್ದಾರೆ. ಭಾಷೆ, ಧರ್ಮ, ದೇಶ–ಈ ಮೂರು ಸಮಷ್ಟಿವ್ಯಕ್ತಿತ್ವಗಳು ಇಂದು ಭಯಾನಕ ಬಲಿಪೀಠಗಳಾಗಿ ಪರಿವರ್ತನೆಯಾಗುತ್ತಿವೆ. ಹಿಂಸೆ ಇಲ್ಲೆಲ್ಲ ಅನಿವಾರ್ಯ ಎಂಬಂತೆ ಆಗಿಬಿಟ್ಟಿದೆ. ಈ ಗರುಡಪದ್ಧತಿಯ ಪುನರ್‌ಆರಂಭವನ್ನು ಅರ್ಥಮಾಡಿಕೊಳ್ಳಲು ಸಮಾಜವಿಜ್ಞಾನ ಪರಿಕಲ್ಪನೆಗಳ ಜೊತೆಗೆ ಧಾರ್ಮಿಕ, ಆಧ್ಯಾತ್ಮಿಕ ಪರಿಕಲ್ಪನೆಗಳೂ ಬೇಕಾಗಿವೆ.'

ತಮ್ಮ ಸೈದ್ಧಾಂತೀಕರಣಕ್ಕಾಗಿ ಪರಿಕಲ್ಪನೆಗಳು ಹಾಗೂ ರೂಪಕಗಳನ್ನು ಪಡೆಯಲು ಕಾಲದಲ್ಲಿ ಹಿಂದಕ್ಕೂ ಮುಂದಕ್ಕೂ ಚಲಿಸುವಾಗ ಡಿ.ಆರ್. ಭಾಷೆ ಪಡೆಯುವ ಹೊಳಪು ಅಸಾಧಾರಣವಾದದ್ದು. ಆಧುನಿಕ ಜಗತ್ತಿನ ಹಿಂಸೆಯ ಬಗ್ಗೆ ಬರೆಯುತ್ತಾ, ಜೈನ ತಾತ್ವಿಕಲೋಕವನ್ನು ತಲುಪುವ ಅವರು 'ವ್ಯಂತರಗಳ ಆರಾಧನೆಯೇ ಪರಮ ದೈವಾನುಭವ' ಎಂದು ಜನ್ನನ ಕಾವ್ಯದ ಪ್ರತಿಮಾಲೋಕವನ್ನು ತಮ್ಮ ಕಥನದೊಳಕ್ಕೆ ತರಬಲ್ಲರು. ಈ ಘಟ್ಟದಲ್ಲಿ ಅವರು ಕಥನಮಾರ್ಗಕ್ಕಿಳಿದದ್ದು ಕೂಡ ತಾವು ಒಂದು ಕಾಲಕ್ಕೆ ಕೊಂಚ ಹೆಚ್ಚಾಗಿಯೇ ಬಳಸಿದ ಸಮಾಜವಿಜ್ಞಾನಗಳ ಪರಿಭಾಷೆಯಿಂದ ಬಿಡಿಸಿಕೊಳ್ಳುವ ಅನಿವಾರ್ಯ ಮಾರ್ಗವೂ ಆಗಿತ್ತು. ಆ ಘಟ್ಟದಲ್ಲಿ ಕನ್ನಡ ಪ್ರಗತಿಪರ ಚಿಂತನೆ ಸಾಂಪ್ರದಾಯಿಕ ಜಗತ್ತಿನ ಹಿಂಸೆಯ ಬಗ್ಗೆ

ಹೆಚ್ಚು ಒತ್ತು ಕೊಡುತ್ತಾ, ಆಧುನಿಕತೆಯ ಹಿಂಸೆಯ ಬಗ್ಗೆ ಹೆಚ್ಚು ಚರ್ಚೆ ಮಾಡದಿರುವುದನ್ನು ಡಿ.ಆರ್. ಕಂಡುಕೊಂಡರು. ಅದರಲ್ಲೂ ಆಧುನಿಕ ವಿಜ್ಞಾನ ಹಾಗೂ ಅಭಿವೃದ್ಧಿ ಪಥಗಳು ಸೃಷ್ಟಿಸುವ ಹಿಂಸೆಯ ಬಗ್ಗೆ ಕನ್ನಡ ಸಾಹಿತ್ಯದಲ್ಲಿ ಸಂದೇಹ ಕಡಿಮೆ ಇರುವುದನ್ನು 'ಆಧುನಿಕ ಪ್ರಭುತ್ವ ಮತ್ತು ವಿಜ್ಞಾನ: ಸಂದೇಹಿಯಾಗಿ ಸಾಹಿತ್ಯ' ಲೇಖನದಲ್ಲಿ ಗುರುತಿಸಿದರು. ಸಾಹಿತ್ಯಕ ಕಲ್ಪನಾವಿಲಾಸದ ಮೇಲೆ ಪಶ್ಚಿಮದ ಹಾಗೂ ವಿಜ್ಞಾನದ ಪ್ರಭಾವ ಹಾಗೂ ನಿಯಂತ್ರಣಗಳನ್ನು ಕೂಡ ಈ ಬರಹ ವಿಶ್ಲೇಷಿಸಿದೆ. ಮುಂದೆ 'ವಿಸ್ಮೃತಿ' ಚಿಂತನೆಯ ಘಟ್ಟದಲ್ಲಿ 'ಭರ್ತೃಹರಿ ಮತ್ತು ಬೌದ್ಧರ ನಡುವಣ ತೀವ್ರ ವಾಗ್ವಾದವನ್ನು ಅರ್ಥ ಮಾಡಿ ಕೊಂಡರೆ ಪಶ್ಚಿಮದ ಮೇಲಿನ ಅವಲಂಬನೆ ಕಡಿಮೆಯಾದೀತು' ಎಂಬ ಅವರ ಗ್ರಹಿಕೆ ನಿರ್ವಸಾಹತೀಕರಣದ ಚರ್ಚೆಯಲ್ಲಿರುವ ಅತಿಯಾದ ಬ್ರಾಹ್ಮಣೀಯ ಪರಿಭಾಷೆಯ ಒತ್ತಿನಿಂದ ಹಾಗೂ ಪಶ್ಚಿಮದ ಅತಿಯಾದ ಅವಲಂಬನೆಯಿಂದ ಬಿಡಿಸಿಕೊಳ್ಳುವ ಮಾರ್ಗವನ್ನೂ ಸೂಚಿಸುತ್ತದೆ. ಈ ಘಟ್ಟದಲ್ಲಿ ಬೌದ್ಧ ಮೀಮಾಂಸಕರ 'ವಿಕಲ್ಪ'ದ ಪರಿಕಲ್ಪನೆ ಡೆರಿಡಾನ 'ನಿರಚನ' ಕಲ್ಪನೆಗೆ ಹತ್ತಿರವಿದೆ ಎಂದು ಅವರು ಬರೆದಾಗ ಯಾವ ಬಗೆಯ ದೇಶಿಯನ್ನು ಮುನ್ನೆಲೆಗೆ ತರಬೇಕೆಂಬುದರ ಬಗ್ಗೆ ಅವರಿಗಿದ್ದ ಸ್ಪಷ್ಟತೆ ಕೂಡ ಅರಿವಾಗುತ್ತದೆ. ಅದರ ಜೊತೆಗೇ, ಡೆರಿಡಾನಿಂದ ಪಡೆಯಬೇಕಾದದ್ದೇನು ಎಂಬ ಬಗ್ಗೆ ಕೂಡ ಅವರು ಮುಕ್ತವಾಗಿದ್ದರು ಮತ್ತು ಅದನ್ನು ಹೇಗೆ ಬಳಸಬೇಕು ಎಂಬ ಬಗ್ಗೆ ಖಚಿತವಾಗಿದ್ದರು.

* * *

ಎಂಬತ್ತರ ದಶಕದ ಕೊನೆಗೆ 'ರಾಷ್ಟ್ರೀಯತೆ ಮತ್ತು ಕನ್ನಡ ಸಾಹಿತ್ಯ' ವಿಚಾರ ಸಂಕಿರಣದಲ್ಲಿ ಮಂಡಿಸಿದ 'ರಾಷ್ಟ್ರೀಯತೆಯ ಪರಿಕಲ್ಪನೆ: ಕೆಲವು ಟಿಪ್ಪಣಿಗಳು' ಎಂಬ ಪ್ರಬಂಧದಲ್ಲಿ ನಿರ್ವಸಾಹತೀಕರಣ ಸಿದ್ಧಾಂತಗಳ ಆಧಾರದ ಮೇಲೆ ರಾಷ್ಟ್ರೀಯತೆಯನ್ನು ವಿವರಿಸಿಕೊಂಡಿದ್ದ ಡಿ.ಆರ್.೧೯೯೨ರಲ್ಲಿ ಸೆಂಟ್ರಲ್ ಕಾಲೇಜಿನ ವಿಚಾರಸಂಕಿರಣವೊಂದರಲ್ಲಿ ಕನ್ನಡ ರಾಷ್ಟ್ರೀಯತೆಯ ಸ್ವರೂಪ ಕುರಿತು ಮಾತಾಡುವವರಿದ್ದರು. ಅವತ್ತು ಮಧ್ಯಾಹ್ನ ನಾನು ದೇಶಾವರಿ ಶೈಲಿಯಲ್ಲಿ 'ಅದೇ ಅವತ್ತು ಮಾತಾಡಿದ್ದಿರಲ್ಲ– ರಾಷ್ಟ್ರೀಯತೆ ಬಗ್ಗೆ, ಅದೇನಾ ಸಾರ್?' ಎಂದೆ. 'ನಾನು ಒಂದು ಸಲ ಮಾತಾಡಿದ್ದನ್ನ ಮತ್ತೆ ಮತ್ತೆ ಮಾತಾಡಲ್ಲ' ಎಂದು ಡಿ.ಆರ್. ಹುಬ್ಬು ಗಂಟಿಕ್ಕಿದರು. ಪೆಚ್ಚಾದ ನನಗೆ, ಯಾವುದೇ ದೊಡ್ಡ ಚಿಂತಕನಿಗೆ ತಾನು ತೀರ ಪ್ರೆಡಿಕ್ಟಬಲ್ ಎಂದು ಬೇರೆಯವರು ತಿಳಿದಿದ್ದಾರೆ ಅನ್ನಿಸಿಬಿಟ್ಟರೆ ಕಿರಿಕಿರಿಯಾಗುತ್ತದೆ ಎಂಬುದು ಗೊತ್ತಾಗತೊಡಗಿತು...

ಲಂಕೇಶರಂತೆ ಡಿ.ಆರ್. ಕೂಡ ತಮ್ಮ ಚಿಂತನೆಗಳ ವಿಚಾರದಲ್ಲಿ ಊಹಾತೀತತೆ ಹಾಗೂ ವಿಸ್ಮಯ ಹುಟ್ಟಿಸುವ ಗುಣವನ್ನು ಕಾಪಾಡಿಕೊಳ್ಳಲು ಯತ್ನಿಸುತ್ತಿದ್ದರು.

ಅವತ್ತಿನ ವಿಚಾರ ಸಂಕಿರಣದಲ್ಲಿ ಕನ್ನಡ ರಾಷ್ಟ್ರೀಯತೆಯನ್ನು ಚರ್ಚಿಸುತ್ತಾ, ಆಲೂರು ವೆಂಕಟರಾಯರ 'ಕರ್ನಾಟಕತ್ವದ ವಿಕಾಸ' ಹಾಗೂ ಚಿದಾನಂದ ಮೂರ್ತಿಯವರ 'ಕನ್ನಡ ಸಂಸ್ಕೃತಿ: ನಮ್ಮ ಹೆಮ್ಮೆ' ಪುಸ್ತಕಗಳನ್ನು ಮುಖಾಮುಖಿ ಯಾಗಿಸುತ್ತಾ, ಚಿದಾನಂದಮೂರ್ತಿಯವರ ಆತಂಕಕೇಂದ್ರಿತ ಕನ್ನಡ ರಾಷ್ಟ್ರೀಯತೆಯ ಮತೀಯವಾದಿ ಸ್ವರೂಪವನ್ನು ಡಿ.ಆರ್. ತೋರಿಸಿಕೊಟ್ಟರು; ಸಾಂಪ್ರದಾಯಿಕ ರಂತೆ ತೋರುವ ಆಲೂರು ವೆಂಕಟರಾಯರ ಪುಸ್ತಕದಲ್ಲಿರುವ 'ಕರ್ನಾಟಕತ್ವ'ದ ಮೂಲಕ 'ಭಾರತಭೂಮಿ ಏಕೆ, ವಿಶ್ವವೇ ನಮಗೆ ಗೋಚರವಾಗುತ್ತದೆ' ಎಂಬ ನಿಲುವು ಕನ್ನಡ ರಾಷ್ಟ್ರೀಯತೆಯನ್ನು ವಿಶಾಲವಾಗಿಸಿದ್ದನ್ನು ತೋರಿಸಿದರು. ಇದೇ ಭಾಷಣದಲ್ಲಿ 'ಕರ್ನಾಟಕವೆಂದರೆ ಬೇರೆಬೇರೆ ಭಾಷೆಗಳನ್ನಾಡುವ ಅಲ್ಪಸಂಖ್ಯಾತರಿದ್ದಾರೆ. ಅವರ ಹಿತರಕ್ಷಣೆಯಲ್ಲೇ ಈ ರಾಜ್ಯದ ಹಿತವಿದೆ ಎಂಬ ತತ್‌ಕ್ಷಣಿಕ ಸತ್ಯದ ಗ್ರಹಿಕೆಯಿಂದ' ಹೊರಡುವ ಲಂಕೇಶರ ಸೆಕ್ಯುಲರ್ ಚಿಂತನೆಯ ಮಹತ್ವವನ್ನೂ ಗುರುತಿಸಿದ್ದರು. ಅವತ್ತು ಇದಕ್ಕೆ ಪ್ರತಿಕ್ರಿಯಿಸಿದ ಹಾ.ಮಾ. ನಾಯಕರು ಈ ಸೂಕ್ಷ್ಮಗಳನ್ನು ಗ್ರಹಿಸದೆ, 'ತಮಿಳರು ಬೆಂಗಳೂರಿನಲ್ಲಿ ಹೆಚ್ಚಿದ್ದಾರೆ' ಎಂಬರ್ಥದ ಜನಬಳಕೆಯ ವಾದವನ್ನೇ ಮತ್ತೆ ಮಂಡಿಸಿದರು. ಆದರೆ ಆ ಕಾಲಕ್ಕೆ ಡಿ.ಆರ್. ಈ ವಾದವನ್ನು ಮಂಡಿಸಿದ್ದು ಚಿದಾನಂದಮೂರ್ತಿ ಥರದವರ ಮತೀಯವಾದಿ ರಾಷ್ಟ್ರೀಯತೆಯ ಸಮಸ್ಯೆಗಳನ್ನು ಆಳವಾಗಿ ಗ್ರಹಿಸಲು ನೆರವಾಯಿತು. ಆನಂತರ ಈ ನಿಲುವು ಕನ್ನಡ ರಾಷ್ಟ್ರೀಯತೆ ಕುರಿತ ಹಲವು ಕನ್ನಡ ಬರಹಗಳಲ್ಲಿ ಬೇರೆ ಬೇರೆ ರೀತಿಯಲ್ಲಿ ಬೆಳೆಯುತ್ತಾ, ಮತ್ತೆ ಮತ್ತೆ ಚರ್ಚೆಗೆ ಒಳಗಾಗುತ್ತಾ ಬಂದಿದೆ.

ಡಿ.ಆರ್. ತಮ್ಮ ಚಿಂತನೆಗಳನ್ನು ಥಿಯರೈಸ್ ಮಾಡುವ ರೀತಿ ಆಳವಾಗಿತ್ತು. ವಿಶಾಲ ಅರ್ಥಸಾಧ್ಯತೆಯುಳ್ಳ ಪರಿಕಲ್ಪನೆಗಳನ್ನು ಹುಟ್ಟು ಹಾಕುವ ರೀತಿಯಲ್ಲಿ ಸೃಜನಶೀಲತೆಯಿತ್ತು. ಸ್ತ್ರೀಸಾಹಿತ್ಯದ ಮಾದರಿಗಳನ್ನು ಚರ್ಚಿಸಲು 'ಕಾತ್ಯಾಯಿನಿ' ಮಾದರಿ ಹಾಗೂ 'ಗಾರ್ಗಿ' ಮಾದರಿಗಳನ್ನು ಅವರು ರೂಪಿಸಿಕೊಂಡರು. ಅವರ ಪ್ರಕಾರ, 'ತಾಯಿ, ಅಕ್ಕ, ಸಖಿ, ತಂಗಿ, ಯಜಮಾನಿ' ಈ ಎಲ್ಲ ಪಾತ್ರಗಳನ್ನೂ ನಿರ್ವಹಿಸುವ 'ಕಾತ್ಯಾಯಿನಿ ಮಾದರಿ'ಯಲ್ಲಿ ಅಪ್ರಜ್ಞಾಪೂರ್ವಕ ಬಂಡುಕೋರ ಮಾದರಿಗಳಿವೆ; ಅದಕ್ಕಿಂತ ಭಿನ್ನವಾಗಿ 'ಗಾರ್ಗಿಪ್ರತಿಭೆ'ಯ ಪ್ರಖರ ವೈಚಾರಿಕತೆ ತನ್ನನ್ನು ತುಳಿಯುತ್ತಿರುವ, ಅವಮಾನಕ್ಕೀಡು ಮಾಡುತ್ತಿರುವ ಎಲ್ಲ ಮಾದರಿ ಗಳನ್ನೂ ಉಗ್ರವಾಗಿ ಪ್ರತಿಭಟಿಸುತ್ತದೆ. ಸ್ತ್ರೀವಾದಕ್ಕೆ ಭಾರತೀಯ ಚೌಕಟ್ಟನ್ನು ಸೃಷ್ಟಿಸುವ ಡಿ.ಆರ್. ಅವರ ಈ ಮಾದರಿಗಳು ಕೂಡ ಮುಖ್ಯವಾಗಿವೆ.

ಈ ಬಗೆಯ ಹೊಸ ಪರಿಕಲ್ಪನೆಗಳಿರುವ 'ಸಾಹಿತ್ಯ ಕಥನ' ಡಿ.ಆರ್. ಅವರ 'ಅಲ್ಲಮಪ್ರಭು ಮತ್ತು ಶೈವಪ್ರತಿಭೆ'ಯಷ್ಟೇ ಶ್ರೇಷ್ಠ ಪುಸ್ತಕ ಹಾಗೂ ಅದು ಕನ್ನಡದ ಅತ್ಯಂತ ಮುಖ್ಯ ಸಂಸ್ಕೃತಿಚಿಂತನೆಗಳ ಪುಸ್ತಕಗಳ ಸಾಲಿನಲ್ಲಿರುತ್ತದೆ. ಈ ಪುಸ್ತಕ

ಪ್ರಕಟಣೆಗೆ ಸಿದ್ಧವಾಗುವ ಕಾಲಕ್ಕೆ ಡಿ.ಆರ್. ದೆಹಲಿಯಲ್ಲಿದ್ದರು. ಅಷ್ಟೊತ್ತಿಗಾಗಲೇ ನನ್ನ ಪಿಎಚ್.ಡಿ. ಮುಗಿದಿತ್ತು. ಆಗ ಡಿ.ಆರ್.ಗೆ ತಮ್ಮ ಚಿಂತನೆಯ ಟ್ರ್ಯಾಕ್ ಇವನಿಗೆ ಸರಿಯಾಗಿ ಗೊತ್ತಾಗುತ್ತಿದೆ ಎಂಬ ವಿಶ್ವಾಸ ನನ್ನ ಬಗ್ಗೆ ಹುಟ್ಟಿದಂತಿತ್ತು. 'ಸಾಹಿತ್ಯ ಕಥನ' ಅಚ್ಚಾಗುವ ಕಾಲದಲ್ಲಿ ಮಿತ್ರ ಸಿ. ವೆಂಕಟೇಶ್ ಜೊತೆಗೂಡಿ ಅದರ ಪ್ರೂಫ್, ವಾದಗಳ ತರ್ಕ ಇತ್ಯಾದಿಗಳನ್ನು ನೋಡುತ್ತಿದ್ದ ನಾನು ಅಲ್ಲಿ ಸಮಸ್ಯಾತ್ಮಕ ಎನ್ನಿಸಿದ ಭಾಗಗಳನ್ನು ಕುರಿತು ಹಲಬಗೆಯ ಸ್ಪಷ್ಟನೆಗಳನ್ನು ಫೋನಿನಲ್ಲಿ ಕೇಳುತ್ತಿದ್ದೆ. ಓದಲು ತೀರ ಭಾರ, ಅಸ್ಪಷ್ಟ ಎನ್ನಿಸಿದ ಕಡೆ ಗುರುತು ಹಾಕುತ್ತಿದ್ದೆ. ಪುಸ್ತಕ ಮುಗಿಯುವ ಹೊತ್ತಿಗೆ 'ಇದಕ್ಕೆ ನೀನೇ ಬೆನ್ನುಡಿ ಬರೆಯಬೇಕು' ಎಂದು ಡಿ.ಆರ್. ಹೇಳಿದಾಗ ಕೊಂಚ ಅಳುಕುತ್ತಲೇ ಬೆನ್ನುಡಿ ಬರೆದೆ:

> 'ಆಧುನಿಕ ಕನ್ನಡ ಬೌದ್ಧಿಕ ಪರಂಪರೆ ಕಂಡ ವಿಶಿಷ್ಟ ಸಂಸ್ಕೃತಿ ಕಥನಕಾರ ಡಿ.ಆರ್. ನಾಗರಾಜ್ ಕಳೆದೊಂದು ದಶಕದಲ್ಲಿ ಸೃಷ್ಟಿಸಿರುವ ಹೊಸ ಬಗೆಯ ಕಥನಗಳ ಸಂಕಲನವಿದು. ಸಾಹಿತ್ಯ ಮೀಮಾಂಸೆ, ಸಂಸ್ಕೃತಿ ಸಿದ್ಧಾಂತ ಹಾಗೂ ಕತೆಗಾರಿಕೆಗಳು ಬೆರೆತು ಹೊಸ ರೂಪಕ್ಕಾಗಿ ಹುಡುಕಾಡಿದಾಗ ಹುಟ್ಟಿದ ನಿರೂಪಣೆಗಳಿವು. ಸಾಹಿತ್ಯ ಪಠ್ಯಗಳಲ್ಲಿ ಆಳವಾಗಿ ಬೇರೂರಿ ನಿಂತ ಸಿದ್ಧಾಂತಿಯೊಬ್ಬನ ಈ ಬರಹಗಳು ಬಿಡಿ ಬಿಡಿಯಾಗಿ ಪ್ರಕಟವಾದಾಗ ಹಲಬಗೆಯ ವಾಗ್ವಾದಗಳನ್ನು ಹುಟ್ಟು ಹಾಕಿವೆ. ಈ ಸಂಕಲನದಲ್ಲಿರುವ ಅಕ್ಷರ ಚಿಂತನಮಾಲೆಯ ಹಿನ್ನುಡಿಗಳು ಭಾರತೀಯ ಸಂಸ್ಕೃತಿ ಚಿಂತನೆಗೆ ಹೊಸ ಪರಿಕಲ್ಪನೆಗಳನ್ನೂ ನೋಟ ಕ್ರಮಗಳನ್ನೂ ನೀಡಲೆತ್ನಿಸುತ್ತಿವೆ. ಇಲ್ಲಿ ಮೊದಲ ಬಾರಿಗೆ ಪ್ರಕಟವಾಗು ತ್ತಿರುವ ವಸಾಹತುವಾದ ಕುರಿತ ಪ್ರಬಂಧದಲ್ಲಿ ವಸಾಹತುವಾದದ ಬಗೆಗೆ ಈವರೆಗೆ ನಡೆದ ಜಾಗತಿಕ ಚರ್ಚೆಗಳನ್ನು ಮುಖಾಮುಖಿ ಯಾಗುವ ಕನ್ನಡಿಗನೊಬ್ಬನ ಮಹತ್ವಾಕಾಂಕ್ಷೆಯ ಹಟವೂ ಇದೆ. ಮೂಲತಃ ಸಾಹಿತ್ಯಕವೆನ್ನಬಹುದಾದ ಕಲ್ಪನಾವಿಲಾಸವೊಂದು ದೇಶೀ ಹಾಗೂ ಅನ್ಯಜ್ಞಾನಶಾಖೆಗಳನ್ನು ಒಳಗೊಳ್ಳುವ ಹಾಗೂ ಪಳಗಿಸಿಕೊಳ್ಳುವ ಸೃಜನಶೀಲ ಚಕಮಕಿಯಲ್ಲಿ ಹುಟ್ಟಿದ ಕಾಣ್ಕೆಗಳಿವು.'

ಈ ಬೆನ್ನುಡಿಯ ಆರಂಭದಲ್ಲಿ ಗುರುತಿಸಿದಂತೆ, ಕತೆಗಾರನ ಗುಣವಿದ್ದ ಡಿ.ಆರ್.ಗೆ ನವಇತಿಹಾಸವಾದಿ ಚಿಂತಕರಂತೆ ಕತೆಯೊಂದನ್ನು ಅಥವಾ ರೂಪಕ ದಂಥ ಘಟನೆಯೊಂದನ್ನು ಮೊದಲು ಹೇಳಿ, ಆ ಮೂಲಕ ವಸ್ತುವನ್ನು ಬೆಳೆಸುವ, ಥಿಯರೈಸ್ ಮಾಡುವ ರೀತಿ 'ಅಮೃತ ಮತ್ತು ಗರುಡ'ದ ಕಾಲಕ್ಕಾಗಲೇ ಒಗ್ಗಿತ್ತು. ತಮ್ಮ ಬರವಣಿಗೆಯ ಆರಂಭದಲ್ಲೇ 'ಮಳೆ' ಎಂಬ ಕತೆ ಬರೆದಿದ್ದ ಡಿ.ಆರ್. ತೊಂಬತ್ತರ ದಶಕದಲ್ಲಿ ಕೆಲವು ಬುದ್ಧಿಜೀವಿ 'ಹೈಬ್ರೋ' ಕತೆಗಳನ್ನು ಬರೆದರು.

ಕಾದಂಬರಿಯೊಂದನ್ನು ಬರೆಯುವ ಬಗೆಗೂ ಯೋಚಿಸುತ್ತಿದ್ದರು.ಅವರೊಳಗಿದ್ದ ಕಥನಪ್ರತಿಭೆ ಮುಂದೆ 'ಸಾಹಿತ್ಯಕಥನ'ದ ಹೊತ್ತಿಗೆ ಅತ್ಯಂತ ಪ್ರಬುದ್ಧವಾದ ವಸ್ತು ವಿನ್ಯಾಸದ ಕ್ರಮಗಳನ್ನು ರೂಪಿಸಿಕೊಂಡಿತು.'ಹಿಂಸೆಯ ಪ್ರತಿನಿಧೀಕರಣದ ನೀತಿ ಮತ್ತು ಸೌಂದರ್ಯ ಮೀಮಾಂಸೆ' ಲೇಖನದಲ್ಲಿ ವಿಚಾರಣೆಯ ದಾಖಲೆಗಳ ಮೂಲಕ ಹಿಂಸೆಯ ಪ್ರತಿನಿಧೀಕರಣದ ಪರಿಶೀಲನೆ ಮಾಡಿರುವ ರೀತಿ ಒಂದು ಕಾಲದ ವಿವಿಧ ಪಠ್ಯಗಳನ್ನು ಪರಿಶೀಲಿಸುವ ನವ ಇತಿಹಾಸವಾದಿ ವಿಶ್ಲೇಷಣಾ ಕ್ರಮದ ಮಾದರಿಯನ್ನು ಬಳಸಿದೆ. ಇದೇ ಪುಸ್ತಕದ 'ಸಂಪೂರ್ಣ ಸ್ವಾಧೀನತೆ ಮತ್ತು ನಿಯಂತ್ರಣಗಳಾಚೆಗೆ...' ಬರಹದಲ್ಲಿ ವಸಾಹತೀಕರಣವನ್ನು ಎದುರಾಗಲು ಜನಪದ ಕತೆಯೊಂದನ್ನು ಆಧರಿಸಿ ಡಿ.ಆರ್. ಮಾಡಿದ ರೂಪಕ ವಿಶ್ಲೇಷಣೆಯ ಅಂತರ್‌ಶಿಸ್ತೀಯ ಮಾದರಿ ಕೂಡ ವಿಶಿಷ್ಟವಾದುದು. ಈ ಕತೆಯಲ್ಲಿ ರವಿಕೀರ್ತಿ ಎಂಬ ರಾಜ ತಾನು ಸೋಲಿಸಿದ ಚಂದ್ರಕೀರ್ತಿ ಎಂಬ ರಾಜನನ್ನು ಸೆರೆಮನೆಗೆ ತಳ್ಳುತ್ತಾನೆ. ಚಂದ್ರಕೀರ್ತಿಗೆ ಹುಚ್ಚು ಹಿಡಿಯುತ್ತದೆ. ಒಂದು ಕೋತಿ ಮಾತ್ರ ಅವನ ಸಂಗಾತಿ. ಒಮ್ಮೆ ರವಿಕೀರ್ತಿ ಸೆರೆಮನೆಗೆ ಹೋಗಿ ನೋಡಿದರೆ ಚಂದ್ರಕೀರ್ತಿ ಕೋತಿಗೆ ಅಲಂಕಾರ ಮಾಡಿ ರಾಜನ ವೇಷ ಹಾಕುತ್ತಿದ್ದ. ತನಗೆ ರಾಜ ಬಯ್ದದ್ದನ್ನೆಲ್ಲಾ ಕೋತಿಗೆ ಬಯ್ಯುತ್ತಿದ್ದ. ಕೋತಿ ರಾಜನ ಥರ ಆಡುತ್ತಿತ್ತು. ಸಿಟ್ಟಾದ ರವಿಕೀರ್ತಿ ಆ ಕೋತಿಯನ್ನು ಕೊಲ್ಲಿಸಿದ. ಆದರೆ ಚಂದ್ರಕೀರ್ತಿ ಮೆತ್ತಗಾಗಲಿಲ್ಲ. ಒಂದು ರಾತ್ರಿ ರವಿಕೀರ್ತಿ ಸೆರೆಮನೆಗೆ ಹೋಗಿ ನೋಡಿದರೆ, ಅಲ್ಲಿ ಮಲಗಿದ್ದ ಚಂದ್ರಕೀರ್ತಿ ಆ ಕೋತಿಯ ಜೊತೆ ಕನಸಿನಲ್ಲಿ ಮಾತಾಡುತ್ತಿದ್ದ. ಆ ಮಾತಿನಲ್ಲಿ ದೊರೆಯನ್ನು ಗೇಲಿ ಮಾಡುತ್ತಿದ್ದ. ಈ ಕತೆಯನ್ನು ವಿಶ್ಲೇಷಿಸುತ್ತಾ, 'ಕನಸಿನ ಕೋತಿಯನ್ನು ಕೊಲ್ಲಿಸುವುದು ಕಷ್ಟ ಎಂಬುದು ವಸಾಹತೀಕರಣವನ್ನು ಚರ್ಚಿಸುವ ಸಿದ್ಧಾಂತಿಗಳಿಗೆ ಅರಿವಾಗಿದ್ದರೆ ಆ ಕಥನವೇ ಬೇರೆಯಿರುತ್ತಿತ್ತು' ಎಂಬ ನಿಲುವನ್ನು ಡಿ.ಆರ್. ತಲುಪುತ್ತಾರೆ. ಹುಚ್ಚು, ಅಣಕ, ಕನಸು –ಈ ಮೂರು ಸ್ತರಗಳಲ್ಲಿ ಕೂಡ ವ್ಯಕ್ತಿಯೊಬ್ಬ ಪ್ರಭುತ್ವವನ್ನು ಮುಖಾಮುಖಿಯಾಗುವ ಸಾಧ್ಯತೆಯನ್ನು ಈ ಕತೆಯ ಓದಿನ ಮೂಲಕ ತೋರಿಸುತ್ತಾರೆ.

ಆಧುನಿಕೋತ್ತರ ನಿರ್ವಸಾಹತೀಕರಣ ಚಿಂತನೆಗಳು ಜಗತ್ತಿನ ಇನ್ನಿತರ ಭಾಗಗಳಲ್ಲಿ ನಡೆಯುವ ಕಾಲದಲ್ಲಿ ಡಿ.ಆರ್., ಅನಂತಮೂರ್ತಿ, ಚಂದ್ರಶೇಖರ ಕಂಬಾರ, ರಾಜೇಂದ್ರ ಚೆನ್ನಿ, ಕಿ.ರಂ. ನಾಗರಾಜ್, ಶಂಕರ ಮೊಕಾಶಿ ಪುಣೇಕರ, ಶಿವಪ್ರಕಾಶ್ ಮುಂತಾದವರ ಚಿಂತನೆಗಳ ಮೂಲಕ ಕನ್ನಡದಲ್ಲೂ ನಡೆಯುತ್ತಿದ್ದವು. ವಸಾಹತೀಕರಣದ ಸ್ವರೂಪ ಪ್ರತಿಯೊಂದು ಸಂಸ್ಕೃತಿಯಲ್ಲೂ ಭಿನ್ನವಾಗಿರುವುದರಿಂದ ಅದನ್ನು ಅರಿಯಲು ಆಯಾ ಸಂಸ್ಕೃತಿಗಳಿಂದಲೂ ಹತಾರಗಳನ್ನು ರೂಪಿಸಿಕೊಳ್ಳಬೇಕೆಂದು ಡಿ.ಆರ್. ಅವರ ವಿಶ್ಲೇಷಣೆ ನಮ್ಮನ್ನು ಒತ್ತಾಯಿಸುತ್ತದೆ.

'ಸಂಪೂರ್ಣ ಸ್ವಾಧೀನತೆ ಮತ್ತು ನಿಯಂತ್ರಣಗಳಾಚೆಗೆ...' ಬರಹದ 'ವಸಾಹತೀಕರಣ ಸಿದ್ಧಾಂತಿಗಳ ವಿಷಾದಯೋಗದ ಮೂಲವನ್ನು ಕುರಿತು' ಎಂಬ ಉಪಶೀರ್ಷಿಕೆ ಸೂಚಿಸುವಂತೆ ಎಡ್ವರ್ಡ್ ಸೈದ್, ಫ್ರಾಂಜ್ ಫ್ಯಾನನ್, ಜಾನ್‌ಪಾಲ್ ಸಾರ್ತರ್, ಆಶಿಶ್ ನಂದಿ ಮೊದಲಾದ ನಿರ್ವಸಾಹತೀಕರಣ ಸಿದ್ಧಾಂತಿಗಳ 'ವಿಷಾದ ಯೋಗದ ಮೂಲವನ್ನು' ಡಿ.ಆರ್. ಎದುರಾಗುತ್ತಾರೆ. ವಿಜ್ಞಾನ, ತಂತ್ರಜ್ಞಾನ ಮತ್ತು ಅಭಿವೃದ್ಧಿ ಪಥಗಳು ಸೃಷ್ಟಿಸಿದ ಹಿಂಸೆಗಳನ್ನು ಆಶಿಶ್ ನಂದಿಯವರ ಚಿಂತನೆಯಿಂದಲೂ ಗ್ರಹಿಸಿದ್ದ ಡಿ.ಆರ್. ಈ ಬರಹದಲ್ಲಿ ಆಶಿಶ್‌ರ ಚಿಂತನೆ ಯನ್ನೂ ಎದುರಾದರು. ಆಗ ಅವರು ಆಶಿಶ್ ನಂದಿ ಕೆಲಸ ಮಾಡುತ್ತಿದ್ದ ದೆಹಲಿಯ 'ಸೆಂಟರ್ ಫಾರ್ ದಿ ಸ್ಟಡಿ ಆಫ್ ಡೆವಲಪಿಂಗ್ ಸೊಸೈಟೀಸ್'ನ ಫೆಲೋ ಆಗಿದ್ದರು. ಡಿ.ಆರ್. ಚಿಂತನೆ ತಮ್ಮನ್ನು ಹೊಸ ದಿಕ್ಕಿಗೆ ಹೊರಳಿಸಿತೆಂದು ಮುಂದೊಮ್ಮೆ ಹೇಳಿದ ಆಶಿಶ್ ನಂದಿ ತಮ್ಮ 'ಆ್ಯನ್ ಆ್ಯಂಬಿಗ್ಯುಯಸ್ ಜರ್ನಿ ಟು ದಿ ಸಿಟಿ' ಪುಸ್ತಕವನ್ನು ಡಿ.ಆರ್.ಗೆ ಅರ್ಪಿಸುತ್ತಾ ಈ ಮಾತುಗಳನ್ನು ಬರೆದರು:

> 'To the memory of D.R.(1954-1998), literary theorist, classical scholar, cultural critic, political activist, colleague, friend and the most remarkable Indian intellectual of his generation that I met. He embodied the creative vigour of non colonized, non Brahminic, Vernacular India, even when he did not write about it.'

ಈ ಬಗೆಯಲ್ಲಿ ಡಿ.ಆರ್. ಅವರ ಬೌದ್ಧಿಕತೆ, ಚಿಂತನೆಯ ವ್ಯಾಪ್ತಿ ಹಾಗೂ ಮಹತ್ವ ಕುರಿತ ಸಮಗ್ರ ವರ್ಣನೆಯನ್ನು ಕನ್ನಡದಲ್ಲಿ ಡಿ.ಆರ್. ಕುರಿತು ಬಂದಿರುವ ಬಹುತೇಕ ಅರೆಮನಸ್ಸಿನ ಪ್ರತಿಕ್ರಿಯೆಗಳಲ್ಲಿ ಕಂಡಿಲ್ಲ. ೨೦೧೦ರಲ್ಲಿ ಪೃಥ್ವಿದತ್ತ ಚಂದ್ರ ಶೋಭಿ ಸಂಪಾದಿಸಿದ ಡಿ.ಆರ್. ಇಂಗ್ಲಿಷ್ ಬರಹಗಳ ಸಂಕಲನ 'ದ ಫ್ಲೇಮಿಂಗ್ ಫೀಟ್ ಅಂಡ್ ಅದರ್ ಎಸ್ಸೇಸ್'ಗೆ ಬರೆದ ಮುನ್ನುಡಿಯಲ್ಲಿ ಡಿ.ಆರ್. ಅವರ ಚಿಂತನೆಯ ಮಹತ್ವವನ್ನು ಆಶಿಶ್ ನಂದಿ ಇನ್ನಷ್ಟು ವ್ಯಾಪಕವಾಗಿ ಗುರುತಿಸಿದರು. ಡಿ.ಆರ್. ರೂಪಿಸಿದ, ಚಾಲ್ತಿಗೆ ತಂದ ಪರಿಕಲ್ಪನೆಗಳು ಹಾಗೂ ತಾತ್ವೀಕರಣದ ಮಾದರಿಗಳು ಭಾರತೀಯ ಸಮಾಜ ಹಾಗೂ ಸಂಸ್ಕೃತಿಗಳನ್ನು ಅಧ್ಯಯನ ಮಾಡುವವರಿಗೆ ಹೊಸ ಓದಿನ ಹಾದಿಗಳನ್ನು ತೆರೆದಿವೆ ಎಂಬುದನ್ನು ನಾನು ಭೇಟಿ ಮಾಡಿರುವ ಇತರ ಭಾರತೀಯ ಚಿಂತಕರಾದ ರಾಮಚಂದ್ರ ಗುಹಾ, ಉದಯನ್ ವಾಜಪೇಯಿ, ಗೋಪಾಲಗುರು, ಯೋಗೇಂದ್ರ ಯಾದವ್ ಹಾಗೂ ತಮಿಳು, ಮಲಯಾಳಂ ಭಾಷೆಯ ಹಲವು ಚಿಂತಕರು ಆಗಾಗ್ಗೆ ನೆನಪಿಸಿ ಕೊಂಡಿದ್ದಾರೆ.

೧೫

'ವಿಸ್ಮೃತಿ' ಪರಿಕಲ್ಪನೆಯ ಚಾರಿತ್ರಿಕ ಘಟ್ಟ

ಡಿ.ಆರ್. ಅಖಿಲ ಭಾರತೀಯ ಮನ್ನಣೆ ಗಳಿಸಿದ ಘಟ್ಟ ಅವರ ಚಿಂತನೆಯಲ್ಲಿ ವಿಸ್ಮೃತಿ ಪರಿಕಲ್ಪನೆ ಕೇಂದ್ರಕ್ಕೆ ಬಂದ ಘಟ್ಟವೂ ಹೌದು. ಭಾರತದ ಮುಖ್ಯ ಸಂಸ್ಕೃತಿ ಚಿಂತಕರಾದ ಗಣೇಶ್‌ದೇವಿಯವರ 'ಆಮ್ನೇಷಿಯಾ' ಹಾಗೂ ಡಿ.ಆರ್. ಅವರ 'ವಿಸ್ಮೃತಿ' ಪರಿಕಲ್ಪನೆ– ಈ ಎರಡೂ ಹೆಚ್ಚುಕಡಿಮೆ ಒಂದೇ ಘಟ್ಟದಲ್ಲಿ ಭಾರತದ ಬೌದ್ಧಿಕ ಚಿಂತನೆಯ ಕೇಂದ್ರಕ್ಕೆ ಬಂದವು. 'ಸಂಸ್ಕೃತಿಗಳಿಗೆ ವಿಚಿತ್ರ ರೀತಿಯ ಮರೆವು ಆವರಿಸುತ್ತದೆ' ಎಂದು ಅಕ್ಷರ ಚಿಂತನ ಮಾಲೆಯ ಬೆನ್ನುಡಿಯಲ್ಲಿ ಬರೆದ ಡಿ.ಆರ್. ಉತ್ತಮ ದೇಶೀ ಚಿಂತನೆಗಳನ್ನು ಮರೆವಿನಿಂದ ಹೊರತೆಗೆಯಲೆತ್ನಿಸಿದರು. ಆ ಘಟ್ಟದಲ್ಲಿ 'ಲಂಕೇಶ್‌ಪತ್ರಿಕೆ'ಗಾಗಿ ನಾನು ಅವರನ್ನು ಸಂದರ್ಶನ ಮಾಡಿದಾಗ ಎರಡು, ಮೂರು ಸಂಜೆ ಡಿ.ಆರ್. 'ವಿಸ್ಮೃತಿ' ಕುರಿತು ವ್ಯಾಪಕವಾಗಿ ಚರ್ಚಿಸಿದರು. ಆ ಮಾತುಕತೆಯ ಭಾಗಗಳನ್ನು ತಮ್ಮ ಪತ್ರಿಕೆಯಲ್ಲಿ ಪ್ರಕಟಿಸುವಾಗ ಲಂಕೇಶರು 'ಸಂಸ್ಕೃತಿಪಟು ಡಿ.ಆರ್. ಸಂದರ್ಶನ' ಎಂಬ ಚುಡಾವಣೆಯ ಶೀರ್ಷಿಕೆ ಕೊಟ್ಟರು. ಈ ಸಂದರ್ಶನಕ್ಕೆ ಬರೆದ 'ಇಂಟ್ರೋ'ದಲ್ಲಿ 'ಶಾಸ್ತ್ರೀಯ ಜ್ಞಾನದಲ್ಲಿ ಕಂಠಮಟ್ಟ ಹೂತು ಹೋದಂತೆ ಕಂಡರೂ, ಡಿ.ಆರ್. ನಾಗರಾಜ್ ಪರಂಪರೆ ಮತ್ತು ಸಂಸ್ಕೃತಿಗಳನ್ನು ಕುರಿತು ಮಹತ್ವದ ಪ್ರಶ್ನೆಗಳನ್ನೆತ್ತುತ್ತಿರುವ ಚಿಂತಕರು' ಎಂದು ಬರೆದರು. ಸಾಮಾನ್ಯವಾಗಿ 'ಲಂಕೇಶ್

ಪತ್ರಿಕೆ'ಯ ನನ್ನ ಬರಹಗಳಿಗೆ ತಲೆಬರಹ, 'ಇಂಟ್ರೋ'ಗಳನ್ನು ನಾನೇ ಬರೆಯುತ್ತಿದ್ದೆ. ಆದರೆ ಆ ವಾರ ಈ ಎರಡೂ ಕೆಲಸಗಳನ್ನು ನಾನು ಮಾಡುವ ಮೊದಲೇ ಲಂಕೇಶ್ ಮಾಡಿದ್ದರು! ಡಿ.ಆರ್. ಕುರಿತ ಅಸೂಯೆ, ಅಚ್ಚರಿಗಳೆರಡೂ ಆ ಮಾತುಗಳಲ್ಲಿದ್ದವು. ಈ ತುಂಟಾಟ ಕುರಿತು ನಾನು ನಕ್ಕಾಗ, 'ನಾನೆಲ್ಲಿ ಬರೆದಿದ್ದೀನಿ?' ಎಂದು ಲಂಕೇಶ್ ಕಿಲಾಡಿಮುಖ ಮಾಡಿದರು. ಡಿ.ಆರ್. ಕೂಡ ಈ ಶೀರ್ಷಿಕೆ ಮತ್ತು ಇಂಟ್ರೋ ನೋಡಿ ನಕ್ಕಿದ್ದು ನೆನಪಿದೆ. ಆ ಸಂದರ್ಶನದ ಭಾಗಗಳನ್ನು ಇಲ್ಲಿ ಕೊಟ್ಟಿರುವೆ:

ಡಿ.ಆರ್. ಸಂದರ್ಶನ

'ಸಾಹಿತ್ಯವಿಮರ್ಶೆ ಅಥವಾ ಸಂಸ್ಕೃತಿವಿಮರ್ಶೆಯೇ ನಿಮ್ಮ ಪ್ರಧಾನ ಆಸಕ್ತಿಯಾದದ್ದು ಹೇಗೆ?' ಎಂಬ ನನ್ನ ಸಿದ್ಧ ಪ್ರಶ್ನೆಗೆ ಸಿದ್ಧ ಉತ್ತರ ನೀಡಲು ಅನುಮಾನಿಸುತ್ತಾ, ಬಿ.ಎ. ಓದುವಾಗ ತಾವು 'ಮಳೆ' ಎಂಬ ಕತೆ ಬರೆದದ್ದನ್ನು ನೆನೆಪಿಸಿಕೊಳ್ಳುತ್ತಾ, ಆ ನಂತರ ಸೃಜನೇತರ ಬರವಣಿಗೆಯತ್ತ ತಮ್ಮ ಗಮನ ಹರಿದಿದ್ದರ ಅಸ್ಪಷ್ಟ ಕಾರಣಗಳನ್ನು ಡಿ.ಆರ್. ನಾಗರಾಜ್ ಹುಡುಕಲಾರಂಭಿಸಿದರು:

'...ಪ್ರಾಯಶಃ ಬಹಳ ತೀವ್ರವಾದದ್ದನ್ನ ಅರ್ಥ ಮಾಡಿಕೊಳ್ಳೋ ಕ್ರಮ ಬೌದ್ಧಿಕ ಪರಿಕಲ್ಪನೆಗಳ ಮೂಲಕ ಮಾತ್ರ ಸಾಧ್ಯ ಅನ್ನುವ ತಪ್ಪು ಕಲ್ಪನೆ ಆಗ ನನಗಿದ್ದುದರಿಂದ ವಿಮರ್ಶೆಗೆ ಹೆಚ್ಚು ಗಮನ ಕೊಟ್ಟೆ ಅನ್ನಿಸುತ್ತೆ. ಆಗ ಸಾಹಿತ್ಯದ ಸೃಜನಶೀಲ ಆಯಾಮಕ್ಕಿಂತ ತಾತ್ವಿಕ ಸಂಗತಿಗಳೇ ಹೆಚ್ಚು ತೀವ್ರವಾಗಿ ಕಂಡಿದ್ದವೇನೋ. ಆದರೆ ಈಗ ಸಾಹಿತ್ಯ ಮತ್ತು ತತ್ವಜ್ಞಾನ ಅಥವಾ ಸೃಜನಶೀಲ ಸಾಹಿತ್ಯ ಮತ್ತು ವಿಮರ್ಶೆ ಇವೆರಡರ ನಡುವೆ ಮೂಲಭೂತ ವ್ಯತ್ಯಾಸವಿಲ್ಲ ಎಂಬುದು ನನ್ನ ನಂಬಿಕೆ... ಆಧುನಿಕ ಜ್ಞಾನದ ಈಚಿನ ವರ್ಷಗಳ ಮುಖ್ಯ ಸಾಧನೆ ಎಂದರೆ ಸೃಜನಶೀಲ ಸಾಹಿತ್ಯ ಮತ್ತು ವಿಮರ್ಶೆ ಇವೆರಡರ ನಡುವಿನ ವ್ಯತ್ಯಾಸವನ್ನು ಅಳಿಸಿ ಹಾಕಿರೋದು. ಅದಕ್ಕೇ ನಾನು ನನ್ನನ್ನು ಸಾಹಿತ್ಯವಿಮರ್ಶಕ ಅಂತ ಕರೆದುಕೊಳ್ಳೋದಿಲ್ಲ. ನಾನು ಮಾಡ್ತಿರೋದು ಸಾಹಿತ್ಯವನ್ನು ಬಳಸಿ ತಾತ್ವಿಕ ಪ್ರಮೇಯವನ್ನು ಅಥವಾ ಇನ್ನಾವುದೋ ವಾಸ್ತವವನ್ನು ಹುಡುಕುವ ಕೆಲಸ. ಅಂದ್ರೆ ನಾನು ಮಾಡುವ ಕೆಲಸಕ್ಕೆ ಕುರ್ತಕೋಟಿ ಅಥವಾ ಜಿ.ಎಚ್. ನಾಯಕರ ವಿಮರ್ಶೆಯಷ್ಟು ನಿಖರತೆ ಇರಲ್ಲ. ಶುದ್ಧಾಂಗವಾದ ಸಾಹಿತ್ಯ ವಿಮರ್ಶೆಯಷ್ಟು ವಿಧೇಯವಾದ ವಿನಯವಂತಿಕೆಯ ಗುಣ ಇರಲ್ಲ. ಆದರೆ ಸೃಜನೇತರವಾದ ಬರವಣಿಗೆಗೆ ಸಾಹಿತ್ಯವಿಮರ್ಶೆಗೆ ಮೀರಿದ

ಒಂದು ಮಹತ್ವಾಕಾಂಕ್ಷೆ ಇರ್ತದೆ; ಸಾಹಿತ್ಯವಿಮರ್ಶೆಗೆ ಮೀರಿದ ಶಕ್ತಿಸಂಚಯದ ಗುಣ ಇರ್ತದೆ... ಇಷ್ಟೆಲ್ಲ ಹೇಳಿದರೂ ಯಾಕೆ ಸಂಸ್ಕೃತಿ ವಿಮರ್ಶಕನಾದೆ ಅನ್ನೋದಕ್ಕೆ ಇವೆಲ್ಲ ಸರಳ ವಿವರಣೆಗಳು ಮಾತ್ರ. ಯಾಕೆಂದರೆ ಭೂತವನ್ನು ಕೇವಲ explain ಮಾಡಬಹುದೇ ಹೊರತು recreate ಮಾಡೋಕಾಗಲ್ಲ.'

ಈಚಿನ ವರ್ಷಗಳಲ್ಲಿ ಸಾಹಿತ್ಯಕ ಪ್ರಶ್ನೆಗಳಿಗಿಂತ ಸಾಂಸ್ಕೃತಿಕ ಪ್ರಶ್ನೆಗಳತ್ತಲೇ ನಿಮಗೆ ಹೆಚ್ಚು ಆಸಕ್ತಿ. ಈಚಿನ ನಿಮ್ಮ ಮುಖ್ಯವಾದ ಥೀಸಿಸ್ 'ವಿಸ್ಮೃತಿ'ಯನ್ನು ಕುರಿತದ್ದು. ಒಂದು ಸಂಸ್ಕೃತಿಯಲ್ಲಿ ನಡೆಯುವ ಸಂಕೀರ್ಣ ರೂಪಾಂತರಗಳನ್ನು ಇಂಥದೊಂದು ಪರಿಕಲ್ಪನೆಯ ಮೂಲಕ ಗ್ರಹಿಸಲು ಸಾಧ್ಯವೇ?

ಈ ವಿಸ್ಮೃತಿ ಅನ್ನೋ ಕಲ್ಪನೆ ರೂಪುಗೊಂಡಿದ್ದು ಕಳೆದ ವರ್ಷ ಶಿಮ್ಲಾದ ಅಡ್ವಾನ್ಸ್‌ಡ್ ಸ್ಟಡೀಸ್ ಸೆಂಟರಿನಲ್ಲಿ ವಸಾಹತುಶಾಹಿ ಅನುಭವಗಳನ್ನು ಕುರಿತ ನನ್ನ ಅಧ್ಯಯನಗಳ ಮೂಲಕ. (ಈ ಕುರಿತ 'Recreating Each Other' ಪುಸ್ತಕದ ತಯಾರಿ ನಡೆದಿದೆ.) ಈ ರೀತಿಯ ಪರಿಕಲ್ಪನೆಗಳು ಒಂದು ವಿಶಾಲವಾದ ತಾತ್ವಿಕ ವಿಶ್ವವನ್ನು ಪರಿಚಯಿಸುವ ಅಥವಾ ಪ್ರವೇಶಿಸುವ ಮಾರ್ಗಗಳು. ಭಾರತದ ಅವೈದಿಕ ಜೀವನದರ್ಶನಗಳ, ಬಹುಮುಖೀ ಪರಂಪರೆಗಳ ಪುನರುಜ್ಜೀವನ ಮತ್ತು ಪುನರುದ್ದೀಪನ ಈ ವಿಸ್ಮೃತಿಯ ಕಲ್ಪನೆಯ ಹಿನ್ನೆಲೆಯಲ್ಲಿರುವ ಮುಖ್ಯ ಆಶಯ. ಈ ಅವೈದಿಕ ಎನ್ನುವ ಪರಿಕಲ್ಪನೆಯನ್ನು ಹೆಚ್ಚು ಸೂಕ್ಷ್ಮವಾಗಿ ವಿಸ್ತರಿಸಬೇಕಾಗಿದೆ. ಪ್ರಾಚೀನ ಭಾರತೀಯ ಸಂಸ್ಕೃತಿಯಲ್ಲಿ ನಡೆದಿರುವ ಅತ್ಯಂತ ಮುಖ್ಯ ಹಾಗೂ ನಿಗೂಢ ಸಂಘರ್ಷಗಳು ಅದರೊಳಗೆ ಬರುತ್ತವೆ. ಉದಾಹರಣೆಗೆ, ವೈಷ್ಣವರ 'ಪಾಂಚರಾತ್ರ' ಮಾರ್ಗ, ಶೈವರ 'ಪಾಶುಪತ' ಇತ್ಯಾದಿಗಳು ಅವೈದಿಕ ಎಂದು ಪರಿಗಣಿತವಾಗಿದ್ದವು. 'ಪಾಂಚರಾತ್ರ'ದ ಬಗೆಗಿನ ಯಾವುದೇ ಜನಪ್ರಿಯ ಪುಸ್ತಕ ತೆಗೆದುಕೊಂಡರೂ ಅದರಲ್ಲಿ 'ತಮ್ಮನ್ನು ಅವೈದಿಕರು, ಅಬ್ರಾಹ್ಮಣರು ಎಂದು ಸಂಪ್ರದಾಯಸ್ಥರು ಜರಿಯುತ್ತಾರೆ; ಅದು ಹಾಗಲ್ಲ' ಎಂಬ ಗೋಳಾಟ ಇರುತ್ತದೆ. ವೈಷ್ಣವ ಯತಿ ಯಮುನಾಚಾರ್ಯನ ಮುಖ್ಯ ಕೆಲಸವೇ 'ಪಾಂಚರಾತ್ರ'ಕ್ಕೆ ವೈದಿಕ ಮನ್ನಣೆ ಒದಗಿಸಿಕೊಡುವುದಾಗಿತ್ತು. ಅನೇಕ ಶೈವ ಶಾಖೆಗಳ ಬಗೆಗೂ ಈ ರೀತಿಯ ವಿವಾದ ಇದೆ. ಹೀಗೆ ಈಗ ತುಂಬ ಸ್ಥೂಲವಾಗಿ ವೈದಿಕ,

ಹಿಂದೂ ಎಂದು ಕರೆವ ಪಂಥಗಳು ಕೂಡ ವೇದಾಧಿಕಾರದ ಜತೆಗೆ ತೀವ್ರವಾಗಿ ಸೆಣಸಿದ್ದವು ಹಾಗೂ ಇವೆಲ್ಲ ತಮ್ಮ ಮೂಲ ಮೌಲ್ಯಗಳ ಮಟ್ಟದಲ್ಲಿ ಇವತ್ತಿಗೂ ಜಾತಿಯನ್ನು ಮಾನ್ಯ ಮಾಡುವುದಿಲ್ಲ. ಆದ್ದರಿಂದ, ಇತಿಹಾಸದ ಮಂಜಿನಲ್ಲಿ ಮುಚ್ಚಿ ಹೋಗಿರುವ ಇಂಥವನ್ನು ಅನಾವರಣ ಮಾಡಬೇಕಿದೆ. ಈ ದೇಶದಲ್ಲಿ ವೈದಿಕ ಮತ್ತು ಅವೈದಿಕಗಳ ನಡುವಣ ವಾಗ್ವಾದಗಳಿಗೆ ಸಾವಯವ ಸಂಪರ್ಕ ಇದೆ. ಅವೈದಿಕ ದಾರ್ಶನಿಕ ಕ್ರಮಗಳಿಗೆ ಹೊಸ ಚೈತನ್ಯ ಬರೋದರೊಂದಿಗೇ ಸೊರಗಿ ಹೋಗಿರುವ ವೈದಿಕ ಲೋಕದರ್ಶನಗಳಿಗೂ ಚೈತನ್ಯ ಬಂದು ಇಡೀ ಸಂಸ್ಕೃತಿಯೇ ತನ್ನನ್ನು ಪುನರುಜ್ಜೀವನಗೊಳಿಸಿಕೊಳ್ಳುವುದೆಂಬ ನಂಬಿಕೆ ನನ್ನದು.

ಒಂದು ಸಾಂಸ್ಕೃತಿಕ ದಂಗೆಗೆ ಆ ಸಂಸ್ಕೃತಿಯ ಪ್ರಾಚೀನ ಸ್ಮೃತಿ ಗಳಿಂದಲೇ ಶಕ್ತಿ ಬರದೇ ಇದ್ರೆ ಅದಕ್ಕೆ ಹೆಚ್ಚು ವ್ಯಾಪಕತೆ ಇರಲ್ಲ. ಆದರೆ ವಸಾಹತುಶಾಹಿ ತಂದ ವಿಸ್ಮೃತಿಯ ಸ್ವರೂಪ ಏನೆಂದರೆ ಬ್ರಾಹ್ಮಣೇತರ ಜಾತಿಗಳಿಗೆ, ಅವೈದಿಕ ಜನಾಂಗಗಳಿಗೆ ದೀರ್ಘ ಸಾಂಸ್ಕೃತಿಕ ಸ್ಮೃತಿ ಇಲ್ಲ ಎಂಬ ಭಾವನೆಯನ್ನು ಪ್ರತಿಷ್ಠಾಪಿಸುವುದು. ಆದ್ದರಿಂದ ಅವೈದಿಕ ಜೀವನದರ್ಶನಗಳ ಸಾಂಸ್ಕೃತಿಕ ಸ್ಮೃತಿಯನ್ನು ಗಳಿಸಿಕೊಳ್ಳೋದು, ಆಧುನಿಕ ಮೌಲ್ಯಗಳಿಂದ ಪರಿಷ್ಕರಿಸೋದು ವಿಸ್ಮೃತಿ ಕಲ್ಪನೆಯ ಗುರಿ. ಯಾಕೆಂದರೆ ಆಧುನೀಕರಣ ಪ್ರಕ್ರಿಯೆ ವೈದಿಕ ಜೀವನಕ್ರಮಗಳಿಗೆ ಸವಲತ್ತನ್ನು ನೀಡಿ ಬಿಟ್ಟಿದೆ. ಆಧುನಿಕ ಪ್ರಭುತ್ವದ ಸಂದರ್ಭದಲ್ಲಿ ವಸಾಹತುವಾದ ಕೆಳಜಾತಿಗಳ ಬಿಡುಗಡೆಯ ಮಾರ್ಗದಂತೆ ಕಂಡಿದ್ದರೂ ನಿಜವಾದ ಲೌಕಿಕಾಧಿಕಾರವನ್ನು, ಪ್ರಬಲ ಶಕ್ತಿಯನ್ನು ಮೇಲುಜಾತಿಗಳಿಗೆ, ಬ್ರಾಹ್ಮಣ ಶಕ್ತಿಗಳಿಗೆ ನೀಡಿದೆ. ಆದ್ದರಿಂದಲೇ ಅವೈದಿಕ ಜೀವನಕ್ರಮಗಳ ಸಾಂಸ್ಕೃತಿಕ ಶಕ್ತಿ ಮತ್ತು ಸಾಂಸ್ಕೃತಿಕ ಅಧಿಕಾರದ ಕುರಿತು ವಿಸ್ಮೃತಿಯ ಪರಿಕಲ್ಪನೆಯಲ್ಲಿ ವಿಶೇಷ ಒತ್ತು ಇದೆ.

ಈ ಸಂದರ್ಭದಲ್ಲಿ ಅವೈದಿಕ ಸಾಂಸ್ಕೃತಿಕ ಅಧಿಕಾರ ಮತ್ತು ಸಾಂಸ್ಕೃತಿಕ ಶಕ್ತಿ ಅಂತ ಯಾವುದನ್ನು ಕರೀತೀರಿ?

ಒರಿಸ್ಸಾದ ಮಹಿಮಾಪಂಥ ಇದಕ್ಕೆ ಉತ್ತಮ ಉದಾಹರಣೆ. ಅಲ್ಲಿ ಏನಾಯ್ತು ಅಂದ್ರೆ ಆದಿವಾಸಿಗಳು, ಹೆಂಗಸರು ನಿರ್ಗುಣ ತತ್ವವನ್ನು, ಅದ್ವೈತದ ತತ್ವವನ್ನು ಕ್ರಾಂತಿಕಾರಕ ರೀತಿಯಲ್ಲಿ ವ್ಯಾಖ್ಯಾನಿಸಿದರು. ಪುರಿ ಜಗನ್ನಾಥನ ಗುಡಿಯ ರಥಚಕ್ರಕ್ಕೆ ಬೆಂಕಿ ಹಚ್ಚಿದರು. ಚರಿತ್ರೆಯುದ್ದಕ್ಕೂ

ಮೇಲುಜಾತಿಯವರ ಧಾರ್ಮಿಕ ಅಧಿಕಾರವನ್ನು ಪ್ರತಿರೋಧಿಸುವ ಸಾಂಸ್ಕೃತಿಕ ಶಕ್ತಿಗಳು ಇದ್ದವು. ಇನ್ನೂ ಸ್ಪಷ್ಟವಾಗಿ ಹೇಳಬೇಕೂಂದ್ರೆ ಕುಮಾರವ್ಯಾಸಭಾರತ ಒಂದು ಕಡೆಗಿದ್ರೆ, ಅಷ್ಟೇ ಶ್ರೇಷ್ಠವಾದ ಮಲೆ ಮಾದೇಶ್ವರ ಕಾವ್ಯ, ಮಂಟೇಸ್ವಾಮಿ ಕಾವ್ಯ, ಕಾಡುಗೊಲ್ಲರ ಜುಂಜಪ್ಪನ ಕಾವ್ಯ ಒಂದು ಕಡೆಗಿದೆ. ಅಲ್ಲಮಪ್ರಭುವೇ ನಿಸ್ಸಂದೇಹವಾಗಿ ಕೆಳಜಾತಿಯವನು. ಅಲ್ಲಮಪ್ರಭುವನ್ನು ಸೃಷ್ಟಿಸಿದ ಶೂದ್ರ ವರ್ಗಕ್ಕೆ ಸಾಂಸ್ಕೃತಿಕ ಶಕ್ತಿ ಇರಲಿಲ್ಲ ಅಂತ ಹೇಳೋಕಾಗಲ್ಲ. ಅವುಗಳ ಶಕ್ತಿ ಕುಂದಿದ್ದೇ ಅವುಗಳ ಪ್ರಾಚೀನ ಸಾಂಸ್ಕೃತಿಕ ಸ್ಮೃತಿ ಮತ್ತು ಸಾಂಸ್ಕೃತಿಕ ಅಧಿಕಾರಗಳಿಗಿದ್ದ ನ್ಯಾಯಬದ್ಧತೆಗಳು ಹೊರಟುಹೋದಾಗ. ವಸಾಹತು ಘಟ್ಟದ ರಾಷ್ಟ್ರೀಯ ಹೋರಾಟದಲ್ಲಿ ಅಧಿಕೃತತೆ ಪ್ರಾಪ್ತವಾದದ್ದು ಒಂದೋ ಎರಡೋ ಬಗೆಯ ಭಾರತೀಯ ದರ್ಶನಗಳಿಗೆ ಮಾತ್ರ. ಉಳಿದ ಶೂದ್ರಾತಿಶೂದ್ರ ದಾರ್ಶನಿಕ ಮಾರ್ಗಗಳಿಗೆ ನ್ಯಾಯಬದ್ಧತೆ ಸಿಗಲೇ ಇಲ್ಲ. ವಸಾಹತುಶಾಹಿ ಘಟ್ಟದಲ್ಲಿ ನಿರ್ಮಾಣವಾದ ಭಾರತೀಯ ಸಂಸ್ಕೃತಿಯ ಪರಿಕಲ್ಪನೆ ಎಂದರೆ– ಯಾವುದೋ ಒಂದು ಬಗೆಯ ವೇದಾಂತೀಯ ದರ್ಶನಕ್ಕೆ ಸಿಕ್ಕ ಪುರಸ್ಕಾರ ಮತ್ತು ಉಳಿದ ಬಹುಮುಖೀ ಪೂಜಾಕ್ರಮಗಳಿಗೆ, ಪ್ರತಿಮಾನಿರ್ಮಾಣ ಕ್ರಮಗಳಿಗೆ ಆದ ಅವಗಣನೆ ಮತ್ತು ತಿರಸ್ಕಾರ. ಇದು ವಿಸ್ಮೃತಿಯ ಇನ್ನೊಂದು ಮುಖ. ನಾನು ವಿಸ್ಮೃತಿ ಅಂತ ಹೇಳುವಾಗ ಗಮನಿಸಬೇಕಾದದ್ದು ನಮ್ಮ ಅಧಿಕಾರ ಕೇಂದ್ರಗಳು, ಜ್ಞಾನಪ್ರಸಾರದ ಕೇಂದ್ರಗಳು, ಶಿಕ್ಷಣ ಪ್ರಸಾರದ ಕೇಂದ್ರಗಳು ಅಂತ ಯಾವುದನ್ನು ಕರೀತೇವೆ ಅಲ್ಲಿ ವಿಸ್ಮೃತಿ ಬಂದಿದೆಯೇ ಹೊರತು ಜೀವನದ ಸಾಮಾನ್ಯ ಹಂತದೊಳಗೆ ಬಂದಿದೆ ಅಂತ ಅಲ್ಲ. ಇವತ್ತಿಗೂ ನಮ್ಮಲ್ಲಿ ಕೆಳಜಾತಿಗಳಲ್ಲಿ ಹಾಗೂ ಶೂದ್ರರಲ್ಲಿ ಸಂತರು, ಅನುಭಾವಿಗಳ ಪರಂಪರೆಗಳು, ಆಚರಣೆಗಳು ಇವೆ. ಆದ್ದರಿಂದ ಈ ಬಹುಜನ ಸಮಾಜದ ಸಾಮಾನ್ಯ ಮಟ್ಟದಲ್ಲಿ ಇವೆಲ್ಲ ಜೀವಂತವಾಗಿ ಉಳಿದಿವೆ. ವಿಸ್ಮೃತಿ ಬಂದಿರೋದು ಎಲ್ಲಿ ಅಂದ್ರೆ ಇವೆಲ್ಲವನ್ನು ನಿಯಂತ್ರಿಸುವ ಅಧಿಕೃತ ಸಂಸ್ಕೃತಿ ನಿರ್ಮಾಣ ಕೇಂದ್ರಗಳಲ್ಲಿ, ಅಧಿಕಾರ ಕೇಂದ್ರಗಳಲ್ಲಿ.

ಆದರೆ ಅನಾಧುನಿಕ ಜೀವನದರ್ಶನಗಳ ಪುನರುದ್ದೀಪನದ ಈ ಮಾತುಗಳು ಸಂಘ ಪರಿವಾರದವರು ಹೇಳುವ ಪುನರುಜ್ಜೀವನವಾದ ದಂತೆ ಕೆಲವರಿಗೆ ಕೇಳಿಸುತ್ತಿವೆಯಲ್ಲ?

ಯಾವುದೇ ತಾತ್ವಿಕ ವಿಚಾರಗಳನ್ನು ನಾವು ಚರ್ಚಿಸುವಾಗ ಈ ರೀತಿಯ ಗೊಂದಲಗಳು ಹುಟ್ಟುವುದು ಸಹಜ. ಸ್ವದೇಶೀ ಚಿಂತನೆ

ಅಂದ ಮಾತ್ರಕ್ಕೆ ಅದು ಸಂಘ ಪರಿವಾರದ್ದೇ ಆಗಬೇಕಾಗಿಲ್ಲ. ನಾನು ಮಾತಾಡ್ತಾ ಇರುವ ಭಾಷೆ ಗಾಂಧಿ,ಅಂಬೇಡ್ಕರ್ ಅಥವಾ ಲೋಹಿಯಾ ಅವರದು. ನಿಜವಾಗಿ ಸಾಂಸ್ಕೃತಿಕ ಶಕ್ತಿ ಎಲ್ಲಿ ಸಂಚಯ ಆಗುತ್ತೆ ಅಂದ್ರೆ ನಮ್ಮ ಸಂಸ್ಕೃತಿಯಲ್ಲೇ ಇದ್ದ ಬಹುಮುಖೀ ಧಾರೆಗಳನ್ನ ಉದ್ದೀಪಿಸಿ ದಾಗ. ಸಂಘ ಪರಿವಾರದ ಅಪಾಯಕಾರೀ ಸಾಂಸ್ಕೃತಿಕ ರಾಜಕಾರಣ ವನ್ನು ತಡೆಗಟ್ಟುವ ಕ್ರಮ ಇದು. ಅವರು ಚರಿತ್ರೆಯನ್ನೂ ಧರ್ಮವನ್ನೂ ನೋಡ್ತಾ ಇರುವ ಕ್ರಮಕ್ಕಿಂತ ಭಿನ್ನವಾಗಿ ಶೂದ್ರರು, ಅತಿಶೂದ್ರರು ಹಾಗೂ ವೈದಿಕರಲ್ಲೇ ಇರುವ ಭಿನ್ನಮತೀಯರು ನೋಡಿದ್ದಾರೆ. ಸಂಘ ಪರಿವಾರಕ್ಕೆ ಮಾರಕವಾದ ಪೆಟ್ಟು ನೀಡುವುದು ಈ ಬಗೆಯ ದರ್ಶನಗಳ ಪ್ರತಿಪಾದನೆಯ ಮೂಲಕವೇ. ಸಾಂಸ್ಕೃತಿಕ ಸ್ಮೃತಿ ಅನ್ನೋದು ಭಾರತದಲ್ಲಿ ದೇಶೀ ಸಮಾಜವಾದಿಗಳಿಗೂ ಇರುವ ಪ್ರಬಲವಾದ ಲೋಕ. ಅದನ್ನೇ ಸಂಘ ಪರಿವಾರಕ್ಕೆ ಬಿಟ್ಟುಕೊಟ್ಟರೆ ನಾವು ನಿರಾಯುಧರಾಗಿ ಕೂತಿರುತ್ತೇವೆ, ಅಷ್ಟೇ. ನಮ್ಮ ಸಂಸ್ಕೃತಿಯ ಜಾತ್ಯತೀತ ಪರಂಪರೆಗಳು, ಧಾರ್ಮಿಕವಾದ ಜಾತ್ಯತೀತ ಪರಂಪರೆಗಳನ್ನು ಪುನರುದ್ದೀಪಿಸೋದ್ರಿಂದ ಮಾತ್ರ ಸಂಘ ಪರಿವಾರವನ್ನು ತಡೆಗಟ್ಟೋಕೆ ಸಾಧ್ಯ. ಅವರು ಸ್ವದೇಶೀ ವಿಚಾರವನ್ನು ಮಾತಾಡ್ತಾ ಇದಾರೆ ಅಂದ ಮಾತ್ರಕ್ಕೆ ನಾವು ಅಧೀರರಾಗಬೇಕಾಗಿಲ್ಲ. ಆರ್ಥಿಕ ಉದಾರೀಕರಣ ನೀತಿಯ ವಿರುದ್ಧ ಅವರು ಮಾತಾಡ್ತಾ ಇದಾರೆ, ಅದರಿಂದ ನಾವು ಮಾತಾಡಬಾರದು ಅಂತ ಕೂರೋಕಾಗಲ್ಲ!

ನಿಮ್ಮ ಆಶಯ ಅವೈದಿಕ ದಾರ್ಶನಿಕ ಕ್ರಮಗಳ ಪುನರುಜ್ಜೀವನ ಎಂದಾದರೆ, 'ಅಕ್ಷರಚಿಂತನ ಮಾಲೆ'ಯಲ್ಲಿ ಭರ್ತೃಹರಿಯ ಚಿಂತನೆ ಗಳನ್ನು ಕುರಿತ ಪುಸ್ತಕವನ್ನು ಪ್ರಕಟಿಸಿರುವುದರ ಔಚಿತ್ಯವೇನು?

ಭಾರತೀಯ ಸಂಸ್ಕೃತಿಯಲ್ಲಿ ಅವೈದಿಕ ದಾರ್ಶನಿಕ ಮಾರ್ಗಗಳು ಹುಟ್ಟಿದ್ದೇ ವೈದಿಕ ಲೋಕದರ್ಶನಗಳ, ಬ್ರಾಹ್ಮಣ ಶ್ರೇಷ್ಠತೆಯ ಜೊತೆಗಿನ ಮುಖಾಮುಖಿಯಲ್ಲಿ. ಭರ್ತೃಹರಿಯನ್ನು ಪರಿಚಯ ಮಾಡಿಕೊಳ್ಳುವ ಈ ಪ್ರಯತ್ನದಲ್ಲಿ ಭರ್ತೃಹರಿಯನ್ನು ವಿರೋಧಿಸಿದ ಜನರ ವಿಚಾರ ಗಳೇನು ಅನ್ನೋದು ಬೆಳಕಿಗೆ ಬರ್ತಾ ಹೋಗುತ್ತದೆ. ಉದಾಹರಣೆಗೆ, ಭಾಷೆ ಕುರಿತ ವಾಗ್ವಾದ. ಭರ್ತೃಹರಿ ಶಬ್ದಬ್ರಹ್ಮದ ತತ್ವವನ್ನು ಹೇಳಿದ. ಅಂದರೆ 'ಭಾಷೆ ಅನ್ನೋದು ದೈವಿಕವಾದ ಚಟುವಟಿಕೆ; ಭಾಷೆಗೆ ದೈವಿಕವಾದ ತಿರುಳು ಇರುತ್ತೆ' ಅಂದ. ಆದರೆ ಬೌದ್ಧರು 'ಭಾಷೆಗೆ ಆಂತರಿಕವಾದ ದೈವಿಕ ಶಕ್ತಿ ಏನಿಲ್ಲ, ಭಾಷೆ ಬ್ರಹ್ಮತತ್ವದ ಅಭಿವ್ಯಕ್ತಿ ಅಲ್ಲ,

ಭಾಷೆ ಅನ್ನೋದೊಂದು ರೂಢಿ; ಪದಾರ್ಥ ಅನ್ನೋದು ಪರಂಪರೆಯಿಂದ ಬಂದದ್ದೇ ಹೊರತು, ಒಂದು ಪಾರದೈವಿಕ ಶಕ್ತಿಯಿಂದ ಬಂದದ್ದಲ್ಲ' ಅಂದರು. ಒಂದು ನಾಗರಿಕತೆಯಲ್ಲಿ ಸೀಮಿತವಾಗಿ ಭಾಷಾಶಾಸ್ತ್ರದ ನೆಲೆಯ ಚರ್ಚೆಯಲ್ಲಿ ನಡೆಯುವ ಬಹಳ ದೊಡ್ಡ ದಾರ್ಶನಿಕ ಚರ್ಚೆಗಳು ದೈನಂದಿನ ಜೀವನದ ಸಮಸ್ಯೆಗಳ ಜೊತೆಗೂ ಎಲ್ಲೋ ಸಂಬಂಧವನ್ನು ಹೊಂದಿರ್ತವೆ. ಭರ್ತೃಹರಿಯ ಕೃತಿ ಕೂಡಾ ರೂಪುಗೊಂಡಿರುವುದು ವೈದಿಕ-ಅವೈದಿಕ ವಾಗ್ವಾದದಲ್ಲೇ. ಇಲ್ಲಿನ ಒಂದು ಸ್ವಾರಸ್ಯವೆಂದರೆ, ಭಾಷೆ ಕುರಿತ ವಾಗ್ವಾದದಲ್ಲಿ ಶಂಕರಾಚಾರ್ಯರ ನಿಲುವು ಭರ್ತೃಹರಿಗಿಂತ ಭಿನ್ನ. ಭರ್ತೃಹರಿ ಬೌದ್ಧರಿಗೆ ಹತ್ತಿರ; ಆತ ಭಾಷೆಯ ಬಗೆಗೆ ಸಂದೇಹವಾದಿ. ಭರ್ತೃಹರಿಯನ್ನು ಓದುವುದು ಈಗ ಮುಚ್ಚಿಹೋಗಿರುವ ಇಂಥ ಮಹತ್ವದ ವಾಗ್ವಾದಗಳ ಸಮಕಾಲೀನ ಉದ್ಘಾಟನೆ. ನಾವು ಭರ್ತೃಹರಿಯನ್ನು ಅಧ್ಯಯನ ಮಾಡೋಕೆ ಶುರುಮಾಡಿದರೆ ಅದು ನಮ್ಮನ್ನ ಧರ್ಮಕೀರ್ತಿಯ ಕಡೆಗೆ, ದಿನ್ನಾಗ ಅಥವಾ ವಸುಬಂಧುವಿನ ಕಡೆಗೆ...ಹೀಗೆ ವಿಶಾಲ ಬೌದ್ಧಿಕ ಪರಂಪರೆಯ ಕಡೆಗೆ ಕರೆದುಕೊಂಡು ಹೋಗುತ್ತೆ. ಬಹುಮುಖೀ ಮೌಲ್ಯಗಳ ಪುನರುಜ್ಜೀವನ ಆರಂಭವಾಗುವುದು ಹೀಗೇ. ಅದ್ವೈತವನ್ನು ಶಂಕರಾಚಾರ್ಯರು ಅಥವಾ ಮಧುಸೂದನ ಸರಸ್ವತಿ ಅರ್ಥಮಾಡಿಕೊಳ್ಳೋ ರೀತೀನೇ ಒಂದು. ಆದಿವಾಸಿ ಕವಿ ಭೀಮಾ ಬೋಯಿ ತನ್ನ 'ನಿರ್ಭೇದ ಸಾಧನ'ದಲ್ಲಿ ಅರ್ಥಮಾಡಿಕೊಳ್ಳೋದೇ ಒಂದು. ಒಂದು ಬಗೆಯ ಅದ್ವೈತವನ್ನು ಶಂಕರಾಚಾರ್ಯರು ಜಾತಿ ಪದ್ಧತಿಯ ಸಮರ್ಥನೆಗೆ ಬಳಸಿಕೊಂಡಂತೆ, ಅದರ ವಿರುದ್ಧ ದಂಗೆ ಏಳೋದಕ್ಕೆ ಭೀಮಾಬೋಯಿಯಂಥವರು ಅದನ್ನು ಹೇಗೆ ಬಳಸಿಕೊಳ್ತಾರೆ ಅನ್ನೋದೂ ಮುಖ್ಯ. ನಾವು ಏನನ್ನ ಮರೆತಿದೇವೆ ಅಂದ್ರೆ-ಶಂಕರಾಚಾರ್ಯರಷ್ಟೇ ದೊಡ್ಡವನಾದ ಸರಹಪಾದನಂಥ ದಾರ್ಶನಿಕ ಭಾರತದಲ್ಲಿದ್ದ ಹಾಗೂ ಅವನು ಬದುಕಿದ್ದ ಕ್ರಮ, ಪ್ರತಿಪಾದಿಸಿದ ಮೌಲ್ಯಗಳು ಸಂಪೂರ್ಣ ಬೇರೆ ಅನ್ನೋದನ್ನ. ಹೀಗೆ ಅನೇಕರು ಇದ್ದಾರೆ. ಕಣ್ಣಪಾನಂಥವರು ವೈದಿಕ ದರ್ಶನದ, ಸಂಪ್ರದಾಯದ ಕ್ರೌರ್ಯದ ವಿರುದ್ಧ ಬಂಡೆದ್ದವರು. ಆದ್ದರಿಂದಲೇ ಸಾಂಸ್ಕೃತಿಕ ದಂಗೆಗಳಿಗೆ ಪ್ರಾಚೀನ ಸ್ಮೃತಿಗಳ ಅವಶ್ಯಕತೆ ಇದ್ದೇ ಇರುತ್ತೆ. ಈ ಸಾಂಸ್ಕೃತಿಕ

ಸ್ಮೃತಿ ವಸಾಹತುಶಾಹಿ ಕಾಲದಲ್ಲಿ ಮಾಯವಾಗೋಕೆ ಶುರುವಾಯಿತು. ಹೀಗಾಗಿ ಬ್ರಾಹ್ಮಣೇತರರಿಗೆ, 'ತಮಗೆ ಸ್ವಂತ ಸಂಸ್ಕೃತಿ ಇಲ್ಲ, ಭಾರತದಲ್ಲಿ ಇರುವ ಸಂಸ್ಕೃತಿ ಎಲ್ಲವೂ ಬ್ರಾಹ್ಮಣರದು, ಸಂಸ್ಕೃತ ಅನ್ನೋದು ಬ್ರಾಹ್ಮಣರ ಸ್ವತ್ತು' ಅನಿಸೋಕೆ ಶುರುವಾಯ್ತು. ಆದರೆ ಸಂಸ್ಕೃತದೊಳಗೇ ಅನೇಕ ಅವೈದಿಕ ದರ್ಶನಗಳೂ ಬ್ರಾಹ್ಮಣ್ಯದ ವಿರುದ್ಧದ ಹೋರಾಟಗಳೂ ಇವೆ. ದೊಡ್ಡ ಅವೈದಿಕ ದಾರ್ಶನಿಕರು, ಧರ್ಮಕೀರ್ತಿ, ನಾಗಾರ್ಜುನರು ಬರೆದದ್ದು ಸಂಸ್ಕೃತದಲ್ಲೇ. ಆದರೆ ಭಾರತೀಯ ಸಂಸ್ಕೃತಿ ಎಂದರೆ ಬ್ರಾಹ್ಮಣ ಸಂಸ್ಕೃತಿ ಎಂಬ ನಂಬಿಕೆ ಆವರಿಸಿಬಿಟ್ಟು ಬೌದ್ಧರು, ಜೈನರನ್ನು ಬಿಟ್ಟು ಉಳಿದ ಅಬ್ರಾಹ್ಮಣರನ್ನು ಸಾಂಸ್ಕೃತಿಕ ಅಧೀರತೆ, ವಿಸ್ಮೃತಿ ಆವರಿಸಿದೆ.

ಒಂದು ದೃಷ್ಟಿಯಿಂದ ಕುವೆಂಪು ಅವರು ಮಾಡಿದ್ದೂ ವಿಸ್ಮೃತಿಯನ್ನು ಮೀರುವ ಪ್ರಯತ್ನವೇ ಎಂದು ಕಿ.ರಂ. ನಾಗರಾಜ್ ಪ್ರಸ್ತುತವಾದ ಪ್ರಶ್ನೆಯೊಂದನ್ನು ಎತ್ತಿದ್ದರು...

ಆದರೆ ಕುವೆಂಪು ಅಂಥವರು ಮಾಡಿರೋದು ವಿಸ್ಮೃತಿಯನ್ನು ಮೀರುವ ಒಂದು ಬಗೆಯ ಪ್ರಯತ್ನ ಮಾತ್ರ. ಹತ್ತೊಂಬತ್ತನೇ ಶತಮಾನದ ಭಾರತೀಯ ನವೋದಯ ಘಟ್ಟದಲ್ಲಿ ಒಂದು ನಿರ್ದಿಷ್ಟ ಬಗೆಯ ವೇದಾಂತ, ನಿರ್ದಿಷ್ಟ ಬಗೆಯ ಅದ್ವೈತ ಪ್ರಾಮುಖ್ಯತೆಗೆ ಬಂತು. ವಿವೇಕಾನಂದ, ಅರವಿಂದರು ಅಥವಾ ಕುವೆಂಪು ಯಾವುದನ್ನ ಅಧಿಕೃತ ಭಾರತೀಯ ಧರ್ಮ ಅಂತ ಭಾವಿಸಿದರೋ ಅದು ಪಶ್ಚಿಮದಿಂದಲೇ ಪ್ರೇರಿತವಾದ ಒಂದು ನಿರ್ದಿಷ್ಟ ರೀತಿಯ ದರ್ಶನ. ಈ ಮಾರ್ಗದಲ್ಲಿ ಜಾನಪದವಾದದ್ದರ, ಆದಿವಾಸೀ ಜೀವನಕ್ರಮಗಳ, ಅವೈದಿಕ ಮಾರ್ಗಗಳ ನಿರಾಕರಣೆಯಿದೆ. ಭಾರತೀಯ ನವೋದಯದಲ್ಲಿ ರೂಪುಗೊಂಡ ಭಾರತೀಯ ಸಂಸ್ಕೃತಿಯ ಕಲ್ಪನೆ ಏಕಾಕಾರಿಯಾದದ್ದು. ಅದು ನಿರ್ದಿಷ್ಟ ರೀತಿಯ ದಾರ್ಶನಿಕ ಕ್ರಮಗಳನ್ನು ಮಾತ್ರ ಸವಲತ್ತೀಕರಿಸಿತು. ಕನ್ನಡ ನವೋದಯದ ಸಂದರ್ಭದಲ್ಲೂ ಕುವೆಂಪು, ಬೇಂದ್ರೆ, ಪು.ತಿ.ನ. ಥರದವರು ವಿಶ್ವಾತ್ಮಕವಾದ ಧರ್ಮದ ಕಲ್ಪನೆಯ ಪ್ರತಿಪಾದಕರು. ಆದ್ದರಿಂದಲೇ ಕುವೆಂಪುವಿಗೆ ಒಂದು ಆದಿವಾಸಿ ದೈವದ ಬಗ್ಗೆ ಪದ್ಯ ಬರೆಯೋದು ಕಷ್ಟದ ಸಂಗತಿ. ಇದ್ದುದರಲ್ಲಿ ಬೇಂದ್ರೆಯಲ್ಲಿ ಆ ಸಾಧ್ಯತೆಗಳಿದ್ದವು. ನಂತರ ಕಂಬಾರರಲ್ಲಿ...

ದೇವನೂರ ಮಹಾದೇವರ ಕಥನದಲ್ಲಿ ಆ ಸಾಧ್ಯತೆಗಳು ಕಾಣುತ್ತವಲ್ಲವೆ?

ಕಂಬಾರರಲ್ಲಿ ಕೊನೆಯಪಕ್ಷ ಒಂದು ನಂಬಿಕೆಯ ಸ್ಥಿತಿಯನ್ನು ಕಾಣ್ತೇವೆ. ಆದರೆ ಮಹಾದೇವರ 'ಕುಸುಮಬಾಲೆ'ಯಲ್ಲಿ ಬಹಳ ತೀವ್ರವಾದ ಸೌಂದರ್ಯಾತ್ಮಕ ತಂತ್ರ ಅನ್ನೋದನ್ನ ಕಾಣ್ತೀವಿ. ಅಂದರೆ, ಮಹಾದೇವ ನಿಜವಾಗಿಯೂ ನಂಬಿ, ಆ ನಿರೂಪಣಾ ತಂತ್ರಗಳ ಹಿಂದೆ ಇರುವ ಶ್ರದ್ಧೆ ಏನಿರುತ್ತೆ ಅದರಲ್ಲಿ ತನ್ಮಯನಾಗಿ ಬರೀತಾ ಇದಾರೆ ಅನ್ನಿಸಲ್ಲ.

ಮತ್ತೆ ನಾವು ಚರ್ಚಿಸುತ್ತಿದ್ದ ಅವೈದಿಕ ಲೋಕದರ್ಶನಗಳ ಕಡೆಗೇ ಹೋಗೋಣ. ಸ್ವಾತಂತ್ರ್ಯೋತ್ತರ ಭಾರತದ ಶೂದ್ರ-ದಲಿತ ರಾಜಕಾರಣ ಇಂಥ ಅವೈದಿಕ ಲೋಕದರ್ಶನಗಳನ್ನು ಪ್ರತಿಪಾದಿಸಲೆತ್ನಿಸಿದೆಯೇ- ಪೆರಿಯಾರರಿಂದ ಮೊದಲುಗೊಂಡು?

ಇಲ್ಲ. ಪೆರಿಯಾರ್ ರಾಜಕಾರಣದ ಮಿತಿ ಏನಂದ್ರೆ ಅದು ಇಂಗರ್‌ಸಾಲ್‌ನ ವಿಚಾರವಾದವನ್ನು, ಪಶ್ಚಿಮದ ನಿರೀಶ್ವರವಾದವನ್ನು ಆಧರಿಸಿದ್ದು. ಆದರೆ ಭಾರತದೊಳಗೇ ಹುಟ್ಟಿದ ನಿರೀಶ್ವರವಾದ ಅನುಭಾವವನ್ನು, ಆಧ್ಯಾತ್ಮಿಕತೆಯನ್ನು ಒಪ್ತಾ ಇತ್ತು. ಪೆರಿಯಾರ್ ಎತ್ತಿದ ಶೂದ್ರರ ಆತ್ಮಗೌರವದ ಪ್ರಶ್ನೆಯನ್ನೇ ಭಾರತೀಯ ಸಂಸ್ಕೃತಿಯಲ್ಲಿ ಬೇರೆ ಬೇರೆ ಮಾದರಿಗಳು ಎತ್ತಿದ್ದವು ಅನ್ನೋದು ಪೆರಿಯಾರ್‌ಗೆ ಹೊಳೆಯಲಿಲ್ಲ. ಉದಾಹರಣೆಗೆ, ವಚನಕಾರರಲ್ಲಿ 'ಹಾರುವ ಹೊಲೆಯನಾದ' ಅಥವಾ 'ಊರವರೆಲ್ಲ ಬೇಟೆಗೆ ಹೋಗಿ ಹಾರುವನ್ನ ಕೊಂದರು' ಎಂಬ ಪ್ರತಿಮೆಗಳಿವೆ. ಇಲ್ಲಿ ಹಾರುವ ಅಂದ್ರೆ ಎಲ್ಲ ಕೆಟ್ಟ ಗುಣಗಳ ಸಂಕೇತ. ಹಾಗೇ ಮಧುವರಸನ ವಚನಗಳಲ್ಲಿ ಹೊಲತಿ ಅಂದ್ರೆ ಶ್ರೇಷ್ಠತೆಯ ಸಂಕೇತ. ಅಂದ್ರೆ ಯಾವುದನ್ನ ಅವಮಾನದ ಸಂಕೇತ ಅಂತ ಕರೀತಾ ಇದ್ರೋ ಅದನ್ನೇ ಶ್ರೇಷ್ಠತೆಯ ಸಂಕೇತವನ್ನಾಗಿ ಪರಿವರ್ತಿಸುವ ಪ್ರಾಚೀನ ಮಾರ್ಗವೂ ಒಂದಿತ್ತು. ಮನುಷ್ಯನಿಗೆ ಆಧ್ಯಾತ್ಮಿಕ, ಆದಿಭೌತಿಕ, ಧಾರ್ಮಿಕ ವ್ಯಕ್ತಿತ್ವವೂ ಇದೆ. ಅದನ್ನ ಯಾರೂ ತುಳಿಯೋಕಾಗಲ್ಲ. ಪೆರಿಯಾರ್‌ಗಿಂತ ಹಿಂದೆ ನೂರಾರು ಶೂದ್ರ ಧಾರ್ಮಿಕ ದಂಗೆಕೋರರ ಪರಂಪರೆ ಇದೆ. ಆದರೆ ಪೆರಿಯಾರ್‌ಗೆ ಆ ಮಾರ್ಗಗಳ ಜೊತೆ ಅನುಸಂಧಾನ ಸಾಧ್ಯವಾಗಲೇ ಇಲ್ಲ. ಅವರ ಪ್ರಕಾರ ಅವೆಲ್ಲವೂ ಮೂಢನಂಬಿಕೆಯಾಗಿದ್ದವು.

ಪೆರಿಯಾರ್ ಗ್ರಹಿಸಲಾರದ್ದನ್ನು ಅಂಬೇಡ್ಕರ್ ಗ್ರಹಿಸಿದ್ದರೇ? ಈ ದೃಷ್ಟಿಯಿಂದ ಪೆರಿಯಾರ್‌ಗಿಂತ ಅಂಬೇಡ್ಕರ್ ಅತ್ಯುತ್ತಮ ಮಾದರಿ. ಮೊದಲಿಂದಲೂ ಅವರು ಒಂದು ಸೂಕ್ಷ್ಮ ರೀತಿಯಲ್ಲಿ ಧರ್ಮದ ಬಗ್ಗೆ ಮಾತಾಡ್ತಾ ಇದ್ದರು. ನಿರೀಶ್ವರವಾದಕ್ಕೆ ಇರುವ ಆಧ್ಯಾತ್ಮಿಕ ಶಕ್ತಿಯನ್ನು ಬೌದ್ಧರಲ್ಲೂ ಕಾಣ್ತೇವಿ. ಅದು ಅಂಬೇಡ್ಕರ್‌ರಲ್ಲಿ ಇತ್ತು. ಆದ್ರೆ ಅಂಬೇಡ್ಕರ್ ಅವರ ಪ್ರಕಾರ ಕೂಡ ದಲಿತರದ್ದು ಒಂದು ಸಾಂಸ್ಕೃತಿಕ ಸ್ಮೃತಿ ಇಲ್ಲದೆ ಇರುವ ಜೀವನ ಆಗಿತ್ತು. ಅದಕ್ಕೇ ಅವರು ದಲಿತರಿಗೆ ಸಾಂಸ್ಕೃತಿಕ ಸ್ಮೃತಿಯನ್ನು ಕಟ್ಟಿಕೊಡುವ ಪ್ರಯತ್ನವಾಗಿ ಅಸ್ಪೃಶ್ಯರು ಮೂಲತಃ ಬೌದ್ಧರು ಎಂದು ವಾದಿಸಿದರು. ಈ ದೃಷ್ಟಿಯಿಂದ ಕರ್ನಾಟಕದ ದಲಿತ ರಾಜಕಾರಣ ಅಂಬೇಡ್ಕರ್‌ವಾದದ ಮಿತಿಗಳನ್ನು ದಾಟುವ ಒಂದು ಪ್ರಯತ್ನ. ಮಲೆಮಾದೇಶ್ವರನಿಗೆ ಅರ್ಪಿತವಾಗಿರುವ 'ಕುಸುಮಬಾಲೆ'ಯಂಥ ಕೃತಿಯನ್ನು ಹಾಗೂ ಕವಿ ಸಿದ್ಧಲಿಂಗಯ್ಯನವರ ಸಂಸ್ಕೃತಿಚಿಂತನೆಯಲ್ಲಿ ದಲಿತದೇವತೆಗಳ ಮುಕ್ತಿದಾಯಕ ಅಂಶಗಳನ್ನು ಕುರಿತು ನೀಡಲಾಗಿರುವ ಒತ್ತನ್ನು ಗಮನಿಸಿದರೆ ಕರ್ನಾಟಕದ ದಲಿತ ಚಳವಳಿ ಹಿಡೀತಾ ಇರುವ ದಾರಿಯ ಅರ್ಥಪೂರ್ಣತೆ ನಮಗೆ ಅರಿವಾಗುತ್ತೆ.

(೧೫ ಫೆಬ್ರವರಿ ೧೯೯೫, ಲಂಕೇಶ್‌ಪತ್ರಿಕೆ)

* * *

'ಆಮ್ನೇಷಿಯಾ' ಪರಿಕಲ್ಪನೆಯನ್ನು ಮುನ್ನೆಲೆಗೆ ತಂದ ಗಣೇಶ್‌ದೇವಿಯವರಲ್ಲಿ ವಸಾಹತುಶಾಹಿ ಸೃಷ್ಟಿಸುವ ಕೀಳರಿಮೆ, ಗತಕಾಲದ ಲೋಕದರ್ಶನಗಳ ಬಗೆಗಿನ ಹಳಹಳಿಕೆ, ಭಾರತೀಯ ಭಾಷೆಗಳಲ್ಲಿನ ಆಧುನಿಕಪೂರ್ವ ಘಟ್ಟದ ಕಾವ್ಯಮೀಮಾಂಸೆ–ಸಾಹಿತ್ಯವಿಮರ್ಶೆಗಳ ಅಕಡೆಮಿಕ್ ಚರ್ಚೆ ಪ್ರಧಾನವಾಗಿದೆ. ಆದರೆ ಡಿ.ಆರ್. ವಿಸ್ಮೃತಿ ಪರಿಕಲ್ಪನೆಯನ್ನು ಭಾರತದ ಶೂದ್ರ ರಾಜಕಾರಣದ ವ್ಯಾಪಕ ಸಿದ್ಧಾಂತದ ಜೊತೆಗೆ ಬೆಸೆಯಲೆತ್ನಿಸಿದರು. ಆ ಕಾರಣದಿಂದಾಗಿಯೇ ಡಿ.ಆರ್. ಅವರಲ್ಲಿ ಅವೈದಿಕ ಲೋಕದರ್ಶನಗಳ ಕಲ್ಪನೆ ಹೊಸ ರೀತಿಯಲ್ಲಿ ಬೆಳೆಯತೊಡಗಿತು. ವಿಸ್ಮೃತಿಯ ಕಲ್ಪನೆಯನ್ನು ಹೀಗೆ ಕ್ರಮಬದ್ಧವಾಗಿ ಚರ್ಚಿಸುವ ಮೊದಲೇ ಅವರು ಆಧುನಿಕ ಜಗತ್ತಿನಲ್ಲಿ ವಿಸ್ಮೃತಿ ಹೇಗೆ ಕೆಲಸ ಮಾಡುತ್ತದೆ ಎಂಬ ಬಗ್ಗೆ ತಮ್ಮ 'ದ ಫ್ಲೇಮಿಂಗ್ ಫೀಟ್' ಪುಸ್ತಕದಲ್ಲಿ ಚಿಂತಿಸಿದ್ದರು. ಆಧುನಿಕ ಶಿಕ್ಷಣಪದ್ಧತಿಯಲ್ಲಿ 'ಕಮ್ಮಾರ ಕುಲದಲ್ಲಿ ಹುಟ್ಟಿದವನಿಗೆ ಮೆಟಲರ್ಜಿ ವಿಭಾಗದಲ್ಲಿ ಓದಲು ಸೀಟು ಸಿಗದೆ ವಿಶೇಷ ಮೀಸಲಾತಿ ಕೇಳುವ ಸ್ಥಿತಿ ಸೃಷ್ಟಿಯಾಗುತ್ತದೆ' ಎಂದು ಅವರು ಈ ಪುಸ್ತಕದಲ್ಲಿ ಬರೆದಿದ್ದರು. ಡಿ.ಆರ್. ಅವರ ಈ ವಾದದ

ಬೆಳಕಿನಲ್ಲಿ ನಾವು ಶಿಲ್ಪಿಯ ಕುಲದಿಂದ ಬಂದವರಿಗೆ ಅಥವಾ ಕಲ್ಲು ಒಡೆಯುವ ಬೋವಿಗಳ ಜಾತಿಯಿಂದ ಬಂದವರಿಗೆ ವಿಶ್ವವಿದ್ಯಾಲಯಗಳ ಆರ್ಕಿಟೆಕ್ಚರ್ ವಿಭಾಗದಲ್ಲಿ ಕಲಿಯಲು ಅವಕಾಶ ಸಿಗದೇ ಹೋಗುವ ಆಧುನಿಕ ಶಿಕ್ಷಣಪದ್ಧತಿಯ ದುರಂತಗಳವರೆಗೂ ಚರ್ಚೆ ಬೆಳೆಸಬಹುದು. ಈ ಬಗೆಯ ದುರಂತಗಳ ಮೂಲವನ್ನೂ ಡಿ.ಆರ್. ಗುರುತಿಸುತ್ತಾರೆ: 'ವಸಾಹತುಶಾಹಿ ಹಾಗೂ ಆಧುನಿಕ ಅಭಿವೃದ್ಧಿಯ ರಾಜ್ಯಭಾರದ ಒಡೆಯರು ದೇಶೀ ತಂತ್ರಜ್ಞಾನಗಳನ್ನು ಅವುಗಳ ಮೂಲ ಒಡೆಯರಿಂದ ಕಸಿದುಕೊಂಡಿದ್ದಾರೆ ಅಥವಾ ಅವನ್ನು ಸಂಪೂರ್ಣವಾಗಿ ನಾಶ ಮಾಡಿದ್ದಾರೆ.'

ಡಿ.ಆರ್. ಚರ್ಚಿಸುತ್ತಿದ್ದ ವಿಸ್ಮೃತಿಯ ಬಗ್ಗೆ ಯೋಚಿಸಿದಾಗ ಒಂದು ಪ್ರಶ್ನೆ ಎದುರಾಗುತ್ತದೆ. ಈ ಸಾಂಸ್ಕೃತಿಕ ಮರೆವು ಎನ್ನುವುದು ಭಾಗಶಃ ಮಾತ್ರ ಆಗುತ್ತದೆಯೇ? ಹಾಗಾದರೆ ಜಾತೀಯತೆ, ಅಸ್ಪೃಶ್ಯತೆಗಳು ಯಾಕೆ ವಿಸ್ಮೃತಿಗೊಳಗಾಗಿ ನಮ್ಮ ಜೀವನದಿಂದ ಕಣ್ಮರೆಯಾಗಲಿಲ್ಲ? ಹಾಗೆ ಆಗಿದ್ದರೆ ಭಾರತದಂಥ ಸಮಾಜದಲ್ಲಿ ಮರೆವೇ ವರದಾನವಾಗಿಬಿಡುತ್ತಿತ್ತೇನೋ. ಈ ಮರೆವು ಕೂಡ ಆಳುವ ವರ್ಗಗಳು ಜಾಣತನದಿಂದ ಸೃಷ್ಟಿಸುವ ಒಂದು ಸಂಕಥನವೆ? ಈ ಪ್ರಶ್ನೆಗಳಿಗೆ ಡಿ.ಆರ್. ಮುಂದೆ ಉತ್ತರ ಹುಡುಕುತ್ತಿದ್ದರೇನೋ. ಅದು ಆಗದೇ ಹೋದದ್ದರಿಂದ ಈ ಮಾದರಿಯ ಸಂಸ್ಕೃತಿ ವಿಮರ್ಶೆಯನ್ನು ಮುಂದುವರೆಸುವವರು ಈ ಪ್ರಶ್ನೆಗಳಿಗೆ ಉತ್ತರ ಹುಡುಕಬೇಕಾಗುತ್ತದೆ.

ಆದರೆ ಈ ಬಗೆಯ ಹುಡುಕಾಟ ನಡೆಸುವ ಬೌದ್ಧಿಕ ಬದ್ಧತೆ ಹಾಗೂ ಸಿದ್ಧತೆ ಕನ್ನಡ ಸಂಸ್ಕೃತಿಯಲ್ಲಿ ಇಳಿಮುಖವಾಗುತ್ತಿರುವ ವಿಷಾದಕರ ಪರಿಸ್ಥಿತಿಯೂ ಈಗ ಇದೆ. ಡಿ.ಆರ್. ತಮ್ಮ ಆಧುನಿಕೋತ್ತರ ಚಿಂತನೆಯ ಘಟ್ಟದಲ್ಲಿ ಅವೈದಿಕ, ಶೂದ್ರ ಮತ್ತು ದಲಿತರ ಸಾಂಸ್ಕೃತಿಕ ಅಧಿಕಾರಗಳ ಬಗ್ಗೆ ಮಹತ್ವದ ಗ್ರಹಿಕೆಗಳನ್ನು ಮಂಡಿಸುತ್ತಿದ್ದಾಗ ಅವು ಸಮಕಾಲೀನ ಸಾಮಾಜಿಕ ಹಾಗೂ ರಾಜಕೀಯ ಚಿಂತನೆಯಲ್ಲಿ ಚಲಾವಣೆ ಪಡೆಯಬೇಕಾಗಿತ್ತು; ಅಥವಾ ಈ ಬಗೆಯ ನೋಟಕ್ರಮಗಳ ಅಗತ್ಯವಿದ್ದ 'ಅಹಿಂದ'ದಂಥ ಸಾಮಾಜಿಕ ವೇದಿಕೆಗಳು ಹಾಗೂ ದಲಿತ, ಶೂದ್ರ ಸಂಘಟನೆಗಳು ಈ ಬಗೆಯ ಚಿಂತನೆಗಳನ್ನು ತಮ್ಮ ತಾತ್ವಿಕ ತಳಹದಿಯಾಗಿ ಸ್ವೀಕರಿಸಬೇಕಾಗಿತ್ತು. ಬಿ.ಎಸ್.ಪಿ. ರೀತಿಯ ರಾಜಕಾರಣದ ಜೊತೆಗೂ ಇವು ವ್ಯಾಪಕವಾಗಿ ಬೆರೆಯಬೇಕಾಗಿತ್ತು. ಹಾಗಾಗಲಿಲ್ಲ. ಬದಲಿಗೆ, ಈ ಚರ್ಚೆಗಳು ಒಂದು ಪುಟ್ಟ ವಿದ್ಯಾವಂತ ಸಮೂಹದೊಳಗಷ್ಟೇ ರೂಪುಗೊಂಡಂತೆ ಕಾಣತೊಡಗಿದವು. ಅದರ ಜೊತೆಗೆ, ಲಂಕೇಶರು ಈ ಬಗೆಯ ಚಿಂತನೆಗಳನ್ನು ಗೇಲಿ ಮಾಡಿದ್ದರಿಂದ ಕೂಡ ಡಿ.ಆರ್. ಚಿಂತನೆಗೆ ಕೆಲ ಕಾಲ ಅನ್ಯಾಯವಾಯಿತು.

ಡಿ.ಆರ್. ಅವರ ಈ ಚಿಂತನೆಗಳಲ್ಲಿರುವ ಶೂದ್ರವಾದೀ ಅಂಶಗಳನ್ನು ನಮ್ಮ ಕಾಲದಲ್ಲಿ ಗಂಭೀರವಾಗಿ ಬೆಳೆಸುವ ಅಗತ್ಯವಿದೆ. ಉದಾಹರಣೆಗೆ, ಪೆರಿಯಾರ್ ಮಾದರಿಯ ದೈವವಿರೋಧ ನಮ್ಮ ಪ್ರಗತಿಪರರಿಗೆ ಪ್ರಧಾನವಾಗಿ ಕಾಣುತ್ತಿರುತ್ತದೆ; ಆದರೆ ಮಹಿಮಾ ಪಂಥದ ಬುಡಕಟ್ಟಿನ ಜನ ಪುರಿಯ ಜಗನ್ನಾಥನ ರಥಚಕ್ರಕ್ಕೆ ಬೆಂಕಿ ಇಡುವ ಮೂಲಕ ತಮ್ಮ ಸಾಂಸ್ಕೃತಿಕ ಅಧಿಕಾರವನ್ನು ಸ್ಥಾಪಿಸಲೆತ್ನಿಸಿದ ಮಾದರಿಗಳಿಗೆ ನಮ್ಮ ವೈಚಾರಿಕ, ಪ್ರಗತಿಪರ ಚರ್ಚೆಗಳಲ್ಲಿ ಹೆಚ್ಚು ಒತ್ತು ಸಿಕ್ಕಿರುವುದಿಲ್ಲ. ಡಿ.ಆರ್. ಇಂಥವನ್ನು ಅಗೆದು ತೆಗೆಯಲೆತ್ನಿಸಿದರು. ಇಷ್ಟಾಗಿಯೂ ಈ ಮಾದರಿಗಳ ಬಗೆಗೆ ಆ ಕಾಲದಲ್ಲಿ ಅನುಮಾನಗೊಂಡಿದ್ದ ನಾನು 'ಇಂಥ ಘಟನೆಗಳನ್ನು ಮತ್ತೆ ಚಾಲ್ತಿಗೆ ತರೋದರಿಂದ ಏನಾಗುತ್ತದೆ? ಇನ್ನೊಂದು ಬಗೆಯ ಊಹೆಯ ಇತಿಹಾಸ ಸೃಷ್ಟಿಯಾಗುತ್ತದೆ, ಅಷ್ಟೆ' ಎಂದೆ. ಅದಕ್ಕೆ ಡಿ.ಆರ್. ಕೊಟ್ಟ ಉತ್ತರ: 'ಇದು ಕೇವಲ ಸಾಂಸ್ಕೃತಿಕ ಅಧಿಕಾರದ ಪ್ರಶ್ನೆ ಮಾತ್ರ ಅಲ್ಲ. ಇದರಲ್ಲಿ ರಾಜಕೀಯ ಅಧಿಕಾರದ ಪ್ರಶ್ನೆಯೂ ಅಡಗಿದೆ. ಶೂದ್ರರಲ್ಲಿ ಕೆಳಜಾತಿಯವರು ಅಧಿಕಾರ ಕಳೆದುಕೊಂಡಿದ್ದು ಹೇಗೆ ಎಂಬುದನ್ನು ಕೂಡ ಈ ರೀತಿಯ ಕಥನಗಳ ವಿಶ್ಲೇಷಣೆ ನೋಡಲು ಪ್ರಯತ್ನಿಸುತ್ತದೆ. ಉದಾಹರಣೆಗೆ, ಯಾದವರು ಮೈಸೂರು ಸಂಸ್ಥಾನವನ್ನಾಳಿದರು. ಹಾಗೆಯೇ ನಾಯಕರು ಚಿತ್ರದುರ್ಗ ಸಂಸ್ಥಾನದ ರಾಜರಾಗಿದ್ದರು. ಆದರೆ ಹೊಸ ಕಾಲದ ಜಾತಿ ಶ್ರೇಣೀಕರಣದಲ್ಲಿ ಈ ಯಾದವ ಅಥವಾ ಗೊಲ್ಲ ಜಾತಿಗಳು ಅತಿ ಹಿಂದುಳಿದ ಜಾತಿಗಳ ಪಟ್ಟಿಗೆ ಹಾಗೂ ನಾಯಕ ಜಾತಿಗಳು ಪರಿಶಿಷ್ಟ ಬುಡಕಟ್ಟುಗಳಿಗೆ ಸೇರಿಬಿಟ್ಟವು. ರಾಜ್ಯಾಧಿಕಾರದ ಮಾತು ದೂರವೇ ಉಳಿಯಿತು. ಇದೆಲ್ಲ ಹೇಗಾಯಿತು ಎಂದು ಕೂಡ ಚರ್ಚಿಸಬೇಕು.'

ಡಿ.ಆರ್. ಅವರ ಆಳವಾದ ಬೌದ್ಧಿಕ ಚಿಂತನೆ ನಮ್ಮ ಕಾಲದ ಶೂದ್ರ, ದಲಿತ ರಾಜಕೀಯ ಚಿಂತನೆಗಳ ಜೊತೆ ಗಂಭೀರವಾದ ಸಂಬಂಧ ಸಾಧಿಸುವ ದಿಕ್ಕಿನಲ್ಲಿದೆ ಎಂಬ ಸತ್ಯ ನನಗೆ ಆಗ ಸರಿಯಾಗಿ ಹೊಳೆಯಲಾರಂಭಿಸಿತು. ಬಿಜೆಪಿ ಥರದ ಮೂಲಭೂತವಾದಿ ಪಕ್ಷಗಳು ಹಾಗೂ ಅವರ ಬೆಂಬಲಕ್ಕಿರುವ ವೈದಿಕ ಚಿಂತಕರು ತಮಗೆ ಬೇಕಾದ್ದನ್ನು ಚರಿತ್ರೆಯಿಂದ ಆಯ್ದು ತೆಗೆದು ದುರ್ಬಳಕೆ ಮಾಡಿ ಅಧಿಕಾರ ಹಿಡಿಯುವ ರಾಜಕಾರಣ ಮಾಡುತ್ತಿದ್ದಾಗ, ಡಿ.ಆರ್. ಶೂದ್ರ, ದಲಿತ ಸಮುದಾಯಗಳ ಪರವಾದ ಚಿಂತನೆಯನ್ನು ರೂಪಿಸಲು ಭೂತಕಾಲವನ್ನು ಇನ್ನೊಂದು ಬಗೆಯಲ್ಲಿ ಪುನರ್‌ನಿರ್ಮಾಣ ಮಾಡುತ್ತಿದ್ದರು. ಜೊತೆಗೆ, ದಲಿತ ಹಾಗೂ ಶೂದ್ರಲೋಕದ ಹೊಸ ಸಕಾರಾತ್ಮಕ ಐಡೆಂಟಿಟಿಗಳ ನಿರ್ಮಾಣದಲ್ಲಿ ಕೂಡ ತೊಡಗಿದ್ದರು.

ಆ ಕಾಲದಲ್ಲಿ ನಾನು ಓದಲಾರಂಭಿಸಿದ್ದ ಜಗತ್ತಿನ ದೊಡ್ಡ ಚಿಂತಕರಾದ ಚಾಮ್‌ಸ್ಕಿ, ಎಡ್ವರ್ಡ್ ಸೈದ್ ಮೊದಲಾದವರ ಎತ್ತರಕ್ಕೆ ಏರಬಹುದಾದ

ಹಾದಿಯಲ್ಲಿ ಡಿ.ಆರ್. ಇದ್ದರು ಎಂದು ಆಗಾಗ್ಗೆ ಅನ್ನಿಸುತ್ತಿತ್ತು; ಅದನ್ನು 'ಲಂಕೇಶ್‌ಪತ್ರಿಕೆ'ಯಲ್ಲಿ ಕೂಡ ಬರೆದಿದ್ದೆ. ಆದರೆ ಅವರು ಆ ಕಾಲಕ್ಕೆ ಯಾಕೆ ಈ ಚಿಂತಕರ ಸಮಗ್ರತೆಯನ್ನು ಸಾಧಿಸಿರಲಿಲ್ಲ ಎಂಬುದಕ್ಕೆ ನನಗೆ ಹೊಳೆಯುವ ಮುಖ್ಯ ಕಾರಣ, ಅವರು ತಮ್ಮ ಬರವಣಿಗೆಯಲ್ಲಿ ಕೆಲವೆಡೆ ಸುಳಿದು ಹೋಗುವ ಹುಸಿತನವನ್ನು, ಕೆಲ ಬಗೆಯ ಕ್ಷಿಪ್ರ ಥಿಯರೈಸೇಷನ್‌ಗಳನ್ನು, ಸರಳ ಜಿಗಿತಗಳನ್ನು ನಿಯಂತ್ರಿಸುವ ಪ್ರಯತ್ನ ಮಾಡಲಿಲ್ಲ ಎನ್ನುವುದು. ಜೊತೆಗೆ, 'ಸಾಹಿತ್ಯಕಥನ'ದಲ್ಲಿ ಜನಪ್ರಿಯ ಸಿನಿಮಾಗಳನ್ನು ಕುರಿತ ಅವರ ಬರಹದಲ್ಲಿ ಆಗಿರುವಂತೆ ಕೆಲವೆಡೆ ಪರಿಭಾಷೆಯ ಬಳಕೆ ಕೃತಕವಾಗಿಯೂ ಕಾಣುತ್ತದೆ. ಎಲ್ಲ ಸೃಜನಶೀಲ ಬರಹಗಾರರಲ್ಲೂ ವಿಮರ್ಶಕರಲ್ಲೂ ಐಡಿಯಾಗಳನ್ನು ಕನೆಕ್ಟ್ ಮಾಡುವ ಸಂದರ್ಭದಲ್ಲಿ ಕೃತಕತೆ ಇಣುಕುವ ಸಾಧ್ಯತೆ ಇದ್ದೇ ಇರುತ್ತದೆ. ಅದು ಡಿ.ಆರ್. ಬರವಣಿಗೆಯಲ್ಲೂ ಕೆಲವೆಡೆ ಕಾಣುತ್ತದೆ. ಇದು ಡಿ.ಆರ್. ಅವರ ಶ್ರಮ, ಅನನ್ಯ ಬೌದ್ಧಿಕ ಸೃಜನಶೀಲತೆ ಹಾಗೂ ವಿಶಿಷ್ಟ ಕಲ್ಪನಾಶಕ್ತಿಯನ್ನು ಅಲ್ಲಗಳೆಯುವ ಮಾತಲ್ಲ; ಬದಲಿಗೆ, ಇದು ಪರಿಕಲ್ಪನೆಗಳನ್ನು ಬಳಸುವ, ರೂಪಿಸಿಕೊಳ್ಳುವ ಎಲ್ಲರ ಸಮಸ್ಯೆ ಹಾಗೂ ಸವಾಲೂ ಹೌದು. ಇವೆಲ್ಲ ಡಿ.ಆರ್. ಗಮನಕ್ಕೆ ಬಂದಿದ್ದವೆಂದೂ ಅನಿಸುತ್ತದೆ. ಡಿ.ಆರ್. ಅವರ ಮಹಾಪ್ರತಿಭೆಗೆ ಮುಂದೊಮ್ಮೆ ಈ ಸಮಸ್ಯೆಗಳನ್ನು ಬಗೆಹರಿಸಿಕೊಳ್ಳಲು ಬಹುತೇಕ ಸಾಧ್ಯವಾದದ್ದು ಅವರ 'ಅಲ್ಲಮಪ್ರಭು ಮತ್ತು ಶೈವಪ್ರತಿಭೆ' ಪುಸ್ತಕದ ಘಟ್ಟದಲ್ಲಿ...

೧೬

ಬೌದ್ಧಿಕತೆ ಮತ್ತು ರಮ್ಯತೆ...

'ಸಾಹಿತ್ಯ ಕಥನ' ಎಂಬ ಹೆಸರನ್ನು ತಮ್ಮ ಹೊಸ ಪುಸ್ತಕಕ್ಕೆ ಇಡುವ ಸಂದರ್ಭದಲ್ಲಿ 'ನನ್ನ ಚಿಂತನೆಯ ಮೂಲ ಬಿಂದು ಸಾಹಿತ್ಯವೇ; ಆದ್ದರಿಂದ ಇದನ್ನು ಸಂಸ್ಕೃತಿ ಕಥನ ಎಂದು ಕರೆಯದೆ ಸಾಹಿತ್ಯ ಕಥನ ಎಂದು ಕರೆಯುತ್ತೇನೆ' ಎಂದು ಡಿ.ಆರ್. ನನ್ನೊಡನೆ ಚರ್ಚಿಸಿದ್ದು ನೆನಪಿದೆ. ಇಂಗ್ಲಿಷ್ ಹಾಗೂ ಕನ್ನಡ ಭಾಷೆಗಳೆರಡರಲ್ಲೂ ತಮ್ಮ ಸಂಸ್ಕೃತಿಚಿಂತನೆಯನ್ನು ರೂಪಿಸುತ್ತಿದ್ದ ಆ ಘಟ್ಟದಲ್ಲಿ ಅವರು ಕನ್ನಡ ಸಾಹಿತ್ಯದ ಮೂಲಕ ಜಗತ್ತನ್ನು ನೋಡುವ ರೀತಿಯನ್ನು ಹಾಗೂ ಕನ್ನಡ ಸಾಹಿತ್ಯದ ಅಧ್ಯಯನಕ್ಕೆ ಅಗತ್ಯವಾದ ಪರಿಕಲ್ಪನೆಗಳನ್ನು ತಮ್ಮ ಕನ್ನಡ ಬರವಣಿಗೆಯಲ್ಲಿ ಮಂಡಿಸುತ್ತಲೇ ಬಂದರು. ಈ ಪುಸ್ತಕದಲ್ಲಿರುವ 'ನವ್ಯ ಚಳವಳಿ: ಕೆಲವು ಚೆಲ್ಲಾಪಿಲ್ಲಿ ಚಿಂತನೆಗಳು' ಲೇಖನದಲ್ಲಿ ನವ್ಯ ಲೇಖಕರು ತಮ್ಮ ಆರಂಭದ ಘಟ್ಟದಲ್ಲಿ ಹಾಗೂ ಆನಂತರದಲ್ಲಿ ಬೇರೆ ಬೇರೆ ರೀತಿಯಲ್ಲಿ ಬರೆದಿದ್ದನ್ನು ವಿವರಿಸಲು ಅವರು 'ಮೂಲ ನವ್ಯ' ಹಾಗೂ 'ಪರಿವರ್ತನಶೀಲ ನವ್ಯ' ಎಂಬ ಪರಿಕಲ್ಪನೆಗಳನ್ನು ಬಳಸಿದರು. ಇದು ಲಂಕೇಶ್, ತೇಜಸ್ವಿ, ಅನಂತಮೂರ್ತಿ ಥರದ ಲೇಖಕರ ಬರವಣಿಗೆಯ ವಿವಿಧ ಘಟ್ಟಗಳನ್ನು ಹೊಸ ಬಗೆಯಲ್ಲಿ ಅರಿಯಲು ನೆರವಾಗಿದೆ. ಇದಕ್ಕಿಂತ ಸ್ವಲ್ಪ ಮೊದಲು, ೧೯೯೧ರ ಏಪ್ರಿಲ್‌ನಲ್ಲಿ ಮೈಸೂರಿನ ಕಥಾಕಮ್ಮಟದಲ್ಲಿ ಡಿ.ಆರ್. 'ಒಂದು ಉತ್ತಮ

ಸಣ್ಣಕತೆಯ ಬಂಧದೊಳಗೆ ಕನಸು ಮತ್ತು ಕಾಲಜ್ಞಾನ; ಪರಿಚಿತತೆ ಮತ್ತು ಅಪರಿಚಿತತೆ' ಇರುವ ರೀತಿ ಕುರಿತು ಹೇಳಿದ್ದು ನಾನು ಬರೆಯುವ ಕತೆಗಳ ಬಗ್ಗೆ ಇನ್ನೊಂದು ದಿಕ್ಕಿನಿಂದ ಯೋಚಿಸುವಂತೆ ಮಾಡಿತು. ಅವತ್ತು ಕನ್ನಡ ಕತೆಯಲ್ಲಿ ಅವರ ಅಂತಿಮ ಐದು ಆಯ್ಕೆಗಳು ಇವು: ಲಂಕೇಶರ 'ಸಹಪಾಠಿ', ಅನಂತಮೂರ್ತಿಯವರ 'ಸೂರ್ಯನ ಕುದುರೆ', ಪೂರ್ಣಚಂದ್ರ ತೇಜಸ್ವಿಯವರ 'ಅವನತಿ', ದೇವನೂರ ಮಹಾದೇವರ 'ಒಡಲಾಳ', ಮಾಸ್ತಿಯವರ 'ಸಂಜೀವನ ಸ್ವಪ್ನ'. ಈ ಐದೂ ಕತೆಗಳು ಜಾತಿಯ ನರಕವನ್ನು ಹಿಡಿದಿಟ್ಟ ಬಗೆಯನ್ನು ಡಿ.ಆರ್. ತಮ್ಮ ಭಾಷಣದಲ್ಲಿ ಚರ್ಚಿಸಿದ್ದರು.

ಈ ಭಾಷಣ ಮುಗಿಸಿ ಕಾರಿನಲ್ಲಿ ಬರುವಾಗ ನಾನು ಇದ್ದಕ್ಕಿದ್ದಂತೆ ನನ್ನ ಪ್ರೀತಿಯ ಹಳೆಯ ಹಿಂದಿ ಹಾಡುಗಳ ಕ್ಯಾಸೆಟ್ ಹಾಕಿದೆ. ಮುಖೇಶರ 'ದಿಲ್ ಜಲ್ತಾ ಹೈ ತೋ ಜಲ್ನೇ ದೇ' ಹಾಡು ಶುರುವಾಯಿತು. ಆ ಹಾಡಿನ 'ಹಮ್ ಯಾದ್ ಲಗಾಯೇ ಬೈಠೆ ಹೈ... ತುಮ್ ವಾದಾ ಕರಕೇ ಭೂಲ್ ಗಯೇ' ಎಂಬ ಸಾಲು ಬಂದ ತಕ್ಷಣ 'ವೆರಿ ವೆರಿ ರೊಮ್ಯಾಂಟಿಕ್ ಸಾಂಗ್...' ಎಂದ ಡಿ.ಆರ್. ಮುಖದಲ್ಲಿ ವಿಷಣ್ಣತೆ ಮೂಡತೊಡಗಿತು. ಡಿ.ಆರ್. ಅವರ ಪ್ರಖರ ಬೌದ್ಧಿಕತೆಯ ಮುಖವೇ ಹೆಚ್ಚು ಪರಿಚಯವಿದ್ದ ನಾನು ನಮ್ಮೆಲ್ಲರ ಹಾಗೆ ಅವರಿಗೂ ಇಂಥದೊಂದು ಭಾವನಾತ್ಮಕ ಮುಖವಿರುವುದನ್ನೇ ಮರೆತಿದ್ದೆ! ಈ ಬಗೆಯ ಭಾವುಕತೆ ಅವರಲ್ಲಿ ಮತ್ತೊಮ್ಮೆ ಮೂಡಿದ್ದನ್ನು ನಾನು ಕಂಡದ್ದು ಅವರು ಒಮ್ಮೆ ವಿದೇಶದಿಂದ ಹಿಂತಿರುಗಿದಾಗ. ವಿದೇಶದಲ್ಲಿದ್ದ ಅವರ ಮಿತ್ರನೊಬ್ಬನ ಮದುವೆ ಮುರಿದು ಬಿದ್ದಿತ್ತು. ಆ ಮಿತ್ರ ತನ್ನ ಹೆಂಡತಿಯ ಜೊತೆಗಿನ ಸಂಬಂಧದ ಕೊನೆಯ ಗಳಿಗೆಗಳನ್ನು ನೆನೆಸಿಕೊಳ್ಳುತ್ತಾ 'ನಾನೂ ಅವಳೂ ಕೊನೆಯ ಸಲ ಕಾಡಿಗೆ ಹೋದೆವು. ಅಲ್ಲಿ ವರ್ಡ್ಸ್‌ವರ್ತ್ ಪದ್ಯ ಓದಿದೆವು. ಅದಾದ ಮೇಲೆ ಬೇರೆಯಾದೆವು' ಎಂದು ದುಃಖದಿಂದ ಹೇಳಿದ್ದ. ಡಿ.ಆರ್. ಇದನ್ನು ನನಗೆ ಹೇಳುತ್ತಾ 'ಐ ವಾಸ್ ಮೂವ್ಡ್ ಇನ್‌ಟು ಟಿಯರ್ಸ್' ಎಂದರು. ನಾನು ಅವರನ್ನು ಈ ಮೂಡಿನಲ್ಲಿ ನೋಡಿದ್ದು ಇವೆರಡೇ ಸಲವೇನೋ. ಇದನ್ನು ಬರೆಯುತ್ತಿರುವಾಗ, ಡಿ.ಆರ್. ಕಾರು ಓಡಿಸುವಾಗ ಗುನುಗುತ್ತಿದ್ದ 'ಏನಾಯಿತೋ ಸಖನೆ ಏನಾಯಿತೋ' ಎಂಬ ತತ್ವ ಪದದ ಎರಡು ಸಾಲು ಕೂಡ ನೆನಪಾಗುತ್ತಿದೆ; ಜೊತೆಗೇ, 'ಕಾರ್ ಓಡಿಸುವಾಗ ಹುಡುಗಿಯರ ಮೀನಖಂಡ ಕಂಡರೆ ಆ್ಯಕ್ಸಿಡೆಂಟ್ ಗ್ಯಾರಂಟಿ, ನಟರಾಜ್!' ಎಂಬ ಅವರ ವಿಶೇಷ 'ಕಾಮ ಜ್ಞಾನ' ಕೂಡ!

ನಾನು ನೋಡುವ ಕಾಲಕ್ಕೆ ಡಿ.ಆರ್. ಅವರಲ್ಲಿ ಹೆಚ್ಚು ಕಾಣಿಸಿಕೊಳ್ಳದಿದ್ದ ಅವರೊಳಗಿನ ತೀವ್ರ ರಮ್ಯ ಲೋಕ ತೊಂಬತ್ತರ ದಶಕದ ಆರಂಭದಲ್ಲಿ ಅವರು ಅನುವಾದಿಸಿದ ಪರ್ಶಿಯಾದ ಕವಿ ಜಲಾಲುದ್ದೀನ್ ರೂಮಿಯ ಪದ್ಯಗಳ

ಸಂಕಲನ 'ವಸಂತಸ್ಮೃತಿ'ಯಲ್ಲಿ ಹೊರಬರಲೆತ್ನಿಸಿದೆ. ಈ ಪುಸ್ತಕಕ್ಕೆ ಬರೆದ ಮುನ್ನುಡಿ 'ಸೂಫಿ ಸಖ್ಯದ ಆಖ್ಯಾನ'ದಲ್ಲಿ ಒಂದು ಮಳೆಗಾಲದ ರಾತ್ರಿ ಬುಡ್ಡಿ ಬೆಳಕಿನಲ್ಲಿ ತಾಯಿ ಹೇಳಿದ 'ಹೆಣ ಸುಗಂಧರಾಜದ ಹೂವಾದ ಕತೆ'; ದೊಡ್ಡ ಬಳ್ಳಾಪುರದ ಬೂಬಮ್ಮ ಹೇಳುವ 'ಬಾಗ್ದಾದ್ ನಗರದಲ್ಲಿ ಹಾವು ಎಲ್ಲರನ್ನೂ ಕಚ್ಚಿ ಸಾಯಿಸಿದ ಕತೆ'–ಇವುಗಳ ಮೂಲಕ ರೂಮಿಯ ಲೋಕಕ್ಕೆ ಡಿ.ಆರ್. ಪಡೆಯುವ ಪ್ರವೇಶವೇ ಒಂದು ಚಾರಿತ್ರಿಕ ಕತೆಯಂತಿದೆ. ಈ ಮುನ್ನುಡಿಯಂತೆಯೇ ಉರ್ದು ಸಾಹಿತ್ಯದ ಕನ್ನಡಾನುವಾದದ ಸಂಕಲನಕ್ಕೆ ಮುನ್ನುಡಿಯಾಗಿ ಬರೆದ 'ಪ್ರಳಯದ ನಡುವಣ ವಸಂತ' ಎಂಬ ರಮ್ಯ ಕಥನ ಕೂಡ ಅವರ ಬೌದ್ಧಿಕತೆ ಹಿನ್ನೆಲೆಗೆ ಸರಿಸಿದ್ದ ಅವರೊಳಗಿನ ರಮ್ಯ ಕವಿಯೊಬ್ಬನನ್ನು 'ರಿಲೀಸ್' ಮಾಡಿದಂತಿದೆ. ಅದು ಅವರು ತಮ್ಮನ್ನು ನಿರ್ದೇಶಿಸುತ್ತಿದ್ದ ವೈಚಾರಿಕ ಹಾಗೂ ತಾತ್ವಿಕ ಮಾದರಿಗಳಿಂದ ಬಿಡಿಸಿಕೊಳ್ಳುವ ಕಾತರ ತೋರಿದ ಕಾಲವೂ ಆಗಿತ್ತು. ಆ ಘಟ್ಟದಲ್ಲಿ ಅವರು 'ಶೂದ್ರ' ಪತ್ರಿಕೆ ಏರ್ಪಡಿಸಿದ ವಿಚಾರ ಸಂಕಿರಣವೊಂದರ 'ಪರಕಾವ್ಯ ಗೋಷ್ಠಿ'ಯಲ್ಲಿ ಯಾವುದೋ ಭಾಷೆಯಿಂದ ಅನುವಾದಿಸಿ ಓದಿದ ರೊಮ್ಯಾಂಟಿಕ್ ಪದ್ಯದಲ್ಲಿ 'ಬಾ ನನ್ನ ಬಂಗಾರಿ... ನಿನ್ನ ಕೈಗಳಿಂದ ಸುಗಂಧ ತೊಟ್ಟಿಕ್ಕುತ್ತಿದೆ...' ಎಂಬ ಆಹ್ವಾನದಲ್ಲಿದ್ದ ಪ್ರಣಯಕಾತರ ನನ್ನೊಳಗೆ ರೋಮಾಂಚನ ಹುಟ್ಟಿಸಿತು. ಆ ಪದ್ಯ ಕೇಳಿ ನನ್ನಂತೆಯೇ ಥ್ರಿಲ್ ಆದ ಕವಿ ರಾಮಚಂದ್ರ ಶರ್ಮರು 'ಡಿ.ಆರ್, ನೀವಿನ್ನು ವಿಮರ್ಶೆ ಬರೆಯೋದನ್ನು ಬಿಟ್ಟು ಪದ್ಯ ಬರೆಯೋದು ಒಳ್ಳೆಯದು!' ಎಂದು ವೇದಿಕೆಯ ಮೇಲೇ ಹೇಳಿದ್ದು ನೆನಪಾಗುತ್ತದೆ...

ಇನ್ನುಳಿದಂತೆ ನನಗೆ ನೆನಪಿರುವುದೆಲ್ಲ ತೀವ್ರ ಬೌದ್ಧಿಕತೆಯ, ಕಿಚಾಯಿಸುವ, ಬೀದಿ ಕಾಳಗಕ್ಕಿಳಿಯುವ, ಕಿಲಾಡಿತನದ, ಎಲ್ಲವನ್ನೂ ಆಳವಾಗಿ ವಿಶ್ಲೇಷಿಸುವ, ಥಿಯರೈಸ್ ಮಾಡುವ ಡಿ.ಆರ್. ಮುಖಗಳೇ. ಎಂಬತ್ತರ ದಶಕದ ಕೊನೆಯಲ್ಲಿ ಅವರು ಎರಡು ಸಂಜೆ 'ಸಂಸ್ಕಾರ', 'ಭಾರತೀಪುರ' ಕಾದಂಬರಿಗಳನ್ನು ನನಗೆ ವಿವರಿಸಿದ ರೀತಿಯಿಂದ ನನ್ನ ತೌಲನಿಕ ಅಧ್ಯಯನಕ್ಕಾಗಿ ಆರಿಸಿಕೊಂಡ ಅನೇಕ ಆಫ್ರಿಕನ್ ಕಾದಂಬರಿಗಳನ್ನು ಓದುವ ಕ್ರಮ ಕೂಡ ಸಿಕ್ಕಿತು. ಅವರ ಈ ಥರದ ಪಾಠಗಳನ್ನು ಜಯನಗರದ ಅಮ್ರಪಾಲಿ ಬಾರ್‌ನಲ್ಲಿ ನಾನು ನೋಟ್ಸ್ ಮಾಡಿ ಕೊಂಡದ್ದು ಕೂಡ ನೆನಪಿದೆ. ಮುಂದೆ ಯಾವುದೋ ಮಾತುಕತೆಯಲ್ಲಿ 'ಕುಸುಮ ಬಾಲೆ'ಯ ಯಶಸ್ಸಿನ ಜೊತೆಗೇ ಅದರಲ್ಲಿರುವ 'ಓವರ್‌ರೈಟಿಂಗ್'ನ ಸಮಸ್ಯೆ ಯನ್ನು ಡಿ.ಆರ್. ನನ್ನೊಡನೆ ಚರ್ಚಿಸಿದ ಮೇಲೆ ಈ ಕಾದಂಬರಿಯ ನಡಿಗೆಯಲ್ಲಿ ಕೆಲವೆಡೆ ಇರುವ ಕೃತಕತೆ ನನಗೆ ಕಾಣತೊಡಗಿತು. ಕಾದಂಬರಿ ಪ್ರಕಾರದ ಬಗ್ಗೆ ಪಶ್ಚಿಮದ ಅನೇಕ ವಿವರಣೆಗಳನ್ನು ಓದಿದ್ದ ನನಗೆ, 'ಕನ್ನಡದಲ್ಲಿ ಸಾಮಾಜಿಕ

ಕಾದಂಬರಿ ಅನ್ನುವುದು ಹುಟ್ಟಿದ್ದು ಒಂದು ನಿರ್ದಿಷ್ಟ ಗುಂಪಿನ ಸ್ವವಿಮರ್ಶೆಯಿಂದ; ಬ್ರಾಹ್ಮಣರ ಸ್ವವಿಮರ್ಶೆಯಿಂದ. ಅದರಲ್ಲೂ ದಕ್ಷಿಣ ಕನ್ನಡದ ವಿಶೇಷ ಸಾಮಾಜಿಕ ಪರಿಸರ ಇಲ್ಲಿ ಮುಖ್ಯ' ಎಂಬ ಅವರ ಗ್ರಹಿಕೆ ಕನ್ನಡ ಕಾದಂಬರಿಯ ಹುಟ್ಟನ್ನು ಆಫ್ರಿಕನ್ ಕಾದಂಬರಿಯ ಹುಟ್ಟಿನ ಜೊತೆಗೆ ಹೋಲಿಸಿ ವಿವರಿಸಿಕೊಳ್ಳಲು ವಿಶಿಷ್ಟ ನೋಟವನ್ನೇ ಕೊಟ್ಟಿತು. ಹಾಗೆಯೇ, ಡಿ.ಆರ್. ಸಾಹಿತ್ಯ ಕೃತಿಗಳನ್ನು ಪರಸ್ಪರ ಮುಖಾಮುಖಿಯಾಗಿಸುತ್ತಿದ್ದ ರೀತಿ ಕೂಡ ರೋಚಕವಾಗಿತ್ತು: ದೆಹಲಿಯ 'ಕಥಾ' ಸಂಸ್ಥೆ ಹೊರತಂದ 'ಸದರ್ನ್ ಹಾರ್ವೆಸ್ಟ್' ಪುಸ್ತಕದ ಮುನ್ನುಡಿಯಲ್ಲಿ ಅನಂತಮೂರ್ತಿಯವರ 'ಸೂರ್ಯನ ಕುದುರೆ' ಹಾಗೂ ಲಂಕೇಶರ 'ಸಹಪಾಠಿ' ಕತೆಗಳನ್ನು ಒಟ್ಟಿಗೇ ಇಟ್ಟು ನೋಡುತ್ತಾರೆ; ಇವೆರಡೂ ಕತೆಗಳು ಹೇಗೆ ಅದಲುಬದಲಾಗಬಹುದಿತ್ತು ಎಂಬ ಕುತೂಹಲಕರ ಓದೊಂದನ್ನು ಡಿ.ಆರ್. ಒಮ್ಮೆ ಬೆಳೆಸಿದ ನೆನಪು. ಇಂಥ ನೂರಾರು ಸೃಜನಶೀಲ ಓದುಗಳನ್ನು ಅವರೊಡನೆ ಅಡ್ಡಾಡುತ್ತಾ, ಅವರ ಮನೆಯಲ್ಲಿ ಹತ್ತಾರು ಗಂಟೆಗಳನ್ನು ಕಳೆಯುತ್ತಾ, ಅವರ ಅಸಂಖ್ಯ ಜೋಕುಗಳು, ರೊಮ್ಯಾಂಟಿಕ್ ಮೂಡುಗಳು ಹಾಗೂ ರಮ್ಯ ವರ್ಣನೆಗಳ ನಡುವೆಯೂ ಪಡೆದಿದ್ದೇನೆ ಎಂಬುದು ಧನ್ಯತೆಯ ಭಾವವನ್ನು ಹುಟ್ಟಿಸುತ್ತದೆ.

೧೭

ಸಾಹಿತ್ಯವಿಮರ್ಶೆ; ಸಾಹಿತ್ಯಕ ಪತ್ರಿಕೋದ್ಯಮ

ಸಾಮಾನ್ಯವಾಗಿ ದಟ್ಟವಾದ ಪರಿಕಲ್ಪನೆಗಳನ್ನು ಬಳಸಿ ಗಂಭೀರ ಶೈಲಿಯಲ್ಲಿ ಬರೆಯುತ್ತಿದ್ದ ಡಿ.ಆರ್. ಕೆಲವು ತಿಂಗಳು ಕನ್ನಡಪ್ರಭದಲ್ಲಿ 'ಇಷ್ಟಾರ್ಥ' ಎಂಬ ಅಂಕಣ ಬರೆಯುತ್ತಿದ್ದರು. ಇದ್ದಕ್ಕಿದ್ದಂತೆ ಅಲ್ಲಿ ಬರೆಯುವುದನ್ನು ನಿಲ್ಲಿಸಿದ್ದಕ್ಕೆ ಕಾರಣ ಕೇಳಿದಾಗ, 'ಈ ಥರ ಪೇಪರುಗಳಲ್ಲೆಲ್ಲ ಬರೆದು ಆ 'ಸೋಮೂ' (ಬಂಡಾಯ ಸಾಹಿತಿಯೊಬ್ಬರ ಹೆಸರು ಹೇಳಿ) ಥರ ಹುಳಾ ರೈಟರ್ ಆಗಿಬಿಡ್ತೀನಿ ಕಣ್ರೀ' ಎಂದರು. ಆದರೆ 'ಲಂಕೇಶ್‌ಪತ್ರಿಕೆ'ಯಲ್ಲಿ ಬರೆಯಲು ಅವರು ಸದಾ ಸಿದ್ಧರಿದ್ದರು. 'ಜನಪ್ರಿಯ ವೇದಿಕೆಗಳನ್ನು ಬಳಸುವಾಗ ಲಿಟರರಿ ಜರ್ನಲಿಸಂ(ಸಾಹಿತ್ಯಕ ಪತ್ರಿಕೋದ್ಯಮ) ಉಂಟು ಮಾಡುವ ಅಪಾಯ ಕುರಿತು ಎಚ್ಚರವಾಗಿರಬೇಕು; ಅಲ್ಲಿ ಸರಳೀಕರಣಗೊಂಡ ಸಾಹಿತ್ಯಕ ಬರವಣಿಗೆ ಸಾಹಿತ್ಯವಿಮರ್ಶೆಯಂತೆ ಸೋಗು ಹಾಕುವುದನ್ನು ಗಮನಿಸುತ್ತಿರಬೇಕು' ಎಂದು ಅವರು ಹೇಳುತ್ತಿದ್ದರು. 'ಸಾಹಿತ್ಯಕ ಪತ್ರಿಕೋದ್ಯಮ ಮೇಲುನೋಟಕ್ಕೆ ಐಡಿಯಾ ಗಳನ್ನು ಕನೆಕ್ಟ್ ಮಾಡುವಂತೆ ಕಂಡರೂ ಅದು ಒಟ್ಟಾರೆಯಾಗಿ ಪ್ರಸಂಗಗಳನ್ನು ಜೋಡಿಸಿ ವಿಶ್ಲೇಷಣೆ ಯನ್ನು ಮಂಡಿಸುವ 'ಆ್ಯನೆಕ್ಡೋಟಲ್' ವಿಧಾನವನ್ನೇ ಹೆಚ್ಚು ಅವಲಂಬಿಸಿರುತ್ತದೆ' ಎಂದು ಡಿ.ಆರ್. ಒಮ್ಮೆ ಸೂಚ್ಯವಾಗಿ ಹೇಳಿದರು. ನಂತರ, ಸಾಹಿತ್ಯವಿಮರ್ಶೆ ಹಾಗೂ

ಸಾಹಿತ್ಯಕ ಪತ್ರಿಕೋದ್ಯಮಗಳ ವ್ಯತ್ಯಾಸ ಕುರಿತು ಹಿಂದೊಮ್ಮೆ ನೋಟ್ಸ್ ಮಾಡಿದ್ದನ್ನು ಅವರು ನೆನೆಸಿಕೊಂಡಿದ್ದರು. ಸಂದರ್ಶನವೊಂದರಲ್ಲಿ ಇದನ್ನು ನೆನಪಿಸುತ್ತಾ 'ಆ ನೋಟ್ಸ್ ಸಿಕ್ಕಿತೆ?' ಎಂದೆ. 'ಈ ಲಿಟರರಿ ಜರ್ನಲಿಸಂ ಎನ್ನುವುದು ಎಲ್ಲೋ ಅಳ್ಳಕವಾಗಿ, ತೆಳುವಾಗಿರುತ್ತದೆ' ಎಂದು ಶುರು ಮಾಡಿದ ಡಿ.ಆರ್., 'ಇದಕ್ಕೆ ನನ್ನ ವಿವರಣೆ ಕೇಳುವುದಕ್ಕಿಂತ, ನೀವೇ ಒಂದು ವಿಶ್ಲೇಷಣೆ ಮಾಡಿ' ಎಂದರು. ಮುಂದೆ 'ಲಂಕೇಶ್‌ಪತ್ರಿಕೆ'ಯ 'ಬರೆವ ಬದುಕು' ಅಂಕಣದಲ್ಲಿ ನಾನು ಡಿ.ಆರ್. ಅವರ ವ್ಯಕ್ತಿಚಿತ್ರ ಬರೆದಾಗ, 'ಸಾಹಿತ್ಯಕ ಪತ್ರಿಕೋದ್ಯಮದ ಗುಣ ನಟರಾಜ್ ಬರಹದಲ್ಲೇ ಕಾಣುತ್ತಿರುವುದು' ತಮಗೆ 'ಕಸಿವಿಸಿ ಉಂಟು ಮಾಡಿದೆ' ಎಂದು ಅವರು ಟೀಕಿಸಿದರು. ಇದೇ ಪುಸ್ತಕದಲ್ಲಿರುವ 'ಒಂದು ವ್ಯಕ್ತಿ ಚಿತ್ರ; ಒಂದು ವಿವಾದ' ಅಧ್ಯಾಯದಲ್ಲಿ ಈ ಬಗೆಗಿನ ವಿವರಗಳಿವೆ. ಆದರೆ ಡಿ.ಆರ್. ಲಿಟರರಿ ಜರ್ನಲಿಸಂ ಬಗ್ಗೆ ಮಾತಾಡಿದ್ದನ್ನು ನೆನೆಸಿಕೊಂಡು ಎಡ್ವರ್ಡ್ ಸೈದ್ ಲಿಟರರಿ ಜರ್ನಲಿಸಂನ ಅಗತ್ಯ ಹಾಗೂ ಪಾತ್ರ ಕುರಿತು ಬರೆದದ್ದನ್ನೂ ಓದಿದೆ. ಜೊತೆಗೆ ಡಿ.ಆರ್. ಎಚ್ಚರಿಸಿದಂತೆ ಆ ಬಗೆಯ ಬರವಣಿಗೆಯ ಅಪಾಯಗಳನ್ನು ಸರಿಯಾಗಿ ಅರಿಯಲು 'ಜನಪ್ರಿಯ' ಹಾಗೂ 'ಅಕಡೆಮಿಕ್' ಪತ್ರಿಕೆಗಳಲ್ಲಿ ಪ್ರಕಟವಾಗುವ, 'ಸಾಹಿತ್ಯಕ' ಎನ್ನಲಾಗುವ ಅನೇಕ ಬರಹಗಳನ್ನು ಎಚ್ಚರದಿಂದ ಗಮನಿಸಿದೆ. ಆಗಿನಿಂದ ನಾನು ಕಂಡುಕೊಂಡಂತೆ ಈ ಸಾಹಿತ್ಯಕ ಪತ್ರಿಕೋದ್ಯಮದ ಕೆಲವು ಲಕ್ಷಣಗಳು ಹಾಗೂ ಅಪಾಯಗಳು ಇವು:

ಒಂದೇ ಒಂದು ಹೊಸ ಐಡಿಯಾ ಇಲ್ಲದಿದ್ದರೂ ಯಾವ ಲೇಖಕನ ಬಗೆಗಾದರೂ ಬರೆದುಬಿಡುವುದು; ಸಾಹಿತ್ಯದ ಬಗ್ಗೆ, ಸಾಹಿತ್ಯ ವಿಮರ್ಶೆಯ ಬಗ್ಗೆ ಖಚಿತ ನಿಲುವುಗಳಿಲ್ಲದೆ ಕ್ಲೀಷೆಗಳನ್ನು ಪೋಣಿಸುವುದು; ಲೇಖಕನೊಬ್ಬನ ಜನ್ಮದಿನ ಗುರುತು ಹಾಕಿಕೊಂಡು ಸಂದರ್ಭಕ್ಕೆ ತಕ್ಕ ಬರಹ ಬರೆಯುವುದು; ಸಂತೆಯ ಹೊತ್ತಿಗೆ ಮೂರು ಮೊಳ ನೇಯ್ದರೂ ದೊಡ್ಡ ಥೀಸಿಸ್ಸಿನ ಠೇಂಕಾರ ತೋರುವುದು; ತಮಗೆ ಸರಿಯಾಗಿ ಗೊತ್ತಿಲ್ಲದ ಸಾಹಿತ್ಯ ಪ್ರಕಾರಗಳ ಬಗ್ಗೆ ಧಾರಾಳವಾಗಿ ರೀಲು ಬಿಡುವುದು; ಬರವಣಿಗೆಯಲ್ಲಿ ಒಂದೇ ಆಕೃತಿಗೆ ಜೋತು ಬೀಳುವುದು; ನುಡಿಗಟ್ಟುಗಳು, ಐಡಿಯಾಗಳು, ದೃಷ್ಟಿಕೋನ... ಎಲ್ಲದರಲ್ಲೂ ಏಕತಾನತೆ; ವೇಗದ ಬರವಣಿಗೆಯ ಅರೆ ಸುಳ್ಳುಗಳು; ಡೆಡ್‌ಲೈನ್‌ನ ಒತ್ತಾಯಕ್ಕೆ ತೇಲಿಸಿ ಬರೆಯುವುದು; ಸುಳ್ಳೋ, ನಿಜವೋ ಇವತ್ತಿನ ಬರವಣಿಗೆಯ ಕತೆ ನಡೆದರೆ ಸಾಕು ಎಂದು ಪರೀಕ್ಷೆ ಕಟ್ಟಿದ ವಿದ್ಯಾರ್ಥಿಯ ಮನಸ್ಥಿತಿಯಲ್ಲಿ ಬರೆಯುವುದು; ಆಯಾ ಪತ್ರಿಕೆಗೆ ತಕ್ಕಂತೆ ಶೈಲಿ ಬದಲಾಯಿಸುವುದು; ಲೇಖಕನೊಬ್ಬ ಸತ್ತಾಗ, ಅವನ ಯಾವ ಪುಸ್ತಕವನ್ನೂ ಗ್ರಹಿಸದೆ, ಚರ್ಚಿಸದೆ, ಸದರಿ ಲೇಖಕನ

ಜೊತೆ ಅಡ್ಡಾಡಿದ್ದು, ಅವನೊಡನೆ ಕುಡಿದದ್ದು, ಆತ ಇನ್ನಾರಿಗೋ ಕೈಕೊಟ್ಟದ್ದು – ಇವನ್ನೇ ಬರೆಯುವುದು; ಪ್ರಶಸ್ತಿ ಬಂದಾಗ ಅಭಿನಂದನೆಯ ಶೈಲಿಯನ್ನೂ ಸತ್ತಾಗ ಸಂತಾಪದ ಶೈಲಿಯನ್ನೂ ಆರೋಪಿಸಿಕೊಳ್ಳುವುದು; ಮುಖ್ಯ ಅಂಶ ವೊಂದನ್ನು ವಿವರಿಸಲು ಸರಿಯಾದ ಶಬ್ದವನ್ನು ಆರಿಸಿಕೊಳ್ಳುವ ವ್ಯವಧಾನ ವಿಲ್ಲದೆ, ಆ ಕ್ಷಣ ಸಿಕ್ಕ ಶಬ್ದವೇ ಚಿಂತನೆಯ ಹಾದಿ ನಿರ್ಧರಿಸುವುದು... ಇವೆಲ್ಲ ವೇಗದ ಹಾಗೂ 'ಅನೈತಿಕ' ಬರವಣಿಗೆಯ ಅಪಾಯಗಳೇ. ಇವನ್ನೆಲ್ಲಾ ಪಟ್ಟಿ ಮಾಡುವಾಗ, ಲೇಖಕನೊಬ್ಬ ಮತ್ತೊಬ್ಬ ಲೇಖಕನ ಬಗ್ಗೆ ಬರೆಯುವಾಗ 'ಇವರದು ನೆಮ್ಮದಿಯ ಸಂಸಾರ' ಎಂದು ವರ್ಣಿಸಿದ್ದು ನೆನಪಾಯಿತು. ಕನಿಷ್ಠ ಸೂಕ್ಷ್ಮತೆಯುಳ್ಳ ಯಾವ ಲೇಖಕನೂ ಇನ್ನೊಬ್ಬನ ಸಂಸಾರದ ಬಗ್ಗೆ ಇಷ್ಟು ಖಾತ್ರಿಯಾಗಿ ಬರೆಯಲಾರ! ಹಿಂದೊಮ್ಮೆ ಪತ್ರಿಕೆಯೊಂದರಲ್ಲಿ ಶಿವಮೊಗ್ಗ ಸುಬ್ಬಣ್ಣನವರ ಬಗ್ಗೆ ಅಭಿನಂದನಾ ಬರಹ ಬರೆಯುತ್ತಾ, ಕವಿ ಲಕ್ಷ್ಮಣರಾವ್ 'ಸುಬ್ಬಣ್ಣನವರಿಗೆ ಮೊಮ್ಮಗುವಾಗುವುದೊಂದೇ ಬಾಕಿ' ಎಂದು ಬರೆದದ್ದು ಕೂಡ ಈ ಥರದ ಜರ್ನಲಿಸ್ಟಿಕ್ ಬರಹಗಳ ಸಮಸ್ಯೆ ವ್ಯಾಪಕವಾಗಿರುವುದನ್ನು ಸೂಚಿಸುತ್ತದೆ. ಲೇಖಕ ಆಸ್ಕರ್‌ವೈಲ್ಡ್ 'ಲಿಟರೇಚರ್ ಈಸ್ ಅನ್‌ರೆಡ್; ಜರ್ನಲಿಸಂ ಈಸ್ ಅನ್‌ರೀಡಬಲ್' ಎಂದು ಹೇಳಿದ್ದು ಬಹುತೇಕ ಸೂಕ್ಷ್ಮ ಮನಸ್ಸಿನ ವ್ಯಕ್ತಿಗಳ ಅಭಿಪ್ರಾಯವೂ ಆಗಿರಬಹುದು. ಕವಿ ಎಲಿಯೆಟ್ ದಿನಪತ್ರಿಕೆಗಳನ್ನು ಓದುತ್ತಿರಲಿಲ್ಲ ಎಂದು ಲಂಕೇಶರು ಬರೆದ ನೆನಪು.

ಆದರೆ ಆ ನಿಲುವು ಕೂಡ ಒಂದು ಲಕ್ಷುರಿ ಇರಬಹುದು. ಭಾರತದಂಥ ದೇಶದಲ್ಲಿ ಈ ನಿಲುವನ್ನು ಅತಿಗೆ ತೆಗೆದುಕೊಂಡು ಹೋಗಿ, ಜನಪ್ರಿಯ ವೇದಿಕೆ ಗಳನ್ನು ಹೀಗಳೆಯುವುದು ಕೂಡ ತಪ್ಪು. ಜೊತೆಗೆ ಅನೇಕ ಗಂಭೀರ ಲೇಖಕರು, ಪತ್ರಕರ್ತರು ಓದುಗರಿಗೆ ತೀರಾ ಕಠಿಣವಾಗದಿರಲಿ ಎಂಬ ಜವಾಬ್ದಾರಿಯಿಂದ ಕೂಡ ಸರಳವಾಗಿ ಬರೆಯುತ್ತಾರೆ. ಅದು ತಪ್ಪಲ್ಲ. ಆದರೆ ಈ ಬಗೆಯ ಬರವಣಿಗೆಯ ಅಲ್ಪ ತೃಪ್ತಿ ಲೇಖಕನಿಗೆ ಮಾರಕವಾಗಬಹುದು ಎಂಬುದನ್ನು ಡಿ.ಆರ್. ಹಾಗೂ ಲಂಕೇಶ್ ಇಬ್ಬರೂ ಹೇಳುತ್ತಿದ್ದರು. 'ನೂರು ಮೀಟರ್ ಓಡೋದೇ ರೂಢಿಯಾಗಿ ಬಿಟ್ಟರೆ ಮ್ಯಾರಥಾನ್ ಥರ ಲಾಂಗ್ ಡಿಸ್ಟೆನ್ಸ್ ಓಡೋಕಾಗಲ್ಲ' ಎಂದು ಡಿ.ಆರ್. ಅನ್ನುತ್ತಿದ್ದರು. ಒಮ್ಮೆ ಲಂಕೇಶ್ ಕೂಡ 'ಈ ಸಣ್ಣಪುಟ್ಟದ್ದನ್ನು ಬರೆಯೋದು ಇದೆಯಲ್ಲ, ಇದು ಗಾಂಧೀಜಿ ನೂಲು ತೆಗೆದ ಹಾಗೆ ಅಷ್ಟೆ. ಅವರು ಒಂದೊಂದ್ಸಲ ಸುಮ್ಮನೆ ನೂಲು ತೆಗೀತಿರೋರು. ಇವತ್ತು ಅವರನ್ನ ಯಾರೂ ನೂಲು ತೆಗೆಯೋರು ಅನ್ನಲ್ಲ; ಲೀಡರ್ ಅಂತಾರೆ. ಈ ಜರ್ನಲಿಸಮ್ಮಿನಲ್ಲಿ ಏನಾಗುತ್ತೆ ಅಂದರೆ, ಬರೆದ ತಕ್ಷಣ ಪ್ರತಿಕ್ರಿಯೆ ಸಿಕ್ಕಿಬಿಡುತ್ತೆ.

ಯು ಸ್ಟಾರ್ಟ್ ಫೀಲಿಂಗ್ ಹ್ಯಾಪಿ. ಆಮೇಲೆ ಬೇರೆ ಬರೆಯುವ ಇನ್‌ಕ್ಲಿನೇಷನ್ ಕಡಿಮೆಯಾಗುತ್ತೆ' ಎಂದು ತಮ್ಮ ಬರವಣಿಗೆಯ ಸಮಸ್ಯೆಯನ್ನೂ ಗಮನದಲ್ಲಿಟ್ಟುಕೊಂಡೇ ಹೇಳಿದ್ದರು. ಆದರೆ, ಪತ್ರಿಕೋದ್ಯಮದ ಬರವಣಿಗೆಗಿಂತ ಭಿನ್ನವಾಗಬೇಕೆಂಬ ಕಾತರದಿಂದ ಅನಗತ್ಯವಾಗಿ ಕ್ಲಿಷ್ಟ ಪರಿಭಾಷೆಗಳನ್ನು ಚೆಲ್ಲಾಡಿ ತಯಾರಾಗುತ್ತಿರುವ ಇವತ್ತಿನ ವಿಶ್ವವಿದ್ಯಾಲಯಗಳ ಶೇಕಡಾ ತೊಂಬತ್ತರಷ್ಟು 'ವಿದ್ವಾಂಸ'ರ ನಿರ್ಜೀವ ಬರವಣಿಗೆಯೇನೂ ಆದರ್ಶ ಮಾದರಿಯಲ್ಲ. 'ಅಕಡೆಮಿಕ್' ಎನ್ನಲಾದ ಬರವಣಿಗೆಯ ಗಂಭೀರ ಸುಳ್ಳು ಪತ್ರಿಕೋದ್ಯಮದ ಆ ಕ್ಷಣದ ಸುಳ್ಳಿಗಿಂತ ಅಸಹ್ಯಕರವಾಗಿರಬಲ್ಲದು.

ಆದ್ದರಿಂದಲೇ, ಸಾಹಿತ್ಯಕ ಪತ್ರಿಕೋದ್ಯಮದ ವೇಗದ ಬರವಣಿಗೆಯಲ್ಲಿ ಮಾತ್ರ ಹುಸಿತನ ಕಾಣಿಸಿಕೊಳ್ಳುತ್ತದೆ ಎಂದು ತೀರ್ಮಾನಿಸುವುದು ತಪ್ಪು. ಅದು ವರ್ಷಾನುಗಟ್ಟಲೆ ಯೋಚಿಸಿ ಬರೆದ ಕತೆಯಲ್ಲೂ ಪದ್ಯದಲ್ಲೂ ಕಾದಂಬರಿಯಲ್ಲೂ ಕಾಣಿಸಿಕೊಳ್ಳುವ ಸಾಧ್ಯತೆ ಇರುತ್ತದೆ. ಅನಂತಮೂರ್ತಿಯವರ 'ಪೂರ್ವಾಪರ'ದಂಥ ಮಹತ್ವದ ವಿಮರ್ಶಾಕೃತಿಯಲ್ಲಿ ಮಾಸ್ತಿಯವರನ್ನು ಕುರಿತ ಬರಹದಲ್ಲಿರುವ ಅವಸರದ ಥೀಸಿಸ್‌ನವರೆಗೂ ಈ ಬಗೆಯ ದೌರ್ಬಲ್ಯಗಳು ಕಾಣಿಸುತ್ತಿರಬಹುದು. ದಿನನಿತ್ಯ ಭಾಷಣ ಮಾಡುವವರು ಅಥವಾ ಅಪರೂಪಕ್ಕೆ ಮಾತಾಡುವವರು–ಈ ಇಬ್ಬರ ಔಪಚಾರಿಕ ಮಾತುಗಳಲ್ಲಿಯೂ ಸುಳ್ಳು ಕಾಣಿಸಿಕೊಳ್ಳುತ್ತಿರಬಹುದು. ತನ್ನೊಳಗೆಲ್ಲ ಕೊರೆದು ಹೋಗುವಂತೆ ಯೋಚಿಸಬಲ್ಲ ನೀಷೆಯಂತೆ ಅಥವಾ ಎದುರಿಗಿದ್ದದ್ದೆಲ್ಲವನ್ನೂ ಬಿಡದೆ ನೆಕ್ಕುವ ಬೆಂಕಿಯ ತಹತಹ ತೋರುವ ಅಲ್ಲಮಪ್ರಭುವಿನಂತೆ ನಿಜ ಹೇಳುವ ಸಾಧ್ಯತೆ ಎಲ್ಲರಿಗೂ ಸದಾ ಇರುವುದಿಲ್ಲವೇನೋ. ತಮಗೆ ಬೇಕಾದ ವಾದ ರೂಪಿಸುವವರೆಲ್ಲರೂ ಒಂದರ್ಥದಲ್ಲಿ ಸುಳ್ಳು ಹೇಳುತ್ತಲೇ ಇರುತ್ತಾರೆ. ಅಂದರೆ, ಎಲ್ಲ ಅಧಿಕಾರಸ್ಥ ಭಾಷೆಗಳಲ್ಲಿ, ಡಿಸ್ಕೋರ್ಸ್‌ಗಳಲ್ಲಿ ಒಂದು ಮಟ್ಟದ 'ಸುಳ್ಳು' ಇರುವ ಸಾಧ್ಯತೆ ಇದೆ. ಇವೆಲ್ಲವನ್ನೂ ನಾನು ಇತರರ ಬರವಣಿಗೆಗಳಲ್ಲಿ ಗಮನಿಸಿರುವಂತೆ ನನ್ನ ಬರವಣಿಗೆಯ ದೋಷಗಳ ಮೂಲಕವೂ ಕಂಡುಕೊಳ್ಳಲೆತ್ನಿಸಿರುವೆ.

೧೮

ಚಿಂತಕ ವರ್ಗ; ವಿವರಣಕಾರ ವರ್ಗ

ಒಂದು ಕಾಲಕ್ಕೆ ಲಂಕೇಶರಂತೆ ಡಿ.ಆರ್. ಕೂಡ ಬೆಂಗಳೂರಿನ ಕೆಂಪೇಗೌಡ ಸರ್ಕಲ್ ಮುಂತಾದ ಕಡೆ ನಡೆಯುತ್ತಿದ್ದ ಕಾರ್ನರ್ ಮೀಟಿಂಗುಗಳಲ್ಲಿ ಭಾಗವಹಿಸುತ್ತಿದ್ದರೆಂದು ಕೇಳಿರುವೆ. ಆಗ ಬೀಚಿ ಥರದ ಬರಹಗಾರರು ಕೂಡ ಈ ಬಗೆಯ ಪುಟ್ಟ ಸಭೆಗಳಲ್ಲಿ ಜನರನ್ನುದ್ದೇಶಿಸಿ ಮಾತಾಡುತ್ತಾ ವೈಚಾರಿಕ ಪ್ರಜ್ಞೆಯನ್ನು ರೂಪಿಸುತ್ತಿದ್ದರು. ಈ ಹಂತದಲ್ಲೇ ಕೆಲಕಾಲ ಡಿ.ಆರ್. ಸಿಪಿಐ(ಎಂ) ಪಕ್ಷದ ಜೊತೆಗೆ ಸಂಬಂಧ ಇರಿಸಿಕೊಂಡಿದ್ದರು. ನಂತರ ಎಂ.ಡಿ. ನಂಜುಂಡಸ್ವಾಮಿಯವರ ಸಮಾಜವಾದಿ ಯುವಜನ ಸಭಾದ ಜೊತೆ ಇದ್ದರು. ಆಗೆಲ್ಲ ಡಿ.ಆರ್. ಒಂದು ಬಗೆಯ ಸ್ಟ್ರೀಟ್‌ಫೈಟರ್ ಥರ ಇದ್ದರೆಂದು ಅವರನ್ನು ಆ ಕಾಲದಲ್ಲಿ ಕಂಡ ಗೆಳೆಯರು ಹೇಳುತ್ತಿರುತ್ತಾರೆ. ಆಗ ದಲಿತ ಚಳವಳಿ ಹಾಗೂ ಎಡಪಂಥೀಯ ಪಕ್ಷಗಳು ನಡೆಸುತ್ತಿದ್ದ ಕಮ್ಮಟಗಳಲ್ಲಿ ಭಾಗವಹಿಸುತ್ತಿದ್ದ ಡಿ.ಆರ್. ಆ ನಿಟ್ಟಿನ ಚರ್ಚೆಗಳನ್ನೂ ರೂಪಿಸುತ್ತಿದ್ದರು; ಸಾಮಾಜಿಕ ನ್ಯಾಯದ ಹಾಗೂ ವೈಚಾರಿಕ ಹೋರಾಟಗಳಲ್ಲಿ ಭಾಗವಹಿಸುತ್ತಿದ್ದರು. ಬಂಡಾಯ ಸಾಹಿತ್ಯ ಸಂಘಟನೆಯ ಹುಟ್ಟಿಗೆ ಡಿ.ಆರ್. ಕೂಡ ಕಾರಣರಾಗಿದ್ದರು. ಈ ಎಲ್ಲ ಸಂಗತಿಗಳು ಆಗಾಗ್ಗೆ ನನ್ನ ಕಿವಿಗೆ ಬಿದ್ದಿದ್ದವು.

ಆ ಹಂತದಲ್ಲಿ ನಾನಿನ್ನೂ ಡಿ.ಆರ್. ಅವರನ್ನು ಕಂಡಿರಲಿಲ್ಲ. ಈ ಘಟ್ಟದ ನಂತರ, ತಮ್ಮ ಕೊನೆಯ ಹತ್ತು,

ಹನ್ನೆರಡು ವರ್ಷಗಳಲ್ಲಿ ಡಿ.ಆರ್. ಈ ಬಗೆಯ ಚಟುವಟಿಕೆಗಳಿಂದ ಕೊಂಚ ಹಿಂದೆ ಸರಿದರು. ಆದರೆ ದೈಹಿಕವಾಗಿ ಈ ವಲಯಗಳಿಂದ ದೂರವಿದ್ದರೂ, ಒಟ್ಟಾರೆಯಾಗಿ ಚಳವಳಿಯನ್ನು ತಾತ್ವೀಕರಿಸುವ, ಅವುಗಳನ್ನು ಬೌದ್ಧಿಕವಾಗಿ ಗ್ರಹಿಸುವ ಥಿಯರಿಟಿಷಿಯನ್ ಆಗಿ ಡಿ.ಆರ್. ಮುಂದುವರಿದಿದ್ದರು. ಒಂದು ಸರಿರಾತ್ರಿಯ ಮಾತುಕತೆಯಲ್ಲಿ ತಮ್ಮ ಇವೆರಡೂ ಪಾತ್ರಗಳನ್ನು ನೆನಪಿಸಿಕೊಳ್ಳುತ್ತಾ ಡಿ.ಆರ್. ಕೇಳಿದರು: 'ನನ್ನ ಈ ಎರಡು ರೋಲ್‌ಗಳಲ್ಲಿ ನಿಮಗೆ ಯಾವುದು ಸರಿ ಎನಿಸುತ್ತದೆ?' ಆಗ ನಾನು, 'ಪ್ರಾಯಶಃ ಮೊದಲ ರೀತಿಯ ಕೆಲಸದಲ್ಲೇ ನೀವು ಹೆಚ್ಚು ಉಪಯುಕ್ತವಾಗಿದ್ದಿರಿ ಎನ್ನಿಸುತ್ತೆ' ಎಂದು ಒಂದು ಬಗೆಯ 'ಸಾರ್ವಜನಿಕ' ಉತ್ತರ ನೀಡಿದೆನೆಂದು ಕಾಣುತ್ತದೆ. ಅದಕ್ಕೆ ಪ್ರತಿಕ್ರಿಯೆಯಾಗಿ 'ನನಗೆ ಹಾಗನ್ನಿಸಲ್ಲ. ಥಿಯರಿಟಿಕಲ್ ಫಾರ್ಮುಲೇಷನ್‌ಗಳ ಮೂಲಕವೂ ಸಮಾಜಕ್ಕೆ ಹೆಚ್ಚು ಉಪಯುಕ್ತವಾಗಬಹುದು' ಎಂದು ಡಿ.ಆರ್. ಸುಮ್ಮನಾದರು. ಆ ಘಟ್ಟದಲ್ಲಿ ದಲಿತ ಚಳುವಳಿ, ರೈತ ಚಳುವಳಿ, ಕೋಮುವಾದ, ಜಾಗತೀಕರಣ, ಖಾಸಗಿ ಮಾರುಕಟ್ಟೆ ಮುಂತಾದ ಅನೇಕ ಬೆಳವಣಿಗೆಗಳನ್ನು ಗ್ರಹಿಸಲು ಡಿ.ಆರ್. ಕೊಟ್ಟ ಈ ಬಗೆಯ ತಾತ್ವಿಕ ನೋಟಗಳು ಅವರ 'ಸಂಸ್ಕೃತಿ ಕಥನ'ದಲ್ಲಿವೆ.

ಬುದ್ಧಿಜೀವಿಯೊಬ್ಬ ಸಮಾಜದ ಹೋರಾಟಗಳಿಗೆ ಹತ್ತಿರವಿದ್ದು ಅಥವಾ ಅವುಗಳ ಜೊತೆಗಿದ್ದು ಅವನ್ನು ಅರಿಯುವ, ಆನಂತರ ಅವನ್ನು ವ್ಯವಧಾನದಿಂದ ತಾತ್ವೀಕರಿಸುವ ಜವಾಬ್ದಾರಿ ನಿರ್ವಹಿಸುತ್ತಿರುತ್ತಾನೆ. ಈ ಮಾದರಿ ನಮಗೆಲ್ಲ ಪರಿಚಿತವಿದೆ. ಅಕಸ್ಮಾತ್ ಇದಕ್ಕಿಂತ ಭಿನ್ನವಾಗಿ ಬುದ್ಧಿಜೀವಿಯೊಬ್ಬ ಸಂಪೂರ್ಣ ಅಧ್ಯಯನದಲ್ಲಿ ಹಾಗೂ ಸೂಕ್ಷ್ಮವಾದ ಸೈದ್ಧಾಂತಿಕ ಗ್ರಹಿಕೆಯಲ್ಲಿ ಮುಳುಗುವ ಮೂಲಕವೇ ತನ್ನ ಚಿಂತನೆಗಳಿಗೆ ಆಕಾರ ಕೊಡುತ್ತಿರುತ್ತಾನೆ ಎಂದಿಟ್ಟುಕೊಳ್ಳಿ; ಆಗ ಅವನ ಚಿಂತನೆಗಳನ್ನು ಜನರಿಗೆ ತಲುಪಿಸುವ ಹೊಣೆ ಇತರರ ಮೇಲಿರುತ್ತದೆ. ಆದ್ದರಿಂದ ಒಬ್ಬ ಚಿಂತಕನಿಗೆ ಒಂದು ಆರ್ಟಿಕ್ಯುಲೇಟ್ ಕ್ಲಾಸ್ ಅಥವಾ ವಿವರಣಕಾರ ವರ್ಗ ಬೇಕಾಗಬಹುದು. ಈ ಬಗೆಯ ಚಿಂತಕ, ಚಿಂತಕಿಯರ ಆಲೋಚನೆಗಳನ್ನು ಅಧ್ಯಾಪಕ-ಅಧ್ಯಾಪಕಿಯರು, ಪತ್ರಕರ್ತರು, ಲಾಯರುಗಳು, ಲೇಖಕ-ಲೇಖಕಿಯರು, ಜಾಣರಾದ ವಿದ್ಯಾರ್ಥಿ, ವಿದ್ಯಾರ್ಥಿನಿಯರು, ಅಂಕಣಕಾರರು, ಚಳವಳಿಗಳ ಸೂಕ್ಷ್ಮ ಕಾರ್ಯಕರ್ತರು... ಜನರಿಗೆ ತಲುಪಿಸುವ ಹೊಣೆ ಹೊರಬೇಕಾಗುತ್ತದೆ.

ಕೆಲವೊಮ್ಮೆ ಪರಿಕಲ್ಪನೆ, ಪರಿಭಾಷೆಗಳು ಅಥವಾ ವಿಷಯದ ಸಂಕೀರ್ಣತೆಯ ಕಾರಣದಿಂದಾಗಿ ಗಂಭೀರ ಚಿಂತಕರ ಬರವಣಿಗೆ ಕ್ಲಿಷ್ಟವೆನ್ನಿಸಿದಾಗ, ಅದರ ಸಾರರೂಪವನ್ನು ಹಾಗೂ ಆ ಚಿಂತಕರ ಮೂಲ ಚಿಂತನೆಗಳನ್ನು ಜನರಿಗೆ ಮುಟ್ಟಿಸುವ ಕೆಲಸವನ್ನೂ ಈ ವರ್ಗ ಮಾಡುತ್ತಿರಬೇಕಾಗುತ್ತದೆ. ಮಾರ್ಕ್ಸ್,

ಏಂಗೆಲ್ಸ್, ಫ್ಯೂಕೋ, ಗ್ರಾಮ್ಷಿ ಮುಂತಾದವರ ಚಿಂತನೆಗಳನ್ನು ಎಲ್ಲೆಡೆ ಹಬ್ಬಿಸಲು ಅವನ್ನು ಕೊಂಚ ಸರಳಗೊಳಿಸಿ ಹೇಳಲು ಅನೇಕ ನಾಯಕರು, ಎಡಪಂಥೀಯ ರಾಜಕೀಯ ಪಕ್ಷಗಳ ಬುದ್ಧಿಜೀವಿಗಳು, ಸಾಹಿತ್ಯವಲಯದ ಬುದ್ಧಿಜೀವಿಗಳು ಪ್ರಯತ್ನಿಸುತ್ತಾ ಬಂದಿದ್ದಾರೆ. ಕೇಟ್ ಮಿಲ್ಲೆಟ್ ಅವರ ಸ್ತ್ರೀವಾದಿ ಚಿಂತನೆ, ಗೋಪಾಲಗುರು ಅವರ ಆಧುನಿಕೋತ್ತರ ಅಂಬೇಡ್ಕರ್‌ವಾದಿ ಚಿಂತನೆ, ರೋಲಾ ಬಾರ್ಥ್ ಅವರ ಸಂಸ್ಕೃತಿ ಚಿಂತನೆ, ಟೆರ‍್ರಿ ಈಗಲ್ಟನ್ ಅವರ ಮಾರ್ಕ್ಸ್‌ವಾದಿ ವಿಶ್ಲೇಷಣೆ ಅಥವಾ ಡೆರಿಡಾ ಅವರ ನಿರಚನಾವಾದಿ ನೋಟ-ಈ ಬಗೆಯ ಗಂಭೀರವಾದ ಚಿಂತನೆಗಳ ಸಾರರೂಪಗಳನ್ನು ಹೆಚ್ಚು ಜನರಿಗೆ ತಲುಪಿಸಲು ಅನೇಕರು ಪ್ರಯತ್ನಪಡುತ್ತಿರಬೇಕಾಗುತ್ತದೆ. ಅದರಲ್ಲೂ ಯಾವುದೇ ಗಂಭೀರ ಚಿಂತಕ, ಚಿಂತಕಿಯರು ದೈಹಿಕವಾಗಿ ತೀರಿಕೊಂಡ ನಂತರ ಇಂಥ ಪ್ರಯತ್ನ ಹೆಚ್ಚು ನಡೆಯುತ್ತಿರಬೇಕಾಗುತ್ತದೆ.

'ಡಿ.ಆರ್. ನಾಗರಾಜ್ ಅವರು ಬಳಸುವ ಪರಿಭಾಷೆ ಹಾಗೂ ಪರಿಕಲ್ಪನೆಗಳನ್ನು ಆಳವಾಗಿ ಗ್ರಹಿಸುವ ತನಕ ಅವರ ಚಿಂತನೆ ನಮ್ಮೊಳಗಿಳಿಯುವುದಿಲ್ಲ' ಎಂದು ಗೊಣಗುತ್ತಾ, ಅವರ ಪುಸ್ತಕಗಳನ್ನು ಓದುವುದನ್ನು ಮುಂದೂಡುವ ಸೋಮಾರಿ ಸಾಹಿತ್ಯಾಸಕ್ತರನ್ನು ನಾನು ನೋಡಿದ್ದೇನೆ. ಅವರ ಗೊಣಗಾಟಕ್ಕೆ ಒಂದು ಕಾರಣವಿದೆ: ಅದೇನೆಂದರೆ, ತಮ್ಮ ಕಾಲದ ಕನ್ನಡ ವಿಮರ್ಶೆಯಲ್ಲಿ ಹಾಗೂ ಸಂಸ್ಕೃತಿಚಿಂತನೆಯಲ್ಲಿ ಚಾಲ್ತಿಯಲ್ಲಿದ್ದ ಪರಿಭಾಷೆಗಿಂತ ಡಿ.ಆರ್. ಪರಿಭಾಷೆ ಸ್ವಲ್ಪ ಭಿನ್ನವಾಗಿತ್ತು. ಕನ್ನಡದ ಮಟ್ಟಿಗಂತೂ ತಾವು ಬಳಸುತ್ತಿದ್ದ ಅಂತರ್‌ಶಿಸ್ತೀಯ ಮಾದರಿಗಳ ಕಾರಣದಿಂದಾಗಿ ಅವರು ತಮ್ಮ ಕಾಲಕ್ಕಿಂತ ಕೊಂಚ ಮುಂದಿದ್ದರು. ಗೋಪಾಲಕೃಷ್ಣ ಅಡಿಗರ ಕಾವ್ಯ ಕನ್ನಡದಲ್ಲಿ ಸರಿಯಾಗಿ ಸ್ವೀಕಾರವಾಗಲು ಹತ್ತು ಹದಿನೈದು ವರ್ಷಗಳು ಬೇಕಾಯಿತು. ಅನಂತಮೂರ್ತಿ, ಕಿ.ರಂ. ನಾಗರಾಜ್, ಡಿ.ಆರ್. ಮೊದಲಾದವರು ಅಡಿಗರ ಕಾವ್ಯವನ್ನು ನಿಕಟ ಓದಿನ ಮೂಲಕ ವಿವರಿಸಿದ ಮೇಲೆ ಆ ಕಾವ್ಯ ಓದುಗವಲಯಕ್ಕೆ ಇನ್ನಷ್ಟು ಸ್ಪಷ್ಟವಾಗತೊಡಗಿತು. ಬೇಂದ್ರೆಯವರ ಕಾವ್ಯ ಕೂಡ ಹೀಗೆ ಹೊಸ ವ್ಯಾಖ್ಯಾನಕಾರರಿಂದಲೇ ಬೆಳೆದಿದೆ. ಈ ರೀತಿಯ ವಿವರಣಕಾರರ ನೆರವು ಕೆಲವೊಮ್ಮೆ ಗಂಭೀರ ಸಂಸ್ಕೃತಿಚಿಂತಕರಿಗೂ ಬೇಕಾಗುತ್ತದೆ. ಜಗತ್ತಿನ ವಿವಿಧ ಭಾಗಗಳ ಬೌದ್ಧಿಕ ಲೋಕದಿಂದ ತಾತ್ವಿಕ ಹಾಗೂ ತಾಂತ್ರಿಕ ಪರಿಭಾಷೆಗಳನ್ನು ಸ್ವೀಕರಿಸುತ್ತಿದ್ದ ಡಿ.ಆರ್. ರೂಪಿಸಿದ ಚಿಂತನೆಗಳನ್ನು ಇನ್ನಷ್ಟು ಸ್ಪಷ್ಟಗೊಳಿಸಲು ಒಂದು ವಿವರಣಕಾರ ವಲಯವೂ ಬೇಕಾಗಬಹುದು. ಇಂಥ ಅಗತ್ಯ ಬಿದ್ದಾಗ, ಅಥವಾ ಡಿ.ಆರ್. ಥರದ ದೊಡ್ಡ ಚಿಂತಕರು ಕೆಲವು ಪರಿಕಲ್ಪನೆಗಳನ್ನು ಅಪೂರ್ಣವಾಗಿ ಬಿಟ್ಟು ಹೋದಾಗ, ಅವನ್ನು ವಿವರಿಸುವ ಹೊಣೆ ಹೊರುವ ಹೊಸ ತಲೆಮಾರುಗಳ ಬುದ್ಧಿಜೀವಿ ಪಡೆಗಳು ಕೂಡ ಇಲ್ಲಿ

ಸಜ್ಜಾಗಬೇಕಾಗುತ್ತದೆ. ಉದಾಹರಣೆಗೆ,ಒಮ್ಮೆ ಕಿ.ರಂ. ನಾಗರಾಜರ ಜೊತೆ ಕಾವ್ಯದ ಬಗ್ಗೆ ಮಾತಾಡುತ್ತಾ, ಡಿ.ಆರ್. 'ಒಳ್ಳೆಯ ಕವಿಯೊಬ್ಬನಿಗೆ ಭಾಷಿಕ ಸಾತತ್ಯ ಹಾಗೂ ತಾತ್ವಿಕ ಸಾತತ್ಯ ಎರಡೂ ಇರಬೇಕಾಗುತ್ತದೆ' ಎಂದರು. ಮಾತು ಅಲ್ಲಿಗೇ ನಿಂತದ್ದರಿಂದ ಆ ಪರಿಕಲ್ಪನೆಗಳನ್ನು ಡಿ.ಆರ್. ಮುಂದೆ ಬೆಳೆಸಿದಂತಿಲ್ಲ. ಡಿ.ಆರ್. ಜೊತೆ ಆಗಾಗ್ಗೆ ಚರ್ಚಿಸಿದ ಆಧಾರದ ಮೇಲೆ ಈ ಜೋಡಿ ಪರಿಕಲ್ಪನೆಗಳನ್ನು ಮುಂದೊಮ್ಮೆ ನಾನು ಹೀಗೆ ವಿವರಿಸಿಕೊಳ್ಳಲೆತ್ನಿಸಿದೆ: ಎಲ್ಲ ಕವಿಗಳಿಗೂ ತಮ್ಮ ಭಾಷೆಯ ಜೊತೆಗಿನ ಸಾತತ್ಯ ಅನಿವಾರ್ಯ; ಆದರೆ ಕವಿ, ಕವಯಿತ್ರಿಯರ ತಾತ್ವಿಕ ಸಾತತ್ಯ ತಂತಮ್ಮ ಸಂಸ್ಕೃತಿಯೊಳಗೇ ನಡೆಯಬೇಕಾಗಿಲ್ಲ. ಉದಾಹರಣೆಗೆ, ಕನ್ನಡ ಕವಯಿತ್ರಿಯೊಬ್ಬಳು ಯುರೋಪಿನ ಅಥವಾ ಆಫ್ರಿಕಾದ ಸ್ತ್ರೀವಾದಿ ತಾತ್ವಿಕತೆಯನ್ನು ಮುಂದುವರಿಸಬಹುದು ಅಥವಾ ಆಕೆ ಪಶ್ಚಿಮದ ಅಸ್ತಿತ್ವವಾದಿ ತಾತ್ವಿಕತೆಯ ಜೊತೆಗೆ ಸಾತತ್ಯವನ್ನೂ ಸಾಧಿಸಬಹುದು...ಹೀಗೆ ಡಿ.ಆರ್. ರೂಪಿಸಿದ ಎರಡು ಪರಿಕಲ್ಪನೆಗಳನ್ನು ಮುಂದೊಮ್ಮೆ ಕ್ಲಾಸ್‌ರೂಮಿನಲ್ಲಿ ವಿದ್ಯಾರ್ಥಿ, ವಿದ್ಯಾರ್ಥಿನಿಯರ ಜೊತೆ ಎಲಿಯಟ್‌ನ 'ಪರಂಪರೆ ಮತ್ತು ವ್ಯಕ್ತಿಪ್ರತಿಭೆ' ಬರಹ ಕುರಿತು ಚರ್ಚಿಸುವಾಗ ಬೆಳೆಸಲೆತ್ನಿಸಿದೆ. ಹೀಗೆ ಡಿ.ಆರ್. ಅವರ ಹಲವು ಸಂಕೀರ್ಣ ತಾತ್ವೀಕರಣಗಳನ್ನು, ಪರಿಕಲ್ಪನೆಗಳನ್ನು ನನ್ನಂತೆಯೇ ಅನೇಕರು ಹೊಸ ತಲೆಮಾರಿಗೆ ವಿವರಿಸಿ ಹೇಳಬೇಕಾದ ಅವಶ್ಯಕತೆಯಿದೆ.

ಇಷ್ಟಾಗಿಯೂ ತಮ್ಮ ಬರಹಗಳನ್ನು ವಿಶಾಲ ಓದುಗವಲಯಕ್ಕೆ ತಲುಪಿಸುವ ರೀತಿಯ ಬರವಣಿಗೆಯ ಸವಾಲನ್ನು ಡಿ.ಆರ್. ಆಗಾಗ್ಗೆ ಕೈಗೆತ್ತಿಕೊಂಡದ್ದನ್ನು ಮರೆಯಲಾಗದು. ಕುತೂಹಲಕರ ಅಂಶವೆಂದರೆ, ಅದನ್ನು ಅವರು ಹೆಚ್ಚು ಸಾಧಿಸಿದ್ದು 'ಲಂಕೇಶ್‌ಪತ್ರಿಕೆ'ಯ ಸಹವಾಸದಲ್ಲೇ! ಅವರ ಆ ಬಗೆಯ ಬರಹಗಳಲ್ಲಿ ಲಂಕೇಶ್ ಶೈಲಿ ಅಲ್ಲಲ್ಲಿಯಾದರೂ ಇಣುಕುತ್ತಿರುತ್ತದೆ ಎಂಬುದು ಅವರ 'ಸಂಸ್ಕೃತಿ ಕಥನ'ದ ಕೆಲವು ಬರಹಗಳಲ್ಲಾದರೂ ಸ್ಪಷ್ಟವಾಗಿ ಕಾಣುತ್ತದೆ.

೧೯

ತೊಡೆಯಲಾಗದ ಲಿಪಿ ತಂದ ತಲ್ಲಣ

ತಮ್ಮ ಬರವಣಿಗೆಯ ಮಾದರಿಗಳನ್ನು ಮತ್ತೆ ಮತ್ತೆ ಮರುಪರಿಶೀಲನೆ ಮಾಡಿಕೊಳ್ಳಬೇಕೆಂದು ಹಾಗೂ ನವೀಕರಣಗೊಳಿಸಿಕೊಳ್ಳಬೇಕೆಂದು ಡಿ.ಆರ್. ಸದಾ ಚಡಪಡಿಸುತ್ತಿದ್ದರು. ಅವರು ಬಂಡಾಯ ಚಳವಳಿಯಿಂದ ಹೊರ ಬಂದಾಗ, ಅದರ ಹಿಂದೆ ಹಲ ಬಗೆಯ ಖಾಸಗಿ ಹಾಗೂ ತಾತ್ವಿಕ ಕಾರಣಗಳು, ಸ್ಪರ್ಧೆ, ಅಸಹನೆಗಳ ಜೊತೆಗೇ, ಬಂಡಾಯ ಮಾರ್ಗದ ಅನೇಕ ವಿಮರ್ಶಕರು ಬಳಸುತ್ತಿದ್ದ ವಿಮರ್ಶಾ ಸಲಕರಣೆಗಳ ಬಗೆಗಿನ ಅತೃಪ್ತಿಯೂ ಸೇರಿಕೊಂಡಿತ್ತು. ಎಂಬತ್ತರ ದಶಕದ ಬಂಡಾಯ ವಿಮರ್ಶೆಯಲ್ಲಿ ಇಪ್ಪತ್ತನೆಯ ಶತಮಾನದ ಮಧ್ಯಭಾಗದಲ್ಲಿ ರಷ್ಯಾದಲ್ಲಿ ಬಳಸಲಾಗುತ್ತಿದ್ದ ಕಮ್ಯುನಿಸ್ಟ್ ಪಾರ್ಟಿಕೇಂದ್ರಿತ ವಿಮರ್ಶಾ ಮಾದರಿಗಳು ('ಪಾರ್ಟಿನೋಸ್ಟ್' ವಿಮರ್ಶೆಯ ಮಾದರಿಗಳು) ಎದ್ದು ಕಾಣುತ್ತಿದ್ದವು. ರಷ್ಯಾದ ಒಂದು ಕಾಲದ ವಿಮರ್ಶೆಯಲ್ಲಿ 'ಲೇಖಕನೊಬ್ಬ ದುಡಿಯುವ ವರ್ಗದ ಉದ್ದೇಶವನ್ನು ಪ್ರತಿನಿಧಿಸುತ್ತಿದ್ದಾನೆಯೋ ಇಲ್ಲವೋ' ಮುಂತಾದ ಪ್ರಶ್ನೆಗಳು ವಿಮರ್ಶೆಯ ಮುಖ್ಯ ಮಾನದಂಡ ಗಳಾಗಿ ಬಳಕೆಯಾಗುತ್ತಿದ್ದವು. ತಮ್ಮ ಮೊದಲ ಪುಸ್ತಕ 'ಅಮೃತ ಮತ್ತು ಗರುಡ'ದಲ್ಲಿ ಈ ಬಗೆಯ ಸೀಮಿತ ಪ್ರಶ್ನೆಗಳ ಮೂಲಕ ಸಾಹಿತ್ಯ ಕೃತಿಗಳನ್ನು ಅಳೆಯುವ ದೌರ್ಬಲ್ಯಗಳಿವೆಯೆಂದು ಡಿ.ಆರ್.ಗೆ ಬರಬರುತ್ತಾ ಅನಿಸತೊಡಗಿತ್ತು. ಆದರೂ ಮಿತ್ರ ಯೋಗಪ್ಪನವರ್ ಒಮ್ಮೆ

ಹೇಳಿದಂತೆ "ಕನ್ನಡದ ಕೆಲವು ಶ್ರೇಷ್ಠ ಪುಸ್ತಕ ವಿಮರ್ಶೆಗಳು 'ಅಮೃತ ಮತ್ತು ಗರುಡ'ದ 'ಈಚಿನ ಕನ್ನಡ ಕಾವ್ಯ' ಎಂಬ ಲೇಖನದಲ್ಲಿವೆ." ಈ ಹಿಂದೆ ಚರ್ಚಿಸಿದಂತೆ ಅಲ್ಲಿನ ಪ್ರಾಯೋಗಿಕ ವಿಮರ್ಶೆ, ಕುವೆಂಪು, ಕಾರಂತರ ಕಾದಂಬರಿಗಳನ್ನು ಕುರಿತ ವಿಮರ್ಶೆಗಳು ಕೂಡ ಅನನ್ಯವಾಗಿವೆ. ಆದರೂ ಆ ಪುಸ್ತಕದ ಬಗೆಗೆ ಡಿ.ಆರ್. ಅಸಮಾಧಾನ ಹೆಚ್ಚುತ್ತಲೇ ಹೋಯಿತು. ಆದ್ದರಿಂದಲೋ ಏನೋ, ೧೯೮೫ರ ಒಂದು ರಾತ್ರಿ ಡಿ.ಆರ್. 'I want to disown that book' ಎಂದರು. ಅಂದರೆ, 'ಆ ಪುಸ್ತಕವನ್ನು ನಾನು ಬರೆಯಲೇಬಾರದಿತ್ತು' ಎಂಬ ಸೃಜನಶೀಲ ಅಸಮಾಧಾನ ಇದು. ಪ್ರಾಯಶಃ ಈ ಪುಸ್ತಕದಲ್ಲಿರುವ ಸಾಹಿತ್ಯ ವಿಮರ್ಶೆಯಲ್ಲಿ ಅತಿಯಾದ ಸಾಮಾಜಿಕ ಪರಿಭಾಷೆ, ಸಾಮಾಜಿಕ ಚೌಕಟ್ಟುಗಳು ಎದ್ದು ಕಾಣುವುದರಿಂದ ಅಲ್ಲಿ ಸಾಹಿತ್ಯ ಕೃತಿಗಳ ಓದಿನಲ್ಲಿ ಸೂಕ್ಷ್ಮತೆ ಕಡಿಮೆಯಾಗಿದೆ ಎಂದು ಡಿ.ಆರ್.ಗೆ ಅನಿಸಲಾರಂಭಿಸಿತ್ತು. ಆ ಘಟ್ಟದಲ್ಲಿ ಜಲಾಲುದ್ದೀನ್ ರೂಮಿಯಂಥ ಕವಿ ಯಾಕೆ ತಮ್ಮ ಸಂವೇದನೆಗೆ ಇಳಿಯಲಿಲ್ಲ ಎಂಬ ಬಗ್ಗೆ ಮುಂದೆ 'ವಸಂತ ಸ್ಮೃತಿ' ಪುಸ್ತಕದ ಮುನ್ನುಡಿಯಲ್ಲಿ ಅವರು ಬರೆದರು: '[ನನ್ನ ಬದುಕಿನಲ್ಲಿ] ಉಗ್ರ ತಾರ್ಕಿಕತೆಯ ಘಟ್ಟ ಅದು. ಆಗ ಪಾರದರ್ಶಕ ಚರಿತ್ರೆಯೇ ಏಕಮಾತ್ರ ಸತ್ಯ. ಸಮಾಜವಾದ, ಮಾರ್ಕ್ಸ್‌ವಾದಗಳ ತೀವ್ರ ಆರಾಧನೆಯ ಘಟ್ಟ ಅದು... ಆಗ ನನ್ನಂಥವರ ಮನಸ್ಥಿತಿಯೇ ಹಾಗಿತ್ತು. ಒಂದು ರೀತಿಯ ನಿರ್ದಿಷ್ಟ ಸಮಾಜವಾದ, ವಿಚಾರವಾದ, ಮಾರ್ಕ್ಸ್‌ವಾದಗಳು [ನನ್ನ] ಸಂವೇದನೆಯನ್ನು ರೂಪಿಸುತ್ತಿದ್ದ ಕ್ರಮವೇ ಹಾಗಿತ್ತು. ಹಿಂಸೆಗೆ ಬೆದರಿದ ಮಗುವಿನ ಸ್ಥಿತಿಯ ಮನಸ್ಸು ಚರಿತ್ರೆ ಎಂಬ ತಾಯ ಸೆರಗಲ್ಲೆ ಅವಿತು ನಡೆಯುತ್ತಿತ್ತು. ಕಣ್ಣು ಕೋರೈಸುವ ಬೆಳಕಿನ ಪ್ರೊಮಿಥ್ಯೂಸ್ ಆಪ್ತ ಆದರ್ಶ. ರೂಮಿಯಂಥವರು ಕತ್ತಲಿನ ಹುತ್ತವಾಗಿ ಕಾಣುತ್ತಿದ್ದರು. ಆದರೆ, ಆ ರೀತಿಯ ಬೀಜಗಳು ಕತ್ತಲಿನ ಒಳಪದರಗಳಲ್ಲಿ ಸಹಿಷ್ಣುತೆಯಿಂದ ಕಾಯುತ್ತವೆ. ಮುಂದಕ್ಕೆ ಎಂದೋ ಬಿರುಕುಗಳಲ್ಲಿ ನುಗ್ಗಿ ಗಿಡವಾಗಿ ಅರಳುತ್ತವೆ. ಪ್ರಕೃತಿ ಚರಿತ್ರೆಯೊಳಗೆ ನುಗ್ಗಿ ಅದನ್ನು ಮುಂದುವರೆಸುವುದು ಹೀಗೆ.' ಎಂಬತ್ತರ ದಶಕದ ಕೊನೆಗೆ ಅವರು ರೂಮಿಯನ್ನು ಕನ್ನಡಿಸಿದ ಕಾಲ ಅವರು ಆವರೆಗೆ ಒಪ್ಪದ ಸತ್ಯಶೋಧನೆಯ ಮಾರ್ಗಗಳ ಕಡೆಗೆ ಹೊರಳುವ ಕಾಲವೂ ಆಗಿತ್ತು.

ಮುಂದೆ ಡಿ.ಆರ್. ತಮ್ಮ 'ಶಕ್ತಿ ಶಾರದೆಯ ಮೇಳ'ದ ಎರಡನೆಯ ಮುದ್ರಣದ ಮುನ್ನುಡಿಗೆ 'ಅಳಿಸಲಾಗದ ಲಿಪಿಯನು ಬರೆಯಬಾರದು' ಎಂಬ ಶೀರ್ಷಿಕೆ ಕೊಟ್ಟು, ಆ ಪುಸ್ತಕದಲ್ಲಿ ಬಳಸಿರುವ ವಿಮರ್ಶಾಸಲಕರಣೆಗಳ ಅರಕೆ, ಅಸಾಮರ್ಥ್ಯಗಳ ಬಗೆಗೆ ತಮ್ಮ ಅಸಮಾಧಾನ ತೋಡಿಕೊಂಡರು. 'ಸಾಹಿತ್ಯ ಕಥನ' ಬರೆಯುವ ಹೊತ್ತಿಗೆ 'ಹಳೆಯ ವಿಕಲ್ಪಗಳಿಂದ ಬಿಡುಗಡೆಯ ಆಸೆ' ಎಂಬ ಶೀರ್ಷಿಕೆಯುಳ್ಳ

ಮುನ್ನುಡಿಯಲ್ಲಿ ಮತ್ತೊಮ್ಮೆ ತಮ್ಮ ಆವರೆಗಿನ ಚೌಕಟ್ಟುಗಳಿಂದ ಹೊರ ಜಿಗಿಯುವ ಬಯಕೆ ವ್ಯಕ್ತಪಡಿಸಿದರು. ಅವರ ಈ ಪುಸ್ತಕದಲ್ಲಿ, ಆ ಹೊತ್ತಿಗಾಗಲೇ ಜಾಗತಿಕ ಆಧುನಿಕೋತ್ತರ ವಿಮರ್ಶೆಯಲ್ಲಿ ಚಾಲ್ತಿಗೆ ಬಂದಿದ್ದ 'ವಿರುದ್ಧ ಜೋಡಿಪದಗಳ' (ಬೈನರಿ ಆಪೋಸಿಟ್ಸ್) ರಾಜಕಾರಣವನ್ನು ಆಳವಾಗಿ ಅರಿಯುತ್ತಾ ಹಲಬಗೆಯ ಸಾಂಸ್ಕೃತಿಕ ಯಜಮಾನಿಕೆಗಳನ್ನು ಗುರುತಿಸುವ ಕೆಲಸವನ್ನು ಆರಂಭಿಸಿದರು. ಅಂದಿನ ಕನ್ನಡ ವಿಮರ್ಶೆಯಲ್ಲಿ ಹೆಚ್ಚು ಬಳಕೆಯಾಗುತ್ತಿದ್ದ ಗಂಭೀರ-ಜನಪ್ರಿಯ, ಶಿಷ್ಟ-ಜಾನಪದ ಎಂಬ ರೀತಿಯ 'ವಿರುದ್ಧ ಜೋಡಿಪದ'ಗಳ ರಾಜಕಾರಣವನ್ನು ಮುಖಾಮುಖಿಯಾದರು. 'ನಾವು ಇದುವರೆಗೂ ಸಾಹಿತ್ಯಚರಿತ್ರೆಯನ್ನು ಬರೆದಿರುವ ಕ್ರಮವೇ ಬ್ರಾಹ್ಮಣಿಕೆಯದು' ಎಂಬ ನಿಲುವು ತಲುಪಿದ ಡಿ.ಆರ್. ಸಾಹಿತ್ಯಚರಿತ್ರೆಯನ್ನು ಹೊಸ ರೀತಿಯಲ್ಲಿ ಗ್ರಹಿಸಬೇಕಾದ ಬಗೆಗೆ ಗಂಭೀರವಾಗಿ ಯೋಚಿಸತೊಡಗಿದ್ದರು. ಈ ನಿಟ್ಟಿನಲ್ಲಿ ಅವರು ಕನ್ನಡ ಸಾಹಿತ್ಯಚರಿತ್ರೆಯನ್ನು ರೂಪಕಮಾರ್ಗದಲ್ಲಿ ಬರೆಯಲು ಶಿಮ್ಲಾದಲ್ಲಿದ್ದಾಗ ಟಿಪ್ಪಣಿಗಳನ್ನು ಮಾಡಿಕೊಂಡಿದ್ದೆನೆಂದು ಹೇಳಿದ ನೆನಪಿದೆ. 'ಲಂಕೇಶ್‌ಪತ್ರಿಕೆ'ಗೆಂದು ನಾನು ಮಾಡಿದ ಸಂದರ್ಶನದಲ್ಲಿ ಸಾಹಿತ್ಯಚರಿತ್ರೆಯನ್ನು ಹೊಸದಾಗಿ ಬರೆಯುವ ಬಗ್ಗೆ ಅವರು ಆಡಿದ ಮಾತುಗಳು ಇವು:

> 'ಈಗ ನಾನು ಆರಂಭಿಸಿರುವ ಮಹತ್ವಾಕಾಂಕ್ಷಿ ಪ್ರಯತ್ನ ಒಂದು ಸಾಹಿತ್ಯಚರಿತ್ರೆಯನ್ನು ಶುದ್ಧಾಂಗವಾಗಿ ರೂಪಕಗಳ ಮೂಲಕವೇ ಬರೆಯುವುದನ್ನು ಕುರಿತದ್ದು. ಭಾರತೀಯ ಸೆಕ್ಯುಲರ್(ಲೌಕಿಕ) ಕಾವ್ಯ ಮೀಮಾಂಸೆಯೇ ಕಾವ್ಯದ ಕಲ್ಪನೆಯನ್ನು ಸೀಮಿತಗೊಳಿಸಿದ್ದೊಂದು ದೊಡ್ಡ ವ್ಯಂಗ್ಯ. ಶ್ರುತಿ, ಸ್ಮೃತಿ ಮತ್ತು ಕಾವ್ಯಗಳ ನಡುವೆ ಒಂದು ಕೃತಕ ವ್ಯತ್ಯಾಸವನ್ನು ಲೌಕಿಕ ಕಾವ್ಯಮೀಮಾಂಸಕರು ಸೃಷ್ಟಿಸಿಕೊಂಡು ಹಾಳಾದರು. ಆದರೆ ಅಲ್ಲಮನಲ್ಲಿ ವಚನವೇ ಶ್ರುತಿಯೂ ಹೌದು, ಸ್ಮೃತಿಯೂ ಹೌದು. ಅದು ವೇದವೂ ಹೌದು, ಉಪನಿಷತ್ತೂ ಹೌದು. ಈ ಹಿನ್ನೆಲೆಯಲ್ಲಿ ಕನ್ನಡ ಸಾಹಿತ್ಯವನ್ನು ಅರ್ಥಮಾಡಿಕೊಳ್ಳಲು ಹೊಸ ಪರಿಕಲ್ಪನೆಗಳನ್ನು ರೂಪಿಸಿಕೊಳ್ಳುವುದೆಂದರೆ ಪಶ್ಚಿಮ ಹಾಗೂ ಸಂಸ್ಕೃತದ ಸೆಕ್ಯುಲರ್‌ಕಾವ್ಯಮೀಮಾಂಸೆಯಿಂದ ಅಭ್ಯಾಸವಾದ ಪೂರ್ವಗ್ರಹಗಳನ್ನು ಬಿಡುವುದು ಎಂದರ್ಥ. ಈ ದೃಷ್ಟಿಯಿಂದ ತೀನಂಶ್ರೀ ಮತ್ತು ಕುವೆಂಪು ನಡುವಿನ ವ್ಯತ್ಯಾಸ ಕುತೂಹಲಕಾರಿ. ತೀನಂಶ್ರೀಯವರ 'ಭಾರತೀಯ ಕಾವ್ಯಮೀಮಾಂಸೆ' ಸಂಸ್ಕೃತದ ತೆಳು ಸೌಂದರ್ಯಾಸಕ್ತ ಮೀಮಾಂಸಕರ ಹಾಗೆ ಉಪನಿಷತ್, ವೇದಗಳನ್ನು ಕಾವ್ಯವೆಂದು ಚರ್ಚಿಸಲು ಅಳುಕುತ್ತದೆ. ಆದರೆ ಕುವೆಂಪು ದಿಟ್ಟವಾಗಿ ಉಪನಿಷತ್, ವೇದ, ಮಂತ್ರ ಸಾಹಿತ್ಯಗಳ ಉಜ್ವಲ ಭಾಗಗಳನ್ನು ಕಾವ್ಯದಂತೆ ಚರ್ಚಿಸಿ ಸಂಸ್ಕೃತ

ಕಾವ್ಯಮೀಮಾಂಸೆ ಕೃತಕವಾಗಿ ನಿರ್ಮಿಸಿದ್ದ ಕಾವ್ಯ ಮತ್ತು ಶ್ರುತಿಗಳ ವ್ಯತ್ಯಾಸವನ್ನು ಮುರಿದು ಪರಿಕಲ್ಪನೆಗಳನ್ನು ರೂಪಿಸಬಲ್ಲರು. ನನಗೆ ಈ ರೀತಿಯ ಪ್ರಯತ್ನಗಳು ಸ್ಫೂರ್ತಿಯ ಸೆಲೆಗಳು. ಸಾಂಪ್ರದಾಯಿಕರು ದಿವ್ಯವಾಣಿ ಮಲಿನವಾಯಿತು ಅನ್ನಬಹುದು. ಆದರೆ ಹಾಗೆ ಮಲಿನವಾದ್ದರಿಂದಲೇ ದಿವ್ಯವಾಣಿ ಬದುಕುತ್ತದೆ. ಕಾವ್ಯಕ್ಕೆ ಇಷ್ಟು ದೊಡ್ಡ ಬೆಲೆಯೇ ಎಂದು ಸಾಂಪ್ರದಾಯಿಕರು ಗೊಣಗಬಹುದು. ಕಾವ್ಯಕ್ಕೆ ದೊಡ್ಡ ಬೆಲೆ ಇರದಿದ್ದರೆ ದಿವ್ಯವಾಣಿಗೂ ಇಲ್ಲ. ಏಕೆಂದರೆ ಎರಡೂ ಕೂಡ ಭಾಷೆಯ, ಮೃಣ್ಮಯವಾಣಿಯ ಸೃಷ್ಟಿಗಳೇ.'

ಡಿ.ಆರ್. ಚಿಂತನೆ ಹಾಗೂ ಬರವಣಿಗೆಯಲ್ಲಿ ಕೊನೆಯ ಐದಾರು ವರ್ಷಗಳಲ್ಲಂತೂ ತಾನು ಆವರೆಗೆ ಹಿಡಿದ ಮಾರ್ಗಗಳನ್ನು ಬಿಟ್ಟು ಹೊಸ ಹಾದಿ ಹಿಡಿಯುವ ಹಾಗೂ ಆ ಮೂಲಕವೇ ಬೌದ್ಧಿಕ ಮರುಹುಟ್ಟು ಪಡೆಯುವ ಹಾಗೂ 'ತೊಡೆಯಲಾಗದ ಲಿಪಿಯನು' ಅಳಿಸಿಹಾಕುವ ತಹತಹ ಎದ್ದು ಕಾಣುತ್ತಿತ್ತು. ಹನ್ನೆರಡನೆಯ ಶತಮಾನದಲ್ಲೇ 'ತೊಡೆಯಲಾಗದ ಲಿಪಿಯನು ಬರೆಯಬಾರದು' ಎಂದ ಕವಿ ಅಲ್ಲಮನ ಕಾತರ ಡಿ.ಆರ್. ಥರದ ಮಹಾ ಚಡಪಡಿಕೆಯ ಬರಹಗಾರರಲ್ಲಿ ಮುಂದುವರೆದದ್ದು ಅಚ್ಚರಿಯಲ್ಲ. ಇದೇ ರೀತಿಯ ಕಾತರವನ್ನು ಬಿಂಬಿಸುವ ರೂಪಕದಂಥ ಘಟನೆಯೊಂದನ್ನು ವರ್ಜೀನಿಯಾ ವುಲ್ಫ್ ಕುರಿತ ಜೀವನಚರಿತ್ರೆಯಲ್ಲಿ ಓದಿದ ನೆನಪು: ಪ್ರಜ್ಞಾಪ್ರವಾಹ ತಂತ್ರವನ್ನು ಅದ್ಭುತವಾಗಿ ಬಳಸಿ 'ಟು ದ ಲೈಟ್ ಹೌಸ್', 'ಮಿಸೆಸ್ ಡಾಲೋವೇ'ಯಂಥ ಸೂಕ್ಷ್ಮ ಕಾದಂಬರಿಗಳನ್ನು ಬರೆದ ಇಂಗ್ಲಿಷ್ ನವ್ಯ ಕಾದಂಬರಿಕಾರ್ತಿ ವರ್ಜೀನಿಯಾ ವುಲ್ಫ್ ಒಂದು ಸಂಜೆ ಹುಡುಗಿಯೊಬ್ಬಳನ್ನು ಕರೆದು ಹೇಳುತ್ತಾಳೆ: 'ನನ್ನ ಜೊತೆ ಬರ್ತೀಯಾ ಮರಿ, ಸ್ವಲ್ಪ ಪೇಟೆಗೆ ಹೋಗಿ ಬರೋಣ. ನಾನು ಒಂದು ಇಂಡಿಯನ್ ರಬ್ಬರ್ ಕೊಂಡ್ಕೋಬೇಕು; ಆ ರಬ್ಬರ್‌ನಿಂದ ನನ್ನ ಎಲ್ಲ ಪುಸ್ತಕಗಳನ್ನು ಅಳಿಸಿ ಹಾಕಬೇಕು.'

ತಾವು ಎಂದೋ ಬರೆದ ಕೃತಿಯೊಂದರ ಯಶಸ್ಸಿನ ಪರಿಮಳವನ್ನು ಮತ್ತೆ ಮತ್ತೆ ಮೂಗಿಗೆ ತಂದುಕೊಂಡು ಆನಂದಿಸುವ ಬರಹಗಾರ, ಬರಹಗಾರ್ತಿಯರನ್ನು ಮೇಲೆ ಹೇಳಿದ ಅಲ್ಲಮ, ಡಿ.ಆರ್., ವರ್ಜೀನಿಯಾ ವುಲ್ಫ್‌ರ ತಹತಹ ಎಚ್ಚರಿಸುತ್ತಿರಬೇಕಾಗುತ್ತದೆ. ಲಂಕೇಶ್ ಕೂಡ ತಾವು ಬರೆದ ಹಳೆಯ ಪುಸ್ತಕಗಳ ಯಶಸ್ಸಿನ ತಲೆದಿಂಬಿನ ಮೇಲೆ ಆರಾಮಾಗಿ ತಲೆಯಿಟ್ಟು ಮಲಗುವ ಬರಹಗಾರರಾಗಿರಲಿಲ್ಲ; ತಮ್ಮ ಪುಸ್ತಕಗಳನ್ನು ಅವರು ಹೆಚ್ಚು ಪ್ರಸ್ತಾಪಿಸುತ್ತಲೂ ಇರಲಿಲ್ಲ. ಈ ಎಲ್ಲರಲ್ಲೂ ಈ ಬಗೆಯ ಧೋರಣೆ ಕೇವಲ ಸಂಕೋಚ ಅಥವಾ ವಿನಯದಿಂದ ಹುಟ್ಟದೆ, ಅಸಲಿ ಸೃಜನಶೀಲ ಅಸಮಾಧಾನದಿಂದ ಒಸರಿದಂತೆ ಕಾಣುತ್ತದೆ.

೨೦

ಎರಡು ಮಾರ್ಗಗಳ ಎದುರು

ಡಿ.ಆರ್. ಅವರ ಬರವಣಿಗೆಯ ಆರಂಭದ ಘಟ್ಟದಲ್ಲಿ ಬಂದ 'ಅಮೃತ ಮತ್ತು ಗರುಡ' 'ಚೋಮನ ದುಡಿ'ಯ ಒಂದು ಮುಖವನ್ನು ಮಾತ್ರ ನೋಡಿದ್ದರಿಂದ ಆ ಕಾದಂಬರಿಯ ಮಹತ್ವ ಆಗ ಡಿ.ಆರ್.ಗೆ ಗೊತ್ತಾಗಲಿಲ್ಲ. ಕಾರಂತರ ಬಗ್ಗೆ ಲಂಕೇಶರ ನಿಲುವು ಕೊಂಚ ಬೇರೆಯಿತ್ತು. 'ಕಾರಂತರು ಕಾದಂಬರಿಯ ಬರವಣಿಗೆಯ ಸೂಕ್ಷ್ಮಗಳನ್ನು ಕಡೆಗಣಿಸಿದರು' ಎಂದು ಲಂಕೇಶ್ ಒಂದೇ ಮಾತಿನಲ್ಲಿ ಹೇಳಿದ್ದರೂ ಕೊನೆಗೆ 'ಚೋಮನದುಡಿಯೇ ಕಾರಂತರ ಮುಖ್ಯ ಕೃತಿ ಇರಬಹುದು' ಎಂದರು. ಅನಂತಮೂರ್ತಿಯವರ ಒಟ್ಟು ಬರವಣಿಗೆಯಲ್ಲಿ 'ಸಂಸ್ಕಾರ' ಮತ್ತು ಸಣ್ಣಕತೆಗಳು, 'ಸೂರ್ಯನ ಕುದುರೆ', ಸ್ವಲ್ಪ ಭಾಗ ವಿಮರ್ಶೆ... ಇವು ಲಂಕೇಶರ ಆಯ್ಕೆಯಾಗಿದ್ದವು. ಡಿ.ಆರ್. 'ಭವ'ದವರೆಗೂ ಅನಂತಮೂರ್ತಿಯವರ ಬಗ್ಗೆ ಉತ್ಸಾಹ ತಳೆದಿದ್ದರು. ನಿಕಟತೆ ಹಾಗೂ ಸಾಮೀಪ್ಯಗಳು ಡಿ.ಆರ್. ಆಯ್ಕೆಯಲ್ಲಿ ಸ್ವಲ್ಪಮಟ್ಟಿನ ಏರುಪೇರನ್ನುಂಟು ಮಾಡುತ್ತಿದ್ದವು. ಈ ಕೊರತೆ ಕೆಲವೊಮ್ಮೆ ಲಂಕೇಶರಲ್ಲಿ ಇತ್ತಾದರೂ ಅವರ ಆಯ್ಕೆಯಲ್ಲಿದ್ದ ಖಚಿತತೆ ಡಿ.ಆರ್. ಅವರಲ್ಲಿ ಇತ್ತೆಂದು ಹೇಳುವುದು ಕಷ್ಟ. ಲಂಕೇಶರು ಸಿದ್ಧಲಿಂಗಯ್ಯನವರ 'ಊರು ಕೇರಿ' ಆತ್ಮಚರಿತ್ರೆಯನ್ನು ವಿಮರ್ಶೆ ಮಾಡುತ್ತಾ, ಅದರಲ್ಲಿ ಆಸ್ಥಾನ ವಿದೂಷಕನ ಗುಣ ಇರುವುದಾಗಿ ಬರೆದರು. ಇದೇ 'ಊರು ಕೇರಿ'ಗೆ

ಡಿ.ಆರ್. 'ಬಡವರ ನಗುವಿನ ಶಕ್ತಿ' ಎಂಬ ಹಿನ್ನುಡಿ ಬರೆದಿದ್ದರು. 'ಊರು ಕೇರಿ'ಯ ಮೊದಲ ಭಾಗವನ್ನು ಈ ಹಿಂದೆ 'ರುಜುವಾತು' ಪತ್ರಿಕೆಯಲ್ಲಿ ಓದಿ ಮೆಚ್ಚಿದ್ದ ನನಗೆ ಲಂಕೇಶ್ ಕಟುಸತ್ಯವೊಂದನ್ನು ಹೇಳಿದ್ದಾರೆ ಎನ್ನಿಸಿತು. ಈ ವಿಮರ್ಶೆಯಲ್ಲಿ ಮುಂದೆ ಸಿದ್ಧಲಿಂಗಯ್ಯನವರು ಲೇಖಕರಾಗಿ ಬೆಳೆಯಬೇಕಾದ ರೀತಿಯ ಬಗ್ಗೆ ಸಲಹೆಗಳೂ ಇದ್ದವು. ವ್ಯವಸ್ಥೆಯ ವಿರೋಧಿಯಾಗಿದ್ದ ಲೇಖಕನೊಬ್ಬ ಎಲ್ಲರನ್ನೂ ನಗಿಸುವ ವಿದೂಷಕನಾಗುವ ದುರಂತ 'ಊರು ಕೇರಿ'ಯಲ್ಲಿ ಕಾಣುವ ಬಗ್ಗೆ ಲಂಕೇಶರು ನಮ್ಮ ಗಮನ ಸೆಳೆದಿದ್ದರು: 'ಸಿದ್ಧಲಿಂಗಯ್ಯನವರು ದಲಿತರ ವಿಶಿಷ್ಟ ನೋವು, ಅವಮಾನ ಮತ್ತು ಅಸಹಾಯಕತೆಯನ್ನು ಕಂಡು ವಿಷಾದದ ನಗೆ ಹೊಮ್ಮಿಸುವ ಬದಲು ಸವರ್ಣೀಯರಿಗೆ ಪ್ರಿಯವಾಗಬಲ್ಲಂತೆ ಇಡೀ ಅನುಭವವನ್ನು ಅಸಂಗತ ವನ್ನಾಗಿ ಮಂಡಿಸುತ್ತಾರೆ; ಸಿದ್ಧಲಿಂಗಯ್ಯನವರ ಜಡತ್ವ ಹೇಗಿದೆ ಎಂದರೆ ತಮಾಷೆ ಹುಂಬತನವಾಗುವುದು ಇವರಿಗೆ ತಿಳಿಯುವುದೇ ಇಲ್ಲ.'

ಡಿ.ಆರ್. ಹಿನ್ನುಡಿ ಟೆರ್ರಿ ಈಗಲ್ಟನ್ ಥರದ ವಿಮರ್ಶಕರು ಈಗಾಗಲೇ ಚರ್ಚಿಸಿ ರುವ 'ಕ್ಲೌನಿಂಗ್'ನ(ವಿದೂಷಕತನ) ಬಂಡುಕೋರ ಗುಣವನ್ನು 'ಊರು ಕೇರಿ' ಯಲ್ಲಿ ಕಂಡಿತ್ತು. ಆದರೆ 'ಊರು ಕೇರಿ' ಕುರಿತಂತೆ ಲಂಕೇಶ್ ಹಾಗೂ ಡಿ.ಆರ್. ಅಭಿಪ್ರಾಯಗಳನ್ನು ಹೋಲಿಸಿ ನೋಡಿದಾಗ, ಡಿ.ಆರ್. ಬರವಣಿಗೆ ಸೈದ್ಧಾಂತಿಕ ವಾಗಿ ಆಕರ್ಷಕವಾಗಿತ್ತು. ಆದರೆ ಲಂಕೇಶರ ನಿಲುವು ಹೆಚ್ಚು ಸರಿಯೆನ್ನಿಸಿತ್ತು.

ಲಂಕೇಶರು ವಾದಿಸುವ ರೀತಿ ಬರೆದಾಗ ಅಥವಾ ಯಾರ ಮೇಲಾದರೂ ಅನಗತ್ಯ ಆಪಾದನೆ ಹೊರಿಸಲು ತಮ್ಮ ಖಾಸಗಿ ಮಾತುಕತೆಯಲ್ಲಿ ಯತ್ನಿಸಿದಾಗ ಆಗೊಮ್ಮೆ, ಈಗೊಮ್ಮೆ ಎಲ್ಲರಂತೆಯೇ ಸುಳ್ಳು ಬೆರೆಸಿದ್ದಿದೆ. ಆದರೆ ಅದು ಅವರಿಗೆ ಅರಿವಾದಾಗ ಅವರು ವರ್ತಿಸಿದ ರೀತಿಯ ಒಂದು ಉದಾಹರಣೆಯನ್ನಷ್ಟೇ ಇಲ್ಲಿ ಕೊಡುತ್ತೇನೆ. ಅವರ ಪತ್ರಿಕೆಯಲ್ಲಿ ಕೆಲಸ ಮಾಡುತ್ತಿದ್ದ ಕೆಲವರು ಪತ್ರಿಕೆ ಬಿಡ ಬೇಕಾಗಿ ಬಂದ ಒಂದು ಬಿಕ್ಕಟ್ಟಿನ ಪ್ರಸಂಗದ ಬಗ್ಗೆ ಲಂಕೇಶರು 'ಟೀಕೆ ಟಿಪ್ಪಣಿ' ಯೊಂದನ್ನು ಬರೆದಿದ್ದರು. ನಾನು ಬೆಂಗಳೂರಿಗೆ ಬಂದ ನಂತರ, ಈ ಬಿಕ್ಕಟ್ಟಿನಲ್ಲಿ ಲಂಕೇಶರು ಮಾಡಿದ್ದ ತಪ್ಪುಗಳೂ ಗೊತ್ತಾದವು. 'ಟೀಕೆ ಟಿಪ್ಪಣಿ'ಯ ಎರಡು ಸಂಪುಟಗಳನ್ನು ನಾನು ತೊಂಬತ್ತೇಳು–ತೊಂಬತ್ತೆಂಟರಲ್ಲಿ ಮತ್ತೆ ಎಡಿಟ್ ಮಾಡ ತೊಡಗಿದಾಗ, ಎರಡನೆಯ ಸಂಪುಟದ ಬರಹಗಳ ಆಯ್ಕೆಯಲ್ಲಿ ಈ ಲೇಖನ ಎದುರಾಯಿತು. ಈ ಸಂಪುಟಗಳಲ್ಲಿ ಯಾವುದನ್ನು ಬಿಡಬೇಕು, ಆರಿಸಬೇಕು ಎಂಬುದರ ಬಗ್ಗೆ ಲಂಕೇಶರು ತಲೆ ಹಾಕುತ್ತಿರಲಿಲ್ಲ. ಆದರೂ ಮೇಲೆ ಹೇಳಿದ ಲೇಖನವನ್ನು ಪ್ರಸ್ತಾಪಿಸಿ, 'ಈ ಲೇಖನದ ಧ್ವನಿ ಸರಿಯಿಲ್ಲ, ಸ್ವಲ್ಪ ಸ್ವಸಮರ್ಥನೆಯ ಧಾಟಿಯಲ್ಲಿದೆ. ಆದ್ದರಿಂದ ಕೈ ಬಿಡುತ್ತೇನೆ' ಎಂದು ಅವರಿಗೆ ಹೇಳಿದೆ. ಒಂದು ಕ್ಷಣ

ನನ್ನನ್ನು ಸಣ್ಣ ಕಣ್ಣಿನಲ್ಲಿ ನೋಡಿ, 'ಓಯೆಸ್, ಓಯೆಸ್' ಎಂದು ಕಿಟಕಿಯ ಕಡೆ ತಿರುಗಿದರು. ಪ್ರಾಯಶಃ ತಮ್ಮ ತಪ್ಪು ಅವರಿಗೆ ಮುಜುಗರ ತಂದಿತ್ತು; ಒಳಗೊಳಗೇ ಅವರಿಗೆ ಪಿಚ್ಚೆನಿಸಿತ್ತು.

ಲಂಕೇಶರಿಗೂ ಡಿ.ಆರ್.ಗೂ ಇದ್ದ ವ್ಯತ್ಯಾಸ ಇಂಥ ಸಂದರ್ಭಗಳಲ್ಲಿ ಎದ್ದು ಕಾಣುತ್ತಿತ್ತು. ಡಿ.ಆರ್. ಅವರ 'ಸಾಹಿತ್ಯ ಕಥನ' ಅಚ್ಚಿನಲ್ಲಿದ್ದಾಗ ನಾನದನ್ನು ಓದಿ, ಎಲ್ಲೆಲ್ಲಿ ಸ್ಪಷ್ಟತೆಯಿಲ್ಲವೆಂದು ಅನಿಸುತ್ತದೆಯೋ ಅಲ್ಲೆಲ್ಲಾ ಗುರುತು ಮಾಡಿರುತ್ತಿದ್ದೆ. ಅವತ್ತು ದೆಹಲಿಯಿಂದ ಬಂದ ಡಿ.ಆರ್. ತುಟಿ ಬಿಗಿದು, ಹುಬ್ಬು ಗಂಟಿಕ್ಕಿ ಈ ಗುರುತುಗಳನ್ನು ನೋಡುತ್ತಿದ್ದರು. ಒಮ್ಮೆಯಂತೂ 'ಇದೇನಿದು ನಟರಾಜ್, ಲಂಕೇಶ್ ಥರಾ ನಿನ್ನದೂ ಅತಿ ಸ್ಪಷ್ಟತೆ' ಎಂದು ರೇಗಿದ ದನಿಯಲ್ಲಿ ಹೇಳಿದರು. ನನಗೆ ನಗು ಬಂತು. ಇಂಥದೇ ಮತ್ತೊಂದು ಸಂದರ್ಭದಲ್ಲಿ ಲಂಕೇಶರ ಪ್ರತಿಕ್ರಿಯೆ ತೀರಾ ಭಿನ್ನವಾಗಿತ್ತು. ಲಂಕೇಶರ 'ಹುಳಿಮಾವಿನ ಮರ' ಪುಸ್ತಕದ ಮೊದಲ ಪ್ರೂಫ್ ಓದುತ್ತಾ, ಕೊಂಚ ಅಸ್ಪಷ್ಟವೆನ್ನಿಸಿದ ಭಾಗಗಳನ್ನು ಗುರುತು ಮಾಡಿ ಕೊಡುತ್ತಿದ್ದೆ. ಅಗ್ರಹಾರ ಕೃಷ್ಣಮೂರ್ತಿ ಕೂಡ 'ಹುಳಿಮಾವಿನ ಮರ' ಓದಿ ಈ ಕೆಲಸ ಮಾಡಿದ್ದರು. ಲಂಕೇಶ್ ಗೊಣಗದೆ, ಅಚ್ಚಿಗೆ ಮುನ್ನ ಅವನ್ನೆಲ್ಲ ಸರಿಮಾಡಿ ಕೊಟ್ಟರು. ಇದನ್ನೇ 'ಹುಳಿಮಾವಿನ ಮರ'ದ ಎರಡನೆಯ ಮುದ್ರಣದ ಮುನ್ನುಡಿಯಲ್ಲೂ ಲಂಕೇಶರು ನೆನೆಸಿಕೊಂಡರು: "ಈ ಪುಸ್ತಕ ನನ್ನ ಜಟಿಲ ಹಸ್ತಾಕ್ಷರದ ಮಟ್ಟವನ್ನು ದಾಟಿ ಅಚ್ಚಿಗೆ ಸಿದ್ಧವಾಗುತ್ತಿದ್ದಾಗ ನಟರಾಜ್ ಹುಳಿಯಾರ್ ಮತ್ತು ಅಗ್ರಹಾರ ಕೃಷ್ಣಮೂರ್ತಿಗೆ 'ಇದನ್ನು ನೋಡಿ ಪ್ರತಿಕ್ರಿಯೆ ನೀಡಿ' ಎಂದು ಕೊಟ್ಟರೆ ತಪ್ಪುಗಳನ್ನು ತಿದ್ದಿ ಅನೇಕ ಸಲಹೆ, ಸೂಚನೆ ನೀಡಿದರು. ಎಂದಿನಂತೆ ನಾನು 'ನನ್ನ ಹೊಲದ ಪೈರು ನೋಡ್ರಯ್ಯಾ ಅಂದರೆ, ಕಳೆ ಕೀಳ್ತಾ ಕೂತುಬಿಟ್ರಲ್ಲಯ್ಯ' ಎಂದು ತಮಾಷೆ ಮಾಡಿದೆ."

ಅದಕ್ಕಿಂತ ಮೊದಲು, ಈ ಪುಸ್ತಕದ ಪ್ರೂಫ್ ನೋಡುವಾಗ ಎದುರಾದ ಇನ್ನೊಂದು ಪ್ರಸಂಗ ನೆನಪಾಗುತ್ತದೆ: ಲಂಕೇಶರ ಆತ್ಮಕಥನದ ಕೆಲವು ಭಾಗಗಳು ಆಗಾಗ್ಗೆ 'ಪತ್ರಿಕೆ'ಯಲ್ಲಿ ಪ್ರಕಟವಾಗುತ್ತಿದ್ದವು. ಅವುಗಳಲ್ಲಿ ಹದಿಹರೆಯದ ಲಂಕೇಶ್ ತನ್ನ ಸಖನೊಬ್ಬನನ್ನು ಹುಡುಕಿಕೊಂಡು ಹೋಗುವ ಸಂಕೀರ್ಣ ಅಧ್ಯಾಯ ವೊಂದು ಪ್ರಕಟವಾಗಿತ್ತು. ಆದರೆ ಆನಂತರ ಅದು ಹೇಗೋ ಕಂಪ್ಯೂಟರ್‌ನಲ್ಲಿ ಕಾಣೆಯಾಗಿತ್ತು. ಅದು ನನ್ನ ಗಮನಕ್ಕೆ ಬಂತು. ಲಂಕೇಶರೂ ಅದನ್ನು ಮರೆತು ಬಿಟ್ಟಂತಿತ್ತು. ಕಡೆಗೂ ಅದು ಸಿಕ್ಕಾಗ 'ಸಿಕ್ತು ಕಣಯ್ಯಾ, ಲವ್ಲಿ!' ಎಂದು ನನ್ನೆಡೆಗೆ ಕೃತಜ್ಞತೆಯ ನೋಟ ಬೀರಿದ್ದು ಇವತ್ತಿಗೂ ನೆನಪಿದೆ. ಹೀಗೆ ನಮ್ಮ ಶ್ರೇಷ್ಠ ಲೇಖಕರೊಬ್ಬರ ಮಹತ್ವದ ಪುಸ್ತಕವೊಂದರ ತಯಾರಿಯಲ್ಲಿ ಭಾಗಿಯಾದದ್ದರ

ಬಗ್ಗೆ ನನ್ನಂಥವರಲ್ಲಿ ನಿರುದ್ದಿಶ್ಯವಾದ ಹೆಮ್ಮೆ ಉಕ್ಕಿದರೆ ಅದು ತೀರಾ ಸಹಜ! ಹಾಗೆಯೇ 'ಸಾಹಿತ್ಯ ಕಥನ'ಕ್ಕೆ ಬ್ಲರ್ಬ್ ಬರೆಯಲು ಡಿ.ಆರ್. ನನಗೆ ಹೇಳಿದ ಗಳಿಗೆ ಹಾಗೂ ಲಂಕೇಶರ 'ಟೀಕೆ ಟಿಪ್ಪಣಿ'ಯ ಎರಡು ಸಂಪುಟಗಳನ್ನು ಎಡಿಟ್ ಮಾಡಿ ಮುನ್ನುಡಿ ಬರೆದ ದಿನಗಳು ಕೂಡ ನನ್ನೊಳಗೆ ಅರ್ಥಪೂರ್ಣತೆಯ ಭಾವ ಉಕ್ಕಿಸಿದ್ದವು.

ಸಾಹಿತ್ಯ ವಿಮರ್ಶೆಯ ಸಂದರ್ಭಗಳಲ್ಲಿ ಡಿ.ಆರ್. ಮತ್ತು ಲಂಕೇಶರ ಮಾರ್ಗಗಳ ನಡುವಣ ಭಿನ್ನತೆಗಳು ಕೂಡ ಕುತೂಹಲಕರವಾಗಿವೆ. ಅನಂತಮೂರ್ತಿಯವರ 'ಭವ' ಕಾದಂಬರಿಗೆ ಬೆನ್ನುಡಿ ಬರೆಯುತ್ತಾ, ಅಲ್ಲಿ 'ಒಂದು ಎಪಿಕ್ ಕಾದಂಬರಿಯ ತಂತ್ರ ತುಂಬಿದೆ' ಎಂದು ಡಿ.ಆರ್. ಮೆಚ್ಚಿದ್ದರು. 'ಲಂಕೇಶ್ ಪತ್ರಿಕೆ'ಯ ಕಛೇರಿಯಿಂದ 'ಭವ' ಕಾದಂಬರಿಯನ್ನು ತಂದು ನಾನು ಓದಿ ರಿವ್ಯೂ ಬರೆಯಲು ಟಿಪ್ಪಣಿ ಮಾಡಿಕೊಳ್ಳುವಷ್ಟರಲ್ಲಾಗಲೇ ಲಂಕೇಶ್ 'ಭವ'ದ ರಿವ್ಯೂ ಬರೆದು ಪ್ರಕಟಣೆಗೆ ಕಳಿಸಿ, 'ನಿನಗೇ ಬಿಟ್ಟಿದ್ದರೆ ಚೆನ್ನಾಗಿ ಹೊಗಳಿ ಹಾಕಿರುತ್ತಿದ್ದೆ!' ಎಂದು ಕಿಚಾಯಿಸಿದರು. ಅವರ ರಿವ್ಯೂ ನನ್ನ ಓದನ್ನೂ ತಿದ್ದಿತ್ತು. ಇದೆಲ್ಲ ಆದ ಮೇಲೆ, ಡಿ.ಆರ್. ನನ್ನೊಡನೆ "ಈ 'ಭವ'ದ ಬ್ಲರ್ಬ್ ನನ್ನ ಸಾಹಿತ್ಯಜೀವನದ ಕಪ್ಪು ಚುಕ್ಕೆಯಾಗಿಬಿಡ್ತಲ್ಲ ಗುರೂ!" ಎಂದು ತಮ್ಮನ್ನು ತಾವೇ ತಮಾಷೆ ಮಾಡಿಕೊಂಡರು. ಈ ಮಾತು ಲಂಕೇಶರ ಕಿವಿಗೆ ಬಿದ್ದಾಗ, 'ಅವನ ಜೀವನದ ತುಂಬ ಬರೀ ಕಪ್ಪು ಚುಕ್ಕೆಗಳೇ!' ಎಂದು ಯುದ್ಧ ಗೆದ್ದವರಂತೆ ನಕ್ಕರು. ಡಿ.ಆರ್. ಅವರ ಬೌದ್ಧಿಕತೆಯ ಎದುರು ಕೊಂಚ ಇರಿಸುಮುರಿಸು ಅನುಭವಿಸುತ್ತಿದ್ದ ಲಂಕೇಶರಿಗೆ ಈ ನೈತಿಕ ಗೆಲುವು ಮುಖ್ಯವಾಗಿ ಕಂಡಿರಬೇಕು! ಅನಂತಮೂರ್ತಿಯವರ ಬೌದ್ಧಿಕತೆಯ ಬಗೆಗೂ ಒಮ್ಮೆ ಇಂಥದೊಂದು ಭಾವ ತಮ್ಮಲ್ಲಿ ಹುಟ್ಟಿದ್ದನ್ನು ಹಾಗೂ ಆಮೇಲೆ ತಾವು ಅದನ್ನು ಮೀರಿದ್ದನ್ನು ಒಮ್ಮೆ ಲಂಕೇಶ್ ಹೇಳಿದ್ದರು: 'ನಾನು ಬರೆಯುವುದನ್ನು ಅನಂತಮೂರ್ತಿ, ಕುರ್ತಕೋಟಿಯಂಥವರು ಓದುತ್ತಾರೆ ಅಂದುಕೊಂಡು ತೀರಾ ಸ್ಕಾಲರ್ಲಿಯಾಗಿ,ಅಬ್‌ಸ್ಟ್ರಾಕ್ಟ್ ಆಗಿ ಬರೆಯಬೇಕು ಎನ್ನಿಸಿ ಒಮ್ಮೆ ತೀರಾ ಕಾನ್ಷಿಯಸ್ ಆದೆ. ಆಮೇಲೆ ಅದು ಮಾಯವಾಯಿತು.' ಅದೇ ವರ್ಷದ ಮತ್ತೊಂದು ಮಾತುಕತೆಯಲ್ಲಿ, 'ಡಿ.ಆರ್. ಅಥವಾ ಅನಂತ ಮೂರ್ತಿ ತರದವರು ಮೆಚ್ಚಿದಾಗ ಒಂಥರಾ ಕಾನ್ಫಿಡೆನ್ಸ್ ಬರುತ್ತೆ' ಎಂದು ಕೂಡ ಲಂಕೇಶ್ ಹೇಳಿದ್ದರು. "ಆ್ಯಕ್ಚುಯೆಲಿ ನಾನೂ ಅನಂತಮೂರ್ತಿನೂ ಕೂತು... ವಿ ಶುಡ್ ಬಿ ಡಿಸ್ಕಸಿಂಗ್ ಥಿಂಗ್ಸ್, ಆದರೆ ಯಾಕೆ ಆಗ್ತಾ ಇಲ್ಲ?' ಎಂದು ಸುಮ್ಮನಾದರು. ಇನ್ನೊಮ್ಮೆ 'ಎನ್ನಾರ್, ಅನಂತಮೂರ್ತಿ ಹೊಸಾ ನಾವೆಲ್ ಬರೀತಿದಾರಂತೆ?' ಎಂದು ಯಾರೋ ಅಂದರೆ, 'ಬರೀಲಿ, ಬರೀಲಿ ನಾವು ಪೆನ್ ಮಸ್ಕೊಂಡು

ರೆಡಿಯಾಗಿದ್ದೀವಿ' ಎಂದು ನಕ್ಕರು. ಹೀಗೆ ಲಂಕೇಶ್ ಹಾಗೂ ಅನಂತಮೂರ್ತಿಯವರ ನಡುವಣ ಜಗಳ, ಭಿನ್ನಾಭಿಪ್ರಾಯ, ಆಕರ್ಷಣೆಯಲ್ಲಿ ಇಬ್ಬರು ದೊಡ್ಡ ಸಮಕಾಲೀನ ಬರಹಗಾರರಲ್ಲಿ ಇರುವ 'ಎಲ್ಲವೂ' ಇತ್ತು; ವಿಭಿನ್ನ ಮಾರ್ಗಗಳ ಘರ್ಷಣೆಯೂ ಇತ್ತು ಎಂದಷ್ಟೇ ಹೇಳಿದರೆ ಸಾಕು.

ಒಂದೇ ವಾಕ್ಯದಲ್ಲಿ ಪುಸ್ತಕದ ತಿರುಳು ಹಿಡಿಯುತ್ತಿದ್ದ ಲಂಕೇಶರ ತೀವ್ರ ದೃಷ್ಟಿಗೆ ದೋಷವನ್ನು ಬಹುಬೇಗ ಪತ್ತೆ ಹಚ್ಚುವ ಹದ್ದುಗಣ್ಣಿನ ನೆರವೂ ಇತ್ತು. ಆದರೂ ಕೆಲವೊಮ್ಮೆ ಅವರ ಹೇಳಿಕೆಗಳು ಲಘುವಾಗಿರುತ್ತಿದ್ದವು. ಅತ್ತ ಡಿ.ಆರ್.ಗೆ ವಿಶಿಷ್ಟವಾದದ್ದನ್ನು, ಆಳವಾದದ್ದನ್ನು ಹೇಳಬೇಕೆಂಬ ಹಂಬಲವಿತ್ತು. ಆದಕ್ಕೆ ತಕ್ಕ ಅಪಾರ ಬೌದ್ಧಿಕ ಸಿದ್ಧತೆಯಿತ್ತು. ಆದರೆ ಸತ್ಯಕ್ಕೆ ಹತ್ತಿರ ನಿಂತು ಹೇಳಬೇಕೆಂಬ ಬದ್ಧತೆ ಕೆಲವೊಮ್ಮೆ ಹಿನ್ನೆಲೆಗೆ ಸರಿಯುತ್ತಿದ್ದಂತೆ ತೋರುತ್ತಿತ್ತು.

ಕೆಲವು ಸಲ ಡಿ.ಆರ್. ತಮ್ಮ ತಾತ್ವೀಕರಣಗಳ ಲಕ್ಷುರಿಯಲ್ಲಿ ಕಳೆದು ಹೋಗುತ್ತಿದ್ದರು. ಒಮ್ಮೊಮ್ಮೆ ದೆಹಲಿಯಲ್ಲಿ ಆಶಿಶ್ ನಂದಿ ತಮ್ಮ ಕೂದಲು ಸೀಳುವ ವಿಶ್ಲೇಷಣೆಯಲ್ಲಿ ಬಿಜೆಪಿ ಪರ ವಾಲಿದರೆ, ಇತ್ತ ಡಿ.ಆರ್. ಕೂಡ ಧಾಟಿ ಬದಲಿಸುತ್ತಿದ್ದರು. ಡಿ.ಆರ್. ತೀರಿಕೊಳ್ಳುವ ಕೆಲ ತಿಂಗಳ ಹಿಂದೆ ಬಿಜೆಪಿ ಅಧಿಕಾರಕ್ಕೆ ಬಂದಿತ್ತು. 'ಮತ್ತೆ ಚಡ್ಡಿಗಳು ವಕ್ಕರಿಸಿದರಲ್ಲಾ?' ಎಂದೆ. 'ವಾಟ್ ಈಸ್ ರಾಂಗ್ ವಿತ್ ಬಿಜೆಪಿ ಕಮಿಂಗ್ ಟು ಪವರ್?' ಎಂದು ಡಿ.ಆರ್. ಪ್ರಶ್ನೆಯನ್ನೆಸೆದಾಗ ನಾನು ಗೊಂದಲಕ್ಕೊಳಗಾದೆ. ವಿಶ್ಲೇಷಣೆಯ ಕಿಕ್‌ಗಾಗಿ ಅಥವಾ ತಾತ್ವೀಕರಣದ ಆಟಕ್ಕಾಗಿ ಡಿ.ಆರ್. ತಮ್ಮ ಮೂಲ ನಿಲುವನ್ನೇ ಮರೆಯಬಲ್ಲವರಾಗಿದ್ದರು. ಈ ಬಗೆಯ ರಾಜಿ ಲಂಕೇಶರಲ್ಲಿ ಹೆಚ್ಚು ಕಾಣುತ್ತಿರಲಿಲ್ಲ. ಯಾಕೆಂದರೆ, ಲಂಕೇಶರಿಗೆ ಮತೀಯವಾದ ಹಾಗೂ ಬಿಜೆಪಿಯ ಅಪಾಯಗಳ ಬಗ್ಗೆ ತಮ್ಮ ಓದುಗರನ್ನು ನಿರಂತರವಾಗಿ ಎಚ್ಚರದಲ್ಲಿಡುವ ಹೊಣೆ ಹೊಸ ವಿಶ್ಲೇಷಣೆಯ ಕಿಕ್‌ಗಿಂತ ಮುಖ್ಯವಾಗಿತ್ತು.

ಹೀಗೆ ನನ್ನ ಮಟ್ಟಿಗಂತೂ ಡಿ.ಆರ್. ಮತ್ತು ಲಂಕೇಶ್ ಎಂಬ ಎರಡು ವಿಭಿನ್ನ ಮಾರ್ಗಗಳ ನಡುವೆ ಸುಪ್ತ ಹಾಗೂ ಬಹಿರಂಗ ಸಂಘರ್ಷ ನಡೆಯುತ್ತಲೇ ಇತ್ತು. ಡಿ.ಆರ್. ಅವರಿಗೆ ಕಷ್ಟಕರ ಸಿದ್ಧಾಂತಗಳನ್ನು ಅರಗಿಸಿಕೊಳ್ಳುವ ಹಠವಿತ್ತು. ಇದು ಬುದ್ಧಿಜೀವಿಗಳ ನಡುವೆ ಸಾಂಸ್ಕೃತಿಕ ನಾಯಕತ್ವ ಗಳಿಸಿಕೊಳ್ಳುವ ಏಕಮಾತ್ರ ದಾರಿ ಎಂಬ ಅರಿವೂ ಇತ್ತು. ಆದರೆ ಲಂಕೇಶ್ ತಮ್ಮ ಅಸಾಧಾರಣ ಪ್ರತಿಭೆ, ಗ್ರಹಿಕೆ ಹಾಗೂ ಶೂದ್ರಗನ್ನಡದ ಬನಿಯಿಂದ ನಮ್ಮನ್ನು ಗೆಲ್ಲುತ್ತಿದ್ದರು. ಇಬ್ಬರಲ್ಲೂ ವಚನಗನ್ನಡದ ಪ್ರಭಾವವಿತ್ತಾದರೂ, ಲಂಕೇಶರ ಗದ್ಯಕ್ಕೆ ಹೋಲಿಸಿದರೆ ಡಿ.ಆರ್. ಬರವಣಿಗೆ ತಾಂತ್ರಿಕ ಪರಿಕಲ್ಪನೆಗಳಿಂದ ಹುಟ್ಟುವ ಗಾಂಭೀರ್ಯದಿಂದ ಹಾಗೂ

ತನ್ನ ತಾತ್ವೀಕರಣದ ಶಕ್ತಿಯಿಂದ ಹಲವೆಡೆ ಲಂಕೇಶರಿಗಿಂತ ವಿಶಿಷ್ಟವಾಗಿ ಕಾಣತೊಡಗುತ್ತದೆ. ಆದರೆ ಡಿ.ಆರ್. ಶೈಲಿಯಲ್ಲಿ ಕೃತಕತೆ ಅಲ್ಲಲ್ಲಿ ಹಣಿಕಿಕ್ಕುತ್ತದೆ. ಇದು ಲಂಕೇಶರಿಗೆ ಗೊತ್ತಿತ್ತು. ಹಾಗಿದ್ದರೂ ತಮ್ಮ ಬರವಣಿಗೆಯಲ್ಲಿ ಕೆಲವೊಮ್ಮೆ ಕಾಣಿಸಿಕೊಳ್ಳುವ ತೆಳು ಜರ್ನಲಿಸಮ್ಮಿಗೆ ಹೋಲಿಸಿದರೆ ಡಿ.ಆರ್. ಬರವಣಿಗೆ ಹೆಚ್ಚು ಸಾಂದ್ರವಾಗಿರಬಹುದೇನೋ ಎಂಬ ಅಳುಕೂ ಲಂಕೇಶರಿಗಿದ್ದಂತಿತ್ತು. 'ಲಂಕೇಶ್ ಪತ್ರಿಕೆ'ಯ ಹದಿಮೂರನೇ ಹುಟ್ಟುಹಬ್ಬದ ಸಂಚಿಕೆಯಲ್ಲಿ ಆ ಪತ್ರಿಕೆಯ ಮಹತ್ವವನ್ನು ಮೆಚ್ಚಿ ಡಿ.ಆರ್. 'ಹದಿಮೂರು ತುಂಬಿದ 'ಪತ್ರಿಕೆ': ಸಿನಿಕರ ನಡುವೆ ಶ್ರದ್ಧೆ' ಎಂಬ ಲೇಖನ ಬರೆದಿದ್ದರು. ಅದನ್ನು ಓದಿದ್ದ ಲಂಕೇಶ್ ಆವತ್ತಿನ ಸಂಜೆಯ ಪಾರ್ಟಿಯಲ್ಲಿ ಆನಂದದಿಂದ 'ಜೀವಂತಿಕೆ ಹಾಗೂ ಸೀರಿಯಸ್‌ನೆಸ್ ಎರಡನ್ನೂ ರೈಟಿಂಗಿನಲ್ಲಿ ಪರ್ಫೆಕ್ಟ್ ಆಗಿ ಬೆರೆಸಬಲ್ಲವನು ಡಿ.ಆರ್.' ಎಂದರು. ಡಿ.ಆರ್. ನಾಗರಾಜರನ್ನು ಲಂಕೇಶರು ಬಾಯಿ ತುಂಬಾ ಹೊಗಳಿದ್ದು ಅವತ್ತೇ ಇರಬೇಕು!

ಆ ಅವಧಿಯಲ್ಲಿ 'ಲಂಕೇಶ್‌ಪತ್ರಿಕೆ'ಗೂ ಡಿ.ಆರ್. ಆಗಾಗ ಬರೆಯುತ್ತಿದ್ದರು. 'ಲಂಕೇಶ್‌ಪತ್ರಿಕೆ'ಗೇ ಒಂದು ರೀತಿ ಹಾಗೂ ಸಾಹಿತ್ಯಕ ಪತ್ರಿಕೆಗಳಿಗೇ ಇನ್ನೊಂದು ರೀತಿ ಬರೆಯುತ್ತಿದ್ದ ಡಿ.ಆರ್. ತಮ್ಮ ಶೈಲಿಯಲ್ಲಿ ಈ ಜಿಗಿತಗಳನ್ನು ಸಲೀಸಾಗಿ ಮಾಡಿಕೊಳ್ಳುತ್ತಿದ್ದರು. ಸರಳವಾಗಿ ಎಲ್ಲರಿಗೂ ತಲುಪುವಂತೆ ಬರೆದ ತಕ್ಷಣ ತಾನು ಅಳ್ಳಕವಾಗಿಬಿಡಬಹುದೆಂಬ ಅಳುಕು ಡಿ.ಆರ್.ಗೆ ಇದ್ದಂತಿತ್ತು. ತನ್ನ ಲೇಖಕ ಮಿತ್ರನೊಬ್ಬನಿಗೆ ಚಿಂತಕ ವಿಟಗನ್‌ಸ್ಟೇನ್ ಹೇಳುವ ಮಾತೊಂದಿದೆ: 'ಜನರು ತಮ್ಮ ಕೊಳಕನ್ನು ತೊಳೆದುಕೊಳ್ಳಬೇಕೆಂಬುದು ನಿಜವಾಗಿಯೂ ನಿನ್ನ ಬರವಣಿಗೆಯ ಉದ್ದೇಶವಾಗಿದ್ದರೆ, ಜೀವನದ ಸುಖದುಃಖಗಳನ್ನು ಕುರಿತು ದೊಡ್ಡ ದೊಡ್ಡ ತಾತ್ವಿಕ ಮಾತುಗಳನ್ನಾಡಲು ಹೋಗಬೇಡ. ಹಾಗೇನಾದರೂ ಮಾಡಿದರೆ ಅದು ಕೇವಲ ಅಕಡೆಮಿಕ್ ಹರಟೆಯಾಗಿಬಿಡುತ್ತದೆ.'

ಡಿ.ಆರ್. ವಿಟಗನ್‌ಸ್ಟೇನ್‌ನ ಈ ಮಾತನ್ನು ಓದಿದ್ದರೆ ಏನು ಹೇಳುತ್ತಿದ್ದರು ಎಂಬ ಕುತೂಹಲ ಈಗ ಹುಟ್ಟುತ್ತದೆ. ಯಾಕೆಂದರೆ, ಸರಳವಾಗಿ ಬರೆಯುವುದು ಹಾಗೂ ಸರಳೀಕರಿಸುವುದು ಎರಡೂ ಒಂದೇ ಎಂದು ಒಮ್ಮೊಮ್ಮೆ ಡಿ.ಆರ್. ಅನುಮಾನಕ್ಕೊಳಗಾಗುತ್ತಿದ್ದಂತಿದೆ. ಅವರು ತಾಂತ್ರಿಕ ಪರಿಭಾಷೆಯತ್ತ ಹೆಚ್ಚು ಹೊರಳುತ್ತಿದ್ದುದಕ್ಕೆ ಇದೇ ಕಾರಣವಿರಬಹುದು. ಅಥವಾ ತಮ್ಮ 'ಅಧಿಕಾರದ ವಿಘಟನೆಯ ಆತಂಕಮಯ ಮತ್ತು ಹಾಸ್ಯಮಯ ರೂಪಗಳು' ಎಂಬ ಬರಹ ದಲ್ಲಿ ಬಳಸಿದ ಸಂಸ್ಕೃತದ ಉತ್ಸರ್ಪಿಣಿ, ಅವಸರ್ಪಿಣಿ ಥರದ ಪರಿಕಲ್ಪನೆಗಳಿರುವ ಗದ್ಯ ಓದುಗನಲ್ಲಿ ಗಾಂಭೀರ್ಯದ ಭ್ರಮೆ ಹುಟ್ಟಿಸುವುದರಿಂದ ಡಿ.ಆರ್.ಗೆ ಈ ಪರಿಭಾಷೆ ಅಗತ್ಯವೆನ್ನಿಸಿತ್ತೆ? ಇದು ಅನೇಕ ಕನ್ನಡ ಲೇಖಕರಲ್ಲಿ ಕಾಣಿಸಿಕೊಳ್ಳುವ

ಒಂದು ವಿಚಿತ್ರ ಧೋರಣೆ. ಕನ್ನಡದ 'ಅಗೆದು ತೆಗೆಯುವುದು' ಎನ್ನುವ ಪ್ರಯೋಗಕ್ಕಿಂತ ಸಂಸ್ಕೃತದ 'ಉತ್ಖನನ'; 'ಚೌಕಟ್ಟು' ಎಂಬ ಶಬ್ದಕ್ಕಿಂತ 'ಪರಿಪ್ರೇಕ್ಷ್ಯ'– ಇವೇ ಕೆಲವರಿಗೆ ಹೆಚ್ಚು ಗಂಭೀರವಾಗಿ ಕೇಳಿಸುತ್ತವೆ. ಕೆ.ವಿ. ಸುಬ್ಬಣ್ಣನವರು ಲೋಹಿಯಾ ಬರಹಗಳನ್ನು ಚೆನ್ನಾಗಿ ಅನುವಾದಿಸುವಾಗ ಕೂಡ ಜಪಾನೀಯರಲ್ಲಿ ಟೀ ಎಂದರೆ ಒಂದು 'ರುಚಿಕಟ್ಟಾದ ಊಟದಂತೆಯೇ' ಎಂದು ಬರೆಯಬಹುದಾಗಿದ್ದ ಕಡೆ 'ಸಮೀಚೀನ ಭೋಜನ' ಎಂದು ಬರೆಯುತ್ತಾರೆ. ಕೆಲಬಗೆಯ ಶಬ್ದಗಳ ಬಗೆಗಿನ ನಮ್ಮ ಆಕರ್ಷಣೆ, ಒಲವು ಹಾಗೂ ನಂಬಿಕೆಗಳಿಂದಲೂ ಹೀಗಾಗಬಹುದು. ಈ ನಂಬಿಕೆ ಒಂದು ಬಗೆಯ ಬೌದ್ಧಿಕ ಎತ್ತರದ ಕಲ್ಪನೆಯಿಂದಲೂ ಹುಟ್ಟಿರಬಹುದು.

ಡಿ.ಆರ್. ಬರಹದಲ್ಲಿ ಸರಳ ಕನ್ನಡ ಶಬ್ದದ ಬದಲು ಈ ಬಗೆಯ ಭಾರವಾದ ಸಂಸ್ಕೃತ ಪದಗಳು ಎದ್ದು ಕಂಡಾಗಲೆಲ್ಲ ಲಂಕೇಶ್ ಅವನ್ನು ಗುರುತು ಹಾಕಿ ತಮಾಷೆ ಮಾಡುತ್ತಿದ್ದರು. ಅದು ಡಿ.ಆರ್. ಬರೆದ ಒಟ್ಟು ಬರಹಗಳ ಬಗ್ಗೆ ತಾತ್ಸಾರ ತೋರುವವರೆಗೂ ಬೆಳೆಯಿತು. ಡಿ.ಆರ್. ಬರೆದ 'ನದಿಯ ನೆನಪಿನ ಹಂಗು' ಎಂಬ ವಿಶಿಷ್ಟ ಲೇಖನ ಎಷ್ಟೋ ದಿನಗಳ ಕಾಲ ಲಂಕೇಶರ ಆಫೀಸಿನ ಟೇಬಲ್ ಮೇಲೇ ಬಿದ್ದಿತ್ತು. ಅದನ್ನು ಲಂಕೇಶರು ತಮ್ಮ 'ಪತ್ರಿಕೆ'ಯಲ್ಲಿ ಪ್ರಕಟಿಸದಿದ್ದುದು ನನಗೆ ಆಶ್ಚರ್ಯ ತಂದಿತ್ತು; ಬೌದ್ಧಿಕತೆಯೇ ಎದ್ದು ಕಾಣುವಂಥ ಬರವಣಿಗೆಯ ಬಗ್ಗೆ ಲಂಕೇಶರಿಗಿದ್ದ ತಾತ್ಸಾರ ಹಾಗೂ ಕೀಳರಿಮೆಯನ್ನೂ ಇದು ಸೂಚಿಸುವಂತಿತ್ತು. ಒಮ್ಮೆ ಲಂಕೇಶರು ಡಿ.ಆರ್. ಬರೆದ 'ಸಾಹಿತ್ಯ ಕಥನ'ವನ್ನೂ ಅನಂತಮೂರ್ತಿಯವರ 'ಬೆತ್ತಲೆ ಪೂಜೆ ಯಾಕೆ ಕೂಡದು?' ಪುಸ್ತಕವನ್ನೂ ಸವಿವರವಾಗಿ ಟೀಕಿಸಿದರು. ಅಲ್ಲಿ ಬರುವ ಬೌದ್ಧಿಕ ವ್ಯಾಖ್ಯಾನಗಳ ಬಗ್ಗೆ ವಿಚಿತ್ರ ಅಸಹನೆ ತೋರುತ್ತಾ, ಅಲ್ಲಿನ ಕೆಲ ವಿವರಣೆಗಳ ಬಗ್ಗೆ ಅನಗತ್ಯವಾಗಿ 'ಬುಲ್‌ಶಿಟ್' ಎಂಬ ಪದ ಬಳಸಿದರೂ, ಕೆಲವು ಮುಖ್ಯ ಪ್ರಶ್ನೆಗಳನ್ನು ಎತ್ತಿ, ಆ ವಿಮರ್ಶೆಯ ಕೊನೆಗೆ ಹೀಗೆ ಬರೆದರು: 'ನಾಗರಾಜ ಮತ್ತು ಅನಂತಮೂರ್ತಿಯವರ ಚಿಂತನಾ ವಿಕಲ್ಪಗಳು ಹೇಗಿರುತ್ತವೆಂದರೆ, 'ಇದು ಸತ್ಯ' ಎಂದು ತೀರ್ಮಾನಿಸಿಕೊಂಡು ಇಬ್ಬರೂ ಒಮ್ಮತ ಪಡೆದು ಹೊರಟಂತೆ ವಿಲಕ್ಷಣವಾಗಿ ಇವರ ಚಿಂತನೆ ಇರುತ್ತದೆ'...'ಮೇಲುನೋಟಕ್ಕೆ ಆವೃತವಾಗಿ ಕಾಣುವ ಎರಡೂ ಪುಸ್ತಕಗಳ ಗ್ರಹಿಕೆಯೂ ಪ್ರಶ್ನಾರ್ಹವಾಗುತ್ತದೆ. ಚಿಂತನೆ ಎನ್ನುವುದು ಸಾಮಾಜಿಕವೂ ಅಲ್ಲ, ಆಧ್ಯಾತ್ಮಿಕವೂ ಅಲ್ಲ; ಅದು ನಾವು ಬಲ್ಲ ವಿಚಾರಗಳನ್ನು ನಮ್ಮ ಅಂತರಂಗದ ತಿಳಿವಿಗೆ ಒರೆಹಚ್ಚಿ ನೋಡುವುದು; ದೊರೆತ ದಾಖಲೆಗಳನ್ನು ಬಳಸಿಕೊಂಡು ಒಳನೋಟದ ಸಹಾಯದಿಂದ ಜನಸಾಮಾನ್ಯರಿಗೆ ಚಿಂತಿಸಲು, ಬದುಕಲು ನೆರವಾಗುವುದು–ಇದನ್ನು ಜಗತ್ತಿನ ದೊಡ್ಡ ಚಿಂತಕರೆಲ್ಲ ಮಾಡಿದ್ದಾರೆ.'

ಈ ವಿಮರ್ಶೆಗೆ ಪ್ರತಿಕ್ರಿಯೆಯಾಗಿ ಡಿ.ಆರ್.ನಾಗರಾಜರು ಲಂಕೇಶರ ವಿಮರ್ಶೆಯ ಮಿತಿಯನ್ನು ಕುರಿತು 'ಲಂಕೇಶರಲ್ಲಿ ರೀತಿ ಮತ್ತು ನೀತಿ' ಎಂಬ ಬರಹವನ್ನು 'ಶೂದ್ರ' ಪತ್ರಿಕೆಯಲ್ಲಿ ಬರೆದರು. ಅದರಲ್ಲಿ ಲಂಕೇಶರಿಗೆ 'ಸಾಹಿತ್ಯ ಕಥನ'ದ ಬರಹಗಳನ್ನು ಓದುವ ಮೆಥಡ್‌ಗಳೇ ಸಿಕ್ಕಿಲ್ಲ ಎಂದು ಡಿ.ಆರ್. ವಾದಿಸಿದ್ದರು. ಸಾಹಿತ್ಯ ವಿಮರ್ಶೆಯ ಆಧುನಿಕೋತ್ತರ ಪರಿಕಲ್ಪನೆಗಳಿಗೆ ಲಂಕೇಶರು ತೆರೆದುಕೊಂಡಿರಲಿಲ್ಲವೆನ್ನುವುದು ನಿಜ. ಆದ್ದರಿಂದ, ಡಿ.ಆರ್. ವಾದದಲ್ಲಿ ಹುರುಳಿತ್ತು. ಆದರೆ ಲಂಕೇಶರು ಅಳುಕಿ ಆ ಬರಹವನ್ನು ಓದಿಯೇ ಇರಲಿಲ್ಲ!

'ಅಯ್ಯೋ! ಅದರಲ್ಲಿ ನೀವು ಅಪ್‌ಸೆಟ್ ಆಗುವಂಥದ್ದೇನೂ ಇಲ್ಲ' ಎಂದು ರೇಖಾರಾಣಿ ಲಂಕೇಶರಿಗೆ ಹೇಳುವ ತನಕ ಅವರು ಅದೊಂದು ಭಯಂಕರ ದಾಳಿಯೆಂದೇ ತಿಳಿದಿದ್ದರು. ಅದೆಲ್ಲ ತಿಳಿಯಾದ ಮೇಲೆ, 'ನಾಗರಾಜಾ ಬಾರಯ್ಯ' ಎಂದು ಲಂಕೇಶರು ಡಿ.ಆರ್.ಗೆ ಮತ್ತೆ ಫೋನ್ ಮಾಡಿದರು. ಅಷ್ಟೊತ್ತಿಗಾಗಲೇ ಡಿ.ಆರ್.ಗೆ ತಮ್ಮ 'ರಾಷ್ಟ್ರೀಯ ವ್ಯಕ್ತಿತ್ವ'ದ ಬಗ್ಗೆ ಅಪಾರ ಹೆಮ್ಮೆ ಮೂಡಿತ್ತು. ಅದು ಸಹಜವೂ ಆಗಿತ್ತು. ಒಂದು ಸಂಜೆ ನಾವೆಲ್ಲ ಲಂಕೇಶರ ಜೊತೆ ಇದ್ದಾಗ ಯಾಕೋ ಏನೋ ಡಿ.ಆರ್. 'ನನಗೆ ಯಾಕೆ ಈ ನ್ಯಾಷನಲ್-ಇಂಟರ್‌ನ್ಯಾಷನಲ್ ಸೆಮಿನಾರುಗಳಲ್ಲಿ ಅಷ್ಟೊಂದು ಇಂಪಾರ್ಟೆನ್ಸ್ ಕೊಡ್ತಾ ಇದಾರೆ ಅಂದರೆ...' ಎಂದು ಪದೇ ಪದೇ ಹೇಳತೊಡಗಿದರು. ಅಲ್ಲಿದ್ದ ಕೆಲವರಿಗೆ ಕಿರಿಕಿರಿಯಾಗತೊಡಗಿತ್ತು. ಒಬ್ಬ ವ್ಯಕ್ತಿಯ ಬಗ್ಗೆ ಪ್ರೀತಿಯುಳ್ಳವರು ಮಾತ್ರ ಆತನ ಹೆಮ್ಮೆಯನ್ನು ಹಂಚಿಕೊಳ್ಳಬಲ್ಲರು. ಅವತ್ತು ಹಾಗಾಗಲಿಲ್ಲ. ಲಂಕೇಶರಂತೂ ಅಮಾನವೀಯವಾಗಿ ಕಿಡಿ ಕಾರತೊಡಗಿದರು. 'ನೀನು ಇವೆಲ್ಲ ಠೇಂಕಾರ ಬಿಟ್ಟರೆ ಮಾತ್ರ ಯೂ ಕೆನ್ ಬಿ ಎ ಪಾರ್ಟ್ ಆಫ್ ದಿಸ್ ಗ್ರೂಪ್...' ಎಂದು ಸಿಡಿಮಿಡಿಗುಟ್ಟತೊಡಗಿದರು. ನಂತರ 'ಯೂ ಆರ್ ಎ ನೈಸ್ ಫೆಲೋ...' ಎಂದು ವಾತಾವರಣವನ್ನು ಹಗುರಗೊಳಿಸಲೆತ್ನಿಸಿ ಸುಮ್ಮನಾದರು. ಇವರಿಬ್ಬರ ಮಧ್ಯೆ ಸಿಕ್ಕಿಕೊಂಡ ನನಗೆ ದುಗುಡವಾಗತೊಡಗಿತ್ತು. 'ಓ.ಕೆ. ಓ.ಕೆ., ವಿತ್‌ಡ್ರಾನ್... ವಿತ್‌ಡ್ರಾನ್' ಎಂದು ಡಿ.ಆರ್. ಇದನ್ನೆಲ್ಲ ಹಗುರವಾಗಿ ತೆಗೆದುಕೊಳ್ಳಲೆತ್ನಿಸುತ್ತಾ ಅವಮಾನವನ್ನು ನುಂಗಿಕೊಳ್ಳಲೆತ್ನಿಸಿದರು. ಆದರೂ ಅವರಿಬ್ಬರ ನಡುವೆ ಬಿರುಕು ಮೂಡಿತ್ತು. ಅವರಿಬ್ಬರನ್ನೂ ಇಷ್ಟಪಡುತ್ತಿದ್ದ ನನ್ನ ಕಸಿವಿಸಿಯ ದಿನಗಳು ಮತ್ತೆ ಆರಂಭವಾಗಿದ್ದವು. ಇದೀಗ, ೯೦ರ ಆ ಸಂಜೆಯ ಕಸಿವಿಸಿಯನ್ನು ದಾಖಲಿಸುತ್ತಿರುವಾಗ, ೯೦ಳರ ಸಂಜೆಯ ಒಂದು ಅಪರೂಪದ ಚಿತ್ರ ಕಣ್ಣ ಮುಂದೆ ಸುಳಿಯುತ್ತಿದೆ. ಅದು ನಾನು ಮುಂದೆಂದೂ ಕಾಣದ ಚಿತ್ರವಾಗೇ ಉಳಿಯಿತಲ್ಲ ಎಂದು ಬೇಸರವಾಗುತ್ತದೆ: ಅವತ್ತು ಡಿ.ಆರ್. ಮತ್ತು ಲಂಕೇಶ್ ಅದ್ಭುತವಾದ ಮೂಡಿನಲ್ಲಿ

ಹರಟುತ್ತಿದ್ದರು. ಲಂಕೇಶ್ ಅದೇ ಆಗ ಬ್ರೈನ್‌ಸ್ಟ್ರೋಕಿನಿಂದ ಚೇತರಿಸಿ ಕೊಂಡಿದ್ದರು. ಡಿ.ಆರ್. ತಮ್ಮ ಮೊದಲ ಹೃದಯಾಘಾತದ ನಂತರ ಸುಧಾರಿಸಿ ಕೊಂಡಿದ್ದರು. ಗುರುಗಳಿಬ್ಬರೂ ಬದುಕಿಗೆ ಮರಳಿ ಬಂದಿದ್ದಾರೆಂಬ ವಿಶ್ವಾಸದಿಂದ ನನ್ನಲ್ಲಿ ವಿಚಿತ್ರ ನೆಮ್ಮದಿ ತುಂಬಿತ್ತು. ಆ ನೆಮ್ಮದಿ ಬಹುಕಾಲ ಉಳಿಯಲಿಲ್ಲ.

ಆ ದಿನಗಳಲ್ಲಿ ಡಿ.ಆರ್. ಜೊತೆಗಿನ ತಮ್ಮ ತಿಕ್ಕಾಟದಿಂದ ನನಗೆ ಆಗುತ್ತಿದ್ದ ಮುಜುಗರವನ್ನು ಗಮನಿಸಿದ ಲಂಕೇಶ್ 'ನಿನಗೆ ಇದರಿಂದೆಲ್ಲ ಹಿಂಸೆಯಾಗುತ್ತೆ ಅಂತ ಗೊತ್ತು, ನೀನು ಯಾರ ಪಕ್ಷವನ್ನೂ ವಹಿಸಬೇಕಾಗಿಲ್ಲ, ನಿನಗೆ ಹೇಗನ್ನಿ ಸುತ್ತೋ ಹಾಗಿರು' ಎಂದು ಕತ್ತು ತಗ್ಗಿಸಿ ತಮಗೆ ತಾವೇ ಹೇಳಿಕೊಳ್ಳುವಂತೆ ಹೇಳಿದರು. ಆದರೆ ಈ ಘಟ್ಟದಲ್ಲಿ ಕೊಂಚ ನಿರ್ಲಿಪ್ತರಾಗಿರಲು ಯತ್ನಿಸುತ್ತಿದ್ದ ಡಿ.ಆರ್. ಇದ್ದಕ್ಕಿದ್ದಂತೆ ಒಂದು ರಾತ್ರಿ 'ನಿನ್ನ ಇಂಟಲೆಕ್ಚುಯಲ್ ಎನರ್ಜಿ 'ಲಂಕೇಶ್‌ಪತ್ರಿಕೆ'ಯಲ್ಲಿ ವ್ಯರ್ಥವಾಗುತ್ತಿದೆ' ಎಂದು ಎಚ್ಚರಿಸಿದರು. ನನಗೆ ಒಂದು ಚಣ ಇದು ಸ್ಟ್ರಾಟಿಜಿಯಂತೆ ಕಂಡಿತ್ತು. ಯಾಕೆಂದರೆ, ಸ್ವತಃ ಡಿ.ಆರ್. 'ಲಂಕೇಶ್ ಪತ್ರಿಕೆ'ಯಲ್ಲಿ ಬರೆಯುತ್ತಿದ್ದಾಗ ಈ ಮಾತು ಬಂದಿರಲಿಲ್ಲ. ಜೊತೆಗೆ, ಲಂಕೇಶರ ಜೊತೆ ಜಗಳವಾದಾಗ ಡಿ.ಆರ್. ತಾತ್ವಿಕ ಭಿನ್ನಮತಗಳ ಜೊತೆಗೇ ಮೀಡಿ ಯೋಕರ್ ಜನರನ್ನು ಕೂಡ ಲಂಕೇಶರ ವಿರುದ್ಧ ಎತ್ತಿ ಕಟ್ಟುತ್ತಿದ್ದದ್ದು ನನಗೆ ಗೊತ್ತಿದ್ದರಿಂದ ಅವರ ಮಾತನ್ನು ಗಂಭೀರವಾಗಿ ತೆಗೆದುಕೊಳ್ಳಲಿಲ್ಲ. ಆದರೂ ಅವರ ಮಾತಿನಲ್ಲಿ ನನ್ನ ಬಗೆಗೆ ಇದ್ದ ನಿಜವಾದ ಕಾಳಜಿಯ ಬಗ್ಗೆ ನನಗೇನೂ ಅನುಮಾನವಿರಲಿಲ್ಲ. ಆಗಿನ ಬಿಕ್ಕಟ್ಟನ್ನು ಇಲ್ಲಿ ಸರಿಯಾಗಿ ವಿವರಿಸಿಕೊಳ್ಳಲೆತ್ನಿಸುವೆ:

ಪ್ರತಿ ಗುರುವಿಗೂ ತನ್ನ ಶಿಷ್ಯ ಅಥವಾ ಅನುಯಾಯಿ ಎಲ್ಲೋ ತನ್ನಂತೆ ಇದ್ದರೆ ಮಾತ್ರ ಸಮಾಧಾನವಾಗುತ್ತದೆ. ಇದೊಂದು ತಾತ್ವಿಕ ಪ್ರಶ್ನೆಯೂ ಆಗಿರಬಹುದು. ಉದಾಹರಣೆಗೆ, ಪ್ರಗತಿಪರ ಗುರುವೊಬ್ಬ ತನ್ನ ಶಿಷ್ಯ ಬಲಪಂಥೀಯ ನಾಗುವುದನ್ನು ಇಷ್ಟಪಡಲಾರ. ಜೊತೆಗೆ, ಶಿಷ್ಯ ತನ್ನ ಅರ್ಥಪೂರ್ಣ ಮುಂದು ವರಿಕೆಯಾಗುವುದು ಗುರುವೊಬ್ಬನಿಗೆ ಇಷ್ಟ. ಇದು ಕೂಡ ತಾಯಿ-ಮಗನ, ಅಥವಾ ತಂದೆ-ಮಗನ ನಡುವಣ ಸಂಬಂಧದ ಭಾವುಕ ಎಳೆಯಂತೆಯೇ ಇರುತ್ತದೆ. ಲಂಕೇಶರ ಬಹುಕಾಲದ ಗೆಳೆಯ-ಶಿಷ್ಯ ಶೂದ್ರ ಶ್ರೀನಿವಾಸರಿಗೂ ಲಂಕೇಶರಿಗೂ ಮನಸ್ತಾಪವಾದ ಒಂದು ವರ್ಷದ ನಂತರ ಲಂಕೇಶ್ ಇದ್ದಕ್ಕಿದ್ದಂತೆ ನನಗೆ ಹೇಳಿದರು: 'ಅವನೊಬ್ಬ ಡಾರ್ಲಿಂಗ್. ಬಹಳ ಒಳ್ಳೇ ಮನುಷ್ಯ. ಅವನ ಬಗ್ಗೆ ಮೆಚ್ಚಿಗೆಯ ಮಾತು ಬರಿ.' ನನ್ನ ಬಗೆಗೂ ಲಂಕೇಶರಲ್ಲಿ ಈ ಬಗೆಯ ಭಾವುಕ ಎಳೆ ಇತ್ತೆಂದು ಲಂಕೇಶರ ಬಹುಕಾಲದ ಒಡನಾಡಿಯಾದ ಬಸವರಾಜ ಅರಸು ಹೇಳುತ್ತಿದ್ದರು. "ನೀವು ಸಂಜೆ 'ಲಂಕೇಶ್‌ಪತ್ರಿಕೆ'ಯ ಆಫೀಸಿಗೆ ಬರುವುದು

ಐದು ನಿಮಿಷ ತಡವಾದರೂ ಲಂಕೇಶ್ ಚಡಪಡಿಸುತ್ತಿದ್ದರು. 'ಬೈಕಲ್ಲಿ ಎಲ್ಲೋ ಬಿದ್ದು ಆ್ಯಕ್ಸಿಡೆಂಟ್ ಮಾಡಿಕೊಂಡು ಸತ್‌ಗಿತ್ನೇನೋ ನೋಡ್ರೀ. ಅವನಿಗೊಂದು ಕಾರ್ ಕೊಡಿಸಬೇಕು ಕಣ್ರೀ' ಎಂದು ಲಂಕೇಶ್ ಹಲವು ಸಲ ಹೇಳಿದ್ದರು" ಎಂದು ಅರಸು ಆಗಾಗ್ಗೆ ನೆನೆಸಿಕೊಳ್ಳುತ್ತಿರುತ್ತಾರೆ. ಡಿ.ಆರ್. ಅವರಿಗೆ ಕೂಡ ನನ್ನ ಬಗ್ಗೆ ಈ ಬಗೆಯ ಭಾವುಕ ಎಳೆ ಇತ್ತು ಎಂಬುದು ಹಲವು ಸಲ ನನ್ನ ಅನುಭವಕ್ಕೆ ಬಂದಿದೆ. ಒಂದು ಸಂಬಂಧದ ಈ ಬಗೆಯ ಎಳೆಗಳು ಮೌನದಲ್ಲಿ, ಕಣ್ಣ ನೋಟದಲ್ಲಿ, ಸ್ಪರ್ಶದಲ್ಲಿ ಕೂಡ ವ್ಯಕ್ತವಾಗುತ್ತಿರುತ್ತವೆ. ಈ ಭಾವುಕ ಎಳೆ ತುಂಡಾಗುವುದು ಗುರುವಿಗಾಗಲೀ ಶಿಷ್ಯನಿಗಾಗಲೀ ಅಂಥ ಹಿತವಾದ ಅನುಭವವೇನಲ್ಲ. ಆದರೆ ಈ ಎಳೆ ತುಂಡಾಗುವ ಸನ್ನಿವೇಶ ಡಿ.ಆರ್. ಜೊತೆಗಿನ ನನ್ನ ಸಂಬಂಧದಲ್ಲಿ ಎದುರಾದಂತೆ ಲಂಕೇಶ್ ಹಾಗೂ ನನ್ನ ಸಂಬಂಧದಲ್ಲೂ ಮುಂದೊಮ್ಮೆ ಎದುರಾಯಿತು.

ಎಲ್ಲ ಬಗೆಯ ಗುರು-ಶಿಷ್ಯ ಸಂಬಂಧಗಳಲ್ಲೂ ಈ ಥರದ ಬೆಳವಣಿಗೆಗಳು ಆಗುತ್ತವೆಂದು ಕಾಣುತ್ತದೆ. ಶಿಷ್ಯ ಕೂಡ ತನ್ನ ಗುರುವಿನ ಆದರ್ಶದ ಹಾದಿಯಲ್ಲಿ ಕೆಲಕಾಲ ಸುರಕ್ಷಿತವಾಗಿ ನಡೆಯಲು ಇಷ್ಟಪಡುತ್ತಾನೆ. ಇದು ಕೂಡ ಮಗು ತಾಯಿಯನ್ನು ಅನುಸರಿಸಿದ ಹಾಗೆಯೇ. ಆದರೆ ತನ್ನ ಕಾಳಜಿ ಹಾಗೂ ಹಾದಿಯ ಸ್ವರೂಪ ಸ್ವಲ್ಪ ಸ್ಪಷ್ಟವಾಗತೊಡಗಿದಂತೆ ಪ್ರತಿ ಸೂಕ್ಷ್ಮಜ್ಞನೂ ತನ್ನ ಗುರುವಿಗಿಂತ ಅಥವಾ ತನ್ನೆದುರಿನ ಆದರ್ಶಮೂರ್ತಿಗಿಂತ-ಐಕಾನ್‌ಗಿಂತ-ಭಿನ್ನವಾಗಲೆತ್ನಿಸುತ್ತಾನೆ. ಇದು ಎಲ್ಲರಲ್ಲೂ ಆದಂತೆ ನನ್ನೊಳಗೂ ಸ್ವಲ್ಪ ಮಟ್ಟಿಗೆ ಆಗಿರಬಹುದು. ಡಿ.ಆರ್. ಅಥವಾ ಲಂಕೇಶರಿಂದ ದೂರವಾದಾಗಲೆಲ್ಲ ಇದು ಕೆಲ ಕ್ಷಣಗಳ ಆತಂಕವಾಗಿ, ಕ್ರಮೇಣ ಸುಪ್ತ ಹೆಮ್ಮೆಯಾಗಿ ನನ್ನೊಳಗೆ ಒಸರಿದಂತಿದೆ. ಮುಂದಿನ ಅಧ್ಯಾಯದಲ್ಲಿ ಈ ರೀತಿಯ ಬೆಳವಣಿಗೆಗಳನ್ನು ಇನ್ನಷ್ಟು ತಾತ್ವಿಕವಾಗಿ ವಿವರಿಸಿಕೊಳ್ಳಲೆತ್ನಿಸುವೆ.

೨೧

ಸಾಹಿತ್ಯಕ ಸಂಸ್ಕೃತಿಯಲ್ಲಿ ಈಡಿಪಸ್ ಕಾಂಪ್ಲೆಕ್ಸ್...

ಲಂಕೇಶರಿಗೆ ಅರವತ್ತು ತುಂಬಿದಾಗ ಮೈಸೂರಿನಲ್ಲಿ ರಾಮದಾಸ್ ಮತ್ತು ಮಿತ್ರರು ನಡೆಸಿದ ವಿಚಾರ ಸಂಕಿರಣದಲ್ಲಿ ಲಂಕೇಶರ ಜೊತೆಗೇ ಅನಂತಮೂರ್ತಿ, ತೇಜಸ್ವಿಯವರ ಸಾಹಿತ್ಯ ಕುರಿತಂತೆಯೂ ಗಂಭೀರ ಪ್ರಬಂಧಗಳ ಮಂಡನೆಯಾಯಿತು. 'ನನ್ನ ಸಾಹಿತ್ಯದ ಬಗೆಗಷ್ಟೇ ಚರ್ಚೆ ಬೇಡ; ಈ ಇಬ್ಬರ ಬಗೆಗೂ ಚರ್ಚಿಸಿ' ಎಂದು ಲಂಕೇಶರೇ ಸೂಚಿಸಿದ್ದರು. ಸಾಹಿತ್ಯ ಲೋಕದಲ್ಲಿ ಈ ಬಗೆಯ ವಿಶಾಲಗುಣ ಕೂಡ ತೀರ ಅಪರೂಪ. ಈ ವಿಚಾರ ಸಂಕಿರಣದಲ್ಲಿ ಮಾತನಾಡಿದ ಡಿ.ಆರ್. ನಾಗರಾಜ್ 'ಲಂಕೇಶ್, ಅನಂತಮೂರ್ತಿ, ತೇಜಸ್ವಿ–ಈ ಮೂವರೂ ಒಂದೇ ಬಳ್ಳಿಯ ಹೂಗಳು' ಎಂದು ಕರೆದರು; ಆ ಭಾಷಣದ ಕೊನೆಗೆ ಇನ್ನು ಮುಂದೆ ಬರೆಯುವವರು ಈ ಮೂವರ ಮಾದರಿಗಳನ್ನು ಮೀರಬೇಕಾದ ಅಗತ್ಯದ ಬಗೆಗೂ ಹೇಳಿದ್ದರು.

ಆ ಹೊತ್ತಿಗಾಗಲೇ ಸಂಸ್ಕೃತಿವಿಮರ್ಶೆಯಲ್ಲಿ ಡಿ.ಆರ್. ಈ ಮೂವರಿಗಿಂತ ಭಿನ್ನ ದನಿಯಾಗಿ ರೂಪುಗೊಂಡಿದ್ದರು. 'ಅಮೃತ ಮತ್ತು ಗರುಡ'ದ ಬೆನ್ನುಡಿಯಲ್ಲಿ ಕಂಬಾರರು '... ವಿಮರ್ಶೆಯ ಬಗ್ಗೆ ಕಾಳಜಿಯುಳ್ಳವರೆಲ್ಲ ಒಂದು ಕೃತಿಯ ಬೆಲೆ ಕಟ್ಟುವಾಗ, ಡಿ.ಆರ್. ಈ ಬಗ್ಗೆ ಏನು ಹೇಳಿದ್ದಾರೆ ಎಂಬುದನ್ನು ಗಮನಿಸಿಯೇ ಮುಂದುವರಿಯಬೇಕಾಗುತ್ತದೆ...' ಎಂದು ಬರೆದಿದ್ದರು. ಈ ಮಾತು ತೊಂಬತ್ತರ ದಶಕದ

ಹೊತ್ತಿಗೆ ಇನ್ನಷ್ಟು ನಿಜವಾಗತೊಡಗಿತ್ತು. ಡಿ.ಆರ್.ಗೆ 'ಶಿವರಾಮಕಾರಂತ ಪ್ರಶಸ್ತಿ' ಬಂದ ಸಂದರ್ಭದಲ್ಲಿ ಕವಿ ರಾಮಚಂದ್ರಶರ್ಮರು ಡಿ.ಆರ್. ಅವರನ್ನು ಲಂಕೇಶ್, ಅನಂತಮೂರ್ತಿ, ತೇಜಸ್ವಿ ಎಂಬ ಮೂರು ನಕ್ಷತ್ರಗಳ ನಂತರ ಉದಯಿಸಿದ 'ನಾಲ್ಕನೆಯ ನಕ್ಷತ್ರ' ಎಂದು ಅರೆತಮಾಷೆಯಾಗಿ, ಅರೆಗಂಭೀರವಾಗಿ ಹೇಳಿದ್ದರು. ಈ ಮಾತು ಒಂದರ್ಥದಲ್ಲಿ ನಿಜವಾಗಿತ್ತು. ಒಂದು ಕಾಲದ ವಿಮರ್ಶಾಲೋಕದಲ್ಲಿ ಚಾಲ್ತಿಯಲ್ಲಿರುವ ಮಾದರಿಗಳನ್ನು ಹಿನ್ನೆಲೆಗೆ ಸರಿಸದೆ ಹೊಸ ವಿಮರ್ಶಕನೊಬ್ಬ ಕೇಂದ್ರಕ್ಕೆ ಬರುವುದು ಅಸಾಧ್ಯ ಎಂಬುದನ್ನು ಬಲ್ಲವರಾಗಿದ್ದ ಡಿ.ಆರ್. ಅಷ್ಟೊತ್ತಿಗಾಗಲೇ ಜಾಗತಿಕ ರಂಗದಲ್ಲಿ ಸ್ಥಾಪಿತವಾಗಿದ್ದ ಪೋಸ್ಟ್‌ಮಾಡರ್ನ್ ವಿಮರ್ಶೆಯ ಮಾದರಿಗಳನ್ನು ತಮ್ಮ ಸಂಸ್ಕೃತಿ ವಿಮರ್ಶೆಯಲ್ಲಿ ಸಮರ್ಥವಾಗಿ ಬಳಸಲಾರಂಭಿಸಿದ್ದರು. ಹೀಗಾಗಿ ಲಂಕೇಶ್, ಅನಂತಮೂರ್ತಿ, ತೇಜಸ್ವಿಯವರ ಸಂಸ್ಕೃತಿ ಚಿಂತನೆಗಿಂತ ಡಿ.ಆರ್. ಸಂಸ್ಕೃತಿ ಚಿಂತನೆ ಭಿನ್ನವಾಗಿತ್ತು. ಬುದ್ಧಿಜೀವಿಗಳ ವಲಯದಲ್ಲಿ ವಿಶೇಷ ಆರಾಧನೆಗೂ ಪಾತ್ರವಾಗಿತ್ತು.

ಈ ಹಿನ್ನೆಲೆಯಲ್ಲಿ, 'ಪಿತೃಹತ್ಯೆಯೇ ಪ್ರಗತಿಯ ಹೆದ್ದಾರಿ' ಎಂದು ಡಿ.ಆರ್. ತಮ್ಮ ವಿಮರ್ಶಾಲೇಖನವೊಂದರಲ್ಲಿ ಬರೆದ ಮಾತು ಹಲವು ಅರ್ಥಗಳನ್ನು ಹೊರಡಿಸುತ್ತದೆ. ಬುಡಕಟ್ಟೊಂದರ ಒಂದು ವಿಶಿಷ್ಟ ಆಚರಣೆಯ ರೂಪಕಾತ್ಮಕ ಅರ್ಥವನ್ನು ಆಧರಿಸಿ, ಕವಿ–ವಿಮರ್ಶಕ ಟಿ.ಎಸ್. ಎಲಿಯಟ್ ತನ್ನ ವಿಮರ್ಶಾ ಸಂಕಲನವೊಂದಕ್ಕೆ 'ದ ಸೇಕ್ರೆಡ್ ವುಡ್' ಎಂದು ಹೆಸರಿಟ್ಟಿದ್ದಾನೆ. ಈ ಆಚರಣೆಯ ಪ್ರಕಾರ, ಅಲ್ಲಿನ ಪವಿತ್ರ ಕಾಡಿನ ಪೂಜಾರಿಯ ಜಾಗಕ್ಕೆ ಯಾವುದೇ ಹೊಸ ಪೂಜಾರಿಯೊಬ್ಬ ಬರಬೇಕಾದರೆ, ಹಳೆಯ ಪೂಜಾರಿಯನ್ನು ಕೊಂದೇ ಆ ಜಾಗಕ್ಕೆ ಬರಬೇಕು. ಈ ಆಚರಣೆ ರೂಪಕಾರ್ಥದಲ್ಲಿ ಬೌದ್ಧಿಕ ಕ್ಷೇತ್ರದಲ್ಲೂ ಕಾಣಿಸಿಕೊಳ್ಳುತ್ತಿರುತ್ತದೆ. ಈ ಬಗೆಯ ಚಟುವಟಿಕೆಗಳು ಒಂದು ಸಂಸ್ಕೃತಿಯಲ್ಲಿ ಬಹಳ ಸೂಕ್ಷ್ಮವಾಗಿಯೂ ನಡೆಯುತ್ತಿರುತ್ತವೆ. ಲೇಖಕರ ನಡುವಣ ಹಲವು ದಶಕಗಳ ಭಿನ್ನಾಭಿಪ್ರಾಯಕ್ಕೆ ದೊಡ್ಡ ತಾತ್ವಿಕ ಕಾರಣಗಳು, ಒಬ್ಬರ ಬರವಣಿಗೆಯ ಮಾರ್ಗ, ಧೋರಣೆಗಳ ಬಗ್ಗೆ ಇನ್ನೊಬ್ಬರಿಗೆ ಇರಬಹುದಾದ ಸೂಕ್ಷ್ಮ ಭಿನ್ನಮತಗಳು... ಇವೆಲ್ಲವೂ ಇರಬಹುದು. ಜೊತೆಗೇ ಇವೆಲ್ಲ ಒಂದು ಸಂಸ್ಕೃತಿಯಲ್ಲಿ ಸಾಂಸ್ಕೃತಿಕ ಐಕಾನ್‌ಗಳು ತಂತಮ್ಮ ಹಿರಿಮೆಗಾಗಿ ನಡೆಸುವ ಬಹು ಸೂಕ್ಷ್ಮ ಸೆಣಸಾಟಗಳಾಗಿರಲೂಬಹುದು. ಮಾಸ್ತಿ ಹಾಗೂ ಕುವೆಂಪು ನಡುವೆ ಕೂಡ ಈ ರೀತಿಯ ಮುಖಾಮುಖಿಗಳು ನಡೆದಿರಬಹುದು. ಆದ್ದರಿಂದ ಇವನ್ನೆಲ್ಲಾ ಅಗ್ಗದ ಗಾಳಿಸುದ್ದಿಗಳ ಮಟ್ಟಕ್ಕಿಳಿಸದೆ, ಸಹಜ ಸಾಂಸ್ಕೃತಿಕ ಚಟುವಟಿಕೆಗಳಾಗಿಯೇ ನೋಡುವುದು ಒಳ್ಳೆಯದು.

ಈ ಬಗೆಯ ಸಾಂಸ್ಕೃತಿಕ ಸೆಣಸಾಟಗಳು ಸಮವಯಸ್ಸಿನ ಬರಹಗಾರರ ನಡುವೆ ಮಾತ್ರವಲ್ಲದೆ, ಬಗೆಬಗೆಯ ಸ್ತರದ ಬರಹಗಾರರ ನಡುವೆಯೂ ನಡೆಯುತ್ತಿರಬಹುದು.

ಉದಾಹರಣೆಗೆ, ತಮ್ಮ ಮೇಲೆ ಪ್ರಭಾವ ಬೀರಿದ ಲೇಖಕನ ವಿರುದ್ಧ ಕಿರಿಯ ಬರಹಗಾರರು ಕೂಡ ಕ್ರಮೇಣ ಈ ಬಗೆಯ 'ಪಿತೃಹತ್ಯೆ'ಯ ಕ್ರಿಯೆಯಲ್ಲಿ ತೊಡಗುವ ಸಾಧ್ಯತೆ ಇರುತ್ತದೆ. ಈ ರೀತಿಯ ಬೆಳವಣಿಗೆಗಳನ್ನು ವಿಮರ್ಶಕ ಹೆರಾಲ್ಡ್ ಬ್ಲೂಮ್ 'ಈಡಿಪಸ್ ಕಾಂಪ್ಲೆಕ್ಸ್'ನ ಆಧಾರದ ಮೇಲೆ ವಿವರಿಸುತ್ತಾನೆ. ಗ್ರೀಕ್ ಪುರಾಣದಲ್ಲಿ ಈಡಿಪಸ್ ತನ್ನ ತಂದೆಯನ್ನು ಕೊಂದು ಪಟ್ಟಕ್ಕೆ ಬರುತ್ತಾನೆ. ಅದೇ ರೀತಿಯಲ್ಲಿ, ತನ್ನ ಮೇಲೆ ಅತಿಯಾಗಿ ಪ್ರಭಾವ ಬೀರಿದ ಅಥವಾ ತನ್ನ ಸ್ಥಾನದ ಸ್ಥಾಪನೆಗೆ ಅಡ್ಡಿಯಾಗಿರುವಂತೆ ಕಾಣುವ ಹಿರಿಯ ಬರಹಗಾರನನ್ನು ಹಿನ್ನೆಲೆಗೆ ಸರಿಸಬೇಕೆಂದು ಅವನ ವಿರುದ್ಧ ಯುದ್ಧ ಹೂಡಲು ಹೊರಡುವ ಕಿರಿಯ ಲೇಖಕನೊಬ್ಬ ಕೂಡ ಈ ಬಗೆಯ 'ಈಡಿಪಸ್ ಕಾಂಪ್ಲೆಕ್ಸ್'ಗೆ ಒಳಗಾಗಿದ್ದರೆ ಆಶ್ಚರ್ಯವಲ್ಲ ಎಂಬುದು ಹೆರಾಲ್ಡ್ ಬ್ಲೂಮ್‌ನ ವಾದ.

ಹೀಗಾಗಿ, ಬರಹಗಾರರಲ್ಲಿ ಈಡಿಪಸ್ ಕಾಂಪ್ಲೆಕ್ಸ್‌ನ ವಿವಿಧ ರೂಪಗಳು ವಿಚಿತ್ರವಾಗಿ ಕೆಲಸ ಮಾಡುತ್ತಿರಬಹುದು. ಅಂದರೆ, ತನ್ನ ಮೇಲೆ ಪ್ರಭಾವ ಬೀರಿದ ಲೇಖಕನನ್ನು, ಅವನ ಪ್ರಭಾವಕ್ಕೊಳಗಾದ ಲೇಖಕ ತಾತ್ವಿಕವಾಗಿ ಅಥವಾ ಬೇರೆ ಬೇರೆ ವಿಧಾನಗಳಿಂದ ಮುಗಿಸಲು, ಹಿಮ್ಮೆಟ್ಟಿಸಲು ಯತ್ನಿಸುವ ಸಾಧ್ಯತೆ ಇರುತ್ತದೆ. ಅದು ಪ್ರಭಾವ ಬೀರಿದ ಲೇಖಕನ ಪ್ರಭಾವಳಿಯಿಂದ ತಪ್ಪಿಸಿಕೊಳ್ಳುವ, ಅವನನ್ನು ಮೀರುವ ಪ್ರಯತ್ನದ ಭಾಗವಾಗಿಯೂ ಇರುತ್ತದೆ. ಡಿ.ಆರ್., ಲಂಕೇಶ್ ಅಥವಾ ದೇವನೂರ ಮಹಾದೇವರಿಂದ ಆಳವಾಗಿ ಪ್ರಭಾವಿತವಾಗಿರುವ ಅನೇಕ ಲೇಖಕರು ಅವರನ್ನು ಯಾವುದೇ ದೊಡ್ಡ ಬೌದ್ಧಿಕ ಸಿದ್ಧತೆ ಇಲ್ಲದೆಯೇ ಸಾಧಾರಣ ಪ್ರಶ್ನೆಗಳನ್ನಿಟ್ಟುಕೊಂಡು 'ಅಟ್ಯಾಕ್' ಮಾಡುವಾಗಲೂ ಈ ಬಗೆಯ ಈಡಿಪಸ್ ಕಾಂಪ್ಲೆಕ್ಸ್ ಕೆಲಸ ಮಾಡುತ್ತಿರಬಹುದು. ಈ ಥರದ ಸೂಕ್ಷ್ಮ ಬೆಳವಣಿಗೆಗಳನ್ನು ಪ್ರತಿ ಲೇಖಕರೂ ತಮ್ಮನ್ನು ತಾವೇ ಪ್ರಾಮಾಣಿಕವಾಗಿ ಪರೀಕ್ಷಿಸಿಕೊಂಡು ಕಂಡುಕೊಳ್ಳುತ್ತಿರಬೇಕಾಗುತ್ತದೆ.

ಇವೆಲ್ಲ ಬಹು ಸೂಕ್ಷ್ಮವಾದ ಜಟಿಲ ಮಾನಸಿಕ ಕ್ರಿಯೆಗಳೂ ಆಗಿರುವುದರಿಂದ ಈ ಥರದ ಪರಿಕಲ್ಪನೆಗಳನ್ನು ತೀರಾ ಸಣ್ಣ ಮಟ್ಟಕ್ಕಿಳಿಸಿ ಹಗುರವಾಗಿ ಚರ್ಚಿಸಲಾಗದು. ಯಾಕೆಂದರೆ, ಹಾಗೆ ನಾವು ಸರಳವಾಗಿ ಚರ್ಚಿಸಲು ಆರಂಭಿಸಿದರೆ ಯಾರು ಯಾರನ್ನು ಟೀಕಿಸಿದರೂ ಇದು 'ಈಡಿಪಸ್ ಕಾಂಪ್ಲೆಕ್ಸ್' ಎನ್ನುವ ಸವಕಲು ವಿವರಣೆಗಿಳಿಯುವ ಅಪಾಯವಿದೆ! ಯಾರನ್ನು ಬೇಕಾದರೂ 'ಜನಪರ', 'ಜನವಿರೋಧಿ', 'ಫ್ಯೂಡಲ್', 'ದಲಿತಪರ' ಇತ್ಯಾದಿ ಸಿದ್ಧ ಚೌಕಟ್ಟುಗಳನ್ನು ಬಳಸಿ ಸರಳವಾಗಿ ವರ್ಣಿಸುವಾಗ ಉಂಟಾಗುವ ಅಪಾಯವೇ ಮನೋವೈಜ್ಞಾನಿಕ ವಿಮರ್ಶೆಯ 'ಈಡಿಪಸ್ ಕಾಂಪ್ಲೆಕ್ಸ್' ರೀತಿಯ ಪರಿಕಲ್ಪನೆಗಳನ್ನು ಸರಳೀಕರಿಸಿ ಬಳಸಿದಾಗಲೂ ಎದುರಾಗುತ್ತದೆ.

ಈ ಅಪಾಯದ ಅರಿವಿದ್ದೂ ಆಗಾಗ್ಗೆ ನನ್ನೊಳಗೆ ಮೂಡಿರುವ ಒಂದು ಗ್ರಹಿಕೆಯನ್ನು ಇಲ್ಲಿ ಹೇಳಲು ದುಡುಕಬಹುದೆನ್ನಿಸುತ್ತದೆ. ಲಂಕೇಶ್ ಹಾಗೂ ಡಿ.ಆರ್. ನಡುವಣ ಸಂಬಂಧವನ್ನು ಸುಮಾರು ಹತ್ತು ವರ್ಷ ಕಾಲ ಗಮನಿಸಿದ್ದರ ಆಧಾರದ ಮೇಲೆ ಮೊಳೆತು, ಬೆಳೆಯುತ್ತಾ ಬಂದ ಗ್ರಹಿಕೆ ಇದು: ಸಾಹಿತ್ಯಕ, ಸಾಂಸ್ಕೃತಿಕ ಕಾರಣಗಳಿಗಾಗಿ ಹಾಗೂ ಅವನ್ನೆಲ್ಲಾ ಮೀರಿದ ಕಾರಣಗಳಿಗಾಗಿ ಡಿ.ಆರ್. ನಾಗರಾಜರಲ್ಲಿ ಲಂಕೇಶರ ಬಗ್ಗೆ ಒಂದು ಬಗೆಯ 'ಈಡಿಪಸ್ ಕಾಂಪ್ಲೆಕ್ಸ್' ಇದ್ದಂತೆ ಕಾಣಿಸುತ್ತದೆ. ಹಾಗೆಯೇ ಲಂಕೇಶರು ಡಿ.ಆರ್. ನಾಗರಾಜರ ಬೌದ್ಧಿಕತೆಯ ಪ್ರಖರತೆಯ ಬಗ್ಗೆ ತಾತ್ಸಾರ ಹಾಗೂ ವ್ಯಂಗ್ಯ ತೋರಿದಾಗಲೆಲ್ಲ ಡಿ.ಆರ್. ತನ್ನ ಪ್ರತಿಸ್ಪರ್ಧಿ ಎಂಬ ಭಾವನೆಯೂ ಅಲ್ಲಿ ಇದ್ದಂತಿತ್ತು. ಕಠೋರ ಆತ್ಮಪರೀಕ್ಷೆಯ ಗಳಿಗೆಗಳಲ್ಲಿ ತಾನು ಕಂಡದ್ದನ್ನು ಸೂಚ್ಯವಾಗಿಯಾದರೂ ದಾಖಲಿಸಿ ಪೊರೆ ಬಿಡುವ ಲೇಖಕರಾಗಿದ್ದ ಲಂಕೇಶ್, 'ಡಿ.ಆರ್. ನನ್ನ ಪ್ರತಿಸ್ಪರ್ಧಿಯಾಗಿದ್ದ' ಎಂಬ ಮಾತನ್ನು ಮುಂದೊಮ್ಮೆ ದಾಖಲಿಸಿದರು. ಹೀಗೆ 'ಈಡಿಪಸ್ ಕಾಂಪ್ಲೆಕ್ಸ್' ಅಥವಾ ಮಗ ರುಸ್ತುಮನನ್ನು ಅರಿಯದೆ ಕೊಂದ ತಂದೆ ಸೊಹ್ರಾಬ್‌ನ ಕತೆಯಲ್ಲಿ ವ್ಯಕ್ತವಾಗುವ 'ಸೊಹ್ರಾಬ್ ಕಾಂಪ್ಲೆಕ್ಸ್' ('ಸೊಹ್ರಾಬ್ ಕಾಂಪ್ಲೆಕ್ಸ್' ಎಂಬುದನ್ನು ಮನೋವಿಜ್ಞಾನಿಗಳು ಬಳಸಿದಂತಿಲ್ಲ; ಇದು ನಾನೇ ರೂಪಿಸಿಕೊಂಡ ಒಂದು ಪರಿಕಲ್ಪನೆ!) ಇವೆಲ್ಲ ಒಂದು ಸಾಹಿತ್ಯಸಂಸ್ಕೃತಿಯಲ್ಲಿಯೂ ಬಹು ಸೂಕ್ಷ್ಮವಾಗಿ ನಡೆಯುತ್ತಿರುತ್ತವೆ. ಇದನ್ನೆಲ್ಲಾ ಬರೆಯುವಾಗ, 'ದೊರೆ ಈಡಿಪಸ್' ನಾಟಕವನ್ನು ಅನುವಾದಿಸಿದ ಲಂಕೇಶ್ ಕೆಲವೊಮ್ಮೆ 'ತಾಯ್ಗಂಡ' ಎಂಬ ಪದ ಬಳಸಿ ಯಾರನ್ನಾದರೂ ಬೈಯಬೇಕಾದಾಗ 'ಈಡಿಪಸ್' ಎಂಬ ಪದ ಬಳಸಿ 'ಅಕಡೆಮಿಕ್' ಆಗಿ ಬೈಯುತ್ತಿದ್ದುದೂ ನೆನಪಾಗುತ್ತದೆ!

೨೨

ಒಂದು ವ್ಯಕ್ತಿ ಚಿತ್ರ; ಒಂದು ವಿವಾದ

ಈಡಿಪಸ್ ಕಾಂಪ್ಲೆಕ್ಸ್ ವಿವಿಧ ಹಂತಗಳಲ್ಲಿ ಎಷ್ಟು ಸೂಕ್ಷ್ಮವಾಗಿ ನಮ್ಮನ್ನು ನಿಯಂತ್ರಿಸುತ್ತಿರುತ್ತದೆ ಎಂಬ ಬಗ್ಗೆ ಹತ್ತು ವರ್ಷಗಳ ಕೆಳಗೆ ನಾನು ಆಳವಾಗಿ ಓದಿಕೊಂಡಿರಲಿಲ್ಲ. ಇದೀಗ ಈ ಪುಸ್ತಕ ಬರೆಯುತ್ತಿರುವಾಗ, ಹಿಂದೊಮ್ಮೆ 'ಲಂಕೇಶ್‌ಪತ್ರಿಕೆ'ಯಲ್ಲಿ ಡಿ.ಆರ್. ಕುರಿತು ನಾನು ಬರೆದ ನಿಷ್ಠುರ ವ್ಯಕ್ತಿಚಿತ್ರದಲ್ಲಿ ಈ ಬಗೆಯ ಈಡಿಪಸ್ ಕಾಂಪ್ಲೆಕ್ಸ್ ಕೆಲಸ ಮಾಡಿರಬಹುದೇ ಎನಿಸತೊಡಗಿತು. ತೊಂಬತ್ತರ ದಶಕದಲ್ಲಿ ಸುಮಾರು ಎರಡು ವರ್ಷಗಳ ಕಾಲ ನಾನು 'ಲಂಕೇಶ್‌ಪತ್ರಿಕೆ'ಯಲ್ಲಿ 'ಬರೆವ ಬದುಕು' ಅಂಕಣ ಬರೆದೆ. ಆ ಅಂಕಣಕ್ಕೆ ನನ್ನ ಹೆಸರು ಕೊಡದಿದ್ದರೂ, ಆಗಾಗ್ಗೆ ನಡೆದ ವಿವಾದಗಳಿಂದ ಅದು ಪತ್ರಿಕೆಯ ಓದುಗರಿಗೆ ತಿಳಿಯುತ್ತಾ ಹೋಯಿತು. ಆ ಅಂಕಣದಲ್ಲಿ ಬಂದ ಮೂರು ಬರಹಗಳನ್ನು ಮಾತ್ರ ಲಂಕೇಶರು ಬರೆದಿದ್ದರು. ಹಿರಿಯ, ಕಿರಿಯ ಬರಹಗಾರರ ಬಗೆಗಿನ ವಿಮರ್ಶಾತ್ಮಕ ವ್ಯಕ್ತಿಚಿತ್ರಗಳ ಈ ಅಂಕಣದಲ್ಲಿ ಅಪರೂಪಕ್ಕೆ 'ಡಿ.ಆರ್. ಬಗ್ಗೆ ಇನ್ನೂ ಬಂದಂಗಿಲ್ಲವಲ್ಲ? ಗಿರೀಶ್ 'ಕಾನ್ರಾಡ್' ಮೇಲೆ ಬರೆಯಲ್ಲವೇನಯ್ಯ?' ಈ ರೀತಿಯ ಪ್ರಾಸಂಗಿಕ ಸೂಚನೆಗಳು ಮಾತ್ರ ಲಂಕೇಶರಿಂದ ಬರುತ್ತಿದ್ದವು. ಆದರೆ ಇಂಥವರ ಬಗೆಗೇ ಬರೆಯಬೇಕೆಂದು ಯಾರೂ ಒತ್ತಾಯ ಮಾಡುತ್ತಿರಲಿಲ್ಲ.

ಈ ನಡುವೆ 'ಬರೆವ ಬದುಕು' ಅಂಕಣದಲ್ಲಿ ಒಂದು ವಾರ ಡಿ.ಆರ್. ವ್ಯಕ್ತಿಚಿತ್ರ ಬರೆದೆ:

ಡಿ.ಆರ್. ನಾಗರಾಜ್

ಒಂದು ಕಾಲಕ್ಕೆ ಮಾರ್ಕ್ಸ್‌ವಾದಿ ಚಿಂತಕರಾಗಿ ತಮ್ಮ ಓರಗೆಯ ಪ್ರಗತಿಪರ ಲೇಖಕರಂತೆ ಭಾರತದ ಭೂತಕಾಲವನ್ನು ಅನುಮಾನದಿಂದ ನೋಡುತ್ತಿದ್ದ ಡಾ. ಡಿ.ಆರ್. ನಾಗರಾಜ್ ನಾಲ್ಕೈದು ವರ್ಷಗಳ ಹಿಂದೆ ಏಕಾಏಕಿ ಇದೇ ಭೂತದಿಂದ ಅಬ್ರಾಹ್ಮಣ ಜೀವನದರ್ಶನಗಳನ್ನು ಅಗೆದು ತೆಗೆಯಲು ಹೊರಟರು. ಅವರು ಹಾಗೆ ಹೊರಟದ್ದು ತಮ್ಮದೇ ಆದ ಐಡೆಂಟಿಟಿಗಾಗಿಯೋ, ಅಥವಾ ಅವು ವರ್ತಮಾನಕ್ಕೆ ಅಗತ್ಯ ವೆಂದೋ ಹೇಳುವುದು ಕಷ್ಟ. ಆದರೆ ಹಿಂದೊಮ್ಮೆ ಶೂದ್ರ ಹಾಗೂ ದಲಿತ ಪ್ರಗತಿಪರರಿಗೆ ಪ್ರಿಯವಾಗಿರುತ್ತಿದ್ದ ತಮ್ಮ ವಿಚಾರಲಹರಿಗೆ ಈಚೆಗೆ ಸೇರಿಕೊಂಡ ಅವೈದಿಕ ಸಾಂಸ್ಕೃತಿಕ ಶಕ್ತಿ ಹಾಗೂ ಅಧಿಕಾರ ಕುರಿತು ಡಿ.ಆರ್. ಆಡುವ ಮಾತುಗಳಿಗೆ ಹಾಗೂ ಬರೆಯುವ ಪುಸ್ತಕಗಳಿಗೆ ಹೆಚ್ಚು ಬೇಡಿಕೆಯಿರುವುದು ಬಹುತೇಕ ಬ್ರಾಹ್ಮಣ ಬುದ್ಧಿಜೀವಿಗಳೇ ಕಲೆಯುವ ಹೆಗ್ಗೋಡಿನಂಥ ಕೇಂದ್ರಗಳಲ್ಲಿ ಹಾಗೂ ಅಖಿಲ ಭಾರತೀಯ ಸೆಮಿನಾರುಗಳಲ್ಲಿ. ಈ ವಿಚಾರಗಳು ಕೂಡ ಡಿ.ಆರ್. ರಾಜಕೀಯ ಬರವಣಿಗೆ ಹಿಂದಿನಿಂದ ಪ್ರತಿಪಾದಿಸುತ್ತಾ ಬಂದ ಶೂದ್ರ ರಾಜಕಾರಣದ ಮುಂದುವರಿದ ರೂಪಗಳೇ ಆದರೂ ಅವಕ್ಕೆ ತಕ್ಷಣದ ಮಹತ್ವ ಇರುವಂತಿಲ್ಲ. ಸಮಾಜದಲ್ಲಿ ಬುದ್ಧಿಜೀವಿಗಳ ಪಾತ್ರ ಕುರಿತು ಕಾಲಕಾಲಕ್ಕೆ ಬೇರೆ ಬೇರೆ ವ್ಯಾಖ್ಯಾನ ಮಾಡುತ್ತಾ ಬಂದಿರುವ ಡಿ.ಆರ್. ಎಷ್ಟೋ ಸಲ ಅನಂತಮೂರ್ತಿಯವರಂತೆ ಒಂದು ಐಡಿಯಾವನ್ನು ಸುಮ್ಮನೆ ತೇಲಿ ಬಿಟ್ಟು ತಮಾಷೆ ನೋಡಬಲ್ಲರು. ಕಟ್ಟಾ ಬುದ್ಧಿಜೀವಿಯಾದ ಡಿ.ಆರ್. ಬರವಣಿಗೆಯಲ್ಲಿ ಜಾಗತಿಕ ಮಟ್ಟದ ಬುದ್ಧಿ ಜೀವಿಗಳ ಮಹತ್ವಾಕಾಂಕ್ಷೆ ಇದೆ. ಆದರೆ ಇಂಥ ಲೇಖಕರಲ್ಲಿ ಕಾಣುವ ವೈಯಕ್ತಿಕ ತುರ್ತು ಹಾಗೂ ಇಂಟಲೆಕ್ಚುಯಲ್ ಸಫರಿಂಗ್‌ಗಳ ಬದಲಿಗೆ ಆಶಿಶ್ ನಂದಿಯವರಲ್ಲಿರುವಂತೆ ಬುದ್ಧಿಜೀವಿ ಜಗಿತಗಳ ವ್ಯಾಮೋಹವೂ ಇದೆ.

ತಮ್ಮ ಹಳೆಯ ಸೈದ್ಧಾಂತಿಕ ಚರ್ಮವನ್ನು ಕಳಚಿ ಹೊಸತನ್ನು ತೊಡುವ ಪ್ರಯತ್ನವನ್ನು ಡಿ.ಆರ್. ಆಗಾಗ್ಗೆ ಮಾಡಿದ್ದಾರೆ. 'ಅಮೃತ ಮತ್ತು ಗರುಡ'ದ ಜಾಣ ಮಾರ್ಕ್ಸ್‌ವಾದಿ ವ್ಯಕ್ತಿತ್ವದ ಗುರುತೇ ಇರದಂಥ

ಬರವಣಿಗೆ ಅವರ ಈಚಿನ ಪುಸ್ತಕ 'ಸಾಹಿತ್ಯ ಕಥನ'ದಲ್ಲಿದೆ. ಇವೆರಡು ಪುಸ್ತಕಗಳ ನಡುವೆ ಬಂದ ಕನ್ನಡ ಕಾವ್ಯದ ವಿಸ್ತೃತ ಅಧ್ಯಯನ 'ಶಕ್ತಿ ಶಾರದೆಯ ಮೇಳ'ದ ಎರಡನೇ ಮುದ್ರಣದ ಮುನ್ನುಡಿಯಲ್ಲಿ 'ಅಳಿಸ ಲಾಗದ ಲಿಪಿಯನು ಬರೆಯಬಾರದು' ಎಂದು ಅವರು ಹಳಹಳಿಸಿದಾಗ ತಮ್ಮ ಹಳೆಯ ಮೆಥಡ್‌ಗಳಿಂದ ಪಾರಾಗುವ ತವಕವಿತ್ತು. ಅವರು ಡಯಲೆಕ್ಟಿಕಲ್ ಮಾರ್ಗದಿಂದ ಕಥನ ಮಾರ್ಗಕ್ಕೆ ಹಾರಿದ್ದು ಆ ಘಟ್ಟದಲ್ಲಿ. ಅವರು ಆಶಿಶ್ ನಂದಿಯವರಂತೆ ಭಾರತೀಯ ಸಮಾಜದ ಚಾರಿತ್ರಿಕ ಘಟ್ಟಗಳನ್ನು ಅರಿಯಲು ಮನಃಶಾಸ್ತ್ರೀಯವಾದದ ವೈಜ್ಞಾನಿಕ ಮಾರ್ಗ ಹಿಡಿಯದೆ ಕತೆಗಾರನ ಕಲ್ಪನಾವಿಲಾಸದ ಹಾದಿ ಹಿಡಿದದ್ದೂ ಆಗಲೇ.

ದೊಡ್ಡಬಳ್ಳಾಪುರದ ಹಿಂದುಳಿದ ನೇಕಾರ ಮನೆತನದಲ್ಲಿ ಹುಟ್ಟಿದ ಡಿ.ಆರ್. ನಾಗರಾಜ್ ಬೆಂಗಳೂರಿನಲ್ಲಿ ಬಿ.ಎ. ಓದುವಾಗಲೇ ದಲಿತ ಕವಿ ಸಿದ್ಧಲಿಂಗಯ್ಯನವರ ಜೊತೆಗೂಡಿ ಕಮ್ಯುನಿಸ್ಟ್ ಪಾರ್ಟಿ, ವಿಚಾರವಾದಿ ಸಂಘಟನೆಗಳು, ಕಾರ್ನರ್ ಮೀಟಿಂಗ್‌ಗಳಲ್ಲಿ ತಯಾ ರಾದವರು. ಜ್ಞಾನಭಾರತಿಯಲ್ಲಿ ಕನ್ನಡ ಎಂ.ಎ. ಹಾಗೂ ಆಧುನಿಕ ಕನ್ನಡ ಕಾವ್ಯ ಕುರಿತು ಪಿಎಚ್.ಡಿ. ಮಾಡಿದ ಡಿ.ಆರ್. ಬಂಡಾಯ ಸಾಹಿತ್ಯ ಸಂಘಟನೆಯ ಆರಂಭದಲ್ಲಿ 'ಖಡ್ಗವಾಗಲಿ ಕಾವ್ಯ; ಜನರ ನೋವಿಗೆ ಮಿಡಿವ ಪ್ರಾಣಮಿತ್ರ' ಎಂಬ ಘೋಷಣೆ ರೂಪಿಸಿ ಕೆಲ ವರ್ಷಗಳ ನಂತರ ಸಂಘಟನೆಗೆ ಕೈಕೊಟ್ಟರೆಂದು ಬಂಡಾಯ ಲೇಖಕರು ಹೇಳುತ್ತಾರೆ. ಹಾಗೆ ಡಿ.ಆರ್. ಹೊರಬರಲು ವ್ಯಕ್ತಿಗತ ತಿಕ್ಕಾಟಗಳ ಜೊತೆಗೇ ಬಂಡಾಯ ಮಾರ್ಗ ಕುರಿತ ಸುಸ್ತು ಕೂಡ ಕಾರಣವಾಗಿರಬಹುದು. ಶಿವರಾಮ ಕಾರಂತ ಪ್ರಶಸ್ತಿ, ವರ್ಧಮಾನ ಪ್ರಶಸ್ತಿಗಳನ್ನು ಪಡೆದಿರುವ ಡಿ.ಆರ್. ಅವರ ಒಂದು ಕಾಲು ಬೆಂಗಳೂರು ವಿಶ್ವವಿದ್ಯಾಲಯದ ಕನ್ನಡ ಅಧ್ಯಯನ ಕೇಂದ್ರದಲ್ಲಿದ್ದರೆ, ಇನ್ನೊಂದು ಕಾಲು ಅಮೆರಿಕಾದ ಷಿಕಾಗೋ ವಿಶ್ವವಿದ್ಯಾಲಯದಲ್ಲೋ, ದೆಹಲಿಯ 'ಸೆಂಟರ್ ಫಾರ್ ದಿ ಸ್ಟಡಿ ಆಫ್ ಡೆವಲಪಿಂಗ್ ಸೊಸೈಟೀಸ್'ನಲ್ಲೋ ಇರುತ್ತದೆ. ದಲಿತ ಚಳವಳಿ ಹಾಗೂ ದಲಿತ ಸಾಹಿತ್ಯ ಕುರಿತು ಇಂಗ್ಲಿಷಿನಲ್ಲಿ 'ದಿ ಫ್ಲೇಮಿಂಗ್ ಫೀಟ್' ಪುಸ್ತಕ ಬರೆದಿರುವ ಡಿ.ಆರ್. ಕಳೆದ ವಸಂತಋತುವಿನಲ್ಲಿ ಷಿಕಾಗೋ ವಿಶ್ವವಿದ್ಯಾಲಯದ ಪಿಎಚ್.ಡಿ. ವಿದ್ಯಾರ್ಥಿಗಳಿಗೆ ಭಾರತೀಯ ಸಾಹಿತ್ಯ ಕೃತಿಗಳನ್ನು ಕೇಂದ್ರವಾಗಿಟ್ಟುಕೊಂಡು ಜಾತಿಪದ್ಧತಿಯ ರಾಜಕಾರಣ

ಕುರಿತ ಕೋರ್ಸ್ ಕೊಟ್ಟರು. ಮುಂಬರುವ ವಸಂತ ಋತುಗಳಲ್ಲೂ ಈ ಕೋರ್ಸ್ ಮುಂದುವರಿಯಲಿದೆ.

ಡಿ.ಆರ್. ಅವರ ಅನೇಕ ಕೃತಿಗಳಲ್ಲಿ 'ಅಮೃತ ಮತ್ತು ಗರುಡ', 'ಶಕ್ತಿ ಶಾರದೆಯ ಮೇಳ' ಪುಸ್ತಕಗಳು ಚರ್ಚೆಯಾದಷ್ಟು ಅವರ 'ವಸಂತಸ್ಮೃತಿ' (ರೂಮಿ ಕಾವ್ಯಾನುವಾದ), 'ಉರ್ದು ಸಾಹಿತ್ಯ'(ಸಂಪಾದಿತ), ಅಕ್ಷರಚಿಂತನ ಮಾಲೆಗೆ ಅವರು ಬರೆದ 'ನಾಗಾರ್ಜುನ', ಈ ಚಿಂತನ ಮಾಲೆಗಾಗಿ ಅವರು ಸಂಪಾದಿಸಿದ ಹತ್ತಾರು ಕೃತಿಗಳು ಹಾಗೂ ಅವರ ಈಚಿನ ಮಹತ್ವದ ಪುಸ್ತಕ 'ಸಾಹಿತ್ಯ ಕಥನ' ಕೂಡ ಅಷ್ಟಾಗಿ ಚರ್ಚೆಯಾಗಿಲ್ಲ. ಈಚೆಗೆ ಡಿ.ಆರ್. ಬರವಣಿಗೆ ತೀರಾ ಸ್ಪೆಷಲೈಸ್ಡ್ ಆಗತೊಡಗಿರುವುದೂ ಇದಕ್ಕೆ ಒಂದು ಕಾರಣ. ಭಾರತೀಯ ಭೂತದ ಅವ್ಯಕ್ತ ಮುಖದ ಬಗೆಗಿನ ಅವರ ಉತ್ಸಾಹ 'ನಮ್ಮ ದೇಶದಲ್ಲಿ ಎಲ್ಲವೂ ಇತ್ತು' ಎಂಬ ನಾಸ್ಟಾಲ್ಜಿಕ್ ಹಳಹಳಿಕೆಯಂತೆ ಕೇಳತೊಡಗುವುದು ಹಾಗೂ ಈ ಬಗೆಯ ಆಲೋಚನೆಗಳು ತಕ್ಷಣಕ್ಕೆ ಅಷ್ಟು ಉಪಯುಕ್ತವಾಗದಿರುವುದು ಕೂಡ ಇದಕ್ಕೆ ಇನ್ನೊಂದು ಕಾರಣ.

ಅಧಿಕಾರಸ್ಥರ ಬಗೆಗೆ ಅನಂತಮೂರ್ತಿಯವರಂಥ ಬುದ್ಧಿಜೀವಿಗಳಿಗೆ ಇರುವ ವ್ಯಾಮೋಹವನ್ನು ಟೀಕಿಸುವ ಡಿ.ಆರ್. ಅವರಿಗೆ ಹೆಗಡೆ, ಪಟೇಲ್ ಮುಂತಾದ 'ಬುದ್ಧಿಜೀವಿ' ರಾಜಕಾರಣಿಗಳ ಬಗ್ಗೆ ಗುಪ್ತ ಆರಾಧನಾಭಾವ ಇರುವುದನ್ನು ಅಲ್ಲಗಳೆಯುವಂತಿಲ್ಲ. ನಿಷ್ಠುರವಾದ ಹಾಗೂ ಪ್ರಬುದ್ಧವಾದ ಸಾಹಿತ್ಯ ವಿಮರ್ಶೆ ಬರೆದಿರುವ ಡಿ.ಆರ್. ಕೆ.ಸಿ. ಶಿವಪ್ಪ ಎಂಬ 'ಕವಿ' ಹಾಗೂ ಜಿ.ಎಸ್. ಶಿವರುದ್ರಪ್ಪನವರ ಕಾವ್ಯ ಕುರಿತು ಬರೆಯುವಾಗ ಕೊಂಚ ಉತ್ಪ್ರೇಕ್ಷಿಸಲು ಹೋಗಿ ಎಡವಿ, 'ಸ್ವಲ್ಪ ನಾವೂ ಲಿಟರರಿ ಪ್ರಾಸ್ಟಿಟ್ಯೂಷನ್ ಮಾಡಿದೀವಿ ಬಿಡಿ ಗುರೂ' ಎಂದು ತಮಾಷೆ ಮಾಡಿಕೊಳ್ಳುವಷ್ಟು ಕಿಲಾಡಿತನ ತೋರಬಲ್ಲರು. ಈಚೆಗೆ ಅನಂತಮೂರ್ತಿಯವರ 'ಭವ' ಕಾದಂಬರಿಯನ್ನು ಅತ್ಯುತ್ಸಾಹದಿಂದ 'ಎಪಿಕ್ ಕಾದಂಬರಿ' ಎಂದು ಕರೆದು, ಅನಂತರ ಸ್ವತಃ ಕಾದಂಬರಿಕಾರರೇ 'ಇದೊಂದು ದುರ್ಬಲ ಕಾದಂಬರಿ' ಎಂದು ಹೇಳಿಕೊಂಡ ಮೇಲೆ, 'ಭವ'ದ ಬ್ಲರ್ಬ್ ಕುರಿತು ತಮ್ಮನ್ನೇ ತಾವು ಗೇಲಿ ಮಾಡಿಕೊಂಡು ನಗುತ್ತಾ, ತಮ್ಮ ಹಳೆಯ ನಿಲುವನ್ನು ತೇಲಿಸಿಬಿಡಬಲ್ಲರು.

ತಮ್ಮ ಜ್ಞಾನ ಹಾಗೂ ಧೂರ್ತತೆಗಳೆರಡರ ಬಗೆಗೂ ಸಮಾನವಾಗಿ ಹೆಮ್ಮೆಪಡಬಲ್ಲ ಡಿ.ಆರ್. ತಮ್ಮ ಸುತ್ತ ಮೆಚ್ಚುವವರಿದ್ದರೆ ಗಂಟೆಗಟ್ಟಲೆ

clowning ಮಾಡಬಲ್ಲರು. ಎಂದೋ ಗುಂಡುಪಾರ್ಟಿಗಳಲ್ಲಿ ತಾವು ತಮ್ಮ ಎದುರಾಳಿಗಳನ್ನು ಸದೆಬಡಿದ ರೀತಿಯನ್ನು ಅರೆಸತ್ಯ-ಅರೆಕಲ್ಪನೆ ಬೆರೆಸಿ ವರ್ಣಿಸಿ, ಅದೇ ಬಾಯಲ್ಲಿ ಯಾವುದೋ ತಾತ್ವಿಕ ಪರಿಕಲ್ಪನೆಯ ಬಗೆಗೂ ಗಂಭೀರ ಭಾಷಣ ಕೊಡಬಲ್ಲರು. ಇದೇ ಡಿ.ಆರ್. ತಮ್ಮ ಲೇಟೆಸ್ಟ್ ಬುದ್ಧಿಜೀವಿ ಸ್ಥಾನಮಾನಗಳು ಹಾಗೂ ಮಹತ್ವದ ಬಗೆಗೆ ಮತ್ತೆ ಮತ್ತೆ ಟ್ರಂಪೆಟ್ ಬಾರಿಸಿ ತಮ್ಮ ಆತ್ಮೀಯರಲ್ಲಿ ಅಪಾರ ಕಸಿವಿಸಿ ಹುಟ್ಟಿಸಬಲ್ಲರು. ಇದು ಕೇಳುವವರಲ್ಲಿ ಕೀಳರಿಮೆ ಹುಟ್ಟಿಸುವ ಪ್ರಯತ್ನ ದಂತೆ ಕಂಡರೆ ಅಂಥ ಅಚ್ಚರಿಯಲ್ಲ. ಏರುದನಿ ಹಾಗೂ ಪಾಂಡಿತ್ಯವನ್ನು ಒಂದು ಆಯುಧವನ್ನಾಗಿ ಝಳಪಿಸಬಲ್ಲ ಡಿ.ಆರ್. ಪಾಂಡಿತ್ಯಪೂರ್ಣ ವಾದ ಹಾಗೂ ವಿತಂಡವಾದಗಳೆರಡರಲ್ಲೂ ಪ್ರವೀಣರೆನ್ನುವುದು ಅವರನ್ನು ಬಲ್ಲವರಿಗೆಲ್ಲ ಗೊತ್ತು. ಮೇಲುನೋಟಕ್ಕೆ ಶುದ್ಧ ಪುಸ್ತಕದ ಹುಳುವಿನಂತೆ ಕಂಡರೂ ಮೂಲತಃ ತಮ್ಮ ಮಿತ್ರ ಕಾಳೇಗೌಡ ನಾಗವಾರರಂತೆ ಸ್ತ್ರೀಚೈತನ್ಯವಾದಿಯಾದ ಡಿ.ಆರ್. ಅವರ ಈ ಮುಖದ ಬಗ್ಗೆ ಅವರ ಮನೆಯವರು ಹಲವು ರಂಜಕ ಕತೆಗಳನ್ನು ಹೇಳುತ್ತಾರೆ.

ಅತಿಯಾದ ಹಾರಾಟಗಳಿಂದ ತಮ್ಮ ಆರೋಗ್ಯಕ್ಕೇ ಆಪತ್ತು ತಂದು ಕೊಂಡ ಡಿ.ಆರ್. ತಮ್ಮ ದೈಹಿಕ ಆರೋಗ್ಯಕ್ಕೆ ಅತ್ಯಗತ್ಯವಾದ ವಾಕಿಂಗ್ ಹಾಗೂ ವ್ಯಾಯಾಮಗಳನ್ನು ಕೂಡ ಮನಸ್ಸಿನಲ್ಲೇ ಮಾಡಿಬಿಡಬಲ್ಲಷ್ಟು ಉಡಾಫೆ ವ್ಯಕ್ತಿ. ಹಲವರಲ್ಲಿ ಅತೀವ ಅಸಹನೆ, ಕೆಲವರಲ್ಲಿ ವಿಶೇಷ ಪ್ರೀತಿ ಹುಟ್ಟಿಸಿರುವ ಡಿ.ಆರ್., ಅಂಬೇಡ್ಕರ್‌ರಿಂದ ಕಾನ್ಷೀರಾಂವರೆಗೆ; ಮಾಧ್ವ ಸಿದ್ಧಾಂತದಿಂದ ಡೆರೀಡಾವರೆಗೆ ನಿರರ್ಗಳವಾಗಿ ಮಾತಾಡಬಲ್ಲ ವಿಶಿಷ್ಟ ಬುದ್ಧಿಜೀವಿ. ತಮ್ಮ ನಲವತ್ತಮೂರನೆಯ ವಯಸ್ಸಿಗೆ ದೇಶ ವಿದೇಶಗಳ ಸೆಮಿನಾರ್ ಹಕ್ಕಿಯಾಗಿ ಪ್ರಪಂಚ ಸುತ್ತುವ ಸಂಸ್ಕೃತಿ ಕಥನಕಾರ ಡಿ.ಆರ್. ನಾಗರಾಜ್ ಅವರ ಕಾಲುಗಳು ಸದಾ ಕನ್ನಡ ನೆಲದಲ್ಲಿರಲಿ; 'ಅವರ ತಲೆ ಅವರ ಭುಜದ ಮೇಲೇ ಇರಲಿ'.

(೨೩ ಜುಲೈ ೧೯೯೭, ಲಂಕೇಶ್‌ಪತ್ರಿಕೆ)

* * *

ಬರವಣಿಗೆ ಎಂಬ ಮಾಧ್ಯಮಕ್ಕೆ ಇರುವ ವಿಚಿತ್ರ ಸ್ವಾಯತ್ತತೆ ಹಾಗೂ ಸ್ವಾತಂತ್ರ್ಯ ಎಂಥದು ಎಂಬ ಸತ್ಯ ಇಂಥ ಸಂದರ್ಭಗಳಲ್ಲಿ ಮತ್ತೆ ಮತ್ತೆ ಹೊಳೆ ಯುತ್ತಿರುತ್ತದೆ. ಅದನ್ನು ನಾನು ಕಂಡುಕೊಂಡಿರುವುದು ಹೀಗೆ: ಅನೇಕ ಸಲ ನಾವು ಮೆಚ್ಚುವ, ತೆಗಳುವ, ವಿಶ್ಲೇಷಿಸುವ ಸುಪ್ತ ಉದ್ದೇಶದಿಂದ ಹೊರಟಿದ್ದರೂ

ಒಂದು ವ್ಯಕ್ತಿ ಚಿತ್ರ; ಒಂದು ವಿವಾದ / ೧೫೫

ಬರವಣಿಗೆಗೆ ತೊಡಗಿದ ತೀವ್ರ ಕ್ಷಣಗಳಲ್ಲಿ ಅದು ತನ್ನದೇ ದಿಕ್ಕನ್ನು ನಿರ್ಮಿಸಿಕೊಂಡುಬಿಟ್ಟಿರುತ್ತದೆ. ಈಗ ಡಿ.ಆರ್. ಬಗ್ಗೆ ಬರೆದ ವ್ಯಕ್ತಿಚಿತ್ರವನ್ನು ಓದುತ್ತಿದ್ದರೆ ಹಾಗೆನ್ನಿಸುತ್ತದೆ. ನನಗೆ ಪ್ರಿಯರಾದವರನ್ನು ಎಲ್ಲಿ ಅತಿಯಾಗಿ ಹೊಗಳಿ ಸುಳ್ಳಾಗಿಬಿಡುತ್ತೇನೋ ಎಂಬ ಅಸ್ಪಷ್ಟ ತಲ್ಲಣವೂ ಈ ಬರಹದ ಹಿಂದೆ ಕೆಲಸ ಮಾಡಿರುವಂತಿದೆ. ಡಿ.ಆರ್. ಕುರಿತ ಈ ವಿಮರ್ಶಾತ್ಮಕ ವ್ಯಕ್ತಿಚಿತ್ರ ಪ್ರಕಟವಾದ ತಕ್ಷಣ, ಪ್ರಾಯಶಃ ಲಂಕೇಶರಿಗೆ ಖುಷಿಯಾಗಿರಬಹುದೆನ್ನಿಸಿತ್ತು. ಡಿ.ಆರ್. ಕೂಡ ಅದರ ನಿಷ್ಠುರ ಧ್ವನಿಯನ್ನು ಮೆಚ್ಚಿರಬಹುದೆಂದುಕೊಂಡಿದ್ದೆ. ಆದರೆ, ಆ ವಾರ 'ಪತ್ರಿಕೆ'ಯ ಆಫೀಸಿಗೆ ಅಡಿಯಿಟ್ಟ ಕೂಡಲೆ, 'ನಟರಾಜಾ, ಯೂ ಆರ್ ಇನ್ ಟ್ರಬಲ್! ಅಲ್ಲಯ್ಯ ಅಷ್ಟು ಕಟುವಾಗಿ ಬರೆದರೆ!' ಎಂದು ಲಂಕೇಶ್ ಮುಂದೆ ಆಗಲಿರುವುದನ್ನು ಊಹಿಸಿದಂತೆ ನಕ್ಕರು. ಕಟುವಾಗಿ ಬರೆಯುವುದನ್ನು ತನ್ನಿಂದ ಈ ಹುಡುಗ ಕಲಿತಿದ್ದಾನೆ ಎಂಬ ಸಂತಸ ಕೂಡ ಆ ನಗೆಯಲ್ಲಿತ್ತೇನೋ! ನಾಲ್ಕೈದು ದಿನ ಡಿ.ಆರ್. ಸುಮ್ಮನಿದ್ದಂತಿತ್ತು. ಆದರೆ ಲಂಕೇಶರು ಊಹಿಸಿದಂತೆಯೇ ಡಿ.ಆರ್. ಬರೆದ ಮೂರು ಪುಟಗಳ ತೀಕ್ಷ್ಣ ಪ್ರತಿಕ್ರಿಯೆ ಹೊತ್ತು ಮಿತ್ರ ಸಿ. ವೆಂಕಟೇಶ್ ಲಂಕೇಶರ ಕಛೇರಿಗೆ ಬಂದರು. ಲಂಕೇಶ್ ಅದನ್ನು ವೆಂಕಟೇಶ್ ಮೂಲಕ ಸೀದಾ ನಮ್ಮ ಮನೆಗೆ ಕಳಿಸಿಕೊಟ್ಟರು.

ಅಷ್ಟು ದಿನ ಸುಮ್ಮನಿದ್ದ ಡಿ.ಆರ್. ತಮ್ಮ 'ಮಿತ್ರ'ರಿಬ್ಬರು ತುಂಬಾ 'ನೊಂದು' ಕೊಂಡು ಈ ವ್ಯಕ್ತಿಚಿತ್ರವನ್ನು ಮತ್ತೆ ಮತ್ತೆ ಚರ್ಚಿಸಿದ ಮೇಲೆ ಇದನ್ನು ಬರೆದಿರಬಹುದೆಂದು ಈ ಇಬ್ಬರ ಚರ್ಚೆಯನ್ನು ಗಮನಿಸಿದ ಇಬ್ಬರು ಗೆಳೆಯರು ಹೇಳಿದರು. ಅದು ನಿಜವಿರಬಹುದೆಂದು ನಾನೂ ಅಂದುಕೊಂಡೆ. ಅದು ನಿಜವೋ ಸುಳ್ಳೋ ಎಂದು ಡಿ.ಆರ್. ಅವರನ್ನು ಕೇಳುವ ಪ್ರಸಂಗವೇ ಬರಲಿಲ್ಲ. ಮುಂದೆ ಡಿ.ಆರ್. ಕೂಡ ನನ್ನೊಡನೆ ಈ ಬರಹದ ವಿಷಯ ಎತ್ತಲಿಲ್ಲ. ಆದರೆ ಈ 'ಮಿತ್ರ'ರಲ್ಲಿ ಒಬ್ಬರು ಅದಕ್ಕಿಂತ ಒಂದೆರಡು ವರ್ಷಗಳ ಕೆಳಗಷ್ಟೇ ಮೇಲಿನ ಬರಹದಲ್ಲಿ ಡಿ.ಆರ್. ಕುರಿತು ಬಂದಿರುವ ಅಭಿಪ್ರಾಯಗಳಿಗಿಂತ ಕಟುವಾದ ಅನಿಸಿಕೆಗಳನ್ನು ನನ್ನ ಜೊತೆ ಹಂಚಿಕೊಂಡು ಸಂತಸಪಟ್ಟಿದ್ದರು ಎಂಬುದನ್ನು ನೆನೆದಾಗ ಆ 'ವಿದ್ವಾಂಸ' ಮಿತ್ರರ ಹಿಪೋಕ್ರೆಸಿಯ ಬಗ್ಗೆ ಅಸಹ್ಯ ಹುಟ್ಟುತ್ತದೆ. ಮತ್ತೊಬ್ಬ 'ಮಿತ್ರ'ರಂತೂ ನಿರಂತರವಾಗಿ ಡಿ.ಆರ್. ಅವರ ಚಾರಿತ್ರ್ಯವಧೆ ಮಾಡಿದವರು. ಅವತ್ತು ಡಿ.ಆರ್. ಅವರ ಈ ಇಬ್ಬರು ಹಿತಶತ್ರುಗಳಿಗೂ ಹಟಾತ್ತನೆ ಡಿ.ಆರ್. ಬಗ್ಗೆ 'ಪ್ರೀತಿ' ಹುಟ್ಟಿದ್ದರ ಕಾರಣ ಮಾತ್ರ ನಿಗೂಢವಾಗೇ ಉಳಿದಿದೆ! ಒಂದು ಬೌದ್ಧಿಕ ಸಂಬಂಧದ ಏರುಪೇರಿಗೆ ಕಾರಣವಾಗುವ ಅದೃಶ್ಯ ಶಕ್ತಿಗಳ ಆಟ ಹೇಗಿರುತ್ತದೆ ಎಂಬ ಅಚ್ಚರಿಯಿಂದ ಮಾತ್ರ ಈ ಅಂಶಗಳನ್ನು ಇಲ್ಲಿ ಹೇಳಿರುವೆ.

ಅದೇನೇ ಇದ್ದರೂ, ಆ ಎರಡು ವಾರ 'ಲಂಕೇಶ್‌ಪತ್ರಿಕೆ'ಯಲ್ಲಿ ಈ ವ್ಯಕ್ತಿ ಚಿತ್ರ, ಆ ನಂತರ ಡಿ.ಆರ್., ಲಂಕೇಶ್ ಹಾಗೂ ನನ್ನ ಪ್ರತಿಕ್ರಿಯೆಗಳೆಲ್ಲ ಸೇರಿ ಕುತೂಹಲಕರ ಸಾಹಿತ್ಯಕ ವಿವಾದವೊಂದು ಸೃಷ್ಟಿಯಾದಂತೆ ಕಾಣುತ್ತದೆ. ಅವನ್ನೆಲ್ಲ ಮುಂದೆ ಕೊಟ್ಟಿರುವೆ:

ಮೊದಲಿಗೆ, 'ಬರೆವ ಬದುಕು' ಅಂಕಣದಲ್ಲಿ ನಾನು ಬರೆದ ವ್ಯಕ್ತಿಚಿತ್ರಕ್ಕೆ ಪ್ರತಿಕ್ರಿಯೆಯಾಗಿ ಡಿ.ಆರ್. ಸ್ಫೋಟ:

'ಉಡಾಫೆಯ ಅನ್ನಿಸಿಕೆ'

ಪ್ರೀತಿಯ ಪಿ.ಎಲ್. ಅವರಿಗೆ ನಮಸ್ಕಾರಗಳು.

ಕಳೆದ ವಾರದ 'ಪತ್ರಿಕೆ'ಯ 'ಬರೆವ ಬದುಕು' ಅಂಕಣದಲ್ಲಿ ಬಂದಿರುವ ನನ್ನ ಬಗೆಗಿನ ಬರಹವನ್ನು ಕುರಿತು ಈ ಪ್ರತಿಕ್ರಿಯೆ.

ಸಾಹಿತ್ಯಲೋಕದ ಅನೇಕರಲ್ಲಿ ಅತೀವ ಅಸಹನೆ ಹುಟ್ಟಿಸಿದ್ದೇನೆ ಎಂದು ಗೆಳೆಯ ನಟರಾಜ್ ಹೇಳಿದ್ದಾರೆ. ಬೇರೆಯವರಲ್ಲಿ ನಾನು ಎಬ್ಬಿಸಿರುವ ಅಸಹನೆಯ ಮಾತು ಹಾಗಿರಲಿ, ಕಳೆದ ಹತ್ತು ವರ್ಷ ಗಳಿಂದ ನನ್ನ ಮನೆಯ ಭಾಗವೇ ಆಗಿಹೋಗಿರುವ ನಟರಾಜ್ ರಲ್ಲಿಯೇ ನನ್ನ ಬಗ್ಗೆ ಈ ಮಟ್ಟದ ಅಸಹನೆ, ತಿರಸ್ಕಾರ ಸೃಷ್ಟಿಸಿದ್ದೇನೆ ಎಂದು ನನ್ನಲ್ಲಿ ವಿಷಾದ ಹುಟ್ಟಿದೆ. ಈ ರೀತಿಯ ಆತ್ಮೀಯ ಒಡನಾಟಕ್ಕಿರುವ ಕೆಲ ಅಪ್ರಕಟಿತ ನೈತಿಕ ನಿಯಮಗಳನ್ನು ಉಲ್ಲಂಘಿಸಿ, ನನ್ನ ಬಗ್ಗೆ ಬರೆಯುವಾಗ ನನ್ನ ಮನೆಯವರ ಹೆಸರನ್ನು ಪ್ರಸ್ತಾಪಿಸಿ ದ್ದಾರೆ. ಗಂಡಂದಿರ ಬಗ್ಗೆ ಬರೆವಾಗ ಹೆಂಡತಿಯರ ಪ್ರಸ್ತಾಪ ಅನೈತಿಕ. ಈ ರೀತಿಯ ಆತಂಕಕಾರೀ ಸಂಗತಿಗಳನ್ನು ಬಿಟ್ಟು, ನಟರಾಜ್‌ರ ಬರಹದಲ್ಲಿ ವಸ್ತುನಿಷ್ಠ ಚರ್ಚೆ ಸಾಧ್ಯವಾಗಬಹುದಾದ ಕೆಲ ವಿಚಾರಗಳ ಬಗ್ಗೆ ನನ್ನ ಸಂಕ್ಷಿಪ್ತ ಪ್ರತಿಕ್ರಿಯೆಯನ್ನು ಇಲ್ಲಿ ದಾಖಲಿಸಿದ್ದೇನೆ.

ಗೆಳೆಯ ನಟರಾಜ್ ಬಹುಶಃ ನನ್ನಿಂದ ಬೇರೆ ಏನನ್ನು ಕಲಿಯ ದಿದ್ದರೂ, ಉಡಾಫೆಯನ್ನಂತೂ ಸಮೃದ್ಧವಾಗಿ ಕಲಿತಿದ್ದಾರೆ. ಸಾಹಿತ್ಯ ಚಿಂತನೆಯಲ್ಲಿ ಉಡಾಫೆ ಎಂದರೆ ಕೃತಿಸಮೂಹವನ್ನು ಎಚ್ಚರಿಕೆಯಿಂದ ಓದದೆ, ಲೋಕಾಭಿರಾಮವಾಗಿ ಜಾಡಿಸುವುದು. ಸಾಹಿತ್ಯಕ–ಪತ್ರಿಕೋದ್ಯಮಕ್ಕೆ ಈ ಅಪಾಯ ಜನ್ಮಜಾತವಾಗಿಯೇ ಕಾಡುತ್ತದೆ ಎಂಬ ಸಂಗತಿಯನ್ನು ನಟರಾಜ್ ಬಳಿ ಮೂರು ವರ್ಷಗಳ ಹಿಂದೆ ದೀರ್ಘವಾಗಿ ಚರ್ಚಿಸಿದ ನೆನಪಿದೆ. ಆದರೆ, ನಟರಾಜ್‌ರ ಸಾಹಿತ್ಯಕ–ಪತ್ರಿಕೋದ್ಯಮದಲ್ಲಿ ಈ ಗುಣವೇ ಹೆಚ್ಚುಹೆಚ್ಚಾಗಿ ಕಾಣುತ್ತಿರುವುದು ನನಗೆ ಕಸಿವಿಸಿ ಉಂಟು

ಮಾಡಿದೆ. ಉದಾಹರಣೆಗೆ, ಕೆಲ ವಾರಗಳ ಹಿಂದೆ ಗೆಳೆಯ ಅಗ್ರಹಾರ ಕೃಷ್ಣಮೂರ್ತಿಯವರ ಬಗ್ಗೆ ಬರೆದ ಬರಹವೂ ಇದೇ ರೀತಿಯ ಕೆಟ್ಟ ಅಭಿರುಚಿಯಿಂದ ತುಂಬಿಹೋಗಿತ್ತು. ಪ್ರತಿ ವಾಕ್ಯದಲ್ಲೂ ಒಬ್ಬನನ್ನು ಈತ ಬರಹಗಾರನೇ ಅಲ್ಲ ಎಂದು ತೀಡುವುದಾದರೆ, ಆ ವ್ಯಕ್ತಿಯ ಬಗ್ಗೆ ಬರೆಯಬೇಕಾದ ಅಗತ್ಯವಾದರೂ ಏನಿದೆ? ಅದರಲ್ಲೂ ಇನ್ನೊಬ್ಬರ ಆರೋಗ್ಯ, ದೇಹಸ್ಥಿತಿಯ ಬಗೆಗೆ ರೂಕ್ಷವಾಗಿ ಬರೆದದ್ದು ನನಗೆ ಆಘಾತ ಉಂಟುಮಾಡಿತು.

೧. ಪಾಂಡಿತ್ಯಪೂರ್ಣ ವಾದ ಮತ್ತು ವಿತಂಡವಾದಗಳೆರಡರಲ್ಲೂ ನಾನು ಪ್ರವೀಣನೆಂದು ಕೊಂಕಿನಿಂದ ಬರೆದಿದ್ದಾರೆ. (ಕೊಂಕಿಲ್ಲದ ಒಂದು ವಾಕ್ಯವೂ ಈ ಬರಹದಲ್ಲಿಲ್ಲ ಎಂಬ ಮಾತು ಬೇರೆ.) ನನ್ನ ಬರವಣಿಗೆಯಲ್ಲಿ ವಿತಂಡವಾದ ಬಂದಿರುವ ಜಾಗ, ಕ್ರಮಗಳನ್ನು ತಿಳಿದುಕೊಳ್ಳಲು ನನಗೇ ಕುತೂಹಲವಿದೆ. ಧಿಮಾಕಿನ ಅಲ್ಪವಿದ್ಯಾವಂತರು, ಬೋಗಸ್ ಪ್ರಗತಿಪರ ಗುಗ್ಗೂಗಳು, ಜಡಪಂಡಿತರು, ಉಡಾಫೆ ವಿಮರ್ಶಕರ ವಿರುದ್ಧ ನಾನು ಹರಿಹಾಯ್ದಿದ್ದೇನೆ, ನಿಜ. ಆ ರೀತಿಯ ಕ್ಷಣಗಳಲ್ಲಿ ಸುಮಂಗಲಿಯರ ಅರಿಶಿನ–ಕುಂಕುಮದ ಸಭೆಯ ರೀತಿರಿವಾಜು ಬಿಟ್ಟು ಹರಿಹಾಯುತ್ತೇನೆ ಎಂಬುದೂ ನಿಜ. 'ಲಂಕೇಶ್‌ಪತ್ರಿಕೆ'ಯ ಬರಹಗಳೂ ಸೇರಿದಂತೆ ನನ್ನ ಬೌದ್ಧಿಕ, ಪತ್ರಕರ್ತೀಯ ಬರವಣಿಗೆಯ ಸಾವಿರಾರು ಪುಟಗಳಲ್ಲಿ ಯಾವುದನ್ನು 'ವಿತಂಡವಾದ' ಎಂದು ನಟರಾಜ್ ಕರೆಯುತ್ತಾರೋ ನೋಡಬೇಕು. ನಾನು ಬೌದ್ಧಿಕ ಕ್ಷೇತ್ರದಲ್ಲಿ ಖಾಚಿತ್ಯಕ್ಕೆ, ಕರಾರುವಾಕ್ಕಾದ ಪಾಂಡಿತ್ಯಕ್ಕೆ, ಬೌದ್ಧಿಕ ಪಾರದರ್ಶಕತೆಗೆ ಪ್ರಾಮುಖ್ಯತೆ ನೀಡುತ್ತ ಬಂದಿದ್ದೇನೆ. ಇಲ್ಲ, ಬರವಣಿಗೆಯಲ್ಲಿ ಡಿ.ಆರ್. ಹಾಗೆ ಮಾಡುವುದಿಲ್ಲ, ಖಾಸಗಿ ಮಾತುಕತೆಯಲ್ಲಿ ಹಾಗೆ ಮಾಡುತ್ತಾರೆ ಎಂದು ನನ್ನನ್ನು 'ಬಲ್ಲ' ಅವರು ಉತ್ತರ ಕೊಟ್ಟರೆ ನಾನು ನಿಸ್ಸಹಾಯಕ.

೨. 'ಅಕ್ಷರ ಚಿಂತನ'ದ ನನ್ನ ವೈಚಾರಿಕತೆ ಭಾರತೀಯ ಭೂತದ ಅವ್ಯಕ್ತಮುಖದ ಬಗೆಗೆ ಉತ್ಸಾಹವನ್ನು, 'ನಮ್ಮ ದೇಶದಲ್ಲಿ ಎಲ್ಲವೂ ಇತ್ತು' ಎಂಬ ಹಳಹಳಿಕೆಯನ್ನು ಪ್ರಕಟಿಸುತ್ತದೆ ಎಂದು ಬರೆದಿದ್ದಾರೆ. ಉಡಾಫೆಯ ಪರಮಾವಧಿ ಇದು! ದಯವಿಟ್ಟು, 'ಅಕ್ಷರ ಚಿಂತನ'ದ ಯಾವ ನನ್ನ ಬರಹಗಳಲ್ಲಿ ಇವು ಕಂಡುಬಂದಿವೆ ಎನ್ನುವುದನ್ನು ಅವರು ವಿವರಿಸಬೇಕು; ನಿರ್ದಿಷ್ಟವಾಗಿ ಚರ್ಚಿಸಬೇಕು. ನನ್ನ ಈ ವೈಚಾರಿಕ ಪ್ರಯತ್ನ ಅನೇಕ ಉಗ್ರ ಪ್ರಗತಿಪರರಿಗೆ, ಯಾವುದನ್ನೂ ಓದದ,

ಚಿಂತಿಸದ ಕ್ರಾಂತಿಕಾರಿಗಳಿಗೆ ಹಾಗೆ ಕಂಡಿರುವುದು ನಿಜ. ಈಗ ನಟರಾಜರೂ ಆ ಗುಂಪಿಗೆ ಸೇರಿದ್ದಾರೆ ಎಂದಾದರೆ ನಾನು ಮೌನಿ. ಬೌದ್ಧಿಕ ನಿರ್ವಸಾಹತೀಕರಣದ ಆಶಯವೇ ನನ್ನ ಆ ರೀತಿಯ ಬರಹಗಳನ್ನು ರೂಪಿಸಿದೆ. ಇದು ತಿಳಿಯದಷ್ಟು ದಡ್ಡರಲ್ಲ ನಟರಾಜ್.

೩. ನನ್ನಲ್ಲಿ ವೈಯಕ್ತಿಕ ತುರ್ತು ಹಾಗೂ ಇಂಟಲೆಕ್ಚುಯಲ್ ಸಫರಿಂಗ್ ಇಲ್ಲ, ಬದಲಿಗೆ ಬೌದ್ಧಿಕ ಜಿಗಿತಗಳಿವೆ ಎಂದು ನಟರಾಜ್ ಬರೆದಿದ್ದಾರೆ. ನಾನು ಖಂಡಿತವಾಗಿಯೂ ಜಾಗತಿಕ ಮಟ್ಟದ ಬುದ್ಧಿಜೀವಿ ಅಲ್ಲ. ನಾನು ಶುದ್ಧ ಕನ್ನಡ–ಭಾರತೀಯ ಜೀವಿ. ಇಷ್ಟಾಗಿಯೂ, ತೌಲನಿಕವಾಗಿ ಅವರು ಯಾರನ್ನು ಗಮನದಲ್ಲಿಟ್ಟುಕೊಂಡು ಈ ಮಾತು ಹೇಳಿದ್ದಾರೊ? ಆ ಬಗ್ಗೆ ಕುತೂಹಲವಿದೆ. 'ಸೃಜನಶೀಲ' ಸಾಹಿತಿಗಳ ಮಾತು ಬೇರೆ. ಆದರೆ, ಈ ರೀತಿಯ ಪಟ್ಟಿಗೆ ಸೇರಬಹುದಾದ ರಸೆಲ್, ಸಾರ್ತ್ರ್, ಫ್ಯೂಕೋ, ಡೆರಿಡಾ, ಗಾಯತ್ರಿ ಸ್ಪಿವಾಕ್, ಹೋಮಿಬಾಬಾ, ಆಶಿಶ್ ನಂದಿ, ಇವಾನ್ ಇಲ್ಲಿಚ್, ವಿಟ್‌ಗನ್‌ಸ್ಟೀನ್ ಬಗೆಗೂ ಇದೇ ಥರದ ಮಾತುಗಳು ಬಂದಿವೆ. ನಾನು ಖಂಡಿತ ಅವರ ಸಾಲಲ್ಲಿ ಇಲ್ಲದಿದ್ದರೂ, ಈ ರೀತಿಯ ಬೌದ್ಧಿಕ ವಾದವಿವಾದಗಳ, ಚಿಂತಕರ ಜೀವನಚರಿತ್ರೆಗಳ ವಿಶೇಷ ವಿದ್ಯಾರ್ಥಿ ನಾನು. ದೊಡ್ಡಮಟ್ಟದ ಬೌದ್ಧಿಕ ಜಿಗಿತಗಳೂ ತೀರಾ ಸಂಕೀರ್ಣವಾದ ವೈಯಕ್ತಿಕ ತುರ್ತಿನಿಂದಲೇ ಬರುವಂಥವು. ನನ್ನ ತಾತ್ವಿಕ ಆಸಕ್ತಿಗಳು ಬದಲಾದ ಪ್ರಕ್ರಿಯೆಗಳ ಬಗೆಗೆ ಬೇರೆ ಎಲ್ಲಾದರೂ ದೀರ್ಘವಾಗಿ ಬರೆಯುವ ಆಸೆ ಇದೆ.

೪. ಅವೈದಿಕ ಸಾಂಸ್ಕೃತಿಕ ಶಕ್ತಿ ಹಾಗೂ ಅಧಿಕಾರದ ಬಗೆಗಿನ ಚಿಂತನೆಗೆ ತಕ್ಷಣದ ಉಪಯುಕ್ತತೆ ಇರುವಂತಿಲ್ಲ ಎಂದು ನಟರಾಜ್ ತೀರ್ಪು ಕೊಟ್ಟಿದ್ದಾರೆ. ಒಂದೆರಡು ವಾಕ್ಯಗಳಲ್ಲಿ ನನ್ನ ನಿಲುವನ್ನು ಮುಂದೆ ಸಂಕ್ಷಿಪ್ತೀಕರಿಸಲು ಪ್ರಯತ್ನಿಸುತ್ತೇನೆ.

೫. ಇದು ಜಾತಿಪದ್ಧತಿ ಮತ್ತು ಆಧುನೀಕರಣ, ಬಂಡವಾಳಶಾಹಿಗಳ ನಡುವಣ ಸಂಬಂಧದ ಒಂದು ನಿರ್ದಿಷ್ಟ ಆಯಾಮದ ಪ್ರಶ್ನೆ. ಆಧುನೀಕರಣದ ಪ್ರಕ್ರಿಯೆ ಕುಲೀನ ಜಾತಿಗಳಿಗೆ ಸಿಂಹಪಾಲನ್ನು, ಕೆಳಜಾತಿಗಳಿಗೆ ಸಾಂಕೇತಿಕ ಮಹತ್ವ ಇರುವ ಲಾಭಗಳನ್ನು ಮಾತ್ರ ನೀಡಿದೆ. ಹೀಗಾಗಿ, ಜಾಗತೀಕರಣವೂ ಸೇರಿದಂತೆ ಬಂಡವಾಳಿಗ–ಆಧುನೀಕರಣ ಕೆಳಜಾತಿಗಳಿಗೆ ಅಂತಿಮವಾಗಿ ಮಾರಕ. ಸಾಂಪ್ರದಾಯಿಕ ಸಮಾಜಗಳ ದಟ್ಟ ಅವಮಾನ, ಶೋಷಣೆಗಳು ಮತ್ತು ಮಾಯಾವಿ

ಆಧುನೀಕರಣಗಳ ಜಂಟಿ ಶತ್ರುಗಳ ವಿರುದ್ಧ ಒಟ್ಟಿಗೇ ಕೆಳಜಾತಿಗಳು ಹೋರಾಡಬೇಕಾಗಿದೆ. ಜತೆಗೆ, ಒಟ್ಟು ನಾಗರಿಕತೆಯಾಗಿ ಭಾರತಕ್ಕೆ ಈ ಆಧುನೀಕರಣ ಪ್ರಕ್ರಿಯೆಗಳು ದೊಡ್ಡ ಬಿಕ್ಕಟ್ಟನ್ನು ಸೃಷ್ಟಿಸುತ್ತಿವೆ. ಇಂಥ ವಿಷಮ ಸನ್ನಿವೇಶದಲ್ಲಿ ಭಾರತೀಯ ಸಂಸ್ಕೃತಿಯಲ್ಲಿನ ಅವೈದಿಕ ಧಾರೆಗಳು ಪ್ರಬಲಗೊಂಡು ನವಹಿಂಸಾರೂಪಗಳಿಗೆ ದೊಡ್ಡ ಸವಾಲಾಗ ಬೇಕು ಎನ್ನುವುದು ನನ್ನ ತಿಳಿವಳಿಕೆ. ಈ ನನ್ನ ವಾದದ ಮೂಲ ತಿರುಳು ಗಾಂಧಿ, ಅಂಬೇಡ್ಕರ್ ಮತ್ತು ಲೋಹಿಯಾರ ಸಂಶ್ಲೇಷಣೆಯಿಂದ ಬಂದದ್ದು. ಈ ಸಮಸ್ಯೆಗೆ ತಕ್ಷಣದ ಪ್ರಸ್ತುತತೆ ಇಲ್ಲ ಎಂದರೆ ನಾನೇನೂ ಹೇಳಲಾರೆ. ಇತಿಹಾಸ ಆ ಬಗೆಗೆ ತೀರ್ಮಾನಿಸುತ್ತದೆ.

೬. ಈಚಿನ ನನ್ನ ಬರವಣಿಗೆ ಸ್ಪೆಷಲೈಸ್ಡ್ ಆಗತೊಡಗಿದೆ ಎಂದು ನಟರಾಜ್ ಸತ್ಯ ಹೇಳಿದ್ದಾರೆ. ಆದರೆ ನಟರಾಜ್ ಅಂಥವರಿಗೆ ಇದು ದೋಷದಂತೆ ಕಂಡಿದೆಯೆ? ಬೌದ್ಧಿಕ ವಿಶೇಷೀಕರಣವನ್ನು ಅಷ್ಟಾಗಿ ಇಷ್ಟಪಡದ ನಿಮ್ಮನ್ನು ಮೆಚ್ಚಿಸುವ ಪ್ರಯತ್ನ ಈ ಮಟ್ಟಕ್ಕೆ ಇಳಿಯ ಕೂಡದು.

ಕಡೆಯದಾಗಿ, ಇಡೀ ಬರಹದಲ್ಲಿನ ಗಾಂಭೀರ್ಯದ ಗೈರುಹಾಜರಿ, ಸಿನಿಕತೆ ನನಗೆ ಅಪಾರ ಮುಜುಗರ ಉಂಟುಮಾಡಿದೆ. ಇದು ನಾನು ಬಲ್ಲ, ಇಷ್ಟಪಡುವ ನಟರಾಜ್ ಬರೆದಂಥ ಬರಹ ಅಲ್ಲ. ಆದರೆ, ಕಾಲಗತಿಯೇ ಹೀಗೆ ಎಂದು ಕಾಣುತ್ತದೆ.

–ಡಾ. ಡಿ.ಆರ್. ನಾಗರಾಜ್ (೩೦ ಜುಲೈ ೧೯೯೬, ಲಂಕೇಶ್‌ಪತ್ರಿಕೆ)

ಈ ಪತ್ರಕ್ಕೆ ಲಂಕೇಶರ ಪ್ರತಿಕ್ರಿಯೆ:

ಪ್ರೀತಿ ಮತ್ತು ದ್ವೇಷ

ಇದು ಸ್ವಲ್ಪ ಮುಜುಗರದ ವಿಷಯ. ನಟರಾಜ್ 'ಪತ್ರಿಕೆ'ಯ 'ಬರೆವ ಬದುಕು' ಅಂಕಣವನ್ನು ಬರೆದವನು ತಾನು ಎಂದು ಎಲ್ಲೂ ಹೇಳಿಲ್ಲ; ಅವನೇ ಬರೆಯುತ್ತಿದ್ದಾನೆ ಎಂದು ನಾನೇ 'ಈ ಸಂಚಿಕೆ' ಅಂಕಣದಲ್ಲಿ ಒಮ್ಮೆ ಹೇಳಿದ್ದೆ. ಅಲ್ಲದೆ ನಟರಾಜ್ 'ಬರೆವ ಬದುಕು' ಅಂಕಣದ ಎಲ್ಲ ಕಂತುಗಳನ್ನೂ ಬರೆದಿಲ್ಲ; ಅವನ ಮೇಲಿನ ಬರಹ ಮತ್ತು ಇನ್ನೆರಡನ್ನು ನಾನು ಬರೆದಿದ್ದೇನೆ. ನಾನು ಬರೆದದ್ದನ್ನು ಊಹಿಸುವುದು ಸುಲಭ ವಾದರೂ ಇದು ಇಲ್ಲಿ ಅಗತ್ಯವೆನ್ನಿಸಿ ಹೇಳಿದ್ದೇನೆ. ಈ ಚರ್ಚೆಗೆ ಇನ್ನೊಂದು ಹಿನ್ನೆಲೆಯ ಮಾತಿದೆ. 'ಬರೆವ ಬದುಕು'ವಿನಲ್ಲಿ 'ಡಿ.ಆರ್.

ನಾಗರಾಜ್ ಮೇಲೆ ಬರಿ. ಆತ ಬರೀ ನಲವತ್ತಮೂರು ವರ್ಷದವನು, ತುಂಬ ಬುದ್ಧಿವಂತ, ಆತನ ಮೇಲೆ ಬರೆಯದಿರುವುದು ತುಂಬ ಅಸಹಜವಾಗಿ ಕಾಣಿಸಬಹುದು' ಎಂದು ನಾನೇ ಹಿಂದೊಮ್ಮೆ ಸೂಚಿಸಿದವನು. ನಾನು ವಿಶ್ವಾಸವಿಟ್ಟಿರುವ ಯಾರ ಬರಹವನ್ನೂ ಅಚ್ಚಿಗೆ ಮುಂಚೆ ನಾನು ನೋಡಿ ತಿದ್ದುವುದಿಲ್ಲ. ಪತ್ರಿಕೆ ಹೊರಬಂದ ಮೇಲೆ ಎಲ್ಲ ಓದುಗರಂತೆ ಓದಿ ನನ್ನ ಅಭಿಪ್ರಾಯ ಹೇಳುತ್ತೇನೆ. ಡಿ.ಆರ್. ನಾಗರಾಜನನ್ನು ಕುರಿತು ನಟರಾಜನ ಈ ಬರಹ ಪ್ರಕಟವಾದ ಮೇಲೆ ನೋಡಿ ನಾನು ಟೀಕಿಸಿದೆ; ಸತ್ಯ ಹೇಳುವ ನೆಪದಲ್ಲಿ ಖಾಸಗಿ ತಮಾಷೆಗಳನ್ನು ಸೇರಿಸುವುದು ತಪ್ಪು ಎಂದು ಹೇಳಿದೆ. 'ಕಾಳೇಗೌಡ ನಾಗವಾರರಂತೆ ಸ್ತ್ರೀಚೈತನ್ಯವಾದಿ' ಎಂಬಂತಹ ಮಾತುಗಳು ಅನೇಕ ಅರ್ಥಗಳಿಗೆ ಎಡೆಗೊಡಬಲ್ಲವು. ಆದರೆ ಒಟ್ಟಾರೆಯಾಗಿ ವ್ಯಂಗ್ಯ, ತಮಾಷೆ, ಮೆಚ್ಚಿಗೆಯಿಂದ ಕೂಡಿದ ಈ ಬರಹದ ಬಗ್ಗೆ ನಾಗರಾಜ್ ಬರೆದಿರುವುದನ್ನು ನೋಡಿ, 'ಹೆದರಬೇಡ, ನಾನು ನಿನ್ನ ಜೊತೆಗಿದ್ದೇನೆ' ಎಂದು ನಟರಾಜ್‌ಗೆ ಕಾಗದ ಬರೆದು ಆಮೇಲೆ 'ಸಂದಿಗ್ಧಕ್ಕೆ, ಮನಸ್ತಾಪಕ್ಕೆ ಅವಕಾಶವಾಗದಂತೆ ಉತ್ತರ ಬರಿ' ಎಂದು ಸೂಚಿಸಿದೆ.

ಇದೆಲ್ಲಾ ಇಲ್ಲಿ ಹೇಳಬೇಕಾಗಿರುವುದು ವಿಚಿತ್ರ. ನಾಗರಾಜ್‌ಗೆ ನನ್ನ ಬಗ್ಗೆ ಇರುವ ಪ್ರೀತಿ, ದ್ವೇಷಕ್ಕೆ ಒಂದು ಚರಿತ್ರೆಯೇ ಇದೆ. ಅದನ್ನೆಲ್ಲ ಇಲ್ಲಿ ವಿವರಿಸಿ ಇದನ್ನು ದೊಡ್ಡದು ಮಾಡಲು ನನಗಿಷ್ಟವಿಲ್ಲ. ಆದರೆ ಇಲ್ಲಿ ಹೇಳಬೇಕಾದ ಒಂದೆರಡು ಮಾತುಗಳಿವೆ. ಪ್ರತಿಯೊಂದು ನಿಷ್ಠುರ ಬೌದ್ಧಿಕ ಸಾಹಸವೂ ತನ್ನ ಕಠೋರ ಧೋರಣೆಯಿಂದಲೇ ಅಭಿಮಾನಿ ಗಳನ್ನು, ಆಕ್ಷೇಪಿಸುವವರನ್ನು ಸೃಷ್ಟಿಸುತ್ತದೆ. ಯಾವನೇ ಒಬ್ಬನನ್ನು ನನ್ನ ಕಡೆಗೆ ಸೆಳೆದುಕೊಳ್ಳುವ, ಇನ್ನೊಬ್ಬನನ್ನು ನನ್ನಿಂದ ದೂರ ಮಾಡಿಕೊಳ್ಳುವ ಉದ್ದೇಶವೇ ಇಲ್ಲದೆ ಬರೆದಾಗಲೂ ಇದು ಆಗುವುದು ನನ್ನಲ್ಲಿ ಅಚ್ಚರಿ ಹುಟ್ಟಿಸುತ್ತದೆ. ಡಿ.ಆರ್. ನಾಗರಾಜ್ ನನ್ನ ಕಡೆಗಿದ್ದಾ ನೆಂದು ಖಂಡಿಸುವ ದೀಪಿಕಾಚಾರ್ಯರುಗಳನ್ನು ನೀವು ಬಲ್ಲಿರಿ; ನಟರಾಜ್ ನನ್ನ ಪಕ್ಷಕ್ಕೆ ಸೇರಿಬಿಟ್ಟಿದ್ದಾನೆಂದು ಕಸಿವಿಸಿಗೊಳ್ಳುವ ಜನರನ್ನೂ ನೀವು ಬಲ್ಲಿರಿ. ನಾನು, ಡಿ.ಆರ್. ನಾಗರಾಜ್, ಕಿ.ರಂ. ನಾಗರಾಜ್, ನಟರಾಜ್, ರಶೀದ್ ಮುಂತಾದ ಲೆಕ್ಕವಿಲ್ಲದಷ್ಟು ಜನರು ಒಂದೇ ಗುಂಪಿನಲ್ಲಿರಬಹುದಾದರೆ ಅದಕ್ಕೆ ಕಾರಣ ನಮ್ಮಲ್ಲಿರುವ ಕೆಲವು ಮೌಲ್ಯಗಳ ಬಗೆಗಿನ ಕಾಳಜಿ; ನಮ್ಮ ಸ್ನೇಹವೇ ನಿಜಕ್ಕೂ ಸೋಗಲಾಡಿಗಳ,

ಸುಳ್ಳರ, ಅಭಿರುಚಿಹೀನರ ವಿರುದ್ಧದ ಕದನ. ಆದರೆ ನಾವೆಲ್ಲ ಯೂನಿಫಾರಂನಲ್ಲಿರುವ ಸೈನಿಕರಾಗಲಿ, ಶಾಲೆಯ ಮಕ್ಕಳಾಗಲಿ ಅಲ್ಲ. ನಮ್ಮ ನಮ್ಮ ವಿಶಿಷ್ಟ ವ್ಯಕ್ತಿತ್ವವನ್ನು ಕಾಪಾಡಿಕೊಳ್ಳಬೇಕಾದರೆ ಪರಸ್ಪರ ಸ್ನೇಹದಂತೆಯೇ ವಿಮರ್ಶೆಯೂ ಇರಬೇಕಾಗುತ್ತದೆ. ಭಟ್ಟಂಗಿತನವಾದಾಗ ಗೇಲಿ ಮಾಡುವುದೂ ಖಂಡನೆಯಾದಾಗ ಸಿಟ್ಟು ತೋರುವುದೂ ತಪ್ಪಲ್ಲ.

ನಾಗರಾಜ್‌ನ ಚಿಂತನೆ ವೈಯಕ್ತಿಕ ತೊಳಲಾಟದ ಭಾಗವಾಗಿ ಬರುವುದಿಲ್ಲ ಎಂದು ನಟರಾಜ್ ಹೇಳಿದ್ದು ಅಪಾರ್ಥಕ್ಕೆ ಎಡೆಗೊಡ ಬಾರದು. ಪತ್ರಿಕೋದ್ಯಮದ ಸಾಹಿತ್ಯಕ ರಿವ್ಯೂ, ವಿಮರ್ಶೆ, ಅವಲೋಕನ ವಾಗಲಿ, ಅಂತರರಾಷ್ಟ್ರೀಯ ಸೆಮಿನಾರ್‌ಗಳ ದೀರ್ಘ ಭಾಷಣಗಳಾಗಲಿ ಕೇವಲ ಅಕಡೆಮಿಕ್, ಬೌದ್ಧಿಕ ತೆವಲು ಇತ್ಯಾದಿಗಳಿಂದ ಮುಕ್ತವಾಗಿರ ಬೇಕಾದರೆ ಈ ಅಂತರಂಗದ ಪ್ರಭಾವ ಮುಖ್ಯ; ಆದರೆ ಅದಕ್ಕಿಂತ ಮುಖ್ಯವಾಗಿ ನಾವು ಬದುಕಿನಲ್ಲಿ ದುರಂತಗಳನ್ನೂ ವಿಪರ್ಯಾಸ ಗಳನ್ನೂ ಎದುರಿಸಿ ಜೀರ್ಣಿಸಿಕೊಳ್ಳುವುದು ಮುಖ್ಯ. ಆರ್ವೆಲ್‌ನ ಪುಟ್ಟ ಟಿಪ್ಪಣಿಗಳು, ಕಾಫ್ಕಾನ ಡೈರಿಗಳು, ಕಿರ್ಕೆಗಾರ್ಡ್‌ನ ಲೋಕಾಭಿರಾಮದ ಗ್ರಹಿಕೆಗಳು ನಮ್ಮನ್ನು ಚಿಂತನೆಗೆ ಹಚ್ಚುವುದು ಈ ಕಾರಣಕ್ಕೆ. ಆದರೆ ನಾಗರಾಜ್‌ನ ಬೌದ್ಧಿಕ ಸಾಹಸಗಳು–ತಮ್ಮೆಲ್ಲ ಪ್ರದರ್ಶನ, ದ್ವಂದ್ವಗಳಿಂದ ಬೇರ್ಪಟ್ಟರೆ–ಕ್ಷುಲ್ಲಕ ಎಂದು ಹೇಳುವುದು ತಪ್ಪು. ಈ ಸಣ್ಣ ವಯಸ್ಸಿನ ನಾಗರಾಜ್ ಬಗ್ಗೆ ತೀರ್ಮಾನ ಕೊಡುವುದು ಬೇಡ.

ಆದರೆ ನಟರಾಜ್ ಬರೆದ 'ಬರೆವ ಬದುಕು'ವಿನ ಲೇಖನದಲ್ಲಿ ನಾಗರಾಜ್ ಬಗ್ಗೆ ಇರುವ ಪ್ರೀತಿ, ಮೆಚ್ಚಿಗೆ, ತಮಾಷೆ ಇವೆಲ್ಲವನ್ನು ನಾಗರಾಜ್ ನಿರ್ಲಕ್ಷಿಸದಿರಲಿ.

–ಪಿ.ಎಲ್. (೩೦ ಜುಲೈ ೧೯೯೭, ಲಂಕೇಶ್‌ಪತ್ರಿಕೆ)

ಡಿ.ಆರ್. ಪತ್ರಕ್ಕೆ ನನ್ನ ಉತ್ತರ:

ಆರಾಧನೆ ಮತ್ತು ಅಸಹನೆ

'ಬರೆವ ಬದುಕು' ಅಂಕಣಕ್ಕೆ ಬರುವ ಟೀಕೆಗಳಿಗೆ ಸಾಮಾನ್ಯವಾಗಿ ನಾನು ಉತ್ತರ ನೀಡುತ್ತಿರಲಿಲ್ಲ. ನಾನು ಬರೆಯುವಲ್ಲಿ ಅಕಸ್ಮಾತ್ ತಪ್ಪು ಗಳಾಗಿದ್ದರೆ ಅದನ್ನು ಸರಿಪಡಿಸುವ ಹಕ್ಕು ಈ ಅಂಕಣದಲ್ಲಿ ಚರ್ಚೆ ಯಾದ ಲೇಖಕರಿಗಿದೆ ಎಂಬ ನಂಬಿಕೆಯೇ ಈ ಮೌನಕ್ಕೆ ಮುಖ್ಯ ಕಾರಣ. ಆದರೆ ಕಳೆದ ವಾರ ಈ ಅಂಕಣದಲ್ಲಿ ಚರ್ಚೆಗೊಳಗಾದವರು

ನನ್ನ ಪಿಎಚ್.ಡಿ. ಗುರು ಡಾ. ಡಿ.ಆರ್. ನಾಗರಾಜ್ ಅವರಾದ್ದರಿಂದ ಅವರ ಟೀಕೆಗಳಿಗೆ ಇಲ್ಲಿ ಉತ್ತರಿಸಲೆತ್ನಿಸಿದ್ದೇನೆ.

ಲೇಖಕನೊಬ್ಬನ ಖಾಸಗಿ ಹಾಗೂ ಸಾರ್ವಜನಿಕ ಮುಖಗಳು, ಮಾತು, ಬರಹ, ಇತರರ ಅಭಿಪ್ರಾಯಗಳು, ತಮಾಷೆ ಇತ್ಯಾದಿಯನ್ನು ಒಳಗೊಳ್ಳುವ ಈ 'ಅಂಕಣ'ದಲ್ಲಿ ತಮ್ಮ ಬಗ್ಗೆ ದಾಖಲಾಗಿರುವ ಮೆಚ್ಚುಗೆಯನ್ನು ಬೇಕೆಂದೇ ಕಡೆಗಣಿಸಿರುವ ಡಿ.ಆರ್. ಅಲ್ಲಿ ಬರುವ ವಿಮರ್ಶಾತ್ಮಕ ತೀರ್ಮಾನಗಳನ್ನು ಮಾತ್ರ 'ಅಸಹನೆ'ಯ ಫಲ ಎಂದು ತಪ್ಪಾಗಿ ಓದಿದಂತಿದೆ. ನನ್ನ ಲೇಖನದಲ್ಲೆಲ್ಲೂ ಉಡಾಫೆ ಇರುವಂತಿಲ್ಲ, ಹಾಗೂ ಡಿ.ಆರ್. ಅವರಿಂದ ಹಲವು ವಿಷಯಗಳನ್ನು ಕಲಿತಿರುವ ನಾನು ಈ ಕಲ್ಯಾಣಗುಣವನ್ನು ಅವರಿಂದಾಗಲೀ ಅಥವಾ ಇನ್ಯಾರಿಂದಲಾಗಲೀ ಕಲಿತಿಲ್ಲ. ಆದರೆ ತಮ್ಮ ಬಗ್ಗೆ ನನಗೆ ಅಸಹನೆ ಇದೆ ಎಂದು ಡಿ.ಆರ್.ಗೆ ಅನ್ನಿಸಲು ಅಕಸ್ಮಾತ್ ಕಾರಣವಾಗಿರಬಹುದಾದ ಕೆಲವು ಶಬ್ದಗಳನ್ನು ಇಲ್ಲಿ ವಿವರಿಸಲೆತ್ನಿಸುತ್ತೇನೆ. ನನ್ನ ಬರಹದಲ್ಲಿ 'ಉಡಾಫೆ' ಎಂಬ ಪದ ಬಳಕೆಯಾಗಿರುವುದು ಅವರ ಆರೋಗ್ಯದ ಬಗೆಗಿನ ತೀವ್ರ ಕಾಳಜಿಯಿಂದಾಗಿ ಮಾತ್ರ. ಆ ಪದದ ಧ್ವನಿ ಅವರಿಗೆ ಅರ್ಥವಾಗದಿರುವುದು ವಿಚಿತ್ರ. ಇನ್ನು 'ಧೂರ್ತತೆ' ಎಂಬ ಶಬ್ದವನ್ನಂತೂ ಸ್ವತಃ ಡಿ.ಆರ್. ಸಾವಿರಾರು ಸಲ ತಮ್ಮನ್ನು ತಾವೇ ವರ್ಣಿಸಿಕೊಳ್ಳಲು ಬಳಸಿರುವುದರಿಂದ ಇಲ್ಲಿ ಅವರ choice expression ಒಂದನ್ನು ಕಡ ತಂದಿದ್ದೇನಷ್ಟೆ! ಏನಾದರಾಗಲಿ, ಈ ಗಳಿಗೆಯ ಮಾತಿನ ಯುದ್ಧವನ್ನು ಗೆಲ್ಲಲೇಬೇಕೆಂಬ ಉತ್ಸಾಹದಲ್ಲಿ ಡಿ.ಆರ್. 'ವಿತಂಡವಾದ' ಹೂಡುತ್ತಾರೆಂದು ಹಲವರು ಹೇಳುತ್ತಾರಾದ್ದರಿಂದ ಆ ಮಾತು ಬಂದಿದೆಯೇ ಹೊರತು ಅದು ಅವರ ಬರವಣಿಗೆಯನ್ನು ಕುರಿತ ಮಾತಲ್ಲ. ಅದು ನನ್ನ ಲೇಖನದಲ್ಲೂ ಸ್ಪಷ್ಟವಾಗಿದೆ. ಇನ್ನು 'ಅವರ ತಲೆ ಅವರ ಭುಜದ ಮೇಲೇ ಇರಲಿ' ಎಂಬ ಮಾತು ಕೂಡ ನನ್ನೆದುರೇ ಹಿರಿಯ ಲೇಖಕರೊಬ್ಬರು ಮೆಚ್ಚುಗೆಯಿಂದ ಡಿ.ಆರ್.ಗೆ ಹೇಳಿದ್ದು. ಆ ಮಾತನ್ನು ಸ್ವತಃ ಡಿ.ಆರ್. ಆನಂದದಿಂದ ಅನುಭವಿಸಿದ್ದರು.

ಲಿಟರರಿ ಜರ್ನಲಿಸಂನ ಸಾಧ್ಯತೆಗಳು–ಅಪಾಯಗಳು ಸಾಹಿತ್ಯ ಕುರಿತು ಬರೆಯುವ ಎಲ್ಲ ಲೇಖಕರಿಗೂ ಅನ್ವಯಿಸುತ್ತದೆ. ಲಿಟರರಿ ಜರ್ನಲಿಸಂ ಎನ್ನುವುದು ಸಾಹಿತ್ಯ ವಿಮರ್ಶೆಯ ಒಂದು ಭಾಗ ಎಂಬುದನ್ನು ಎಡ್ವರ್ಡ್ ಸೈದ್ ಕೂಡ ಒಪ್ಪಿಕೊಂಡಿದ್ದಾನೆ. ಈ ಬಗೆಯ ಸಾಹಿತ್ಯಕ ಪತ್ರಿಕೋದ್ಯಮವನ್ನು ಡಿ.ಆರ್. ಸೇರಿದಂತೆ ಅನೇಕರು ಮಾಡಿದ್ದಾರೆ,

ಮಾಡುತ್ತಿದ್ದಾರೆ. 'ರುಜುವಾತು', 'ಶೂದ್ರ'ಗಳಿಗೆ ಬರೆದ ತಕ್ಷಣ ಅದು ಗಂಭೀರ ವಿಮರ್ಶೆ; ವಾರಪತ್ರಿಕೆಗಳಿಗೆ ಬರೆದರೆ ಸಾಹಿತ್ಯಕ ಪತ್ರಿಕೋದ್ಯಮ ಎಂಬ ತಪ್ಪು ತಿಳಿವಳಿಕೆ ಒಣಪಂಡಿತರಿಗೆ ಮಾತ್ರ ಇರುತ್ತದೆ. ಅದು ಡಿ.ಆರ್.ವರೆಗೂ ಹಬ್ಬಿಬಿಟ್ಟಿದೆಯೆ?

ಆದರೆ ಈ ಬರಹದ ಸಂದರ್ಭದಲ್ಲಿ ನಾನು ಮುಖ್ಯವಾಗಿ ವಿಷಾದ ವ್ಯಕ್ತಪಡಿಸಬೇಕಾಗಿರುವುದು ಡಿ.ಆರ್. ಅವರ ಶ್ರೀಮತಿಯವರಿಗೆ. ಹಾಸ್ಯ ಪ್ರಜ್ಞೆಯಿರುವ ಅವರು ಡಿ.ಆರ್. ಜೀವನೋತ್ಸಾಹ ಕುರಿತ ನನ್ನ ಕೀಟಲೆಯನ್ನು ತಮಾಷೆಯಾಗಿ ಸ್ವೀಕರಿಸಬಲ್ಲರೆಂಬ ಹುಂಬ ಧೈರ್ಯ ದಿಂದ ಬರೆಯಲಾದ ಮಾತು ಅದು. ಅಕಸ್ಮಾತ್ ಇದು 'ಅನೈತಿಕ' ಅನ್ನಿಸಿದ್ದರೆ, ಇದರಿಂದ ಅವರಿಗೆ ನೋವಾಗಿದ್ದರೆ ಕ್ಷಮೆ ಇರಲಿ.

ಕೆಲವು ವಾರಗಳ ಹಿಂದೆ 'ಬರೆವ ಬದುಕು'ವಿನಲ್ಲಿ ಪ್ರಕಟವಾದ ತಮ್ಮ ಗೆಳೆಯ ಅಗ್ರಹಾರ ಕೃಷ್ಣಮೂರ್ತಿಯವರನ್ನು ಕುರಿತ ಲೇಖನದ ಬಗ್ಗೆ ಈತನಕ ಏನನ್ನೂ ಹೇಳದೇ ಇದ್ದ ಡಿ.ಆರ್. ಇದೀಗ ತಮ್ಮ ಯುದ್ಧಕ್ಕೆ ಅವರನ್ನೂ ಸಹಯೋಧನನ್ನಾಗಿ ಕರೆತಂದಿರುವುದು ಮಾತ್ರ ತಮಾಷೆ ಯಾಗಿದೆ. ನಾನು ಗೌರವದಿಂದ ಕಾಣುವ ಕೃಷ್ಣಮೂರ್ತಿಯವರ ಆರೋಗ್ಯದ ಬಗೆಗಾಗಲೀ, ಡಿ.ಆರ್.ಆರೋಗ್ಯದ ಬಗೆಗಾಗಲೀ ತಮಾಷೆ ಮಾಡುವ ಕ್ಷುದ್ರತೆ ನನ್ನಲ್ಲಿ ಇಲ್ಲ. ಇನ್ನು ಕೃಷ್ಣಮೂರ್ತಿಯವರ ಸಾಹಿತ್ಯದ ಬಗ್ಗೆ ನಾನು ವ್ಯಕ್ತಪಡಿಸಿರುವ ಅಭಿಪ್ರಾಯಗಳಿಗಿಂತ ಭಿನ್ನವಾದ ಅಭಿಪ್ರಾಯಗಳನ್ನು ಡಿ.ಆರ್. ಎಂದೂ ವ್ಯಕ್ತಪಡಿಸಿದ್ದೂ ನನಗೆ ನೆನಪಿಲ್ಲ.

ನಾನು ಸುಮಾರಾಗಿ ಓದಿ ಬಲ್ಲ ಚಾಮ್‌ಸ್ಕಿ, ಎಡ್ವರ್ಡ್ ಸೈದ್ ಥರದ ಜಾಗತಿಕ ಬುದ್ಧಿಜೀವಿಗಳ ಮಹತ್ವಾಕಾಂಕ್ಷೆ ಡಿ.ಆರ್. ಅವರಲ್ಲಿ ಇದೆಯೆಂಬುದರಲ್ಲಿ ನನಗೆ ಯಾವ ಅನುಮಾನವೂ ಇಲ್ಲ. ಇದನ್ನು ಈ ಹಿಂದೆ ಅವರ 'ಸಾಹಿತ್ಯ ಕಥನ'ಕ್ಕೆ ಬರೆದ ಬ್ಲರ್ಬಿನಲ್ಲೂ ಸೂಚಿಸಿದ್ದೇನೆ. (ಆ ಬ್ಲರ್ಬ್ ಇದೇ ಪುಸ್ತಕದ 'ಸಾಹಿತ್ಯ ಕಥನದ ಪಯಣ' ಎಂಬ ಅಧ್ಯಾಯದಲ್ಲಿ ಪ್ರಕಟವಾಗಿದೆ.) ಡಿ.ಆರ್ ಈಚೆಗೆ ಪ್ರಕಟಿಸಿದ ಪುಸ್ತಕಗಳು ಹೆಚ್ಚು ಚರ್ಚೆಯಾಗದಿರುವುದರ ಹಿಂದಿರಬಹುದಾದ ಕಾರಣಗಳನ್ನು ಪ್ರಾಮಾಣಿಕವಾಗಿ ಹುಡುಕಲೆತ್ನಿಸುತ್ತಾ, ಭಾರತೀಯ ಭೂತದ ಅವ್ಯಕ್ತ ಮುಖದ ಬಗೆಗಿನ ಅವರ ಉತ್ಸಾಹ 'ನಮ್ಮಲ್ಲಿ ಎಲ್ಲವೂ ಇತ್ತು' ಎಂಬಂತೆ 'ಕೇಳತೊಡಗುವುದು' ಹಾಗೂ ಅವರ 'ಬರವಣಿಗೆ ಹೆಚ್ಚು ಸ್ಪೆಷಲೈಸ್ಡ್

ಆಗಿರುವುದು' ಇದಕ್ಕೆ ಕಾರಣ ಎಂದಿದ್ದೇನೆಯೇ ಹೊರತು ನನಗೆ ಅವು ಅಪ್ರಸ್ತುತ ಎಂದು ಎಲ್ಲೂ ಹೇಳಿಲ್ಲ. ತಕ್ಷಣದ ಮಹತ್ವ ಇಲ್ಲ ಎಂದರೆ ಅವು ಅಪ್ರಯೋಜಕ ಎಂದು ಅರ್ಥವಲ್ಲ.

ಗುರುವೊಬ್ಬರ ವ್ಯಕ್ತಿತ್ವವನ್ನು ಚರ್ಚಿಸುವಾಗ ಅನಗತ್ಯ ಭಾವುಕತೆ ಹಾಗೂ ಆರಾಧನೆಯನ್ನು ಮೀರಿ, ಸಾಧ್ಯವಾದಷ್ಟೂ ಸತ್ಯಕ್ಕೆ ಹತ್ತಿರವಾಗಿ ಬರೆಯಬೇಕೆಂಬ ಸುಪ್ತ ಹಟದಿಂದಾಗಿ ಈ ಲೇಖನದಲ್ಲಿ ಹೆಚ್ಚಿನ ನಿಷ್ಠುರತೆ ಇರಬಹುದೇ ಹೊರತು, ಡಿ.ಆರ್. ಊಹಿಸಿರುವಂತೆ ಕೊಂಕು ಎಲ್ಲೂ ಇರುವಂತಿಲ್ಲ. ಆದರೆ ಲಂಕೇಶರ ಮೆಚ್ಚುಗೆ ಗಳಿಸಲು ನಾನು ಹೀಗೆ ಬರೆದಿದ್ದೇನೆ ಎನ್ನುವುದು ಅತ್ಯಂತ ಬಾಲಿಶ ಪ್ರತಿಕ್ರಿಯೆ. ಹಾಗೆ ನೋಡಿದರೆ, ಡಿ.ಆರ್. ಕುರಿತ ಲೇಖನಕ್ಕೆ ಮೊದಲ ಕಟುಟೀಕೆ ಬಂದದ್ದು ಲಂಕೇಶರಿಂದ. ಇದನ್ನು ಇಲ್ಲಿ ಹೇಳುವ ಅಗತ್ಯವಿರಲಿಲ್ಲ. ಆದರೆ ಲಂಕೇಶರ 'ಮೆಚ್ಚುಗೆ' ಕುರಿತ ತಮ್ಮ 'ಸಂಶೋಧನೆ'ಯನ್ನು ತಾರ್ಕಿಕ ವಾಗಿ ಬೆಳೆಸಿ 'ಸಂಪಾದಕರ ಷಾಮೀಲು' ಎಂಬ ಅನುಬಂಧವನ್ನು ಇದಕ್ಕೆ ಜೋಡಿಸುವ ತಪ್ಪು ಮಾಡದಿರಲೆಂದು ಮಾತ್ರ ಈ ಮಾತನ್ನು ಡಿ.ಆರ್. ಗಮನಕ್ಕೆ ತಂದಿದ್ದೇನೆ.

ಇದೆಲ್ಲವನ್ನೂ ಬರೆಯುವ ಈ ಕ್ಷಣದಲ್ಲಿ ನನ್ನಲ್ಲಿ ಉಂಟಾಗುತ್ತಿರುವ ಒಂದು ಕ್ಷಿಪ್ರ ಬೆಳವಣಿಗೆಯನ್ನು ಇಲ್ಲಿ ದಾಖಲಿಸದೇ ಹೋದರೆ ಅಪ್ರಾಮಾಣಿಕನಾಗಿಬಿಡುತ್ತೇನೆ. ಅದೇನೆಂದರೆ, ಡಿ.ಆರ್. ಬಗೆಗಿನ ನನ್ನ 'ಬರೆವ ಬದುಕು' ಅಂಕಣದ ಬರಹ ಹಾಗೂ ಈ ಪತ್ರ ಒಂದು ಬಗೆಯ ಆರಾಧನೆಯಿಂದ ಶುರುವಾಗಿದ್ದರೂ ಈ ಪತ್ರ ಮುಗಿಯುವ ಹೊತ್ತಿಗೆ ಅದು ಮೆಲ್ಲಮೆಲ್ಲಗೆ ಅಸಹನೆಯಾಗಿ ಪರಿವರ್ತಿತವಾಗುತ್ತಿರುವುದು. ಈ ವೈಚಿತ್ರ್ಯ ಕಂಡು ಆರಾಧನೆ ಹಾಗೂ ಅಸಹನೆಗಳ ನಡುವಣ ಗೆರೆ ಎಷ್ಟು ತೆಳುವು ಎಂದು ಚಕಿತನಾಗಿ ಈ ಪ್ರತಿಕ್ರಿಯೆಯನ್ನು ಇಲ್ಲಿಗೇ ನಿಲ್ಲಿಸುತ್ತಿದ್ದೇನೆ.

–ನಟರಾಜ್ ಹುಳಿಯಾರ್ (೩೦ ಜುಲೈ ೧೯೯೭, ಲಂಕೇಶ್‌ಪತ್ರಿಕೆ)

* * *

ಇದೀಗ ಆ ಬರಹಗಳನ್ನೆಲ್ಲ ಮತ್ತೆ ನೋಡುತ್ತಿರುವಾಗ, 'ಉಡಾಫೆಯ ಅನ್ನಿಸಿಕೆ' ಎಂಬ ತಲೆಬರಹದಡಿ ಪ್ರಕಟವಾದ ಪ್ರತಿಕ್ರಿಯೆಯಲ್ಲಿ ಡಿ.ಆರ್. ನನ್ನ ಆ ಬರಹದ ಶೈಲಿ, ತಮಾಷೆ, ತೆಳುತನ ಹಾಗೂ ವಿಮರ್ಶಾನಿಲುವುಗಳ ಬಗ್ಗೆ ಗಂಭೀರ ಪ್ರಶ್ನೆಗಳನ್ನು ಎತ್ತಿದ್ದಾರೆ; ಆದರೆ ಆ ಬರಹದ ಧ್ವನಿಯನ್ನು ಬಹುತೇಕ ಉಪೇಕ್ಷಿಸಿದ್ದಾರೆ

ಒಂದು ವ್ಯಕ್ತಿ ಚಿತ್ರ; ಒಂದು ವಿವಾದ / ೧೮೯

ಎನ್ನಿಸುತ್ತದೆ. ಇದಕ್ಕೆಲ್ಲ ಉತ್ತರ ಬರೆಯುತ್ತಾ, ಕೊಂಚ ನನ್ನನ್ನು ಸಮರ್ಥಿಸುತ್ತಾ, ಲಂಕೇಶರು 'ಪ್ರತಿಯೊಂದು ನಿಷ್ಠುರ ಬೌದ್ಧಿಕ ಸಾಹಸವೂ ತನ್ನ ಕಠೋರ ಧೋರಣೆಯಿಂದಲೇ ಅಭಿಮಾನಿಗಳನ್ನು, ಆಕ್ಷೇಪಿಸುವವರನ್ನು ಸೃಷ್ಟಿಸುತ್ತದೆ' ಎಂದು ಬರೆದದ್ದು ಅವತ್ತಿನಂತೆಯೇ ಇವತ್ತಿಗೂ ನನ್ನಲ್ಲಿ ರೋಮಾಂಚನ ಹುಟ್ಟಿಸುತ್ತದೆ. ಈ ಸುಂದರ ಒಳನೋಟ ನನ್ನಂತೆಯೇ ಅನೇಕ ಓದುಗರ ಆಳದಲ್ಲಿ ಉಳಿದಿದೆಯೆಂದು ನನ್ನ ನಂಬಿಕೆ.

ಈ ಚರ್ಚೆಯಲ್ಲಿ ಭಾಗವಹಿಸಿದ ಮೂವರಲ್ಲೂ ಇರುವ ಒಂದು ಮಟ್ಟದ ಪ್ರಾಮಾಣಿಕ ಸಿಟ್ಟು, ತಾವು ನಂಬಿದ ವಿಮರ್ಶಾಮೌಲ್ಯಗಳನ್ನು ಸ್ಥಾಪಿಸುವ ದಾಹ ಎಲ್ಲವೂ ಈ ಪ್ರತಿಕ್ರಿಯೆಗಳಲ್ಲಿ ಎದ್ದು ಕಾಣುವಂತಿವೆ. ಅದರ ಜೊತೆಗೇ ಶಿಷ್ಯನೊಬ್ಬ ಇಬ್ಬರು ಗುರುಗಳ ತೀವ್ರ ಚರ್ಚೆ ಹಾಗೂ ಅಸ್ಪಷ್ಟ ಕಿಲಾಡಿತನಗಳ ನಡುವೆ ಅತ್ತಿಂದಿತ್ತ, ಇತ್ತಿಂದತ್ತ ಅಡ್ಡಾಡುತ್ತಿರುವಂತೆಯೂ ಕಾಣುತ್ತದೆ. ಸದರಿ ಶಿಷ್ಯನ ಉತ್ತರದಲ್ಲೂ ಇವೆರಡೂ ಭಾವಗಳು ಇರುವಂತಿವೆ ಹಾಗೂ ಶಿಷ್ಯನ ಉತ್ತರ ಕೊಂಚ ಮಳ್ಳಿಯ ಉತ್ತರದಂತೆಯೂ ಇದೆ ಎಂದು ಈಗ ಅನಿಸುತ್ತಿದೆ! ಆದರೆ ಡಿ.ಆರ್. ಬಗೆಗಿನ ಅಪಾರ ಗೌರವದ ನಡುವೆಯೂ ಅವತ್ತಿನ ನನ್ನ ಕಟು ಅನಿಸಿಕೆ ಗಳು ತಪ್ಪು ಎಂಬ ಭಾವವಾಗಲೀ ಆ ಬಗ್ಗೆ ಅಳುಕಾಗಲೀ ಇವತ್ತಿಗೂ ನನ್ನೊಳಗೆ ಇದ್ದಂತಿಲ್ಲ.

ಇದೆಲ್ಲ ವಿವಾದ ಮುಗಿದ ಮೇಲೆ, ಡಿ.ಆರ್. ಒಂದು ಸಂಜೆ 'ಏನ್ರೀ ನಟರಾಜ್! ನಿಮ್ಮನ್ನ ಫೇಮಸ್ ಮಾಡೋಕೆ ಡಿ.ಆರ್-ಲಂಕೇಶ್ ಇಬ್ರೂ ಸೇರ್ಕೊಂಡು ಈ ಕಾಂಟ್ರೊವರ್ಸಿ ಸೃಷ್ಟಿ ಮಾಡಿದಾರೆ ಅಂತ ಆ 'ಫೈರ್' ಕ್ಯಾಂಪ್‌ನಲ್ಲಿ ಮಾತಾಡಿ ಕೊಳ್ತಾ ಇದಾರಂತಲ್ರೀ!' ಎಂದು ನಕ್ಕರು. ಸಾಹಿತ್ಯಲೋಕದ ಗಾಳಿಸುದ್ದಿಗಳ ಈ ವಿಚಿತ್ರ ಕಲ್ಪನಾವಿಲಾಸಕ್ಕೆ ಏನು ಹೇಳುವುದೆಂದು ಹೊಳೆಯದೆ ಸುಮ್ಮನಾದೆ. ಆ ಸಂಜೆಯಾಗಲೀ ಆ ನಂತರವಾಗಲೀ ಈ ವಿಚಾರ ಮತ್ತೆ ಬರಲೇ ಇಲ್ಲ. ಇದೆಲ್ಲ ಆದ ನಂತರವೂ ಡಿ.ಆರ್. ಜೊತೆಗಿನ ನನ್ನ ಶ್ರೇಷ್ಠ ಬೌದ್ಧಿಕ ಗಳಿಗೆಗಳು ಮುಂದು ವರಿದವು. ಆ ಘಟ್ಟದ ಬಗ್ಗೆ ಈ ಪುಸ್ತಕದ ಕೊನೆಯಲ್ಲಿರುವ 'ಇಂತಿ ನಮಸ್ಕಾರ ಗಳು' ಅಧ್ಯಾಯದಲ್ಲಿ ಕೊಟ್ಟಿರುವ 'ನನ್ನ ಗುರು ಡಿ.ಆರ್.' ಎಂಬ ಭಾಗದಲ್ಲಿ ಹೆಚ್ಚಿನ ಚಿತ್ರಗಳಿವೆ.

ಡಿ.ಆರ್. ಜೊತೆ ಇಷ್ಟೆಲ್ಲ ವಿವಾದವಾದ ಕಾಲದಲ್ಲೂ ನನಗೆ ಅವರ ಬಗೆಗಿನ ಕೃತಜ್ಞತೆ, ಗೌರವ ಕಡಿಮೆಯಾಗಲಿಲ್ಲ. ನನ್ನ ಥೀಸಿಸ್ ಬರವಣಿಗೆಯ ಕಾಲದಲ್ಲಿ ಅವರು ಒಂದು ದಿನವೂ ಯಾವುದನ್ನೂ ಹೇರದೆ ಪ್ರತಿಕ್ರಿಯಿಸಿದ ರೀತಿ ಕೂಡ ಸದಾ ನನ್ನ ನೆನಪಿನಲ್ಲಿದೆ. ಡಿ.ಆರ್. ನನ್ನ ಥೀಸಿಸ್ ಬರವಣಿಗೆಯನ್ನು ಎಲ್ಲೂ

ತಿದ್ದದೆ, ಅನುಮಾನಗಳು ಇರುವ ಕಡೆ ಮಾತ್ರ ಮಾರ್ಜಿನ್‌ನಲ್ಲಿ ಅಥವಾ ಬಿಡಿ ಹಾಳೆಗಳಲ್ಲಿ ಅವನ್ನು ಸೂಚಿಸುತ್ತಿದ್ದರು. ಅವನ್ನೆಲ್ಲ ನಾನು ಒಪ್ಪಬೇಕೆಂದು ಎಂದೂ ಹೇಳಲಿಲ್ಲ. ಅನಿತಾಳ ಸುಂದರ ಕೈಬರಹದಲ್ಲಿರುವ ನನ್ನ ಥೀಸಿಸ್ಸಿನ ಈ ಪುಟಗಳು ನನ್ನ ಖಾಯಂ ಆಸ್ತಿಯಂತೆ 'ಮನೆಯಿಂದ ಮನೆಗೆ' ಸಾಗುತ್ತಲೇ ಇವೆ! ಈ ಅಧ್ಯಾಯಗಳನ್ನು ಆಳವಾಗಿ ಓದಿ 'ರಿಯಲೀ ಗುಡ್'; 'ಚಾರಿತ್ರಿಕ ವಿವರಗಳು ತೀರಾ ಭಾರ'; 'ಒಂದೆಡೆ ಹೀಗೆ ಹೇಳಿ, ಇನ್ನೊಂದೆಡೆ ತದ್ವಿರುದ್ಧವಾಗಿ ಹೇಳಿದರೆ ಹೇಗೆ!' ಮುಂತಾಗಿ ಒಂದೆರಡು ಮಾತುಗಳಲ್ಲಿ ಡಿ.ಆರ್. ಕಾಮೆಂಟ್ ಮಾಡು ತ್ತಿದ್ದರು. ಮುಂದೆ ಇದನ್ನೆಲ್ಲ ಮತ್ತೆ ಮತ್ತೆ ತಿದ್ದಿ ಬರೆದು, 'ಆಫ್ರಿಕನ್ ಹಾಗೂ ಕನ್ನಡ ಸಾಹಿತ್ಯಗಳಲ್ಲಿ ಆಧುನಿಕತೆ ಮತ್ತು ಪರಂಪರೆ' ಎಂಬ ನನ್ನ ಪುಸ್ತಕ ರೂಪಿಸುವ ಸಮಯದಲ್ಲಿ ಇಂಥ ಅನೇಕ ಸಮಸ್ಯೆಗಳನ್ನು ಸರಿಪಡಿಸಲೆತ್ನಿಸಿದೆ. ಅದನ್ನು ನೋಡಲು ಡಿ.ಆರ್. ಇರಲಿಲ್ಲ. ಆದರೆ 'ಇಂತಿ ನಮಸ್ಕಾರಗಳು' ಪುಸ್ತಕದ ಬರವಣಿಗೆ ಮುಗಿಯುವ ಕಾಲಕ್ಕೆ ಹೊಸ ತಲೆಮಾರಿನ ಕವಿ ಎಂ.ಡಿ. ವಕ್ಕುಂದ "ಕನ್ನಡ ಕಾವ್ಯದ ಅಧ್ಯಯನಕ್ಕೆ ಡಿ.ಆರ್. ಅವರ 'ಶಕ್ತಿ ಶಾರದೆಯ ಮೇಳ' ಹೇಗೋ ಹಾಗೆ ಕನ್ನಡ ಕಾದಂಬರಿಯನ್ನು ಗ್ರಹಿಸಲು ನಟರಾಜ್ ಹುಳಿಯಾರ್ ಬರೆದ 'ಆಫ್ರಿಕನ್ ಹಾಗೂ ಕನ್ನಡ ಸಾಹಿತ್ಯಗಳಲ್ಲಿ ಆಧುನಿಕತೆ ಮತ್ತು ಪರಂಪರೆ' ಪುಸ್ತಕ ಅಷ್ಟೇ ಮುಖ್ಯ" ಎಂದು ಸಭೆಯೊಂದರಲ್ಲಿ ಹೇಳಿದಾಗ ಡಿ.ಆರ್. ಜೊತೆಗಿನ ಈ ಇಡೀ ಬೌದ್ಧಿಕ ಪ್ರಯಾಣ ನಿಜಕ್ಕೂ ಸಾರ್ಥಕ ಅನಿಸಿತು.

೨೩

ಬಸವಣ್ಣ ಮತ್ತು ಅಲ್ಲಮ

ನನ್ನ ಸಂಶೋಧನೆಯ ಬೌದ್ಧಿಕ ಪ್ರಯಾಣದ ಕಾಲದಲ್ಲಿ ಡಿ.ಆರ್. ಜೊತೆಗೆ ಮಾತ್ರ ಒಡನಾಟವಿತ್ತು ಹಾಗೂ ಲಂಕೇಶರ ಜೊತೆಗೆ ಒಡನಾಟವಿರಲಿಲ್ಲ ಎಂಬುದನ್ನು ನೆನೆದರೆ ಸೋಜಿಗವೆನಿಸುತ್ತದೆ. ಲಂಕೇಶರ ಒಡನಾಟವಿದ್ದರೆ ನನ್ನ ಥೀಸಿಸ್ ಬರವಣಿಗೆ ಬೇರೊಂದು ದಿಕ್ಕು ಹಿಡಿಯು ತ್ತಿತ್ತೇನೋ ಎಂಬ ಕುತೂಹಲ ಕೂಡ ಈಗ ಮೂಡುತ್ತದೆ. ಆಗಲೂ 'ಲಂಕೇಶ್‌ಪತ್ರಿಕೆ'ಯ ಜೊತೆಗೆ ಒಬ್ಬ ಓದುಗನ ಸಂಬಂಧವಿತ್ತು, ನಿಜ. ಆದರೆ ಆಧುನಿಕತೆ ಮತ್ತು ಪರಂಪರೆಗಳನ್ನು ವಸ್ತುವಾಗಿಸಿಕೊಂಡಿದ್ದ ನನ್ನ ಸಂಶೋಧನೆಗೆ ಲಂಕೇಶರಿಂದ ಒಳನೋಟಗಳನ್ನು ಪಡೆಯದೇ ಹೋದುದು ಇವತ್ತು ಅಚ್ಚರಿಯನ್ನುಂಟು ಮಾಡುತ್ತದೆ. ಲಂಕೇಶ್ ಹಾಗೂ ಡಿ.ಆರ್. ಇಬ್ಬರೂ ನನ್ನ ಮನಸ್ಸಿಗೆ ಒಪ್ಪುವ ರೀತಿಯ ಆಧುನಿಕ ಪ್ರಜ್ಞೆಯ ವ್ಯಕ್ತಿಗಳೇ ಆಗಿದ್ದರು. ಡಿ.ಆರ್. ಮುಂದೆ ಸೈದ್ಧಾಂತಿಕ ಕಾರಣಗಳಿಗಾಗಿ ಆಧುನಿಕತೆಯ ಬಗ್ಗೆ ಸಂದೇಹಿಯಾದರು; ಆದರೆ ಲಂಕೇಶರು ಒಂದರ್ಥದಲ್ಲಿ ಸಂಪೂರ್ಣವಾಗಿ ಆಧುನಿಕ ಮನುಷ್ಯ. ಆದ್ದರಿಂದಲೋ ಏನೋ ಪರಿಸರವಾದಿಗಳನ್ನು ಕಂಡರೆ ಅವರಿಗೆ ಅಪಾರ ಅಸಮಾಧಾನವಿತ್ತು. 'ಈ ಪರಿಸರವಾದಿಗಳು ಈ ದೇಶವನ್ನು ಹಿಂದಕ್ಕೂ ಹೋಗೋಕೆ ಬಿಡಲ್ಲ; ಮುಂದಕ್ಕೂ ಹೋಗೋಕೆ ಬಿಡಲ್ಲ' ಎಂದು ಟೀಕಿಸುತ್ತಿದ್ದರು. ಈ ದೃಷ್ಟಿಯಿಂದ ಮೇಧಾ ಪಾಟ್ಕರ್ ಅವರನ್ನು ಕೂಡ ಲಘುವಾಗಿ

ಟೀಕಿಸಿದಾಗ ನಮಗೆಲ್ಲಾ ಇರಿಸುಮುರುಸಾಗುತ್ತಿತ್ತು. ಪರಿಸರವಾದ ಹಾಗೂ ಅಭಿವೃದ್ಧಿಯ ಸಮಸ್ಯೆಗಳ ಸಂಬಂಧ ಕುರಿತ ಪ್ರಶ್ನೆಗಳಿಗೆ ಲಂಕೇಶರು ಸರಿಯಾಗಿ ಸ್ಪಂದಿಸಲಿಲ್ಲ. ಅತ್ತ ಡಿ.ಆರ್. ಪರಿಸರವಾದಿ ಚಳವಳಿಗೆ ಆಗಾಗ ಸ್ಪಂದಿಸಿದರೂ ಅದು ಟ್ರೆಂಡಿಯಾಗಿದ್ದಂತೆ ಕಾಣುತ್ತಿತ್ತು. ಒಮ್ಮೆ ಲಂಕೇಶರ ತೋಟದಲ್ಲಿ ಡಿ.ಆರ್. ನಿಂಬೆಯ ಗಿಡವನ್ನು ಗುರುತಿಸಲಾಗದೆ, 'ಇದು ಯಾವ ಗಿಡ ಸಾರ್?' ಎಂದು ಕೇಳಿದಾಗ, 'ಯಾವ ಸೀಮೇ ಪರಿಸರವಾದೀನಯ್ಯ ನೀನು! ನಿನಗೆ ನಿಂಬೇ ಗಿಡ ಕೂಡ ಗೊತ್ತಿಲ್ಲವಲ್ಲ!' ಎಂದು ಲಂಕೇಶ್ ರೇಗಿದ್ದನ್ನು ಡಿ.ಆರ್. ಹೆಮ್ಮೆಯಿಂದಲೇ ಹೇಳಿಕೊಳ್ಳುತ್ತಿದ್ದರು. ಡಿ.ಆರ್. ಥರದವರು 'ದೇಶಿ' ಎಂದ ತಕ್ಷಣ 'ಅದೇ ನಿಮ್ಮ ತಾಳೇಗರಿ ತಾನೇ! ಆ ಬ್ರಿಟಿಷರು ಬರೋತನಕ ಇಲ್ಲಿ ಮರಳಿನ ಮೇಲೆ ಬರೀತಿದ್ರಲ್ಲಯ್ಯ! ಇಲ್ಲಿ ಒಂದು ಎತ್ತಿನ ಗಾಡಿ ಕೂಡ ಮಾಡೋಕೆ ಬರ್ತಿರಲಿಲ್ಲ' ಎಂದು ಲಂಕೇಶ್ ರೇಗುತ್ತಿದ್ದರು.

ಆದರೆ ಸೆಕ್ಯುಲರಿಸಂ ಕುರಿತು ಮಾತ್ರ ಈ ಇಬ್ಬರೂ ರಾಜಿ ಮಾಡಿಕೊಂಡ ವರಲ್ಲ. ಲಂಕೇಶರಂತೆ ಡಿ.ಆರ್. ಕೂಡ ಮತೀಯವಾದದ ವಿರುದ್ಧ ಗಂಭೀರ ತಾತ್ವಿಕ ಚಿಂತನೆಗಳನ್ನು ರೂಪಿಸುತ್ತಿದ್ದರು. ಡಿ.ಆರ್. ಅವರ ಅನೇಕ ಬಗೆಯ ಚಿಂತನೆಗಳು ದಲಿತ ಚಳವಳಿಯಿಂದ ಹಿಡಿದು ಜಾಗತೀಕರಣ ಹಾಗೂ ಮತೀಯ ವಾದಗಳನ್ನು ವಿರೋಧಿಸುವ ಚಿಂತನೆ ಹಾಗೂ ಚಳವಳಿಗಳಿಗೆ ತಾತ್ವಿಕ ಚೌಕಟ್ಟು ಗಳನ್ನು ಒದಗಿಸಿವೆ. ಲಂಕೇಶ್ ಮತೀಯವಾದವನ್ನು ದಿನನಿತ್ಯದ ವಿವರಗಳಲ್ಲಿ ಎದುರಾಗುತ್ತಿದ್ದರು. ದೇಶದ ತುಂಬಾ ಇಟ್ಟಿಗೆ ಸಂಗ್ರಹಿಸಿದ ಮತೀಯವಾದಿಗಳು ಕರ್ನಾಟಕದಲ್ಲೂ ಕೋಮು ಗಲಭೆ ಹುಟ್ಟುಹಾಕುತ್ತಿದ್ದಾಗ, ಲಂಕೇಶರು 'ಇಟ್ಟಿಗೆ ಪವಿತ್ರವಲ್ಲ; ಜೀವ ಪವಿತ್ರ' ಎಂಬ ಸೂಕ್ಷ್ಮ ಒಳನೋಟವುಳ್ಳ ಘೋಷಣೆ ಕೊಟ್ಟು ಶಿವಮೊಗ್ಗದಲ್ಲಿ ಶಾಂತಿ ಮೆರವಣಿಗೆ ಸಂಘಟಿಸಿದರು. ಇದು ಗಾಂಧಿ ಹಾಗೂ ಪಶ್ಚಿಮದ ವೈಚಾರಿಕತೆ ಎರಡನ್ನೂ ಬೆಸೆದು ಲಂಕೇಶ್ ರೂಪಿಸಿಕೊಂಡ ಆಧುನಿಕ ಜಾತ್ಯತೀತ ದೃಷ್ಟಿಕೋನವಾಗಿತ್ತು. 'ಸ್ಪಷ್ಟತೆ ಮತ್ತು ವೈಚಾರಿಕತೆಯೇ ಆಧುನಿಕ ಮನುಷ್ಯನ/ ನಿರ್ದಿಷ್ಟ ಲಕ್ಷಣ ಎಂದು ಹೇಳುವ ನನಗೆ/ ಕೊಂಚ ತಾಯ್ತನದ ವಿನಯ ಮತ್ತು ಮೌನ' ಎಂದು ಲಂಕೇಶ್ ತಮ್ಮ 'ಅವ್ವ-೨' ಪದ್ಯದಲ್ಲಿ ಬರೆದಿದ್ದರು.

'ನೀವು ಪಶ್ಚಿಮದಿಂದ ಪ್ರಭಾವಿತರಾಗಿದ್ದೀರಾ?' ಅಂತ ಲಂಕೇಶರನ್ನು ಯಾರೋ ಕೇಳಿದಾಗ, 'ಹೌದು ಕಣಯ್ಯಾ, ಕೆಲಸ ಮಾಡಿದವರಿಗೆ ಸರಿಯಾಗಿ ಸಂಬಳ ಕೊಡಬೇಕು ಅಂತ ಪಶ್ಚಿಮದಿಂದಲೇ ನಾನು ಕಲ್ತಿರೋದು. ಇಲ್ಲಿ ಹಿಂದಿನ ಕಾಲದಿಂದಲೂ ಜಮೀನ್ದಾರರೆಲ್ಲ ಆಳುಗಳಿಂದ ಕೆಲಸ ಮಾಡಿಸಿಕೊಂಡು ಅವರಿಗೆ

ಸಂಬಳ ಕೊಡೋ ಅಭ್ಯಾಸಾನೇ ಇರಲಿಲ್ಲವಲ್ಲ. ಇಲ್ಲಿದ್ದದ್ದು ಕೆಲಸ ಮಾಡಿದೋರಿಗೆ ವರ್ಷಕ್ಕೆ ಮೂರು ಸೇರು ಜೋಳ ಕೊಡೋ ಪದ್ಧತಿ ತಾನೇ?' ಎಂದು ಹೇಳಿದ್ದರು. ಪಶ್ಚಿಮದಿಂದ ಬಂದ ಹಲವು ವಿಮೋಚನೆಯ ಮಾರ್ಗಗಳ ಬಗ್ಗೆ ಲಂಕೇಶರಿಗೆ ಅಪಾರ ವಿಶ್ವಾಸವಿತ್ತು. ಡಿ.ಆರ್. ತಮ್ಮ ಆಧುನಿಕೋತ್ತರ ವಿಮರ್ಶೆಯ ಘಟ್ಟದಲ್ಲಿ ಪಶ್ಚಿಮದ ಮಾದರಿಗಳ ಬಗ್ಗೆ ಪುನರ್‌ವಿಮರ್ಶೆಗೆ ತೊಡಗಿದಾಗ ಲಂಕೇಶರು ಅದನ್ನು ಅನುಮಾನಿಸಿದ್ದರು. 'ಏನಯ್ಯಾ ನಾಗರಾಜ್, ನೀನೂ ಆಶಿಶ್ ನ್ಯಾಂಡೀ ಥರಾ ಆಡ್ತಿದೀಯಾ?' ಎಂದು ಜರೆದಿದ್ದರು. ಅದಕ್ಕೆ ಮುಖ್ಯ ಕಾರಣ ಲಂಕೇಶರ ಖಚಿತ ಆಧುನಿಕ ಸಂವೇದನೆ. ಲಂಕೇಶರು ಸಂಪೂರ್ಣ ಮಾಡರ್ನ್ ಹಾಗೂ ಸೆಕ್ಯುಲರ್ ಆದದ್ದರಿಂದಲೇ ದಲಿತರನ್ನು, ಮುಸ್ಲಿಮರನ್ನು ಹಾಗೂ ಎಲ್ಲಾ ಜಾತಿಗಳನ್ನೂ ಸಹಜವಾಗಿ ಒಳಗೊಂಡರು ಹಾಗೂ ಈ ವರ್ಗ ಗಳನ್ನು ಅವರು ಟೀಕಿಸಿದಾಗ ಕೂಡ ಯಾರೂ ಅವರನ್ನು ತೀರಾ ತಪ್ಪು ತಿಳಿಯಲಿಲ್ಲ.

ಲಂಕೇಶರ ಜಾತ್ಯತೀತತೆ ವಿಶಿಷ್ಟವಾದುದಾಗಿತ್ತು. ಒಮ್ಮೆ ಕವಿ ಮೋಹನ ನಾಗಮ್ಮನವರ್ ಲಂಕೇಶರ ಮದ್ಯಗೋಷ್ಠಿಯಲ್ಲಿ 'ನಿಮ್ಮ ಆಫೀಸೇ ನಮಗೆಲ್ಲ ವಚನಕಾಲದ ಮಹಾಮನೆ ಇದ್ದಾಂಗ ಸಾರ್' ಎಂದಾಗ ಆ ಮಾತಿನಲ್ಲಿ ಕೊಂಚ ಉತ್ಪ್ರೇಕ್ಷೆ ಇದೆ ಎನ್ನಿಸಿತ್ತು. ಆದರೆ ಕ್ರಮೇಣ ನಾಗಮ್ಮನವರ್ ಹೇಳಿದ್ದು ನಿಜ ವೆನ್ನಿಸಿದೆ. ಯಾಕೆಂದರೆ, ಎಲ್ಲ ಜಾತಿಯ ಜನ ಲಂಕೇಶರ ಜೊತೆ ಸಂಕೋಚ ವಿಲ್ಲದೆ ಇರುತ್ತಿದ್ದರು. ದಲಿತರ ಬಗ್ಗೆ ಸವರ್ಣೀಯರ ಧೋರಣೆಯನ್ನು ಲಂಕೇಶರು ನಿರಂತರವಾಗಿ ತಿದ್ದಲೆತ್ನಿಸಿದರು. ಹಾಗೆಯೇ ಮುಸ್ಲಿಮರಿಗೆ ಲಂಕೇಶರಷ್ಟು ಆತ್ಮವಿಶ್ವಾಸ ಹಾಗೂ ಧೈರ್ಯ ತುಂಬಿದ ಕನ್ನಡ ಲೇಖಕ ಬೇರೊಬ್ಬನಿಲ್ಲ. ಲಂಕೇಶರನ್ನು ಬ್ರಾಹ್ಮಣದ್ವೇಷಿ ಅನ್ನುವವರಿದ್ದರು; ಇದ್ದಾರೆ. ಅದು ಕೂಡ ಅಷ್ಟು ಸರಿಯಲ್ಲ. ಯಾಕೆಂದರೆ ಲಂಕೇಶರಿಗೆ ಲೋಹಿಯಾರ ಹಾಗೆ ಎಲ್ಲ ಜಾತಿಗಳ ದುರಂತ ಕೂಡ ಗೊತ್ತಿತ್ತು. ಈ ಬಗ್ಗೆ ಟಿ.ಎನ್. ಸೀತಾರಾಂ ಹೇಳಿದ ಒಂದು ಘಟನೆ ಹೀಗಿದೆ: ಯಾವುದೋ ಒಂದು ಸಭೆಯಲ್ಲಿ ಲೇಖಕ ಬೀಚಿ 'ಜಾತ್ಯತೀತತೆ'ಯ ಬಗ್ಗೆ ಮಾತಾಡುತ್ತಿದ್ದರು. ಆ ಸಭೆಯಲ್ಲಿ ಡಿ.ಆರ್. ನಾಗರಾಜ್ ಮಧ್ಯೆ ಎದ್ದು ನಿಂತು 'ಹಾಗಾದ್ರೆ ನೀವು ಜನಿವಾರ ಹಾಕ್ಕೊಂಡಿಲ್ವಾ?' ಎಂದು ನೇರವಾಗೇ ಕೇಳಿಬಿಟ್ಟರು. ಆಗ ಬೀಚಿ, 'ಇಲ್ಲ! ಬೇಕಿದ್ರೆ ಬಂದು ನೋಡಿ!' ಅಂದರು. ಡಿ.ಆರ್. ಎದ್ದವರೇ ವೇದಿಕೆ ಹತ್ತಿ ಬೀಚಿಯವರ ಷರಟು ಎತ್ತಿ, ಅಲ್ಲಿ ಜನಿವಾರ ಇಲ್ಲದಿರುವುದನ್ನು ಖಾತ್ರಿ ಮಾಡಿಕೊಂಡು ಬಂದರು. ಅದನ್ನು ಕಂಡ ಲಂಕೇಶ್ ಡಿ.ಆರ್.ಗೆ 'ಈ ಥರ ಅಟ್ಯಾಕ್ ಮಾಡೋದ್ರಿಂದ ಏನೂ ಪ್ರಯೋಜನ

ಇಲ್ಲ ಕಣಯ್ಯಾ, ಅವನು ಜನಿವಾರಾನ ತೆಗೆದು ಜೇಬಿನಲ್ಲಿಟ್ಟುಕೊಂಡಿದ್ರೆ ಏನ್ಮಾಡ್ತೀಯಾ?' ಎಂದರು. ಆಗ ಡಿ.ಆರ್. 'ಅದನ್ನೂ ಚೆಕ್ ಮಾಡಿ ನೋಡ್ತೀನಿ ಸಾರ್' ಎಂದಾಗ ಲಂಕೇಶ್ ಹೇಳಿದರು: 'ಅಲ್ಲಯ್ಯಾ! ಅವನು ಮೈಗೆ ಹಾಕಿ ಕೊಳ್ಳೋ ಜನಿವಾರಾನ ಮನಸ್ಸಿಗೇ ಹಾಕ್ಕೊಂಡಿದ್ರೆ ಏನಯ್ಯಾ ಮಾಡ್ತೀಯಾ?'

ಡಿ.ಆರ್. ಅವರಂತೆಯೇ ಬ್ರಾಹ್ಮಣ್ಯದ ಹಲವು ಅಪಾಯಗಳನ್ನು ಟೀಕಿಸುತ್ತಿದ್ದ ಲಂಕೇಶ್ ಹುಂಬ ಬ್ರಾಹ್ಮಣವಿರೋಧವನ್ನು ಒಪ್ಪಿದವರಲ್ಲ. ಅವರು 'ಉಲ್ಲಂಘನೆ' ಕತೆಯಲ್ಲಿ ಒಬ್ಬ ಬ್ರಾಹ್ಮಣ ಜಮೀನ್ದಾರನ ದಿಗ್ಭ್ರಮೆಯನ್ನು ಬಹು ಸೂಕ್ಷ್ಮವಾಗಿ ಶೋಧಿಸಿರುವ ರೀತಿ ಇಲ್ಲಿ ನೆನಪಾಗುತ್ತದೆ. ಆದ್ದರಿಂದಲೇ ತಮಿಳುನಾಡಿನ ಪೆರಿಯಾರ್ ಮಾದರಿಯನ್ನು ಕೂಡ ಲಂಕೇಶ್ ಒಪ್ಪಲಿಲ್ಲ. 'ತಮಿಳು ಸಾಹಿತ್ಯದಲ್ಲಿ ಪ್ರಧಾನವಾಗಿ ಕಂಡ ಒರಟುತನಕ್ಕೂ, ಆ ಸಂಸ್ಕೃತಿಯಲ್ಲಿ ಕಂಡ ಸ್ಥಗಿತತೆಗೂ, ತಾತ್ವಿಕವಲ್ಲದ ಕೇವಲ ಹುಂಬ ಸಾಂಸ್ಕೃತಿಕ ದ್ವೇಷಕ್ಕೂ ಸಂಬಂಧವಿದೆ' ಎಂದು ಲಂಕೇಶ್ ಒಮ್ಮೆ ಬರೆದಿದ್ದರು.

* * *

ಲಂಕೇಶ್ ಹಾಗೂ ಡಿ.ಆರ್. ಇಬ್ಬರೂ ವಿಶಿಷ್ಟ ಐಡೆಂಟಿಟಿಯ ಹಾಗೂ ವಿಭಿನ್ನ ಮಾರ್ಗಗಳ ವ್ಯಕ್ತಿಗಳಾಗಿದ್ದರಿಂದ ಅವರಿಬ್ಬರ ನಡುವೆ ವಿಚಿತ್ರ ಟೆನ್ಷನ್ ಇರುತ್ತಿತ್ತು. ಆಗಾಗ್ಗೆ ಡಿ.ಆರ್. ಬಗ್ಗೆ ಲಂಕೇಶರ ತಿವಿತವೂ ನಡೆಯುತ್ತಿತ್ತು. ಹಿಂದೊಮ್ಮೆ ಮೈಸೂರಿನ 'ಲಂಕೇಶ್–೬೦' ವಿಚಾರ ಸಂಕಿರಣದಲ್ಲಿ ಡಿ.ಆರ್. ಮಾಡಿದ ಭಾಷಣದ ಬರಹರೂಪವನ್ನು ಈ ಬಗೆಯ ತಿಕ್ಕಾಟದ ಕಾಲದಲ್ಲಿ ಅನಿತಾ ಸಿದ್ಧಪಡಿಸಿಕೊಟ್ಟಿದ್ದಳು. ಅದು ಗಂಗಾಧರ ಕುಷ್ಟಗಿ ಸಂಪಾದಿಸಿದ 'ತಲೆಮಾರಿನ ತಳಮಳ' ಪುಸ್ತಕದಲ್ಲಿ ಪ್ರಕಟವಾಗಬೇಕಿತ್ತು. ಆದರೆ ಡಿ.ಆರ್. 'ನನ್ನ ಬರಹವನ್ನು ಪ್ರಕಟಿಸಕೂಡದು' ಎಂದು ಕುಷ್ಟಗಿಯವರಿಗೆ ಪತ್ರ ಬರೆದು ನನ್ನ ಕೈಗೇ ಕೊಟ್ಟರು. ಅದೇ ಸಂಕಿರಣದಲ್ಲಿ ತಾವು ಮಾಡಿದ ಭಾಷಣವನ್ನು ತಮ್ಮ ಅನುಮತಿಯಿಲ್ಲದೆ ಈ ಪುಸ್ತಕದಲ್ಲಿ ಬಳಸಲಾಗಿದೆ ಎಂದು ಅನಂತಮೂರ್ತಿಯವರು ಕೋರ್ಟಿಗೂ ಹೋದರು. ಪುಸ್ತಕ ಬಿಡುಗಡೆಯ ದಿನ ಅನಂತಮೂರ್ತಿಯವರ ವಕೀಲರು ಸ್ಟೇ ಆರ್ಡರ್ ತಂದು ಪುಸ್ತಕದ ಸಂಪಾದಕ ಗಂಗಾಧರ ಕುಷ್ಟಗಿಯವರನ್ನು ಹುಡುಕುತ್ತಿದ್ದರು. ವಕೀಲರಾದ ಸಿ.ಎಸ್.ದ್ವಾರಕಾನಾಥ್ ಅವರ ಉಪಾಯದಂತೆ ಸ್ಟೇ ಸರ್ವ್ ಆಗುವ ಮೊದಲೇ ಪುಸ್ತಕ ಬಿಡುಗಡೆಯೂ ಆಯಿತು. ಇಲ್ಲಿ ಎಲ್ಲರ ಸಿಟ್ಟಿಗೂ ಅವರದೇ ಆದ ಕಾರಣಗಳಿದ್ದಂತಿದ್ದವು. ಆದರೆ ನಮ್ಮಂಥವರಿಗೆ ಇದನ್ನೆಲ್ಲ ನೋಡಿ ತಲೆ ಚಿಟ್ಟು ಹಿಡಿಯುತ್ತಿತ್ತು.

ಆದರೆ ಇದೆಲ್ಲದರ ನಡುವೆ ನಡೆದ ಎರಡು ಪುಟ್ಟ ಘಟನೆಗಳು ಲಂಕೇಶ್–ಡಿ.ಆರ್. ನಡುವಣ ಸಂಬಂಧದಲ್ಲಿ ತಿಕ್ಕಾಟ ತುಂಬಿದ್ದ ಕಾಲದಲ್ಲೂ ಇದ್ದ ಪರಸ್ಪರ

ಕಾಳಜಿಯನ್ನು ಸೂಚಿಸುವಂತಿವೆ. ಅವರಿಬ್ಬರ ನಡುವಣ ಜಗಳ ಅತಿಗೆ ಹೋಗಿದ್ದ ಕಾಲದಲ್ಲೇ ಡಿ.ಆರ್. ದೆಹಲಿಯ ಸಭೆಯೊಂದರಲ್ಲಿ ಲಂಕೇಶರನ್ನು 'ಜೀನಿಯಸ್ ಆಫ್ ದಿ ಸೆಂಚುರಿ' ಎಂದು ವರ್ಣಿಸಿದರು. ದೆಹಲಿಯ ಕಥಾ ಸಂಸ್ಥೆಯ ಗೀತಾ ಧರ್ಮರಾಜನ್ ಹೊರ ತಂದ ಕನ್ನಡ ಕತೆಗಳ ಇಂಗ್ಲಿಷ್ ಸಂಕಲನಕ್ಕಾಗಿ ಕತೆಯೊಂದನ್ನು ಆರಿಸಬೇಕಾಗಿ ಬಂದಾಗ, ಡಿ.ಆರ್. ಲಂಕೇಶರ 'ಸಹಪಾಠಿ' ಕತೆಯನ್ನು ಆರಿಸುತ್ತಾ, ಇದು 'ಶತಮಾನದ ಕತೆ' ಎಂದು ವ್ಯಾಖ್ಯಾನ ಮಾಡಿದರು. ಇದು ಲಂಕೇಶರಿಗೆ ಎಷ್ಟೋ ದಿನಗಳ ಕಾಲ ಗೊತ್ತಿರಲಿಲ್ಲ. ಆದರೆ ಡಿ.ಆರ್. ವಿಚಾರದಲ್ಲಿ ಇಂಥ ನ್ಯಾಯಪಕ್ಷಪಾತ ಲಂಕೇಶರಲ್ಲೂ ಇತ್ತು ಎನ್ನುವುದನ್ನು ಸೂಚಿಸುವ ಒಂದು ಘಟನೆ ನೆನಪಿದೆ: ತೊಂಬತ್ತೆಂಟರ ಸುಮಾರಿಗೆ ಡಿ.ಆರ್. ಹಂಪಿಯ ಕನ್ನಡ ವಿಶ್ವವಿದ್ಯಾಲಯದ ವೈಸ್ ಚಾನ್ಸಲರ್ ಆಗಲು ಬಯಸಿದ್ದರು. ಹಾ.ಮಾ. ನಾಯಕರು ಆ ಸಲದ ಉಪಕುಲಪತಿಗಳನ್ನು ಆರಿಸುವ ಸರ್ಚ್ ಕಮಿಟಿಯ ಸದಸ್ಯರಾಗುತ್ತಾರೆಂಬ ಸುದ್ದಿಯಿತ್ತು. ಒಂದು ರಾತ್ರಿ ಮೈಸೂರಿನ ಕೆ. ರಾಮದಾಸ್‌ರ ಮನೆಗೆ ಲಂಕೇಶರ ಫೋನು ಬಂತು. 'ಆ ಹಾ.ಮಾ. ನಾಯಕರ ಹತ್ತಿರ ಹೋಗಿ ಏನಾದರೂ ಮಾಡಿ ನಮ್ಮ ಅತ್ಯಂತ ಬ್ರೈಟ್ ಫೆಲೋ ಡಿ.ಆರ್. ಕನ್ನಡ ವಿಶ್ವವಿದ್ಯಾಲಯದ ವೈಸ್ ಚಾನ್ಸಲರ್ ಆಗುವಂತೆ ನೋಡಿಕೊಳ್ರೀ' ಎಂದರು ಲಂಕೇಶ್. ಇದು ಡಿ.ಆರ್.ಗೆ ಗೊತ್ತಿರಲಿಲ್ಲ. ಇದು ಅವರಿಗೆ ಕೊನೆತನಕ ಗೊತ್ತಾಗಲಿಲ್ಲವೋ ಏನೋ.

ಅದು ಡಿ.ಆರ್. ಮತ್ತು ಲಂಕೇಶರ ನಡುವೆ ಮತ್ತೊಮ್ಮೆ ಜಗಳವಾಗಿ ಒಬ್ಬರ ಮುಖ ಇನ್ನೊಬ್ಬರು ನೋಡದ ಕಾಲ. ಹಾ.ಮಾ. ನಾಯಕರು ಯಾವುದೋ ವರದಿ ಕುರಿತಂತೆ ಲಂಕೇಶರ ಮೇಲೆ ಕೇಸ್ ಹಾಕಿ ರಂಪ ಮಾಡಿದ್ದರು. ರಾಮದಾಸ್ ಥರದ ನಿಷ್ಠುರ ವ್ಯಕ್ತಿಗೆ ಹಾ.ಮಾ. ನಾಯಕರ ಮನೆಗೆ ಹೋಗುವುದು ಅಪಾರ ಮುಜುಗರದ ವಿಷಯವಾಗಿತ್ತು. ಆದರೆ ಲಂಕೇಶರ ಆಳದಲ್ಲಿ ಡಿ.ಆರ್. ಬಗ್ಗೆ ಇದ್ದ ವಿಚಿತ್ರ ಮಮತೆ ಇವನ್ನೆಲ್ಲ ಮೀರುವಂತೆ ಮಾಡಿತ್ತು. ಡಿ.ಆರ್. ಕನ್ನಡ ವಿಶ್ವವಿದ್ಯಾಲಯದ ಕುಲಪತಿಯಾಗಬೇಕಾಗಿದ್ದ ಕಾಲದಲ್ಲಿ ಡಿ.ಆರ್. ಅವರ ಸಹೋದ್ಯೋಗಿಗಳ ಹೇಳಿಕೆಯ ಆಧಾರದ ಮೇಲೆ ಲಂಕೇಶರು ಡಿ.ಆರ್.ಗೆ ವಿರುದ್ಧವಾಗಿದ್ದ ವರದಿಯನ್ನು ತಮ್ಮ ಪತ್ರಿಕೆಯಲ್ಲಿ ಪ್ರಕಟಿಸಿದ್ದರು. ಆದರೂ ಅಂತಿಮವಾಗಿ ಅವರು ಡಿ.ಆರ್. ಏಳಿಗೆಯನ್ನೇ ಬಯಸಿದ್ದರು ಎಂಬುದನ್ನು ಈ ಘಟನೆ ಹೇಳುತ್ತದೆ.

ಈವರೆಗಿನ ಈ ನಿರೂಪಣೆಯಲ್ಲಿ ಡಿ.ಆರ್. ಹಾಗೂ ಲಂಕೇಶರ ಮಾರ್ಗಗಳ ನಡುವೆ ಅಲ್ಲಲ್ಲಿ ಕೊಂಡಿಗಳನ್ನು ಕಾಣಲೆತ್ನಿಸಿದ್ದರೂ ಈ ಮಾರ್ಗಗಳು ನನ್ನ

ಪ್ರಜ್ಞೆಯಲ್ಲಿ ಮಾತ್ರ ಬೆರೆಯುತ್ತಿದ್ದವೆಂಬುದು ನಿಜ. ಹಾಗೆಯೇ, ನನ್ನ ಮಿತ್ರರಾದ ರಾಜಾರಾಂ, ಸುಬ್ಬು ಹೊಲೆಯಾರ್ ಥರದ ಹಲವು ಸೂಕ್ಷ್ಮಜ್ಞರ ಪ್ರಜ್ಞೆಯಲ್ಲೂ ಈ ಮಾರ್ಗಗಳು ಬೆರೆಯಲೆತ್ನಿಸಿವೆ ಎಂಬುದನ್ನು ಕಂಡುಕೊಂಡಿರುವೆ. ಕರ್ನಾಟಕದ ಸಾಂಸ್ಕೃತಿಕ ಲೋಕ ಹಾಗೂ ಸಮಾಜದ ಹಿತದೃಷ್ಟಿಯಿಂದ ಒಂದಾಗಲೇಬೇಕಾಗಿದ್ದ ಆ ಎರಡು ಮಾರ್ಗಗಳು ಒಂದರ್ಥದಲ್ಲಿ ಭಿನ್ನವಾಗೇ ಇದ್ದವು. ಈ ಅಂಶ ಡಿ.ಆರ್. ಹಾಗೂ ಲಂಕೇಶ್ ತಮ್ಮ ಕೊನೆಗಾಲದ ಬರವಣಿಗೆಗಳಲ್ಲಿ ಸೂಚಿಸಿರುವ ಎರಡು ಆಯ್ಕೆಗಳಲ್ಲೂ ಕಾಣುತ್ತಿತ್ತು. ಡಿ.ಆರ್.ತೀರಿಕೊಂಡಾಗ'ಅಲ್ಲಮಪ್ರಭು ಮತ್ತು ಶೈವಪ್ರತಿಭೆ' ಎಂಬ ಅವರ ಮಹತ್ವಾಕಾಂಕ್ಷೆಯ ಪುಸ್ತಕ ಹಸ್ತಪ್ರತಿಯ ಘಟ್ಟದಲ್ಲಿತ್ತು. ಲಂಕೇಶ್ ತೀರಿಕೊಳ್ಳುವ ಕೆಲ ವಾರಗಳ ಮೊದಲು 'ಸಹಸ್ರಮಾನದ ಕರ್ನಾಟಕದ ವ್ಯಕ್ತಿ ಯಾರು?' ಎಂದು ಆಯ್ಕೆ ಮಾಡುವಾಗ ದೇವರಾಜ್ ಅರಸು ಹಾಗೂ ಬಸವಣ್ಣನವರನ್ನು ಆರಿಸಲು ಯೋಚಿಸಿದರು; ಕೊನೆಗೆ ಮೂರ್ತ ಸಾಮಾಜಿಕ ಪರಿಣಾಮದ ದೃಷ್ಟಿಯಿಂದ ದೇವರಾಜ ಅರಸು ಅವರನ್ನೇ ಆರಿಸಿದರು.

ಇದಕ್ಕಿಂತ ಮೊದಲು ಲಂಕೇಶ್ ಒಂದು ದಿನ ಕಿ.ರಂ. ನಾಗರಾಜರನ್ನು 'ಬಸವಣ್ಣನಿಗೆ ಏನು ಬೇಕಾಗಿತ್ತು, ಗೊತ್ತೇನಯ್ಯಾ?' ಎಂದು ಕೇಳಿದರು. 'ಏನು ಬೇಕಾಗಿತ್ತು ಸಾರ್?' ಎಂದರು ಕಿ.ರಂ. 'ತನ್ನ ವಿಚಾರಗಳನ್ನು ತಲುಪಿಸಲು ಬಸವಣ್ಣನಿಗೊಂದು ಪ್ರಿಂಟಿಂಗ್ ಪ್ರೆಸ್ ಬೇಕಾಗಿತ್ತು' ಎಂದರು ಲಂಕೇಶ್. 'ಸಂಕ್ರಾಂತಿ' ನಾಟಕದಲ್ಲಿ ಬಸವಣ್ಣನನ್ನು ಪರೀಕ್ಷಿಸಿದ್ದ ಲಂಕೇಶರಿಗೆ ಪತ್ರಿಕೆಯ ಘಟ್ಟದಲ್ಲಿ ಬಸವಣ್ಣನ ಗದ್ಯದ ಸ್ಪಷ್ಟತೆಯ ಮಹತ್ವ ತಿಳಿಯುತ್ತಾ ಹೋಯಿತು. 'ಬಸವಣ್ಣ ನನ್ನ ಜಾತಿಯವನಾದ್ದರಿಂದ ಅವನನ್ನು ಸಹಸ್ರಮಾನದ ವ್ಯಕ್ತಿಯನ್ನಾಗಿ ಆರಿಸಲು ಮನಸ್ಸು ಹಿಂಜರಿಯುತ್ತದೆ' ಎಂದು ಲಂಕೇಶ್ ಅರ್ಧ ತಮಾಷೆಯಾಗಿ, ಅರ್ಧ ಗಂಭೀರವಾಗಿ ಹೇಳಿದ್ದು ನೆನಪಿದೆ. ಆದರೆ ಬಸವಣ್ಣ ಹಾಗೂ ಅಲ್ಲಮರ ನಡುವೆ ಮಾತ್ರ ಬಸವಣ್ಣನೇ ಲಂಕೇಶರ ಆಯ್ಕೆ. ಲಂಕೇಶರಿಗೆ ಅಲ್ಲಮ ಅಸ್ಪಷ್ಟ ಹಾಗೂ ಅಮೂರ್ತ; ಬಸವಣ್ಣ ಸ್ಪಷ್ಟ ಹಾಗೂ ಮೂರ್ತ. ಬಸವಣ್ಣನಲ್ಲಿ ನೇರವಾಗಿ ಕಾಣುವ ಸಾಮಾಜಿಕ ಹೊಣೆ, ಅವನ ವ್ಯಕ್ತಿತ್ವದಲ್ಲಿರುವ ಕವಿ-ಅಧಿಕಾರದ ಸಂಗಮ, ಹೊಸ ಸಮಾಜವೊಂದನ್ನು ರೂಪಿಸುವ ಬಗೆಗಿನ ಬದ್ಧತೆ, ನೇರವಾಗಿ ಜನರನ್ನು ತಲುಪಬೇಕೆಂಬ ಸುಧಾರಕ ಕವಿಯ ಕಾತರ ಲಂಕೇಶರನ್ನು ಸೆಳೆದಂತಿದೆ. 'ಅಲ್ಲಯ್ಯ, ಬಸವಣ್ಣ ಬರೆದ ಮೇಲೂ ಕನ್ನಡ ಗದ್ಯ ಯಾಕೆ ಕಗ್ಗದಂತಿರಬೇಕು?' ಎಂಬ ಪ್ರಶ್ನೆಯನ್ನು ಲಂಕೇಶ್ ಆಗಾಗ ಕೇಳಿಕೊಳ್ಳುತ್ತಿದ್ದರು. ಅವರು ಈ ಮಾತನ್ನು ಆಡುವಾಗ, ಬಸವಣ್ಣನ ನಂತರದ ಹಲವು ಕನ್ನಡ ಕವಿಗಳನ್ನೂ ಹಾಗೂ ಈ ಕಾಲದಲ್ಲಿ ಕೆಟ್ಟ ಕನ್ನಡ ಬಳಸುತ್ತಿರುವ ಲೇಖಕರನ್ನೂ

ಮನಸ್ಸಿನಲ್ಲಿಟ್ಟುಕೊಂಡಂತಿತ್ತು. ಕರ್ಕಶವಾದ ಕನ್ನಡ ಬಳಸುವ ಲೇಖಕರನ್ನು ಅವರು ಇಷ್ಟಪಡುತ್ತಿರಲಿಲ್ಲ.

ಲಂಕೇಶರಿಗಿಂತ ಭಿನ್ನವಾಗಿ, ಸಿದ್ಧಾಂತ, ಕಾವ್ಯ ಎಲ್ಲವನ್ನೂ ಕಷ್ಟಪಟ್ಟು ಒಲಿಸಿಕೊಳ್ಳುವುದರಲ್ಲಿ ಖುಷಿ ಪಡೆಯುತ್ತಿದ್ದ ಡಿ.ಆರ್. ಕಾಲದ ಅಗತ್ಯಕ್ಕೆ ತಕ್ಕಂತೆ ಮಾಧ್ಯಮ ಹಾಗೂ ನುಡಿಗಟ್ಟುಗಳನ್ನು ಬದಲಿಸಿಕೊಳ್ಳುವ ಕಲೆಯನ್ನು ಕೂಡ ಸಾಧಿಸಿದ್ದರು. ನೀನಾಸಂ ನಡೆಸುವ ಸಂಸ್ಕೃತಿ ಶಿಬಿರಗಳಲ್ಲಿ ಅವರು ಸಾಂದ್ರವಾದ, ತಾಂತ್ರಿಕ ಪರಿಭಾಷೆಯ, ತಾತ್ವೀಕರಣದ ಶೈಲಿ ಬಳಸುತ್ತಿದ್ದರು. ಆದರೂ ಅದನ್ನು ತಾವೇ ತಮಾಷೆ ಮಾಡಿಕೊಳ್ಳುತ್ತಾ "ಈ 'ಬ್ರೇಮಿನ್'ಗಳನ್ನು ಇಂಪ್ರೆಸ್ ಮಾಡಬೇಕೂಂದ್ರೆ ಹಿಂಗೇ ಇರಬೇಕ್ರೀ ನಟರಾಜ್" ಎಂದು ಡಿ.ಆರ್. ಕಿಲಾಡಿ ನಗೆ ಬೀರುತ್ತಿದ್ದರು. ಆದರೆ ಇನ್ನಿತರ ಬಗೆಯ ಸಾಮಾಜಿಕ ಚಿಂತನೆಯ ಸಭೆಗಳಲ್ಲಿ ಅವರ ನುಡಿಗಟ್ಟು ಹಾಗೂ ಶೈಲಿ ಕೊಂಚ ಸರಳವಾಗಿರುತ್ತಿತ್ತು. ಆದರೆ ಅಲ್ಲಿ ಕೂಡ ಡಿ.ಆರ್. ಗಾಂಭೀರ್ಯ ಬಿಟ್ಟುಕೊಟ್ಟವರಲ್ಲ. ಇದು ಯಾವುದೇ ಬುದ್ಧಿಜೀವಿ ಅನುಸರಿಸಬೇಕಾದ ಐಡಿಯಲ್ ಮಾರ್ಗ ಎಂದು ಡಿ.ಆರ್. ನಂಬಿದ್ದರು. ಜೊತೆಗೆ, 'ಎಂಥದೇ ಕ್ಲಿಷ್ಟ ವಿಷಯವನ್ನಾಗಲೀ ಎಲ್ಲರಿಗೂ ಹೇಳುವ ಕಲೆಯನ್ನು ಲಂಕೇಶರಿಂದ ಕಲಿತೆ' ಎಂದು ಶಿವರಾಮ ಕಾರಂತ ಪ್ರಶಸ್ತಿ ಪಡೆದ ಸಮಾರಂಭ ದಲ್ಲಿ ಹೇಳಿದ್ದರು. ಆದರೆ ಲಂಕೇಶರಿಗಿಂತ ಭಿನ್ನವಾದ ಹಾದಿ ಹಿಡಿದು, ಅಲ್ಲಮನ ಸಂಕೀರ್ಣ ಪ್ರತಿಮೆಗಳ ಮೂಲಕ ಅಲ್ಲಮನ ಬೆಳಕನ್ನು ಹಿಡಿಯಲೆತ್ನಿಸಿದರು.

ಡಿ.ಆರ್. ಮತ್ತು ಲಂಕೇಶರ ನಡುವಣ ಪ್ರೀತಿ, ದ್ವೇಷಗಳ ಈ ವಿಚಿತ್ರ ಸಂಬಂಧದಲ್ಲಿ ನಮ್ಮ ಕಣ್ಣಿಗೆ ಕಾಣದ ಆತ್ಮೀಯತೆಯಿತ್ತು. ಡಿ.ಆರ್. ತೀರಿ ಕೊಂಡಾಗ ಲಂಕೇಶ್ ಬರೆದರು: "ಈಗ ಈ ನಾಗರಾಜನ ಬಗ್ಗೆ ಬರೆಯುವಾಗ ಟಿ.ಎಸ್. ಎಲಿಯಟ್ ಮಡಿದಾಗ ಎಜ್ರಾ ಪೌಂಡ್ ಹೇಳಿದ್ದು ನೆನಪಾಗುತ್ತಿದೆ: 'ನಾನಿನ್ನು ಯಾರ ಜೊತೆಗೆ ನನ್ನ ಜೋಕ್‌ಗಳನ್ನು ಹಂಚಿಕೊಳ್ಳಲಿ?' ಅವನು ಎಲಿಯಟ್ ಅಲ್ಲ, ನಾನು ಪೌಂಡ್ ಅಲ್ಲ. ಆದರೆ ನಮ್ಮ ಸಂಬಂಧ ನಿಕಟವಾಗಿತ್ತು. ಅದಕ್ಕೇ ಹೀಗೆ ಹೇಳುತ್ತಿದ್ದೇನೆ." ಈ ಮಾತನ್ನು ಹಲವು ವರ್ಷಗಳ ಕೆಳಗೆ ಓದಿದ್ದ ನನ್ನೊಳಗೆ 'ನಾನಿನ್ನು ಯಾರ ಜೊತೆಗೆ ನನ್ನ ಜೋಕುಗಳನ್ನು ಹಂಚಿಕೊಳ್ಳಲಿ' ಎಂಬ ಎಜ್ರಾ ಪೌಂಡ್‌ನ ಮಾತಿನಲ್ಲಿರುವ ಭಯಾನಕ ಖಾಲಿತನ ಈಚೆಗೆ ಒಂದು ರಾತ್ರಿ ಇದ್ದಕ್ಕಿದ್ದಂತೆ ಹಬ್ಬತೊಡಗಿತು. ಬರಬರುತ್ತಾ ತಮ್ಮ ಬೌದ್ಧಿಕ ಸೂಕ್ಷ್ಮತೆಯನ್ನು ಹಂಚಿಕೊಳ್ಳುವ ಗೆಳೆಯ, ಗೆಳತಿಯರು ಕಡಿಮೆಯಾಗುತ್ತಾ ಹೋಗುವ ಬಗೆಗಿನ ಖಾಲಿತನ ಎಲ್ಲ ಸೂಕ್ಷ್ಮಜ್ಞರಲ್ಲೂ ಹುಟ್ಟಬಹುದು. ತಮ್ಮೊಳಗೆ ಹುಟ್ಟಿದ ಈ ಬಗೆಯ ಖಾಲಿತನವನ್ನು ಲಂಕೇಶರು ಪ್ರಾಮಾಣಿಕವಾಗಿ ದಾಖಲಿಸಿದ ಆ ಘಟ್ಟ ಡಿ.ಆರ್. ಜೊತೆಗಿನ ಅವರ ಸಂಬಂಧದ ಅವ್ಯಕ್ತ ಆಳವನ್ನೂ ಸೂಚಿಸುತ್ತದೆ.

ಇದು ಲಂಕೇಶ್–ಡಿ.ಆರ್. ಸಂಬಂಧದ ಒಂದು ಮುಖವನ್ನು ಹೇಳುವಂತೆ, ಇದೇ ಟಿಪ್ಪಣಿಯಲ್ಲಿ ಡಿ.ಆರ್. ವಿದೇಶ ಪ್ರವಾಸಗಳನ್ನು ಕುರಿತು ಲಂಕೇಶರು ಬರೆದ ಮಾತು ಅದರ ಇನ್ನೊಂದು ಮುಖವನ್ನು ಹೇಳುತ್ತದೆ. ತಾವು ಹಿಂದೊಮ್ಮೆ ಡಿ.ಆರ್.ಗೆ ಹೇಳಿದ ಮಾತನ್ನು ಲಂಕೇಶ್ ಇಲ್ಲಿ ನೆನಪಿಸಿಕೊಳ್ಳುತ್ತಾರೆ: '... ಅಮೆರಿಕಾದ ಒಬ್ಬ ಅಡಿಗೆಯವನು ಕೂಡ ಇಲ್ಲಿಗೆ ಬರಲು ಇಷ್ಟಪಡದೆ ಇರುವಾಗ ಇಲ್ಲಿಯ ಜಗದ್ಗುರುಗಳು, ಪ್ರಧಾನಿ, ಅಧ್ಯಕ್ಷರೆಲ್ಲ ಅಲ್ಲಿಗೆ ಹೋಗಲು ಕ್ಯೂ ನಿಂತಿರುತ್ತಾರೆ... ಭಾರತೀಯರು ಹೋಗಬೇಕಾದಾಗ, ಹೋಗಬೇಕಾದ ಕಾರಣಕ್ಕೆ ವಿದೇಶಕ್ಕೆ ಹೋಗಲಿಲ್ಲ; ಅಲ್ಲಿಯ ವಿಜ್ಞಾನವನ್ನು ತರಲಿಲ್ಲ. ಜಾತಿವಾದಿಗಳ ಕೈಯಲ್ಲಿ ಈ ದೇಶ ಗಬ್ಬೆದ್ದು ಹೋಯಿತು; ಆದರೆ ನಿನ್ನಂಥವರು ಅಲ್ಲಿಗೆ ಹೋಗಿ ಉಜ್ವಲ ಭಾರತೀಯ ಪರಂಪರೆ, ಸಂಸ್ಕೃತಿಯ ಬಗ್ಗೆ ಸುಳ್ಳು ಹೇಳುತ್ತೀರಿ; ಆ ಬಗ್ಗೆ ಭಾಷಣ ಮಾಡಿ ಹೆಮ್ಮೆ ಪಡುತ್ತೀರಿ. ಮೊನ್ನೆಮೊನ್ನೆಯವರೆಗೆ ತಾಳೆಗರಿಯ ಮೇಲೆ ಬರೆಯುತ್ತಿದ್ದ, ಪ್ರಯೋಗಶಾಲೆ ಎಂದರೇನೆಂದು ಅರಿಯದಿದ್ದ, ಮೌಢ್ಯದಲ್ಲಿ ಹೂತುಹೋಗಿದ್ದ ಈ ನಾಡಿನ ಬಗ್ಗೆ ಭ್ರಮೆಗಳನ್ನು ಬೆಳೆಸುತ್ತೀರಿ...'

ಡಿ.ಆರ್. ಥರದವರ ವಿದೇಶ ಪ್ರವಾಸಗಳನ್ನು ತಮಾಷೆ ಮಾಡುತ್ತಿದ್ದ ಲಂಕೇಶ್ ವಿದೇಶಕ್ಕೆ ಹೋಗಲು ಎಂದೂ ಹಾತೊರೆಯಲಿಲ್ಲ. ಜಿ.ಎಸ್. ಶಿವರುದ್ರಪ್ಪನವರು ಶೇಕ್ಸ್ಪಿಯರ್‌ನ ಸ್ಟ್ರಾಟ್‌ಫರ್ಡಿಗೆ ಹೋಗಿ ಬಂದ ಅನುಭವ ಹೇಳಿದ ಒಂದೆರಡು ದಿನ ಮಾತ್ರ 'ನಾನೂ ನೀನೂ ಇಂಗ್ಲೆಂಡಿಗೆ ಹೋಗಿ ಬರೋಣ. ಐ ವಿಲ್ ಟೇಕ್ ಯೂ ದೇರ್' ಎಂದು ನನ್ನೊಡನೆ ಅಂದಿದ್ದರು. ಕನ್ನಡನಾಡನ್ನು ಬಿಟ್ಟು ಹೊರ ರಾಜ್ಯಗಳಿಗೆ ಹೋಗುವುದು ಕೂಡ ಅವರಿಗೆ ಅಷ್ಟು ಪ್ರಿಯವಾದ ವಿಷಯವಾಗಿರ ಲಿಲ್ಲ. ಅಷ್ಟೇ ಯಾಕೆ, ನಾನು ಗಮನಿಸಿದಂತೆ 'ಗುಣಮುಖ'ದ ಐತಿಹಾಸಿಕ ಭಿತ್ತಿ ಬಿಟ್ಟರೆ, ಅವರ ಬಹುತೇಕ ಕೃತಿಗಳಲ್ಲಿ ಕರ್ನಾಟಕದ ಭಿತ್ತಿ ಮಾತ್ರ ಇದ್ದಂತಿದೆ.

ಈ ಹಿನ್ನೆಲೆಯಲ್ಲಿ ಡಿ.ಆರ್. ದೆಹಲಿ, ಶಿಮ್ಲಾ ಎಂದೆಲ್ಲ ಯಾಕೆ ಸುತ್ತುತ್ತಾರೆ ಎಂದು ಲಂಕೇಶ್ ಕುಟುಕುತ್ತಿದ್ದರೂ ಅವರ ಪಾಂಡಿತ್ಯದ ಬಗ್ಗೆ ಆಳದ ಮೆಚ್ಚುಗೆಯೂ ಇತ್ತು. 'ಅವನ ತಿಳಿವಳಿಕೆ, ಪಾಂಡಿತ್ಯ, ಜಾಣತನ ನನ್ನನ್ನು ಮೂಕ ನನ್ನಾಗಿಸುವಷ್ಟು ಆಳವಾಗಿದ್ದವು; ಅವನ ಪ್ರೀತಿ ಕೂಡ' ಎನ್ನುವ ಲಂಕೇಶ್ 'ಅವನು ನನ್ನ ಆತ್ಮೀಯ ಹುಡುಗನಾಗಿದ್ದ ಅನ್ನುವುದು ಅನೇಕರಿಗೆ ಗೊತ್ತಿಲ್ಲ' ಎಂದೂ ಡಿ.ಆರ್. ತೀರಿಕೊಂಡ ನಂತರ ಬರೆದರು.

ಅದೇ ಸಂಚಿಕೆಯ 'ಟೀಕೆ ಟಿಪ್ಪಣಿ'ಯಲ್ಲಿ 'ಅಧ್ಯಾಪಕನಾಗಿ ಅವನ ಸಿದ್ಧತೆ, ಭಾಷಣಕಾರನಾಗಿ ಅವನ ಪ್ರತಿಭೆ, ಬುದ್ಧಿಜೀವಿಯಾಗಿ ಅವನ ವಿಶಿಷ್ಟ ತಿಳಿವಳಿಕೆ ನನ್ನ ಮೆಚ್ಚುಗೆ ಗಳಿಸಿದವು; ಇದರಿಂದ ನನಗೆ ಅಸೂಯೆ ಕೂಡ ಆಗಿರಬಹುದು.

ನಮ್ಮಿಬ್ಬರ ನಡುವೆ ಆಳವಾದ ಪ್ರೀತಿ ಇರುವಂತೆಯೇ ಒಂದು ಬಗೆಯ ಸಂಘರ್ಷ ಕೂಡ ಇತ್ತು' ಎಂದು ಲಂಕೇಶ್ ಬರೆದರು. ಈ ಟಿಪ್ಪಣಿ ಹೀಗೆ ಕೊನೆಯಾಗುತ್ತದೆ: '...ಕಿತ್ತಾಡುತ್ತಿದ್ದ ನಾವು ಕನಸಿನಲ್ಲಿ ಕೂಡ ಒಬ್ಬರನ್ನೊಬ್ಬರು ನೋಡುತ್ತಿದ್ದೆವು. ಇದರಿಂದಾಗಿಯೇ ಆತನ ಸಾವು ನನ್ನಲ್ಲಿ ನಿರಂತರ ತೊಳಲಾಟವಾಗಿ ಉಳಿದಿದೆ. ತಾಯಿಯ ಪ್ರೀತಿ, ಗೆಳೆಯನ ಅಕ್ಕರೆ, ಪ್ರತಿಸ್ಪರ್ಧಿಯ ಸವಾಲು, ಶತ್ರುವಿನ ಮನಸ್ತಾಪ... ಎಲ್ಲ ಸೇರಿದರೆ ಏನಾಗುತ್ತದೆ ಎನ್ನುವುದಕ್ಕೆ ಈ ಸಂಬಂಧ ನಿದರ್ಶನದಂತಿದೆ.'

ಇದೆಲ್ಲ ಬರೆದ ಕೆಲ ವಾರಗಳ ನಂತರ ಲಂಕೇಶರು 'ಮರೆಯುವ ಮುನ್ನ'ದಲ್ಲಿ ಡಿ.ಆರ್. ಅವರನ್ನು 'ನನ್ನ ಶಿಷ್ಯ ಮತ್ತು ಗೆಳೆಯ, ಪ್ರತಿಸ್ಪರ್ಧಿ ಮತ್ತು ಹಿತೈಷಿ' ಎಂದು ವರ್ಣಿಸುತ್ತಾ, ಡಿ.ಆರ್. ತಮ್ಮ ಜೀವಿತದ ಕೊನೆಯಲ್ಲಿ ಬರೆದ ಪತ್ರ ವೊಂದನ್ನು ಪ್ರಕಟಿಸಿದರು. ಆ ಪತ್ರದಲ್ಲಿ 'ಲಂಕೇಶ್‌ಪತ್ರಿಕೆ ನಮ್ಮ ಜೀವನದ ಒಂದು ಅನಿವಾರ್ಯ ಅಂಗ ಎಂಬಂತಾಗಿಬಿಟ್ಟಿದೆ' ಎಂಬ ಡಿ.ಆರ್. ಮಾತು ಲಂಕೇಶ್ ಹಾಗೂ ಅವರ ಪತ್ರಿಕೆಯ ಜೊತೆ ಡಿ.ಆರ್. ಕೊನೆತನಕ ಇಟ್ಟುಕೊಂಡಿದ್ದ ಸುಮಾರು ಹದಿನೆಂಟು ವರ್ಷಗಳ ಸಂಕೀರ್ಣ, ಆತ್ಮೀಯ ಸಂಬಂಧವನ್ನು ಸೂಚಿಸುವಂತಿದೆ.

೨೦೦೦ನೆಯ ಇಸವಿಯ ಆರಂಭದಲ್ಲಿ ಡಿ.ಆರ್. ಅವರ 'ಸಾಹಿತ್ಯ ಕಥನ'ಕ್ಕೆ ಕೇಂದ್ರ ಸಾಹಿತ್ಯ ಅಕಾಡೆಮಿ ಪ್ರಶಸ್ತಿ ಬಂತು. ಆಗ ಲಂಕೇಶ್ ತಮ್ಮ ಪತ್ರಿಕೆಯ 'ಇಂಥವರು' ಅಂಕಣದಲ್ಲಿ ತಮ್ಮ ಹಳೆಯ ಗೊಣಗಾಟ ಹಾಗೂ ನಿಷ್ಠುರ ಟೀಕೆಗಳ ಜೊತೆಗೇ ಡಿ.ಆರ್. ನಿರ್ವಹಿಸಿದ ವಿವಿಧ ಜವಾಬ್ದಾರಿಗಳನ್ನು ಕುರಿತು ಕೆಲವು ಅಪರೂಪದ ಮೆಚ್ಚುಗೆಯ ಮಾತುಗಳನ್ನು ಬರೆದರು: 'ನಾಗರಾಜ್ ಕನ್ನಡದ ಪ್ರತಿಭಾವಂತ ಬುದ್ಧಿಜೀವಿ; ಉತ್ತಮ ಅಧ್ಯಾಪಕ, ನಲ್ಮೆಯ ಗೆಳೆಯ... ತನ್ನ ನಿಷ್ಠುರ ವೇಳೆಯಲ್ಲಿ ವೈದಿಕರ ರಂಪಗಳನ್ನು ಛೇಡಿಸುತ್ತಿದ್ದ... ಮಹಾ ಹರಿತಬುದ್ಧಿಯವ ನಾಗಿದ್ದ ನಾಗರಾಜ್ ಎಲ್ಲರಿಗೂ ಕ್ಲಿಷ್ಟವೆನ್ನಿಸುವ ಸಮಸ್ಯೆಗಳನ್ನೆತ್ತಿಕೊಂಡು ವಿಶ್ಲೇಷಿಸಬಲ್ಲವನಾಗಿದ್ದ. ದಲಿತರು, ಮಹಿಳೆಯರು, ಅಲ್ಪಸಂಖ್ಯಾತರ ರಕ್ಷಕನಾಗಿದ್ದ. ಇದು ಆತನಿಗೆ ಲೋಹಿಯಾ ಮತ್ತು ಮಾರ್ಕ್ಸ್‌ರಿಂದ ಬಂದದ್ದು.'

ಇದನ್ನು ಓದಿದಾಗ, ಲಂಕೇಶರು ಈ ಮಾತನ್ನು ಡಿ.ಆರ್. ಇದ್ದಾಗಲೇ ಬರೆದಿದ್ದರೆ ಎಷ್ಟು ಚೆನ್ನಾಗಿರುತ್ತಿತ್ತು ಅನ್ನಿಸಿತ್ತು. ಲಂಕೇಶ್ ತೀರಿಕೊಳ್ಳುವ ಎರಡು ವಾರಗಳ ಕೆಳಗೆ ಈ ಮಾತನ್ನು ಬರೆದಿದ್ದರು. ಅವರು ಕೊನೆಗೂ ತಮ್ಮ ಆಳದಲ್ಲಿ ಡಿ.ಆರ್. ಬಗೆಗೆ ಇದ್ದ ಅಭಿಮಾನವನ್ನು ಹೇಳಿಯೇ ಹೋದರು ಎಂದು ಈಗ ನೆಮ್ಮದಿಯೆನಿಸುತ್ತದೆ. ಅದರ ಜೊತೆಗೇ, ಕ್ಲಿಷ್ಟ ಶೈಲಿ ಹಾಗೂ ಹೊಸ ಪರಿಕಲ್ಪನೆಗಳನ್ನು

ಕಂಡಾಗ ಹುಟ್ಟುವ ಅಸಹನೆಯಿಂದಾಗಿ ಲಂಕೇಶರು ಪ್ರಾಯಶಃ ಟೀಕಿಸಬಹು
ದಾಗಿದ್ದ ಡಿ.ಆರ್. ಅವರ ಕೊನೆಯ ಪುಸ್ತಕ 'ಅಲ್ಲಮಪ್ರಭು ಮತ್ತು ಶೈವಪ್ರತಿಭೆ'
ಅವರ ವಿಮರ್ಶೆಗೆ ಸಿಕ್ಕಲಿಲ್ಲವಲ್ಲ ಎಂದು ನಿಟ್ಟುಸಿರುಬಿಡಬೇಕೆನ್ನಿಸುತ್ತದೆ! ಲಂಕೇಶರ
ಮೇಜಿನ ಮೇಲಿದ್ದ ಆ ಪುಸ್ತಕವನ್ನು ವಿಮರ್ಶೆ ಮಾಡಲೆಂದು ನಾನು
ಕೊಂಡೊಯ್ಯದಿದ್ದರೆ, ಲಂಕೇಶರು ಈ ಪುಸ್ತಕವನ್ನು ಓದಿ ಟೀಕಿಸುತ್ತಿದ್ದರೋ
ಏನೋ! ಅಥವಾ ಸದಾ ಊಹಾತೀತರಾಗಿರಲು ಯತ್ನಿಸುತ್ತಿದ್ದ ಅವರು ಡಿ.ಆರ್.
ಇಲ್ಲದ ಕಾಲದಲ್ಲಿ ಅದನ್ನು ಬೇರೆಯದೇ ಆದ ರೀತಿಯಲ್ಲಿ ಓದಿ ಅಲ್ಲಮನನ್ನು
ಹೊಸ ರೀತಿಯಲ್ಲಿ ಹುಡುಕಿಕೊಳ್ಳುತ್ತಿದ್ದರೋ ಏನೋ!

೨೪

'...ಇದ ಕಂಡು ಬೆರಗಾದೆ ಗುಹೇಶ್ವರ !'

ಡಿ.ಆರ್. ತಮ್ಮ ಕೊನೆಯ ವರ್ಷದಲ್ಲಿ ಬೆನ್ನು ಹತ್ತಿದ್ದ ವಸ್ತುಗಳ ಬಗ್ಗೆ ನಾನು ಅವರ ಜೊತೆ ಹೆಚ್ಚು ಮಾತಾಡಿರಲಿಲ್ಲ; ಅವರಿಂದ ಕಲಿಯುವ ಆಸೆಯಿದ್ದರೂ ಅವರ ಲೋಕವನ್ನು ಒಳಗೊಳ್ಳುವ ಉತ್ಸಾಹ ಕಡಿಮೆಯಾಗತೊಡಗಿತ್ತು. ಅಥವಾ ನನ್ನ ಹುಡುಕಾಟಗಳು ಬೇರೆಯಾಗತೊಡಗಿದ್ದವು. ಡಿ.ಆರ್. ತೀರಿಕೊಂಡ ನಂತರ ತೊಂಬತ್ತೊಂಬತ್ತನೆಯ ಇಸವಿಯಲ್ಲಿ ಶಿವಮೊಗ್ಗದ ಹೋಟೆಲೊಂದರಲ್ಲಿ ಕಿ.ರಂ. ನಾಗರಾಜರು 'ಅಲ್ಲಮಪ್ರಭು ಮತ್ತು ಶೈವಪ್ರತಿಭೆ' ಪುಸ್ತಕಕ್ಕೆ ಕೊನೆಯ ಹಂತದ ತಿದ್ದುಪಡಿಗಳನ್ನು ಮಾಡುತ್ತಿದ್ದರು. ಆಗ ಕೂಡ ಆ ಪುಸ್ತಕದ ಬಗೆಗೆ ಹೆಚ್ಚು ಉತ್ಸಾಹ ಹುಟ್ಟಿರಲಿಲ್ಲ. ಆನಂತರ ಆಗಾಗ ಅದರ ಕೆಲವು ಅಧ್ಯಾಯಗಳನ್ನು ಓದಿ, ಬೆರಗಾಗಿ ಅಲ್ಲಲ್ಲಿ ಗುರುತು ಹಾಕಿದ್ದೆ. 'ಇಂತಿ ನಮಸ್ಕಾರಗಳು' ಪುಸ್ತಕ ಕೊನೆಯ ಘಟ್ಟಕ್ಕೆ ಬಂದಾಗ ಎಂ.ಡಿ. ವಕ್ಕುಂದ ನನಗೆ ಬರೆದ ಕೆಲವು ಮಾತುಗಳು ಈ ಪುಸ್ತಕಕ್ಕೆ ಬೇರೆಯದೇ ಆದ ರೀತಿಯಲ್ಲಿ ನನ್ನನ್ನು ಕರೆದೊಯ್ದವು: "ಇವತ್ತಿನ ಕನ್ನಡ ಕಾವ್ಯಮೀಮಾಂಸೆಯಲ್ಲಿ ಕಾಣುವ ಹಲವು ದಾರಿಗಳಲ್ಲಿ ಸಂಭ್ರಮಪಡಬೇಕಾದ ನಿಜವಾದ ದಾರಿಯೆಂದರೆ ಡಿ.ಆರ್. ಅವರು ತಮ್ಮ 'ಅಲ್ಲಮಪ್ರಭು ಮತ್ತು ಶೈವಪ್ರತಿಭೆ'ಯಲ್ಲಿ ರೂಪಿಸಿದ ದಾರ್ಶನಿಕ ಧಾರೆ. ಅವರು ಸಂಸ್ಕೃತ ಕಾವ್ಯಮೀಮಾಂಸೆಯ ವೈದಿಕ ದಾರ್ಶನಿಕತೆಗೆ ಶೈವ ದಾರ್ಶನಿಕತೆಯನ್ನು ಮುಖಾಮುಖಿಯಾಗಿಸುತ್ತಾ

ಒಂದು ಹೊಸ ಎತ್ತರದ ದಾರ್ಶನಿಕ ದಾರಿಯನ್ನು ಕಂಡುಕೊಂಡಿದ್ದಾರೆ. ಅದು ತತ್ವಶಾಸ್ತ್ರೀಯ ಸಂಭ್ರಮದಲ್ಲಿ ಮುಳುಗಿದಂತೆ ತೋರಿದರೂ ಅದರ ಉದ್ದಕ್ಕೂ 'ರಾಜಕೀಯಆರ್ಥಿಕತೆ'ಯ ಕಾರ್ಯಸೂಚಿ ಗುಪ್ತಗಾಮಿನಿಯಂತೆ ಹರಿಯುತ್ತಲೇ ಇದೆ."

ವಕ್ಕುಂದರ ಇ-ಮೇಲ್ ಓದಿದ ನಂತರ ಮತ್ತೆ ಡಿ.ಆರ್. ಅವರ ಕೊನೆಯ ಅಪೂರ್ಣ ಕಥನಕ್ಕೆ ಮರಳಿದೆ. ಅದನ್ನು ಓದುತ್ತಿರುವಾಗ ಹೆರಾಲ್ಡ್ ಬ್ಲೂಮ್ ಜಗತ್ತಿನ ಮಹಾಪ್ರತಿಭೆಗಳನ್ನು ಕುರಿತು ಬರೆದ 'ಜೀನಿಯಸ್' ಪುಸ್ತಕದ ಕೇಂದ್ರ ಗ್ರಹಿಕೆ ಮತ್ತೆ ಮತ್ತೆ ನೆನಪಾಗುತ್ತಿತ್ತು. ಬರಹಗಾರನೊಬ್ಬ ತನ್ನ ಆಳದಿಂದ ಸಂಧಿಸಿ ತೀವ್ರವಾಗಿ ತನ್ಮಯವಾಗುವ ವಸ್ತುವಿಗೆ ಎದುರಾದಾಗ ಅವನ ಜೀನಿಯಸ್ ಉಕ್ಕಿ ಹರಿಯುತ್ತದೆ ಎಂಬುದನ್ನು ಬ್ಲೂಮ್ ಈ ಪುಸ್ತಕದುದ್ದಕ್ಕೂ ತೋರಿಸಿಕೊಡುತ್ತಾನೆ. ಅಲ್ಲಮಲೋಕವನ್ನು ಸಂಧಿಸಿದಾಗ ಡಿ.ಆರ್. ಜೀನಿಯಸ್ ಹಾಗೆ ಉಕ್ಕಿ ಹರಿದಿರುವುದು 'ಅಲ್ಲಮಪ್ರಭು ಮತ್ತು ಶೈವಪ್ರತಿಭೆ'ಯುದ್ದಕ್ಕೂ ಕಾಣುತ್ತದೆ. ತಮ್ಮ ಕೊನೆಯ ವರ್ಷಗಳಲ್ಲಿ ಈ ಕಥನವನ್ನು ಬೆನ್ನು ಹತ್ತಿದ ಕಾಲದಲ್ಲಿ ತಾವು ಸಾವಿನ ಆಸುಪಾಸಿನಲ್ಲಿರಬಹುದೆಂಬ ಸೂಚನೆ ಡಿ.ಆರ್.ಗೆ ಸಿಕ್ಕಿತ್ತೋ ಏನೋ...

ನನ್ನ ತಿಳಿವಳಿಕೆಯ ಪ್ರಕಾರ, 'ಅಲ್ಲಮಪ್ರಭು ಮತ್ತು ಶೈವಪ್ರತಿಭೆ' ಕನ್ನಡದ ಅತ್ಯಂತ ಮಹತ್ವದ ಸಾಂಸ್ಕೃತಿಕ ಅಧ್ಯಯನ ಹಾಗೂ ಪ್ರಾಯಶಃ ಕನ್ನಡದ ಮೊದಲ ಪೂರ್ಣ ಪ್ರಮಾಣದ ಲಿಟರರಿ ಥಿಯರಿಯ ಪುಸ್ತಕ. ಇಲ್ಲಿ ಡಿ.ಆರ್. ಸಾಧಿಸಿರುವ ಥಿಯರೈಸೇಶನ್‌ನ ವ್ಯಾಪ್ತಿ; ಸಾಹಿತ್ಯಕೃತಿಗಳ ವ್ಯಾಖ್ಯಾನಗಳು; ದಾರ್ಶನಿಕ ವಾಗ್ವಾದಗಳ ಗ್ರಹಿಕೆ; ಕಾವ್ಯಮೀಮಾಂಸೆಗಳ ಸಂಘರ್ಷಗಳು ಕ್ರಮೇಣ ಸಾಮಾಜಿಕ ಸಂಘರ್ಷಗಳಾಗುವುದನ್ನು ವ್ಯಾಖ್ಯಾನಿಸುವ ಕ್ರಮ; ಅಲ್ಲಮಕಿಟಕಿಯ ಮೂಲಕ ವಿಶ್ವಸಾಹಿತ್ಯದ ಗ್ರಹಿಕೆಗಳು; ವಚನ ಸಾಹಿತ್ಯ-ಶೂನ್ಯ ಸಂಪಾದನೆ-ಮಂಟೇಸ್ವಾಮಿ ಕಾವ್ಯಗಳ ನಡುವಿನ ಕೊಂಡಿಗಳು ಹಾಗೂ ಭಿನ್ನತೆಗಳು; ಕಾವ್ಯದ ವ್ಯಾಪಕ ವ್ಯಾಖ್ಯಾನಗಳು ಮತ್ತು ಅದ್ಭುತವಾದ ಓದಿನ ಕ್ರಮಗಳು-ಈ ಎಲ್ಲದರಲ್ಲೂ ಡಿ.ಆರ್. ತಲುಪಿರುವ ಎತ್ತರ ಕನ್ನಡದ ಮಟ್ಟಿಗಂತೂ ಅಪೂರ್ವ ಎಂದು ಮತ್ತೆ ಮತ್ತೆ ಅನ್ನಿಸಿದೆ.

ಡಿ.ಆರ್. ಈ ಪುಸ್ತಕ ಬರೆಯುವ ಮೊದಲೇ ಜಗತ್ತಿನ ನಿರ್ವಸಾಹತೀಕರಣ ಚಿಂತಕರನ್ನು ಹಾಗೂ ಭಾರತದ ವಿವಿಧ ಭಾಷೆಗಳ ಬಗೆಬಗೆಯ ಸಂಸ್ಕೃತಿ ಚಿಂತಕರನ್ನು ಮುಖಾಮುಖಿಯಾಗಿದ್ದರು. ಈ ಪುಸ್ತಕದ ಶುರುವಿನಲ್ಲೇ ಭಾರತದ ಪ್ರಖ್ಯಾತ ವಿದ್ವಾಂಸ ಸುರೇಂದ್ರನಾಥ ದಾಸ್‌ಗುಪ್ತ ವೀರಶೈವ ಚಳವಳಿಯನ್ನು ಗ್ರಹಿಸಿರುವ ರೀತಿಗೂ ಭಾಷಾಂತರದ ರಾಜಕಾರಣಕ್ಕೂ ಸಂಬಂಧಿಸಿದ ಸೂಕ್ಷ್ಮ

ಸಮಸ್ಯೆಯೊಂದನ್ನು ಡಿ.ಆರ್. ಎದುರಾಗುತ್ತಾರೆ. ಭಾರತೀಯ ವಿದ್ವಾಂಸರು ದೇಸಿಯನ್ನು ಭಾಷಾಂತರಿಸುವಾಗಲೆಲ್ಲ ಉಂಟಾಗುವ ಸಮಸ್ಯೆ ವಿದ್ವಾಂಸರಾದ ದಾಸ್‌ಗುಪ್ತರ ಗ್ರಹಿಕೆಯಲ್ಲೂ ಇರುವುದನ್ನು ಡಿ.ಆರ್. ತೋರಿಸುತ್ತಾರೆ. 'ದಾರ್ಶನಿಕ ಕ್ರಾಂತಿಗಳು ಅನೇಕ ವೇಳೆ ಒಂದು ನಿರ್ದಿಷ್ಟ ಭಾಷೆಯ ಜಾಯಮಾನಕ್ಕೆ ಅಂಟಿಕೊಂಡಿರುತ್ತವೆ ಎಂಬ ಮಾತಿಗೆ ವೀರಶೈವ ದರ್ಶನ ಉತ್ತಮ ಉದಾಹರಣೆ' ಎನ್ನುವ ಡಿ.ಆರ್. ಪ್ರಕಾರ, 'ಕನ್ನಡದ ವೀರಶೈವ ತತ್ವವನ್ನು ಸಂಸ್ಕೃತ ಭಾಷೆಯಲ್ಲಿ ಸಿಕ್ಕುವ ಶೈವತತ್ವದ ಸರಳ ಭಾಷಾಂತರವಾಗಿ ದಾಸ್‌ಗುಪ್ತರೂ ಕಂಡದ್ದರಿಂದ ಅವರಿಗೆ ಕನ್ನಡ ವಿಶಿಷ್ಟ ದಾರ್ಶನಿಕ ಕ್ರಾಂತಿಯನ್ನು ಗ್ರಹಿಸಲಾಗಲಿಲ್ಲ.'

ಈ ಥರದ ಗ್ರಹಿಕೆಯ ಸಮಸ್ಯೆಯ ಜೊತೆಗೆ, ವಿವಿಧ ದೇಶೀ ಭಾಷೆಗಳಲ್ಲಿ ಬರೆಯುವ ಕವಿಗಳನ್ನು 'ಏಕೀಕೃತ ಭಾರತೀಯ ದರ್ಶನ'ದ ಮೂಲಕ ಅರಿಯ ಹೊರಡುವ ವಿದ್ವಾಂಸರಿಂದಾಗಿ ಅಲ್ಲಮಪ್ರಭು, ಸರಹಪಾದ, ಭೀಮಾಬೋಯಿ ಯಂಥ ಕವಿಗಳ ಚಿಂತನೆಗಳು ಸರಳೀಕರಣಗೊಂಡಿದ್ದನ್ನೂ ಡಿ.ಆರ್. ತೋರಿಸು ತ್ತಾರೆ. ಉದಾಹರಣೆಗೆ, ಶಂಕರರ ಚಾತುರ್ವರ್ಣ್ಯಕ್ಕಿಂತ ಭಿನ್ನವಾಗಿ ಭೀಮಾ ಬೋಯಿ ಶಾಂತಿ, ದಯಾ, ಕ್ಷಮ, ಶೀಲ, ಧರ್ಮ ಎಂಬ ಹೊಸ ವರ್ಣಗಳ ಕಲ್ಪನೆಯನ್ನು ಮಂಡಿಸಿದ್ದ. ಡಿ.ಆರ್. ಈ ಬಗೆಯ ಕಲ್ಪನೆಗಳನ್ನು ಮುನ್ನೆಲೆಗೆ ತರಲು, ದಾರ್ಶನಿಕ ಅಮೂರ್ತತೆಗಿಂತ ಭಿನ್ನವಾಗಿ ಭೀಮಾಬೋಯಿಯಂಥವರು ಮಂಡಿಸುವ ರೂಪಕಾತ್ಮಕ ಮಾರ್ಗದ ಭಿನ್ನ ಕಥನಗಳಿಗೆ ಹೆಚ್ಚು ಒತ್ತು ಕೊಡು ತ್ತಾರೆ. ಕ್ರಿ.ಶ. ಎರಡನೆಯ ಶತಮಾನದಿಂದ ಒಂದು ಸಾವಿರ ವರ್ಷಗಳ ಭಾರತೀಯ ಸಂಸ್ಕೃತಿಯ ಕಾಲಾವಧಿಯನ್ನು 'ತತ್ವಗಳ ಸಮಾನ ಸಂಘರ್ಷದ ಯುಗ' ಎನ್ನುವ ಡಿ.ಆರ್. ಪ್ರಕಾರ, 'ಇಲ್ಲಿ ನಾಯಕನ್ಯಾರು ಪ್ರತಿನಾಯಕನ್ಯಾರು ಎಂಬ ವ್ಯಾಖ್ಯೆ ಮಾತ್ರ ಅವರವರ ಭಾವಕ್ಕೆ ತಕ್ಕಂತೆ ನಿರ್ಧಾರವಾಗುತ್ತದೆ. ನೀವು ಈ ಕಥನವನ್ನು ನಾಗಾರ್ಜುನನಿಂದ ಪ್ರಾರಂಭಿಸಿದರೆ ಆತ ನಾಯಕ; ಆಚಾರ್ಯ ಶಂಕರ ಪ್ರತಿನಾಯಕ ನಾಗುತ್ತಾನೆ. ಶಂಕರನಿಂದ ಪ್ರಾರಂಭಿಸಿದರೆ ಮುಂದೆ ಸರಹಪಾದ ಪ್ರತಿನಾಯಕ ನಾಗುತ್ತಾನೆ. ಇದನ್ನು ಯಮಳ ಪ್ರಜ್ಞೆಯ ಕಥನ ಎಂದೂ ನೋಡಲು ಸಾಧ್ಯವಿದೆ.' ಈ ವಾದದ ಮುಂದುವರಿಕೆಯಾಗಿ ಮತ್ತೊಂದೆಡೆ ಡಿ.ಆರ್. ಬರೆಯುವ ಮಾತು: 'ಶಂಕರನ 'ಯಮಳ ವಿರುದ್ಧ'ವಾಗಿ ಸರಹಪಾದ ಕಾಣಿಸಿಕೊಂಡ... ಸರಹಪಾದ ಬೌದ್ಧ ಧರ್ಮವನ್ನು ಅಂತರಂಗೀಕರಿಸಿಕೊಂಡ ರೀತಿ ಶಂಕರನಿಗೆ ಪೂರಾ ವಿರುದ್ಧ ದಿಕ್ಕಿನದಾಗಿತ್ತು.' ಹಾಗೆಯೇ 'ಬೌದ್ಧ ಹಾಗೂ ಶೈವ ಪರಂಪರೆಗಳ ನಡುವೆ ಆಳವಾದ ಕೊಳುಕೊಡುಗೆ ನಡೆದು ಬ್ರಾಹ್ಮಣ್ಯದ ಮುಕ್ಕೂಟದ ವಿರುದ್ಧ ತೀವ್ರ ಸಮರವೇ ಆರಂಭವಾಯಿತು' ಎಂಬುದನ್ನೂ ಡಿ.ಆರ್. ಗುರುತಿಸುತ್ತಾರೆ.

ಅಲ್ಲಮತತ್ವವನ್ನು ಶಂಕರಾಚಾರ್ಯರ ಸಾಮಾಜಿಕ ತತ್ವಜ್ಞಾನ, ವಾಸ್ತವ, ಮಾಯೆ, ಮುಕ್ತಿ ಮುಂತಾದ ಪರಿಕಲ್ಪನೆಗಳಿಗೆ ಎದುರಾಗಿಸುವ ಮೂಲಕ ಡಿ.ಆರ್. ಅಲ್ಲಮನ ಅನನ್ಯತೆಯನ್ನು ಸ್ಥಾಪಿಸುತ್ತಾರೆ; 'ವಚನಗಳ ರೂಪದಲ್ಲಿ ಶಂಕರನ ಜೊತೆಗೆ ಅಲ್ಲಮ ವಾಗ್ವಾದ ನಡೆಸುತ್ತಾನೆ' ಎಂಬುದನ್ನೂ ಗುರುತಿಸುತ್ತಾರೆ. 'ಅಲ್ಲಮ ಆತಂಕಿತ ಅನುಭಾವಿ; ಅಭಿನವಗುಪ್ತ ಆನಂದಾನುಭಾವಿ' ಎಂದು ವಿಂಗಡಿಸುವ ಅವರು ಅಭಿನವಗುಪ್ತನೂ ಸೇರಿದಂತೆ ಹಲ ಬಗೆಯ ಭಾರತೀಯ ಕಾವ್ಯ ಮೀಮಾಂಸಕರನ್ನು ಅಲ್ಲಮ ತನ್ನ ಕಾವ್ಯದಲ್ಲಿ ಎದುರಾಗುವ ಬಗೆಯನ್ನೂ ಆಳವಾದ ಸಂಶೋಧನೆಯ ಮೂಲಕ ತೋರಿಸುತ್ತಾರೆ. 'ಪ್ರಭುವಿನ ವಿಶಿಷ್ಟ ನಿಲುವುಗಳೆಲ್ಲ ಹಿರಿಯರ ಜೊತೆಗಿದ್ದು ಘರ್ಷಿಸುತ್ತಲೇ ತಮ್ಮ ಭಿನ್ನತೆಯನ್ನು ಉಳಿಸಿಕೊಳ್ಳುತ್ತಾ ಬಂದಿವೆ' ಎನ್ನುವ ಡಿ.ಆರ್. 'ಪ್ರಭುವಿನ ತಾತ್ವಿಕ ವಿಶಿಷ್ಟತೆ ರೂಪುಗೊಂಡಿರುವುದೇ ಆತ 'ಉತ್ತರಾಪಥ'ದ ಜೊತೆಗೆ ನಡೆಸಿರುವ ಉತ್ಕಟ ಮುಖಾಮುಖಿಯ ನೆಲೆಯಲ್ಲಿ' ಎನ್ನುತ್ತಾರೆ. ಅವರ ಪ್ರಕಾರ, 'ಅಲ್ಲಮನಿಗೆ ಭಾರತೀಯ ಸಾಹಿತ್ಯ ಚಿಂತನೆಯಲ್ಲಿ ಮುಖ್ಯ ಭಿನ್ನಮತೀಯ ಸ್ಥಾನವಿರುವುದು ಆತ ರಸಸಿದ್ಧಾಂತದ ಬಗ್ಗೆ ತಳೆದ ನಿಲುವುಗಳಿಂದಾಗಿ; ತನ್ನ ತಾತ್ವಿಕ ನಿಲುವುಗಳನ್ನು ಕಾವ್ಯಪ್ರಯೋಗದಲ್ಲಿ ಅನುಷ್ಠಾನಗೊಳಿಸಿದ ಕ್ರಮದಿಂದಾಗಿ'.

'ರಸಸಿದ್ಧಾಂತಕ್ಕೆ ಮಸಿಯ ಹಾಗೆ ಉಳಿದ ತಾತ್ವಿಕ ವಿಚಾರಗಳನ್ನು ಒರೆಸಿ ಹಾಕುವ ಚಾರಿತ್ರಿಕ ಅಭ್ಯಾಸವಿದೆ' ಎನ್ನುವ ಡಿ.ಆರ್. ಪ್ರಕಾರ, 'ಶಸ್ತ್ರಗಳಿಗೆ ಹಾಗೂ ಅವುಗಳ ಹಿಂದಿರುವ ಮನುಷ್ಯನಿಗೆ ಸಾಧ್ಯವಾಗದ ಕುಟಿಲತೆ, ಕುತಂತ್ರಗಳನ್ನು ವಿಚಾರಗಳ ಆಂತರಿಕ ಬದುಕು ಪ್ರಕಟಿಸುತ್ತದೆ. ಆದರೆ ಅಲ್ಲಮ ಸ್ಪಷ್ಟ ಸೂತ್ರಗಳ ಮೂಲಕ ರಸಸಿದ್ಧಾಂತವನ್ನು ವ್ಯಾಖ್ಯಾನಿಸುವುದಿಲ್ಲ. ಪರೋಕ್ಷವಾಗಿ ಪ್ರತಿಮಾಮಾರ್ಗದಲ್ಲಿ ಆತ ಶೋಧಿಸುವ ಆಶಯಗಳ ಮೂಲಕ ನಾವು ಆತನ ನಿಲುವನ್ನು ಪುನರ್‌ರೂಪಿಸಬೇಕಾಗುತ್ತದೆ.' ಆದ್ದರಿಂದಲೇ 'ಸ್ವರದ ಹುಳ್ಳಿಯ ಕೊಂಡು ಗಿರಿಯ ತಟಾಕಕ್ಕೆ ಹೋಗಿ/ ಹಿರಿಯರು ಓಗರವ ಮಾಡುತ್ತಿಪ್ಪರು/ ಗಿರಿ ಬೇಯದಾಗಿ ಓಗರವಾಗದು/ಅರ್ಪಿತವಿಲ್ಲಾಗಿ ಪ್ರಸಾದವಿಲ್ಲ ಗುಹೇಶ್ವರಾ' ಎಂಬ ವಚನದಲ್ಲಿ 'ಪ್ರಭು ಭರತನ ರಸಸೂತ್ರದ ಒಂದು ನಿರ್ದಿಷ್ಟ ವ್ಯಾಖ್ಯೆಗೆ ತನ್ನ ಉತ್ಕಟ ವಿರೋಧವನ್ನು ವ್ಯಕ್ತಪಡಿಸುತ್ತಿದ್ದಾನೆ' ಎಂದು ಡಿ.ಆರ್. ವ್ಯಾಖ್ಯಾನಿಸುತ್ತಾರೆ. ಅಷ್ಟೇ ಅಲ್ಲ, 'ಇದನ್ನು ಭರತನ ಜೊತೆಗಿನ ಭಿನ್ನಾಭಿಪ್ರಾಯ ಎನ್ನುವುದಕ್ಕಿಂತ, ಮುಂದೆ ದೈವದ ಅಥವಾ ಶೂನ್ಯದ ಅನುಭವವನ್ನು ಅಭಿವ್ಯಕ್ತಿಸಲು ಭಾರತೀಯ ದರ್ಶನದ ಚಿಂತಕರು, ಕವಿಗಳು ಅದನ್ನು ಬಳಸಿಕೊಂಡ ರೀತಿಯ ಬಗ್ಗೆ ಪ್ರಭು ಭಿನ್ನಾಭಿಪ್ರಾಯ ಎತ್ತುತ್ತಿದ್ದಾನೆ' ಎಂದು ಅವರು ಈ ವ್ಯಾಖ್ಯಾನವನ್ನು ವಿಸ್ತರಿಸುತ್ತಾರೆ.

ಮತ್ತೊಂದೆಡೆ, 'ಬಾಯೆ ಭಗವಾಗಿ ಕೈಯೆ ಇಂದ್ರಿಯವಾಗಿ/ ಹಾಕುವ ತುತ್ತುಗಳೆಲ್ಲಾ ಬಿಂದು ಕಾಣಿರೋ!/ ಪ್ರಥಮ ವಿಷಯವಿಂತಿರಲು ಗುಹೇಶ್ವರ, ಏಕೋ ಅದ್ವೈತ?' ಎಂಬ ವಚನ 'ಕಾಶ್ಮೀರ ಶೈವತತ್ವದ ತಾಂತ್ರಿಕ ನೆಲೆ-ಪ್ರಯೋಗಗಳ ಮೇಲೆ ಪ್ರಭು ಮಾಡುತ್ತಿರುವ ನೇರ ದಾಳಿ' ಎಂದು ಡಿ.ಆರ್. ವ್ಯಾಖ್ಯಾನಿಸುತ್ತಾರೆ.

ಕಾವ್ಯಮೀಮಾಂಸೆಗಳ ನಡುವಣ ಸಂಘರ್ಷಗಳು, ಸಾಂಸ್ಕೃತಿಕ ವಾಗ್ವಾದಗಳು, ಸಾಮಾಜಿಕ ಮುಖಾಮುಖಿಗಳು-ಹೀಗೆ ಅನೇಕ ವಲಯಗಳ ಗ್ರಹಿಕೆಗಳಿಗಾಗಿ ಮತ್ತೆ ಮತ್ತೆ ಅಲ್ಲಮಕೇಂದ್ರಕ್ಕೆ ಹೊರಳುವ ಈ ಕಥನದ ಉದ್ದೇಶ ಅಲ್ಲಮನ ಫಿಲಾಸಫಿಯನ್ನು ಅಥವಾ ಅವನ ಕಾವ್ಯಮೀಮಾಂಸೆಯನ್ನು ಕೇಂದ್ರಕ್ಕೆ ತರುವುದಷ್ಟೇ ಅಲ್ಲ; ಜೊತೆಗೆ, ಕನ್ನಡದ ಹಾಗೂ ವಿವಿಧ ಭಾರತೀಯ ಭಾಷೆಗಳ ಆಧುನಿಕಪೂರ್ವ ಸಾಹಿತ್ಯಮೀಮಾಂಸೆ, ದೇಸಿ ನೋಟಗಳು ಹಾಗೂ ದಾರ್ಶನಿಕ ವಾಗ್ವಾದಗಳನ್ನು ಥಿಯರೈಸ್ ಮಾಡಿ ಅವನ್ನು ಸಮಕಾಲೀನ ಸಾಮಾಜಿಕ ಚಿಂತನೆಗಳಲ್ಲಿ, ಸಾಹಿತ್ಯ ಹಾಗೂ ಸಂಸ್ಕೃತಿ ಚಿಂತನೆಗಳಲ್ಲಿ ಬಳಸಲು ಸಜ್ಜುಗೊಳಿಸುವ ಮಹತ್ವಾಕಾಂಕ್ಷೆ ಕೂಡ ಇಲ್ಲಿದೆ. ಅದರ ಜೊತೆಗೆ, ಜಗತ್ತಿನ ಯಾವುದೇ ಬಗೆಯ ಕಾವ್ಯದ ಗ್ರಹಿಕೆಗಾದರೂ ಅನ್ವಯವಾಗಬಲ್ಲಂತೆ ಕನ್ನಡ ಕಾವ್ಯದೊಳಗಿಂದಲೇ ಮೂಡುವ ಕಾವ್ಯಮೀಮಾಂಸೆಗೆ ಹೊಸ ತಾತ್ವಿಕ ಚೌಕಟ್ಟುಗಳನ್ನು ರೂಪಿಸುವ ಆಶಯ ಕೂಡ ಈ ಪುಸ್ತಕದುದ್ದಕ್ಕೂ ಕಾಣುತ್ತದೆ. ಸಂಸ್ಕೃತ ಕಾವ್ಯಮೀಮಾಂಸೆ, ಗ್ರೀಕ್ ಕಾವ್ಯಮೀಮಾಂಸೆ, ಆಧುನಿಕ-ಆಧುನಿಕೋತ್ತರ ಯುರೋಪಿಯನ್ ಹಾಗೂ ಇಂಗ್ಲಿಷ್ ಕಾವ್ಯತತ್ವಗಳು...ಇವೆಲ್ಲದರ ಎದುರು-ಅಥವಾ ಅವುಗಳ ಜೊತೆಗೆ-ಅಲ್ಲಮನ ಅಥವಾ ವಚನಕೇಂದ್ರಿತ ಕನ್ನಡ ಕಾವ್ಯತತ್ವದ ಹಾಗೂ ಒಟ್ಟು ಕನ್ನಡ ಕಾವ್ಯತತ್ವದ ಅರ್ಥಪೂರ್ಣತೆಯನ್ನು ಮಂಡಿಸುವ ಮಹತ್ವದ ಬೌದ್ಧಿಕ ಕರ್ತವ್ಯವನ್ನೂ ಡಿ.ಆರ್. ನಿರ್ವಹಿಸುತ್ತಿದ್ದಾರೆ. ಅದರ ಜೊತೆಗೇ, 'ಭಾರತೀಯ ಶೈವ ಪ್ರತಿಭಾವಿಸ್ತಾರದಲ್ಲಿ ಅಭಿನವಗುಪ್ತ, ಪೆರಿಯಪುರಾಣ, ಹರಿಹರ, ಧೂರ್ಜಟಿ, ಅಲ್ಲಮ, ಅಕ್ಕ, ಬಸವಣ್ಣ' ಈ ಎಲ್ಲ ಮಾರ್ಗಗಳ ವಿಶಿಷ್ಟತೆಯನ್ನು ವಿವರಿಸುವ ಕ್ರಮಗಳನ್ನು ಶೈವಮೀಮಾಂಸೆಯ ಆಂತರಿಕ ವಿನ್ಯಾಸಗಳಿಂದಲೇ ರೂಪಿಸುವ ಉದ್ದೇಶ ಕೂಡ ಇಲ್ಲಿದೆ. ಅಲ್ಲಮ ಹಾಗೂ ಅಭಿನವಗುಪ್ತರ ಮಾರ್ಗಗಳ ನಡುವಣ ಭಿನ್ನತೆಯನ್ನೂ ಅಲ್ಲಮಮಾರ್ಗದ ವಿಶಿಷ್ಟ ಶಕ್ತಿಯನ್ನೂ ಈ ಪುಸ್ತಕ ಮಂಡಿಸುತ್ತದೆ: 'ಅಲ್ಲಮನ ಮೂಲಭೂತ ತಾತ್ವಿಕತೆಯೇ [ಪರಿಚಿತ ಶೈವ ಸಿದ್ಧಾಂತದ] ಆಚರಣೆ-ಸಾಂಸ್ಥಿಕ ಸ್ಥಿರತೆಯ ಯಮಳ ಸ್ಥಿತಿಯ ವಿರೋಧಿ. ಅರ್ಚನೆ, ಅರ್ಪಿತ, ಆಚಾರ, ಅವಧಾನಗಳೆಲ್ಲ ಎರಡೆಂಬ ಭಿನ್ನ ಸ್ಥಿತಿಯ, ದ್ವೈತ ಸ್ಥಿತಿಯ ಅಭಿವ್ಯಕ್ತಿಗಳಾದ್ದರಿಂದ ಅಲ್ಲಮ ಅವೆಲ್ಲವನ್ನೂ ವಿರೋಧಿಸುತ್ತಾನೆ.' ಹಾಗೆಯೇ,

'ಕಾಳಿದಾಸನಲ್ಲಿ ರೂಪಕಕ್ಕೂ ತತ್ವಕ್ಕೂ ಭಿನ್ನ ಅಸ್ತಿತ್ವವಿಲ್ಲ; ಆದರೆ ಪ್ರಭು ಕಾಳಿದಾಸನಿಗಿಂತ ಭಿನ್ನ. ಆತ ತತ್ವದ ಜಗತ್ತು ಜಂಜಡವೆನಿಸಿದಾಗ ಭಾಷೆಯ ಲೀಲೆಗೆ ವಾಪಸ್ಸಾಗುತ್ತಾನೆ' ಎಂದು ಡಿ.ಆರ್. ಕಾಳಿದಾಸನನ್ನೂ ಅಲ್ಲಮನನ್ನೂ ಎದುರು ಬದುರಾಗಿಟ್ಟು ಅಲ್ಲಮನ ವಿಶಿಷ್ಟ ಶಕ್ತಿಯನ್ನು ಕಾಣಿಸಬಲ್ಲರು.

ಸಾಹಿತ್ಯತತ್ವಗಳನ್ನು ಹಾಗೂ ಕಾವ್ಯವನ್ನು ವ್ಯಾಖ್ಯಾನಿಸುವ ಬಹು ಸೂಕ್ಷ್ಮ ರೀತಿಗಳನ್ನು ರೂಪಿಸಲು ಡಿ.ಆರ್. ಯುರೋಪಿನ, ಸಂಸ್ಕೃತದ, ಭಾರತದ ವಿವಿಧ ಭಾಷೆಗಳ ಪಠ್ಯಗಳನ್ನು ಸಂಧಿಸುತ್ತಾರೆ. ಅಲ್ಲಮಪ್ರತಿಭೆಯ ಮೂಲಕ ಜಗತ್ತಿನ ಆಧುನಿಕಪೂರ್ವ ಚಿಂತನಾಕ್ರಮಗಳನ್ನು, 'ಆಧ್ಯಾತ್ಮಿಕ' ಎನ್ನಲಾದ ಲೋಕಗಳ ಸುತ್ತ ಹಬ್ಬಿಕೊಂಡ ಪ್ರತಿಮೆ, ರೂಪಕಗಳ ಭಾಷೆಯ ವಿವಿಧ ಅರ್ಥಗಳನ್ನು ಡಿ.ಆರ್. ಹೆಕ್ಕಿ ತೆಗೆಯುತ್ತಾರೆ; ಹೊಸ ಅರ್ಥಗಳನ್ನು ರೂಪಿಸುತ್ತಾರೆ. ಅವರ ಈ ಸತ್ಯದರ್ಶನದಲ್ಲಿ ಆಧುನಿಕ ಹಾಗೂ ಪಾರಂಪರಿಕ ಜ್ಞಾನಗಳೆರಡೂ ಬೆರೆತು ಹೊಸ ಜ್ಞಾನಮಾರ್ಗವೊಂದು ಮೂಡತೊಡಗುತ್ತದೆ. ಈ ಸತ್ಯದರ್ಶನಕ್ಕೆ ಅಲ್ಲಮನ ಉರಿಯ ಉಯ್ಯಲೆಯೂ ಬೇಕು; ಅಭಿನವಗುಪ್ತನ ತಾತ್ವಿಕ ಬೆಳಕೂ ಬೇಕು; ವಾತ್ಸಾಯನ ಕಾಮಸೂತ್ರದ ಚಿಂತನೆಗಳು ಉದ್ದೀಪಿಸುವ ಜ್ಞಾನವೂ ಬೇಕು. ಹಾಗೆಯೇ ಕಾಳಿದಾಸನ 'ಅಭಿಜ್ಞಾನ ಶಾಕುಂತಲ'ದ ರೂಪಕದ ಸೀಮಿತತೆಯ ಎದುರು ಅಲ್ಲಮನ ರೂಪಕನಿರ್ಮಾಣದ ಚಲನಶೀಲತೆಯೂ ಬೇಕು.

ಡಿ.ಆರ್. ತಮ್ಮ ಈ ವಿಸ್ತೃತ ಸತ್ಯದರ್ಶನದ ಹಾದಿಯಲ್ಲಿ ಕೇವಲ ದೇಶೀ ಪಠ್ಯಗಳನ್ನು ಮಾತ್ರವಲ್ಲದೆ, ಬೈಬಲ್ಲಿನ 'ಸಾಂಗ್ ಆಫ್ ದಿ ಸಾಲೊಮನ್'ನ ಗೇಯತೆಯ ಹಾದಿಯನ್ನೂ ಸಂಧಿಸಬಲ್ಲರು; ಈ ಗೇಯತೆಯ ಹಾದಿಗೆ ಅಸ್ತಿತ್ವವಾದಿ ಕಿರ್ಕೆಗಾರ್ಡ್ ತನ್ನ 'ಫಿಲಸಾಫಿಕಲ್ ಫ್ರ್ಯಾಗ್ಮೆಂಟ್ಸ್' ಕೃತಿಯಲ್ಲಿ ಕ್ರಿಸ್ತನ ಜೀವನವನ್ನು ಆತಂಕದಿಂದ ಕಥನಿಸುವ ರೀತಿಯನ್ನು ಮುಖಾಮುಖಿಯಾಗಿಸಿ, ಅದರಿಂದ ಹುಟ್ಟುವ ಹೊಸ ಸತ್ಯಕ್ಕಾಗಿ ಡಿ.ಆರ್. ಕಾಯಬಲ್ಲರು. ಈ ಓದಿನಲ್ಲಿ 'ಕಿರ್ಕೆಗಾರ್ಡ್, ಹರಿಹರ, ಅಲ್ಲಮ ಇಬ್ಬರೂ ಬೆರೆತು ಒಂದಾದಂತೆ' ಕಾಣುವ ಬಗೆ ಕೂಡ ಅವರೊಳಗೆ ಜಗತ್ತಿನ ಸಾವಿರಾರು ಪಠ್ಯಗಳು ಬೆರೆಯುವ ಸೋಜಿಗಕ್ಕೆ ಸಾಕ್ಷಿಯಂತಿದೆ.

ಹೀಗೆ ವಿವಿಧ ಸಂಸ್ಕೃತಿಗಳ ದರ್ಶನಗಳ ನಡುವೆ ಡಿ.ಆರ್. ಸಾಧಿಸಿರುವ ಅಂತರ್‌ಪಠ್ಯೀಯತೆ ಹಾಗೂ ಪಡೆದಿರುವ, ನೀಡಿರುವ ಅರ್ಥಗಳು, ಮಾಡಿರುವ ವ್ಯಾಖ್ಯಾನಗಳು ನಾನು ಈವರೆಗೆ ಓದಿರುವ ಜಗತ್ತಿನ ವಿವಿಧ ಭಾಷೆಗಳ ವಿದ್ವಾಂಸರ ಲಿಟರರಿ ಥಿಯರಿ, ಕಾವ್ಯಮೀಮಾಂಸೆ ಹಾಗೂ ಸಂಸ್ಕೃತಿ ವಿಮರ್ಶೆಗಳ ನಡುವೆ ಅತ್ಯಂತ ವಿಶಿಷ್ಟವಾಗಿ ಕಾಣುತ್ತವೆ. ಯಾಕೆಂದರೆ ಡಿ.ಆರ್. ಅವರ ಈ ಅಂತರ್‌ಪಠ್ಯೀಯ ಪಯಣದಲ್ಲಿ ಸಾಂಪ್ರದಾಯಿಕ ವ್ಯಾಖ್ಯಾನಕಾರರು ಬರೆದ

ಟೀಕು; ಮಾರ್ಕ್ಸ್‌ವಾದಿ ವಿಮರ್ಶೆ, ಚಾರಿತ್ರಿಕ ವಿಮರ್ಶೆ, ಪಠ್ಯಕೇಂದ್ರಿತ ವಿಮರ್ಶೆ, ರಾಚನಿಕ ವಿಶ್ಲೇಷಣೆ–ಇವೆಲ್ಲ ಸಹಜವಾಗಿ ಸೇರಿಕೊಳ್ಳುತ್ತವೆ. ಒಂದು ಪದ್ಯವನ್ನು ಮತ್ತೊಂದು ಪದ್ಯಕ್ಕೆ ಎದುರುಬದುರಾಗಿಸಿದಾಗ ಹುಟ್ಟುವ ಅರ್ಥಗಳೂ ಇಲ್ಲಿವೆ. ನವ ಮಾರ್ಕ್ಸ್‌ವಾದಿ ಹಾಗೂ ನವ ಇತಿಹಾಸವಾದಿ ವಿಮರ್ಶಾಮಾರ್ಗಗಳನ್ನೂ ಡಿ.ಆರ್. ಬಳಸುತ್ತಾರೆ. ಜೊತೆಗೆ Hermeneutics (ಅರ್ಥವಿವರಣಾಶಾಸ್ತ್ರ) ಗ್ರಹಿಕೆಗಳೂ ಅವರ ಓದಿಗೆ ನೆರವಾಗಿವೆ.

ಈ ಪುಸ್ತಕದ ಒಂದು ಮುಖ್ಯ ಘಟ್ಟದಲ್ಲಿ ಡಿ.ಆರ್. ನಡೆಸುವ 'ಶೂನ್ಯ ಸಂಪಾದನೆ'ಯ ಪರಾಮರ್ಶೆ ಕೂಡ ಅನನ್ಯವಾಗಿದೆ. 'ಸಾಂಸ್ಥಿಕ ಕಥನ ನಿರ್ಮಾಣ'ಕ್ಕೆ ಹೊರಟ 'ಶೂನ್ಯ ಸಂಪಾದನೆ'ಯ ಕಥನದ ಸಾಂಸ್ಕೃತಿಕ ರಾಜಕಾರಣ ಹಾಗೂ ರಾಜಪ್ರಭುತ್ವದೆದುರು ಅದು ಧಾರ್ಮಿಕ ಪ್ರಭುತ್ವವನ್ನು ಸ್ಥಾಪಿಸುವ ಕ್ರಮ ಕುರಿತ ಡಿ.ಆರ್. ಗ್ರಹಿಕೆಗಳು ಕುತೂಹಲಕರವಾಗಿವೆ. ಹಾಗೆಯೇ 'ಶೂನ್ಯ ಸಂಪಾದನೆ' 'ಮಂಟೇಸ್ವಾಮಿ ಕಾವ್ಯ'ಗಳ ನಡುವೆ ಅವರು ಸಾಧಿಸಿರುವ ಅಂತರ್‌ಪಠ್ಯೀಯತೆ ಹೊಸ ಸಾಂಸ್ಕೃತಿಕ–ಸಾಮಾಜಿಕ ವ್ಯಾಖ್ಯಾನಗಳ ಹಾದಿಗಳನ್ನು ತೆರೆಯುತ್ತದೆ: "...ಮಂಟೇಸ್ವಾಮಿ ಕಾವ್ಯ ತನ್ನ ಆಂತರಿಕ ಆಶಯ ಮತ್ತು ಕಥನ ಕ್ರಮಗಳಿಂದ 'ಶೂನ್ಯ ಸಂಪಾದನೆ'ಯ ಜೊತೆಗಿಟ್ಟು ನೋಡುವಂತೆ ಒತ್ತಾಯಿಸುತ್ತದೆ... 'ಕಲ್ಯಾಣ ಪಟ್ಟಣದ ಸಾಲು' ಎಂಬ ಕಥಾಭಾಗವಂತೂ 'ಶೂನ್ಯ ಸಂಪಾದನೆ'ಯ ಜಾನಪದೀಯ ಪುನರ್‌ರಚನೆ ಎಂದೇ ಹೇಳಬೇಕು. 'ಶೂನ್ಯ ಸಂಪಾದನೆ' ಯಾವುದನ್ನು ವಿಸರ್ಜಿಸಿತ್ತೋ, ಆ ವಿಸರ್ಜಿತ ಲೋಕಗಳಿಂದ ಮೂಡಿ ಬಂದ ದಂಗೆಕೋರ ಶೈವಕಥನ 'ಮಂಟೇಸ್ವಾಮಿ ಕಾವ್ಯ'..."

ಈ ಎರಡೂ ಪಠ್ಯಗಳಲ್ಲಿರುವ ಸಾವಯವ ಕೊಂಡಿಗಳನ್ನು ಹಲ ಬಗೆಯ ರೂಪಕಗಳ ಮೂಲಕ ಸ್ಥಾಪಿಸುತ್ತಾ, ಎರಡರಲ್ಲೂ ಕಲ್ಯಾಣವೇ ಕೇಂದ್ರವಾಗಿರುವುದನ್ನು ಚರ್ಚಿಸುತ್ತಿರುವಾಗ, ಮಂಟೇಸ್ವಾಮಿ ಯಾಕೆ ಕಲ್ಯಾಣಯಾತ್ರೆ ಮಾಡಿದ ಎಂಬ ಪ್ರಶ್ನೆ ಡಿ.ಆರ್.ಗೆ ಎದುರಾಗುತ್ತದೆ. ಆಗ ಅವರಿಗೆ ಹೊಳೆವ ಸೃಜನಶೀಲ ಉತ್ತರ ನನ್ನೊಳಗೆ ಮಿಂಚು ಹುಟ್ಟಿಸಿತು: 'ಕಲ್ಯಾಣಪಟ್ಟಣ ಎನ್ನುವುದೊಂದು ಸಂಕೇತ. ಅಲ್ಲಮಪ್ರಭುಮಂಟೇಸ್ವಾಮಿ ಕಲ್ಯಾಣಕ್ಕೆ ಯಾಕೆ ಧಾವಿಸಿದ ಎನ್ನುವುದನ್ನು ಉತ್ತರಿಸಲು ಸಾಹಿತ್ಯವಿಮರ್ಶೆಯ ಅಥವಾ ಸಮಾಜವಿಜ್ಞಾನಗಳ ಪರಿಭಾಷೆ ಒದ್ದಾಡುತ್ತಿದೆ' ಎಂಬ ನಿವೇದನೆಯಲ್ಲಿ ಡಿ.ಆರ್. ಆತನಕ ಬಳಸಿದ ಈ ಎರಡೂ ಬಗೆಯ ಪರಿಭಾಷೆಗಳು ಕಾವ್ಯರೂಪಕವೊಂದರ ಎದುರು ಏದುಸಿರು ಬಿಡುತ್ತಿರುವುದು ಅರಿವಾಗುತ್ತದೆ. ಆದರೇನಂತೆ! ಜೀವಂತ ವಿಶ್ಲೇಷಣೆಗಳಲ್ಲಿ ನೆನಪಿನಿಂದ ಹೊಳಹುಗಳು ಒಮ್ಮೆಲೆ ಒದಗಿ ಬರುವ ರೀತಿ ವಿಚಿತ್ರವಾಗಿರಬಲ್ಲದು!

ಮಂಟೇಸ್ವಾಮಿಯ ಕಲ್ಯಾಣಯಾತ್ರೆಯ ಅರ್ಥವನ್ನು ಕುರಿತು ಯೋಚಿಸುತ್ತಿದ್ದ ಡಿ.ಆರ್.ಗೆ 'ಅದೃಷ್ಟವಶಾತ್ ರಿಲ್ಕ್‌ನ ಪದ್ಯವೊಂದು ನೆನಪಿನಲ್ಲಿ ತೇಲಿ' ಬರುತ್ತದೆ. ರಿಲ್ಕ್‌ನ ರೂಪಕದಲ್ಲಿ ಅದಿರು ಈಗಾಗಲೇ ನಾಣ್ಯವಾಗಿ ಚಲಾವಣೆಯಲ್ಲಿದೆ; ಆದರೆ ಆ ಅದಿರಿಗೆ ನಾಣ್ಯ ಬಿಟ್ಟು ತಾನು ಮೂಲತಃ ಇದ್ದ ಬೆಟ್ಟಗಳ ಸಾಲಿಗೆ, ತವರಿಗೆ, ಮರಳುವ ಆಸೆ! ಅದಿರಿನ ಈ ಆಸೆಯನ್ನು ಉಸುರುತ್ತಿರುವ ರಿಲ್ಕ್ ರೂಪಕದ ಬೆಳಕಿನಲ್ಲಿ ಮಂಟೇಸ್ವಾಮಿಯ ಕಲ್ಯಾಣಯಾತ್ರೆಯ ಹಂಬಲದ ಅರ್ಥ ಡಿ.ಆರ್.ಗೆ ಥಟ್ಟನೆ ಹೊಳೆಯುತ್ತದೆ: ಅಷ್ಟು ಹೊತ್ತಿಗಾಗಲೇ 'ನಾಣ್ಯ'ವಾಗಿದ್ದ ಮಂಟೇಸ್ವಾಮಿ ಎಂಬ 'ಅದಿರು' ತಾನು ಬಿಟ್ಟುಬಂದ ಕಲ್ಯಾಣ ಎಂಬ ತಾಣಕ್ಕೆ ಮತ್ತೆ ಹೊರಟಿದೆ!

ಹೀಗೆ ಈ ಪಯಣವನ್ನು ರೂಪಕದ ನೆರವಿನಿಂದ ಅರಿಯುವ ಡಿ.ಆರ್. ಆನಂತರ ಈ ಯಾತ್ರೆಯನ್ನು ಹೀಗೆ ವ್ಯಾಖ್ಯಾನಿಸುತ್ತಾರೆ:' [ಈ ಯಾತ್ರೆ] ಮಂಟೇಸ್ವಾಮಿ ಅಲ್ಲಮಪ್ರಭು ವ್ಯಕ್ತಿತ್ವಕ್ಕೆ ಆತ್ಮಪರೀಕ್ಷಾಯಾತ್ರೆ. ಜೊತೆಗೆ, ಕಲ್ಯಾಣಪರೀಕ್ಷಾ ಯಾತ್ರೆಯೂ ಹೌದು...ಕನ್ನಡ ಭಾಷೆಯೊಳಗೆ ದಂಗೆಯ ದನಿ ಎದ್ದರೆ ಅದು ಕಲ್ಯಾಣದ ಜೊತೆಗೇ ಮಾತಾಡಬೇಕು... ಇದು ಕನ್ನಡ ಭಾಷೆಯ ಚಾರಿತ್ರಿಕ ವಿಧಿ...ಮಂಟೇಸ್ವಾಮಿ ಕಲ್ಯಾಣದ ಕಡೆಗೆ ನಡೆಯುವುದು ಕನ್ನಡ ಸಂಸ್ಕೃತಿಯ ಆಂತರಿಕ ತರ್ಕದ ದೃಷ್ಟಿಯಿಂದ ಸಹಜವೂ ಹೌದು, ನಿರೀಕ್ಷಿತವೂ ಹೌದು.' ಈ ಬಗೆಯ ವ್ಯಾಪಕ ತಾತ್ವೀಕರಣಗಳ ನಂತರ ಡಿ.ಆರ್. ಬರೆಯುವ ಮಾತು: "...'ಶೂನ್ಯ ಸಂಪಾದನೆ' ಆಧ್ಯಾತ್ಮಿಕ ಸಂತೃಪ್ತಿ, ಆಶಾವಾದದಿಂದ ಹೊರಟು ವಿಷಮಸ್ಥಿತಿಯನ್ನು ಮುಖಾಮುಖಿಯಗುತ್ತದೆ. 'ಮಂಟೇಸ್ವಾಮಿ ಕಾವ್ಯ' ಸಂದೇಹ ಮತ್ತು ವ್ಯಗ್ರತೆಗಳಿಂದಲೇ ಹೊರಟು ಅನಿವಾರ್ಯ ಎಂಬಂತೆ ವಿಷಮಸ್ಥಿತಿಯನ್ನು ಮುಖಾಮುಖಿಯಾಗುತ್ತದೆ. ಈ ದೃಷ್ಟಿಯಿಂದ ಭಾವುಕವಾಗಿ ಮತ್ತು ಬೌದ್ಧಿಕವಾಗಿ ಜನಪದ ಕಥನ ಹೆಚ್ಚು ಸನ್ನದ್ಧ ಸ್ಥಿತಿಯಲ್ಲಿದೆ.'

'ಶಕ್ತಿಶಾರದೆಯ ಮೇಳ'ದ ಕಾಲಕ್ಕಾಗಲೇ ಡಿ.ಆರ್. ಅಧ್ಯಯನಮಾರ್ಗದಲ್ಲಿ ರೂಪುಗೊಂಡಿದ್ದ ಸೃಜನಶೀಲ ವ್ಯಾಖ್ಯಾನ ಹಾಗೂ ತಾತ್ವೀಕರಣದ ಬೆಸುಗೆ 'ಅಲ್ಲಮಪ್ರಭು ಮತ್ತು ಶೈವಪ್ರತಿಭೆ' ಪುಸ್ತಕದಲ್ಲಿ ಇನ್ನಷ್ಟು ವಿಸ್ತಾರ ಪಡೆಯುತ್ತದೆ: ಇಲ್ಲಿ ಸಾಹಿತ್ಯ ಕೃತಿಯ ಭಾಗಗಳನ್ನು ಚಾರಿತ್ರಿಕ ವಿವರಗಳ ಮೂಲಕ ವಿವರಿಸುವ ಅಧ್ಯಯನ ಕ್ರಮವನ್ನೂ ಡಿ.ಆರ್. ಬಳಸುತ್ತಾರೆ. ಅದು ಸಾಧ್ಯವಾಗದಿದ್ದಾಗ ಅದನ್ನು ವಿಶಾಲ ತಾತ್ವಿಕ ನೆಲೆಯಲ್ಲಿ ವಿವರಿಸುವ ಕ್ರಮವೂ ಅವರಲ್ಲಿದೆ. ಅಥವಾ ಅಂಥ ಭಾಗಗಳನ್ನು 'ಕನ್ನಡ ಸಂಸ್ಕೃತಿಯ ಆಂತರಿಕ ತರ್ಕದ ದೃಷ್ಟಿಯಿಂದ' ವಿವರಿಸುವುದು ಕೂಡ ಸಾಧ್ಯವಿದೆ ಎಂದು ಅವರು ನಂಬುತ್ತಾರೆ. ಹಾಗೆಯೇ, ಒಂದು ಕಾವ್ಯಭಾಗವನ್ನು ವಿವರಿಸಲು ವಿವರಗಳ ಮರುಜೋಡಣೆಯ ಮೂಲಕ

ಮತ್ತೊಂದು ಪದ್ಯವನ್ನೇ ಸೃಷ್ಟಿಸಿ ಅರ್ಥಗಳನ್ನು ಹೊರಡಿಸುವ ಕ್ರಮವನ್ನೂ ಅವರು ಬಳಸುತ್ತಾರೆ. ಮಾನವಶಾಸ್ತ್ರದ ಜ್ಞಾನದಿಂದ ಶಬ್ದಗಳಿಗೆ ದಕ್ಕುವ ಅರ್ಥಗಳು, ವಿವಿಧ ಕಾಲಘಟ್ಟಗಳ ಶಾಸನಗಳು ನೀಡುವ ಸೂಚನೆಗಳು, ಅಲ್ಲಮನ ವಿಶಿಷ್ಟ ಪರಿಭಾಷೆ ಹಾಗೂ ಅವನ ಸಂಕೇತ ವ್ಯವಸ್ಥೆಯಲ್ಲಿ ಹುಟ್ಟುವ ಅರ್ಥಗಳು, ವಚನ ಸಾಹಿತ್ಯದ ಹಾಗೂ ಒಟ್ಟು ಕನ್ನಡ ಕಾವ್ಯದ ಪ್ರತಿಮೆಗಳು ಇತಿಹಾಸದಲ್ಲಿ ಪಡೆಯುವ ಸೂಚ್ಯಾರ್ಥಗಳು–ಇವೆಲ್ಲವನ್ನೂ ಡಿ.ಆರ್. ಹುಡುಕುತ್ತಾ ಹೋಗುತ್ತಾರೆ.

ವ್ಯಾಖ್ಯಾನಗಳ ಸಿದ್ಧಮಾದರಿಗಳನ್ನು ಅಣಕಿಸುವ ಅಲ್ಲಮನ ವಚನಗಳ ಸಂದರ್ಭದಲ್ಲಂತೂ ಒಂದು ಬಗೆಯ ಓದಿನಿಂದ ಮತ್ತೊಂದು ಬಗೆಯ ಓದಿಗೆ ಜಿಗಿಯಬೇಕಾದ ಅನಿವಾರ್ಯತೆ ಡಿ.ಆರ್.ಗೆ ಮತ್ತೆ ಮತ್ತೆ ಎದುರಾಗುತ್ತದೆ. 'ಕಾರ ಮೇಘವೆದ್ದು ಧಾರಾವರ್ತ ಸುರಿದಾಗ' ಎಂದು ಶುರುವಾಗುವ ಅಲ್ಲಮನ ವಚನದ ಸಂದರ್ಭದಲ್ಲಿ ಡಿ.ಆರ್. ಬರೆಯುವ ಮಾತು: 'ಪ್ರಸ್ತುತ ವಚನದಲ್ಲಿ ಅಲ್ಲಮ ಯಾವ ನೇರ ಪ್ರವೇಶಿಕೆಯನ್ನೂ ನೀಡುವುದಿಲ್ಲ. ಸಾಂಪ್ರದಾಯಿಕ ಬೆಡಗಿನ ಅರ್ಥೈಸುವಿಕೆಯ ಕ್ರಮದಿಂದಲೂ [ಇಲ್ಲಿ] ಅಷ್ಟಾಗಿ ಪ್ರಯೋಜನವಾಗುವುದಿಲ್ಲ. ಆದ್ದರಿಂದ ಇಲ್ಲಿ ಅಂತರ್‌ಪಠ್ಯೀಯತೆಯ ಕ್ರಮ ಮತ್ತು ಬಹುಮಟ್ಟಿಗೆ ದಾರ್ಶನಿಕ ಊಹಾಕ್ರಮಗಳನ್ನು ಸಂಗಮಿಸಿ ಈ ವಚನ ಏನು ಹೇಳುತ್ತಿರಬಹುದೆಂದು ತಿಳಿಯಲು ಪ್ರಯತ್ನಿಸಬೇಕಾಗಿದೆ.' ಈ ಬಗೆಯ ಗ್ರಹಿಕೆಗಳ ಹಿನ್ನೆಲೆಯಲ್ಲಿ 'ಅನುಭಾವ ಮತ್ತು ಕಾವ್ಯಮೀಮಾಂಸೆಯ ನಡುವಿನ ಸಂಬಂಧಗಳನ್ನು ಅಲ್ಲಮನಷ್ಟು ಸೂಕ್ಷ್ಮವಾಗಿ ಶೋಧಿಸಿದ ಕವಿಗಳು ತೀರಾ ವಿರಳ' ಎಂಬ ಖಚಿತ ನಿಲುವಿಗೆ ಡಿ.ಆರ್. ತಲುಪುತ್ತಾರೆ.

ಹೀಗೆ ಅಲ್ಲಮಲೋಕದ ಅನನ್ಯತೆಯನ್ನು ಪ್ರತಿಷ್ಠಾಪಿಸುತ್ತಾ, ಅಲ್ಲಮನ ವಚನಗಳ ರಚನೆ, ತಾತ್ವಿಕತೆ ಹಾಗೂ ವಿನ್ಯಾಸಗಳನ್ನು ಅರಿಯಲು ಡಿ.ಆರ್. ಕೊಡುವ ಬಗೆಬಗೆಯ ವಿವರಣೆಗಳ ಕೆಲವು ಮಾದರಿಗಳನ್ನು ಇಲ್ಲಿ ಕೊಟ್ಟಿರುವೆ:

> 'ಅಲ್ಲಮಪ್ರಭುವಿನ ವಚನಗಳು ಬಹುಮುಖೀ ಸಂವಾದದ ಫಲ.'
>
> 'ಪ್ರಭುವಿನ ತಾತ್ವಿಕ ವ್ಯಗ್ರತೆ ಪರೋಕ್ಷ ಸಂವಾದವನ್ನೇ ಪ್ರತಿಮಾ ನಿರ್ಮಾಣಕ್ಕೆ ಬಳಸಿಕೊಂಡಿದೆ.'
>
> 'ಪ್ರಭುವಿನ ಕೃತಿರಚನೆಯ ಒಂದು ಪ್ರಧಾನ ನಿಯಮ ಎಂದರೆ ತನ್ನ ಆಂತರಿಕ ತಾತ್ವಿಕ ಭಾಷಾಂತರದ ಪ್ರಕ್ರಿಯೆಯಲ್ಲಿ ಸದಾ ಅನಿರೀಕ್ಷಿತಕ್ಕೆ ಸಿದ್ಧವಾಗಿಯೇ ಇರುವ ಸ್ಥಿತಿ.'
>
> 'ಪ್ರಭುವಿನ ಬೆರಗು ಈ ಸೃಷ್ಟಿಯಲ್ಲೆ ಅಡಕವಾಗಿರುವ ವೈರುಧ್ಯಗಳ ದಟ್ಟ ಅರಿವಿನಿಂದ ಬಂದದ್ದು, ಪ್ರಭುವಿನ ಬೆರಗು ಶೂನ್ಯವಾದ ನೀಡುವ ಅಸಾಧಾರಣ ದಾರ್ಶನಿಕ ಧೈರ್ಯದಿಂದ ಸೃಷ್ಟಿಯಾದದ್ದು.'

‘ಪ್ರಭು ತನ್ನ ದಾರ್ಶನಿಕ ಭೂತಕನ್ನಡಿಯಲ್ಲಿ ಎಲ್ಲವನ್ನೂ ವಿರಾಟ್ ರೂಪಕ್ಕೆ ಹಿಗ್ಗಿಸುತ್ತಾನೆ. ಅಥವಾ ಪ್ರಭುವಿಗೆ ಅಣು ಮತ್ತು ವಿರಾಟ್ ರೂಪಗಳ ನಡುವೆ ಯಾವ ವ್ಯತ್ಯಾಸವೂ ಇಲ್ಲ.’

‘ತನ್ನಲ್ಲಿ ಭಿನ್ನವಿಲ್ಲೆಂಬ ವಿಚಾರ ಹುಟ್ಟಲಾಗಿ ತಾನೆ ‘ಮಾಯಾವಿಕಾರಿ’ ಎಂಬ ಅರಿವು ಪ್ರಭುವಿನ ದಾರ್ಶನಿಕ ಪ್ರತಿಭೆಯ ಮೂಲ ತತ್ವ.’

‘ಅಮರ್ತ್ಯವನ್ನು ಹಿಡಿವ ವಿಧಾನಗಳ ಬಗ್ಗೆ ಕನ್ನಡದಲ್ಲಿ ಮೊದಲು ತಲೆಕೆಡಿಸಿಕೊಂಡವನು ಅಲ್ಲಮ. ಆತ ಎಲ್ಲವನ್ನೂ ಅತಿಗೆ ಹೋಗಿ ಎಲ್ಲ ಭಾರ ಹಾಕಿ ಪರೀಕ್ಷಿಸುತ್ತಾನೆ. ಆಗ ಮಾತಿನ ಮಡಕೆಗಳು ಒಡೆದು ಹೋಗುತ್ತವೆ.’

‘ಅಲ್ಲಮ...ಅಸಂಬಂಧಗಳ ಆಳದಲ್ಲಿ ಇರುವ ಸಂಬಂಧಗಳನ್ನು ಹುಡುಕುತ್ತಾ ಹೋಗುತ್ತಾನೆ.’

‘ಪ್ರಭುವಿನ ದೇಹದರ್ಶನಕ್ಕೆ ಹೆಚ್ಚು ವ್ಯಗ್ರತೆ ಇದೆ; ಅದಕ್ಕಾಗಿಯೇ ಹೆಚ್ಚು ಆಳವಾದ ಆಧ್ಯಾತ್ಮಿಕ ಸತ್ಯವನ್ನು ಕಾಣುವ ಶಕ್ತಿ ಇದೆ.’

‘ಪ್ರಭುವಿನ ವಿಶೇಷ ಇರುವುದೇ ಕವಿಯ ರೂಪಕ ಮತ್ತು ತಂತ್ರಶಾಸ್ತ್ರದ ಪರಿಭಾಷೆಗಳ ನಡುವೆ ಲೀಲಾಜಾಲವಾಗಿ ಓಡುತ್ತಾನೆ ಎನ್ನುವುದರಲ್ಲಿ.’

‘ಆತ್ಮ ನಿರಾಕರಣೆ ಅವನ ಶಾಶ್ವತ ಶೈಲಿ. ಯಾವುದೂ– ತನ್ನ ಮಾರ್ಗವೂ ಸೇರಿದಂತೆ– ಯಾವುದೂ ಆತ್ಯಂತಿಕವಲ್ಲ ಎಂಬ ನಿಲುವು ಅದು.’

‘ಪ್ರಭುವಿನ ಮನಃಶಾಸ್ತ್ರೀಯ ಉಪಕರಣಗಳು ಎಂಥ ಜಟಿಲ ಐಕ್ಯತೆಯನ್ನೂ ವಿಂಗಡಿಸಿ ವಿಶ್ಲೇಷಿಸುತ್ತವೆ.’

‘ಪ್ರಭು ಆಮೆಯ ಹಾಗೆ ತನ್ನ ಎಲ್ಲ ಅಂಗಗಳನ್ನೂ ಒಳಗೆ ಸೆಳೆದು ಕೊಳ್ಳುವಾಗ ಆ ಮೂಲಕ ಇಡೀ ಲೋಕವನ್ನು ಒಳಗೆ ಎಳೆದು ಕೊಳ್ಳುತ್ತಾನೆ. ಆತನ ಪ್ರತಿಭೆಯ ಮೂಸೆಯಲ್ಲಿ ಲೋಕ ಆತ ಬಡಿವ ಹಾಗೆ ಬಡಿಸಿಕೊಳ್ಳುತ್ತದೆ. ಆತ ಕೊಟ್ಟ ಆಕಾರ ತಾಳುತ್ತದೆ.’

‘ಶಬ್ದದ ಶಕ್ತಿಯ ಬಗ್ಗೆ ಸಂದೇಹ ಮಾಯವಾದ ತಕ್ಷಣ ಶಬ್ದಸಂಭ್ರಮ ವೆಂಬ ಮದ ಮೂಡುತ್ತದೆ. ಪ್ರಭುವಂತೂ ಮತ್ತೆ ಮತ್ತೆ ಈ ಶಬ್ದ ಸಂಭ್ರಮದ ಮದದ ಬಗ್ಗೆ ಎಚ್ಚರಿಸುತ್ತಾನೆ.’

‘ಅಲ್ಲಮಪ್ರಭು ಶಬ್ದವನ್ನು ಶ್ರೋತ್ರದ ಎಂಜಲು ಎಂದು ಕರೆಯುವ ಮೂಲಕ ಭಾಷೆಯ ಯಾವುದೇ ರೀತಿಯ ದೈವೀಕರಣದ ಸಾಧ್ಯತೆ ಯನ್ನೇ ಇಲ್ಲವಾಗಿಸುತ್ತಾನೆ.’

'ಪ್ರಭು ತಾತ್ವಿಕ ಆಕೃತಿಯೊಂದನ್ನು ಕೈಗೆತ್ತಿಕೊಂಡರೆ, ಅದರ ಜಾಯ
ಮಾನದಿಂದಲೇ ಅದರ ಭವಿಷ್ಯವನ್ನು ಹೇಳಬಲ್ಲ. ಪ್ರಭುವಿನ ಕೈಯಲ್ಲಿ
ತಾತ್ವಿಕ ಆಕೃತಿಗಳು, ತತ್ವರೂಪಕಗಳು ತಮ್ಮ ಭವಿಷ್ಯವನ್ನು ತಾವಾಗಿಯೇ
ನುಡಿಯುತ್ತವೆ!'

'ಪ್ರಭುವಿನ ವಚನಗಳನ್ನೇ ಪ್ರಮಾಣವಾಗಿರಿಸಿ ವೀರಶೈವದ ಉಗಮ
ವನ್ನು ವಿಶ್ಲೇಷಿಸುವುದಾದರೆ, ಅದರ ಹುಟ್ಟು ಚಾರಿತ್ರಿಕ ವಿಧಾನ ಕಾಣುವ
ಬರೀ ವಿಷಾದ ಮತ್ತು ವ್ಯಗ್ರತೆಗಳಿಂದ ಆದದ್ದಲ್ಲ; ತತ್ವ–ಜ್ಯೋತಿಷಿ
ಮಾರ್ಗದ ಪಾರಚಾರಿತ್ರಿಕ ತಿಳಿವಿನಿಂದ ಆದದ್ದು.'

'ಪ್ರಭು ಅಮೂರ್ತ ತತ್ವಗಳನ್ನು ಬೆನ್ನು ಹತ್ತುವಾಗ ಕಾವ್ಯರೂಪಕ ಆತನ
ಬೇಟೆ ನಾಯಿಯ ಹಾಗೆ ಕೆಲಸ ಮಾಡುತ್ತದೆ. ಆತನ ದಾರ್ಶನಿಕ ಪ್ರಜ್ಞೆ
ಸೂಚಿಸುವುದನ್ನು ಕಾವ್ಯರೂಪಕ ಮೂಸಿ ಕಚ್ಚಿ ಹಿಡಿದು ತರುತ್ತದೆ.'

'ಪ್ರಭುವಿನ ವಚನಗಳ ಹಿಂದೆ ಇರುವ ತೀವ್ರತೆಗೆ ಪ್ರಧಾನ ಕಾರಣ ಆತ
ಎಲ್ಲವನ್ನೂ ಸಮಕಾಲೀನವೆಂದೇ ಭಾವಿಸುತ್ತಾನೆ ಎನ್ನುವುದು. [ಪ್ರಭುವಿ
ನಲ್ಲಿ] ಕಾಲಗಳು ತಮ್ಮ ಭಿನ್ನ ಸ್ಥಿತಿಗಳನ್ನು ಕಳೆದುಕೊಳ್ಳುತ್ತವೆ.'

'ಪ್ರಭುವಿನ ಪ್ರತಿಮಾವಳಿಗೆ ಅಸಾಧಾರಣ ಶಕ್ತಿ ಬರುವುದು ಆತ ಮಾನವ
ಲೋಕವನ್ನು ಮುನ್ನಡೆಸುವ ಆದಿಮ ಕೋಲಾಹಲಗಳು ಪ್ರಕೃತಿಯಲ್ಲೂ
ಇವೆ ಎಂದು ನಂಬುವಲ್ಲಿ.'

'ಪ್ರಭು ಮೂಲತಃ ದಾರ್ಶನಿಕವಾಗಿ ಮತ್ತು ಸಾಹಿತ್ಯಕವಾಗಿ ವಿರಾಟ್
ಕಥನಗಳ ವಿರೋಧಿ.'

'ಅಲ್ಲಮನಲ್ಲಿ ಬೌದ್ಧ ಆಶಯಗಳು, ಬೌದ್ಧ ಪರಿಭಾಷೆ ಸಾಕಷ್ಟಿದೆ...'

'ಅಲ್ಲಮನ ವಚನಗಳಂತೂ ಬೆಳಗಿನ ತತ್ವ–ಪ್ರತಿಮೆಯ ಬಹುಮುಖೀ
ವ್ಯಾಖ್ಯಾನ. ಅಲ್ಲಮನನ್ನು ಒಂದೇ ಪ್ರತಿಮೆಗೆ ಸೀಮಿತಗೊಳಿಸುವುದಾದರೆ
ಅದು ಬೆಳಕಿಗೆ 'ಉರಿಗೆ'.

'ಪ್ರಭುವಿನ ಆಂತರಿಕ ತಾತ್ವಿಕ ಭಾಷಾಂತರದ ಕ್ರಮದಿಂದಾಗಿ ಆತ
ಯಾರನ್ನು ಬೇಕಾದರೂ ತನ್ನ ಪ್ರಖರ ಧೀಮಂತಿಕೆಯ ಕುಲುಮೆಯಲ್ಲಿ
ಕರಗಿಸಿ ಪುನರ್ರಚಿಸಬಲ್ಲ'.

'ಅಲ್ಲಮನಿಗೆ ದಾರ್ಶನಿಕ ನಿರ್ದಿಷ್ಟತೆಗಿಂತ ಕವಿಯ ಪ್ರತಿಮಾ ಸಾಹಸವೇ
ಹೆಚ್ಚು ಪ್ರಿಯ.'

'ಸ್ಥಿತಿಯೊಂದರ ಬಗ್ಗೆ, ವಾಸ್ತವತೆಯೊಂದರ ಬಗ್ಗೆ ತನ್ನ ಆಧ್ಯಾತ್ಮಿಕ ನೈತಿಕ
ನಿಲುವು ಏನೇ ಇದ್ದರೂ ಆ ಅನುಭವದಲ್ಲಿನ ಪ್ರತಿಮಾ ನಿರ್ಮಾಣದ

ಸಾಧ್ಯತೆಗಳನ್ನು ಅಲ್ಲಮ ಪೂರಾ ಬಳಸಿಕೊಳ್ಳುತ್ತಾನೆ. ಈ ದೃಷ್ಟಿಯಿಂದ ಆತ ಪರಿಪೂರ್ಣ ಕವಿ.'

'...ಅಲ್ಲಮನಿಗೆ ಬೆಡಗಿನ ಪರಂಪರೆಯ ಸೌಲಭ್ಯಗಳೂ ಬೇಕು, ಕವಿಯ ಪ್ರಯೋಗಶೀಲತೆಯೂ ಬೇಕು.'

'...ಅಲ್ಲಮ ಸಂಕೇತಮಾರ್ಗವನ್ನು ತನ್ನ ಚಾರಿತ್ರಿಕ ವ್ಯಕ್ತಿ ವಿಶ್ಲೇಷಣೆಗೆ ಬಳಸಿಕೊಳ್ಳುತ್ತಾನೆ.'

'ಅಲ್ಲಮ ಬೆಡಗಿನ ವಚನಗಳನ್ನು ಪೂರ್ಣ ರಹಸ್ಯಾತ್ಮಕತೆಯ ಅಪರಿಚಿತ ಜಗತ್ತಿನ ಅಧಃಪಾತಾಳಗಳಿಗೆ ತಳ್ಳುವುದಿಲ್ಲ. ಅದಕ್ಕಾಗಿಯೇ ಅಲ್ಲಮನದು ಅರ್ಧ ಬೆಳಕಿನ, ಅರ್ಧ ಕತ್ತಲಿನ ಲೋಕ'.

'ಅಲ್ಲಮಲೋಕ ಓದುಗನ ಜೊತೆಗೆ ಮೊದಲು ಸೆಣಸಾಡುತ್ತದೆ, ನಂತರ ನಿಧನಿಧಾನಕ್ಕೆ ಸಖ್ಯ ಬೆಳೆಸುತ್ತದೆ.'

'ಅಲ್ಲಮನ ಪರಿಭಾಷೆಯಲ್ಲಿ ಹಿರಿಯರು ಎಂದರೆ ಸಾಂಸ್ಥಿಕ ಧರ್ಮದ ಸಂಕೇತ'.

'ಅಲ್ಲಮ ಶರೀರದ ಅನುಭವದಿಂದ ತತ್ವವನ್ನು ಗ್ರಹಿಸಿದವನು.'

'ಯಾವುದನ್ನೇ ಅಗಲಿ ಶಾಶ್ವತ ಸಾರರೂಪಿಗಳನ್ನಾಗಿ ಅಲ್ಲಮ ಸೃಷ್ಟಿಸುವುದಿಲ್ಲ. ಈ ದೃಷ್ಟಿಯಿಂದ ಅಲ್ಲಮನು ದೇವರಂತೆ. ಏಕತಾನತೆ ಅವನ ಸೃಷ್ಟಿಗೇ ಅಪರಿಚಿತ.'

'ಅಲ್ಲಮ ಕನ್ನಡದಲ್ಲಿ ಮೊದಲ ಬಾರಿಗೆ ದೊಡ್ಡ ಮಟ್ಟದ ತಾತ್ವಿಕ ಚಟುವಟಿಕೆ ನಡೆಸಿದವನು.'

'ಅಲ್ಲಮನ ವ್ಯಗ್ರತೆ ಸೃಷ್ಟಿಸುವ ವಿನೋದಕ್ಕೆ ಯಾವಾಗಲೂ ಲೋಕೋತ್ತರ ಗುಣವಿದೆ.'

'ಅಲ್ಲಮನಲ್ಲಿ ಭೂತ, ವರ್ತಮಾನ, ಭವಿಷ್ಯದ ಅನುಭವಗಳು ಒಂದನ್ನೊಂದು ಪರೀಕ್ಷಿಸುತ್ತಾ, ಪರಿಷ್ಕರಿಸುತ್ತಾ ಒಂದು ಇನ್ನೊಂದರ ಬಣ್ಣವನ್ನು ಬದಲಿಸುತ್ತಾ ಹೋಗುತ್ತವೆ.'

'ಕಾವ್ಯ ಕಸುಬಿನ ಬಗ್ಗೆ ಅತ್ಯಂತ ಸೂಕ್ಷ್ಮ ಆತ್ಮಪ್ರಜ್ಞೆ ಇರುವ ಕವಿ ಅಲ್ಲಮ. ಆತ ಆಧುನಿಕರಿಗೆ ಅತ್ಯಂತ ಆಪ್ತವಾಗುವುದು ಈ ಕಾರಣದಿಂದ'.

'ಪ್ರಭುವಿನ ಪ್ರತಿಭೆಯ ಮೂಲಶಕ್ತಿ ಇರುವುದು ಆತ 'ಚಿತ್ರವಿಚಿತ್ರ'ವನ್ನು ನೋಡಬಲ್ಲ ಎಂಬುದರಲ್ಲಿ'.

ಈತನಕ ಉಲ್ಲೇಖಿಸಿರುವ ಡಿ.ಆರ್. ಅವರ ಈ ಪ್ರಾತಿನಿಧಿಕ ಗ್ರಹಿಕೆಗಳು ಹಾಗೂ ಒಳನೋಟಗಳನ್ನು ಅಲ್ಲಮನ ಕಾವ್ಯದ ಒಳವಿನ್ಯಾಸ, ದರ್ಶನ ಹಾಗೂ ಅವನ ತಾತ್ವಿಕತೆಗಳನ್ನು ಕುರಿತ ವ್ಯಾಪಕ ಹೇಳಿಕೆಗಳನ್ನಾಗಿಯೂ ನೋಡಬಹುದು;

ಜೊತೆಗೆ, ಈ ಹೇಳಿಕೆಗಳನ್ನು ಡಿ.ಆರ್. ಚರ್ಚಿಸುವ ಆಯಾ ವಚನಗಳ ಸಂದರ್ಭದಲ್ಲಿಯೂ ನೋಡಿ ಆ ವಚನಗಳನ್ನು ಇನ್ನಷ್ಟು ವಿಸ್ತಾರವಾಗಿ ಗ್ರಹಿಸಬಹುದು.

ಈ ಗ್ರಹಿಕೆಗಳ ಜೊತೆಗೆ ಅಲ್ಲಮನ ಕಾವ್ಯದ ರಾಚನಿಕ ಸೂಕ್ಷ್ಮಗಳನ್ನು, ಅದರ ಹಲಬಗೆಯ ವಿನ್ಯಾಸಗಳನ್ನು ಕೂಡ ಡಿ.ಆರ್. ಬಹುಬಗೆಯಲ್ಲಿ ವಿವರಿಸುತ್ತಾರೆ. ಅದೇ ರೀತಿ ಅಲ್ಲಮನನ್ನು ವಿವಿಧ ಸಂದರ್ಭಗಳಲ್ಲಿ ಡಿ.ಆರ್. ವರ್ಣಿಸಿರುವ ರೀತಿಗಳು ಕೂಡ ಅತ್ಯಂತ ಅಡಕವಾಗಿ ಅಲ್ಲಮಚೈತನ್ಯವನ್ನು ವಿವರಿಸಲೆತ್ನಿಸಿವೆ. ಡಿ.ಆರ್. ಅಲ್ಲಮನನ್ನು ಪರಿಕಲ್ಪನಾತ್ಮಕವಾಗಿ ಗ್ರಹಿಸುವ ಕೆಲವು ಮಾದರಿಗಳು : 'ಅತಿರೇಕ ಮಾರ್ಗಿ', 'ಉಪಮಾಮಾರ್ಗಿ', 'ಆತಂಕಿತ ಅನುಭಾವಿ', 'ಸಂದೇಹವಾದಿ', 'ಪರಿಪೂರ್ಣ ಕವಿ', 'ಕನ್ನಡದ ಆದಿ ತತ್ವಜ್ಞಾನಿ', 'ಕವಿಯ ಪರಿಕರಗಳನ್ನು ಬಳಸಿ ಚಿಂತನೆ ಮಾಡಿದ ತತ್ವಜ್ಞಾನಿ.'

ಇಡೀ ಪುಸ್ತಕದಲ್ಲಿ ಕೇವಲ ಅಲ್ಲಮನ ವಚನಗಳನ್ನು ಮಾತ್ರವಲ್ಲ, ಇತರರ ವಚನಗಳನ್ನು ಓದುವ ವಿಧವಿಧವಾದ ಕ್ರಮಗಳೂ ಇವೆ. ಅಕ್ಕಮಹಾದೇವಿ, ಬಸವಣ್ಣ, ಅಲ್ಲಮಲೋಕ, ವಚನ ಸಾಹಿತ್ಯ, ಹರಿಹರ, ಶೂನ್ಯ ಸಂಪಾದನೆ, ಮಂಟೇಸ್ವಾಮಿ ಸೇರಿದಂತೆ ಆಧುನಿಕಪೂರ್ವ ಕನ್ನಡ ಸಾಹಿತ್ಯದ ತಾತ್ವೀಕರಣಗಳ ನಡುವೆಯೇ ಡಿ.ಆರ್. ಆವರೆಗಿನ ತಮ್ಮ ಜೀವಿತದ ಸಾಹಿತ್ಯ ಪ್ರಯಾಣದಲ್ಲಿ ಪಡೆದ ಕಾವ್ಯದ ಬಗೆಗಿನ ಬಗೆಬಗೆಯ ಒಳನೋಟಗಳು, ಕಾವ್ಯ ಕುರಿತ ವಿಶಾಲ ತಾತ್ವೀಕರಣಗಳು, ತಲುಪಿದ ತೀರ್ಮಾನಗಳು ಕೂಡ ಈ ಪುಸ್ತಕದಲ್ಲಿವೆ.

ಇವತ್ತು 'ಅಲ್ಲಮಪ್ರಭು ಮತ್ತು ಶೈವಪ್ರತಿಭೆ' ಪುಸ್ತಕವನ್ನು ಓದತೊಡಗಿದರೆ, ಇಪ್ಪತ್ತನೆಯ ಶತಮಾನದ ಕೊನೆಯ ಹೊತ್ತಿಗೆ ಡಿ.ಆರ್. ಮೂಲಕ ಕನ್ನಡ ಸಾಹಿತ್ವತತ್ವ ತಲುಪಿದ ಎತ್ತರ ಹಾಗೂ ಸೂಕ್ಷ್ಮತೆಗಳನ್ನು ಕಂಡು, ಅಲ್ಲಮನ ನಿಗೂಢ ಗುಹೆ ಹೊಕ್ಕ ಡಿ.ಆರ್. ಎಂಬ ಗುಹೇಶ್ವರನ ಎದುರು 'ಇದ ಕಂಡು ಬೆರಗಾದೆ ಗುಹೇಶ್ವರಾ!' ಎಂದು ವಿಸ್ಮಯದಿಂದ ನಿವೇದಿಸಿಕೊಳ್ಳಬೇಕೆನಿಸುತ್ತದೆ. ಡಿ.ಆರ್.ಗೆ ಮರುಬರವಣಿಗೆಯ ಅವಕಾಶ ಸಿಕ್ಕಿದ್ದರೆ, ಇಲ್ಲಿ ಉಳಿದಿರುವ ಕೆಲವು ದುರ್ಬಲ ಎಳೆಗಳು ಅವರ ಕಣ್ಣಿಗೂ ಬಿದ್ದಿರುತ್ತಿದ್ದವು. ಇಲ್ಲಿನ ಕೆಲವು ಉಪಶೀರ್ಷಿಕೆಗಳು, ಡಿ.ಆರ್. ಅವರ ಜಗಿತಗಳು ಈ ಬರವಣಿಗೆಯ ಮೊದಲ ಡ್ರ್ಯಾಫ್ಟಿನ ಓಟದಲ್ಲಿ ತಾತ್ಕಾಲಿಕವಾಗಿ ಹರಿದುಬಂದಂತಿವೆ. ಈ ಕಥನವನ್ನು ತಿದ್ದಿ ಬರೆಯುವ ಗಳಿಗೆಗಳಲ್ಲಿ ಡಿ.ಆರ್. ಇವನ್ನೆಲ್ಲ ಸರಿಪಡಿಸುವ ಸಾಧ್ಯತೆ ಖಂಡಿತ ಇತ್ತು. ಈ ಪುಸ್ತಕ ಕಿ.ರಂ. ನಾಗರಾಜ್ ಹಾಗೂ ಅಕ್ಷರ ಪ್ರಕಾಶನದ ಕೈಗೆ ತಲುಪುವ ಮೊದಲು ಇದ್ದ ಸೀಮಿತ ಕಾಲಾವಧಿಯಲ್ಲಿ ಹಸ್ತಪ್ರತಿಯನ್ನು ಸಾಕಷ್ಟು ಎಚ್ಚರದಿಂದ ಓದಿ ಕೆಲವು ಅಧ್ಯಾಯಗಳಿಗೆ ಶೀರ್ಷಿಕೆಗಳನ್ನು ಕೊಟ್ಟ ಎಂ.ಎಸ್. ಆಶಾದೇವಿ ಹೇಳುವಂತೆ 'ಇದನ್ನು ಡಿ.ಆರ್. ಇನ್ನಷ್ಟು ಎಡಿಟ್ ಮಾಡಲು ಬಯಸಿದ್ದರು.'

ಹಿಂದಿನ ಕೆಲವು ಸಂದರ್ಭಗಳಲ್ಲಿ ಡಿ.ಆರ್. ಅವರು ನೋಟ್‌ಪ್ಯಾಡ್‌ಗಳಲ್ಲಿ, ಸಿಕ್ಕಸಿಕ್ಕ ಹಾಳೆಗಳಲ್ಲಿ ತಮ್ಮ ಬರಹಗಳನ್ನು ಬರೆಯುತ್ತಿದ್ದ ರೀತಿಯನ್ನು ಗಮನಿಸಿದ್ದ ನನಗೆ ಡಿ.ಆರ್. ಈ ಪುಸ್ತಕದ ಅನೇಕ ಭಾಗಗಳನ್ನು ನಿಜಕ್ಕೂ ಮೈದುಂಬಿ ಬರೆದಿರುವುದು ಹಲವೆಡೆ ಕಾಣುತ್ತದೆ. ಆನಂತರ ಅವರು ಇಲ್ಲಿನ ಕೆಲವು ಪುನರಾವರ್ತನೆಗಳನ್ನು ಹಾಗೂ ಅನಗತ್ಯವಾದ ನಿರೂಪಕ ಮಧ್ಯಪ್ರವೇಶಗಳನ್ನು ತೆಗೆದುಹಾಕಿ ಇದನ್ನು ಇನ್ನಷ್ಟು ಬಿಗಿಯಾಗಿಸುತ್ತಿದ್ದರು ಎನ್ನಿಸುತ್ತದೆ. ಆದರೆ ಕಾಲನ ಹಠಾತ್ ಮಧ್ಯಪ್ರವೇಶದಿಂದ ಹಾಗೇ ಉಳಿದ ಈ ಸಣ್ಣಪುಟ್ಟ ಅರಕೆಗಳು ಈ ಪುಸ್ತಕದ ಒಟ್ಟು ಮಹತ್ವಕ್ಕೆ ಅಂಥ ಧಕ್ಕೆಯನ್ನೇನೂ ಉಂಟು ಮಾಡುವುದಿಲ್ಲ. ಸಾವು ತನ್ನ ಸುತ್ತಮುತ್ತ ಸುಳಿದಾಡುತ್ತಿರಬಹುದು ಎಂಬ ಆತಂಕ ಅಥವಾ ಅದು ಹಾಗೆ ಹಠಾತ್ತನೆ ಎರಗಲಿಕ್ಕಿಲ್ಲ ಎಂಬ ತಾತ್ಕಾಲಿಕ ಸಾಂತ್ವನ– ಇವೆರಡರ ನಡುವೆ ಹುಟ್ಟಿರಬಹುದಾದ ಧಾವಂತದಲ್ಲಿ ನಾಗಾಲೋಟದಲ್ಲಿ ಬರೆದಂತಿರುವ ಈ ಪುಸ್ತಕ ನಿರ್ದಿಷ್ಟವಾಗಿ ಕನ್ನಡದ, ಹಾಗೂ ಒಟ್ಟಾರೆಯಾಗಿ ಭಾರತದ, ಸಂಸ್ಕೃತಿ ಚಿಂತನೆ ಹಾಗೂ ಸಾಹಿತ್ಯತತ್ವಕ್ಕೆ ಅತ್ಯಂತ ಮಹತ್ವದ ಕೊಡುಗೆಯಾಗಿದೆ. ಕಾವ್ಯವನ್ನಾಗಲೀ, ಅಲ್ಲಮಲೋಕವನ್ನಾಗಲೀ, ಭಾರತದ ದಾರ್ಶನಿಕ ಸಂಘರ್ಷಗಳನ್ನಾಗಲೀ ಇಷ್ಟು ಸೂಕ್ಷ್ಮವಾಗಿ ಚರ್ಚಿಸಿರುವ ಮತ್ತೊಂದು ಕನ್ನಡ ಪುಸ್ತಕ ನನ್ನ ಕಣ್ಣಿಗೆ ಬಿದ್ದಿಲ್ಲ. ಅಲ್ಲಮನ ಕಾವ್ಯದ ಬಗ್ಗೆ, ವಚನಲೋಕದ ಬಗ್ಗೆ ಬರೆಯುತ್ತಾ ಡಿ.ಆರ್. ಮಾತು ಜ್ಯೋತಿರ್ಲಿಂಗವಾಗುತ್ತದೆ. ಮಧ್ಯಕಾಲೀನ ಸಾಹಿತ್ಯದ ಪ್ರತಿಮೆಗಳ ಸಂಗದಲ್ಲಿ ಅವರ ಭಾಷೆ ಅನನ್ಯವಾದ ಕಾವ್ಯತೀವ್ರತೆಯನ್ನು ಪಡೆಯತೊಡಗುತ್ತದೆ. ಪದ್ಯ ಬರೆಯುವವರು, ಸಾಹಿತ್ಯ ಬೋಧಿಸುವವರು, ಸಾಹಿತ್ಯ, ಸಂಸ್ಕೃತಿಗಳನ್ನು ಕುರಿತು ಸಂಶೋಧನೆಯಲ್ಲಿ ತೊಡಗಿರುವವರು, ಕರ್ನಾಟಕದ ಹಾಗೂ ಭಾರತದ ತಾತ್ವಿಕ ಹಾಗೂ ಸಾಂಸ್ಕೃತಿಕ ಸಂಘರ್ಷಗಳನ್ನು ಪರಿಕಲ್ಪನಾತ್ಮಕವಾಗಿ ಗ್ರಹಿಸುವವರು; ಅಥವಾ ನಿರ್ದಿಷ್ಟವಾಗಿ ಶೈವ ಫಿಲಾಸಫಿಯನ್ನು ಅಧ್ಯಯನ ಮಾಡುವವರು... ಎಲ್ಲರೂ ಈ ಪುಸ್ತಕವನ್ನು ವಿನಯದಿಂದ, ಆಳವಾಗಿ ಗ್ರಹಿಸಿ ಈ ಚಿಂತನೆಗಳನ್ನು ಅಪಾರ ವ್ಯವಧಾನದಿಂದ ಓದಿ ತಮ್ಮದಾಗಿಸಿಕೊಳ್ಳಬೇಕಾಗಿದೆ. 'ಈ ಕೃತಿ ಪ್ರಪಂಚದ ಯಾವ ಭಾಷೆಯಲ್ಲಾದರೂ ಉತ್ಕೃಷ್ಟ ಕೃತಿ ಎನ್ನಿಸಿಕೊಂಡೀತು' ಎಂದು ಯು.ಆರ್. ಅನಂತಮೂರ್ತಿಯವರು ಈ ಪುಸ್ತಕದ ಬ್ಲರ್ಬಿನಲ್ಲಿ ಬರೆದಿರುವುದು ಅತ್ಯಂತ ಕರಾರುವಾಕ್ಕಾಗಿದೆ.

ಈ ಅಧ್ಯಾಯ ಮುಗಿಯುವ ಹೊತ್ತಿಗೆ, ತೊಂಬತ್ತರ ದಶಕದ ಕೊನೆಗೆ ನಾನು ಸಂಯೋಜಿಸಿದ ಲಂಕೇಶರ 'ಟೀಕೆ ಟಿಪ್ಪಣಿ'ಯ ಎರಡನೆಯ ಸಂಪುಟಕ್ಕೆ ಬರೆದ ಮುನ್ನುಡಿಯಲ್ಲಿ ಲಂಕೇಶರ ಜೊತೆ ನಡೆಸಿದ ಟೆಲಿಫೋನ್ ಮಾತುಕತೆಯನ್ನು ದಾಖಲಿಸಿದ್ದು ಯಾಕೋ ನೆನಪಾಯಿತು. ಈ ಮುನ್ನುಡಿ ಬರೆಯುವ ಕೆಲವು

ವರ್ಷಗಳ ಮೊದಲು, ಲಂಕೇಶರು ಬ್ರೈನ್‌ಸ್ಟ್ರೋಕಿನಿಂದ ಚೇತರಿಸಿಕೊಳ್ಳತೊಡಗಿದ್ದ ಘಟ್ಟದಲ್ಲಿ ಬರೆದಿದ್ದ 'ಟೀಕೆ ಟಿಪ್ಪಣಿ'ಯೊಂದು ನನ್ನನ್ನು ಆಳವಾಗಿ ಕಲಕಿತ್ತು. ತಕ್ಷಣ ಫೋನ್ ಮಾಡಿ 'ಎನ್ನಾರ್, ಕಾಯಿಲೆ ಆದ ಮೇಲೆ ಬಾಳಾ ಬ್ರೈಟಾಗಿಬಿಟ್ಟಿದ್ದೀರ!' ಅಂದೆ. ಲಂಕೇಶ್ ಗಹಗಹಿಸಿ ನಗುತ್ತಾ 'ದೀಪ ಆರುವಾಗ ಪ್ರಖರವಾಗಿ ಉರಿಯುತ್ತಂತೆ ಕಣಯ್ಯಾ' ಎಂದು ಫೋನಿಟ್ಟರು. ಈ ಮಾತನ್ನು ಇಲ್ಲಿ ಬರೆಯು ವಾಗ, ಡಿ.ಆರ್. ಅವರೆಗೆ ಧ್ಯಾನಿಸಿದ ಸಕಲ ಸಾಹಿತ್ಯಕೃತಿಗಳೂ ಸಿದ್ಧಾಂತಗಳೂ ಸಾವಿನ ಒತ್ತಡದಲ್ಲಿ ಪ್ರಖರವಾಗಿ ಬೆಳಗಿದ ರೀತಿಗೆ ಅವರ ಕೊನೆಯ ಅಪೂರ್ಣ ಪುಸ್ತಕ ಸಾಕ್ಷಿಯಂತಿದೆ ಅನಿಸತೊಡಗಿತು. 'ಕಾವ್ಯವೆನ್ನುವುದು ಅಮೃತಕ್ಕೆ ಹಾರುವ ಗರುಡ' ಎಂಬ ಬೇಂದ್ರೆಯವರ ಮಾತಿನಿಂದ ತಮ್ಮ 'ಅಮೃತ ಮತ್ತು ಗರುಡ'ದ ಶೀರ್ಷಿಕೆ ಪಡೆದ ಡಿ.ಆರ್ ತಮ್ಮ ಕೊನೆಯ ಪುಸ್ತಕದಲ್ಲೂ ಎಂದೂ ಬತ್ತದ ಕಾವ್ಯದ ಅಮೃತಕ್ಕೆ ಹಾರಿದ ಗರುಡನಂತೆಯೇ ಕಾಣತೊಡಗುತ್ತಾರೆ. ಈ ಪುಸ್ತಕದ ಕೊನೆಯ ಪುಟದಲ್ಲಿ ಡಿ.ಆರ್. ಉಲ್ಲೇಖಿಸುವ ಅಲ್ಲಮನ ಹಾಡಿನಲ್ಲಿ ಗರುಡ ಸಂಕೇತ ಮತ್ತೆ ಪ್ರತ್ಯಕ್ಷವಾಗುತ್ತದೆ. ಸಾವಿನ ಆಗಮನವನ್ನೋ ದೊಡ್ಡ ಬೌದ್ಧಿಕ ಪಯಣವೊಂದು ಮುಗಿದ ನಿರಾಳತೆಯನ್ನೋ ಸೂಚಿಸುವಂತಿರುವ 'ವಿಸರ್ಜಿಸುತ್ತಾನೆ' ಎಂಬುದು ಈ ಪುಸ್ತಕದ ಕೊನೆಯ ಕ್ರಿಯಾಪದವೂ ಆಗಿದೆ. 'ಸಾಹಿತ್ಯಸಂಸ್ಕೃತಿ ಎಚ್ಚರದಿಂದ ಕಾಪಾಡಿಕೊಂಡು ಬರುವ ಮಾರ್ಗ–ದೇಸಿಗಳ ವಿಂಗಡಣೆಗಳನ್ನು ಅಲ್ಲಮ ವಿಸರ್ಜಿಸಿಬಿಡುತ್ತಾನೆ' ಎಂಬ ವಾಕ್ಯದೊಂದಿಗೆ ಇದ್ದಕ್ಕಿದ್ದಂತೆ ನಿಲ್ಲುವ ಈ ಅನನ್ಯ ಕಥನ ಇದರಿಂದಾಚೆಗೆ ಯಾವ ತಾತ್ವಿಕ ದಿಕ್ಕುಗಳತ್ತ ಚಲಿಸುತ್ತಿತ್ತೋ?

ಸಾವು ನಿಜಕ್ಕೂ ನಿಷ್ಕರುಣಿ ಎಂದು ತೀವ್ರವಾಗಿ ಅನ್ನಿಸುವುದು ಇಂಥ ಗಳಿಗೆಗಳಲ್ಲೇ...

೨೫

ಇಂತಿ ನಮಸ್ಕಾರಗಳು

ಸಾಯುವವರಿಗೆ ಸಾವಿನ ಸೂಚನೆ ಮೊದಲೇ ಇರುತ್ತದೆಯೇ? ನಾವು ಬಲ್ಲವರು ಸಾವಿಗೆ ಕೆಲವು ದಿನಗಳ ಹಿಂದೆ ಸಾವನ್ನು ಕುರಿತು ಆಡಿದ ಮಾತುಗಳನ್ನು ಮೆಲುಕು ಹಾಕುತ್ತಾ ನಾವು ಅವುಗಳಲ್ಲಿ ಸಾವಿನ ಸೂಚನೆಗಳನ್ನು ಹುಡುಕುತ್ತಿರುತ್ತೇವೆ. ಡಿ.ಆರ್. ತೀರಿಕೊಳ್ಳುವ ಕೆಲವೇ ದಿನಗಳ ಹಿಂದೆ ಇದ್ದಕ್ಕಿದ್ದಂತೆ 'ನನಗೆ ಸಾಯಲು ಇಷ್ಟವಿಲ್ಲ' ಎಂದಿದ್ದರಂತೆ. ಲಂಕೇಶರು ಆಗಾಗ್ಗೆ ಸಾವಿನ ಬಗ್ಗೆ ಮಾತಾಡಿ, ಸಾವಿನ ಹತ್ತಿರ ಹೋಗಿ, ವಾಪಸು ಬಂದು ಅದನ್ನೆಲ್ಲ ಪತ್ರಿಕೆಯಲ್ಲಿ ಬರೆದುಬಿಡುತ್ತಿದ್ದುದರಿಂದ ಅವರು ತಮ್ಮ ಕೊನೆಯ ದಿನಗಳಲ್ಲಿ ಸಾವನ್ನು ಕುರಿತು ಆಡುತ್ತಿದ್ದ ಮಾತುಗಳನ್ನು ನಾವೆಲ್ಲ ಸೀರಿಯಸ್ಸಾಗಿ ಪರಿಗಣಿಸಿರಲಿಲ್ಲ. 'ನಾನು ನಮ್ಮವ್ವನ ಥರ. ನಮ್ಮವ್ವ ಯಾವಾಗ್ಲೂ ಸಾಯ್ತಿನಿ, ಸಾಯ್ತಿನಿ ಅಂತ ಕೊರಗ್ತಾ ಇರೋಳು. ಆದರೆ ಹೋಗ್ತಿರಲಿಲ್ಲ!' ಎಂದು ಲಂಕೇಶ್ ತಮಾಷೆ ಮಾಡಿಕೊಳ್ಳುತ್ತಿದ್ದರು. ಹಾಗೆಯೇ Late lamented Lankesh ಎಂದು ಕೂಡ ತಮ್ಮನ್ನು ವರ್ಣಿಸಿಕೊಳ್ಳುತ್ತಿದ್ದರು. ಅವರು ತೀರಿಕೊಳ್ಳುವ ಕೆಲ ತಿಂಗಳ ಮೊದಲು ಮಂಗಳೂರು, ಶಿವಮೊಗ್ಗ ಮುಂತಾದ ಕಡೆ ಭಾಷಣಕ್ಕೆ ಹೋಗಿ ಬಂದರು. ಹೋಗುವ ಮುನ್ನ 'ದಿಸ್ ಈಸ್ ಮೈ ಲಾಸ್ಟ್ ಟ್ರಿಪ್, ಅದಕ್ಕೇ ಎಲ್ಲಾರ್ನೂ ನೋಡಿಕೊಂಡು ಬರೋಣ ಅಂತ!' ಎಂದು ನಕ್ಕಿದ್ದರು.

ಆಗಷ್ಟೇ ಅವರ ಹತ್ತಿರದ ಸಂಬಂಧಿಯೊಬ್ಬರು ತೀರಿಕೊಂಡಿದ್ದರು. ಅದೊಂದು ವಿಚಿತ್ರ ಸಾವು ಎಂಬುದನ್ನು ಲಂಕೇಶ್ ಎಲ್ಲರಿಗೂ ವಿವರಿಸುತ್ತಿದ್ದರು. ತೀರಿಕೊಂಡ ವ್ಯಕ್ತಿಯ ಹೆಸರು ಮರೆತುಹೋಗಿ ವಿವರಗಳಷ್ಟೇ ನನ್ನ ನೆನಪಿನಲ್ಲುಳಿದಿವೆ. ಆ ವ್ಯಕ್ತಿ ತನ್ನ ವೃದ್ಧಾಪ್ಯದಲ್ಲೊಂದು ದಿನ ಉಡುಪಿಯ ಸುತ್ತಮುತ್ತ ತನ್ನ ಸ್ನೇಹಿತರನ್ನೆಲ್ಲ ಮಾತಾಡಿಸಿಕೊಂಡು ಬಂದು ಹೋಟೆಲ್ ರೂಮಿನಲ್ಲಿ ಸಾಯಲು ನಿರ್ಧರಿಸಿದರು. ಆದರೆ ಅವತ್ತು ದಾರಿಯಲ್ಲಿ ಮಗುವೊಂದು ಅವರ ಕಣ್ಣಿಗೆ ಬಿತ್ತು. ಆ ಮಗುವನ್ನು ಮುದ್ದಾಡಿದ ಅವರಿಗೆ ಸಾಯುವುದು ಬೇಡ ಎನ್ನಿಸಿ ಸಾವನ್ನು ಮಾರನೆಯ ದಿನಕ್ಕೆ ಮುಂದೂಡಿದರು. ಮಾರನೆಯ ದಿನ ಹೋಟೆಲ್ ರೂಮಿನಲ್ಲಿ ವಿಷ ಸೇವಿಸಿ ಸತ್ತರು. ಇದನ್ನು ಕತೆಯಾಗಿಸಲೇ, ಮಗಳು ಕವಿತಾಗೆ ಸಿನಿಮಾ ಸ್ಕ್ರಿಪ್ಟ್ ಮಾಡಿಕೊಡಲೇ... ಎಂದು ಲಂಕೇಶ್ ಯೋಚಿಸುತ್ತಿದ್ದರು. ಆ ಕತೆ ಅವರಲ್ಲೇ ಉಳಿಯಿತು.

ಲಂಕೇಶ್ ಸಾವಿನ ಬಗ್ಗೆ ಮತ್ತೆ ಮತ್ತೆ ಬರೆಯುತ್ತಿದ್ದ ಲೇಖಕ. ಬ್ರೈನ್‌ಸ್ಟ್ರೋಕ್ ಆದ ನಂತರ ಅವರು ಬರೆದ 'ಟೀಕೆ ಟಿಪ್ಪಣಿ'ಗಳಲ್ಲಿ ಸಾವನ್ನು ಕುರಿತಂತೆ ಪ್ರಾಯಶಃ ಕನ್ನಡದ ಅತ್ಯಂತ ಗಂಭೀರ ಗದ್ಯಬರಹಗಳಿವೆ. ಈ ಬರಹಗಳು 'ಟೀಕೆ ಟಿಪ್ಪಣಿ'ಯ ಎರಡನೆಯ ಸಂಪುಟದಲ್ಲಿವೆ. ಅವರು ತೀರಿಕೊಳ್ಳುವ ಒಂದು ವರ್ಷದ ಕೆಳಗೆ ಅವರಿಗೆ ಲಿವರ್‌ಗೆ ಸಂಬಂಧಿಸಿದ 'ಸಿರೋಸಿಸ್' ಕಾಯಿಲೆ ತಗುಲಿದೆ ಎಂದು ಡಾಕ್ಟರೊಬ್ಬರು ಹೇಳಿದಾಗ 'ತಕ್ಷಣ ನಾನು ಮಾಡಬೇಕಾದ ಕೆಲವು ಕೆಲಸಗಳಿವೆ. ಐ ಮಸ್ಟ್ ಟೇಕ್ ಲೈಫ್ ಸೀರಿಯಸ್ಲೀ' ಎಂದರು. 'ಮಾಡಬೇಕಾದ ಕೆಲಸಗಳನ್ನು ಮುಗಿಸಿ ಆತ್ಮಹತ್ಯೆ ಮಾಡಿಕೊಳ್ಳುವುದು ಒಳ್ಳೆಯದು' ಎಂದು ಅವರು ಜಯದೇವ ಆಸ್ಪತ್ರೆಯಲ್ಲಿ ಹಾಸಿಗೆಯ ಮೇಲೊರಗಿ ಹೇಳಿದ್ದರಂತೆ. ಎಲ್ಲದರಲ್ಲೂ ನಮ್ಮ ಊಹೆಗೆ ನಿಲುಕದಂತೆ ಇರಲು ಯತ್ನಿಸುತ್ತಿದ್ದ ಲಂಕೇಶ್ ಎಂಬ ತಪ್ತ ಬರಹಗಾರ ಹಾಗೆ ಮಾಡಿದರೂ ಮಾಡಬಹುದೆಂದು ನನಗನ್ನಿಸಿತ್ತು. 'ನನ್ನ ಹೃದಯ ಗೂಳಿಯ ಹೃದಯದ ಹಾಗಿದೆ ಅಂತ ಡಾಕ್ಟರು ಹೇಳಿದಾರೆ. ಆದರೆ ಬೇರೆಲ್ಲ ಅಂಗಗಳು ವೀಕ್ ಆಗಿ ತರಕಾರಿಯಂತೆ ಬಿದ್ದಿರಲು ನನಗಿಷ್ಟವಿಲ್ಲ' ಎನ್ನುತ್ತಿದ್ದ ಅವರು ಈ 'ಗೂಳಿಯ ಹೃದಯ' ಎಂಬ ರೂಪಕವನ್ನು ಅತಿಯಾಗಿ ನಂಬಲೆತ್ನಿಸಿದಂತಿತ್ತು. ಆದರೂ ಅವರು ಕೊನೆಕೊನೆಗೆ ಅಪಾರ ಎಚ್ಚರಿಕೆಯಿಂದ ಆರೋಗ್ಯವನ್ನು ನೋಡಿಕೊಳ್ಳಲೆತ್ನಿಸಿದ್ದರು. ತಮ್ಮ ಕೊನೆಯ ಕೆಲವರ್ಷ ಗಳಲ್ಲಂತೂ ಅವರು ಪ್ರತಿ ದಿನವನ್ನೂ ತಮಗೆ ದೊರಕಿದ ನಿಧಿಯಂತೆ ಕಂಡರು. ತಮ್ಮ ಹತೋಟಿ ತಪ್ಪಿ ವೈದ್ಯರ ಕೈಗೆ ಹೋದ ದೇಹವನ್ನು ಮತ್ತೆ ತಮ್ಮ ಅಂಕೆಗೆ ತರಲು ಅನೇಕ ಪ್ರಯೋಗಗಳನ್ನು ಮಾಡಿ ನೋಡಿದರು. ಅಷ್ಟೊಂದು ಅಸ್ಥಿರವಾದ ದೇಹದ ವ್ಯಕ್ತಿಯೊಬ್ಬ ಸಿಡಿಮಿಡಿಗೊಳ್ಳದೆ ಬದುಕಲಾರ. ಕಾಯಿಲೆ

ಸಾಮಾನ್ಯವಾಗಿ ಮನುಷ್ಯನನ್ನು ದೇಹದ ಬಗ್ಗೆ ಅತಿಯಾಗಿ ಯೋಚಿಸುವಂತೆ ಮಾಡುತ್ತದೆ. ಆದರೆ ಡಯಾಬಿಟೀಸ್, ರಕ್ತದ ಒತ್ತಡ, ಬ್ರೈನ್‌ಸ್ಟ್ರೋಕ್ ನಂತರದ ತೊಂದರೆಗಳನ್ನೂ ಒಳಗೊಂಡಂತೆ ತಮ್ಮ ದೇಹದ ಅಪಾರ ಕಿರಿಕಿರಿಗಳ ನಡುವೆಯೂ ಲಂಕೇಶ್ ಸಮಾಜದ ಕಾಯಿಲೆಯ ಬಗ್ಗೆ ಆಳವಾಗಿ ಯೋಚಿಸಿ ಬರೆಯುತ್ತಲೇ ಹೋದರು. ಅದು ಅವರ ಕೊನೆಯ ರಾತ್ರಿಯವರೆಗೂ ನಿಲ್ಲಲಿಲ್ಲ...

ಆದರೆ ಡಿ.ಆರ್. ಸಂಪೂರ್ಣವಾಗಿ ದೇಹವನ್ನು ಉಪೇಕ್ಷಿಸತೊಡಗಿದ್ದಂತೆ ತೋರುತ್ತದೆ. ತಮಗಾಗಿದ್ದ ಹೃದಯಾಘಾತವನ್ನು 'ಸಿವಿಯರ್ ಗ್ಯಾಸ್ಟ್ರೈಟಿಸ್' ಎಂದು ನಂಬಲು ಅವರು ಯತ್ನಿಸುತ್ತಿದ್ದರು. ಆ ಕಾಲದಲ್ಲಿ ಲಂಕೇಶರು ತಮ್ಮ 'ವಿಲ್‌ಪವರ್'ನಿಂದ ಸಾವನ್ನು ಮುಂದೂಡಿದ್ದರೆಂದು ಕೆಲವರು ಹೇಳುತ್ತಿದ್ದರು; ಡಿ.ಆರ್. ಕೂಡ ತಾವೂ ಹಾಗೇ ಸಾವನ್ನು ಗೆಲ್ಲಬಹುದು ಎಂದುಕೊಂಡಿದ್ದರು. ಅವರ ಸಾವಿನ ಕೆಲವು ದಿನಗಳ ಹಿಂದೆ ನಾನು, 'ನೀವು ಬೈಪಾಸ್ ಆಪರೇಷನ್ ಮಾಡಿಸಿಕೊಳ್ಳಬೇಕು' ಎಂದು ಗೊಣಗಿದಾಗ, 'ಅವೆಲ್ಲ ಮಾಡರ್ನ್ ಮೆಡಿಸಿನ್‌ನ ಹೋಕ್ಸ್ ಕಣ್ರೀ' ಎಂದು ಡಿ.ಆರ್. ತಮ್ಮ ದೇಶೀ ಚಿಂತನೆಯನ್ನು ಹರಿಯಬಿಟ್ಟರು. ಅಷ್ಟೊತ್ತಿಗಾಗಲೇ 'ಅಕ್ಷರ ಚಿಂತನಮಾಲೆ'ಯ ದೇಶೀ ಚಿಂತನೆಯ ಎಲ್ಲ ಪುಸ್ತಕಗಳನ್ನೂ ಡಿ.ಆರ್. ಎಡಿಟ್ ಮಾಡಿದ್ದರು. ದೇಶೀ ಚಿಂತನೆ ಅವರ ಹೃದಯದ ಖಾಯಿಲೆಗೆ ಸಂಬಂಧಿಸಿದ ಧೋರಣೆಯನ್ನೂ ನಿಯಂತ್ರಿಸಿತ್ತೋ ಅಥವಾ ಎಲ್ಲ ಹೃದಯದ ಪೇಷೆಂಟುಗಳಂತೆ ಡಿ.ಆರ್. ಕೂಡ ಆಪರೇಷನ್ನಿಗೆ ಹಿಂಜರಿದರೋ ಹೇಳುವುದು ಕಷ್ಟ.

...ಹೀಗೆಲ್ಲ ನಾವು ಅಂದುಕೊಳ್ಳುವುದು ಕೂಡ ತಪ್ಪಿರಬಹುದೇನೋ. ಯಾರಿಗೆ ಯಾವ ಯಾವ ರೀತಿಯ ತೀವ್ರ ಬದುಕು ಬೇಕೋ ಅಷ್ಟು ತೀವ್ರವಾಗಿ ಬದುಕಿ ಅವರು ನಿರ್ಗಮಿಸುತ್ತಾರೆಂದು ಕಾಣುತ್ತದೆ. ನಾವು ನಮ್ಮ ಅಗತ್ಯಕ್ಕೆ, ನಿರೀಕ್ಷೆಗೆ ತಕ್ಕಂತೆ 'ಅವರು ಹೀಗಿದ್ದರೆ ಅಷ್ಟು ವರ್ಷ ಬದುಕಬಹುದಿತ್ತು; ಅಥವಾ ಹಾಗಿದ್ದಿದ್ದರೆ ಇಷ್ಟು ವರ್ಷ ಬದುಕಬಹುದಾಗಿತ್ತು' ಎಂದು ಷರಾ ಬರೆಯುವುದು ಅಷ್ಟು ಸರಿಯಲ್ಲ.

ಆದರೆ ಲಂಕೇಶರು ಸದಾ ಸಾವಿನ ಹತ್ತಿರ ಹೋಗಿಬರುತ್ತಿದ್ದುದರಿಂದ ಅವರು ಮರಣೋತ್ತರ ಉಳಿವಿಗಾಗಿ ಕೆಲವು ಸಿದ್ಧತೆಗಳನ್ನು ಮಾಡಿಕೊಂಡಂತಿತ್ತು. ಒಮ್ಮೆ ಅಗ್ರಹಾರ ಕೃಷ್ಣಮೂರ್ತಿ 'ಲಂಕೇಶ್ ಮರಣೋತ್ತರಕ್ಕಾಗಿ ಏನೇನು ಬೇಕೋ ಎಲ್ಲ ಬರೆದುಬಿಟ್ಟಿದಾರೆ' ಎಂದರು. ಒಂದರ್ಥದಲ್ಲಿ ಅದು ನಿಜ. ತಮ್ಮ ಕೊನೆಯ ಒಂದೆರಡು ವರ್ಷ ಬಿಟ್ಟು ಬಹುತೇಕ ಎಲ್ಲವನ್ನೂ ದಾಖಲಿಸಿರುವ, ಪ್ರಾಯಶಃ ಕನ್ನಡ ನವ್ಯ ಲೇಖಕರೊಬ್ಬರ ಮೊದಲ ಆತ್ಮಕಥನವಾದ 'ಹುಳಿಮಾವಿನ ಮರ'ವನ್ನು ಲಂಕೇಶ್ ಕೊನೆಯ ವರ್ಷಗಳಲ್ಲಿ ಬರೆದರು. ತಮ್ಮ ಸಮಗ್ರ ಕವನಗಳ ಸಂಕಲನ

‘ಚಿತ್ರಸಮೂಹ’ವನ್ನು ೧೯೭೮ರಲ್ಲಿ ಪ್ರಕಟಿಸಿದರು. ತಮಾಷೆಯೆಂದರೆ, ಸ್ವಲ್ಪ ಆತ್ಮಚರಿತ್ರಾತ್ಮಕ ಅಂಶವೂ ಬೆರೆತಂತಿದ್ದ ಅವರ ಕೊನೆಯ ಅಪೂರ್ಣ ನಾಟಕದ ಮೊದಲ ಭಾಗದಲ್ಲೇ ಒಂದು ಶ್ರದ್ಧಾಂಜಲಿ ದೃಶ್ಯವಿದೆ. ಅದರಲ್ಲಿ ಬರುವ ಮಾತುಗಳಿವು:

ಆತ: ಇವತ್ತು ವೀರಣ್ಣನವರಿಗೆ ಶ್ರದ್ಧಾಂಜಲಿ. ಇದೊಂದು ಕಿರು ನಾಟಕದ ರೂಪದ ಶ್ರದ್ಧಾಂಜಲಿ. ಇದಕ್ಕೆ ಊರಿನ ಗಣ್ಯ ಪತ್ರಕರ್ತರು, ಬುದ್ಧಿಜೀವಿಗಳು, ವಿಮರ್ಶಕರು, ನಾಟಕದ ದರ್ಬಾರ್ ಸೀನ್ ಬರೆಯುವವರು, ವೀರಣ್ಣನವರಿಗೆ ಮೋಸ ಮಾಡಿ ಬೇರೆ ಕಂಪನಿಗೆ ಹೋದವರು... ಎಲ್ಲರೂ ಬರುತ್ತಾರೆ. ಅದ್ಧೂರಿಯ ಏಕಾಂಕ ನಾಟಕ! ನೋಡಲು ಮರೆಯಬೇಡಿ!

ಇದನ್ನು ಓದುತ್ತಿದ್ದರೆ ಸಾವಿಗೆ ಸಿದ್ಧತೆ ಮಾಡಿಕೊಂಡಿದ್ದ ಲೇಖಕನೊಬ್ಬ ತನ್ನ ಶ್ರದ್ಧಾಂಜಲಿ ದೃಶ್ಯವನ್ನೂ ಬರೆದು ಲೇವಡಿ ಮಾಡುತ್ತಾ ನಿರ್ಗಮಿಸಿದಂತೆ ಅನಿಸುತ್ತದೆ! ಹಾಗೆಯೇ ಲಂಕೇಶರ ಕೊನೆಕೊನೆಯ ಬರವಣಿಗೆಯ ಅಕ್ಷರಗಳ ಬಗ್ಗೆ ಕೂಡ ಒಂದು ವಿಶಿಷ್ಟ ಅಂಶವಿದೆ. ಬರಬರುತ್ತಾ ಅಕ್ಷರಗಳನ್ನು ದಪ್ಪವಾಗಿ ಬರೆಯುವುದು ಕೂಡ ಪ್ರದರ್ಶನವಾಗಿಬಿಡಬಹುದೆಂಬ ಆತಂಕಕ್ಕೋ ಅಥವಾ ಒಡಲ ನೂಲು ಸುತ್ತಿ ಸುತ್ತಿ ಬರೆದ ತೀವ್ರತೆಗೋ ಏನೋ ಅವರ ಅಕ್ಷರ ತೀರಾ ತೀರಾ ಸಣ್ಣದಾಗುತ್ತಾ ಹೋಯಿತು.

ಲಂಕೇಶರು ಆಗಾಗ ಸಾವಿನ ಬಗ್ಗೆ ಮಾತಾಡಿ, ಅವರ ಸಾವನ್ನು ಸ್ವೀಕರಿಸಲು ನಮ್ಮನ್ನೆಲ್ಲ ಮಾನಸಿಕವಾಗಿ ತಯಾರು ಮಾಡಿದ್ದರಿಂದಲೋ ಅಥವಾ ಅಗ್ರಹಾರ ಕೃಷ್ಣಮೂರ್ತಿ ಹೇಳಿದಂತೆ, ಡಿ.ಆರ್. ಸಾವು ನಮ್ಮನ್ನು ಯಾವ ಸಾವನ್ನಾದರೂ ಎದುರಿಸಲು ಸಿದ್ಧ ಮಾಡಿದ್ದರಿಂದಲೋ ಏನೋ ನಾನು ಲಂಕೇಶರ ಸಾವನ್ನು ಡಿ.ಆರ್. ಸಾವಿಗಿಂತ ಭಿನ್ನವಾಗಿ ಸ್ವೀಕರಿಸಿದೆ ಎನ್ನಿಸುತ್ತದೆ. ಡಿ.ಆರ್. ಸತ್ತ ಕೆಲ ಕಾಲ ತೀರಾ ಖಾಸಗಿಯಾದ ಅನಾಥಭಾವ ಕಾಡಿತ್ತು. ಆದರೆ ಲಂಕೇಶರ ಸಾವಿನಿಂದ ನನಗೆ ಖಾಸಗಿ ದುಃಖಕ್ಕಿಂತ ಹೆಚ್ಚಾಗಿ ಅವರ ನಿರ್ಗಮನದಿಂದ ಉಂಟಾದ ಸಾಮಾಜಿಕ ಶೂನ್ಯತೆಯ ಬಗೆಗೆ ಹೆಚ್ಚಿನ ಆತಂಕ ಹುಟ್ಟಿತ್ತು. ದಲಿತ ಸಂಘರ್ಷ ಸಮಿತಿ ಏರ್ಪಡಿಸಿದ ಶ್ರದ್ಧಾಂಜಲಿ ಸಭೆಯಲ್ಲಿ ಗುರುಪ್ರಸಾದ್ ಕೆರಗೋಡು ಅವರು ‘ಲಂಕೇಶ್ ಇಲ್ಲದ ಕನ್ನಡನಾಡಿನಲ್ಲಿ ಕೋಮುವಾದ ಹಾಗೂ ಭ್ರಷ್ಟಾಚಾರ ಎಂಬ ಎರಡು ಗೂಳಿಗಳನ್ನು ನಿಯಂತ್ರಿಸುವುದು ತುಂಬಾ ಕಷ್ಟ’ ಎಂದಾಗ ಕೂಡ ಇದೇ ಬಗೆಯ ಆತಂಕ ವ್ಯಕ್ತವಾಗಿತ್ತು. ಪತ್ರಿಕೆಯ ಸಂಪಾದಕತ್ವ ವಹಿಸಿಕೊಂಡಿದ್ದ ಗೌರಿಲಂಕೇಶ್ ಅವರಿಗೆ ಬರೆದ ಪತ್ರದಲ್ಲಿ ಕವಯಿತ್ರಿ ಕೆ. ಶರೀಫಾ ‘ದಲಿತರು, ಅದರಲ್ಲೂ ಮುಸ್ಲಿಂ ಮಹಿಳೆಯರ ಆತ್ಮವಿಶ್ವಾಸವನ್ನು ನಿಮ್ಮ ತಂದೆಯವರು

ಹೆಚ್ಚಿಸಿದ್ದರೆಂಬ ವಿಷಯ ನಿಮಗೆ ನೆನಪಿರಲಿ' ಎಂದು ಬರೆದಿದ್ದರು. ದಲಿತ ಚಳವಳಿ, ಹಿಂದುಳಿದ ವರ್ಗಗಳ ಚಳವಳಿಗಳಿಗೆ ವ್ಯಾಪಕ ಸಿದ್ಧಾಂತಗಳ ಮೂಲಕ ಗಟ್ಟಿತನ ಒದಗಿಸಬಲ್ಲವರಾಗಿದ್ದ ಡಿ.ಆರ್. ಹಾಗೂ ಈ ಚಳವಳಿಗಳ ಮಿತ್ರನಂತೆ, ಮಾರ್ಗದರ್ಶಿಯಂತೆ, ಹಿತ ಕಾಯುವ ಟೀಕಾಕಾರನಂತೆ ಇದ್ದ ಲಂಕೇಶರಿಲ್ಲದೆ ನಮ್ಮ ಸಮಾಜವಾದಿ ಸಾಮಾಜಿಕ ಚಳವಳಿಗಳಿಗೆ ಅನೇಕ ಬಗೆಯ ನಷ್ಟಗಳಾಗಿವೆ. ಈ ಎರಡು ಸಾವುಗಳಿಗೆ ನನ್ನ ಆ ಕ್ಷಣದ ಪ್ರತಿಕ್ರಿಯೆಗಳನ್ನು ಈ ಪುಸ್ತಕದಲ್ಲಿ ದಾಖಲಿಸಲು ಡಿ.ಆರ್. ಹಾಗೂ ಲಂಕೇಶರು ತೀರಿಕೊಂಡಾಗ ಬರೆದ ಬರಹಗಳನ್ನು ಮುಂದೆ ಕೊಟ್ಟಿರುವೆ.

ಮೊದಲಿಗೆ. ಡಿ.ಆರ್. ತೀರಿಕೊಂಡಾಗ ನಾನು 'ಲಂಕೇಶ್‌ಪತ್ರಿಕೆ'ಯಲ್ಲಿ ಬರೆದ ಬರಹದ ಮುಖ್ಯ ಭಾಗಗಳು:

ನನ್ನ ಗುರು ಡಿ.ಆರ್.

ಮಂಗಳವಾರ ನಡುರಾತ್ರಿ 'ಡಿ.ಆರ್. ಆಸ್ಪತ್ರೆಯಲ್ಲಿದ್ದಾರೆ' ಎಂಬ ಫೋನ್ ಕರೆ ಬಂದ ತಕ್ಷಣ 'ನಿನ್ನ ಗುರು ಇನ್ನಿಲ್ಲ' ಎಂದು ಯಾರೋ ಕೂಗಿದಂತಾಗತೊಡಗಿತು. ನಾನು ಆಸ್ಪತ್ರೆ ತಲುಪುವ ಹೊತ್ತಿಗಾಗಲೇ, ತಮ್ಮ ನಲವತ್ತನಾಲ್ಕು ವರ್ಷಗಳ ಬದುಕನ್ನು ಬೆಂಕಿ ಉರಿಸಿದಂತೆ ಉರಿಸಿ ಬದುಕಿದ್ದ ಡಿ.ಆರ್. ಉರಿದು ಬಿದ್ದಿದ್ದರು. ಆ ಗಳಿಗೆಯಲ್ಲಿ ಆವರಿಸಿದ ಭಯಂಕರ ಖಾಲಿತನದಲ್ಲೇ ಇದನ್ನು ಬರೆಯಲೆತ್ನಿಸುತ್ತಿದ್ದೇನೆ. ಹತ್ತು ವರ್ಷದ ಕೆಳಗೆ ಪಿಎಚ್.ಡಿ. ಅಧ್ಯಯನಕ್ಕೆಂದು ಬೆಂಗಳೂರಿಗೆ ಬಂದಾಗ ನನಗೆ ರಿಸರ್ಚ್‌ಗೈಡ್ ಆದ ಡಿ.ಆರ್. ಕ್ರಮೇಣ ಗುರುವಾಗಿ ಇಷ್ಟು ಆಳವಾಗಿ ನನ್ನೊಳಕ್ಕೆ ಇಳಿದಿದ್ದರೆಂಬುದು ನನಗೇ ಗೊತ್ತಿರಲಿಲ್ಲ. ನನಗಾಗಿ ನೂರಾರು ಗಂಟೆಗಳನ್ನು ವ್ಯಯಿಸಿದ್ದ ಗುರುವಿಲ್ಲದ ಖಾಲಿ ಜಗತ್ತಿನಲ್ಲಿ ಇರಬೇಕಾದ ಅನಾಥಸ್ಥಿತಿಯಿಂದ ಪಾರಾಗುವ ಬಗೆ ಹೊಳೆಯುತ್ತಿಲ್ಲ.

ನನ್ನ, ಅವರ ಗುರು-ಶಿಷ್ಯ ಸಂಬಂಧದ ಶುರುವಿನಲ್ಲಿ ಡಿ.ಆರ್. ಯಾರನ್ನೂ ಬಡಪೆಟ್ಟಿಗೆ ಒಳಕ್ಕೆ ಬಿಟ್ಟುಕೊಳ್ಳದ ಕೋಟೆಯಂತೆ ಕಂಡಿದ್ದರು. ಆದರೆ ಕೂತ ಕಡೆ, ಎದ್ದ ಕಡೆಯೆಲ್ಲ ಪುಸ್ತಕಗಳು, ಸಾಂಸ್ಕೃತಿಕ, ರಾಜಕೀಯ ಬೆಳವಣಿಗೆಗಳ ಬಗ್ಗೆ ಅವರು ಮಾತಾಡುತ್ತಿದ್ದನ್ನೆಲ್ಲ ಶ್ರದ್ಧೆಯಿಂದಲೋ, ಅವರನ್ನು ಮೆಚ್ಚಿಸಲೋ ಟಿಪ್ಪಣಿ ಮಾಡಿಕೊಳ್ಳುತ್ತಿದ್ದ ನನ್ನನ್ನು ಕ್ರಮೇಣ ಒಳಗೆ ಬಿಟ್ಟುಕೊಂಡರು; ತಾವು ರೂಪಿಸುತ್ತಿದ್ದ ಆಲೋಚನೆಗಳಲ್ಲಿ ನನ್ನನ್ನು ಭಾಗಿಯಾಗಿಸಲೆತ್ನಿಸಿದರು. ಅವರ

ಅಸಂಖ್ಯಾತ ಟಿಪ್ಪಣಿಗಳುಳ್ಳ ಅನೇಕ ನೋಟ್‌ಬುಕ್ಕುಗಳ ಮೇಲೆ ನಾನು ಕಣ್ಣಾಡಿಸುವಾಗೆಲ್ಲ 'ಇದನ್ನೆಲ್ಲ ನೀನೇ ಮುಂದೆ ಎಡಿಟ್ ಮಾಡಬೇಕಾಗುತ್ತದೆ' ಎನ್ನುತ್ತಿದ್ದರು. ನಾನು ಮಂಕಾಗಿ ಕೂತಾಗಲೆಲ್ಲ 'ನೀನು ನೈಪಾಲ್ ಹೇಳುವ ಈ ಭಾರತೀಯ self absorptionನಿಂದ ಹೊರ ಬರದಿದ್ದರೆ ಅಪಾಯವಿದೆ' ಎಂದು ರೇಗುತ್ತಿದ್ದರು. ಕಲಿಯುವ ಥ್ರಿಲ್, ಕಲಿಕೆಯ ಹಿಂಸೆ, ಲಿಟರರಿ ಗಾಸಿಪ್, ಶತ್ರುಸಂಹಾರ– ಎಲ್ಲವೂ ಬೆರೆತಿದ್ದ ಈ ಸಂಬಂಧದಲ್ಲಿ ಆರೇಳು ವರ್ಷ ಡಿ.ಆರ್. ವ್ಯಕ್ತಿತ್ವ ಮತ್ತು ಚಿಂತನಾಕ್ರಮದಲ್ಲಿ ನಾನು ಸಂಪೂರ್ಣವಾಗಿ ಮುಳುಗಿಹೋಗಿಬಿಟ್ಟಿದ್ದೆ. ಅವರು ಕುಹಕವಾಡಿದಾಗ ಮುನಿಯುತ್ತಾ, ವಿಮರ್ಶಿಸಿದಾಗ ಇದು ಸುಳ್ಳೋ ನಿಜವೋ ಎಂದು ಯೋಚಿಸುತ್ತಾ, ಮೆಚ್ಚಿದಾಗ ಸಂಭ್ರಮಗೊಳ್ಳುತ್ತಾ, ಸಂಶೋಧನೆ ಮುಂದುವರಿಸಿದೆ. ನಾನು ಪತ್ರಿಕೆಗಳಲ್ಲಿ ಏನೇ ಬರೆದರೂ ಡಿ.ಆರ್. ಅದನ್ನು ಓದುತ್ತಿರುತ್ತಾರೆಂಬ ಭಯದಿಂದಾಗಿ ಸಾಧ್ಯವಾದಷ್ಟೂ ಜವಾಬ್ದಾರಿಯುತವಾಗಿ ಬರೆಯಲು ಹೆಣಗುತ್ತಾ, ಇತ್ತ ನನ್ನದೇ ಆದ ರೀತಿಯಲ್ಲಿ ಥೀಸಿಸ್ ಬರೆಯಲು ಪ್ರಯತ್ನಿಸುತ್ತಾ ಅದನ್ನು ಮುಗಿಸುವ ಹೊತ್ತಿಗೆ ನನ್ನ–ಡಿ.ಆರ್. ಸಂಬಂಧ ಒಂದು ಹಂತ ದಾಟಿತ್ತು. ಡಿ.ಆರ್. ದೇಶ ವಿದೇಶಗಳ ಹಾರಾಟ ಅದೇ ಆಗ ಶುರುವಾಗಿತ್ತು.

ತಾವು ಶ್ರೇಷ್ಠವೆಂದು ತಿಳಿದಿದ್ದರ ಬಗ್ಗೆ ಅಪಾರ ಉತ್ಸಾಹ ತೋರುತ್ತಾ, ಫಿಲಿಸ್ಟೀನರನ್ನು ಕಂಡರೆ ಅತ್ಯಂತ ತಾತ್ಸಾರದಿಂದಿರುತ್ತಿದ್ದ ಡಿ.ಆರ್. ರೀತಿಯ ತೀವ್ರ ಬೌದ್ಧಿಕ ಬದುಕನ್ನು ಬದುಕಿದ ಬೇರೊಬ್ಬ ವ್ಯಕ್ತಿಯನ್ನು ನಾನು ಕನ್ನಡದಲ್ಲಿ ಈವರೆಗೆ ಕಂಡಿಲ್ಲ. ಒಂದು ಪುಸ್ತಕವನ್ನಾಗಲೀ, ಒಂದು ಸಾಂಸ್ಕೃತಿಕ ಘಟನೆಯನ್ನಾಗಲೀ ಅವರು ವಿಶ್ಲೇಷಿಸುತ್ತಿದ್ದಾಗ ಕಾಣಿಸುತ್ತಿದ್ದ ಕನೆಕ್ಷನ್‌ಗಳನ್ನು ಇನ್ನಾವ ಕನ್ನಡ ಚಿಂತಕನಲ್ಲೂ ನಾನು ಕಂಡಿಲ್ಲ. ಕನ್ನಡದಲ್ಲಿ ಬೇರೆ ಬೇರೆ ರೀತಿಯ ಸೃಜನಶೀಲ ಜೀನಿಯಸ್‌ಗಳು ತಲುಪಿರುವ ಎತ್ತರಗಳಿಗಿಂತ ಡಿ.ಆರ್. ಥರದ ಶುದ್ಧ ಬೌದ್ಧಿಕ ವ್ಯಕ್ತಿಯೊಬ್ಬ ತಲುಪಿದ ಎತ್ತರ ಅತ್ಯಂತ ಭಿನ್ನ. ತಾನು ಹೇಳುತ್ತಿದ್ದುದು ಹಾಗೂ ಬರೆಯುತ್ತಿದ್ದುದು ಕೇವಲ ನೂರು ಜನಕ್ಕೆ ತಲುಪಿದರೂ ಸಾಕು ಎಂಬಂತೆ ತಮ್ಮ ಬೌದ್ಧಿಕಲೋಕದಲ್ಲೇ ಮುಳುಗಿದ್ದ ಡಿ.ಆರ್. ಮಾಡಿದ ಭಾಷಣಗಳನ್ನು ಟಿಪ್ಪಣಿ ಮಾಡಿಕೊಳ್ಳುತ್ತಿದ್ದವರು, ಟೇಪ್‌ನಲ್ಲಿ ಸಂಗ್ರಹಿಸಿಕೊಳ್ಳುತ್ತಿದ್ದವರು, ಹಾಗೂ ಚರ್ಚಿಸುತ್ತಿದ್ದ ಬುದ್ಧಿಜೀವಿಗಳ ಸಂಖ್ಯೆಯನ್ನು ನೋಡಿದರೆ, ಡಿ.ಆರ್. ಪ್ರಭಾವ ಅವರು ತಿಳಿದದ್ದಕ್ಕಿಂತ ಹೆಚ್ಚಿನ

ಪ್ರಮಾಣದಲ್ಲಿತ್ತೆನ್ನಿಸುತ್ತದೆ. ಕಳೆದ ಹತ್ತು ವರ್ಷಗಳಲ್ಲಿ ಕನ್ನಡದಲ್ಲಿ ಬಂದ ಯಾವುದೇ ವಿಮರ್ಶೆಯ ಅಥವಾ ಸಂಸ್ಕೃತಿ ಚಿಂತನೆಯ ಮುಖ್ಯ ಪುಸ್ತಕವನ್ನೇ ನೀವು ನೋಡಿದರೂ ಅಲ್ಲಿ ಡಿ.ಆರ್. ನಿಲುವುಗಳ ಜೊತೆಗೆ ಒಪ್ಪಿಗೆ ಅಥವಾ ಅಸಮ್ಮತಿ ಇದ್ದೇ ಇರುತ್ತದೆ. ಅವರ 'ಸಾಹಿತ್ಯ ಕಥನ' ಭಾರತದ ದೊಡ್ಡ ಚಿಂತಕರಾದ ಆಶಿಶ್ ನಂದಿಯಂಥವರನ್ನೂ ಸರಿಗಟ್ಟುವಂತಿತ್ತು.

ಡಿ.ಆರ್. ಇಂಗ್ಲಿಷಿನಲ್ಲಿ ಬರೆದ 'ದಿ ಫ್ಲೇಮಿಂಗ್ ಫೀಟ್' ಚರ್ಚಿಸುವ ದಲಿತ ರಾಜಕಾರಣದ ಸ್ವರೂಪ ಕಂಡ ರಜನಿ ಕೊಠಾರಿ, ಆಶಿಶ್ ನಂದಿ, ಜಿ.ಎನ್. ದೇವಿ ಥರದ ಭಾರತೀಯ ಚಿಂತಕರೆಲ್ಲ ಭಾರತದ ದಲಿತ, ಶೂದ್ರ ಚಳವಳಿಗಳು ಹಾಗೂ ರಾಜಕಾರಣದ ಜೊತೆಗೆ ಡಿ.ಆರ್. ಅವರಿಗಿದ್ದ ಹತ್ತಿರದ ಸಂಪರ್ಕ ಹಾಗೂ ಆಳವಾದ ತಿಳಿವಳಿಕೆ ಕಂಡು ದಂಗಾಗುತ್ತಿದ್ದರಂತೆ. ಡಿ.ಆರ್. ಅವರ ಬೌದ್ಧಿಕ ತೀವ್ರತೆ ಹಾಗೂ ಸ್ವಾತಂತ್ರ್ಯೋತ್ತರ ಭಾರತೀಯ ಚಳವಳಿಗಳ ಜೊತೆಗೆ ಅವರಿಗಿದ್ದ ಸಂಬಂಧ, ಗ್ರಹಿಕೆ ಹಾಗೂ ಸ್ಪಷ್ಟ ನಿಲುವುಗಳು ಇನ್ನು ಒಂದೆರಡು ವರ್ಷಗಳಲ್ಲಿ ಸರಿಯಾಗಿ ಬೆರೆತು ಹೊಸ ಚಿಂತನಾಮಾರ್ಗವೇ ತೆರೆಯಬಹುದೆಂದು ನನಗೆ ಈಚೆಗೆ ಅನ್ನಿಸತೊಡಗಿತ್ತು. ವಸಾಹತೀಕರಣ ಕುರಿತ 'ರಿಕ್ರಿಯೇಟಿಂಗ್ ಈಚ್ ಅದರ್' ಹಾಗೂ ಅಲ್ಲಮನನ್ನು ಕುರಿತ ಪುಸ್ತಕವೂ ಸೇರಿದಂತೆ ಅವರ ನಾಲ್ಕೈದು ಪುಸ್ತಕಗಳು ಅರ್ಧ ಹಾದಿಯಲ್ಲಿದ್ದವು. ಹತ್ತು ವರ್ಷದ ಕೆಳಗೆ ಡಿ.ಆರ್. ವಸಾಹತೀಕರಣದ ಬಗ್ಗೆ ಮಾತಾಡಿದಾಗ ನಗುತ್ತಿದ್ದ ಅನೇಕರು ಬರುಬರುತ್ತಾ ಈ ಬೆಳವಣಿಗೆಯನ್ನು ಗಂಭೀರವಾಗಿ ಗ್ರಹಿಸತೊಡಗಿದ್ದರು. ಈಚಿನ ವರ್ಷಗಳಲ್ಲಿ ಅವೈದಿಕ ಜೀವನಕ್ರಮಗಳ ಬಗೆಗಿನ ಅವರ ಉತ್ಸಾಹ ಕಂಡಾಗ, ಇದು ರಾಷ್ಟ್ರಮಟ್ಟದ ಬುದ್ಧಿಜೀವಿವಲಯದಲ್ಲಿ ಇಂಥ ವಿಚಾರಗಳಿಗಿರುವ ಆಕರ್ಷಣೆಯ ಕಾರಣದಿಂದಾಗಿ ಹುಟ್ಟಿರಬಹುದಾದ ಉತ್ಸಾಹವಿರಬಹುದೆಂದು ನನ್ನಂಥವರು ಅನುಮಾನಿಸಿದ್ದು ನಿಜ. ಆದರೆ ಇವೇ ವಾದಗಳು ಬರುಬರುತ್ತಾ ವೈದಿಕ ಸಂಸ್ಕೃತಿಯ ದಬ್ಬಾಳಿಕೆಗೆ ಪರ್ಯಾಯವಾಗಿ ಶೂದ್ರ ಸಂಸ್ಕೃತಿಯ ನಿರ್ಮಾಣಕ್ಕೆ ಕಾರಣವಾಗ ಬಹುದೆಂಬ ನಿರೀಕ್ಷೆಯೂ ನನ್ನಲ್ಲಿ ಸುಳಿಯತೊಡಗಿತ್ತು. ಡಿ.ಆರ್. ತಮ್ಮದೇ ಆದ ರೀತಿಯಲ್ಲಿ ಪ್ರಬಲ ಸಾಂಸ್ಕೃತಿಕ ಅರ್ಥಗಳನ್ನು ನಿರಚನಗೊಳಿಸುತ್ತಿದ್ದಾರೆಂಬುದನ್ನು ಕ್ರಮೇಣ ನನ್ನಂಥವರು ಅರಿಯತೊಡಗಿದ್ದೆವು.

ಈವರೆಗಿನ ಆಧುನಿಕ ಕನ್ನಡ ಸಂಸ್ಕೃತಿ ಚಿಂತನೆಯ ಬಹುಪಾಲು ಪಶ್ಚಿಮದ ನೆರಳಿನಲ್ಲೇ ರೂಪುಗೊಂಡಿದೆಯೆಂದು ಅರಿತ ಡಿ.ಆರ್. ತಮ್ಮದೇ ಆದ ಪುಟ್ಟ ನೆಲೆಯಲ್ಲಿ ಪಶ್ಚಿಮದ ಅಧಿಕಾರ ಕೇಂದ್ರಗಳನ್ನು, ವಿಚಾರ ಪ್ರಣಾಲಿಗಳನ್ನು ಮುಖಾಮುಖಿಯಾಗಲೆತ್ನಿಸಿದರು. ಇದು ಒಮ್ಮೊಮ್ಮೆ 'ರಾಷ್ಟ್ರಾಭಿಮಾನಿ' ಧೋರಣೆಯಂತೆ ಕಂಡರೂ ಮುಂದೆ ಇದೊಂದು ದೊಡ್ಡ ಸಾಂಸ್ಕೃತಿಕ ಅಲೆಯಾಗಿ ರೂಪುಗೊಳ್ಳಬಹುದೆಂಬ ದೂರದ ನಿರೀಕ್ಷೆಯೂ ಅನೇಕರಿಗಿತ್ತು. ಈ ಇಪ್ಪತ್ತು ವರ್ಷಗಳಲ್ಲಿ ಡಿ.ಆರ್. ಭಾಗಿಯಾದ ಚಳವಳಿಗಳು, ರೂಪಿಸಿದ ಘೋಷಣೆಗಳು, ಆಡಿದ ಜಗಳಗಳು, ಪ್ರಭಾವಿಸಿರುವ ಶಿಷ್ಯರು, ಶಿಷ್ಯೆಯರು ಹಾಗೂ ಬುದ್ಧಿಜೀವಿಗಳು, ಅವರು ಮಾಡಿರುವ ತಪ್ಪು, ಸರಿಗಳನ್ನೆಲ್ಲ ಇಲ್ಲಿ ಚರ್ಚಿಸುವುದು ಕಷ್ಟ.

ಆದರೆ ಭಾರತದಂಥ ನತದೃಷ್ಟ ದೇಶದಲ್ಲಿ ದೊಡ್ಡಬಳ್ಳಾಪುರದಂಥ ಪುಟ್ಟ ಊರಿನಲ್ಲಿ ಹುಟ್ಟಿ ಅಮೆರಿಕಾದ ಷಿಕಾಗೋದಲ್ಲಿ ವಿದ್ಯಾರ್ಥಿಗಳಿಗೆ ಪಾಠ ಮಾಡುವವರೆಗೂ ಬೆಳೆದ ಡಿ.ಆರ್. ಥರದ ಸಿದ್ಧಾಂತಿಗಳ ದೊಡ್ಡ ಬೌದ್ಧಿಕ ಸವಾಲುಗಳ ಮಾತಿರಲಿ, ಇಂಥವರು ಎದುರಿಸಬೇಕಾದ ಪ್ರಾಥಮಿಕ ಕಷ್ಟಗಳು ಎಂಥವೆಂಬುದನ್ನು ಕೂಡ ಅನೇಕರು ಊಹಿಸಿರಲಾರರು. ಜಾಗತಿಕ ಮಟ್ಟದ ಚರ್ಚೆಗಳಲ್ಲಿ ಭಾಗವಹಿಸುವ ಲೇಖಕನೊಬ್ಬ ಇಲ್ಲಿನ ಲೈಬ್ರರಿಗಳಲ್ಲಿ ತಕ್ಕ ಪುಸ್ತಕಗಳೇ ಸಿಕ್ಕದೆ ಪರದಾಡಬೇಕಾಗುತ್ತದೆ. ಹೊಸಹೊಸ ಬೌದ್ಧಿಕ ಸಂಗತಿಗಳನ್ನು ಚರ್ಚಿಸಬಲ್ಲ ಸಮಾನಮನಸ್ಕರಿಲ್ಲದೆ ತಮ್ಮ ವಿಚಾರಗಳು ಸರಿಯೋ ತಪ್ಪೋ ಎಂಬುದು ಕೂಡ ಗೊತ್ತಾಗದೆ ಒದ್ದಾಡಬೇಕಾಗುತ್ತದೆ. ತನ್ನ ಜೊತೆಗಿದ್ದವರನ್ನು ತನ್ನೆತ್ತರಕ್ಕೆ ಕರೆದೊಯ್ಯಲು ತನ್ನ ಶ್ರಮವನ್ನೆಲ್ಲ ವಿನಿಯೋಗಿಸಬೇಕಾಗುತ್ತದೆ. ಸಾವಿರಾರು ರೂಪಾಯಿಗಳ ಶ್ರೇಷ್ಠ ಪುಸ್ತಕಗಳನ್ನು ಕೊಳ್ಳಲಾಗದೆ ಅಸಹಾಯಕನಾಗಬೇಕಾಗುತ್ತದೆ. ಪಶ್ಚಿಮದಲ್ಲಾದರೋ ದೊಡ್ಡ ದೊಡ್ಡ ಬುದ್ಧಿಜೀವಿಗಳಿಗೆ ಸಂಶೋಧನಾ ಸಹಾಯಕರ ತಂಡಗಳೇ ಇರುತ್ತವೆ; ಅವರ ಪ್ರಾಜೆಕ್ಟುಗಳಿಗೆ ತಕ್ಕ ಸಲಕರಣೆಗಳನ್ನು ಹುಡುಕಿ ನೆರವಾಗಬಲ್ಲ ತಯಾರಿಯುಳ್ಳ ಶಿಷ್ಯಸಮೂಹವಿರುತ್ತದೆ. ಡಿ.ಆರ್.ಗೆ ಅಂಥ ಭಾಗ್ಯವಿರಲಿಲ್ಲ. ಹೀಗಾಗಿ ಸಾಹಿತ್ಯ, ಸಂಸ್ಕೃತಿ, ವಸಾಹತು ಸಿದ್ಧಾಂತಗಳು, ಸಮಾಜಶಾಸ್ತ್ರ ಮುಂತಾದ ಹಲವು ಕ್ಷೇತ್ರಗಳಲ್ಲಿ ಸಂಚರಿಸಿ ತಮ್ಮ ಬರಹ, ಚಿಂತನೆಗಳನ್ನು ರೂಪಿಸುತ್ತಿದ್ದ ಡಿ.ಆರ್. ದೈಹಿಕವಾಗಿ ಕೂಡ ಅಪಾರ ಶ್ರಮ

ಪಡಬೇಕಾಯಿತು. ಕಳೆದ ಏಳೆಂಟು ವರ್ಷಗಳಿಂದ ಕಾಡುತ್ತಿದ್ದ ಡಯಾಬಿಟಿಸ್ಸಿನಿಂದಾಗಿ ದುರ್ಬಲಗೊಳ್ಳುತ್ತಿದ್ದ ದೇಹದ ಶಕ್ತಿಯನ್ನೆಲ್ಲ ಒಗ್ಗೂಡಿಸಿಕೊಂಡು ತೀವ್ರ ಬೌದ್ಧಿಕ ಚಟುವಟಿಕೆಯಲ್ಲಿ ತೊಡಗ ಬೇಕಾಗಿತ್ತು. ಇಂಥ ಸ್ಥಿತಿಯಲ್ಲಿ ಕೆಲಸ ಮಾಡುವ ಬುದ್ಧಿಜೀವಿಯೊಬ್ಬನ ಹೃದಯ ದುರ್ಬಲಗೊಳ್ಳದೆ ಗತ್ಯಂತರವೇ ಇರಲಿಲ್ಲವೆನ್ನಿಸುತ್ತದೆ. ಜೊತೆಗೆ, ಇಷ್ಟೆಲ್ಲ ಮಾಡಿ ತಮ್ಮ ಚಿಂತನೆಗಳನ್ನು ರೂಪಿಸಿದಾಗ ಅವುಗಳ ಬಗ್ಗೆ ಅಂತರರಾಷ್ಟ್ರೀಯ ವೇದಿಕೆಗಳಲ್ಲಿ ಅಥವಾ ದಿಲ್ಲಿಯ ಬುದ್ಧಿ ಜೀವಿವಲಯದಲ್ಲಿ ಮಾತ್ರ ಉತ್ಸಾಹ ವ್ಯಕ್ತವಾಗಿ, ಕನ್ನಡದಲ್ಲಿ ಕೆಲವೇ ಕೆಲವು ಬುದ್ಧಿಜೀವಿಗಳಷ್ಟೇ ಈ ಬಗ್ಗೆ ಆಸಕ್ತಿ ತೋರುತ್ತಿದ್ದುದನ್ನು ಗಮನಿಸಿದ ಡಿ.ಆರ್. ಒಳಗೊಳಗೇ ನಿರುತ್ಸಾಹಿಯಾಗತೊಡಗಿದ್ದರೆಂದು ಕಾಣುತ್ತದೆ. ತಮ್ಮ ಶಿಷ್ಯರುಗಳಲ್ಲೆಲ್ಲ ಅತ್ಯಂತ ಹೆಚ್ಚಿನ ವೇಳೆಯನ್ನು ನನ್ನ ಮೇಲೆ ವ್ಯಯಿಸಿದ್ದ ಡಿ.ಆರ್. ಕಡೆಯ ಪಕ್ಷ ನಾನು ಕೂಡ ಅಕ್ಷರ ಚಿಂತನಮಾಲೆಯ ಬಗ್ಗೆ ಹೆಚ್ಚಿನ ಉತ್ಸಾಹ ತೋರದೇ ಹೋದದ್ದನ್ನು ಕಂಡು ಕೊಂಚ ನಿರಾಶರಾದಂತಿತ್ತು. ಅದೇ ವೇಳೆಗೆ, ಕೈಗೆ ಸಿಕ್ಕಿದ್ದನ್ನೆಲ್ಲ ಥೀಸಿಸ್ ಮಾಡುವ ಭರದಲ್ಲಿ ಡಿ.ಆರ್. ಅನಗತ್ಯ ರೆಟರಿಕ್ಕಿಗೆ ಇಳಿಯು ತ್ತಿದ್ದಾರೇನೋ ಎಂದು ನಾನು ಅನುಮಾನಗೊಳ್ಳತೊಡಗಿದ್ದೆ. ಎರಡು ವರ್ಷದ ಕೆಳಗೆ ಹೆಗ್ಗೋಡಿನ ಸಂಸ್ಕೃತಿ ಶಿಬಿರದಲ್ಲಿ ಮಾತಾಡುತ್ತಿದ್ದ ಡಿ.ಆರ್. ಕನ್ನಡ ಛಂದೋರೂಪಗಳಲ್ಲಿ ನಡೆದ ಸಂಘರ್ಷದ ಎಳೆಗಳಲ್ಲಿ ಆದಿಮವಾದ ಸಾಂಸ್ಕೃತಿಕ ಸಂಘರ್ಷಗಳನ್ನು ತೋರಿಸಲೆತ್ನಿಸುತ್ತಿದ್ದರು. ಹಾಗೆ ತೋರಿಸುವಾಗ 'ಛತ್ರಪತಿತ್ವ' ಮತ್ತು 'ಛದ್ಮವೇಷ' ಎಂಬ ಪರಿಕಲ್ಪನೆಗಳನ್ನು ಕೇವಲ 'ಛ'ಕಾರದ ಆಟಕ್ಕಾಗಿ ಬಳಸುತ್ತಾ ಬೌದ್ಧಿಕ ಹುಡುಗಾಟದಲ್ಲಿ ತೊಡಗಿದ್ದಾರೆ ಎನ್ನಿಸಿ ನಾನು ಸಿಡಿಮಿಡಿಗೊಂಡೆ. ಅವತ್ತು ಸಂಜೆ 'ಇದೇಕೆ ಹೀಗೆ ಅಪ್ರಾಮಾಣಿಕ ಆಟದಲ್ಲಿ ತೊಡಗಿದ್ದೀರಿ? ನಿಮ್ಮ ಅಕ್ಷರ ಚಿಂತನಮಾಲೆಯ ಪುಸ್ತಕಗಳಲ್ಲಿ ನಮ್ಮನ್ನು ನಿಜಕ್ಕೂ ತಟ್ಟುವ ಭಾಗಗಳೆಷ್ಟು ಎಂದು ಯೋಚಿಸಿದ್ದೀರ?' ಎಂದೆಲ್ಲ ಕೇಳಬೇಕೆನ್ನಿ ಸಿದರೂ, ಗುರುವಿನೆದುರು ಮಾತು ಹೊರಡದೆ ಸುಮ್ಮನಾದೆ. ಈ ನಡುವೆ ಡಿ.ಆರ್. ಹಾಗೂ ಲಂಕೇಶರ ನಡುವೆ ಘರ್ಷಣೆಗಳಾದಾಗ ಅಪಾರ ಮಾನಸಿಕ ಯಾತನೆಯನ್ನನುಭವಿಸಿದೆ. ಈ ಘರ್ಷಣೆಗಳಲ್ಲಿ ನೈತಿಕ ಪ್ರಶ್ನೆಯ ಮಾತು ಬಂದಾಗ ಲಂಕೇಶರು ಸರಿಯೆನ್ನಿಸುತ್ತಿತ್ತು. ಆದರೆ ಬೌದ್ಧಿಕ ಪ್ರಶ್ನೆಗಳು ಬಂದಾಗ ಡಿ.ಆರ್. ಸರಿ ಎನ್ನಿಸುತ್ತಿತ್ತು.

ನಂತರ ಅನಂತಮೂರ್ತಿಯವರ ಮನೆಯ ವಿವಾದದಲ್ಲಿ ಡಿ.ಆರ್. ನೈತಿಕ ಪ್ರಶ್ನೆಯೊಂದನ್ನು ಸಾಹಿತ್ಯಕ ಪ್ರಶ್ನೆಯನ್ನಾಗಿಸುವ ಕಿಲಾಡಿತನ ತೋರಿದಾಗ ಅತ್ಯಂತ ವ್ಯಗ್ರನಾಗಿ ಅವರಿಂದ ದೂರವಾಗಲೆತ್ನಿಸಿದೆ. ಇಷ್ಟೆಲ್ಲದರ ನಡುವೆಯೂ 'ಲಂಕೇಶರೇ ನನ್ನ ಗುರು' ಎಂದು ಡಿ.ಆರ್. ಹೇಳುವುದು ಮಾತ್ರ ತಪ್ಪಲಿಲ್ಲ. ಆದರೆ ಹಾಗೆನ್ನುವಾಗ ಡಿ.ಆರ್. ಜಾಣತನ ಎದ್ದು ಕಾಣತೊಡಗಿತ್ತು.

ಇಷ್ಟೆಲ್ಲ ಆದರೂ ಡಿ.ಆರ್. ಬೌದ್ಧಿಕ ಮಾರ್ಗದ ಬಗ್ಗೆ ನನ್ನ ಆಳದ ಗೌರವ ಹಾಗೂ ಸೆಳೆತ ಕಡಿಮೆಯಾಗಲಿಲ್ಲ. ಅರ್ಧ ತಮಾಷೆ, ಅರ್ಧ ಟೀಕೆ ಎಲ್ಲ ಬೆರೆಸಿ ನಾನು 'ಲಂಕೇಶ್‌ಪತ್ರಿಕೆ'ಯಲ್ಲಿ ಬರೆದ ವ್ಯಕ್ತಿಚಿತ್ರಕ್ಕೆ ಉತ್ತರವಾಗಿ ಡಿ.ಆರ್. ಕಟುವಾಗಿ ನನ್ನನ್ನು ಟೀಕಿಸಿದ್ದು, ನಾನು ಅದಕ್ಕೆ ಉತ್ತರಿಸಿದ್ದು ಎಲ್ಲವೂ ಆಯಿತು. ಇದಾದ ಮೇಲೆ ಕೆಲ ದಿವಸ ನಾನು ಅವರಿಂದ ತಪ್ಪಿಸಿಕೊಂಡು ತಿರುಗಿದೆ. ಅದೂ ಬೋರಾಗಿ ಒಮ್ಮೆ ಅವರ ಮನೆಗೆ ನುಗ್ಗಿದರೆ ಇದೇನೂ ನಡೆದೇ ಇಲ್ಲವೆಂಬಂತೆ ಜೋಕು ಹೊಡೆದು ನಗಿಸಲಾರಂಭಿಸಿದರು. ನನ್ನ ರಿಸರ್ಚಿನ ಅವಧಿಯಲ್ಲೂ ಹೀಗೆ ಅವರಿಂದ ದೂರವಾಗುವ ಪ್ರಸಂಗವೊಂದು ಬಂದಿತ್ತು. ಡಿ.ಆರ್. ಕೆಲವೊಮ್ಮೆ ಮನೆಗೆ ಬರಲು ಹೇಳಿ ಕೈಕೊಡುವುದು, ತಪ್ಪಿಸಿಕೊಳ್ಳುವುದು, ರಿಸರ್ಚಿನ ಬಗ್ಗೆ ನನ್ನ ಉತ್ಸಾಹ ಕಡಿಮೆಯಾಗತೊಡಗಿದ್ದುದು, ಇದೆಲ್ಲದರ ಜೊತೆಗೆ ನನ್ನನ್ನು ತಿದ್ದಲು ಅವರು ಕಟುವಾಗಿ ವರ್ತಿಸಿದರೆ ನನ್ನನ್ನು ಅವಮಾನಗೊಳಿಸುತ್ತಿದ್ದಾರೆಂದು ನಾನು ತಪ್ಪು ತಿಳಿಯುವುದು... ಇವೆಲ್ಲ ಒಂದಕ್ಕೊಂದು ಸೇರಿಕೊಂಡು ಹುಟ್ಟಿದ ಮುನಿಸಿನಲ್ಲಿ ನಾನು ಕೆಲ ತಿಂಗಳು ಅವರಿಂದ ದೂರ ಉಳಿದೆ; 'ನಿಮ್ಮ ಡಾಕ್ಟರೇಟೇ ಬೇಕಾಗಿಲ್ಲ, ನಾನು ನನ್ನ ಟಿಪ್ಪಣಿಗಳನ್ನೆಲ್ಲ ಸೇರಿಸಿ ಒಂದು ಪುಸ್ತಕ ಬರೆದು ಪ್ರಕಟಿಸುತ್ತೇನೆ' ಎಂದೆ. ನನ್ನ ಈ ಅಸಮಾಧಾನದ ಬಗ್ಗೆ ಶೂದ್ರ ಶ್ರೀನಿವಾಸ್ ಡಿ.ಆರ್.ಗೆ ತಿಳಿ ಹೇಳಿ ಎಲ್ಲವನ್ನೂ ಸರಿಪಡಿಸಿದ್ದು, ನಂತರ ಒಂದು ಸಂಜೆ ಡಿ.ಆರ್. ಬ್ಯಾಂಕಾಕಿನಿಂದ ತಂದ ಟೀ-ಷರ್ಟೊಂದನ್ನು ನನಗೆ ಕೊಟ್ಟು 'ಹಳ್ಳೀ ಹುಡುಗರ ಥರ ಮುನಿಸಿಕೊಳ್ತೀರಲ್ರೀ! How can I ever humiliate you?' ಎಂದು ಭುಜ ಒತ್ತಿ ಬೆನ್ನ ಮೇಲೆ ಕೈಯಾಡಿಸಿದ್ದು ನೆನಪಾಗಿ ಕಣ್ಣೀರು ಉಕ್ಕುತ್ತದೆ...

ನಾನು ಇಷ್ಟು ವರ್ಷ ಕಾಲ ಹತ್ತಿರದಿಂದ, ದೂರದಿಂದ ನೋಡಿ ಒಡನಾಡಿದ ಡಿ.ಆರ್. ಬಗ್ಗೆ ಅನ್ನಿಸಿದ್ದನ್ನೆಲ್ಲ ಇಲ್ಲಿ ಬರೆಯುತ್ತಿರುವಾಗ ಏನೆಲ್ಲ ಚಿತ್ರಗಳು ನೆನಪಿಗೆ ಬರುತ್ತಿವೆ... ಹಗಲು ರಾತ್ರಿಯೆನ್ನದೆ ಪಟ್ಟಾಗಿ

ಕೂತು ಸಿದ್ಧಾಂತಗಳನ್ನು, ಪುಸ್ತಕಗಳನ್ನು ಒಲಿಸಿಕೊಳ್ಳುತ್ತಿದ್ದ ಅವರ ಕಠಿಣ ಬೌದ್ಧಿಕ ಪರಿಶ್ರಮ, ಸಾಂಸ್ಕೃತಿಕ ಜಗತ್ತಿನ ಯಾವ ಪ್ರಬಲ ಶಕ್ತಿಯನ್ನೇ ಆಗಲಿ ಎದುರಾಗಬಲ್ಲ ಛಲ, ಹೇಗಾದರೂ ಮಾಡಿ ತನ್ನ ಹಿತ ಕಾಯ್ದುಕೊಳ್ಳುವ ನಾಜೂಕು, ತನ್ನ ವೇಳೆಯನ್ನು ಅಪಾರ ಎಚ್ಚರದಿಂದ ಕಾಯ್ದುಕೊಳ್ಳುವ ಜಿಪುಣತನ, ಅಧಿಕಾರಸ್ಥರ ಸಖ್ಯದಿಂದ ಉಬ್ಬುತ್ತಿದ್ದ ಮನಸ್ಸು, ತನ್ನ ಥೀಸಿಸ್ಸುಗಳಿಂದ ಯಾರನ್ನಾದರೂ ಹೊಡೆದು ಉರುಳಿಸಬಲ್ಲೆನೆಂಬ ಆತ್ಮವಿಶ್ವಾಸ ಮತ್ತು ಅಹಂಕಾರ, ಇಡೀ ರಾತ್ರಿ ಶತ್ರುಗಳ ಮೇಲೆ, ಮಿತ್ರರುಗಳ ಮೇಲೆ ಜೋಕುಗಳನ್ನು ಹುಟ್ಟಿಸಿ ಹೇಳಿ ನಗಿಸುವ ವಿದೂಷಕತನ, ತನ್ನ ಹಿರಿಮೆಯ ಬಗ್ಗೆ ತಾನೇ ಹೇಳಿಕೊಳ್ಳು ವಷ್ಟು ಅನಗತ್ಯ ಉತ್ಸಾಹ, ಮಿತ್ರರ ಬಗ್ಗೆ ಅಪಾರ ಪ್ರೀತಿ, ಒಂದು ಲಾರ್ಜ್ ಇಳಿದ ತಕ್ಷಣ ಹಳೆಯ ಜಗಳಗಳನ್ನೆಲ್ಲ ಕಾಲು ಕೆರೆದು ತೆಗೆದು ಅವನ್ನೆಲ್ಲ ಮನಸ್ಸಿನಿಂದ ಹೊರ ಹಾಕಿ, ಬೆಳಗಾಗೆದ್ದು 'ಮರೆತುಬಿಡಿ ಗುರುಗಳೇ' ಎಂದು ಕ್ಷಮೆ ಕೇಳುವ ನಾಟಕೀಯ ಭಂಗಿ, ತನ್ನ ಅಗತ್ಯಕ್ಕೆ ತಕ್ಕಂತೆ ಸುಳ್ಳುಗಳನ್ನು ಸೃಷ್ಟಿಸಿ ಅದನ್ನು ಎಲ್ಲರೂ ನಂಬುತ್ತಿದ್ದಾರೆಂಬ ಭ್ರಮೆ, ರಾತ್ರಿ ಹತ್ತಾರು ಪ್ರಾಜೆಕ್ಟುಗಳನ್ನು ಹಾಕಿ ಬೆಳಗಾಗೆದ್ದು ಅವನ್ನು ಮರೆಯುವ ಟಿಪಿಕಲ್ ಭಾರತೀಯ ಬುದ್ಧಿಜೀವಿ ಗುಣ...

–ಈ ಎಲ್ಲ ಮುಖಗಳಿಗೂ ನಾನು ಒಂದಲ್ಲ ಒಂದು ಘಟ್ಟದಲ್ಲಿ ಸ್ಪಂದಿಸಿದ್ದೇನೆ. ಆಯಾ ಮುಖಗಳಿಗನುಗುಣವಾಗಿ ಮೆಚ್ಚುಗೆ, ಅಭಿಮಾನ, ತಾತ್ಸಾರ, ಅಸಹನೆ ಎಲ್ಲವನ್ನೂ ಸ್ಪಷ್ಟವಾಗಿಯೋ ಅಸ್ಪಷ್ಟವಾಗಿಯೋ ತೋರಿಸಲೆತ್ನಿಸಿದ್ದೇನೆ. ಬೇಸರಗೊಂಡು ಅವರಿಂದ ಓಡಿಹೋಗಿ ಮತ್ತೆ ಹತ್ತಿರ ಧಾವಿಸಿದ್ದೇನೆ. ಕಳೆದೆರಡು ವರ್ಷದಿಂದ ಪ್ರತಿ ಬೇಸಿಗೆಯಲ್ಲಿ ಷಿಕಾಗೋ ವಿಶ್ವವಿದ್ಯಾಲಯದ ವಿದ್ಯಾರ್ಥಿಗಳಿಗೆ ಏಷ್ಯಾದ ಪಠ್ಯಗಳನ್ನು ಕುರಿತ ಕೋರ್ಸ್ ಕೊಡುತ್ತಿದ್ದ ಡಿ.ಆರ್. ಈ ಸಲ ಕೋರ್ಸ್ ಮುಗಿಸಿ ಬಂದ ಮೇಲಂತೂ ನಾನು ಮತ್ತೆ ಅವರ ವಿದ್ಯಾರ್ಥಿಯಾಗಿ ಹೊಸ ಅಧ್ಯಯನ ಶುರು ಮಾಡಬೇಕೆಂದು ಯೋಚಿಸುತ್ತಿದ್ದೆ. ಪುಟ್ಟ ಥಿಯರಿ ಗ್ರೂಪೊಂದನ್ನು ಮಾಡುವ ಬಗ್ಗೆ ಕೂಡ ಡಿ.ಆರ್. ಕೆಲವು ಸಲ ನನ್ನೊಡನೆ ಮಾತಾಡಿದ್ದರು. ಅದ್ಯಾವುದೂ ಆಗಲೇ ಇಲ್ಲ.

ಕಳೆದ ಶುಕ್ರವಾರ ಜ್ಞಾನಭಾರತಿಯ ಕನ್ನಡ ವಿಭಾಗದಿಂದ ಅವರ ಜೊತೆ ಕಾರಲ್ಲಿ ಹೋಗಿ ಊಟ ಮಾಡುವ ತನಕ ನಮ್ಮ ವಿಶ್ವವಿದ್ಯಾಲಯಗಳ ಪತನದ ಬಗ್ಗೆ ವಿಷಾದದಿಂದ ಮಾತಾಡುತ್ತಲೇ ಇದ್ದರು. ಗುರು ಮತ್ತು

ವೈದ್ಯ ಇಬ್ಬರೂ ಭ್ರಷ್ಟರಾಗಿರುವ ಸಮಾಜಕ್ಕೆ ಭವಿಷ್ಯವೇ ಇರುವುದಿಲ್ಲ ಎಂದು ಡಿ.ಆರ್. ಆಗಾಗ ಹೇಳುತ್ತಿದ್ದರು. ಕೇವಲ ಎರಡು ವಾರಗಳ ಕೆಳಗೆ ಮಿತ್ರ ಜಾಫೆಟ್, ಗೋಪಾಲಗುರು ಮೊದಲಾದವರ ಜೊತೆ ಕುಳಿತು ಭಾರತದ ಯೂನಿವರ್ಸಿಟಿಗಳಲ್ಲಿ ಸಂಶೋಧನೆ ಮಾಡುತ್ತಿರುವ ದಲಿತ ಹಾಗೂ ಶೂದ್ರ ಸಂಶೋಧಕರ ಮಟ್ಟ ಕುಸಿಯುತ್ತಿದೆ ಎಂಬ ವಾದವನ್ನು ಹಾಗೂ ವಾಸ್ತವವನ್ನು ಎದುರಿಸಲು ಹಾಗೂ ಸಾಮಾಜಿಕ ನ್ಯಾಯದ ಪ್ರಶ್ನೆಗಳನ್ನು ಗಂಭೀರವಾಗಿ ಚರ್ಚಿಸಲು 'ಸ್ಕಾಲರ್ಸ್ ಫಾರ್ ಸೋಷಿಯಲ್ ಜಸ್ಟೀಸ್' ಎಂಬ ವೇದಿಕೆ ಹುಟ್ಟು ಹಾಕಬೇಕು; ಜೊತೆಗೆ, ಶೂದ್ರ, ದಲಿತ ಸಂಶೋಧಕರ ಸಂಶೋಧನೆಯನ್ನು ಹೊಸ ದಿಕ್ಕಿಗೆ ಹೊರಳಿಸಲೆತ್ನಿಸಬೇಕು ಎಂದು ಕನಸು ಕಂಡಿದ್ದರು. ಬೀದರ್‌ನಲ್ಲಿ ರೈತರು ಆತ್ಮಹತ್ಯೆ ಮಾಡಿಕೊಳ್ಳುತ್ತಿರುವಾಗ ನಾವು ಬೆಂಗಳೂರಿನಲ್ಲಿ ನಮ್ಮ ನಮ್ಮ ಮೋಜುಗಳಲ್ಲಿ ಮುಳುಗಿದ್ದೇವೆಂದು ವಿಷಾದಗೊಂಡಿದ್ದರು. ಇದರ ಜೊತೆಗೇ ಈಚೆಗೆ ಒಮ್ಮೊಮ್ಮೆ 'ಕರ್ನಾಟಕದಲ್ಲಿ ಒ.ಬಿ.ಸಿ.ಯಾಗಿ ಹುಟ್ಟಬಾರದು' ಎಂದು ತಮಗೆ ಬರಬೇಕಾದ ಅಧಿಕಾರಗಳು ತಪ್ಪಿ ಹೋದ ಬಗ್ಗೆ ಅಸಮಾಧಾನ ವ್ಯಕ್ತಪಡಿಸುತ್ತಿದ್ದರು. ಇಷ್ಟು ಸಣ್ಣ ವಯಸ್ಸಿಗೇ ಅಂತರರಾಷ್ಟ್ರೀಯ ಮಟ್ಟದ ಬುದ್ಧಿಜೀವಿಯಾಗಿದ್ದ ಡಿ.ಆರ್. 'ಇನ್ನೂ ಏನೇನೋ ಆಗಬೇಕಾಗಿದ್ದ ತಾನು ಇನ್ನೂ ಆಗಿಲ್ಲವಲ್ಲ' ಎಂದು ಸಣ್ಣಗೆ ಕೊರಗುತ್ತಿದ್ದಂತಿತ್ತು.

ಆದರೆ ಚಿಂತಕನೊಬ್ಬ ತಾನು ಬೌದ್ಧಿಕವಾಗಿ ಉತ್ತಮಗೊಳ್ಳುವುದೇ ತಾನಿರುವ ಸಂಸ್ಕೃತಿಯನ್ನು ಉತ್ತಮಗೊಳಿಸುವ ಏಕಮಾತ್ರ ಮಾರ್ಗ ಎಂಬುದರ ಬಗ್ಗೆ ಮಾತ್ರ ಡಿ.ಆರ್. ಅತ್ಯಂತ ಖಚಿತವಾಗಿದ್ದರು. ಅವರು ತೀರಿಕೊಳ್ಳುವ ಮೂರು ಗಂಟೆಗಳ ಹಿಂದೆಯಷ್ಟೇ ಸ್ನೇಹಿತರೊಬ್ಬರ ಜೊತೆ ಮಾತಾಡುತ್ತಾ ಕನ್ನಡ ಸಂಸ್ಕೃತಿಗಾಗಿ ತಾವೆಲ್ಲ ತಕ್ಷಣ ಮಾಡಬೇಕಾದದ್ದೇನು ಎಂಬುದರ ಬಗ್ಗೆ ಚಿಂತಿಸುತ್ತಿದ್ದರಂತೆ. ಅವತ್ತು ರಾತ್ರಿ ಇದೇ ಸ್ನೇಹಿತರು ನನಗೆ ಜಯದೇವ ಆಸ್ಪತ್ರೆಗೆ ಬರಲು ಫೋನ್ ಮಾಡಿದ್ದರು. ನಾನು ಇಂಟೆನ್ಸಿವ್ ಕೇರ್ ಯೂನಿಟ್ಟಿನ ಬಾಗಿಲ ಬಳಿ ನಿಲ್ಲುವ ಹೊತ್ತಿಗೆ ಇಬ್ಬರು ಡಾಕ್ಟರುಗಳು ತಮ್ಮ ಪ್ರಯತ್ನ ಮಾಡುತ್ತಲೇ ಇದ್ದರು. ಆದರೆ ಯಾಕೋ ಏನೋ ಡಿ.ಆರ್. ತಮ್ಮ ನೆಚ್ಚಿನ ಶಿಷ್ಯನೆಡೆಗೆ ನೋಡಲೊಲ್ಲದವರಂತೆ ಎಡಕ್ಕೆ ಮುಖ ತಿರುಗಿಸಿ ಮಲಗೇ ಇದ್ದರು...

(೨೬ ಆಗಸ್ಟ್ ೧೯೯೮, ಲಂಕೇಶ್ ಪತ್ರಿಕೆ)

* * *

ಡಿ.ಆರ್. ಸಾವು ಮತ್ತು ಈ ಬರಹ ಒಂದು ರೀತಿಯಲ್ಲಿ ಲಂಕೇಶರೊಂದಿಗಿನ ನನ್ನ ಸಂಬಂಧವನ್ನು ಮತ್ತೆ ಆರಂಭಿಸಿತೇನೋ. ಅಷ್ಟು ಹೊತ್ತಿಗಾಗಲೇ ಲಂಕೇಶರ ಜೊತೆಗೆ ಸಣ್ಣಪುಟ್ಟ ಕಿರಿಕಿರಿಗಳು ಶುರುವಾಗಿದ್ದವು. ಅವರ ಮಿತ್ರರ ಭಾಷೆಯಲ್ಲೇ ಹೇಳುವುದಾದರೆ, 'ಲಂಕೇಶರ ಪಾರ್ಲಿಮೆಂಟಿನಲ್ಲಿ ನನ್ನ ರಾಜ್ಯಸಭಾ ಅವಧಿಯ ಆರು ವರ್ಷ' ಮುಗಿದಿತ್ತು! ಆದರೆ ಡಿ.ಆರ್. ವಿಲ್ಸನ್ ಗಾರ್ಡನ್ನಿನ ಚಿತಾಗಾರದಲ್ಲಿ ಕಣ್ಮರೆಯಾದ ಸಂಜೆ ಅತ್ಯಂತ ಭಾರವಾದ ಮನಸ್ಥಿತಿಯಲ್ಲಿ ಲಂಕೇಶರ ಆಫೀಸಿಗೆ ಅಡಿಯಿಟ್ಟ ತಕ್ಷಣ, ಹುಬ್ಬು ಗಂಟಿಕ್ಕಿಕೊಂಡೇ ಕತ್ತೆತ್ತಿದ ಲಂಕೇಶ್ 'ಏಯ್! ಡಿ.ಆರ್. ಬಂದ ಅಂದುಕೊಂಡ್ನಲ್ಲಯ್ಯ' ಎಂದರು. ಆ ಕಾಲಕ್ಕೆ ಲಂಕೇಶರೊಂದಿಗೆ ಮುನಿಸಿಕೊಂಡು ಕೆಲ ವಾರ ಅವರ ಪತ್ರಿಕೆಯಲ್ಲಿ ಬರೆಯುವುದನ್ನು ನಿಲ್ಲಿಸಿದ್ದ ನನ್ನನ್ನು 'ನೀನು ಬರೀಬೇಕು, ಡಿ.ಆರ್. ಮೇಲೆ ಬರಿ' ಎಂದರು. ಆ ವಾರ ನಾನು ಬರೆದ 'ನನ್ನ ಗುರು ಡಿ.ಆರ್.' ಎಂಬ ಬರಹ ಲಂಕೇಶರೊಡನೆ ಒಂದು ವಿಚಿತ್ರ ಮನಸ್ತಾಪವನ್ನೂ ಹುಟ್ಟಿಸಿತು. ಈ ಹಿಂದೆ ಕೊಟ್ಟಿರುವ ಆ ಬರಹದಲ್ಲಿ ಒಂದು ಮಾತು ಬರುತ್ತದೆ: 'ಡಿ.ಆರ್. ಮತ್ತು ಲಂಕೇಶರ ನಡುವೆ ಸಣ್ಣಪುಟ್ಟ ಘರ್ಷಣೆಗಳಾದಾಗ ಅಪಾರ ಮಾನಸಿಕ ಯಾತನೆಯನ್ನನುಭವಿಸಿದೆ. ಈ ಘರ್ಷಣೆಯಲ್ಲಿ ನೈತಿಕ ಪ್ರಶ್ನೆಯ ಮಾತು ಬಂದಾಗ ಲಂಕೇಶರು ಸರಿ ಎನ್ನಿಸುತ್ತಿತ್ತು. ಆದರೆ ಬೌದ್ಧಿಕ ಪ್ರಶ್ನೆಗಳು ಬಂದಾಗ ಡಿ.ಆರ್. ಸರಿ ಎನ್ನಿಸುತ್ತಿತ್ತು.'

ಈ ಅಭಿಪ್ರಾಯ ಬರೆದ ಆಗಿನ ಮನಸ್ಥಿತಿ ಕೊಂಚ ಅಸ್ಪಷ್ಟವಾಗಿರುವುದರಿಂದ ಇದನ್ನು ಬರೆದ ಹಿನ್ನೆಲೆ ಮರೆತು ಹೋಗಿದೆ. ಈ ಲೇಖನ ಪ್ರಕಟವಾದ ಒಂದೆರಡು ವಾರಗಳಲ್ಲಿ ಹೀಗೆ ನೈತಿಕ ಹಾಗೂ ಬೌದ್ಧಿಕ ಎಂದು ವಿಭಜಿಸು ವುದನ್ನೇ ಲಂಕೇಶರು ತಮ್ಮ ಪತ್ರಿಕೆಯಲ್ಲಿ ಕಟುವಾಗಿ ಟೀಕಿಸಿದರು. ಲಂಕೇಶರ ಟೀಕೆಯ ಮೊನಚಿಗಿಂತ, ಆ ಟೀಕೆಯ ಹಿಂದಿದ್ದ ಅವರ ತಲ್ಲಣವನ್ನು ಗುರು–ಶಿಷ್ಯ ಸಂಬಂಧದ ಹಿನ್ನೆಲೆಯಲ್ಲಿ ಅರ್ಥ ಮಾಡಿಕೊಳ್ಳಲೆತ್ನಿಸಿದೆ. ಡಿ.ಆರ್. ತೀರಿಕೊಂಡ ವಾರ ಬರೆದ ನನ್ನ ಲೇಖನ ಡಿ.ಆರ್. 'ನನ್ನ ಗುರು' ಎಂಬುದನ್ನು ಹೆಚ್ಚು ಒತ್ತಿ ಹೇಳುತ್ತಾ, ಅವರನ್ನು ಕೊಂಚ ಭಾವುಕವಾಗಿ ಹಾಗೂ ಆರಾಧಕವಾಗಿ ನೋಡಲೆ ತ್ನಿಸಿದೆ ಎನ್ನಿಸುತ್ತದೆ. ಈ ಲೇಖನ ಓದಿದ ಲಂಕೇಶರಿಗೆ ತಾನು ಸಾಕಷ್ಟು ಮೆಚ್ಚುವ ತರುಣ ಲೇಖಕನೊಬ್ಬ ತನ್ನನ್ನು ಅರ್ಧ ಮಾತ್ರ ಒಪ್ಪಿಕೊಂಡಿದ್ದ ಎಂಬ ಸಂಗತಿಯಿಂದ ಪಿಚ್ಚೆನ್ನಿಸಿರಬೇಕು. ಜೊತೆಗೆ ಇದು ಲಂಕೇಶ್ ಹಾಗೂ ನನ್ನ ಸಂಬಂಧದಲ್ಲಿ ಸಣ್ಣ ಆಯಾಸ ಕಾಣಿಸಿಕೊಂಡಿದ್ದ ಕಾಲವಾಗಿತ್ತು; ಹಿಂದೊಮ್ಮೆ ಡಿ.ಆರ್. ಸಂಗದಿಂದ ಬಿಡಿಸಿಕೊಳ್ಳಲೆತ್ನಿಸಿದಂತೆ ಲಂಕೇಶರಿಂದಲೂ ಬಿಡಿಸಿಕೊಳ್ಳ ಲೆತ್ನಿಸಿದ್ದ–ಪ್ರಾಯಶಃ ಲಂಕೇಶರೂ ನನ್ನಿಂದ ಬಿಡಿಸಿಕೊಳ್ಳಲೆತ್ನಿಸಿದ್ದ–ಕಾಲ ಬರತೊಡಗಿತ್ತು.

ಹೀಗಾಗಿಯೋ ಏನೋ, ಡಿ.ಆರ್. ಕುರಿತ ಈ ಬರಹದಲ್ಲಿ ಸಾವಿನ ಸಂದರ್ಭದಲ್ಲಿ ಹುಟ್ಟಿದ ಅನಾಥಭಾವ ಹಾಗೂ ಆರಾಧನಾಭಾವ ಎರಡೂ ಎದ್ದು ಕಾಣುತ್ತವೆ. ಹಿಂದೊಮ್ಮೆ ಡಿ.ಆರ್. ಕುರಿತ ಆರಾಧನೆಯಿಂದ ಅಸಹನೆಗೆ ಚಲಿಸಿದ್ದ ನನ್ನ ಒಳಗನ್ನು ಸಾವೆಂಬ 'ಗ್ರೇಟ್ ಲೆವೆಲರ್' ಮತ್ತೆ ಆರಾಧನೆಯತ್ತ ಒಯ್ದಿದ್ದು ಕೂಡ ಸಹಜವಾಗೇ ಇತ್ತು. ಅದೇ ಮನಸ್ಥಿತಿಯಲ್ಲಿ ೯೮-೯೯ರ ನಡುವೆ ರೂಪುಗೊಂಡ ನನ್ನದೊಂದು ಪದ್ಯ ಕೂಡ ಡಿ.ಆರ್. ಕುರಿತ ನನ್ನೊಳಗಿನ ಸಂಕೀರ್ಣ ಪ್ರತಿಕ್ರಿಯೆಯನ್ನು ಹೇಳಲೆತ್ನಿಸಿದೆ:

ಉರಿದು ಬಿದ್ದ ಗುರುವಿಗೆ

ಹೊಡೆದರೆ ಆನೆಯನ್ನೇ ಎಂದೆ
ಹಾರಿದರೆ ಅಮೃತಕ್ಕೇ ಎಂದೆ
ಆನೆ ಸಿಕ್ಕುವ ಮೊದಲೆ ಕುಸಿದು ಬಿದ್ದೆ
ಅಮೃತ ನೆಕ್ಕುವ ಮೊದಲೆ ಉರಿದು ಬಿದ್ದೆ.

ನಿಂತಲ್ಲಿ ನಿಲ್ಲದೆ ಕೂತಲ್ಲಿ ಕೂರದೆ
ಅಗೆದು ತೆಗೆದ ಸಿದ್ಧಾಂತಗಳೆಷ್ಟೋ
ಕಟ್ಟಿದ ಇಸ್ಪೀಟ್ ರಾಜ್ಯಗಳೆಷ್ಟೋ
ಎತ್ತಿದ ಕತ್ತಿಗೆ ನಡುಗಿದ ಸಾಮ್ರಾಜ್ಯಗಳೆಷ್ಟೋ
ಕಹಳೆ ಮೊಳಗುವ ಮೊದಲೆ
ನೀನು ತೊರೆದ ರಣರಂಗಗಳೆಷ್ಟೋ
ಕಡ್ಡಿ ಗೀಚಿಗೆ ಉರಿದ ದೀಪಗಳೆಷ್ಟೋ
ದೀಪಗಳಡಿಯಲ್ಲಿ ಅವಿತ ಸುಳ್ಳುಗಳೆಷ್ಟೋ?

ಗುರು ಸತ್ತ ಗಳಿಗೆ
ತಬ್ಬಲಿ ಮಗುವಿನ ಹಾಗೆ
ಮನಸೆಲ್ಲ ಖಾಲಿ;
ಎಲ್ಲೋ ಮೂಲೆಯಲ್ಲಿ
ಅಗುಳಿ ತೆರೆದ ಸದ್ದು.

ನಡುರಾತ್ರಿ ಶೂನ್ಯದಲ್ಲಿ
ಬೆಳ್ಳಿಗೆರೆ ಹೊಳೆದದ್ದು
ಏನು ಸುಳ್ಳೋ ದಿಟವೋ?

* * *

ವಿಚಿತ್ರವೆಂದರೆ, ನಾನು ಡಿ.ಆರ್.ಗಿಂತ ಹೆಚ್ಚು ಗೌರವಿಸಿರಬಹುದಾದ ಲಂಕೇಶರ ಸಾವಿನ ನಂತರ ಡಿ.ಆರ್. ತೀರಿಕೊಂಡಾಗ ಬರೆದ ರೀತಿಯ ಸೆಂಟಿಮೆಂಟಲ್ ಬರಹ ಅಥವಾ ಪದ್ಯ ಬರೆದಂತಿಲ್ಲ. ಬದಲಿಗೆ, ಕೊನೆಯ ಗಳಿಗೆಗಳ ಚಿತ್ರಗಳನ್ನಷ್ಟೇ 'ಲಂಕೇಶ್‌ಪತ್ರಿಕೆ'ಯಲ್ಲಿ ದಾಖಲಿಸಿದೆ:

ಮೇಷ್ಟರ ಕೊನೆಯ ರಾತ್ರಿ:

ಪ್ರೈಡ್ ಅಂಡ್ ಪ್ರಿಜುಡೀಸ್, ಆಗ್ಡನ್ ನ್ಯಾಷ್...

೨೪ ಜನವರಿ ೨೦೦೦. ಸೋಮವಾರ. ಅದು 'ಪತ್ರಿಕೆ'ಯ ಹೊಸ ಸಂಚಿಕೆಯ ತಯಾರಿಯ ದಿನ. ನಾನು ಸಾಮಾನ್ಯವಾಗಿ ಸೋಮವಾರಗಳಂದು ಸಂಪಾದಕರನ್ನು ನೋಡುತ್ತಿರಲಿಲ್ಲ. ಆದರೆ ಅವತ್ತು ಮಾತ್ರ ಹೋಗಲೋ ಬೇಡವೋ ಎಂದು ಅರೆಮನಸ್ಸಿನಿಂದಲೇ ಅವರ ಛೇಂಬರಿನೊಳಕ್ಕೆ ಅಡಿಯಿಟ್ಟೆ. ಸಂಪಾದಕರು ಟೆಲಿವಿಷನ್ನಿನೆದುರು ಕೂತಿದ್ದರು. 'ಬಾ' ಎಂದು ಸೂಚಿಸುವಂತೆ ಸುಮ್ಮನೆ ಕತ್ತು ಅಲುಗಿಸಿ ಮತ್ತೆ ತಮ್ಮ ಕೋಶದೊಳಗೆ ಹೂತು ಹೋದರು. ವಿಡಿಯೋದಲ್ಲಿ ಅವರ ಮೆಚ್ಚಿನ ಚಿತ್ರವಾದ 'ಪ್ರೈಡ್ ಅಂಡ್ ಪ್ರಿಜುಡೀಸ್'ನ ದೃಶ್ಯಗಳು ತೇಲಿ ಹೋಗುತ್ತಿದ್ದವು. ಇವತ್ತು ಆ ದೃಶ್ಯ ನೆನೆಸಿಕೊಂಡರೆ 'ಪ್ರೈಡ್' (ಹೆಮ್ಮೆ) ಹಾಗೂ ಪ್ರಿಜುಡೀಸ್ (ಪೂರ್ವಗ್ರಹ) ಎರಡೂ ದಂಡಿಯಾಗಿದ್ದ ವ್ಯಕ್ತಿ ಆ ರಾತ್ರಿ ಅವೆರಡನ್ನೂ ಕಳೆದುಕೊಂಡವರಂತೆ ಉಡುಗಿಹೋಗಿ ಆರಾಮಕುರ್ಚಿಯಲ್ಲಿ ಕೂತಿದ್ದಂತೆ ಕಾಣತೊಡಗುತ್ತದೆ...

ನನ್ನಂಥವರಿಗೆ ತೀರಾ ಸರಳ ಎನ್ನಿಸುವ ಜೇನ್ ಆಸ್ಟಿನ್ ಬರೆದ ಕಾದಂಬರಿಯನ್ನಾಧರಿಸಿದ ಸಿನಿಮಾ ನೋಡುತ್ತಾ ಆ ರಾತ್ರಿ ಲಂಕೇಶರು ಲವಲವಿಕೆ ಪಡೆಯಲು ಯತ್ನಿಸುತ್ತಿದ್ದಂತಿತ್ತು. ಸೇಡ್ ಹಾಗೂ ಬೋದಿಲೇರ್ ಕಾಣಿಸಿದ ಭೀಕರ ನರಕದ ಸತ್ಯವನ್ನು ಮುಟ್ಟಿ ಕನ್ನಡಕ್ಕೆ ತಂದಿದ್ದ ಅವರು ಹಿಂದೊಮ್ಮೆ ಕಳೆದುಕೊಂಡ ಜೇನ್ ಆಸ್ಟಿನ್‌ಳ ಮುಗ್ಧ ಲೋಕವನ್ನು ಈಚೆಗೆ ಆರಾಧಿಸತೊಡಗಿದ್ದರು... ಹಾಗಾದರೆ ೧೯೩೫ರಲ್ಲಿ ಶಿವಮೊಗ್ಗ ಜಿಲ್ಲೆಯ ಕೊನಗವಳ್ಳಿಯಲ್ಲಿ ಹುಟ್ಟಿ, ಅರವತ್ತೈದು ವರ್ಷ ಕಾಲ ದಣಿದ ಮನಸ್ಸು ಆ ಕೊನೆಯ ರಾತ್ರಿ ಜೇನ್ ಆಸ್ಟಿನ್‌ಳ ಮುಗ್ಧಲೋಕದ ಆಶ್ರಯಕ್ಕೆ ಮರಳಿತ್ತೆ?

ಎಂಟು ದಿನದಿಂದ ಜ್ವರದಿಂದ ನರಳುತ್ತಿದ್ದ ತಮಗೆ ಹೃದಯದ ಸಮಸ್ಯೆ ಇರಲು ಸಾಧ್ಯವೇ ಇಲ್ಲ ಎಂದು ಯಾರೋ ಡಾಕ್ಟರು ಒಮ್ಮೆ ಹೇಳಿದ್ದನ್ನೇ ನಂಬಿದ್ದ ಅವರಿಗೆ ಅವತ್ತು ಹೃದಯದ ಪರೀಕ್ಷೆಯ ಅಗತ್ಯವಿದೆಯೆಂಬುದು ಹೊಳೆಯುವುದು ಸಾಧ್ಯವಿರಲಿಲ್ಲ. ಆದರೂ

ಎಷ್ಟೋ ನಿಮಿಷಗಳಿಗೊಮ್ಮೆ ಅವರು ಆಡುತ್ತಿದ್ದ ಒಂದೊಂದೇ ವಾಕ್ಯಗಳ ನಡುವೆ ಕೇಳಿ ಬಂದ ಒಂದು ಮಾತಿಗೆ ಈಗ ವಿಚಿತ್ರ ಅರ್ಥಗಳು ಬರುತ್ತಿವೆ. ನಾನು ಹೋಗುವುದಕ್ಕಿಂತ ಕೆಲವೇ ನಿಮಿಷಗಳ ಕೆಳಗೆ ಪತ್ರಿಕೆಯ ಆರಂಭದ ಪುಟದ 'ಈ ಸಂಚಿಕೆ' ಕಾಲಂ ಬರೆದು ಮುಗಿಸಿದ್ದ ಅವರು 'ಈ ಥರ ಬರೆಯೋದಕ್ಕಿಂತ ನಿಲ್ಲಿಸೋದು ಮೇಲು' ಎಂದು ಮೆಲ್ಲಗೆ ಗೊಣಗಿದರು. ಆಧುನಿಕ ಕನ್ನಡ ಗದ್ಯದ ದಿಕ್ಕನ್ನೇ ಬದಲಿಸಿದ ವ್ಯಕ್ತಿ ಇವತ್ತು ಬರೆಯುವುದನ್ನೇ ನಿಲ್ಲಿಸುವ ಮಾತಾಡುತ್ತಿದ್ದರು. ಆರೇಳು ವರ್ಷಗಳಿಂದಲಂತೂ ಬರೆಯುವುದರಿಂದಲೇ ಬದುಕಿದ ಅವರು ಇನ್ನು ಬರೆದಿದ್ದು ಸಾಕು ಎನ್ನುತ್ತಿದ್ದರು. ಮೂರೇ ದಿನಗಳ ಹಿಂದೆ ಕರಾರುವಾಕ್ಕಾಗಿ ತಮ್ಮ ಸಾವನ್ನು ಊಹಿಸಿದವರಂತೆ ತಮಾಷೆಯಾಗಿ ಮಾತಾಡಿದ್ದರು. ಅವರ ಶಿಷ್ಯೆ ರೇಖಾರಾಣಿ ಸ್ವೀಡನ್ನಿನಿಂದ ಬೆಂಗಳೂರಿಗೆ ಬಂದು ಫೋನ್ ಮಾಡಿ 'ಇನ್ನು ಮೂರು ದಿನ ಬಿಟ್ಟು ನಿಮ್ಮನ್ನು ಕಾಣುತ್ತೇನೆ' ಎಂದರೆ, 'ಇನ್ನು ಮೂರು ದಿವಸದಲ್ಲಿ ನಾವು ಜಾವ್...ಜಾವ್! ಹೋಗಿಬಿಟ್ಟಿರುತ್ತೀವಲ್ಲ?' ಎಂದು ಗಹಗಹಿಸಿ ಫೋನಿಟ್ಟಿದ್ದರು. ಇದಾದ ಮಾರನೆಯ ದಿನ, ಶನಿವಾರ ರಾತ್ರಿ ಅವರು ತೀರಾ ಬಳಲಿದ್ದನ್ನು ಕಂಡು 'ಆಸ್ಪತ್ರೆಗೆ ಹೋಗೋಣ ನಡಿ' ಎಂದ ಮಗಳಿಗೆ 'ಆಸ್ಪತ್ರೆಗೆ ಬೇಡ, ಉಡುಪಿಗೆ ಕಳಿಸು' ಎಂದಿದ್ದರು. ಉಡುಪಿಯಲ್ಲಿ ಅವರ ಸಂಬಂಧಿಯೊಬ್ಬರು ತೀರಿಕೊಂಡ ಘಟನೆ ಈಚೆಗೆ ಅವರ ತಲೆಯಲ್ಲಿ ಸುತ್ತರಗಾಣ ಹೊಡೆಯುತ್ತಲೇ ಇತ್ತು. ಈ ಘಟನೆ ಅವರ ಮಗಳಿಗೂ ಪರಿಚಿತವಾದದ್ದರಿಂದಲೇ 'ಉಡುಪಿಗೆ ಕಳಿಸು' ಎಂದು ನಕ್ಕಿದ್ದರು. ಇದಾದ ಮಾರನೆಯ ದಿನ ಭಾನುವಾರ, ಕಳೆದ ಮೂವತ್ತೈದು ವರ್ಷಗಳಿಂದ ತಮ್ಮ ಆತ್ಮೀಯ ಸ್ನೇಹಿತರಾಗಿದ್ದ ಬಸವರಾಜ ಅರಸು ಅವರಿಗೆ 'ನೀವು ಇನ್ನು ಇಲ್ಲಿ ಬರಬೇಡಿ. ಜುಲೈ ನಂತರ ಬದುಕಿದ್ದರೆ ನೋಡೋಣ' ಎಂದು ಕಟುವಾಗಿ ಪತ್ರ ಬರೆದಿದ್ದರು.

ಆದರೆ ಆ ಸಾವು ತಂದ ಸೋಮವಾರ ರಾತ್ರಿ ಮಾತ್ರ ಸಾವಿನ ಪ್ರಸ್ತಾಪ ಹೆಚ್ಚಿಗೆ ಇರಲಿಲ್ಲ. ವಿಡಿಯೋದಲ್ಲಿ ನಡೆಯುತ್ತಿದ್ದ 'ಪ್ರೈಡ್ ಅಂಡ್ ಪ್ರಿಜುಡೀಸ್' ಸಿನಿಮಾದಲ್ಲಿ ಗಂಡ ಹೆಂಡತಿಯರ ತಮಾಷೆಯ ಭಾಗಗಳನ್ನು ಮತ್ತೆ ಮತ್ತೆ ರಿವೈಂಡ್ ಮಾಡಿ ನೋಡಲೆತ್ನಿಸುತ್ತಿದ್ದರು.

ಮಧ್ಯೆ ಅವರನ್ನು ನೋಡಲು ಬಂದ ಮಗಳು ಕವಿತಾ ತಮ್ಮ 'ದೇವೀರಿ' ಸಿನಿಮಾದ ಬಿಡುಗಡೆಯ ಬಗ್ಗೆ ಮಾತಾಡಿದಾಗ 'ಮಿಡ್ಲ್ ಕ್ಲಾಸ್‌ನವರು ನೋಡುತ್ತಾರೆ, ಕ್ಲಿಕ್ಕಾಗುತ್ತೆ' ಎಂದರು. ನಂತರ ಮತ್ತೆ ಮಂಕಾದ ಅವರನ್ನು ಮಹಾಬಲಮೂರ್ತಿ 'ಚಿಯರಪ್' ಮಾಡಲೆತ್ನಿಸಿದರು. ಏನು ಮಾಡಿದರೂ ಲಂಕೇಶರು ಅವತ್ತು ತನ್ನೊಳಗಿನಿಂದ ಹೊರ ಬರಲಿಲ್ಲ. ಮಾತಾಡುವುದನ್ನು ತಪ್ಪಿಸಿಕೊಳ್ಳಲೆಂದೋ ಏನೋ 'ಪ್ರೈಡ್ ಅಂಡ್ ಪ್ರಿಜುಡೀಸ್' ಸಿನಿಮಾದಲ್ಲೇ ಮುಳುಗಿಬಿಟ್ಟರು. ಅವರನ್ನು ಅವರಿಗೆ ಪ್ರಿಯವಾದ ಲಿಟರರಿ ಗಾಸಿಪ್ಪಿಗೆ ಎಳೆದರೆ ಕೊಂಚ ಹೊರ ಬರುತ್ತಾರೆ ಎನ್ನಿಸಿ "ದೇಜಗೌ 'ಪ್ರೈಡ್ ಅಂಡ್ ಪ್ರಿಜುಡೀಸ್' ಕಾದಂಬರಿಯನ್ನು 'ಹಮ್ಮು-ಬಿಮ್ಮು' ಎಂದು ಅನುವಾದಿಸಿದ್ದಾರಲ್ಲ!" ಎಂದೆ. ತಕ್ಷಣ ಅವರು ದೇಜಗೌ ಬಳಸುವ ಕನ್ನಡದ ವೈಖರಿ ನೆನೆದು ನಕ್ಕರು. "ಆ ದೇಜಗೌಗೆ ಅನುವಾದ ಎನ್ನುವುದು ಕಾಟೇಜ್ ಇಂಡಸ್ಟ್ರೀ ಥರ. ಆತ 'ಅನ್ನಾ ಕರೇನಿನಾ', 'ವಾರ್ ಅಂಡ್ ಪೀಸ್' ಎಲ್ಲವನ್ನೂ ಕೊಲೆ ಮಾಡಿದಂತಿದೆ!" ಎಂದು ಮುಗುಳ್ನಕ್ಕರು.

ನಂತರ ಎಂದಿಗಿಂತ ಮುಂಚೆಯೇ ಮೇಲೆದ್ದು ಆ ರಾತ್ರಿ ಓದುವ ಪುಸ್ತಕಗಳನ್ನು ಆಯ್ದುಕೊಂಡರು. ಆಗ ಅವರ ಟೇಬಲ್ ಮೇಲಿದ್ದ ಪುಸ್ತಕವೊಂದಕ್ಕೆ ನಾನೂ ಕೈ ಹಾಕಿದೆ. ಅವರೂ ಕೈ ಹಾಕಿದರು. ಅದು ಡಿ.ಎನ್. ಶಂಕರಭಟ್ಟರ 'ಕನ್ನಡ ಶಬ್ದರಚನೆ' ಎಂಬ ಪುಸ್ತಕ. ನಾನು, 'ಇಂಥ ಪುಸ್ತಕಗಳನ್ನೆಲ್ಲಾ ನೀವು ಓದುವುದಿಲ್ಲವೆಂದು ತಿಳಿದಿದ್ದೆನಲ್ಲ!' ಎಂದೆ. 'ನೋ, ನೋ, ಭಟ್ಟ ಬಾಳಾ ಚೆನ್ನಾಗಿ ಬರೀತಾನೆ' ಎನ್ನುತ್ತಾ ಪುಸ್ತಕವನ್ನು ಕಾರಿನಲ್ಲಿಡಲು ತಮ್ಮ ಡ್ರೈವರ್‌ಗೆ ಹೇಳಿದರು. ನಾನು 'ಪತ್ರಿಕೆ'ಯ ಆಫೀಸಿನ ಮೆಟ್ಟಲಿಳಿದು ಬೈಕ್ ಹತ್ತಿ ಯಾಕೋ ಹಿಂತಿರುಗಿ ನೋಡಿದೆ: ಎಂದಿನಂತೆ ಜಾರುತ್ತಿದ್ದ ಪ್ಯಾಂಟನ್ನು ಮೇಲೆಳೆದುಕೊಳ್ಳುತ್ತಾ ಅಸ್ಥಿರವಾದ ಹೆಜ್ಜೆಗಳನ್ನಿಡುತ್ತಾ ಅವರು ಕಾರಿನ ಬಳಿ ಬರುತ್ತಿದ್ದುದನ್ನು ಕಂಡು ಪಿಚ್ಚೆನ್ನಿಸಿ ಕತ್ತಲಲ್ಲಿ ಕರಗಿದೆ.

ಬೆಳಗ್ಗೆ ಮಗ ಅಜಿತ್ ಅವರನ್ನು ಏಳಿಸಲು ಹೋದಾಗ ಅವರು ಏಳಲೊಪ್ಪಲಿಲ್ಲ. ಅವರ ಹಾಸಿಗೆಯ ಮೇಲೆ ಅವರ ನೆಚ್ಚಿನ ಆಗ್ಡನ್ ನ್ಯಾಶ್‌ನ ಲಿಮರಿಕ್‌ಗಳ ಪುಸ್ತಕ ಹಾಗೂ ಶಂಕರಭಟ್ಟರ ಪುಸ್ತಕ ಎರಡೂ ಬಿದ್ದಿದ್ದವು. ಬದುಕು ಒಂದು ಜೂಜು ಎಂಬಂತೆ ಆಡಿದ ಅವರು

ಆಫೀಸಿನ ಟೇಬಲ್ ಮೇಲೆ ಬಿಟ್ಟು ಹೋದ ಹಾಳೆಯಲ್ಲಿ ನಾಲ್ಕೈದು ನೀಲಿ ಪದ್ಯಗಳು ಹಾಗೂ ಆ ಹಾಳೆಯ ಕೊನೆಗೆ ಹಿಂದಿನ ದಿನದ ರೇಸಿನ ವಿವರಗಳಿದ್ದವು.

(೯ ಫೆಬ್ರವರಿ ೨೦೦೦, ಲಂಕೇಶ್‌ಪತ್ರಿಕೆ)

* * *

ತಮ್ಮ 'ಟೀಕೆ ಟಿಪ್ಪಣಿ'ಯ ಮೊದಲ ಸಂಪುಟ ಬಿಡುಗಡೆಯಾದ ರಾತ್ರಿ ತೋಟದಲ್ಲಿ ನಡೆದ ಪಾರ್ಟಿಯಲ್ಲಿ ಮಾತಾಡುತ್ತಾ, 'ಸಾವು ಎಂದರೆ ಕನಸಿಲ್ಲದ ನಿದ್ರೆ' ಎಂದು ಲಂಕೇಶರು ಹೇಳಿದ್ದನ್ನು ಅವರೇ ಕೊಟ್ಟ 'ಟೀಕೆ ಟಿಪ್ಪಣಿ' ಪುಸ್ತಕದಲ್ಲಿ ಹಸಿರು ಇಂಕಿನಲ್ಲಿ ಬರೆದುಕೊಂಡದ್ದು ನೆನಪಾಗುತ್ತಿದೆ. ಲಂಕೇಶರು ತೀರಿಕೊಂಡ ವಾರ 'ಲಂಕೇಶ್‌ಪತ್ರಿಕೆ'ಯ 'ಇಂತಿ ನಮಸ್ಕಾರಗಳು' ಎಂಬ ಮುಖಪುಟ ಶೀರ್ಷಿಕೆಯಿದ್ದ ಶ್ರದ್ಧಾಂಜಲಿ ಸಂಚಿಕೆಯ ಪ್ರತಿ ಪುಟದಲ್ಲೂ 'ಶತಮಾನದ ಪ್ರತಿಭೆಯ ನಿರ್ಗಮನ' ಎಂಬ ಉಪಶೀರ್ಷಿಕೆ ಬಳಸಿದ್ದೆವು. ಲಂಕೇಶರನ್ನು ಕುರಿತು 'ಶತಮಾನದ ಪ್ರತಿಭೆ' ಎಂದು ಡಿ.ಆರ್. ಮಾಡಿದ ವರ್ಣನೆ ಆ ಸಂಚಿಕೆ ರೂಪಿಸುವ ಸಂದರ್ಭದಲ್ಲಿ ನನಗೆ ನೆನಪಾದದ್ದು ಅಚ್ಚರಿಯೆನಿಸುತ್ತದೆ. ಆ ವಾರ 'ಲಂಕೇಶ್‌ಪತ್ರಿಕೆ'ಯ ಸಂಪಾದಕೀಯ ಬಳಗದ ಪರವಾಗಿ ನಾನು ಬರೆದ ಟಿಪ್ಪಣಿಯ ಭಾಗಗಳು:

ಒಂದು ಸಾವಿನ ಎದುರು ಗಾಢ ಮೌನ ಮತ್ತು ದಿಟ್ಟ ಸಂಕಲ್ಪ

ಪ್ರತಿ ವಾರದಂತೆ ಕರಾರುವಾಕ್ಕಾಗಿ ಕಳೆದ ಸೋಮವಾರ ಸಂಜೆಯೂ 'ಈ ಸಂಚಿಕೆ' ಬರೆದು ಮುಗಿಸಿದ ಸಂಪಾದಕರ ಪುಟದಲ್ಲಿ ಅತಿಕ್ರಮ ಪ್ರವೇಶ ಮಾಡುವ ಕಾಲ ಇಷ್ಟು ಬೇಗ ಬಂದೀತೆಂದು ನಾವು ಎಣಿಸಿರಲಿಲ್ಲ. ನಮ್ಮ ಈ ನಿವೇದನೆಯ ಪಕ್ಕದಲ್ಲೇ ಲಂಕೇಶರ ಮಗಳು ಗೌರಿ ತಮ್ಮ ಹುಟ್ಟುಹಬ್ಬದ ದಿನ ಮೊದಲ ಸಂಪಾದಕೀಯ ಟಿಪ್ಪಣಿ ಬರೆಯಬೇಕಾಗಿ ಬಂದೀತೆಂದು ಕೂಡ ಯಾರೂ ನಿರೀಕ್ಷಿಸಿರಲಿಲ್ಲ. ಕಳೆದ ಹದಿನೈದು ವರ್ಷಗಳಿಂದ 'ಟೈಮ್ಸ್ ಆಫ್ ಇಂಡಿಯಾ', 'ಸಂಡೇ' ಹಾಗೂ 'ಈಟೀವಿ'ಯಲ್ಲಿ ಪತ್ರಕರ್ತೆಯಾಗಿ ಅನುಭವ ಪಡೆದಿರುವ ಗೌರಿಲಂಕೇಶರ ಜೊತೆ ನಾವೆಲ್ಲ ಕೂತು ಈ ಸಂಚಿಕೆಯನ್ನು ರೂಪಿಸಬೇಕಾಗಬಹುದೆಂದು ಕೂಡ ಊಹಿಸಿರಲಿಲ್ಲ.

ನಾಳೆಯ ಬಗ್ಗೆ ಯಾವ ಸೂಚನೆಯನ್ನೂ ಕೊಡದೆ ಕನಸಿಲ್ಲದ ನಿದ್ರೆಗೆ ತೆರಳಿದ ಸಂಪಾದಕರು ಕಳೆದ ವಾರದ 'ಈ ಸಂಚಿಕೆ'ಯಲ್ಲಿ ತಮ್ಮ ಖಾಯಂ ಕಾಳಜಿಗಳನ್ನು ಒಡೆದು ಹೇಳಿದ್ದಂತೆ ಕಾಣುತ್ತದೆ. ಪತ್ರಿಕೆಯ ಸ್ವರೂಪವನ್ನು ಬದಲಿಸುವ ಮಾತು ಕೂಡ ಅಲ್ಲಿ ಬಂದಿತ್ತು.

ಜಿ. ರಾಜಶೇಖರ್ ಥರದ ನಿಷ್ಠುರ ದನಿಗಳ ವೈಶಿಷ್ಟದ ಬಗ್ಗೆ ಮೆಚ್ಚುಗೆಯ ಮಾತಿನೊಂದಿಗೆ ಅವರ ಕೊನೆಯ ಬರಹ ಮುಕ್ತಾಯವಾಗಿದ್ದು ಕೂಡ ಸಾಂಕೇತಿಕವಾಗಿತ್ತು.

ಕಳೆದ ಇಪ್ಪತ್ತು ವರ್ಷಗಳ ಕಾಲ ಹೊರ ತಂದ 'ಪತ್ರಿಕೆ'ಯ ಒಂದು ಸಾವಿರ ಸಂಚಿಕೆಗಳಲ್ಲಿ ಮೇಷ್ಟ್ರು ಕಲಿಸಿದ ಪಾಠಗಳು ಮತ್ತು ಕಾಳಜಿಗಳನ್ನು ನಮ್ಮ ಈ ಪುಟ್ಟ ದಿಟ್ಟ ಜಾತ್ಯತೀತ ತಂಡ ತನ್ನೆದೆಯಲ್ಲಿ ಕಾಯ್ದಿಟ್ಟುಕೊಂಡು ಮುನ್ನಡೆಯಲೆತ್ನಿಸುತ್ತದೆ. ಅವತ್ತು ಮೇಷ್ಟ್ರ ಪಾರ್ಥಿವ ಶರೀರದೆದುರು ಕಂಗಾಲಾಗಿ ಕೂತಿದ್ದ ಪತ್ರಿಕೆಯ ಬಳಗವನ್ನು ಕಂಡು ವಾಟಾಳ್ ನಾಗರಾಜ್ 'ಇನ್ನು ಕಳ್ಳರಿಗೆ, ಭ್ರಷ್ಟರಿಗೆ ಕರ್ನಾಟಕದಲ್ಲಿ ಹಬ್ಬ' ಎಂದು ಖಿನ್ನರಾದರು. ಆದರೆ ಮರುಕ್ಷಣಕ್ಕೆ ಅವರು ತಮ್ಮ ಅಸೆಂಬ್ಲಿ ಪರಿಭಾಷೆಯಲ್ಲಿ ಹೇಳಿದ ಆತ್ಮವಿಶ್ವಾಸದ ಮಾತು ನಮ್ಮ ಕಿವಿಗಳಲ್ಲಿನ್ನೂ ಪ್ರತಿಧ್ವನಿಸುತ್ತಿದೆ: 'ಏನೇ ಆಗಲಿ, ಮೇಷ್ಟ್ರು ಕಟ್ಟಿದ ಪತ್ರಿಕೆ ಮತ್ತು ಹೋರಾಟ ನಿರಂತರವಾಗಿ ಮುಂದುವರಿಯಬೇಕು. 'ಪತ್ರಿಕೆ'ಯಲ್ಲಿ ಮೇಷ್ಟ್ರು ಪ್ರಿಸ್ಯೈಡಿಂಗ್ ಆಫೀಸರ್ ಥರ ಇದ್ದವರು. ಉಳಿದ ಪುಟಗಳನ್ನು ತುಂಬುತ್ತಿದ್ದವರು ನೀವೇ ತಾನೆ? ನೀವ್ಯಾರೂ ಅಧೀರರಾಗಬಾರದು. ಪತ್ರಿಕೆಯನ್ನು ಇನ್ನೂ ಚೆನ್ನಾಗಿ ಹೊರ ತರಬೇಕು.'

ಈ ಮಾತು ಬಂದಿದ್ದು ವಾಟಾಳರ ಬಾಯಿಂದ ಎಂಬುದು ಕಳೆದ ಎರಡು ದಶಕಗಳಲ್ಲಿ ಕನ್ನಡನಾಡಿನ ರಾಜಕಾರಣವನ್ನು ಲಂಕೇಶರು ತಿದ್ದಿ ಸುಧಾರಿಸಿದ ರೀತಿಗೆ ಕನ್ನಡಿಯಂತಿದೆ. ವಾಟಾಳ್ ಒಮ್ಮೆ ಲಂಕೇಶರ ಟೀಕೆಯಿಂದ ಕುಪಿತರಾಗಿ ಅವರ ಮೇಲೆ ಕೈ ಎತ್ತಿದವರು. ನಂತರ ಲಂಕೇಶರ ಪರವಾಗಿ ವಿಧಾನಸಭೆಯಲ್ಲಿ ಏಕಾಂಗಿಯಾಗಿ ದನಿ ಎತ್ತಿದವರು. ಇದೇ ವಾಟಾಳ್ ಹಾಗೂ ಎ.ಕೆ. ಸುಬ್ಬಯ್ಯ ಥರದವರು ಇವತ್ತು ನಮ್ಮಲ್ಲಿ ಧೈರ್ಯ ತುಂಬಲೆತ್ನಿಸುತ್ತಿದ್ದರು. ಈ ದನಿ ಇಡೀ ಕರ್ನಾಟಕದ ತುಂಬಾ ಅನುರಣಿಸುತ್ತಿರುವುದರ ಅರಿವು ನಮಗಿದೆ; ಆ ಕಾರಣದಿಂದಾಗಿಯೇ ನಮ್ಮ ಜವಾಬ್ದಾರಿ ಹಿಂದಿಗಿಂತ ಇಂದು ಹೆಚ್ಚಾಗಿದೆ.

ನಿರಂತರ ವಿರೋಧಪಕ್ಷವಾಗಿ, ಯಾರ ಎಂಜಲಿಗೂ ಕೈಯೊಡ್ಡದೆ, ಈ ಸಂಸ್ಕೃತಿಯಲ್ಲಿ ಅರ್ಥಪೂರ್ಣವಾದದ್ದನ್ನು ಹುಡುಕುತ್ತಾ ಹೊರಟ 'ಪತ್ರಿಕೆ' ಮುಂದೆಯೂ ಇದೇ ನಿಷ್ಠುರ ಹಾದಿಯಲ್ಲಿ ನಡೆಯುವ ನಂಬಿಕೆ ನಮಗಿದೆ. ಅವತ್ತು ಲಂಕೇಶರ ಮನೆಯಲ್ಲಿ, ತೋಟದಲ್ಲಿ ಕಂಡ ಮಂಕಾದ ಕಣ್ಣುಗಳಲ್ಲಿ 'ಪತ್ರಿಕೆ'ಯ ಭವಿಷ್ಯದ ಬಗ್ಗೆ ಇದ್ದ ಪ್ರಶ್ನೆಗಳು

ಹಾಗೂ ಅಂದಿನಿಂದ ಇಂದಿನವರೆಗೆ ಬರುತ್ತಿರುವ ಆತಂಕದ ನೂರಾರು ಟೆಲಿಫೋನ್ ಕರೆಗಳು, ಪತ್ರಗಳಿಗೆ ನಮ್ಮದು ಒಂದೇ ಉತ್ತರ: 'ಲಂಕೇಶ್‌ಪತ್ರಿಕೆ ನಿರಂತರ.'

ನಿಜ. 'ಲಂಕೇಶ್‌ಪತ್ರಿಕೆ' ಧೀಮಂತ ವ್ಯಕ್ತಿಯೊಬ್ಬನ ಸುತ್ತ ಕಟ್ಟಿದ ಪತ್ರಿಕೆಯಾಗಿತ್ತು. ಆದರೆ ಅದೇ ವೇಳೆಗೆ, ಮೊನ್ನೆ ಕಿ.ರಂ. ನಾಗರಾಜ್ ಹೇಳಿದಂತೆ 'ಈ ಪತ್ರಿಕೆಯ ಹಿಂದೆ ರೈತ, ದಲಿತ, ಕನ್ನಡ ಚಳವಳಿಗಳಿವೆ. ಲೋಹಿಯಾವಾದ, ಅಂಬೇಡ್ಕರ್‌ವಾದಗಳಿವೆ.' ಅಷ್ಟೇ ಅಲ್ಲ, ಅಸಂಖ್ಯಾತ ಎಳೆಯರ, ಹಿರಿಯರ, ಎಲ್ಲ ಜಾತಿಗಳ ಸೂಕ್ಷ್ಮಜ್ಞರ ಕನಸು, ಭರವಸೆ ಗಳಿವೆ. ಇವೆಲ್ಲ ನಮ್ಮ ಪುಟ್ಟ ಕೈಗಳಿಗೆ ಶಕ್ತಿ ತರಲಿ. ಹುಳಿಮಾವಿನ ಮರವೊಂದು ತನ್ನ ಕರ್ತವ್ಯ ಮುಗಿಸಿ ಮಣ್ಣು ಸೇರಿರಬಹುದು. ಆದರೆ ಅದು ಬಿಟ್ಟ ಹೂಗಳು ಕರ್ನಾಟಕದಾದ್ಯಂತ ಹೇಗೆ ಅರಳಲಿವೆ ಎಂಬುದರ ಸೂಚನೆಗಳು ಈಗಾಗಲೇ ದೊರೆಯುತ್ತಿವೆ...

ಇದು ಶ್ರದ್ಧಾಂಜಲಿಯ ಸಂಚಿಕೆ. ಶ್ರದ್ಧಾಂಜಲಿಯ ಗಳಿಗೆಯ ಅನಾಥಪ್ರಜ್ಞೆ, ಮೌನ, ಸತ್ಯ, ಉತ್ಪ್ರೇಕ್ಷೆ ಎಲ್ಲ ತುಂಬಿರುವ ಬರಹಗಳ, ಪತ್ರಗಳ ಮಹಾಪೂರದಿಂದ ಆಯ್ದ ಕೆಲವನ್ನು ಈ ಸಲ ಕೊಟ್ಟಿದ್ದೇವೆ. ಈ ಸಲದ ಮುಖಪುಟಕ್ಕೆ ಕೊಟ್ಟಿರುವ 'ಇಂತಿ ನಮಸ್ಕಾರಗಳು' ಎಂಬ ಶೀರ್ಷಿಕೆಯ ಔಚಿತ್ಯವನ್ನು ನಿಮಗೆ ವಿವರಿಸಬೇಕಿಲ್ಲ. ಇದು ಲಂಕೇಶರು ಹಿಂದೊಮ್ಮೆ ತಮ್ಮ 'ಬಿಚ್ಚು' ಸಂಕಲನಕ್ಕೆ ಕೊಡಬೇಕೆಂದಿದ್ದ ಶೀರ್ಷಿಕೆ ಕೂಡ. ಇಪ್ಪತ್ತನೆಯ ಶತಮಾನದ ಮೊದಲರ್ಧ ಭಾಗ ಕನ್ನಡ ಸಂಸ್ಕೃತಿಯನ್ನು ಪ್ರಭಾವಿಸಿದ ಕುವೆಂಪು ಅವರಂತೆಯೇ ಇಪ್ಪತ್ತನೆಯ ಶತಮಾನದ ಕೊನೆಯ ದಶಕಗಳ ಕನ್ನಡ ಬೌದ್ಧಿಕ ಸಂಸ್ಕೃತಿಯ ನಡೆಯನ್ನು, ವೈಚಾರಿಕತೆಯನ್ನು ರೂಪಿಸಿದವರು ಲಂಕೇಶ್ ಎಂಬುದು ನಿರ್ವಿವಾದ. ತಾವು ಮುಟ್ಟಿದ ಎಲ್ಲ ಪ್ರಕಾರಗಳಲ್ಲೂ ಶ್ರೇಷ್ಠತೆಯ ಗಳಿಗೆಗಳನ್ನು ಕಂಡು ಹಲವು ತಲೆಮಾರುಗಳನ್ನು ರೂಪಿಸಿದ ಲಂಕೇಶ್ ಈ ಕಾರಣಕ್ಕಾಗಿಯೇ ಡಿ.ಆರ್. ನಾಗರಾಜ್ ಅವರು ವರ್ಣಿಸಿದಂತೆ 'ಶತಮಾನದ ಪ್ರತಿಭೆ.'

ಇವತ್ತಿನ ಸಂಚಿಕೆ ರೂಪಿಸುವಾಗ ಬಂದ ಸಲಹೆ, ಸೂಚನೆ, ಬೆಂಬಲ ಗಳನ್ನು ಕಂಡು ಎದೆ ತುಂಬಿ ಬರುತ್ತಿದೆ. ಮೈಸೂರಿನಿಂದ ದೇವನೂರ ಮಹಾದೇವ ಫೋನ್ ಮಾಡಿ ಬೇಂದ್ರೆ ಪದ್ಯದ ವರ್ಣನೆಯೊಂದನ್ನು ನೆನಪಿಸಿ, 'ಇದ್ದಾಗ ಇದ್ಹಾಂಗ ಇದ್ದಾವ' ಎಂಬ ಶೀರ್ಷಿಕೆ ಸೂಚಿಸಿದರು.

'ಪತ್ರಿಕೆಯನ್ನು ಮೇಷ್ಟ್ರ ಹಾದಿಯಲ್ಲಿ ನಡೆಸುವುದಿದ್ದರೆ ಮಾತ್ರ ನಡೆಸಬೇಕು' ಎಂದು ಮೈಸೂರಿನಿಂದ ರಾಮದಾಸ್ ಗುಡುಗಿದರು. ಕವಿ ಚೆನ್ನವೀರ ಕಣವಿ ಪತ್ರಿಕೆಯ ಆಫೀಸಿಗೆ ಬಂದು ಮೇಷ್ಟರ ಕಚೇರಿಯಲ್ಲಿ ಮೌನವಾಗಿ ಕೂತಿದ್ದು ನಂತರ ನಮ್ಮೆಲ್ಲರಲ್ಲಿ ಧೈರ್ಯ ತುಂಬಿ ಹೋದರು. ಎಲ್ಲೆಡೆಯಿಂದ ಶ್ರದ್ಧಾಂಜಲಿಯ ವರದಿಗಳು ಬರತೊಡಗಿವೆ. ಕರ್ನಾಟಕ ದಲಿತ ಸಂಘರ್ಷ ಸಮಿತಿ 'ಕನ್ನಡ ಮಣ್ಣಿನ ದೈತ್ಯ ಪ್ರತಿಭೆ' ಎಂದು ಲಂಕೇಶರನ್ನು ಬಣ್ಣಿಸಿದ ಕರಪತ್ರ ಇಲ್ಲೇ ಕಣ್ಣೆದುರಿಗಿದೆ. ಸಿ.ಜಿ.ಕೆ. ಮತ್ತು ಗೆಳೆಯರು, ಮಡಿಕೇರಿಯಲ್ಲಿ ಪಟ್ಟಾಭಿರಾಮ ಸೋಮಯಾಜಿ ಮತ್ತು ಮನು ಶೆಣೈ ಲಂಕೇಶರನ್ನು ಕುರಿತು ಸೆಮಿನಾರ್, ಲಂಕೇಶ್ ನಾಟಕೋತ್ಸವ ಇತ್ಯಾದಿಗಳನ್ನು ಮಾಡಲು ಓಡಾಡುತ್ತಿದ್ದಾರೆ... ಹಾವೇರಿಯ 'ಅಹಿಂದ' ಸಮ್ಮೇಳನದ ವೇದಿಕೆ ಲಂಕೇಶ್‌ವೇದಿಕೆಯಾಗಲಿದೆ... ಇನ್ನು ಈ ಗಳಿಗೆಯ ತನಕ ಬರುತ್ತಿರುವ ಪತ್ರಗಳು, 'ವೃತ್ತಾಂತ ಕರ್ನಾಟಕ' ದಂಥ ಹತ್ತಾರು ಪುಟ್ಟ ಪತ್ರಿಕೆಗಳು ಪತ್ರಿಕೆ ನಿರಂತರವಾಗಿರಲಿ ಎಂದು ಸಾರಿ ಹೇಳುತ್ತಿವೆ. ಈ ಟಿಪ್ಪಣಿ ಮುಗಿಸುವ ಕಾಲಕ್ಕೆ ಕ್ರೈಸ್ಟ್ ಕಾಲೇಜ್ ಕವಿಗೋಷ್ಠಿಯಲ್ಲಿ ಕರ್ನಾಟಕದ ವಿವಿಧ ಭಾಗದಿಂದ ಬಂದ ಯುವ ಕವಿಗಳು ಪತ್ರಿಕೆಯ ಮುಂದುವರಿಕೆಯ ವಿಚಾರ ಕೇಳಿ ನೆಮ್ಮದಿ ಗೊಂಡಂತಿದ್ದರು.

ಇವನ್ನೆಲ್ಲ ನೋಡಿದರೆ, ಲಂಕೇಶರ ಒರಟುತನ, ಸಿಡಿಮಿಡಿಗಳಿಲ್ಲದ ಈ ಕಾಲದಲ್ಲಿ ಲಂಕೇಶ್‌ಮಾರ್ಗ ಹೆಚ್ಚು ಸತ್ವಯುತವಾಗಿ ಮುಂದು ವರಿಯಲಿದೆ ಎಂಬ ಭರವಸೆ ಮೂಡತೊಡಗುತ್ತದೆ. ಲಂಕೇಶರ ಹೊಕ್ಕಳುಬಳ್ಳಿ ಕಳಚಿಕೊಂಡ 'ಪತ್ರಿಕೆ' ಹೊಸ ಚೈತನ್ಯ ತುಂಬಿಕೊಂಡು ಪ್ರತಿ ವಾರ ಕಾಲಕ್ಕೆ ಸರಿಯಾಗಿ ತಮ್ಮೆದುರು ಹಾಜರಿರುತ್ತದೆ. ಈ ಬಗ್ಗೆ ಯಾರಿಗೂ ಆತಂಕ, ಅನುಮಾನ ಬೇಡ!

ಪ್ರತಿ ಸಾವು ಕೂಡ ಒಂದು ಬಿಡುಗಡೆ: ತೀರಿಕೊಂಡವರಿಗೆ ಹಾಗೂ ಇಲ್ಲಿ ಬದುಕಿರುವವರಿಗೆ. ಇಲ್ಲಿ ಬದುಕಬಯಸುವವರು ತೀರಿಕೊಂಡವರ ವ್ಯಕ್ತಿತ್ವದಿಂದ ಬಿಡಿಸಿಕೊಂಡು ಹೊಸಹುಟ್ಟು ಪಡೆಯುತ್ತಾರೆ. ಹಾಗೆಯೇ ನಾವು, ನೀವು ಮತ್ತು ಈ ಪತ್ರಿಕೆ.

ಇಂತಿ ನಮಸ್ಕಾರಗಳು.

–ಸಂಪಾದಕೀಯ ಬಳಗ

(೯ ಫೆಬ್ರವರಿ ೨೦೦೦, ಲಂಕೇಶ್‌ಪತ್ರಿಕೆ)

ಇಷ್ಟೆಲ್ಲ ದುಃಖ, ವಿಷಾದ ಹಾಗೂ ಮರುಹುಟ್ಟಿನ ಕಾತರಗಳಿಂದ ಲಂಕೇಶರ ನಿರ್ಗಮನಕ್ಕೆ ಪ್ರತಿಕ್ರಿಯಿಸಿದ 'ಲಂಕೇಶ್‌ಪತ್ರಿಕೆ' ಮರುವಾರವೇ ಲಂಕೇಶರ ಸ್ಪಿರಿಟ್ಟಿನಲ್ಲೇ ಲಂಕೇಶರ ಸಾವನ್ನೂ ಸ್ವೀಕರಿಸಲೆತ್ನಿಸಿತು. ಆ ವಾರ 'ಪತ್ರಿಕೆ'ಯಲ್ಲಿ ಅಪಾಚೆ ಇಂಡಿಯನ್ -ಅದು ಆ ಕಾಲದಲ್ಲಿ ಕಾಲ್ಪನಿಕ ಅಣಕಗಳನ್ನು ಬರೆಯಲು ನಾನು ಬಳಸುತ್ತಿದ್ದ ಹೆಸರು- ಬರೆದ 'ಅಣಕ'ದಲ್ಲಿ ಹಠಾತ್ತನೆ ಡಿ.ಆರ್. ಕೂಡ ಬಂದು ಸೇರಿಕೊಂಡಿದ್ದು ವಿಚಿತ್ರ. ಡಿ.ಆರ್. ಹಾಗೂ ಲಂಕೇಶರ ನಡುವಿನ ಈ ಕಾಲ್ಪನಿಕ ಭೇಟಿ ಕೂಡ ಈ ಪುಸ್ತಕದ ಒಟ್ಟು ಮನೋಧರ್ಮಕ್ಕೆ ಒಗ್ಗುವಂತಿರುವುದರಿಂದ ಅದನ್ನೂ ಇಲ್ಲಿ ಕೊಟ್ಟಿದ್ದೇನೆ. ಎಲ್ಲರ ಸಾವಿಗೂ ಸಾಮಾನ್ಯವಾಗಿ ಸ್ಪೋರ್ಟೀವ್ ಆಗಿಯೇ ಪ್ರತಿಕ್ರಿಯಿಸುತ್ತಿದ್ದ ಡಿ.ಆರ್. ಹಾಗೂ ಲಂಕೇಶರನ್ನು ಕುರಿತ ನನ್ನ ಈ 'ಅಣಕ' ಈ ಇಬ್ಬರಿಗೂ ಪ್ರಿಯವಾದ ಕೀಟಲೆಯ ದನಿಯನ್ನೇ ಬಳಸಲೆತ್ನಿಸಿದಂತಿದೆ:

ಸ್ವರಕದಲ್ಲಿ ಡಿ.ಆರ್-ಲಂಕೇಶ್ ಮುಖಾಮುಖಿ

ದೃಶ್ಯ: ೧

(ಮಂಜು ಕವಿದ ವಾತಾವರಣ. ನೋಡಲು ಸ್ವರ್ಗವೂ ಅಲ್ಲದ, ನರಕವೂ ಅಲ್ಲದ 'ಸ್ವರಕ' ಎಂದು ಕರೆಯಲಾಗುವ ಸ್ಥಳ. ಡಿ.ಆರ್. ನಾಗರಾಜ್ ವಿಮಾನ ನಿಲ್ದಾಣಕ್ಕೆ ಬಂದು ಕಾಯುತ್ತಿದ್ದಾರೆ. ವೀರಶೈವರಲ್ಲಿ ವಿಮಾನಪದ್ಧತಿ ಇದೆಯೆಂಬುದನ್ನು ದೇಶೀವಾದಿ ಡಿ.ಆರ್. ತಮ್ಮ ಸಂಶೋಧನೆಯಿಂದ ತಿಳಿದುಕೊಂಡಿದ್ದರಿಂದ ವಿಮಾನ ನಿಲ್ದಾಣಕ್ಕೆ ಬಂದಿರುವರು. ವಿಮಾನದಿಂದ ಲಂಕೇಶ್ ಕೆಳಗಿಳಿಯುವರು.)

ಡಿ.ಆರ್ : ಬರಬೇಕ್! ಬರಬೇಕ್! ಜೀನಿಯಸ್ ಆಫ್ ದಿ ಸೆಂಚುರಿ!

ಪಿ.ಎಲ್: ಎಲಾ ಭಟ್ಟಂಗಿ! ಇಲ್ಲೂ ಶುರುಮಾಡಿದೆಯಲ್ಲಯ್ಯ! (ಹೊಗಳಿಕೆ ಇಷ್ಟವಾದರೂ ಹುಸಿ ಕೋಪ ಪ್ರದರ್ಶಿಸುತ್ತಾ) ಏನೇ ಆದರೂ ನಿನ್ನಷ್ಟು ಅಕಾಡೆಮಿಕ್ ಆಗಿ, ಟೆಕ್ನಿಕಲ್ ಆಗಿ ಹೊಗಳೋರು ಅಲ್ಲಿ ಯಾರೂ ಇರ್ಲಿಲ್ಲ ಕಣಯ್ಯಾ, ಅದಕ್ಕೇ ನಿನ್ನ ಹುಡುಕ್ಕೊಂಡ್ ಬಂದ್ಬಿಟ್ಟೆ!

ಡಿ.ಆರ್: (ಹೆಮ್ಮೆಯಿಂದ) ನೀವು ಬರೋ ದಿನಾನಾದ್ರೂ ನಾನೂ ನಿಮ್ ಥರಾನೇ ಸ್ಟಾರ್ ಅಂತ ನಿಮಗೆ ಗೊತ್ತಾಗಿರಬೇಕು!

ಪಿ.ಎಲ್: (ಹುಬ್ಬು ಗಂಟಿಕ್ಕುತ್ತಾ ಅದು ಹೇಗೆ ಎಂಬಂತೆ ಡಿ.ಆರ್. ಕಡೆ ನೋಡುವರು.)

ಡಿ.ಆರ್: ವೆರಿ ಸಿಂಪಲ್! ನಾನು ಗುಡ್‌ಬೈ ಹೇಳಿದ ದಿನ ಜೆ.ಎಚ್. ಪಟೇಲ್ ಬಂದು ಸೆಲ್ಯೂಟ್ ಹೊಡೆದ್ರು! ನಿಮಗೆ ಎಸ್.ಎಂ.ಕೃಷ್ಣ, ಅಷ್ಟೇ!

ಪಿ.ಎಲ್: ಥುತ್ತೇರಿ! ಇಂಥಾ ಜೆಸ್ಚರ್ಸ್ ಮೇಲೆ ಸ್ಟಾರ್‌ಗಿರಿ ಡಿಸೈಡ್ ಮಾಡೋಕಾಗಲ್ಲಯ್ಯ... (ಎಂದು ಏನನ್ನೋ ನೆನೆಸಿಕೊಳ್ಳುತ್ತಾ) ಹಾಂ! ಅವತ್ತೇನಾಯ್ತು ಗೊತ್ತಾ? ನಾನು ಮಲಕ್ಕೊಂಡು ಇವರೆಲ್ಲ ಅಳೋ ಸ್ಟೈಲ್‌ನ ನೋಡ್ತಾ ಇದ್ದೆ. ಆ ಬಸವರಾಜ್ ಅರಸು, ಶ್ರೀನಿವಾಸ್ ಗೌಡ್ರು ಮಾತ್ರ ಮದುವೆ ಮನೇಲಿ ಓಡಾಡೋ ಥರ ಓಡಾಡ್ಕೊಂಡಿದ್ರು! ಆ ದೇವೇಗೌಡ, ಬೊಮ್ಮಾಯಿ ಬಂದಾಗ ಮಾತ್ರ 'ಫೂಲಿಷ್ ಫೆಲೋಸ್, ಇಲ್ಯಾಕೆ ಬಂದ್ರಯ್ಯಾ' ಅಂತ ಕೂಗೋಣ ಅನ್ನಿಸ್ತು. ಆದ್ರೂ ಸೈಸಿಕೊಂಡೆ.

ಡಿ.ಆರ್ : ಛೇ! ನನ್ಹತ್ರ ದೇವೇಗೌಡ್ರು ಬರ್‍ಲಿಲ್ಲ ನೋಡಿ...

ಪಿ.ಎಲ್: (ಈ ಮಾತಿನಿಂದ ಖುಷಿಯಾದರೂ ತೋರಿಸಿಕೊಳ್ಳದೆ) ಹಾಂ, ಆ ನಾಡಿಗ್‌ದು ಒಳ್ಳೇ ಮಜಾ ಕಣಯ್ಯಾ. ಅವ್ನು ನನ್ನ ಮುಂದೇನೆ ಆ ಟೀವಿಯವರನ್ನೆಲ್ಲ ಎಳಕೊಂಡು ಎಳಕೊಂಡು ಹೋಗಿ ಹೋಗಿ ಪದ್ಯಾ ಓದ್ತಿದ್ದು ಬಂಬಾಟಾಗಿತ್ತು. ಅವತ್ತೇ ಸಾಯಂಕಾಲ ಕವಿಗೋಷ್ಠೀಲಿ ನನ್ನ ಮೇಲೆ ಮೂರು ಪದ್ಯ ಓದಿದನಂತೆ. 'ಇಷ್ಟೊತ್ತಿಗೆ ಒಂದು ಸಂಕಲನಕ್ಕಾಗೋವಷ್ಟು ಬರ್‍ದಿರ್‍ತಾರೆ ಸಾರ್' ಅಂತ ದ್ವಾರಕಾನಾಥ್ ಫೋನ್ ಮಾಡಿದ್ದ. ಅಷ್ಟೇ ಅಲ್ಲ, ಎಲ್ಲ ಪೇಪರ್‌ನೋರ್‍ಗೂ ಫೋನ್ ಮಾಡಿ 'ನಂತಾವ ಲಂಕೇಶ್ ಲೆಟರ್ಸ್ ಇದೆ ಕೊಡ್ಲಾ ಸಾರ್' ಅಂತ ಗೋಳಾಡ್ತಾ ಇದಾನಂತೆ!

ಡಿ.ಆರ್ : ಏನೇ ಆದ್ರೂ ಈ ಬ್ರೇಮಿನ್ಸೇ ಬೆಟರ್ ಸಾರ್! ಆ ಶೂದ್ರ ಶ್ರೀನಿವಾಸ್‌ನ ನೆಚ್ಚಿಕೊಂಡ್ರೆ ಒಂದು ಒಳ್ಳೇ ಕಾಂಡೋಲೆನ್ಸ್ ಮೀಟಿಂಗ್ ಕೂಡ ಸಿಕ್ಕಲ್ಲ. ಶ್ರಾದ್ಧ, ಶ್ರದ್ಧಾಂಜಲಿಗೆ ಬ್ರೇಮಿನ್ಸೇ ಸರಿ!

ಪಿ.ಎಲ್ : (ಮಾತು ಬದಲಿಸಲು, ಡಿ.ಆರ್. ಕಡೆ ಕನಿಕರದಿಂದ ನೋಡಿ) ಪಾಪ, ನೀನು ಆ ಕನ್ನಡ ಯೂನಿವರ್ಸಿಟಿ ವೈಸ್ ಛಾನ್ಸಲರ್ ಆಗಿದ್ರೆ ಇನ್ನೊಂದ್ ಸ್ವಲ್ಪ ದಿನ ಬದುಕಿರ್‍ತಿದ್ದೆ ಕಣಯ್ಯಾ...

ಡಿ.ಆರ್ : (ತಕ್ಷಣ) ಪಾಪ, ಆ ಆ್ಯಕ್ಟರ್ ಗಿರೀಶ್ ಕಾರ್ನಾಡ್‌ಗೆ ಬಂದ ಜ್ಞಾನಪೀಠ ನಿಮಗೇ ಬಂದಿದ್ರೆ ನೀವೂ ಇನ್ನೊಂದಿಷ್ಟು ವರ್ಷ ಬದುಕಿರ್‍ತಿದ್ರಿ ಸಾರ್! ವಿಚಿತ್ರ ನೋಡಿ, ನಿಮ್ಮ ಶ್ರದ್ಧಾಂಜಲಿ ಸಭೇಗೂ ಕಾರ್ನಾಡ್, ನನ್ನದಕ್ಕೂ ಕಾರ್ನಾಡ್!

(ಈ ಥರ ಡಿ.ಆರ್. ತಮ್ಮ ಮಟ್ಟಕ್ಕೇರುವುದು ಇಷ್ಟವಾಗದ ಲಂಕೇಶ್ ಸಿಗರೇಟ್ ಹೊಗೆ ಬಿಡುವರು. ಡಿ.ಆರ್. ಗಲ್ಲದ ಮೇಲೆ ಕೈಯಿಟ್ಟು ಚಿಂತನೆ ನಡೆಸುವರು.)

ದೃಶ್ಯ : ೨

(ಲಂಕೇಶರ ಪದ್ಯಗಳ ಒಂದೊಂದೇ ಸಾಲನ್ನು ಡಿ.ಆರ್. ಉಲ್ಲೇಖಿಸುತ್ತಿರುವರು. 'ಭಟ್ಟಂಗಿ! ಭಟ್ಟಂಗಿ!' ಎಂದು ಬಯ್ಯುತ್ತಲೇ ಕಣ್ಣುಮುಚ್ಚಿ ಲಂಕೇಶ್ ಎಂಜಾಯ್ ಮಾಡುವರು. ಲಂಕೇಶ್ ಸ್ಕಾಚ್ ತೆಗೆದು ಗ್ಲಾಸಿಗೆ ಸುರಿಯುವರು. 'ಚಿಯರ್ಸ್!' ಎಂಬ ಅಬ್ಬರ ಕೇಳುವುದು.)

ಡಿ.ಆರ್: ನೀವು ಬರುವಾಗ ಬೆಂಗ್ಳೂರ್ ಕಡೆಯಿಂದ ಇನ್ಯಾರಾದ್ರೂ ಈ ಕಡೆ ಬರೋ ಥರಾ ಇದ್ರಾ ಸಾರ್?

ಪಿ.ಎಲ್: ಆ ಮಹಾಬಲಮೂರ್ತಿ, ಬಸವರಾಜ, ನಟರಾಜಾ ಯಾವಾಗ್ಲೂ ನನ್ನ ಹಿಂದೇನೇ ಬರೋ ಥರಾ ಪೋಸ್ ಕೊಡ್ತಿದ್ರು. ಈಗ ನೋಡಿದ್ರೆ ಅವರೆಲ್ಲಾ ಆ ಅನಂತಮೂರ್ತಿ ಮನೇ ಸುತ್ತಾನೇ ಸುತ್ತಾ ಇದಾರಂತೆ, ರಿಪೇರಿ ನನ್ಮಕ್ಳು!

ಡಿ.ಆರ್: ವಾಟ್ ಎಬೌಟ್ ಶೂದ್ರ ಶ್ರೀನಿವಾಸ್ ಸಾರ್?

ಪಿ.ಎಲ್: ನೋ ಹೋಪ್ಸ್ ಕಣಯ್ಯಾ! ಇಸ್ರೋ ಲೇಔಟ್‌ನ ಎಲೆಗಳನ್ನೆಲ್ಲಾ ಗಿಡಮೂಲಿಕೆ ಥರ ತಿಂದು ದಿಲೀಪ್‌ಕುಮಾರ್ ಥರಾ ಆಗಿದಾನೆ. ಇನ್ನೈವತ್ತು ವರ್ಷ ಅಲ್ಲಾಡಲ್ಲ ಪಾರ್ಟಿ!

ಡಿ.ಆರ್: (ಬೇಸರದಿಂದ ತಲೆ ಕೊಡವಿ) ಛೇ!

ಪಿ.ಎಲ್: ಅಷ್ಟು ನಿರಾಶನಾಗಬೇಡ ಕಣಯ್ಯಾ, ನಾನು ಬರೋ ದಿನ ಶರ್ಮ ಸ್ವಲ್ಪ ಏದುಸಿರು ಬಿಡ್ತಿದ್ರು.

ಡಿ.ಆರ್ : ನೈಸ್ ಫೆಲೋ, ಇಡೀ ಭೂಮಂಡಲದಲ್ಲಿ ಒಬ್ಬ ರೀಡರ‍್ರೂ ಇಲ್ಲದ ಕವಿ ಅಂದ್ರೆ ಅವ್ರೊಬ್ರೇ! ಇದ್ದೋನು ನಾನೊಬ್ಬ ಕೂಡ ಅವರ ಸಂಕಲನಕ್ಕೆ ಒಂದು ಮುನ್ನುಡಿ ಒಗೆದು ಈ ಕಡೆ ಬಂದ್ಬಿಟ್ಟೆ. ಒಳ್ಳೇ ಜಂಟ್ಲ್‌ಮನ್! ಫ್ರೆಂಚ್‌ಮನ್ ಥರಾ ಕನ್ನಡಾ ಮಾತಾಡ್ತಾರೆ. ಕನ್ನಡಾ ಥರ ಇಂಗ್ಲಿಷ್ ಮಾತಾಡ್ತಾರೆ!

ಪಿ.ಎಲ್: ಹಾರಿಬಲ್ ಫೆಲೋ ಕಣಯ್ಯಾ! ಮೊನ್ನೆ ತಾನೇ ಕುವೆಂಪೂನ ಮರ್ಡರ್ ಮಾಡಿದಾನೆ–ಟ್ರಾನ್ಸ್‌ಲೇಟ್ ಮಾಡಿ!

(ಕುವೆಂಪು ವಿಚಾರ ಬರುತ್ತಿದ್ದಂತೆ 'ಓಹ್ ಮರೆತೇ ಬಿಟ್ಟಿದ್ದೆ' ಎಂದು ಡಿ.ಆರ್. ಲಂಕೇಶರ ಗಮನವನ್ನು ಬೆಟ್ಟದಂತಿದ್ದ ಜಾಗವೊಂದರ ಕಡೆಗೆ ಸೆಳೆಯುವರು.)

ಡಿ.ಆರ್: ನೋಡಿದ್ರಾ ಸಾರ್, ರಸಋಷಿ 'ಮಹಾಭಾರತ ದರ್ಶನಂ' ಹಸ್ತಪ್ರತಿ ರೆಡಿ ಮಾಡ್ತಿದಾರೆ! (ಕುವೆಂಪು ಏನೋ ಹಾಡಿಕೊಳ್ಳುತ್ತಿರುವುದು ಕೇಳುತ್ತದೆ.)

ಪಿ.ಎಲ್: (ಕುವೆಂಪುವಿನ ಹಾಡು ಸರಿಯಾಗಿ ಅರ್ಥವಾಗದೆ) ಅದೇನಯ್ಯಾ, ಎದೇನ ಇರಿದುಕೊಳ್ತೀನಿ ಅಂತಿದಾನೆ ಕವಿ!

ಡಿ.ಆರ್: ಥೂ! ಥೂ! ಅದು ರೊಮ್ಯಾಂಟಿಕ್ ಇಮೇಜು ಸಾರ್.

ಎದೆಯ ಬಿರಿಯೆ
ಭಾವದೀಟಿsss

ಅಂತ ಹಾಡ್ತಿದಾರೆ, ಸಕತ್ತಾಗಿದೆ.

ಪಿ.ಎಲ್: ಥೂ! ಹೋಪ್‌ಲೆಸ್ಸಾಗಿದೆ! (ಒಂದು ಕ್ಷಣ ಬಿಟ್ಟು) ಅರೆ! ಅಡಿಗರು ಇಲ್ಲೂ ಕುವೆಂಪೂ ವಿರುದ್ಧದ ದಿಕ್ಕಿಗೆ ಕೂತು ಧ್ಯಾನ ಮಾಡ್ತಿದಾರಲ್ಲಯ್ಯ! ಅಲ್ನೋಡು! 'ಕಡಲತೀರದ ಭಾರ್ಗವ' ಕಾರಂತರು ನಮ್ಮ ರಾಮಾನುಜನ್, ಶಾಂತಿನಾಥ್ ದೇಸಾಯಿ ಎಲ್ರಿಗೂ ಯಕ್ಷಗಾನ ಹೇಳ್ಕೊಡ್ತಿದಾರೆ... ಅರೆ! ಅವರ್‍ಯಾರಯ್ಯಾ ಶೂದ್ರರು–ಸರಿಯಾಗಿ ಕುಣಿಯೋಕೆ ಬರದೆ ಇಲ್ಲೂ ಕಾರಂತರಿಂದ ಒದೆ ತಿಂತಿದಾರೆ?

ಡಿ.ಆರ್: ಅವರಾ ಸಾರ್! ನಮ್ಮ ಆಲನಹಳ್ಳಿ ಕೃಷ್ಣ, ಬೆಸಗರಹಳ್ಳಿ ರಾಮಣ್ಣ! (ಹೀಗೆ ಅವರಿಬ್ಬರೂ ನಗುತ್ತಾ, ಹರಟುತ್ತಾ ಇರುವಾಗ ದೂರದಲ್ಲಿ ಒಂದಿಬ್ಬರು ಟಿ.ವಿ ಕ್ಯಾಮರಾ ಹೊತ್ತುಕೊಂಡು ಬರುವುದು ಕಾಣಿಸುತ್ತದೆ. ಲಂಕೇಶ್ ಅತ್ತ ತಿರುಗಿ ನೋಡಿ ಗಾಬರಿಯಿಂದ 'ಓಡಯ್ಯಾ ಓಡು' ಎಂದು ಅವಸರ ಮಾಡುತ್ತಾರೆ.)

ಡಿ.ಆರ್ : ಯಾರು ಸಾರ್?

ಪಿ.ಎಲ್ : ಅಯ್ಯೋ! ಆ ಉದಯಾ ಟೀವಿ 'ಮುಖಾಮುಖಿ' ಪ್ರೋಗ್ರಾಂನ ಆ್ಯಂಕರ್ ತೇಜಸ್ವಿನಿ ಇಂಟರ್‌ವ್ಯೂ ಮಾಡೋಕೆ ಬರ್ತಿದಾಳೆ. ಓಡಯ್ಯಾ !(ಇಬ್ಬರಿಗೂ ಇಂಟರ್‌ವ್ಯೂ ಮಾಡಿಸಿಕೊಳ್ಳುವ ಆಸೆ. ಆದರೂ ನಾಟಕೀಯವಾಗಿ ಕಾಣಲೆಂದು, ಕೊಂಚ ಹೆದರಿಕೊಂಡವರಂತೆ ಓಡುವರು. ತೇಜಸ್ವಿನಿ ಚಿಂತಾಕ್ರಾಂತಳಾಗಿ ಕೊನೇ ಪಕ್ಷ ಕುವೆಂಪುವನ್ನಾದರೂ ಮುಖಾಮುಖಿ ಗುದ್ದೋಣವೆಂದು ಓಡುತ್ತಿರುವಂತೆ...)

ಕುವೆಂಪು: (ಮಂತ್ರ ಹೇಳುವವರಂತೆ) ಕೀರ್ತಿ ಶನಿ ತೊಲಗಾಚೆ!

ತೇಜಸ್ವಿನಿ : ಸಾರ್...

ಕುವೆಂಪು: (ತೇಜಸ್ವಿನಿ ಕಂಗಾಲಾಗಿ ನಿಂತದ್ದನ್ನು ಕಂಡು, ಕಿಲಾಡಿತನದಿಂದ ಮುಗುಳ್ನಕ್ಕು) ಸ್ವಲ್ಪ ಇರು ಮಗಳೇ! ದೇಜಗೌ ಹೊಸಾ ಜುಬ್ಬಾ

ಕಳಿಸಿದಾನೆ, ಹಾಕ್ಕೊಂಡ್ ಬಿಡ್ತೀನಿ!' (ಎನ್ನುತ್ತಾ, ಹೆಣ್ಣಿನಂತೆ ನಡುಬೈತಲೆ ತೆಗೆಯುವರು. ಡಿ.ಆರ್., ಲಂಕೇಶ್, ಕಾರಂತ, ದೇಸಾಯಿ, ಆಲನಹಳ್ಳಿ ಎಲ್ಲರೂ ಸ್ಕೂಲ್ ಮಕ್ಕಳಂತೆ ನಿಂತು ದೂರದಿಂದ ಕುವೆಂಪುವಿನ ರಸಋಷಿ ಭಂಗಿಯನ್ನು ಬೆರಗುಗಣ್ಣಿನಿಂದ ನೋಡತೊಡಗುವರು...)

(ಶುಭಂ)

–ಅಪಾಚೆ ಇಂಡಿಯನ್

(೧೬ ಫೆಬ್ರವರಿ ೨೦೦೦, ಲಂಕೇಶ್‌ಪತ್ರಿಕೆ)

ಈ ಅಣಕ ಪ್ರಕಟವಾದ 'ಲಂಕೇಶ್‌ಪತ್ರಿಕೆ'ಯ ಸಂಚಿಕೆಯಲ್ಲೇ ಲಂಕೇಶರು ಬಿಟ್ಟು ಹೋದ ಕೆಲವು ಪುಟಗಳನ್ನೂ ಪ್ರಕಟಿಸಿದ್ದೆವು. ಲಂಕೇಶರು ತಮ್ಮ ಕೊನೆಯ ಒಂದೆರಡು ವರ್ಷಗಳಲ್ಲಿ ಬರೆಯಬೇಕೆಂದು ಆಗಾಗ್ಗೆ ಅಂದುಕೊಳ್ಳುತ್ತಿದ್ದ ಗುಬ್ಬಿ ವೀರಣ್ಣನವರನ್ನು ಕುರಿತ ನಾಟಕದ ಭಾಗ ಇದು. ಆ ಭಾಗವನ್ನು ಆ ವಾರ 'ನಾಟಕವೊಂದರ ಅಪೂರ್ಣ ದೃಶ್ಯ' ಎಂಬ ಶೀರ್ಷಿಕೆಯಡಿ ಪ್ರಕಟಿಸಿದಾಗ ಅದಕ್ಕೊಂದು ಪೂರಕ ಟಿಪ್ಪಣಿ ಬರೆದೆ. ಈ ಟಿಪ್ಪಣಿ ಲಂಕೇಶರ ಕೊನೆಯ ತುಡಿತಗಳನ್ನು ವಿವರಿಸುವಂತೆಯೇ ಲಂಕೇಶರ ದಾರಿಯನ್ನು ಮುಂದುವರಿಸಬೇಕೆಂಬ ನಮ್ಮಂಥವರ ತವಕವನ್ನೂ ತೋರುತ್ತದೆ:

ಒಂದು ವಸ್ತುವಿನ ಬೆನ್ನು ಹತ್ತಿ...

ಲಂಕೇಶರ ಕಛೇರಿಯ ಟೇಬಲ್ಲಿನ ಡ್ರಾಯರಿನಲ್ಲಿ ಸಿಕ್ಕ ಪುಟಗಳಿವು. ಕಳೆದೆರಡು ವರ್ಷಗಳಿಂದ ಲಂಕೇಶರ ತಲೆಯಲ್ಲಿ ಈ ವಸ್ತು ಸುತ್ತುತ್ತಿದ್ದಂತೆ ಕಾಣುತ್ತಿತ್ತು. ಗುಬ್ಬಿ ವೀರಣ್ಣನವರ 'ಕಲೆಯೇ ಕಾಯಕ' ಎಂಬ ಆತ್ಮಚರಿತ್ರೆಯನ್ನು ಓದಿದಾಗಿನಿಂದ ಅದರ ತುಣುಕುಗಳನ್ನು ಅವರು ಆಗಾಗ್ಗೆ ತಮ್ಮ ಆಪ್ತವಲಯದಲ್ಲಿ ಬಿತ್ತರಿಸುತ್ತಿದ್ದರು. ತಮ್ಮ ಆತ್ಮಚರಿತ್ರೆ ಬರೆಯುವ ಕಾಲಕ್ಕೆ ಲಂಕೇಶರು ಗುಬ್ಬಿ ವೀರಣ್ಣನವರ ಆತ್ಮಚರಿತ್ರೆಯನ್ನು ನಾಟಕವಾಗಿಸಲು ಪ್ರಯತ್ನಿಸುತ್ತಿದ್ದರು. ನಾನು ತಿಳಿದ ಮಟ್ಟಿಗೆ ಗುಬ್ಬಿ ವೀರಣ್ಣನವರಲ್ಲಿ ಲಂಕೇಶರಿಗೆ ಪ್ರಧಾನವಾಗಿ ಕಂಡದ್ದು ಮುಂದೆ ಏನಾದೀತೆಂಬುದರ ಪರಿವೆಯೇ ಇಲ್ಲದೆ ಮುನ್ನುಗ್ಗುತ್ತಿದ್ದ ವ್ಯಕ್ತಿಯೊಬ್ಬನ ಜೂಜಿನ ಗುಣ.

ಗುಬ್ಬಿ ವೀರಣ್ಣನವರು ತಮ್ಮ ಸರ್ವಸ್ವವನ್ನೂ ಸುರಿದು ಹೊಸ ನಾಟಕ ಮಾಡುತ್ತಿದ್ದರು. ಅಲ್ಲಿ ಗೆಲ್ಲುವುದು, ಸೋಲುವುದು ಯಾವುದೂ ನಿಶ್ಚಿತವಿರಲಿಲ್ಲ. ಲಂಕೇಶರ ವ್ಯಕ್ತಿತ್ವದಲ್ಲೂ ಇದ್ದ ಈ ಜೂಜಿನ ಗುಣ ಕೂಡ–ಅಂದರೆ, ಎಲ್ಲವನ್ನೂ ಪಣಕ್ಕಿಟ್ಟು ನೋಡುವ ಗುಣ– ಗುಬ್ಬಿ

ವೀರಣ್ಣನವರ ಬದುಕನ್ನು ನಾಟಕವನ್ನಾಗಿಸುವುದಕ್ಕೆ ಪ್ರೇರಣೆಯಾಗಿರಬೇಕು. ಲಂಕೇಶರು ಮೇಷ್ಟರ ಕೆಲಸ ಬಿಟ್ಟಿದ್ದು, ಸಿನಿಮಾ ಮಾಡಿದ್ದು, ರೇಸ್ ಆಡಿದ್ದು, ಪತ್ರಿಕೆ ಮಾಡಿದ್ದು, ಅಲ್ಲಿ ನಿರಂತರವಾಗಿ ಭಿನ್ನಮತೀಯವಾದ ನಿಲುವುಗಳನ್ನು ತಳೆದು ತಮ್ಮ ಜನಪ್ರಿಯತೆಯನ್ನು ಪಣಕ್ಕೊಡ್ಡಿದ್ದು... ಇವೆಲ್ಲವನ್ನೂ ನೋಡಿದವರಿಗೆ ಅವರು ಗುಬ್ಬಿ ವೀರಣ್ಣನವರನ್ನು ತಮ್ಮ ನಾಟಕದ ವಸ್ತುವನ್ನಾಗಿ ಆರಿಸಿಕೊಂಡದ್ದೇಕೆ ಎಂಬುದು ಸ್ಪಷ್ಟವಾಗಬಲ್ಲದು. ಲಂಕೇಶರ ಬರವಣಿಗೆಯಲ್ಲಿ ಕೂಡ ಈ ಜೂಜಿನ ಅಂಶ ಎಷ್ಟಿದೆಯೆಂದರೆ ಅವರು ತಮ್ಮ ಸೃಜನಶೀಲ ಬರವಣಿಗೆಯನ್ನೇ ಪಣಕ್ಕೊಡ್ಡಿ ಪತ್ರಿಕೋದ್ಯಮ ಬರವಣಿಗೆ ಮಾಡಿದರು. ತಮ್ಮ ಸಾಹಿತ್ಯಕ ಗಣ್ಯತೆಯನ್ನು ಪಣಕ್ಕೊಡ್ಡಿ ಎಲ್ಲ ವಿಷಯಗಳ ಮೇಲೆ ಬರೆದರು. ನಾನು ಗಮನಿಸಿರುವಂತೆ ತಮ್ಮ ವಸ್ತುವಿಗೂ ತಮಗೂ ಸಂಬಂಧವಿಲ್ಲದ ಏನನ್ನೂ ಲಂಕೇಶ್ ಬರೆಯಲಿಲ್ಲ. ಅವರು ಒಂದು ಪುಟ್ಟ ವ್ಯಕ್ತಿಚಿತ್ರ ಬರೆದಾಗಲೂ ತಮ್ಮ ವ್ಯಕ್ತಿತ್ವದ ಒಂದು ಹನಿಯನ್ನಾದರೂ ಅಲ್ಲಿ ಕೊಡದೆ ಬರೆದವರಲ್ಲ.

ಈ ಹಿನ್ನೆಲೆಯಲ್ಲಿ, ತಮ್ಮ ಬದುಕಿನಲ್ಲಿದ್ದ ಜೂಜಿನ ಅಂಶವನ್ನು ನಾಟಕ ರೂಪದಲ್ಲಿ ಶೋಧಿಸಲು ತಕ್ಕ 'ವಸ್ತು ಪ್ರತಿರೂಪ'ವೊಂದನ್ನು ಲಂಕೇಶರು ಗುಬ್ಬಿ ವೀರಣ್ಣನವರಲ್ಲಿ ಹುಡುಕಿಕೊಂಡಿದ್ದು ಆಕಸ್ಮಿಕವಲ್ಲ. ಈ ವಸ್ತು ತಮ್ಮೊಳಗೆ ಹಬ್ಬಲೆಂದು ಅವರು ತಮ್ಮ ತೋಟದ ಮನೆಯ ಔತಣಕೂಟವೊಂದರಲ್ಲಿ ವೀರಣ್ಣನವರ ಕುಟುಂಬದ ಮಾಲತಮ್ಮ ಹಾಗೂ ಮೊಮ್ಮಗಳು ಬಿ. ಜಯಶ್ರೀಯವರಿಂದ ಗುಬ್ಬಿ ಕಂಪನಿಯ ಹಾಡುಗಳನ್ನು ಹಾಡಿಸಿ ಕೇಳಿಸಿಕೊಂಡಿದ್ದರು. ನಂತರ ಕಂಪೆನಿ ನಾಟಕದ ಮಟ್ಟುಗಳುಳ್ಳ ಹಾಡುಗಳ ಕ್ಯಾಸೆಟ್ಟುಗಳನ್ನು ನನ್ನಿಂದ ಕೇಳಿ ತರಿಸಿಕೊಂಡಿದ್ದರು.

(೧೬ ಫೆಬ್ರವರಿ ೨೦೦೦, ಲಂಕೇಶ್‌ಪತ್ರಿಕೆ)

* * *

ಲಂಕೇಶರ ನಿರ್ಗಮನದ ಒಂದೆರಡು ವಾರಗಳಲ್ಲಿ 'ಲಂಕೇಶ್‌ಪತ್ರಿಕೆ'ಯಲ್ಲಿ ಬರೆದ ಬಗೆಬಗೆಯ ಟಿಪ್ಪಣಿಗಳನ್ನು ಈ ಪುಸ್ತಕದಲ್ಲಿ ಜೋಡಿಸಲು ಮತ್ತೆ ಓದಿಕೊಳ್ಳುವಾಗ ವಿಷಾದ, ಪೆಚ್ಚು ನಗೆ, ಕಾಲಚಕ್ರದ ವಿಚಿತ್ರ ತಿರುವುಗಳನ್ನು ಕುರಿತ ಅಚ್ಚರಿ ಎಲ್ಲ ಒಟ್ಟಿಗೇ ಮುತ್ತುತ್ತಿವೆ. ಲಂಕೇಶರ ಕನಸನ್ನು ಹೊತ್ತು ಸಾಗಿಸುವ ತಂಡವಾಗಿ ಅಂದು ಇದ್ದ ಅನೇಕರು 'ಪತ್ರಿಕೆ'ಯ ಜೊತೆಗೆ ನಡೆಯಲಾಗಲಿಲ್ಲ, ನಿಜ. ಆದರೆ ಯಾರದೋ ಕನಸನ್ನು ನಾವು ಮುಂದೆ ಹೊತ್ತು ಸಾಗಿಸುತ್ತೇವೆಂದು

ಒಂದು ಸಾವಿನ ಸಂದರ್ಭದಲ್ಲಿ ಭಾವುಕವಾಗಿ ಯೋಚಿಸುವುದೇ ತಪ್ಪಿರಬೇಕು. ಲಂಕೇಶರು ತೀರಿಕೊಂಡಾಗ ಅಥವಾ ಕನ್ನಡನಾಡಿನ ಶ್ರೇಷ್ಠ ಸಮಾಜವಾದಿ ನಾಯಕರಾದ ಎಂ.ಡಿ. ನಂಜುಂಡಸ್ವಾಮಿಯವರು ತೀರಿಕೊಂಡಾಗ ಹೀಗೆ ನಾಯಕನ ಕನಸುಗಳನ್ನು ಹೊತ್ತು ಸಾಗಿಸುವ ಮಾತುಗಳು ಕೇಳಿ ಬರುತ್ತಲೇ ಇರುತ್ತವೆ. ಆದರೆ ಪ್ರತಿ ತಲೆಮಾರೂ ತನ್ನ ಹಿಂದಿನ ತಲೆಮಾರಿನ ಕನಸಿನ ಬೆಳಕಿನಲ್ಲಿ ತನ್ನದೇ ಆದ ಕನಸುಗಳನ್ನು ರೂಪಿಸಿಕೊಳ್ಳಬೇಕೇನೋ... ಈ ಭಾವ ಆ ಕಾಲದಲ್ಲಿ ಬರೆದ ನನ್ನ ಪದ್ಯವೊಂದರಲ್ಲೂ ನುಸುಳಿದಂತಿದೆ. ಗೆಳೆಯರೆಲ್ಲ ಸೇರಿ ಮುಂದೊಮ್ಮೆ 'ಕನ್ನಡ ಟೈಮ್ಸ್' ಪತ್ರಿಕೆ ರೂಪಿಸಿದಾಗಲೂ ಈ ಕನಸು ಕೆಲಸ ಮಾಡಿತ್ತು. ಅದರಲ್ಲಿ ಲಂಕೇಶ್ ಹಾಗೂ ಡಿ.ಆರ್. ಮಾರ್ಗಗಳೆರಡೂ ಬೆರೆಯಲಾರಂಭಿಸಿದ್ದನ್ನು ಆ ಪತ್ರಿಕೆಯ ಓದುಗರು ಗಮನಿಸಿರಬಹುದು...

ನಾನು ತೀವ್ರವಾಗಿ ಮಿಡಿದ ಡಿ.ಆರ್. ನಾಗರಾಜ್ ಹಾಗೂ ಪಿ. ಲಂಕೇಶ್ ಇಬ್ಬರೂ ತಂತಮ್ಮ ಬದುಕನ್ನು ಬಾಳುವಾಗ ಅದಕ್ಕೆ ತಕ್ಕಂಥ ಕನಸು, ಸಿದ್ಧತೆ, ತಡಕಾಟ, ಸ್ಪಷ್ಟತೆ, ದುಡುಕು, ಆದರ್ಶಗಳ ಹಾದಿಯಲ್ಲಿ ಸಾಗಿದವರು. ಅವರ ಬರಹಗಳಲ್ಲಿ, ಸಾಮಾಜಿಕ–ಸಾಂಸ್ಕೃತಿಕ ವಿಶ್ಲೇಷಣೆಗಳಲ್ಲಿ, ಪ್ರತಿಕ್ರಿಯೆಗಳಲ್ಲಿ, ಅವರು ತೆರೆಯಲೆತ್ನಿಸಿದ ಹಾಗೂ ತೋರಿಸಿದ ಮಾರ್ಗಗಳಲ್ಲಿ ನಿಜಕ್ಕೂ ಅರ್ಥಪೂರ್ಣವಾದದ್ದು ನೂರಾರು ಜನರಲ್ಲಿ ಬೆಳೆಯುತ್ತಾ ಹೋಗುತ್ತದೆ; ಅಥವಾ ಅದನ್ನು ಬೆಳೆಸಬಲ್ಲ ವ್ಯಕ್ತಿಗಳು, ಸಣ್ಣಪುಟ್ಟ ತಂಡಗಳು ಹುಟ್ಟಿಕೊಳ್ಳುತ್ತವೆ. 'ಲಂಕೇಶ್‌ಪತ್ರಿಕೆ' ಒಡೆದು ಹೋಗಿದ್ದರೂ ಲಂಕೇಶರ ಕೆಲಸವನ್ನು ಆ ಪತ್ರಿಕೆಗಳೂ ಸೇರಿದಂತೆ ಹತ್ತಾರು ವೇದಿಕೆಗಳು, ಕಿರುಪತ್ರಿಕೆಗಳು ಸಣ್ಣ ಸಣ್ಣ ಮಟ್ಟಗಳಲ್ಲಿ ಮಾಡುತ್ತಾ ಹೋಗುತ್ತವೆ; ಲಂಕೇಶರು ರೂಪಿಸಲೆತ್ನಿಸಿದ ಜಾತ್ಯತೀತ ಕರ್ನಾಟಕದ ಆಶಯವನ್ನು ಬೆಳೆಸುತ್ತಾ ಹೋಗುತ್ತವೆ. ಕರ್ನಾಟಕದುದ್ದಕ್ಕೂ ಹಲವಾರು ವೇದಿಕೆಗಳು ಜಾತೀಯ ವಿಷ, ಮತೀಯವಾದ, ಭ್ರಷ್ಟಾಚಾರ, ಹಾಗೂ ವೈದಿಕ ಸಂಚುಗಳ ಬಗ್ಗೆ ಲಂಕೇಶರಂತೆಯೇ ಎಚ್ಚರ ವಹಿಸತೊಡಗಿವೆ. ಹೊಸ ತಲೆಮಾರಿನ ಎಳೆಯರ ಎಸ್.ಎಂ.ಎಸ್.ಗಳಲ್ಲಿ ಲಂಕೇಶರ ನೀಲು ಪದ್ಯಗಳು ಹರಿದಾಡುತ್ತಲೇ ಇವೆ. ಲಂಕೇಶರ 'ಟೀಕೆ ಟಿಪ್ಪಣಿ', ಕತೆ, ನಾಟಕ ಎಲ್ಲವೂ ಹೊಸ ಓದುಗರಿಗೆ ವಿಸ್ಮಯ ಉಂಟುಮಾಡುತ್ತಲೇ ಇರುತ್ತವೆ. ಅವರ ನಿಷ್ಠುರ ನೈತಿಕತೆ ಎಲ್ಲ ತಲೆಮಾರುಗಳ ಪ್ರಾಮಾಣಿಕ ಮನಸ್ಸುಗಳನ್ನು ಆವರಿಸಿಕೊಳ್ಳುತ್ತಲೇ ಇರುತ್ತದೆ. ಈ ಪುಸ್ತಕ ಮುಗಿಯುವ ವೇಳೆಗೆ ದೇವನೂರ ಮಹದೇವ ಅವರು ಮಾತಿನ ನಡುವೆ "ಲಂಕೇಶರ ಒಟ್ಟು ಬರಹಗಳಲ್ಲಿ ಅವರ ತೀಕ್ಷ್ಣ ಒಳನೋಟಗಳು, 'ಸಂಕ್ರಾಂತಿ', 'ಗುಣಮುಖ', 'ಉಮಾಪತಿಯ ಸ್ಕಾಲರ್‌ಶಿಪ್‌ಯಾತ್ರೆ' ನನ್ನ ಆಯ್ಕೆ" ಎಂದಾಗ ಹೆಮ್ಮೆ ಹಾಗೂ ಪುಳಕ ಹುಟ್ಟಿತು.

ಅತ್ತ ಡಿ.ಆರ್. ಅರ್ಥಕ್ಕೆ ಬಿಟ್ಟು ಹೋದ ಆಧುನಿಕೋತ್ತರ ಕನ್ನಡ ಸಂಸ್ಕೃತಿ ಚಿಂತನೆ, ಸಾಹಿತ್ಯ ವಿಮರ್ಶೆ, ಲಿಟರರಿ ಥಿಯರಿ, ಪ್ರತಿಸಂಸ್ಕೃತಿಯ ಪ್ರಶ್ನೆಗಳು, ಅವೈದಿಕ ಹಾಗೂ ಜಾನಪದೀಯ ದರ್ಶನಗಳ ಹುಡುಕಾಟದ ಮಹತ್ವ ಈಗ ಕನ್ನಡ ಸಂಸ್ಕೃತಿಗೆ ಆಳವಾಗಿ ಅರ್ಥವಾಗತೊಡಗಿದೆ. ಅವರ ಸಂಸ್ಕೃತಿ ವಿಮರ್ಶೆ, ದೇಶೀ ಚಿಂತನೆ, ಸಾಹಿತ್ಯ ವಿಮರ್ಶೆ ಎಲ್ಲವೂ ಅನೇಕರಲ್ಲಿ ಬೆಳೆಯತೊಡಗಿವೆ. ಅವರಲ್ಲಿ ಕೆಲವರು–ಅಪ್ಪಿ ತಪ್ಪಿ ಕೂಡ ಡಿ.ಆರ್. ಹೆಸರು ಹೇಳದಿದ್ದರೂ–ಆ ಮಾರ್ಗ ಮುಂದುವರಿಸಿದ್ದಾರೆ. ೨೦೧೨ರಲ್ಲಿ ತುಮಕೂರು ವಿಶ್ವವಿದ್ಯಾಲಯದ ಕನ್ನಡ ಎಂ.ಎ. ಮೊದಲ ರ್‍ಯಾಂಕ್ ಪಡೆದ ವಿದ್ಯಾರ್ಥಿನಿಯೊಬ್ಬಳು 'ಡಿ.ಆರ್. ನಾಗರಾಜ್ ನನ್ನ ನೆಚ್ಚಿನ ವಿಮರ್ಶಕರು' ಎಂದಾಗ ಸಾಹಿತ್ಯಾಧ್ಯಯನಗಳಲ್ಲಿ ಡಿ.ಆರ್. ಬೆಳೆಯುವ ಬಗ್ಗೆ ನೆಮ್ಮದಿ ಮೂಡತೊಡಗುತ್ತದೆ. ಡಿ.ಆರ್. ತಮ್ಮ ಬರಹಗಳನ್ನು ರೂಪಿಸಿದ ಎಷ್ಟೋ ವರ್ಷಗಳ ನಂತರ ಅವೆಲ್ಲ ಕನ್ನಡದಲ್ಲಿ ಇನ್ನಷ್ಟು ಅರ್ಥಪೂರ್ಣವಾಗಿ ಬೆಳೆಯುವಂತೆ ಕಾಣುತ್ತದೆ...

ಇದೆಲ್ಲದರ ಜೊತೆಗೆ, ಕನ್ನಡನಾಡಿನ ಈ ಇಬ್ಬರು ಶ್ರೇಷ್ಠ ಚಿಂತಕರ ಮಾರ್ಗಗಳನ್ನು ಹೊಸಹೊಸ ಓದುಗಳ ಮೂಲಕ ಬೆಳೆಸಬೇಕಾದ ಮುಕ್ತ ವಿಮರ್ಶಾವಲಯವೂ ಹೊಸ ತಲೆಮಾರುಗಳೂ ಇಲ್ಲಿ ಸಿದ್ಧವಾಗಬೇಕಾಗುತ್ತದೆ..

ನನ್ನೊಳಗೆ ಹೆಣೆದುಕೊಂಡಿರುವ, ನನ್ನ ಪಾಲಿಗೆ ಇಂದಿಗೂ ಹಲವು ರೀತಿ ಗಳಲ್ಲಿ ಜೀವಂತವಾಗಿರುವ, ನಾನು ನನ್ನ ಪ್ರಜ್ಞೆಯೊಳಗೆ ದಿನನಿತ್ಯ ಮಾತುಕತೆ ಯಲ್ಲಿ ತೊಡಗಿರುವ ಡಿ.ಆರ್.ನಾಗರಾಜ್ ಹಾಗೂ ಲಂಕೇಶ್ ನನ್ನಂಥ ಸಾವಿರಾರು ಜನರ ಸಂವೇದನೆ, ಪ್ರಜ್ಞೆ, ನೋಟ, ಬದುಕು ಇವೆಲ್ಲಕ್ಕೂ ಕೊಟ್ಟಿರುವ ಎಲ್ಲ ಎಳೆಗಳನ್ನೂ ಅಪಾರ ಕೃತಜ್ಞತೆಯಿಂದ ನೆನೆಯುತ್ತಾ ಈ ನಿರೂಪಣೆಯನ್ನು ಸದ್ಯಕ್ಕೆ ಮುಗಿಸುತ್ತಿರುವೆ.

ಇಂತಿ ನಮಸ್ಕಾರಗಳು.